INSIGHT PUBLICA®

INSIGHT PUBLICA
Nadakkavu, Kozhikode, Kerala
www.insightpublica.com
e-mail: insightpublica@gmail.com

Pithakkalum Puthranmarum

Ivan Turgenev

(Malayalam)

Translation: MS Rajendran

First Insight Edition: March 2020
This Edition: December 2021

ISBN 978-93-89804-17-1
Printed and Published by
Insightinpublica Printers & Publishers Pvt. Ltd.

പിതാക്കളും പുത്രന്മാരും

ഇവാൻ തുർഗേനെവ്

വിവർത്തനം: എം എസ് രാജേന്ദ്രൻ

INSIGHT PUBLICA®

1818 മുതൽ 1883 വരെ ജീവിച്ചിരുന്ന റഷ്യൻ സാഹിത്യകാരനാണ്. ആറു നോവലുകളും അനേകം കഥകളും നോവലുകളും നാടകങ്ങളും രചിച്ചിട്ടുണ്ട്. ആസ്യ (1857), ആദ്യപ്രേമം (1860), പിതാക്കളും പുത്രന്മാരും (1862), വാസന്തപ്രവാഹങ്ങൾ (1871), നമ്മുടെ കാലത്തെ ഒരു വീരപുരുഷൻ എന്നിവ ചില കൃതികളാണ്. പല കൃതികളും മലയാളമടക്കമുള്ള ഒട്ടനവധി ഭാഷകളിലേക്ക് തർജ്ജമ ചെയ്യപ്പെട്ടിട്ടുണ്ട്.

ഇവാൻ തുർഗെനേവ്

ആമുഖം

'റഷ്യൻ സാഹിത്യത്തിന്റെ സുവർണ്ണയുഗം' എന്ന് 19-ാം നൂറ്റാണ്ടിനെപ്പറ്റി പറയുന്നത് എന്തുകൊണ്ടും ന്യായമാണ്. കാരണം പുഷ്കിൻ, ഗോഗൊൾ, ദൊസ്തൊയേവ്സ്കി, ലിയോ ടോൾസ്റ്റോയി, ചെക്കൊവ് എന്നിവരുടെ മാസ്റ്റർപീസുകൾ നമുക്ക് ലഭ്യമായത് ഇക്കാലത്താണല്ലോ. ഈ സാഹിത്യനഭോമണ്ഡലത്തിൽ ഇവാൻ തുർഗേനെവും (1818-1883) അത്യന്തം തേജസ്വിയായി നിലകൊള്ളുന്നുണ്ട്. തന്റെ ജീവിതകാലത്തു തന്നെ വിശ്വവിഖ്യാതനായ ഒരാളാണ് അദ്ദേഹം. ബ്രിട്ടീഷുകാർ ഡിക്കൻസ്, താക്കെറെ എന്നിവരുമായും ജർമ്മൻകാർ ഗെഥേയുമായും ഫ്രഞ്ചുകാർ ബൽസാക്കുമായും അദ്ദേഹത്തെ താരതമ്യപ്പെടുത്തി. പല നാട്ടുകളിലേയും എഴുത്തുകാർ അദ്ദേഹത്തെ തങ്ങളുടെ സാഹിത്യാചാര്യനായി അംഗീകരിച്ചു. ഫ്രഞ്ച് സാഹിത്യത്തിൽ അദ്ദേഹത്തിനുണ്ടായ സ്വാധീനം സുദൃഢവും സ്ഥായിയുമായിരുന്നു. ഫ്ലോബേർ, മൊപ്പസാൻ, എഡ്മണ്ട് ഗൊൺക്കൂർ, ദൊദേ, സോളാ എന്നിവർ തങ്ങളുടെ ഗുരുവായാണ് അദ്ദേഹത്തെ വിശേഷിപ്പിച്ചത്. തുർഗേനെവിന്റെ സാഹിത്യസൃഷ്ടികളെപ്പറ്റി ചർച്ച ചെയ്യുമ്പോൾ ആളുകൾ ആദ്യമായി എടുത്തുകാട്ടുന്നത് അദ്ദേഹത്തിന്റെ കൃതികളുടെ കാവ്യാത്മകതയും ശ്രുതിമാധുര്യവുമാണ്. തുർഗേനെവ് സത്യത്തിൽ ഒരു ശൈലീവല്ലഭനായിരുന്നു താനും. പക്ഷേ, അതുകൊണ്ടു മാത്രം ഒരാളിന് ഉത്കൃഷ്ട സാഹിത്യകാരനാകാൻ സാദ്ധ്യമല്ലല്ലോ. റഷ്യയുടേയും ലോകത്തിന്റെ തന്നേയും ചരിത്രം സംഭവബഹുലമായിരുന്ന ഒരു കാലഘട്ടത്തിലാണ് തുർഗേനെവ് ജീവിച്ചത്. രാഷ്ട്രീയരംഗത്ത് സജീവനായിരുന്നില്ലെങ്കിലും റഷ്യയിൽ അന്നന്ന് നടന്നിരുന്ന പ്രധാനപ്പെട്ട എല്ലാ സംഭവങ്ങളിലുമുള്ള തന്റെ നിലപാട് അദ്ദേഹം തന്റെ കൃതികൾ മുഖേന സ്പഷ്ടമാക്കിയിരുന്നു. അങ്ങനെ അദ്ദേഹം സാമൂഹ്യമായ പോരാട്ടത്തിൽ ഭാഗഭാക്കാവുകയും സ്വാതന്ത്ര്യത്തിനും പുരോഗതിക്കും വേണ്ടിയുള്ള ദേശീയവാഞ്ഛയെ പ്രതിനിധീകരിക്കുകയും ചെയ്തിരുന്നു.

"പിതാക്കളും പുത്രന്മാരും" ആണ് തുർഗേനെവിന്റെ ഏറ്റവും അറിയപ്പെടുന്നതും ഏറ്റവും വിശിഷ്ടവുമായ ആഖ്യായിക. മോസ്കോയിൽ നിന്നിറങ്ങിയിരുന്ന ഒരു മാസികയിലാണ് ഇത് ആദ്യമായി പ്രസിദ്ധീകരിക്കപ്പെട്ടത്. 1862-ലെ വസന്തത്തിലായിരുന്നു ഇത്. ഏറെത്താമസിയാതെ അത് പുസ്തകരൂപത്തിലും പുറത്തിറക്കപ്പെട്ടു. അടുത്ത വർഷം തന്നെ ഫ്രഞ്ച്, ജർമ്മൻ, ഇംഗ്ലീഷ് എന്നീ ഭാഷകളിലേക്കും അത് തർജ്ജിമ ചെയ്യപ്പെട്ടു. റഷ്യൻ സാമൂഹ്യ ജീവിതത്തിൽ വലിയൊരു കോളിളക്കം സൃഷ്ടിച്ച ഒരു പ്രസിദ്ധീകരണമായിരുന്നു ഇത്. പത്രമാസികകളിൽ അതെപ്പറ്റിയുള്ള ദീർഘദീർഘങ്ങളായ സംവാദങ്ങൾ നടന്നു. ആളുകളുടെ കത്തിടപാടുകളിലും സംഭാഷണങ്ങളിലും ആ ആഖ്യായിക ഒരു ചർച്ചാവിഷയമായി. അന്നത്തെ എണ്ണപ്പെട്ട എല്ലാവരും തന്നെ ഈ തുർഗേനെവ് കൃതിയെപ്പറ്റിയുള്ള ചർച്ചയിൽ പങ്കാളികളായിരുന്നുവെന്നു പറഞ്ഞാൽ അതിൽ ഒട്ടും അതിശയോക്തി ഉണ്ടാവില്ല. കാരണം അത്രയ്ക്ക് സന്ദർഭോചിതമായിരുന്നു അതിന്റെ ഉള്ളടക്കം. തലമുറകൾ തമ്മിലുള്ള സംഘട്ടനത്തെ സംബന്ധിക്കുന്നതു മാത്രമായിരുന്നില്ല അത്. റഷ്യൻ ചരിത്രത്തിലെ സങ്കീർണ്ണവും പ്രക്ഷുബ്ധവുമായ ഒരു കാലഘട്ടമായിരുന്നു അത്. നിക്കൊലാസ് ഒന്നാമന്റെ മുപ്പതുകൊല്ലത്തെ സുദീർഘമായ ഇരുണ്ട ഭരണം അവസാനിച്ചത് ആയിടയ്ക്കു മാത്രമായിരുന്നു. ഡിസംബ്രിസ്റ്റ് കലാപത്തെ നിർദ്ദാക്ഷിണ്യം അടിച്ചമർത്തിയ ആളായിരുന്നു ഈ ചക്രവർത്തി. ഈ ഡിസംബ്രിസ്റ്റുകൾ ചില ഗൂഢസംഘങ്ങളിൽ പെട്ടവരായിരുന്നു. പ്രഭുവംശജരായ റഷ്യൻ സൈനികോദ്യോഗസ്ഥന്മാരായിരുന്നു ഈ സംഘാംഗങ്ങളിൽ മിക്കവരും. ഈ കലാപത്തിന്റെ നേതാക്കളിൽ അഞ്ചുപേർ തൂക്കിലേറ്റപ്പെട്ടു. നൂറിലധികം പേരെ കഠിനതടവിന് ശിക്ഷിച്ച് സൈബീരിയയ്ക്ക് നാടുകടത്തുകയോ സാധാരണ ഭടന്മാരായി തരം താഴ്ത്തുകയോ ചെയ്തു. നൂറുകണക്കിന് സൈനികർ ചമ്മട്ടിപ്രഹരത്തിനുശേഷം (പലരും തന്മൂലം മരണമടയുകയും ചെയ്തു) വിദൂരസ്ഥ ഗ്യാരിസണുകളിലേക്ക് പറഞ്ഞയക്കപ്പെട്ടു. അങ്ങനെ റഷ്യൻ വിപ്ലവകാരികളുടെ ഈ ആദ്യ കലാപം അമർച്ച ചെയ്തതിനുശേഷം സാമൂഹ്യ ജീവിതം പാടേ ഇല്ലാതാക്കാനായിരുന്നു നിക്കൊലാസ് ഒന്നാമന്റെ ശ്രമം. പെത്രുഷേവിന്റെ നേതൃത്വത്തിൽ രൂപം കൊണ്ടിരുന്ന പുരോഗമനവാദികളായ യുവാക്കളുടെ ഒരു സംഘടനയിൽ പെട്ടവരെയെല്ലാം അറസ്റ്റ്ചെയ്ത് മരണശിക്ഷയ്ക്ക് വിധിച്ചു. പില്ക്കാലത്ത് വിശ്വസാഹിത്യത്തിലെ ആ അത്ഭുത പ്രതിഭയായിത്തീർന്ന ഫ്യോദൊർ ദസ്തയേവ്സ്കിയും ഈ സംഘത്തിലെ ഒരംഗമായിരുന്നു. വധശിക്ഷയ്ക്കായി അവരെയെല്ലാം തൂക്കുമരച്ചോട്ടിൽ കൊണ്ടുവന്നു നിർത്തിയ സന്ദർഭത്തിൽ മാത്രമാണ് "ദയാലുവായ" ചക്രവർത്തി മരണശിക്ഷ ഇളവുചെയ്ത് അവരെ സൈബീരിയയിലേക്ക് നാടുകടത്താനുള്ള ഉത്തരവിട്ടത്. "വേട്ടക്കാരന്റെ കഥകൾ"

വഴി പ്രസിദ്ധനായിത്തീർന്ന തുർഗേനെവും ചക്രവർത്തിയുടെ ദണ്ഡനത്തിനു പാത്രമായി. സുപ്രസിദ്ധ റഷ്യൻ സാഹിത്യകാരനായ നിക്കൊലായ് ഗോഗൊലിന്റെ ചരമത്തെ തുടർന്ന് ഒരു അനുശോചനക്കുറിപ്പ് എഴുതിയ കുറ്റത്തിന് അദ്ദേഹം മോസ്കോയിൽ നിന്ന് സ്വന്തം എസ്റ്റേറ്റിലേക്ക് നാടുകടത്തപ്പെട്ടു. കർഷകരെ ജന്മിമാരുടെ ദയാദാക്ഷിണ്യത്തിന് എറിഞ്ഞുകൊടുത്തിരുന്ന അടിയാള സമ്പ്രദായമായിരുന്നു റഷ്യയിലെ ഏറ്റവും നശിച്ച ഏർപ്പാട്. എന്തുവന്നാലും ഈ അടിയാള സമ്പ്രദായം നിലനിർത്താൻ ദൃഢപ്രതിജ്ഞ എടുത്ത ആളായിരുന്നു നിക്കൊലാസ് ഒന്നാമൻ. അതിനാൽ 1855-ൽ ഈ സ്വേച്ഛാധിപതി മരണമടഞ്ഞപ്പോൾ രാജ്യമാകെ അതിൽ ആഹ്ലാദംകൊണ്ടു. രാജ്യം ഒരു സ്തംഭനാവസ്ഥയിലായിരുന്നു. ഇതിൽ നിന്ന് നാടിനെ രക്ഷിക്കേണ്ടത് ഒരു അടിയന്തിരാവശ്യമായിരുന്നു. ജനങ്ങളിൽ ഭൂരിപക്ഷവും അടിയാളരായിരുന്നു. ജന്മിമാരിൽ നിന്നു മോചനം നേടാൻ അവർ എരിപൊരികൊള്ളുകയായിരുന്നു. പലേടങ്ങളിലും അവർ കലാപത്തിന് ഒരുങ്ങുകയും ചെയ്തു. അധികൃതർ ഇതുകണ്ടു പേടിച്ചു. കർഷകർ "താഴെ നിന്ന്" സ്വയംവിമോചനം തേടുന്നതിനു മുമ്പായി അവരെ "മുകളിൽ നിന്ന്" മോചിപ്പിക്കുന്നതായിരിക്കും കൂടുതൽ അഭിലഷണീയമെന്ന് അവർക്ക് ബോധ്യമായി. റഷ്യൻ സമൂഹത്തിലെ പുരോഗമനവിഭാഗങ്ങൾ കർഷകരുടെ പക്ഷത്തായിരുന്നു. കർഷക കലാപത്തിന് അനുകൂലമായ പ്രചരണം നടത്തിയവർ വിപ്ലവകാരികളായ ജനാധിപത്യവാദികൾ എന്നപേരിൽ അറിയപ്പെട്ടു. ലിബറൽ ചിന്താഗതിക്കാരും ഇവരുടെ കൂടെച്ചേർന്നു. ലിബറൽ ചിന്താഗതിക്കാർക്ക് രാജ്യത്തേയും സമുദായത്തേയും നവോത്ഥാനത്തിന്റെ പാതയിലേക്ക് നയിക്കാനും ആഗ്രഹമുണ്ടായിരുന്നു. പക്ഷേ, ഗവണ്മെന്റ് പരിഷ്കാരങ്ങളിലൂടെയും ക്രമേണയുള്ള പരിവർത്തനങ്ങളിലൂടെയും ഇത് സാധിക്കാമെന്നായിരുന്നു അവരുടെ പ്രതീക്ഷ. ഒടുവിൽ 1861-ന്റെ തുടക്കത്തിൽ, കർഷകർ സ്വതന്ത്രരാണെന്നു പ്രഖ്യാപിച്ചുകൊണ്ട് തിളച്ചുമറിയുന്ന കുട്ടകത്തിന്റെ അടപ്പെടുത്തുമാറ്റാൻ റഷ്യൻ ഗവണ്മെന്റ് തീരുമാനിച്ചു. പക്ഷേ, കർഷകനെ കുത്തുപാളയെടുപ്പിക്കുന്നതരത്തിലുള്ളതായിരുന്നു ഈ പരിഷ്കാരം. കർഷകരേയോ വിപ്ലവകാരികളായ ജനാധിപത്യവാദികളേയോ അത് തൃപ്തിപ്പെടുത്തിയില്ല.

തുർഗേനെവിന്റെ മാതാപിതാക്കൾ പുരാതന പ്രഭുകുടുംബങ്ങളിൽ പെട്ടവരായിരുന്നു. അദ്ദേഹത്തിന്റെ അമ്മ ഒറ്യോൾ ഗുബേർണിയയിലെ ഏറ്റവും വലിയ ജന്മിയായിരുന്നു. ലക്ഷത്തിലധികം ഹെക്ടർ ഭൂമിയും അയ്യായിരം അടിയാളരും അവരുടെ പക്കലുണ്ടായിരുന്നു. അടിയാള സമ്പ്രദായത്തിനുവേണ്ടി ഉറച്ചുനിന്ന് വാദിച്ചിരുന്ന ഈ സ്ത്രീ ഏറ്റവും ക്രൂരമായാണ് തന്റെ അടിയാളരോട് പെരുമാറിയിരുന്നത്. "തൊട്ടതിനെല്ലാം ആളുകളുടെ ചെകിട്ടത്തടിക്കുകയും അവരെ

മർദ്ദിക്കുകയും ചെയ്തിരുന്ന ഒരു അന്തരീക്ഷത്തിലാണ് ഞാൻ ജനിച്ചു വളർന്നത്." തുർഗേനെവ് തന്നെ ഒരിക്കൽ അനുസ്മരിക്കുകയുണ്ടായി. "അന്നുതന്നെ അടിയാള സമ്പ്രദായത്തെ ഞാൻ വെറുക്കാൻ തുടങ്ങിയിരുന്നു." അടിയാളരുടെ വക്കാലത്ത് പിടിക്കുക കാരണം അമ്മയുമായി തെറ്റിപ്പിരിയേണ്ടി വന്നതിനാൽ അദ്ദേഹം തന്റെ മാതൃഗൃഹം വിട്ടുപോകാൻ നിർബന്ധിതനായി. "ആ വെറുക്കപ്പെട്ട സ്ഥലത്ത് ജീവിക്കാനും അവിടുത്തെ വായു ശ്വസിക്കാനും എനിക്ക് കഴിയുമായിരുന്നില്ല... എന്റെ നോട്ടത്തിൽ ഈ ശത്രുവിന് കൃത്യമായ ഒരു രൂപവും പേരുമുണ്ടായിരുന്നു. അടിയാള സമ്പ്രദായമായിരുന്നു ഈ ശത്രു." ആയുഷ്കാലം മുഴുവൻ വെറുക്കപ്പെട്ട ഈ ശത്രുവിനെതിരായി പടവെട്ടുമെന്ന ഭീഷ്മപ്രതിജ്ഞയുമായാണ് യുവാവായ തുർഗേനെവ് അവിടെനിന്ന് ഇറങ്ങിത്തിരിച്ചത്. സുപ്രസിദ്ധസാഹിത്യനിരൂപകനും ആദ്യത്തെ വിപ്ലവജനാധിപത്യവാദികളിൽ ഒരാളുമായ വിസ്സാറിയോൻ ബെലീൻസ്കി ഈ യുവസാഹിത്യകാരന്റെ ഒരു സുഹൃത്തായിത്തീർന്നു. "പിതാക്കളും പുത്രന്മാരും" എന്ന തന്റെ നോവൽ അദ്ദേഹം സമർപ്പിച്ചിട്ടുള്ളത് ബെലീൻസ്കിയുടെ പാവന സ്മരണയ്ക്കാണെന്നതും ഇവിടെ സ്മരണീയമാണ്.

റഷ്യൻ വിപ്ലവ ജനാധിപത്യവാദികളുടെ നേതാക്കളായ നിക്കോലായ് ചെർനിഷേവ്സ്കി, നിക്കോലായ് ദൊബ്രല്യൂബൊവ് എന്നിവരുമായി തുർഗേനെവിന് ഉറ്റ സമ്പർക്കമുണ്ടായിരുന്നു. ലണ്ടനിൽ താമസമാക്കിയിരുന്ന പ്രമുഖ വിപ്ലവകാരിയായ അലക്സാണ്ടർ ഹേർട്ട്സെൻ അദ്ദേഹത്തിന്റെ മിത്രവുമായിരുന്നു. മാതൃഭൂമിയുടെ കഷ്ടപ്പാടുകൾ തുർഗേനെവിനെ അതിയായി വേദനിപ്പിച്ചിരുന്നെങ്കിലും ഒരു കർഷക വിപ്ലവം സാദ്ധ്യമാണെന്ന് അദ്ദേഹം വിശ്വസിച്ചിരുന്നില്ല. ലിബറൽ ചിന്താഗതിക്കാരനായ അദ്ദേഹം ക്രമേണയുള്ള മാറ്റങ്ങളുടെ വക്താവായിരുന്നു. പക്ഷേ, തുർഗേനെവിന്റെ തൂലികയുടെ കരുത്ത് കുടികൊണ്ടിരുന്നത് അദ്ദേഹത്തിന്റെ അനാദൃശമായ സാമൂഹ്യബോധത്തിലാണെന്നു പറയേണ്ടിയിരിക്കുന്നു. തുർഗേനെവിന്റെ "ഗഹനമായ യാഥാർത്ഥ്യബോധത്തെ"പ്പറ്റി ബെലീൻസ്കി എടുത്തുപറഞ്ഞിരുന്നു. ദൊബ്രല്യൂബൊവ് അദ്ദേഹത്തെപ്പറ്റി എഴുതിയിട്ടുള്ളത് ഇപ്രകാരമാണ്: "പുതിയ സാമൂഹ്യാവശ്യങ്ങൾ, സാമൂഹ്യബോധത്തിൽ പതിയുന്ന പുതിയ ആശയങ്ങൾ, പെട്ടെന്ന് മണത്തറിയാൻ കഴിവുള്ള അദ്ദേഹം താമസിയാതെ ചർച്ചാവിഷയമാകാൻ പോകുന്നതും അസ്പഷ്ടമായി ബഹുജനങ്ങളുടെ മനസ്സിനെ മഥിക്കാൻ തുടങ്ങിയിട്ടുള്ളതുമായ സംഗതികളാണ് സാധാരണയായി തന്റെ കൃതികളിൽ കൈകാര്യം ചെയ്യുന്നത്."

1850-കളുടെ അവസാനത്തിൽ റഷ്യയിൽ പുതിയൊരുതരം പൊതുകാര്യപ്രസക്തർ രംഗപ്രവേശം ചെയ്യുകയുണ്ടായി. വാചകമടി വിട്ടിട്ട് പ്രവൃത്തിയിൽ ശ്രദ്ധിക്കുന്നവരായിരുന്നു ഇവർ.

ഉറച്ചുനിന്നുകൊണ്ടുള്ള സമരം മുഖേന റഷ്യയുടെ സാമൂഹ്യവ്യവസ്ഥയിൽ മാറ്റം വരുത്താൻ ശ്രമിച്ചിരുന്ന ഇവർ അന്നത്തെ നിർണ്ണായക സാമൂഹ്യ ശക്തിയായിത്തീർന്നു. നിരീക്ഷണ പടുവായ ഒരു കലാകാരനെന്ന നിലയ്ക്ക് തുർഗേനെവ് ഈ പുതിയ കഥാപുരുഷന്റെ ആവിർഭാവം പെട്ടെന്നു തന്നെ ശ്രദ്ധിക്കുകയും അയാളെ രംഗത്തവതരിപ്പിക്കാൻ ശ്രമിക്കുകയും ചെയ്തു. "പിതാക്കളും പുത്രന്മാരും" എന്ന നോവലിലെ കഥാനായകനായ ബസാറൊവ് എന്ന മെഡിക്കൽ വിദ്യാർത്ഥി ഇതിനുള്ള ഒരു ദൃഷ്ടാന്തമാണ്. ഒരു കർഷക കുടുംബത്തിൽ പിറന്നവനാണ് ബസാറൊവ്. "എന്റെ മുത്തച്ഛൻ മണ്ണിൽ പണിയെടുത്തു ജീവിച്ചിരുന്നവനായിരുന്നെന്ന്" ഈ കഥാപാത്രം വളരെ അഭിമാനത്തോടെയാണ് പറയുന്നത്. കർമ്മനിരതനായ ഒരു വ്യക്തിയാണയാൾ. പ്രധാനപ്പെട്ട കാലികപ്രശ്നങ്ങൾക്ക് പരിഹാരം കാണാൻ കെല്പില്ലാത്ത "പിതാക്കളുടെ" സ്ഥാനം ഏറ്റെടുക്കാൻ തയ്യാറായി നില്ക്കുന്ന പുതിയ തലമുറയുടെ ഒരു പ്രതിനിധിയാണ് അയാൾ. നോവലിൽ നിഹിലിസ്റ്റെന്നാണ് അയാളെ വിശേഷിപ്പിച്ചിട്ടുള്ളത്. "പഴയതിനെ തിരസ്കരിക്കുന്നവൻ" എന്നും "ഭൗതികവാദി" എന്നും "വിപ്ലവകാരി" എന്നുമാണ് തുർഗേനെവ് ഇതിന് അർത്ഥം കല്പിച്ചിട്ടുള്ളത്. ബസാറൊവിനെപ്പറ്റിയുള്ള തന്റെ സങ്കല്പത്തെപ്പറ്റി തുർഗേനെവ് വിവരിച്ചിട്ടുള്ളത് ഇപ്രകാരമാണ്: 'നിഹിലിസ്റ്റ് എന്ന് അയാളെപ്പറ്റി പറയുമ്പോൾ ഒരു വിപ്ലവകാരി എന്നാണ് ധരിക്കേണ്ടത്'" നോവലിൽ ഇത്രയും പച്ചയായി ഇക്കാര്യം എഴുതാൻ സാധിക്കുമായിരുന്നില്ല. എങ്കിലും സൂചനകളിൽനിന്ന് ഇക്കാര്യം ഗ്രഹിക്കാൻ അന്നത്തെ വായനക്കാർക്ക് പ്രയാസമുണ്ടായിരുന്നില്ല. മെഡിക്കൽ വിദ്യാർത്ഥികളുടെ ഭാവിയെപ്പറ്റി പറയുമ്പോൾ ചികിത്സയുടെ രംഗവുമായി ബന്ധപ്പെടുത്തിയായിരിക്കും ആരും അതിനെ കാണുന്നത്. എന്നാൽ, ബസാറൊവിന്റെ പിതാവ് തന്റെ മകന്റെ കൂട്ടുകാരനായ അർക്കാദിയോട് ചോദിക്കുന്നത് മറ്റൊരു വിധത്തിലാണ്: "എന്റെ മകൻ പ്രസിദ്ധനാകുമെന്ന് അർക്കാദി പറയുന്നുണ്ടല്ലൊ. അത് ചികിത്സയുടെ രംഗത്താവില്ല. ഉവ്വോ?" അർക്കാദി അതിനു മറുപടി പറയുന്നത് ഇപ്രകാരമാണ്. "അല്ല, ചികിത്സാരംഗത്താവില്ല...."

കിർസാനൊവ് പ്രഭുകുടുംബത്തെയാണ് ബസാറൊവിന്റേതിനെതിരായി എടുത്തുകാട്ടിയിരിക്കുന്നത്. പാവെൽ പെ ത്രോവിച്ച് കിർസാനൊവ് ആണ് അയാളുടെ എതിർധ്രുവത്തിൽ നില്ക്കുന്നത്. ഒരു മുൻ സൈനികജനറലിന്റെ പുത്രനായ ഈ മനുഷ്യൻ ഗാർഡ് സൈനികവിഭാഗത്തിലെ ഒരു ഓഫീസറായിരിക്കെ പണക്കാരിയായ ഒരു സൗന്ദര്യറാണിയിൽ മുഗ്ദ്ധനായി ആ സ്ത്രീയുടെ പിന്നാലെ നടന്ന് ജീവിതം മുഴുവൻ നശിപ്പിച്ച ഒരു വ്യക്തിയാണ്. ഒരു കാലത്ത് താൻ ലിബറൽ ചിന്താഗതിക്കാരനാണെന്ന് പറഞ്ഞുനടന്നിരുന്ന ഈ വ്യക്തിയുടെ വിശ്വാസം താൻ ഇപ്പോഴും സർവ്വാദരണീയമായ

ഒരു ജീവിതമാണ് നയിക്കുന്നതെന്നാണ്. ഈ സന്ദർഭത്തിലാണ് ബസാറൊവ് അവിടേക്ക് കടന്നുവന്നിട്ട് കിർസാനൊവിന്റെ ആയുഷ്കാല വ്യാമോഹങ്ങളെയെല്ലാം തവിടുപൊടിയാക്കുന്നത്. "കാലഹരണപ്പെട്ട" ഒരാളായാണ് പാവെൽ കിർസാനൊവിനെ ബസാറൊവ് കാണുന്നത്. "പാഴാക്കപ്പെട്ട, ശൂന്യമായ" ഒരു ജീവിതമാണ് ഈ മനുഷ്യന്റേതെന്നും ഒന്നും ചെയ്യാതെ വെറുതെ കുത്തിയിരിക്കുന്നവരെ ന്യായീകരിക്കുന്ന ഒന്നാണ് അയാളുടെ വിശ്വാസപ്രമാണമെന്നും ബസാറൊവ് കരുതുന്നു. പാവെൽ കിർസാനൊവിന് ബസാറൊവിനോടുള്ള വെറുപ്പിന് കാരണവും അതു തന്നെയാണ്.

ബസാറൊവിനെ സംബന്ധിച്ചിടത്തോളം ഒരുതരത്തിലും പൊരുത്തപ്പെടാനാവാത്ത ഒരു വ്യക്തിയാണ് ഈ കിർസാനൊവ്. സങ്കുചിത മനസ്ഥിതിക്കാരനായ നിക്കൊലായ് കിർസാനൊവിനേയും അയാളുടെ പുത്രനായ അർക്കാദിയേയും ബസാറൊവിന് സഹിക്കാൻ പറ്റുന്നില്ല. ഒരു പൊതുലക്ഷ്യത്തിനായി തങ്ങൾക്കൊന്നിച്ച് ഒരിക്കലും പൊരുതാനാവില്ലെന്ന് ബസാറൊവ് മനസ്സിലാക്കുന്നു. കാരണം, ഈ കിർസാനൊവ്മാരെല്ലാം പഴയ വ്യവസ്ഥിതിയുമായി സന്ധിചെയ്തിട്ടുള്ളവരാണ്. അവരുടെ ദൃഷ്ടിയിൽ ഈ വ്യവസ്ഥിതിക്ക് പലേ കുറ്റങ്ങളും കുറവുകളുമുണ്ടെങ്കിലും പൊതുവിൽ അത് അവർക്ക് ചേരുന്നതാണ്. പക്ഷേ, കാശിനു കൊള്ളരുതാത്ത ഈ വ്യവസ്ഥിതി നശിപ്പിച്ചേ പറ്റൂവെന്നാണ് ബസാറൊവിന്റെ പക്ഷം.

തന്റെ കഥാനായകനോടുള്ള തുർഗേനെവിന്റെ മനോഭാവം അത്യന്തം സങ്കീർണ്ണമായിട്ടുള്ളതാണ്. എന്തുകൊണ്ടെന്നാൽ, ഒരു വ്യക്തിയെന്ന നിലയ്ക്കും ഒരു പൊതുകാര്യ പ്രസക്തനെന്ന നിലയ്ക്കും ബസാറൊവ് പലതുകൊണ്ടും അദ്ദേഹവുമായി പൊരുത്തപ്പെടാത്ത ഒരു ആളാണ്. നിക്കൊലായ് പെ ത്രോവിച്ച് ഒരതിരുവരെ തന്റെ തന്നെ ഒരു പ്രതിഫലനമാണെന്ന്, അതായത്, താൻ "പിതാക്കളുടെ" പാളയത്തിൽ പെട്ട ആളാണെന്ന്, കഥാകൃത്ത് സ്വയം സമ്മതിച്ചിട്ടുണ്ട്. അതേസമയംതന്നെ, അദ്ദേഹം ഇത്രയും കൂടി എഴുതിയിട്ടുണ്ട്: "ഈ നോവൽ എഴുതുന്ന സമയത്തെല്ലാം എനിക്ക് ഞാനറിയാതെ ബസാറൊവിനോട് ഒരു അടുപ്പം തോന്നിയിരുന്നു ..." "എന്നിട്ടും പരുക്കൻ സ്വഭാവക്കാരനും ഹൃദയശൂന്യനും ആരോടും യാതൊരു മമതയും കാട്ടാത്ത ശുണ്ഠിക്കാരനുമായ ബസാറൊവിനെ വായനക്കാരന് ഇഷ്ടപ്പെടുന്നില്ലെങ്കിൽ അതിന്റെ കുറ്റം എന്റേതാണെന്ന് ഞാൻ ഒരിക്കൽകൂടി ആവർത്തിച്ചുകൊള്ളുന്നു. എനിക്കെന്റെ ലക്ഷ്യം നേടാൻ കഴിഞ്ഞില്ലെന്നാണ് അതിന്റെ അർത്ഥം. തന്റെ കഥാനായകനോട് കഥാകൃത്തിന് തോന്നിയിരുന്ന അതിയായ ഈ അനുഭാവത്തെപ്പറ്റി അലക്സാണ്ടർ ഹേർട്ട്സൻ എഴുതിയിരിക്കുന്നത് ഇപ്രകാരമാണ്: "പിതാക്കളുടേയും പുത്രന്മാരുടേയും ജീവിതഗതി

തികച്ചും വിചിത്രം തന്നെയാണ്! ബസാറൊവിനെ തലോടിവിടാൻ വേണ്ടിയല്ല തുർഗേനെവ് ആ കഥാപാത്രത്തെ സൃഷ്ടിച്ചതെന്ന് വ്യക്തമാണ്. പിതാക്കളെ സഹായിക്കുന്നതിനായി എന്തെങ്കിലും ചെയ്താൽ കൊള്ളാമെന്ന് അദ്ദേഹത്തിന് ആഗ്രഹമുണ്ടായിരുന്നുവെന്നതും അത്രതന്നെ സ്പഷ്ടമാണ്. പക്ഷേ, ശോചനീയാവസ്ഥയിൽ കഴിയുന്ന പിതാക്കന്മാരെക്കാൾ അദ്ദേഹത്തെ ആകർഷിച്ചത് ബുദ്ധികൂർമ്മതയുള്ള ബസാറൊവാണ്. ഒരു ചൂരലെടുത്ത് മകന് രണ്ടു കൊടുക്കുന്നതിനു പകരം അദ്ദേഹം തന്തയെ ചതച്ചു വിടുകയാണ് ചെയ്തതും." റഷ്യൻ ജീവിതത്തിൽ ബസാറൊവിന്റെ പലേ പ്രതിരൂപങ്ങളേയും കാണാൻ കഴിയുമായിരുന്നുവെന്നതിൽ സംശയമില്ല. നാട്ടുമ്പുറത്തെ ആ ഡോക്ടർ ദ്മീയെവാണ് തന്റെ കഥാനായകന്റെ ശരിയായ പ്രതിരൂപമെന്ന് തുർഗേനെവ് പറയുകയുണ്ടായി. ബസാറൊവിന്റെ യുക്തിവാദത്തിൽ ചെർനിഷേവ്സ്കിയുടേയും ദൊബ്രല്യുബൊവിന്റേയും ചിന്താഗതിയുടെ പ്രതിഫലനം കണ്ടെത്താൻ പ്രയാസമില്ല. പക്ഷേ, കലാപരമായ ഒരു പ്രതിരൂപം എപ്പോഴും വളരെ സാമാന്യവൽക്കരിക്കപ്പെട്ട ഒന്നായിരിക്കുമല്ലോ. സാമാന്യവൽക്കരണത്തിന്റെ ഏകത്വത്തേയും പ്രതിരൂപത്തിന്റെ അവിച്ഛിന്നതയേയും ചോദ്യംചെയ്യാത്ത യഥാർത്ഥ നിരീക്ഷണശകലങ്ങൾ അടങ്ങിയതായിരിക്കും അത്.

ബസാറൊവിന്റെ ജീവിതം അത്യന്തം ശോകപൂർണ്ണമായിരുന്നു. "റഷ്യയ്ക്ക് എന്നെ വേണം... ഓ, അല്ലെങ്കിൽ വേണ്ടായിരിക്കാം." എന്നെല്ലാമുള്ള കയ്പേറിയ പലതും കഥാകൃത്ത് അയാളെക്കൊണ്ട് പറയിക്കുന്നുണ്ട്. ഈ കഥയിലുടനീളം ബസാറൊവ് വളരെയേറെ ഒറ്റപ്പെട്ട ഒരു കഥാപാത്രമാണെന്നതാണ് ഇവിടെ ഒന്നാമതായി ശ്രദ്ധിക്കാനുള്ള സംഗതി. യാതൊരാത്മാർത്ഥതയുമില്ലാത്ത പലേ ശിഷ്യന്മാരേയും അനുയായികളേയും ഇതിൽ നമുക്ക് കാണാൻ കഴിയുന്നുണ്ടെങ്കിലും അയാളുടെ ആശയങ്ങളോട് യോജിക്കുന്ന ആത്മാർത്ഥതയുള്ള ഒരൊറ്റ സ്നേഹിതനെപ്പോലും നമുക്ക് കണ്ടുകിട്ടുന്നില്ല. പ്രേമത്തിലും അയാൾ ഒറ്റപ്പെട്ടവനാണ്. ഒദിന്ത്സോവയോട് ശുണ്ഠിയെടുത്തു നില്ക്കുന്ന ബസാറൊവിൽ വികാരതീവ്രതയുള്ള കരുത്തുറ്റ ഒരു പൗരുഷശാലിയെയാണ് നാം കാണുന്നത്. ബസാറൊവിനെ ആ സ്ത്രീക്ക് ഇഷ്ടവുമാണ്. പക്ഷേ, തന്റെ എസ്റ്റേറ്റിനുള്ളിലെ ചിട്ടയായ സുഖജീവിതത്തോടും

ശാന്തിയോടുമുള്ള മമതയും ബസാറൊവുമായി കൂടുതൽ അടുക്കുന്നതിന്റെ ഭവിഷ്യത്തുകളെ നേരിടുന്നതിനുള്ള വിസമ്മതവും കാരണം അവർ അയാളുടെ നേർക്കുള്ള തന്റെ അഭിവാഞ്ഛയെ അടിച്ചമർത്തുകയാണ് ചെയ്യുന്നത്. ബസാറൊവ് നശിക്കാതെ തരമില്ലെന്നാണ് തുർഗേനെവ് വിശ്വസിച്ചിരുന്നത്. കാരണം, അയാളുടെ കാലം ഇനിയും വരാനിരിക്കുന്നതേ ഉണ്ടായിരുന്നുള്ളു; "ഭാവിയുടെ

ഉമ്മറപ്പടിയിൽ" മാത്രമേ അയാൾ എത്തിയിരുന്നുള്ളൂ. അതുകൊണ്ടു തന്നെ അയാൾ മരണമടയുകയും ചെയ്യുന്നു.

അതേസമയം തന്നെ, ബസാറൊവിന്റെ രോഗത്തേയും മരണത്തേയും പറ്റിയുള്ള വിവരണത്തിൽ കഥാകൃത്തിന് തന്റെ കഥാനായകനോടുള്ള മനോഭാവം എന്തെന്ന് നമുക്ക് തെളിഞ്ഞുകാണാനും സാധിക്കുന്നുണ്ട്. അയാളുടെ ചങ്കൂറ്റത്തോടും ആത്മധൈര്യത്തോടും അദ്ദേഹത്തിന് വളരെയേറെ മതിപ്പുണ്ട്. പ്രഗത്ഭനായ അയാളുടെ മരണത്തിൽ അദ്ദേഹം വളരെയേറെ വിഷണ്ണനുമാണ്. മരണത്തെ മുന്നിൽ കാണുന്ന ബസാറൊവ് ആ സന്ദർഭത്തിൽ തന്റെ വിശിഷ്ടഗുണങ്ങൾ പലതും പുറത്തുകാട്ടുന്നുണ്ട്. പുറമേയ്ക്കുള്ള പരുക്കൻ പ്രകൃതത്തിനു പിന്നിൽ ഒളിഞ്ഞിരിക്കുന്ന മാതാപിതാക്കളോടുള്ള അയാളുടെ സ്നേഹവും, ഒദിന്ത്സോവയോടുള്ള അയാളുടെ കാവ്യാത്മകപ്രേമവും, ജീവിതത്തോടും അദ്ധ്വാനത്തോടും ധീരകൃത്യങ്ങളോടും സാമൂഹ്യകാര്യങ്ങളോടുമുള്ള അയാളുടെ ആഭിമുഖ്യവും, മരണം ആസന്നമായ സന്ദർഭത്തിലും അയാൾ പ്രദർശിപ്പിക്കുന്ന ഇച്ഛാശക്തിയും ആത്മധൈര്യവുമെല്ലാം നമുക്കിവിടെ തെളിഞ്ഞുകാണാം.

"'പിതാക്കളും പുത്രന്മാരും' എത്ര ഗംഭീരമായ നോവലാണെന്ന് പറഞ്ഞറിയിക്കാനാവില്ല." എന്നാണ് ആന്റൺ ചെക്കോവ് ഇതെപ്പറ്റി എഴുതിയത്. "ഇതിനെ പ്രശംസിക്കാൻ എനിക്ക് വാക്കുകൾ കിട്ടുന്നില്ല. ബസാറൊവിന്റെ രോഗമൂർച്ഛയെപ്പറ്റിയുള്ള വർണ്ണന വായിച്ചപ്പോൾ എനിക്കുതന്നെ ആ രോഗം പിടിപെട്ടോ എന്ന് തോന്നിപ്പോയി. അത്രയ്ക്ക് ശക്തിമത്താണ് ആ വർണ്ണന. ബസാറൊവിന്റെ മരണത്തെപ്പറ്റിയും അയാളുടെ വൃദ്ധമാതാപിതാക്കളുടെ സ്ഥിതിയെപ്പറ്റിയുള്ള വിവരണവും അങ്ങനെതന്നെ. അദ്ദേഹത്തിന് എങ്ങനെ ഇതെല്ലാം എഴുതി ഫലിപ്പിക്കാൻ കഴിഞ്ഞെന്ന് ദൈവത്തിനു മാത്രമേ അറിയൂ. ഒരു ഉജ്ജ്വലപ്രതിഭാശാലിക്ക് മാത്രമേ ഇത്തരമൊരു കലാസൃഷ്ടി നടത്താൻ കഴിയൂ." അന്നത്തെ പുരോഗമനവാദികളായ യുവാക്കൾ ബസാറൊവിനെ വീക്ഷിച്ചത് തുർഗേനെവിനെപ്പോലെ ആയിരുന്നില്ല. അദ്ദേഹത്തിന്റെ കഥാനായകനെ "യുവതലമുറയുടെ ശരിയായൊരു പ്രതിനിധി" ആയാണ് അവർ കണ്ടിരുന്നത്. "അവരുടെ ആഗ്രഹാഭിലാഷങ്ങളും അവരുടെ ഇഷ്ടാനിഷ്ടങ്ങളും" ഈ കഥാപാത്രത്തിൽ മൂർത്തരൂപം കൈക്കൊണ്ടിരുന്നതായും അവർ കരുതിയിരുന്നു. ബസാറൊവ് പലതുകൊണ്ടും 1860-ാം ആണ്ടുകളിലെ യുവാക്കൾക്ക് ഒന്നാന്തരമൊരു മാതൃകയായിത്തീർന്നു. അന്നത്തെ യുവതലമുറയെ വളരെയേറെ സ്വാധീനിച്ചിരുന്ന ദ്മീത്രി പീസരെവ് എന്ന റാഡിക്കൽ സാഹിത്യനിരൂപകൻ അദ്ദേഹത്തിന്റെ വലിയൊരു ആരാധകനായിത്തീർന്നു.

ബസാറൊവിന്റെ മരണത്തിന് പീസരെവ് നല്കിയ വ്യാഖ്യാനം ഗ്രന്ഥകർത്താവിന്റേതിൽ നിന്ന് വളരെ വ്യത്യസ്തമാണ്: "ബസാറൊവ് എങ്ങനെ ജീവിക്കുമെന്നും കർമ്മക്ഷേത്രത്തിലേക്കിറങ്ങുമെന്നും കാട്ടിത്തരാൻ സാദ്ധ്യത ഇല്ലായിരുന്നതിനാൽ അയാൾ മരിക്കുന്നതെങ്ങനെയാണെന്ന് തുർഗേനെവ് നമുക്ക് വിവരിച്ചുതരുന്നു." ബസാറൊവിന്റെ അന്ത്യത്തെപ്പറ്റിയുള്ള ആ വർണ്ണന വായിച്ചാൽ ഈ കഥാപാത്രം താൻ വിശ്വസിക്കുന്ന ലക്ഷ്യത്തിനുവേണ്ടി ആത്മാഹുതി ചെയ്യാനും തയ്യാറാകുമായിരുന്നുവെന്ന ഒരു ബോധമാണ് വായനക്കാരനുണ്ടാവുകയെന്നതിൽ സംശയമില്ലെന്ന് പീസരെവ് സമർത്ഥിക്കുന്നു. "ബസാറൊവ് മരിച്ചതുപോലെ മരിക്കുകയെന്നു പറഞ്ഞാൽ ഒരു ധീരപ്രവൃത്തി നടത്തുകയെന്നാണർത്ഥം..." എന്ന് ഈ നിരൂപകൻ പറയുന്നത് വളരെ ശരിയാണ്.

ഒരു ശതാബ്ദത്തിനുമുൻപ് രചിച്ചതാണെങ്കിലും തുർഗേനെവിന്റെ "പിതാക്കളും പുത്രന്മാരും" ഇന്നും കാലികമായിട്ടുള്ളതാണ്. നിരവധി തലമുറകൾ അത് വായിക്കുകയും അതെപ്പറ്റി തല പുകഞ്ഞാലോചിക്കുകയും ചെയ്തിട്ടുണ്ട്. അസ്വസ്ഥനും അസന്തുഷ്ടനുമായ ഒന്നിനും കീഴ്‌വഴങ്ങാത്ത ആ നിഹിലിസ്റ്റിന്റെ പ്രതിരൂപം അന്നത്തെ പുരോഗമനവാദികളുടെ പ്രത്യയശാസ്ത്രപരമായ അന്വേഷണങ്ങളെക്കുറിച്ചും ഇക്കഴിഞ്ഞ നൂറ്റാണ്ടിലെ റഷ്യൻ ജീവിതത്തെക്കുറിച്ചും മനസ്സിലാക്കാൻ നമ്മെ സഹായിക്കും.

ആർത്തുർ തൊൾസ്ത്ത്യക്കോവ് വിസ്സറിയോൻ
ഗ്രിഗോറിയെവിച്ച് ബെലിൻസ്കിയുടെ സ്മരണയ്ക്ക്

I

"പ്യോത്തർ, എന്താ ഇനീം അവർ വരുന്ന ലക്ഷണമൊന്നുമില്ലേ?" പൊടിപിടിച്ച കോട്ടും കളംകളം ഡിസൈനുള്ള ട്രൗസറും ധരിച്ച നാല്പതു കഴിഞ്ഞ ഒരു മാന്യൻ "എക്സ്" എന്ന രാജവീഥിയിലെ ഒരു ചെറിയ സത്രത്തിന്റെ വാതില്ക്കലേക്ക് നീങ്ങിനിന്നുകൊണ്ട് തന്റെ വേലക്കാരനെ വിളിച്ചു ചോദിച്ചു. 1859 മെയ് മാസം 20-ാം തീയതി ആയിരുന്നു ഇത്. തുടുത്ത കവിളുകളും നിഷ്പ്രഭമായ കണ്ണുകളുമുള്ള അനാഗതശ്മശ്രുവായൊരു യുവാവായിരുന്നു അദ്ദേഹത്തിന്റെ വേലക്കാരൻ.

ആ വേലക്കാരന്റെ ചീകി ഒതുക്കിയ പല നിറമുള്ള മുടിയും ഒറ്റക്കാതിലുള്ള വൈഡൂര്യകുണ്ഡലവും ഉപചാരപൂർവ്വമുള്ള പെരുമാറ്റവും എല്ലാം പുരോഗമനാശയഗതിയോടുകൂടിയ ഒരു പുതിയ തലമുറയെ സൂചിപ്പിക്കുന്നവയായിരുന്നു. അയാൾ റോഡിലേക്കിറങ്ങിനിന്ന് ദൂരേക്ക് നോക്കിക്കൊണ്ട് വിളിച്ചുപറഞ്ഞു. "ഇല്ലങ്ങുന്നേ, ഇല്ല!"

"ഇല്ലെന്നോ? യജമാനൻ ചോദിച്ചു.

"ഇല്ലങ്ങുന്നേ, ഇല്ല," അവൻ ആവർത്തിച്ചു.

മാന്യൻ നെടുതായൊരു നിശ്വാസത്തോടെ ഒരു ചെറിയ ബഞ്ചിൽ ചെന്നിരുന്നു. ചിന്താനിമഗ്നനായി ചുറ്റും കണ്ണോടിച്ചുകൊണ്ട് ആ മാന്യൻ കാലിന്മേൽ കാലും വച്ചങ്ങനെ ഇരിക്കുന്നതിനിടയിൽ നമുക്കദ്ദേഹത്തെ ഒന്നു പരിചയപ്പെടാം.

നിക്കൊലായ് പെ ത്രോവിച്ച് കിർസാനൊവ് എന്നാണദ്ദേഹത്തിന്റെ പേര്.

അവിടെനിന്ന് പതിനഞ്ച് നാഴിക അകലെയായി അദ്ദേഹത്തിന് ഇരുനൂറോളം അടിയാളൻമാരോടുകൂടിയ നല്ലൊരു എസ്റ്റേറ്റുണ്ട്. പക്ഷേ, അവർക്കെല്ലാം കുടിയായ്മാവകാശം അനുവദിച്ചിട്ട് സ്വന്തമായി കൃഷി ആരംഭിക്കാൻ തീരുമാനിച്ചിരുന്നതിനാൽ എസ്റ്റേറ്റ് എന്നതിനുപകരം തന്റെ കളമെന്നാണ് അദ്ദേഹം അതെപ്പറ്റി പറഞ്ഞിരുന്നത്. അതിനാൽ നമുക്കും അങ്ങനെതന്നെ പറഞ്ഞാൽ മതി. ഏതാണ്ട് അയ്യായിരത്തോളം ഏക്കർ വിസ്തീർണ്ണം വരും

അതിന്. 1812-ലെ യുദ്ധത്തിൽ പങ്കെടുത്ത ഒരു ജനറലിന്റെ മകനാണദ്ദേഹം. വലിയ പഠിപ്പൊന്നുമില്ലെങ്കിലും പരുക്കനായ ആ ജനറൽ വളരെ സൽസ്വഭാവിയായിരുന്നു. ആദ്യമൊരു ബ്രിഗേഡിയറായും പിന്നീടൊരു ഡിവിഷൻ കമാൻഡറായും സേവനമനുഷ്ഠിച്ചിരുന്ന ആ മനുഷ്യൻ ആയുഷ്കാലം മുഴുവൻ പട്ടാളത്തിലായിരുന്നു. അദ്ദേഹത്തിന്റെ താമസം എന്നും ഉൾപ്രദേശങ്ങളിലായിരുന്നതിനാൽ അവിടെ അദ്ദേഹം അറിയപ്പെടുന്ന ഒരു വ്യക്തിയായിരുന്നു. സഹോദരൻ പാവെലിനെപ്പോലെ (ഇദ്ദേഹത്തെപ്പറ്റി നമുക്ക് പിന്നീട് വിശദമായി സംസാരിക്കാം) നിക്കൊലായ് പെ ത്രോവിച്ചും തെക്കൻ റഷ്യയിലാണ് ജനിച്ചത്. പതിന്നാലുവയസ്സുവരെ വീട്ടിലിരുന്നാണ് നിക്കൊലായ് പഠിച്ചത്. അന്നെല്ലാം വലിയ നിലയില്ലാത്ത ട്യൂട്ടർമാരുടേയും വമ്പന്മാരെങ്കിലും വേണ്ടപ്പെട്ടവരുടെ മുന്നിൽ സദാ കുമ്പിടുന്ന അഡ്ജ്യൂട്ടന്റ്മാരുടേയും മറ്റു പട്ടാളോദ്യോഗസ്ഥന്മാരുടേയും സേവകന്മാരുടേയും നടുക്കാണ് നിക്കൊലായ് ജീവിച്ചിരുന്നത്.

ബാല്യത്തിൽ അഗാഥയെന്നും ജനറലിന്റെ ഭാര്യയെന്നനിലയ്ക്ക് അഗഫൊക്ലേയ കസ്മീനിഷ്ന കിർസാനൊവയെന്നും (വിവാഹത്തിനുമുൻപ് കൊല്യാസിന) എല്ലാവരും വിളിച്ചിരുന്ന അദ്ദേഹത്തിന്റെ അമ്മ വീട്ടുകാര്യങ്ങളിലും പട്ടാള കാര്യങ്ങളിലും ഭർത്താവിനെ ചൊല്പടിക്കു നിർത്തുന്ന "ഉദ്യോഗസ്ഥഭാര്യമാരിൽ' ഒരുവളായിരുന്നു. മോടിപിടിപ്പിച്ച തൊപ്പിയും പളപളാതിളങ്ങുന്ന പട്ടുകുപ്പായങ്ങളും ധരിച്ചുകൊണ്ടേ ആ സ്ത്രീ പുറത്തിറങ്ങാറുണ്ടായിരുന്നുള്ളൂ. പള്ളിയിൽ ഏറ്റവുമാദ്യം കുരിശുമുത്താനെത്തുന്നത് അവരായിരുന്നു. ഉച്ചത്തിലും നിർത്താതെയുള്ളതുമായിരുന്നു അവരുടെ സംസാരം. രാവിലെ കൈമുത്താൻ അവർ മക്കളെ അനുവദിച്ചിരുന്നു. രാത്രിയിൽ അവർ കുട്ടികളെച്ചെന്ന് അനുഗ്രഹിക്കുകയും ചെയ്തിരുന്നു. സത്യത്തിൽ ഒരു സുഖജീവിതമാണ് അവർ നയിച്ചിരുന്നത്. നിക്കൊലായ് പെ ത്രോവിച്ച് അത്ര വളരെ ധീരനൊന്നുമായിരുന്നില്ലെന്നു മാത്രമല്ല "പേടിത്തൊണ്ടൻ" എന്ന പരിഹാസപ്പേരു സമ്പാദിച്ചുവയ്ക്കുകയും ചെയ്തിരുന്നു. എങ്കിലും ഒരു ജനറലിന്റെ മകനെന്ന നിലയ്ക്ക് സഹോദരൻ പാവെലിനെപ്പോലെ അദ്ദേഹത്തിനും പട്ടാളത്തിൽ ഓഫീസർ സെലക്ഷൻ കിട്ടിയിരുന്നു. പക്ഷേ, ആ വിവരം കിട്ടിയ ദിവസമാണ് അദ്ദേഹം ഉരുണ്ടുവീണ് കാലൊടിഞ്ഞ് രണ്ടുമാസത്തോളം കിടപ്പിലായത്. ആ അസുഖം മാറിയപ്പോൾ അദ്ദേഹത്തിന് ചെറിയൊരു മുടന്തുണ്ടായിരുന്നു. വിഷണ്ണനായ പിതാവ് ഗത്യന്തരമില്ലാതെ മകനെ സിവിൽ ജീവിതത്തിലേക്ക് തിരിച്ചുവിട്ടു. പതിനെട്ടുവയസ്സു തികഞ്ഞയുടനെ അദ്ദേഹം സർവ്വകലാശാലയിൽ ചേർക്കാനായി മകനെ സെന്റ് പീറ്റേഴ്സ്ബർഗിലേക്ക് കൂട്ടിക്കൊണ്ടുപോയി. ഏതാണ്ടാസമയത്ത് പാവെലും കാവൽസേനാവിഭാഗത്തിലെ ഒരു ഓഫീസറായി അവിടെ എത്തുകയും ആ ചേട്ടാനിയന്മാർ സർക്കാർ സർവ്വീസിൽ

ഒരുയർന്ന ഉദ്യോഗസ്ഥനായിരുന്ന ഇല്യാ കൊല്യാസിൻ എന്ന അവരുടെ ഒരു മാതുലന്റെ മേൽനോട്ടത്തിൽ ഒന്നിച്ചുതാമസമാരംഭി ക്കുകയും ചെയ്തു. അവരുടെ പിതാവ് തന്റെ ഡിവിഷനിലേക്കും തന്റെ ഭാര്യയുടെ സമീപത്തേക്കും തിരിച്ചുപോയി. ഇടയ്ക്ക് വല്ലപ്പോഴും മക്കൾ ക്ക് ഗൃഹസ്ഥന്റെ വടിവൊത്ത കൈയക്ഷരത്തിലുള്ള നീണ്ട കത്തുകൾ അദ്ദേഹത്തിൽ നിന്ന് കിട്ടാറുണ്ടായിരുന്നു. കത്തിന്റെ അവസാനം പ്യോത്തർ കിർസാനൊവ്, മേജർ ജനറൽ എന്ന നീട്ടിവലിച്ചുള്ള ഒരൊപ്പും ഉണ്ടായിരിക്കും.

1835-ൽ നിക്കൊലായ് പെ ത്രോവിച്ച് പ്രശസ്തമായ നിലയിൽ സർവ്വകലാശാലയിൽ നിന്ന് ബിരുദമെടുത്തു. അതേ വർഷം തന്നെ നിർഭാഗ്യകരമായ ഒരു റെവ്യൂവിനെ തുടർന്ന് ജനറൽ കിർസാ നൊവിന് പെൻഷൻ പറ്റി പിരിയേണ്ടിവന്നു. അതെത്തുടർന്ന് അദ്ദേഹം ഭാര്യാസമേതം പീറ്റേഴ്സ്ബർഗിലേക്ക് താമസം മാറ്റി. തവ്രീച്ചെസ്കി ഉദ്യാനത്തിലുള്ള ഒരു വീട് വാടകയ്ക്കെടുത്താണ് അദ്ദേഹം താമസിച്ചത്. അതിനിടയിൽ അദ്ദേഹം ഇംഗ്ലീഷ് ക്ലബ്ബിൽ അംഗമാവുകയും ചെയ്തിരുന്നു. പക്ഷേ, അങ്ങനെ അധികദിവസം കഴി യുന്നതിനുമുൻപ് പെട്ടെന്നുള്ള ഒരു ഹൃദയസ്തംഭനം കാരണം അദ്ദേഹം മൃതിയടഞ്ഞു. അഗഫോക്ലേയ കസ്മീനിഷ്നയും പിന്നീട് അധിക ദിവസം ജീവിച്ചിരുന്നില്ല. നഗരത്തിലെ ഏകാന്ത ജീവിതം അവർ ക്കസഹ്യമായിരുന്നു. പെൻഷൻ ജീവിതത്തിന്റെ ദുരിതം അവരെ തകർത്തുകളഞ്ഞു. ഇതിനിടയിൽ മാതാപിതാക്കൾ ജീവിച്ചിരിക്കെ ത്തന്നെ നിക്കൊലായ് പെ ത്രോവിച്ച് തന്റെ പഴയ വീട്ടുടമസ്ഥനും ഒരു സിവിൽ സർവ്വീസുദ്യോഗസ്ഥനുമായ പ്രിപ്പളൊവേൻസ്കിയുടെ മകളുമായി പ്രേമത്തിലായിക്കഴിഞ്ഞിരുന്നു. തന്മൂലം അദ്ദേഹത്തിന്റെ മാതാപിതാക്കൾക്കുണ്ടായ മനോവ്യഥ എത്രയാണെന്ന് പറഞ്ഞറി യിക്കാനാവില്ല. പരിഷ്കൃതാശയഗതിക്കാരിയായിരുന്ന കാണാൻ കൊള്ളാവുന്ന ഈ പെൺകുട്ടി. പത്രങ്ങളുടെ ശാസ്ത്രപംക്തികളിൽ വന്നിരുന്ന ഗൗരവമുള്ള ലേഖനങ്ങൾപോലും ഈ യുവതി വായിച്ചി രുന്നത്രെ. മാതാപിതാക്കളുടെ മരണത്തെത്തുടർന്നുള്ള ദുഃഖാചരണ കാലം അവസാനിച്ചയുടൻതന്നെ നിക്കൊലായ് പെ ത്രോവിച്ച് ഈ പെൺകുട്ടിയെ വിവാഹം കഴിക്കുകയും, പിതാവിന്റെ സ്വാധീനം മുഖേന കിട്ടിയിരുന്ന സർക്കാർ ജോലി വലിച്ചെറിഞ്ഞിട്ട് തന്റെ മാഷയുമൊത്ത് ആനന്ദനിർവൃതിയോടെയുള്ള ഒരു ജീവിതമാരം ഭിക്കുകയും ചെയ്തു. ഫോറസ്ട്രി ഇൻസ്റ്റിറ്റ്യൂട്ടിനു സമീപത്തുള്ള ഒരു ഗ്രീഷ്മകാല വില്ലയിലാണ് അവർ തങ്ങളുടെ താമസം തുടങ്ങിയത്. പിന്നീട് അവർ പട്ടണത്തിലുള്ള നല്ലൊരു കൊച്ചു ഫ്ലാറ്റിലേക്കു മാറി. ഒടുവിൽ സ്ഥിരമായി നാട്ടിൻപുറത്തേക്ക് നീങ്ങാൻ അവർ തീരുമാ നിച്ചു. അവിടെ എത്തി അധികം കഴിയുന്നതിനു മുൻപ് അവർക്ക് അർക്കാദി എന്നൊരു പുത്രൻ ജനിച്ചു. സന്തോഷവും സമാധാനവും

നിറഞ്ഞ ഒരു ജീവിതമായിരുന്നു ഈ യുവദമ്പതികളുടേത്. ഒരിക്കലും പിരിയാത്ത ഇണകളെപ്പോലെയായിരുന്നു അവർ. പുസ്തകം വായിക്കുന്നതുപോലും അവർ ഒന്നിച്ചായിരുന്നു. ഒന്നിച്ചിരുന്നുതന്നെ അവർ പിയാനോ വായിക്കുകയും പാട്ടുപാടുകയും ചെയ്തിരുന്നു. അതിനിടയിൽ മാഷ പൂച്ചെടികൾ നട്ടുപിടിപ്പിക്കുകയും കോഴിവളർത്തലിന്റെ മേൽനോട്ടം വഹിക്കുകയും ചെയ്തിരുന്നു. ഇടയ്ക്കിടയ്ക്ക് നിക്കോലായ് പെ ത്രോവിച്ചും മൃഗയാവിനോദത്തിനും വസ്തുവകകളുടെ കാര്യം അന്വേഷിക്കുന്നതിനുമായി പുറത്തുപോയിരുന്നു. അവരുടെ മകൻ അർക്കാദിയും സന്തോഷപ്രദവും ശാന്തിപൂർണ്ണവുമായ ഇതേ അന്തരീക്ഷത്തിലാണ് വളർന്നുവന്നത്. ഈ വിധത്തിൽ പത്തു കൊല്ലം പറന്നുപോയത് ആരുമറിഞ്ഞില്ല. ഒരു സ്വപ്നം പോലെയായിരുന്നു അത്. അങ്ങനെയിരിക്കെയാണ് 1847-ൽ മാഷ മരിച്ചുപോയത്. അദ്ദേഹത്തെ സംബന്ധിച്ചിടത്തോളം അതെത്ര വലിയൊരു പ്രഹരമായിരുന്നെന്നു പറഞ്ഞറിയിക്കാനാവില്ല. കുറെ ആഴ്ചകൊണ്ട് അദ്ദേഹം ഒരു വയസ്സനായിപ്പോയി. ഒരു മാറ്റത്തിനു വേണ്ടി വിദേശത്തെവിടേക്കെങ്കിലും പോകാൻ അദ്ദേഹം പുറപ്പെട്ടതാണ്. പക്ഷേ, അപ്പോഴാണ് 1848-ലെ ബഹളം ഉണ്ടായത്. അതിനാൽ സ്വന്തം ഗ്രാമത്തിലേക്ക് മടങ്ങാൻ അദ്ദേഹം നിർബന്ധിതനായി. അങ്ങനെ കുറേക്കാലം ഒന്നും ചെയ്യാതെ മടിപിടിച്ചിരുന്നതിനുശേഷം തന്റെ വസ്തുവകകൾ അഭിവൃദ്ധിപ്പെടുത്തുന്നതിലേക്ക് അദ്ദേഹം ശ്രദ്ധതിരിച്ചു വിട്ടു. 1855-ൽ അദ്ദേഹം മകനെ സെന്റ്പീറ്റേഴ്സ്ബർഗ് സർവ്വകലാശാലയിൽ കൊണ്ടുപോയി ചേർത്തു. തുടർന്നുള്ള മൂന്ന് വർഷങ്ങളിലും തണുപ്പുകാലത്ത് അദ്ദേഹം മകന്റെ കൂടെയാണ് താമസിച്ചിരുന്നത്. അക്കാലങ്ങളിൽ അധികമൊന്നും പുറത്തിറങ്ങാതെ മകന്റെ കൂട്ടുകാരുമായി ചങ്ങാത്തം കൂടാൻ ശ്രമിച്ചുകൊണ്ട് വീട്ടിനുള്ളിൽ തന്നെയാണ് അദ്ദേഹം അധികസമയവും ചെലവിട്ടിരുന്നത്. തലേവർഷത്തെ തണുപ്പുകാലത്ത് പീറ്റേഴ്സ്ബർഗിലേക്ക് പോകാൻ അദ്ദേഹത്തിനു കഴിഞ്ഞില്ല. അങ്ങനെ 1859 മെയ്മാസത്തിൽ ഡിഗ്രിയുമെടുത്തു വരുന്ന മകനേയും കാത്ത് അദ്ദേഹം വഴിവക്കിലുള്ള ഒരു സത്രത്തിലിരിക്കുമ്പോഴാണ് നാം അദ്ദേഹത്തെ കാണുന്നത്. അദ്ദേഹത്തിന്റെ മുടി ഇപ്പോൾ വല്ലാതെ നരയ്ക്കുകയും ചെള്ള വീർത്തു തുടുക്കുകയും ചെയ്തിരിക്കുന്നു. ചെറിയൊരു കൂനുമുണ്ടിപ്പോൾ.

താൻ പുകവലിക്കുന്നത് യജമാനൻ കാണേണ്ടെന്ന് കരുതിയായിരിക്കണം പ്യോത്തർ പുറത്തെ പടിവാതിലിനരികിലേക്ക് മാറിയിരുന്ന് പൈപ്പ് കൊളുത്തിയത്. നിക്കൊലായ് പെ ത്രോവിച്ച് കുനിഞ്ഞിരുന്ന് പൊളിഞ്ഞുതുടങ്ങിയ ചവിട്ടുപടികൾ ശ്രദ്ധിച്ചുപരിശോധിക്കാൻ തുടങ്ങി. ക്രമത്തിലധികം തടിച്ചുകൊഴുത്ത ഒരു പിടക്കോഴി പൂമുഖപ്പടികളിൽ ഒച്ചവച്ചു നടന്നു. അതിന്റെ ആ നടപ്പ് അത്ര പിടിക്കാത്തമട്ടിൽ ഒരു വൃത്തികെട്ട പൂച്ച ഗോവണിയുടെ

കൈവരിയിൽ പതുങ്ങിക്കിടന്നുകൊണ്ട് അതിനെ തുറിച്ചു നോക്കി. പുറത്ത് ചുട്ടുപൊള്ളുന്ന വെയിലായിരുന്നു. ഇരുണ്ട ഇടനാഴിയിൽനിന്ന് വരകുകൊണ്ടുള്ള അപ്പം ചുടുന്നതിന്റെ മണം മൂക്കിൽ വന്നടിച്ചു. നിക്കൊലായ് പെ ത്രോവിച്ച് അങ്ങനെയിരുന്ന് ചിന്തയിൽ മുഴുകിപ്പോയി. "എന്റെ മോൻ... അർക്കാഷ...

അവനൊരു ബിരുദധാരിയാണിപ്പോൾ..." അദ്ദേഹം വീണ്ടും വീണ്ടും അഭിമാനപൂർവ്വം ഓർത്തു. മറ്റെന്തിനെപ്പറ്റിയെങ്കിലും ചിന്തിക്കാൻ അദ്ദേഹം പല പ്രാവശ്യം ശ്രമിച്ചെങ്കിലും മനസ്സ് ഒടുവിൽ ആ ഒരു വിചാരത്തിൽതന്നെ വന്നു നിന്നു. അദ്ദേഹം മരിച്ചുപോയ ഭാര്യയെപ്പറ്റി ഓർത്തു. "പാവം, ഈ സുദിനം കാണാൻ അവൾക്ക് ഭാഗ്യമുണ്ടായില്ല," അദ്ദേഹം തന്നോടുതന്നെ മന്ത്രിച്ചു. ഒരു തടിയൻ പ്രാവ് റോഡിൽ വന്നിരുന്നു. അടുത്തുള്ള കിണറ്റുകരയിൽ വെള്ളം കെട്ടിക്കിടക്കുന്നതു കണ്ടപ്പോൾ അല്പം വെള്ളം കുടിക്കാനായി അത് ആ വഴിക്ക് തിരിഞ്ഞു. ഈ രംഗം അങ്ങനെ നോക്കിയിരിക്കുമ്പോഴാണ് ദൂരെനിന്ന് ഒരു കുതിരവണ്ടി വരുന്നതിന്റെ ശബ്ദം അദ്ദേഹം കേട്ടത്.

"അങ്ങുന്നേ, അവർ വരുന്നുണ്ടെന്നു തോന്നുന്നു." വേലക്കാരൻ പുറത്തേക്ക് എത്തിവലിഞ്ഞു നോക്കിക്കൊണ്ട് വിളിച്ചുപറഞ്ഞു.

നിക്കൊലായ് പെ ത്രോവിച്ച് ഇരുന്നിടത്തുനിന്ന് ചാടിയെഴുന്നേറ്റ് റോഡിലേക്ക് കണ്ണുംനട്ടു നിന്നു. മൂന്നു കുതിരകളെ പൂട്ടിയ ഒരു വണ്ടി അടുത്തടുത്തു വരുന്നത് കാണാമായിരുന്നു. ഒരു യൂണിവേഴ്സിറ്റി തൊപ്പിയുടെ നീലപ്പട്ടയും സുപരിചിതമായ ഒരു ഓമനമുഖത്തിന്റെ രൂപരേഖകളും അദ്ദേഹത്തിന് തെളിഞ്ഞുകാണാൻ സാധിച്ചു.

"അർക്കാഷ! അർക്കാഷ!" രണ്ടു കൈയും നീട്ടി മകന്റടുത്തേക്ക്

ഓടിയടുത്തുകൊണ്ട് കിർസാനൊവ് ഉച്ചത്തിൽ വിളിച്ചു. ഒരല്പ സമയം കഴിഞ്ഞപ്പോൾ സ്നേഹമയിയായ ആ പിതാവിന്റെ അധരങ്ങൾ ബിരുദം നേടിവരുന്ന അനാഗതശ്മശ്രുവായ പുത്രന്റെ പൊടിനിറഞ്ഞ കവിളിൽ അമർന്നു.

II

"ഞാനാദ്യമേ ഈ പൊടിയെല്ലാം ഒന്നു തട്ടിക്കുടഞ്ഞോട്ടെ, അപ്പച്ചാ," യാത്രാക്ഷീണംകൊണ്ട് അല്പം പരുപരുപ്പു വന്നതെങ്കിലും കുട്ടിത്തം വിട്ടിട്ടില്ലാത്ത ഉത്സാഹം നിറഞ്ഞ സ്വരത്തിൽ പിതാവിന്റെ പരിലാളനകളെ സ്വാഗതം ചെയ്തുകൊണ്ട് അർക്കാദി പറഞ്ഞു: "ഇല്ലെങ്കിൽ അപ്പച്ചന്റെ മേത്തും മുഴുവൻ പൊടിയാകും."

"സാരമില്ല കുഞ്ഞേ, സാരമില്ല," മകന്റെ കോട്ടിന്റെ കോളറിലും തന്റെ തന്നെ കോളറിലും മെല്ലെ തട്ടിക്കൊണ്ട് നിക്കൊലായ് പെത്രോവിച്ച് ആനന്ദപുളകിതനായി പറഞ്ഞുകൊണ്ടിരുന്നു. "ആദ്യമേ, ഞാനൊന്നു നിന്നെ ശരിയായി കണ്ടോട്ടെ!" എന്നുപറഞ്ഞ് രണ്ടടിപുറകോട്ടു മാറിനിന്നു കുറേ നേരം അങ്ങനെ നിന്നിട്ട് അദ്ദേഹം സത്രത്തിന്റെനേർക്ക് തിരക്കിട്ട് നടന്നു.

മകനെക്കാൾ വലിയ സന്തോഷം അച്ഛനായിരുന്നു. തന്റെ സന്തോഷം എങ്ങനെ കാണിക്കണമെന്നറിയാതെ അദ്ദേഹം അല്പം പരിഭ്രമിച്ച മട്ടുണ്ടായിരുന്നു.

അർക്കാദി അദ്ദേഹത്തിന്റെ ആവേശത്തിന് കടിഞ്ഞാണിട്ടു.

"ഓ, ഞാനെന്റെ കൂട്ടുകാരനെ പരിചയപ്പെടുത്താൻ മറന്നുപോയി," അർക്കാദി പിതാവിനെ സംബോധന ചെയ്തുകൊണ്ടു പറഞ്ഞു. "ഇതാണ് ബസാറൊവ്. ഞാനെപ്പോഴും എഴുതാറുണ്ടായിരുന്നില്ലേ! നല്ല മനുഷ്യനാണ്. കുറച്ചുകാലം നമ്മുടെ കൂടെ വന്നു താമസിക്കാമെന്നു സമ്മതിച്ചിരിക്കയാണ്."

അതു കേട്ടയുടനെ നിക്കൊലായ് പെ ത്രോവിച്ച് തിരിഞ്ഞ് വണ്ടിയുടെ അടുത്തേക്ക് നീങ്ങി. നീണ്ടൊരു കോട്ടു ധരിച്ച നല്ല പൊക്കമുള്ള ഒരു ചെറുപ്പക്കാരൻ വണ്ടിയുടെ അടുത്തു നിന്നിരുന്നു. അയാൾ കൈ നീട്ടിയില്ലെങ്കിലും അദ്ദേഹം അയാളുടെ ചുവന്ന കൈ കടന്നുപിടിച്ച് ഹാർദ്ദമായൊന്നു കുലുക്കി.

“ഞങ്ങളുടെ വീട്ടിലേക്കു വരികയാണെന്നറിഞ്ഞതിൽ വളരെ സന്തോഷമായി, കേട്ടോ,” അദ്ദേഹം പറഞ്ഞു: “ആട്ടെ, പേരും അപ്പന്റെ പേരും എന്താണെന്നു പറഞ്ഞില്ലല്ലോ.”

“യെവ്ഗേനി വസീലിയെവിച്ച്,” ബസാറൊവ് വലിയ ആവേശം കൂടാതെ മറുപടിനൽകി. എങ്കിലും ആ ശബ്ദത്തിന് ഒരു ഗാംഭീര്യമുണ്ടായിരുന്നു. തിരിഞ്ഞുനിന്ന് അയാൾ കോട്ടിന്റെ കോളർ മടക്കിവച്ചപ്പോൾ നിക്കൊലായ് പെത്രോവിച്ചിന് അയാളുടെ മുഖം ശരിക്കും കാണാമായിരുന്നു. നീണ്ടു മെലിഞ്ഞതായിരുന്നു ആ മുഖം. നെറ്റിക്ക് നല്ല വീതിയുണ്ടായിരുന്നു. പരന്ന മൂക്കും വലിയ പച്ച കണ്ണുകളും മണൽനിറമുള്ള താഴോട്ടു ചാഞ്ഞു കിടക്കുന്ന കൃതാവുമുള്ള ആ മുഖത്ത് ശാന്തതയും ആത്മവിശ്വാസവും കളിയാടിയിരുന്നു. നല്ല ബുദ്ധിയുള്ളവനാണെന്ന് ആളെക്കാണുമ്പോൾ തന്നെ വ്യക്തമായിരുന്നു.

“പ്രിയപ്പെട്ട യെവ്ഗേനി വസീലിയെവിച്ച്, ഞങ്ങളുടെ വീട്ടിലെ താമസം താങ്കൾക്ക് വിരസമാവുകയില്ലെന്ന് കരുതുന്നു.” അദ്ദേഹം തുടർന്നു.

ബസാറൊവിന്റെ നേർത്ത ചുണ്ടുകൾ ചെറുതായൊന്നു ചലിച്ചെങ്കിലും അയാൾ അതിനു മറുപടിയൊന്നും പറയാതെ തലയിലിരുന്ന തൊപ്പി ഊരി അഭിവാദനം നടത്തുക മാത്രമേ ചെയ്തൊള്ളു. നീണ്ട് ഇടതൂർന്നു വളർന്നു നിൽക്കുന്ന അയാളുടെ മുടിക്ക് ആ വലിയ തലയിലെ മുഴകൾ മറച്ചുവയ്ക്കാൻ കഴിഞ്ഞിരുന്നില്ല.

“എന്താ, അർക്കാദി, നമുക്കുടനെ പുറപ്പെടാമോ?” അദ്ദേഹം മകന്റെനേർക്ക് തിരിഞ്ഞിട്ട് ചോദിച്ചു.

“കുതിരകളെ കെട്ടാൻ പറയട്ടോ? അതോ, അല്പം വിശ്രമിച്ചാൽ കൊള്ളാമെന്നുണ്ടോ?”

“വീട്ടിൽ ചെന്നിട്ട് വിശ്രമിച്ചാൽ മതിയപ്പച്ചാ; കുതിരകളെ കെട്ടിക്കോട്ടെ!”

“അങ്ങനെ ആയിക്കോട്ടെ,” അദ്ദേഹം സമ്മതിച്ചു. “എടാ പ്യോത്തർ, നീ കേൾക്കുന്നുണ്ടോ ഈ പറയുന്നതെല്ലാം? ഒന്നനങ്ങി നടക്കെടാ കൊച്ചനേ!”

ഒരു മാതൃകാപരിചാരകനായിരുന്ന പ്യോത്തർ തന്റെ കൊച്ചെജമാനന്റെ കൈപിടിച്ച് ചുംബിക്കാതെ ദൂരെ നിന്നു താണുവണങ്ങിയതേയുള്ളു. വല്യങ്ങുന്നിന്റെ ഉത്തരവ് കേട്ടതോടെ അവൻ വീണ്ടും പടി കടന്ന് ഓടി.

ഈ സമയത്ത് ബസാറൊവ് തന്റെ പൈപ്പ് കത്തിച്ചു വലിച്ചുകൊണ്ട് കുതിരകളെ അഴിച്ചുമാറ്റാൻ തുടങ്ങിയിരുന്ന വണ്ടിക്കാരന്റടുക്കലേക്ക് പോയി. അർക്കാദി സത്രം സൂക്ഷിപ്പുകാരന്റെ ഭാര്യ കൊണ്ടുവന്നുകൊടുത്ത ഇരുമ്പു പാത്രത്തിലെ വെള്ളം വലിച്ചു

കുടിക്കുകയായിരുന്നു. നിക്കൊലായ് പെ ത്രോവിച്ച് അപ്പോൾ മകന്റ ടുക്കൽ വന്നിട്ടു പറഞ്ഞു: "എന്റെ വണ്ടി ദാ ഇവിടെയുണ്ട്. പക്ഷേ, ഇതിൽ രണ്ടുപേർക്കേ ഇരിക്കാൻ സൗകര്യമുള്ളൂ. നിങ്ങളുടെ വണ്ടിക്ക് കെട്ടാൻ ഇവിടെനിന്നു വേണമെങ്കിൽ വേറെ മൂന്നു കുതിരകളെ കിട്ടും. നിന്റെ കൂട്ടുകാരന് ഒന്നും തോന്നില്ലെങ്കിൽ..."

"അയാൾ മറ്റേ വണ്ടിയിൽ വന്നുകൊള്ളും," ആ വാചകം പൂർത്തിയാക്കാൻ സമ്മതിക്കാതെ അർക്കാദി ഇടയ്ക്കു കയറി പതുക്കെപ്പറഞ്ഞു: "അയാളുടെ കാര്യത്തിൽ പ്രത്യേകിച്ചൊന്നും നോക്കാനില്ല. വളരെ മിടുക്കനും സരളശീലനുമാണ്. അപ്പച്ചൻ കണ്ടോളൂ."

നിക്കൊലായ് പെ ത്രോവിച്ചിന്റെ വണ്ടിക്കാരൻ കുതിരകളെ അഴിച്ച് വണ്ടിയുടെ അടുത്തേക്ക് കൊണ്ടുപോയി.

"ഏയ് വൻതാടിക്കാരാ, ഒന്നു വേഗം അതുങ്ങളെ അഴിച്ചു മാറ്റാമോ?" ബസാറൊവ് തന്റെ വണ്ടിക്കാരനെ വിളിച്ചു പറഞ്ഞു.

"കേട്ടോടാ മീത്യ!" ആട്ടിൻതോലുകൊണ്ടുള്ള കോട്ടിന്റെ പോക്കറ്റുകളിൽ കൈകൾ തിരുകിനിന്നിരുന്ന മീത്യയുടെ ചങ്ങാതി ഉച്ചത്തിൽ വിളിച്ചു കൂവി: "അങ്ങേര് നിന്നെ വിളിച്ചതെന്താണെന്നു കേട്ടോ? വൻതാടിക്കാരനെന്ന്! നെനക്ക് പറ്റിയ പേരാ അത്."

മീത്യ അതിനു മറുപടിയൊന്നും പറയാതെ തലയൊന്ന് വെട്ടിക്കുക മാത്രം ചെയ്തുകൊണ്ട് ഓടിക്കിതച്ച കുതിരകളെ വണ്ടിയിൽ നിന്ന് അഴിച്ചുമാറ്റി.

"ചൊണയായി നിക്കിനെടാ, പിള്ളേരെ,' നിക്കൊലായ് പെ ത്രോവിച്ച് വിളിച്ചുപറഞ്ഞു: "സാറന്മാർക്കിഷ്ടമായാൽ നിങ്ങൾക്ക് നല്ല കൈമടക്ക് കിട്ടുന്നതാ!"

അല്പസമയത്തിനുള്ളിൽ കുതിരകളെ കെട്ടി, വണ്ടികൾ രണ്ടും തയ്യാറായി.

അച്ഛനും മകനും അവരുടെ വണ്ടിയിൽ കയറി. പ്യോത്തർ വണ്ടിപ്പെട്ടിയിൽ ചാടിക്കയറിയിരുന്നു. ബസാറൊവ് തന്റെ വണ്ടിയിലേക്ക് ചാടിക്കയറിയിട്ട് തോലുകൊണ്ടുള്ള സീറ്റുകളിൽ മലർന്നു കിടന്നു. ഞൊടിയിടയിൽ രണ്ടു വണ്ടികളും ചീറിപ്പാഞ്ഞു.

III

'അങ്ങനെ ഒടുവിൽ നീ ഡിഗ്രിയെടുത്ത് വീട്ടിലെത്തിയിരിക്കുകയാണ്, അല്ലേ?" നിക്കൊലായ് പെ ത്രോവിച്ച് പറഞ്ഞുകൊണ്ടിരുന്നു. ഇതു പറയുമ്പോൾ അദ്ദേഹം അർക്കാദിയുടെ തോളത്തും കാൽമുട്ടിലും മറ്റും മാറിമാറി തട്ടിക്കൊണ്ടിരുന്നു. "അങ്ങനെ ഒടുവിൽ!"

"വല്യപ്പനെങ്ങനെയുണ്ട്? അസുഖമൊന്നുമില്ലല്ലൊ,"ഏതാണ്ട് കുട്ടികളെപ്പോലെ ആഹ്ലാദഭരിതനെങ്കിലും വൈകാരികമായ സംഗതികളിൽനിന്ന് സംസാരം കുറേക്കൂടി കാര്യമാത്ര പ്രസക്തങ്ങളായ വിഷയങ്ങളിലേക്ക് തിരിച്ചുവിടാൻ വേണ്ടി അർക്കാദി ചോദിച്ചു.

"ഇല്ലില്ല, അസുഖമൊന്നുമില്ല. നിന്നെ കൂട്ടിക്കൊണ്ടുപോരാൻ എന്റെ കൂടെ വരുന്നെന്നു പറഞ്ഞിരുന്നതാ. പക്ഷേ, എന്തുകൊണ്ടോ എന്തോ, പിന്നീട് വേണ്ടെന്നു വച്ചു."

"കുറേ നേരമായോ അപ്പച്ചനിവിടെ കാത്തിരിക്കാൻ തുടങ്ങിയിട്ട്?"

"അഞ്ചുമണിക്കൂറായിക്കാണുമെന്നു തോന്നുന്നു."

"ഉവ്വോ. എന്റെ അപ്പച്ചൻ എത്ര സ്നേഹമുള്ളവനാ!'

ഇതുപറഞ്ഞിട്ട് അർക്കാദി വികാരാവേശത്തോടെ പിതാവിന്റെ കവിളത്ത് ഹൃദ്യമായൊരു ഉമ്മ വച്ചു. നിക്കൊലായ് പെ ത്രോവിച്ചിന്റെ മുഖത്ത് ഒരു ചെറിയ പുഞ്ചിരി പൊട്ടിവിരിഞ്ഞു.

"നിനക്ക് ഞാൻ ഒന്നാന്തരമൊരു കുതിരയെ ഒരുക്കിനിർത്തിയിട്ടുണ്ട്," അദ്ദേഹം മന്ദം മന്ദം പറഞ്ഞു: "വീട്ടിലെത്തുമ്പോൾ കാണാം. നിന്റെ മുറിയുടെ ചുമരുകളിൽ പുതിയ കടലാസൊട്ടിച്ച് ഭംഗിയാക്കിയിട്ടുമുണ്ട്."

"ബസാറൊവിന് ഏതു മുറി കൊടുക്കും?"

"അതും ശരിയാക്കാം."

"അയാളോട് സന്തോഷപൂർവ്വം പെരുമാറണം, കേട്ടോ! അയാളെ എനിക്കത്ര ഇഷ്ടമാണ്."

"നിനക്കയാളെ വളരെക്കാലമായി പരിചയമുണ്ടോ?"

"ഇല്ല, അത്ര വളരെക്കാലത്തെ പരിചയമില്ല."

"അതാ ഞാനും ആലോചിച്ചത്. കഴിഞ്ഞ തണുപ്പുകാലത്ത് ഞാനയാളെ കണ്ടതായി ഓർക്കുന്നില്ല. ആട്ടെ, എന്താ അയാൾ പഠിക്കുന്നത്?"

"പ്രകൃതിശാസ്ത്രമാണ് മുഖ്യവിഷയം, പക്ഷേ അയാൾക്കറിയാത്ത ഒരു വിഷയവുമില്ല. അടുത്തകൊല്ലം ഡോക്ടർ പരീക്ഷയ്ക്കിരിക്കാനാണ് അയാളുടെ ഉദ്ദേശം."

"ഓഹോ, അപ്പോൾ വൈദ്യശാസ്ത്രമാണല്ലേ അയാൾ പഠിക്കുന്നത്?" പിന്നീട് കുറേ നേരത്തേക്ക് നിക്കൊലായ് പെ ത്രോവിച്ച് ഒന്നും മിണ്ടിയില്ല. "പ്യൊത്തറേ, ആ പോകുന്നത് നമ്മുടെ കൃഷിക്കാരല്ലേ?" എന്ന അദ്ദേഹത്തിന്റെ ചോദ്യമാണ് ഈ നിശ്ശബ്ദതയെ ഭഞ്ജിച്ചത്.

പ്യോത്തർ യജമാനൻ ചൂണ്ടിക്കാട്ടിയ ദിക്കിലേക്ക് സൂക്ഷിച്ചു നോക്കി.

കടിഞ്ഞാണില്ലാത്ത കുതിരയെ കെട്ടിയ പല വണ്ടികളും വേഗത്തിൽ ഒരു നാട്ടുവഴിയിലൂടെ നീങ്ങുന്നത് കാണാമായിരുന്നു. ഓരോ വണ്ടിയിലും ഒന്നോ ഏറിയാൽ രണ്ടോ കൃഷിക്കാർ മാത്രം ഇരുന്നിരുന്നു. അവരുടെ ആട്ടിൻതോലുകൊണ്ടുള്ള കോട്ടിന്റെ ബട്ടൺ സിട്ടിരുന്നില്ല.

"അതേ, അങ്ങുന്നേ," പ്യോത്തർ മറുപടി നല്കി.

"എവിടേക്കാണോ അവരുടെ പോക്ക്? പട്ടണത്തിലേക്കായിരിക്കും. അല്ലേ?"

"ആയിരിക്കും. ഷാപ്പിലേക്ക്," അവൻ അവജ്ഞയോടെ പറഞ്ഞു. തന്റെ പ്രസ്താവനയ്ക്ക് വണ്ടിക്കാരന്റെ പിൻബലം തേടാനെന്നവണ്ണം അയാളുടെ നേർക്ക് നോക്കിക്കൊണ്ടാണ് അവനിതു പറഞ്ഞത്. പഴഞ്ചൻ മട്ടുകാരനായിരുന്ന അയാൾക്ക് പിള്ളേരുടെ ആധുനിക വീക്ഷണമൊന്നും അത്ര പിടിച്ചിരുന്നില്ല.

"ഇക്കൊല്ലം കൃഷിക്കാർ വലിയ ശല്യം ഉണ്ടാക്കുന്നുണ്ട്, ' നിക്കൊലായ് പെ ത്രോവിച്ച് മകനോട് പറഞ്ഞു. 'അവർ വിട്ടുതൽപ്പാട്ടം തരുന്നില്ലെന്നു വന്നാൽ നമ്മളെന്തു ചെയ്യും?"

"ആട്ടെ, കൂലിക്ക് നിർത്തിയിരിക്കുന്ന ആളുകളെങ്ങനെയുണ്ട്?"

"തരക്കേടില്ല," നിക്കൊലായ് പെ ത്രോവിച്ച് അമർഷത്തോടെ പറഞ്ഞു. "പക്ഷേ, ആളുകൾ അവരെ പറഞ്ഞു എരികേറ്റാൻ നോക്കുന്നുണ്ട്. അവർക്കിനിയും ശരിക്ക് ജോലിചെയ്യണമെന്നില്ല. അതുകാരണം കലപ്പയ്ക്കും മറ്റും അവർ കേടുവരുത്തുന്നുണ്ട്. എങ്കിലും അവരുടെ ഉഴവ് മോശമായിരുന്നില്ല. ഒടുവിൽ എല്ലാം നേരേയാകുമെന്നാണ് എന്റെ വിശ്വാസം. പക്ഷേ, നിനക്കിപ്പോൾ കൃഷിയിലൊന്നും വലിയ താല്പര്യം കാണാനിടയില്ലല്ലോ, അല്ലേ?"

“ഇവിടെങ്ങും യാതൊരു തണലുമില്ലാത്തത് വലിയ കഷ്ടമാണ്.” പിതാവിന്റെ ചോദ്യത്തിൽ നിന്ന് ഒഴിഞ്ഞുമാറിക്കൊണ്ട് അർക്കാദി പറഞ്ഞു.

“വടക്കേപ്പുറത്തുള്ള ബാൽക്കണിക്കു മുകളിൽ ഞാൻ വലിയൊരു മേൽക്കെട്ടി ഉണ്ടാക്കിച്ചിട്ടുണ്ട്.” നിക്കൊലായ് പെ ത്രോവിച്ച് പറഞ്ഞു. “അതിനാൽ നമുക്കിപ്പോൾ പുറത്തിരുന്നു ആഹാരം കഴിക്കാൻ സൗകര്യമുണ്ട്.”

“അതൊരു ബംഗ്ലാവിന്റെ മട്ടിലാവില്ലേ? അതു കൊണ്ടു തകരാറൊന്നുമില്ല, അല്ലേ? പക്ഷേ, ഇവിടുത്തെ വായു ശ്രദ്ധിച്ചോ? എന്തൊരു സുഗന്ധമാണതിന്! ലോകത്തിൽ മറ്റൊരിടത്തും വായുവിന് ഇത്ര സൗരഭ്യമുണ്ടാകുമെന്നു എനിക്ക് തോന്നുന്നില്ല. ഇവിടുത്തെ ആകാശവും....”

ഇത്രയും പറഞ്ഞിട്ട് പുറകിലേക്കൊന്നു ഒളികണ്ണിട്ട് നോക്കിയതിനു ശേഷം അർക്കാദി നിറുത്തിക്കളഞ്ഞു.

“നിനക്കങ്ങനെ തോന്നിയില്ലെങ്കിലേ അതിശയിക്കേണ്ടതുള്ളൂ,” നിക്കൊലായ് പെ ത്രോവിച്ച് പറഞ്ഞു: “കാരണം, നീ ജനിച്ചത് ഇവിടെയല്ലേ! അതുകൊണ്ടുതന്നെ ഇവിടുള്ള സർവ്വതും നിനക്ക് അത്ഭുതകരമായി തോന്നും.”

“ഉവ്വോ? ഒരാൾ ജനിച്ച സ്ഥലത്തിന് അത്ര വളരെ പ്രാധാന്യമുണ്ടെന്ന് എനിക്ക് തോന്നുന്നില്ല.’

“പക്ഷേ...”

“ഇല്ലില്ല, അതിന് യാതൊരു പ്രാധാന്യവുമില്ല.”

നിക്കൊലായ് പെ ത്രോവിച്ച് ഏറുകണ്ണിട്ട് മകനെ ഒന്നു നോക്കി. അവരുടെ സംഭാഷണം അവിടെ നിലച്ചു. പിന്നെയും അര മൈൽ പോയതിനുശേഷമേ ആ നിശ്ശബ്ദത ഭഞ്ജിക്കപ്പെട്ടൊള്ളൂ.

“നിന്നെ കൊച്ചിലേ എടുത്തു വളർത്തിയിരുന്ന യെഗോറൊവ്നയുടെ കാര്യം ഞാൻ നിനക്ക് എഴുതിയിരുന്നോ എന്തോ,” നിക്കൊലായ് പെ ത്രോവിച്ച് ചോദിച്ചു. “അവർ മരിച്ചുപോയി.”

“ഉവ്വോ? പാവം വല്യമ്മ! പക്ഷേ, പ്രക്കോഫിച്ച് ഇപ്പോഴുമുണ്ടല്ലോ, ഇല്ലേ?”

“ഉവ്വ്വ്, ആൾ പണ്ടെപ്പോലെതന്നെ. യാതൊരു മാറ്റവുമില്ല. പഴയ അതേ മുറുമുറുപ്പുകാരൻ തന്നെ. സത്യത്തിൽ, മാരിനൊയിൽ വലിയ മാറ്റമൊന്നും കാണാൻ നിനക്ക് കഴിഞ്ഞെന്നുവരില്ല.”

“കാര്യസ്ഥൻ പഴയ ആൾതന്നെയാണോ?”

“അയാളുടെ കാര്യത്തിൽ മാത്രമാണ് ഞാനൊരു മാറ്റം വരുത്തിയിട്ടുള്ളത്.

വിമോചിപ്പിക്കപ്പെട്ട അടിയാളരിലാരേയും വീട്ടു ജോലിക്കു വയ്ക്കേണ്ടതില്ലെന്ന്, കുറഞ്ഞ പക്ഷം, അവരെ ഉത്തരവാദപ്പെട്ട ജോലികളൊന്നും ഏല്പിക്കുകയില്ലെന്ന്, ഞാൻ തീരുമാനിച്ചു." (അർക്കാദി പ്യോത്തറിനെ ചൂണ്ടിക്കാണിച്ചിട്ട് ചോദ്യരൂപേണ പിതാവിന്റെ നേർക്കുനോക്കി.) 'അവൻ ഫലത്തിൽ സ്വതന്ത്രനാണ്.' നിക്കൊലായ് പെ ത്രോവിച്ച് പിറുപിറുക്കുന്ന പോലെ ഫ്രഞ്ച് ഭാഷയിൽ പറഞ്ഞു. "എന്നുമാത്രവുമല്ല അവനൊരു പരിചാരകൻ മാത്രവുമാണല്ലോ. പുതിയ കാര്യസ്ഥനെ പട്ടണത്തിൽനിന്ന് കൊണ്ടു വന്നതാണ്. അയാൾക്ക് പണി അറിയാമെന്നാണ് തോന്നുന്നത്. കൊല്ലത്തിൽ 250റൂബിൾ ശമ്പളം നിശ്ചയിച്ചിട്ടുണ്ട്. എന്നാൽ മറ്റൊരു കാര്യമുണ്ട്," എന്തെങ്കിലും പറയാൻ വിമ്മിഷ്ടപ്പെടുമ്പോ ഴെല്ലാം ചെയ്യാറുള്ളതുപോലെ നെറ്റി തടവിക്കൊണ്ട് അദ്ദേഹം തുടർന്നു: "മാരിനൊയിൽ വലിയ മാറ്റമൊന്നും കാണാൻ കഴിയി ല്ലെന്ന് ഞാനല്പം മുൻപ് പറഞ്ഞതുണ്ടല്ലോ... അതു മുഴുവൻ ശരിയല്ല. നിന്നോട് ഇപ്പഴേ അതെപ്പറ്റി പറയുന്നതാണ് നല്ലത്..."

നിമിഷനേരം ശങ്കിച്ചുനിന്നിട്ടു അദ്ദേഹം ഫ്രഞ്ചിൽ തുടർന്നു.

"ഞാനിങ്ങനെ തുറന്നു സംസാരിക്കുന്നത് അസ്ഥാനത്താണെന്ന് വലിയ സദാചാരത്തിൽ വിശ്വസിക്കുന്ന ഒരുവനു തോന്നിയേക്കാം. പക്ഷേ, ഇവിടെ രണ്ടു സംഗതികളുണ്ട്. ഒന്നാമതായി, ഇത് ഒളിച്ചു വയ്ക്കാനാവില്ല. രണ്ടാമതായി, പിതൃപുത്ര ബന്ധത്തെപ്പറ്റി എന്നും എന്റേതായ അഭിപ്രായം പുലർത്തിയിട്ടുള്ളവനാണ് ഞാൻ. എങ്കിലും നിനക്കെന്നെ വിമർശിക്കാൻ പരിപൂർണ്ണമായ അവകാശമുണ്ട്. എന്റെ ഈ പ്രായമായതുകൊണ്ടാണ്... ചുരുക്കിപ്പറഞ്ഞാൽ, ഈ... ഈ പെൺകുട്ടിയുണ്ടല്ലോ. നീ ഒരുപക്ഷേ അവളെപ്പറ്റി കേട്ടു കഴി ഞ്ഞിരിക്കും..."

"ഫേനിച്ച്കയുടെ കാര്യമാണോ?" അർക്കാദി നിസ്സാരഭാവത്തിൽ ചോദിച്ചു.

നിക്കൊലായ് പെ ത്രോവിച്ചിന്റെ മുഖം ചുവന്നു.

"ശ്ശ്!" അദ്ദേഹം വിലക്കി. "ഇത്ര ഉറക്കെ ആ പേരു പറയല്ലേ. അതെ, അവളുടെ കാര്യംതന്നെയാണ്. അവളിപ്പോൾ എന്റെ കൂടെയാണ് താമസം. അവളോട് നമ്മുടെ വീട്ടിനുള്ളിൽ വന്നു താമസി ച്ചുകൊള്ളാൻ ഞാൻ പറഞ്ഞിരിക്കുയാണ്... രണ്ടു ചെറിയ മുറികൾ ഉണ്ടായിരുന്നത് നീ ഓർക്കുന്നില്ലേ? സാരമില്ല, അതെല്ലാം വീണ്ടും പഴയപോലെ ആക്കാം."

"എന്തിനാ, അത്?"

"നിന്റെ കൂട്ടുകാരൻ നമ്മുടെക്കൂടെ താമസിക്കുമ്പോൾ... അതിലൊരു പന്തികേടില്ലേ?

"ബസാറൊവിനെ ഓർത്തു വിഷമിക്കേണ്ടതില്ല. അയാൾ ഇതിനെല്ലാം ഉപരിയാണ്."

"നിനക്കോ? നിനക്ക് ബുദ്ധിമുട്ട് കാണില്ലേ?" നിക്കൊലായ് പെ ത്രോവിച്ച് തുടർന്നു: "ആ കൊച്ചു പുറംവീട്ടിൽ തീരെ സൗകര്യമില്ലെന്നതാണ് ബുദ്ധിമുട്ട്.'

"എന്തിനാ പിന്നേം പിന്നേം ഇതൊക്കെ പറയുന്നത്?" അർക്കാദി അദ്ദേഹത്തെ തടഞ്ഞുകൊണ്ടുപറഞ്ഞു: "ആരെങ്കിലും കേട്ടാലെന്തു വിചാരിക്കും? അപ്പച്ചൻ എന്നോട് ക്ഷമായാചനം ചെയ്യുകയാണെന്നല്ലേ അവർ കരുതൂ? നാണമാവില്ലേ അപ്പച്ചനിതൊക്കെ പറയാൻ?"

"വാസ്തവമാ കുഞ്ഞേ, ഞാൻ നാണിക്കേണ്ടതാണ്," എന്നു പറയുമ്പോൾ അദ്ദേഹത്തിന്റെ മുഖം പഴയതിലും ചുട്ടുത്തിരുന്നു.

"ഓ, എന്തസംബന്ധമാണിതെല്ലാം?" സ്നേഹമസൃണമായ ഒരു പുഞ്ചിരിയോടെ അർക്കാദി പറഞ്ഞു. "ക്ഷമായാചനം ചെയ്യാൻ പറ്റിയ ഒരു സംഗതി കണ്ടില്ലേ!" എന്ന് അയാൾ മനസ്സിൽ കരുതുകയും ചെയ്തു. അതേസമയംതന്നെ ദയാശീലനും ദുർബ്ബലഹൃദയനുമായ തന്റെ പിതാവിനോടുള്ള സൗമനസ്യപൂർണ്ണമായ സ്നേഹഭാവം അയാളിൽ വഴിഞ്ഞൊഴുകി. കൂട്ടത്തിൽ തന്റെ വിശാല ഹൃദയത്തെപ്പറ്റിയുള്ള ഒരഭിമാനവും അതിന്റെ പിന്നിലുണ്ടായിരുന്നു. "എന്തൊരസംബന്ധമാണ്?" അയാൾ വീണ്ടും ആവർത്തിച്ചു. തന്റെ വളർച്ചയിലും സ്വാതന്ത്ര്യബോധത്തിലുമുള്ള ആഹ്ലാദത്തോടെയാണ് അയാളതു പറഞ്ഞത്.

നിക്കൊലായ് പെ ത്രോവിച്ച് അപ്പോഴും കൈപ്പത്തികൊണ്ട് തന്റെ നെറ്റി തടവിക്കൊണ്ടിരുന്നു. അങ്ങനെ തടവുന്നതിനിടയിൽ കൈവിരലുകൾക്കിടയിലൂടെ

അദ്ദേഹം മകനെ ഒളിഞ്ഞു നോക്കുകയും ചെയ്തിരുന്നു. അപ്പോൾ അദ്ദേഹത്തിന് വല്ലാത്തൊരു ഹൃദയവ്യഥ അനുഭവപ്പെട്ടു. ക്ഷണംതന്നെ അദ്ദേഹം തന്റെ മനസ്സൈര്യം വീണ്ടെടുക്കുകയും ചെയ്തു.

"നമ്മുടെ വയലുകൾ ആരംഭിക്കുന്നത് ഇവിടെ നിന്നാണ്," ഏറെ നേരത്തെ നിശ്ശബ്ദതയ്ക്കുശേഷം അദ്ദേഹം പറഞ്ഞു.

"ആ നേരേമുന്നിലുള്ളത് നമ്മുടെ വക കാടാണ്. അല്ലേ?" അർക്കാദി ചോദിച്ചു.

"അതെ; പക്ഷേ, ഇപ്പോൾ അത് നമ്മുടെയല്ല. ഞാനതു വിറ്റുകളഞ്ഞു."

"എന്തിനാ വിറ്റത്?"

"പണത്തിന് സ്വല്പം ഞെരുക്കം വന്നു. എന്നുതന്നെയല്ല. ആ ഭൂമി കൃഷിക്കാർക്ക് വിട്ടുകൊടുക്കാൻ പോവുകയുമാണ്."

"വിട്ടുതൽ പാട്ടം തരാത്ത കൃഷിക്കാർക്ക്, അല്ലേ?"

"തരുന്നില്ലെങ്കിൽ അതവരുടെ പാട്. പക്ഷേ, എന്നെങ്കിലും അതു തരാതിരിക്കാൻ അവർക്ക് കഴിയില്ലല്ലോ."

"എങ്കിലും ആ കാട് വിറ്റുകളഞ്ഞത് വലിയ കഷ്ടമായിപ്പോയി," എന്നു പറഞ്ഞിട്ട് അർക്കാദി ചുറ്റും കണ്ണോടിച്ചു.

അവരപ്പോൾ സഞ്ചരിച്ചുകൊണ്ടിരുന്ന ആ സ്ഥലത്തെ പ്രകൃതിരമണീയമെന്ന് ഒരുതരത്തിലും പറയാൻ പറ്റുമായിരുന്നില്ല. നോക്കെത്താത്തിടത്തോളം വയലുകൾ അങ്ങനെ നീണ്ടു പരന്നു കിടന്നിരുന്നു. അങ്ങിങ്ങായി കൊച്ചുകൊച്ചു കാടുകളും വളഞ്ഞുപുളഞ്ഞ നീർച്ചാലുകളുമുണ്ടായിരുന്നു. ആ നീർച്ചാലുകളുടെ ഇരുവശങ്ങളിലും കുറ്റിച്ചെടികൾ മുറ്റിനിന്നിരുന്നു. കാതറൈൻ രാജ്ഞിയുടെ കാലത്തെ പഴഞ്ചൻ ഭൂപടങ്ങളിൽ ചിത്രീകരിച്ചിട്ടുള്ള സംഗതികളെ അനുസ്മരിപ്പിക്കുന്നവയായിരുന്നു അതെല്ലാം. പായലുപിടിച്ചു കിടന്ന തിട്ടുകളോടു കൂടിയ കൊച്ചാറുകളേയും, തൊട്ടാൽ താഴെ വീഴുന്ന ചിറകളോടു കൂടിയ കുളങ്ങളേയും, ശരിക്കു മേച്ചിൽപോലും നടത്തിയിട്ടില്ലാത്ത കൊച്ചുകൊച്ചു കൂരകളും ചുള്ളിക്കമ്പുകൾകൊണ്ടു കെട്ടിയുണ്ടാക്കിയ ചുമരുകളോടും പൊളിഞ്ഞ കതകുകളോടും കൂടിയ കളപ്പുരകളും ചാഞ്ഞു വീഴാൻ തുടങ്ങിയ കുരിശു മുമ്പിൽ നാട്ടിയ അനാഥാവസ്ഥയിലുള്ള പള്ളികളും പൊട്ടിപ്പൊളിഞ്ഞു കിടക്കുന്ന ശ്മശാനങ്ങളും നിറഞ്ഞ ഗ്രാമങ്ങളേയും അവർ പിന്നിട്ടു. ഈ കാഴ്ചകൾ അർക്കാദിയുടെ മനസ്സിനെ വല്ലാതെ ഉലച്ചു. നിർഭാഗ്യത്തിനെന്നു പറയട്ടെ അവർ വഴിയിൽ കണ്ട കർഷകരെല്ലാം ചാവാലിക്കുതിരപ്പുറത്ത് സഞ്ചരിച്ചിരുന്ന മനുഷ്യക്കോലങ്ങളായിരുന്നു. പട്ട പൊളിച്ചെടുത്ത് കമ്പുകൾ അറുത്തു നിറുത്തിയിരുന്ന വഴിവക്കിലുള്ള വില്ലോ മരങ്ങൾ കണ്ടാൽ കീറത്തുണിചുറ്റിയ പിച്ചക്കാരാണെന്നേ തോന്നുമായിരുന്നുള്ളൂ. എല്ലും തോലും മാത്രമായി ശേഷിച്ച പശുക്കൾ കുണ്ടുകൾക്കു ചുറ്റും പച്ച പിടിച്ചു നില്ക്കുന്ന പുല്ല് ആർത്തിയോടെ കടിച്ചുപറിച്ചെടുത്തിരുന്നു. അവയെക്കണ്ടാൽ ഏതോ കശാപ്പുകാരന്റെ പിടിയിൽ നിന്നു രക്ഷപെട്ട് ഓടിവരുന്ന മട്ടുണ്ടായിരുന്നു. വസന്തം അതിന്റെ മുഴുവൻ പ്രതാപത്തോടും കൂടി നിന്നിരുന്ന ഒരു ദിവസം എല്ലും തോലും മാത്രം ശേഷിച്ച ഇത്തരം മൃഗങ്ങളെ കാണുന്നത് മനസ്സിന് ഒട്ടും ഉല്ലാസമേകുന്ന ഒരു സംഗതിയായിരുന്നില്ല. ചീറിപ്പായുന്ന ഹിമക്കാറ്റും അവസാനമില്ലാത്ത ഹിമപാതവും കൊടും തണുപ്പും കൊണ്ടു മനുഷ്യനെ ഉന്മേഷരഹിതനാക്കുന്ന അനന്തമായ ശൈത്യകാലത്തിന്റെ പേടിപ്പെടുത്തുന്ന ഒരു ചിത്രമാണ് അത് മനസ്സിലുണർത്തിയത്. "ഈ പ്രദേശം ഒട്ടും ഫലഭൂയിഷ്ഠമല്ല," അർക്കാദി വിചാരിച്ചു: "പരിശ്രമശാലികളായ ആളുകൾ പാർക്കുന്ന സമ്പൽസമൃദ്ധമായ ഒരു പ്രദേശമാണിതെന്ന് ഇവിടം കണ്ടാൽ ആർക്കും തോന്നുകയില്ല.

ഇല്ല, ഇങ്ങനെ പോകാൻ അനുവദിക്കാൻ പാടില്ല. എന്തെങ്കിലും ചില പരിഷ്കാരങ്ങൾ കൂടിയേ കഴിയൂ... പക്ഷേ, എങ്ങനെ ഈ പരിഷ്കാരങ്ങൾ വരുത്തും? എവിടുന്നാരംഭിക്കും?"

അങ്ങനെ അർക്കാദി ഓരോരോ ആലോചനകളിൽ മുഴുകി... അയാളങ്ങനെ ആലോചനകളിൽ മുഴുകിയിരിക്കുമ്പോൾ വസന്തം അതിന്റെ പ്രഭമുഴുവൻ വിടർത്തി ആടാൻ തുടങ്ങുകയായിരുന്നു. ചുറ്റുമുള്ള സർവ്വതും ഒരു ഹരിതച്ഛവി പരത്തി. വൃക്ഷലതാദികൾ ഉൾപ്പെടെയുള്ള സർവ്വതും ഒരു കുഞ്ഞിക്കാറ്റിന്റെ പരിലാളനത്തിൽ ഒരു പുതുജീവൻ വീണപോലെ നിന്നുതുടിച്ചു. കുരുവികളുടെ കളകളാരവം എങ്ങും മുഴങ്ങി. മണ്ണാത്തിപ്പുള്ളുകൾ ദീനരോദനം പോലുള്ള അവയുടേതായ ശബ്ദം പുറപ്പെടുവിച്ചുകൊണ്ട് പുൽത്തകിടിക്ക് മുകളിലൂടെ താഴ്ന്ന പറക്കുകയും നിശ്ശബ്ദം കുന്നിൻമുകളിലൂടെ പാഞ്ഞുപോവുകയും ചെയ്തു. പകുതിമൂപ്പെത്തിയ ഇളം പച്ചനിറമുള്ള ചോളച്ചെടികൾക്കിടയിലൂടെ ബലിക്കാക്കകൾ തത്തി നടക്കുന്നതു കാണാൻ നല്ല ഭംഗിയുണ്ടായിരുന്നു. ക്ഷണംതന്നെ അവ വെളുത്തുതുടങ്ങിയിരുന്ന വരക ചെടികൾക്കിടയിൽ മറഞ്ഞു. കാറ്റ് വീശുമ്പോൾ അലയടിക്കുമ്പോലെ ആടിനിന്നിരുന്ന ആ ചെടിത്തുമ്പുകൾക്കിടയിൽ ഇടയ്ക്കിടയ്ക്ക് അവയുടെ ഉയർത്തിപ്പിടിച്ച തല മാത്രം കാണാമായിരുന്നു. അർക്കാദി എത്രനേരം ഈ കാഴ്ചകൾ നോക്കിയിരുന്നെന്നു പറയാനാവില്ല. അപ്പോൾ അയാളുടെ ചിന്തയുടെ പിരിമുറുക്കത്തിന് അല്പം അയവു വരികയും അതിന് അല്പം മങ്ങൽ തട്ടുകയും ചെയ്തു. അയാൾ തന്റെ കോട്ടൂരി സീറ്റിലേക്കെറിഞ്ഞിട്ട് കുട്ടിക്കാലത്തെ ആ ആഹ്ലാദഭാവത്തോടെ അച്ഛനെ നോക്കി ഇരുന്നു. അത് കണ്ടപ്പോൾ മകനെ ഒന്നുകൂടി കെട്ടിപ്പിടിച്ചുമ്മവയ്ക്കാതിരിക്കാൻ ആ പിതൃഹൃദയത്തിനു കഴിഞ്ഞില്ല.

"ഇനി അധികദൂരമില്ല," നിക്കൊലായ് പെത്രോവിച്ച് പറഞ്ഞു. "ദാ, ആ കുന്നിൻപുറത്തെത്തിയാൽ നമ്മുടെ വീട് കാണാൻ പറ്റും. നമുക്കൊന്നിച്ച് ഇവിടുത്തെ ജീവിതം ആനന്ദപ്രദമാക്കാം. ബോറടിക്കുകയില്ലെങ്കിൽ കൃഷികാര്യങ്ങളിൽ നിനക്കെന്നെ സഹായിക്കാം. നമുക്കുറ്റ ചങ്ങാതിമാരാകണം. നമുക്ക് പരസ്പരം കൂടുതലടുത്തറിയണം, വേണ്ടേ?"

"അതിൽ സംശയമില്ല." അർക്കാദി മറുപടി നല്കി: "പക്ഷേ, എന്തൊരു സുന്ദരമായ ദിവസമാണിതെന്നു നോക്കിയേ!"

"നിന്നെ സ്വാഗതം ചെയ്യാനെത്തിയിരിക്കയാണ് മോനേ അത്. അതെ, വസന്തം അതിന്റെ മുഴുവൻ പ്രൗഢിയോടും കൂടി രംഗത്തെത്തിയിരിക്കുകയാണ്. പുഷ്കിൻ എഴുതിയതു വളരെ ശരിയാണ്. 'യെവ്ഗേനി ഒനേഗിൻ' എന്ന കവിതയിലെ വരികൾ നിനക്കോർമ്മയില്ലേ?

'വസന്തമേ, പ്രേമകാലമേ,
എത്ര വിഷാദം നിൻവരവെനിക്കെന്നറിയീല നീ,
എത്ര....'

"അർക്കാദി," ബസാറൊവ് മറ്റേ വണ്ടിയിൽ നിന്ന് വിളിച്ചുചോദിച്ചു. "നിന്റെ കൈയിൽ തീപ്പെട്ടിയുണ്ടെങ്കിൽ ഒന്നു കൊടുത്തയയ്ക്കാമോ? പൈപ്പുകത്തിക്കാനാണ്."

നിക്കൊലായ് പെ ത്രോവിച്ച് ആ വരികൾ മുഴുമിക്കാതെ ഇടയ്ക്കു വച്ചു നിർത്തി. തെല്ലൊരു അനുഭാവത്തോടെയാണെങ്കിലും വിസ്മയപൂർവ്വം അദ്ദേഹത്തിന്റെ സംസാരം കേട്ടിരുന്ന അർക്കാദി പോക്കറ്റിൽ നിന്ന് വെള്ളികെട്ടിയ ഒരു തീപ്പെട്ടിയെടുത്തിട്ട് പ്യോത്തർ വശം അത് ബസാറൊവിന് എത്തിച്ചുകൊടുത്തു.

"നിനക്കൊരു ചുരുട്ടുവേണോ?" ബസാറൊവ് വീണ്ടും വിളിച്ചു ചോദിച്ചു.

"വേണം."

പ്യോത്തർ തിരിച്ചുവന്ന് തീപ്പെട്ടിയോടൊപ്പം ഒരു തടിയൻ ചുരുട്ടും അർക്കാദിയുടെ കൈയിൽ വച്ചു കൊടുത്തു. അയാൾ ഉടനെ തന്നെ അതെടുത്തു കത്തിക്കുകയും ചെയ്തു. കടുത്ത ദുർഗന്ധമുള്ള ഒരു പുക അപ്പോൾ അവിടെങ്ങും പരന്നു. ജീവിതത്തിലൊരിക്കലും പുക വലിക്കാത്ത നിക്കൊലായ് പെ ത്രോവിച്ചിന് അത് വളരെ അസഹ്യമായിരുന്നു. അതിനാൽ മകനെ വിമ്മിഷ്ടപ്പെടുത്താതിരിക്കാൻ അയാൾ കാണാതെ മൂക്ക് അല്പം മാറ്റിപ്പിടിക്കാൻ അദ്ദേഹം നിർബന്ധിതനായി.

കാൽമണിക്കൂർ കൂടി കഴിഞ്ഞപ്പോൾ ആ വണ്ടികൾ രണ്ടും മരം കൊണ്ടു തീർത്ത പുതിയൊരു വീടിന്റെ പടിക്കൽ വന്നുനിന്നു. ചാരനിറത്തിലുള്ള പെയിന്റടിച്ചതും മേൽക്കൂരയിൽ ചുവന്ന ഇരുമ്പ് തകിടുകൾ വിരിച്ചതുമായിരുന്നു ആ വീട്. പുതുഗ്രാമമെന്നും കർഷകർക്കിടയിൽ ഏകാന്തഗ്രാമമെന്നും അറിയപ്പെട്ടിരുന്ന മാരിനൊയുടെ മുന്നിലാണ് അവർ വന്നെത്തിയിരുന്നത്.

IV

ആഗതരെ സ്വാഗതം ചെയ്യാനായി വീട്ടുജോലിക്ക് നില്ക്കുന്ന അടിയാളരുടെ കൂട്ടമൊന്നും അവിടെയുണ്ടായിരുന്നില്ല. പന്ത്രണ്ടു വയസ്സു തോന്നിക്കുന്ന ഒരു ബാലികയും അവളുടെ പിന്നാലെ പ്യോത്തറിനെപ്പോലെ തന്നെയുള്ള ഒരു പയ്യനും മാത്രമാണ് പുറത്തേക്കിറങ്ങിവന്നത്. വില്ലാവേഷം ധരിച്ച ഈ പയ്യൻ പാവെൽ പെത്രോവിച്ച് കിർസാനൊവിന്റെ വേലക്കാരനായിരുന്നു. അവൻ നിശ്ശബ്ദനായി വന്ന് വണ്ടികളുടെ വാതിൽ തുറന്നുകൊടുത്തു. നിക്കൊലായ് പെത്രോവിച്ച് മകനേയും ബസാറൊവിനേയും വീട്ടിനുള്ളിലേക്ക് ആനയിച്ചു. ഇരുണ്ടതും ഏതാണ്ട് ഒഴിഞ്ഞതുമെന്നു പറയാവുന്ന ഒരു ഹാളിലേക്കാണ് അവർ പ്രവേശിച്ചത്. ഹാളിന്റെ അപ്പുറത്തുകൂടി ഒരു യുവസുന്ദരി മിന്നിമറയുന്നത് അവർ കണ്ടു. ഹാളിൽ നിന്ന് അവർ കടന്നത് ഏറ്റവും ആധുനികമായ രീതിയിൽ സജ്ജീകരിച്ചിരുന്ന ഒരു മുറിയിലേക്കാണ്.

"അങ്ങനെയിതാ നാം വീട്ടിലെത്തിയിരിക്കുന്നു." തൊപ്പി എടുത്തുമാറ്റിയിട്ട് മുടി നേരേയാക്കിക്കൊണ്ട് നിക്കൊലായ് പെത്രോവിച്ച് പറഞ്ഞു. "അത്താഴം കൂടി കഴിഞ്ഞാൽ നമുക്കല്പം വിശ്രമിക്കാം."

"എന്തെങ്കിലും ആഹാരം കഴിക്കുന്നത് നല്ല കാര്യമാണ്," അടുത്തുള്ള സോഫയിലേക്ക് ചെരിഞ്ഞുകൊണ്ട് ബസാറൊവ് അഭിപ്രായപ്പെട്ടു.

'എന്നാൽ അങ്ങനെയാവട്ടെ; അത്താഴം കഴിച്ചേക്കാം," എന്നു പറഞ്ഞിട്ട് നിക്കൊലായ് പെത്രോവിച്ച് അകാരണമായി നിലത്തൊന്നമർത്തിച്ചവിട്ടി. "ദാ പ്രക്കോഫിച്ചും ഇങ്ങോട്ടു വരുന്നുണ്ട്."

മുടി നരച്ച് ഇരുണ്ടു മെലിഞ്ഞ ഒരു അറുപതുകാരൻ ഈ സമയത്ത് അവരുടെ മുന്നിലേക്ക് കടന്നുവന്നു. പിച്ചള ബട്ടൺ ഘടിപ്പിച്ച തവിട്ടുനിറത്തിലുള്ള ഒരു വാൽക്കുപ്പായമായിരുന്നു അയാളുടെ വേഷം. കഴുത്തിൽ ഇളം ചുവപ്പുനിറത്തിലുള്ള ഒരു തൂവാലയും അയാൾ ധരിച്ചിരുന്നു. ചെറുതായൊരു പുഞ്ചിരിയോടെ അർക്കാദിയുടെ അടുത്തുവന്നു കൈ പിടിച്ചു മുത്തുകയും അതിഥിയെ താണു വണങ്ങുകയും

ചെയ്തശേഷം അയാൾ വാതില്ക്കലേക്ക് പിൻവാങ്ങി.

"കണ്ടോ പ്രക്കോഫിച്ചേ അവനെ?" നിക്കൊലായ് പെ ത്രോവിച്ച് ചോദിച്ചു:

"ഒടുവിൽ അവൻ എത്തി, അല്ലേ? അവനെ കണ്ടിട്ടെന്തു തോന്നുന്നു."

"കുഞ്ഞങ്ങുന്ന് നന്നായിരിക്കുന്നു," വൃദ്ധൻ മറുപടി നല്കി. എന്നിട്ട യാൾ വീണ്ടുമൊന്നു പുഞ്ചിരിച്ചു. പക്ഷേ, അത് മറച്ചുവയ്ക്കാനെന്നോണം ഗൗരവംഭാവിക്കും മട്ടിൽ പുരികം കോട്ടിക്കൊണ്ട് അയാൾ അന്വേ ഷിച്ചു: ' എന്നാൽ, ആഹാരം വിളമ്പിക്കോട്ടെ?"

"അങ്ങനെ ആട്ടെ. പക്ഷേ, ആഹാരത്തിന് മുൻപ് യെവ്ഗേനി വസീലിയെവിച്ചിന് മുറിയിൽ ചെന്ന് വസ്ത്രമെല്ലാം ഒന്നു മാറ്റണമെ ന്നുണ്ടോ?"

"വേണ്ട വേണ്ട. അതിന്റെ ആവശ്യമില്ല. എന്റെ ആ പഴഞ്ചൻ പെട്ടിയും ഈ പുറംകുപ്പായവും ഒന്നു മോളിൽ കൊണ്ടു ചെന്നു വച്ചേ ക്കാൻ പറഞ്ഞാൽ മതി."

"ഓഹോ, അതിനെന്താ പ്രയാസം! പ്രക്കോഫിച്ചേ, സാറിന്റെ ഈ കുപ്പായം മേടിച്ചുവയ്ക്കു!" (എന്തോ ഒരു വല്ലായ്മയോടെ ബസാറൊവിന്റെ പുറം കുപ്പായം രണ്ടു കൈകളിലുമായി പൊക്കിപ്പിടിച്ചുകൊണ്ട് പ്ര ക്കോഫിച്ച് ഒച്ചയുണ്ടാക്കാതെ നടന്നകന്നു.) 'അർക്കാദി, നിനക്കോ? നിനക്ക് നിന്റെ മുറിയിൽ ഒന്നു പോയേച്ചുവരണമെന്നുണ്ടോ?'

"വേണം വേണം! എനിക്കൊന്നു വെടിപ്പാകണം," വാതിലിന്റെ നേർക്ക് നടന്നുകൊണ്ട് അർക്കാദി പറഞ്ഞു. പക്ഷേ, കൃത്യം ആ സമയത്ത് ഇരുണ്ടനിറമുള്ള ഇംഗ്ലീഷ് സ്യൂട്ടും ഫാഷനുചേർന്ന ടൈയും മേത്തരം തോൽഷൂസും ധരിച്ച അത്രവലരെ പൊക്കമില്ലാത്ത ഒരാൾ അവിടേക്ക് കടന്നുവന്നു. പാവെൽ പെ ത്രോവിച്ച് കിർസാനൊവ് ആയിരുന്നു ഇത്. കണ്ടാൽ ഏകദേശം നാല്പത്തഞ്ചു വയസ്സ തോന്നിക്കുമായിരുന്നു അദ്ദേഹത്തിന്. പറ്റെവെട്ടിയ അദ്ദേഹത്തി ന്റെ നരച്ചമുടി വെള്ളിക്കമ്പികൾപോലെ തിളങ്ങി. ഗൗരവം സ്ഫുരിക്കുന്നതെങ്കിലും ആ മുഖത്ത് ഒരൊറ്റ ചുളിവുപോലും വീണിരു ന്നില്ല. നല്ല കടഞ്ഞെടുത്തപോലെയുള്ള വടിവൊത്ത ആ ശരീരത്തിൽ അസാമാന്യമായ മെയ് ഭംഗിയുടെ അവശിഷ്ടങ്ങൾ തെളിഞ്ഞു കാണാമായിരുന്നു. ബദാം ആകൃതിയിലുള്ള ആ ഇരുണ്ട കണ്ണുകൾക്ക് ഒരു പ്രത്യേക ആകർഷണീയത ഉണ്ടായിരുന്നു. സംസ്കാരസമ്പന്ന നും സുശിക്ഷിതനുമായ അർക്കാദിയുടെ ഈ വല്യപ്പനെ കണ്ടാൽ ആകെക്കൂടി ഒരു യുവകോമളന്റെ മട്ടും പ്രസരിപ്പും ഉണ്ടായിരുന്നു. ഇരുപതുവയസ്സുകഴിഞ്ഞാൽ സാധാരണ ആളുകളിൽ കാണാത്ത ഒരു ഭാവമായിരുന്നു ഇത്.

പാവെൽ പെ ത്രോവിച്ച് ട്രൗസർപോക്കറ്റിൽ തിരുകിയിരുന്ന വലതുകൈ പുറത്തേക്കെടുത്തിട്ട് അർക്കാദിയുടെ നേർക്ക് നീട്ടി. മനോഹരമായിരുന്നു ആ കൈ. ഇളംചുവപ്പ് നിറമുള്ള ആ നീണ്ട നഖങ്ങൾ ആരേയും ആകർഷിക്കുമായിരുന്നു. വലിയൊരു മേഘവർണ്ണക്കല്ല് ഘടിപ്പിച്ച ആ തൂവെള്ള കഫ്ബട്ടണിന്റെ പശ്ചാത്തലത്തിൽ അത് ഒന്നുകൂടി ആകർഷകമായിത്തോന്നി. യൂറോപ്യൻ മട്ടിലുള്ള ആ ഹസ്തദാനച്ചടങ്ങ് കഴിഞ്ഞ് അദ്ദേഹം തന്റെ സഹോദരപുത്രനെ റഷ്യൻ മട്ടിൽ ആലിംഗനം ചെയ്തു. സെന്റ് പൂരട്ടിയ തന്റെ മീശ അദ്ദേഹം ആ ചെറുപ്പക്കാരന്റെ കവിളത്തു മൂന്നു പ്രാവശ്യം ഉരസി യെന്നു പറയുന്നതായിരിക്കും കൂടുതൽ ശരി. ആ ചടങ്ങും അവസാനിച്ചപ്പോൾ അദ്ദേഹം പറഞ്ഞു. "സ്വാഗതം!"

അപ്പോൾ നിക്കൊലായ് പെ ത്രോവിച്ച് അദ്ദേഹത്തെ ബസാറൊവിന് പരിചയപ്പെടുത്തി. തന്റെ മയമുള്ള ശരീരം അല്പമൊന്നു വളച്ചുകൊണ്ട് ചെറിയൊരു പുഞ്ചിരി സമ്മാനിച്ചതല്ലാതെ അദ്ദേഹം അതിഥിയുമായി ഹസ്തദാനത്തിനു തയ്യാറായില്ല. ക്ഷണംതന്നെ അദ്ദേഹം തന്റെ കൈ പഴയ പടി ട്രൗസർപോക്കറ്റിൽ തിരുകുകയും ചെയ്തു.

"നിങ്ങളിന്നെത്തുന്നുണ്ടാവില്ലെന്ന് വിചാരിച്ചിരിക്കുകയായിരുന്നു ഞാൻ,"

അദ്ദേഹം ഇമ്പം കലർന്ന സ്വരത്തിൽ പറഞ്ഞു. കാൽവിരലുകൾ നിലത്തു കുത്തി നിന്ന് ഒന്നാടുകയും തോളുകൾ ഇറുക്കുകയും മനോഹരമായ തന്റെ തൂവെള്ളപ്പല്ലുകൾ മുഴുവൻ പുറത്തു കാട്ടുകയും ചെയ്തു കൊണ്ടാണ് അദ്ദേഹമിതുപറഞ്ഞത്. "എന്താ, വഴിക്കെന്തെങ്കിലും കുഴപ്പം ഉണ്ടായോ?"

"ഇല്ല, കുഴപ്പമൊന്നും ഉണ്ടായില്ല," അർക്കാദി അതിനു മറുപടിയായി പറഞ്ഞു: "ശകലം താമസിച്ചു, അത്രേയുള്ളൂ. പക്ഷേ, ഞങ്ങൾക്ക് വല്ലാതെ വിശക്കുന്നുണ്ട്. അപ്പച്ചാ, പ്രക്കോഫിച്ചിനോട് എല്ലാം വേഗം വിളമ്പാൻ പറയൂ. ഞാൻ ദാ ഇപ്പം വന്നേക്കാം."

"ഏയ്, ഒന്നു നില്ക്കൂ! ഞാനും വരുന്നു," ബസാറൊവ് സോഫയിൽ നിന്നെഴുന്നേറ്റുകൊണ്ടു വിളിച്ചു പറഞ്ഞു.

"ആരാ അത്? ചെറുപ്പക്കാർ രണ്ടുപേരും പുറത്തേക്കിറങ്ങിയപ്പോൾ പാവെൽ പെ ത്രോവിച്ച് അനിയനോട് ചോദിച്ചു.

"അർക്കാദിയുടെ ചങ്ങാതിയാ. ബഹുമിടുക്കനാണെന്നാ അവൻ പറയുന്നത്.'

"അയാൾ ഇവിടെ താമസിക്കാൻ പോകുവാണോ?"

"അതെ."

"ഈ കരടിക്കുട്ടനോ?'

“അതെ. എന്താ അങ്ങനെ ചോദിക്കാൻ?”

പാവെൽ പെ ത്രോവിച്ച് വിരലുകൾ കൊണ്ട് മേശപ്പുറത്ത് താളം പിടിച്ചു.

“അർക്കാദി പഴയതിലും ഒന്നുകൂടി തെളിഞ്ഞിട്ടുണ്ട്.” അദ്ദേഹം ഫ്രഞ്ചിൽ പറഞ്ഞു. “അവൻ വന്നതിൽ എനിക്ക് സന്തോഷമുണ്ട്.”

അത്താഴത്തിനിടയിൽ ആരുമാരും അധികമൊന്നും സംസാരിച്ചില്ല. പ്രത്യേകിച്ചും ബസാറൊവ്. എങ്കിലും അയാൾ നല്ലപോലെ ആഹാരം കഴിച്ചു. നിക്കൊലായ് പെ ത്രോവിച്ച് തന്റെ കർഷകജീവിതത്തിൽ നിന്നുള്ള പല സംഭവങ്ങളും വിവരിക്കുകയും വരാൻപോകുന്ന സർക്കാർ നടപടികളെപ്പറ്റിയും കമ്മിറ്റികൾ, ഡപ്യൂട്ടേഷനുകൾ എന്നിവയെപ്പറ്റിയും യന്ത്രങ്ങൾ ഉപയോഗിച്ച് കൃഷിചെയ്യേണ്ടതിനെപ്പറ്റിയും മറ്റും സംസാരിക്കുകയും ചെയ്തു. പാവെൽ പെ ത്രോവിച്ച് അങ്ങോട്ടും ഇങ്ങോട്ടും ഉലാത്തിക്കൊണ്ടിരുന്നതേയുള്ളൂ. (അദ്ദേഹത്തിന് അത്താഴം പതിവുണ്ടായിരുന്നില്ല.) ഇടക്കിടയ്ക്ക് അദ്ദേഹം കുറേശ്ശെ ചുവപ്പ് വീഞ്ഞു മോന്തിക്കൊണ്ടിരുന്നു. അതിലും വിരളമായി അദ്ദേഹം ചില ആശ്ചര്യശബ്ദങ്ങൾ പുറപ്പെടുവിച്ചുകൊണ്ടിരുന്നു. അർക്കാദി സെന്റ് പീറ്റേഴ്സ്ബർഗിലെ വിശേഷങ്ങളെപ്പറ്റി പറഞ്ഞു കൊണ്ടിരുന്നെങ്കിലും അയാൾക്കെന്തോ ഒരു പരിഭ്രമം ഉണ്ടായിരുന്നു. യുവത്വത്തിലേക്ക് കാലുകുത്താൻ തുടങ്ങിയ ഒരാൾക്ക് വളരെക്കാലത്തിനുശേഷം സ്വഭവനത്തിലേക്ക് മടങ്ങുമ്പോൾ സാധാരണ ഉണ്ടാകാറുള്ള ഒരു പരിഭ്രമമാണത്. കാരണം അവിടെ എല്ലാവരും അയാളെ ഒരു കുട്ടിയായി മാത്രമാണ് കണ്ടിട്ടുള്ളത്. ആവശ്യമില്ലാതെ അയാൾ നീട്ടിവലിച്ച് സംസാരിച്ചിരുന്നു. അപ്പച്ചൻ എന്ന സംബോധന കഴിവതും ഒഴിവാക്കാൻ അയാൾ ശ്രമിച്ചു. ഒരിക്കലോ മറ്റോ ‘അപ്പൻ’ എന്നുപോലും അയാൾ പറയുകയുണ്ടായി. പക്ഷേ, മന്ത്രിക്കുന്നതുപോലെയാണ് അയാളതു പറഞ്ഞത്. വേണ്ടുന്നതിലധികം വീഞ്ഞ് അയാൾ അകത്താക്കുകയും ചെയ്തിരുന്നു. പ്രക്കോഫിച്ച് കണ്ണെടുക്കാതെ അർക്കാദിയെത്തന്നെ നോക്കിനിന്നു. എന്തോ പറയാൻ ഭാവിക്കുന്നതുപോലെ അയാളുടെ വാ സദാ അനങ്ങുകയും ചെയ്തിരുന്നു. അത്താഴം കഴിഞ്ഞയുടനെ എല്ലാവരും പിരിഞ്ഞു.

“നിന്റെ വല്യപ്പൻ ഒരു വിചിത്ര ജീവിയാണെന്നു തോന്നുന്നല്ലോ,” ഡ്രസ്സിങ്ങ്ഗൗൺ ധരിച്ച് പൈപ്പും വലിച്ചുകൊണ്ട് അർക്കാദിയുടെ കിടക്കയ്ക്കരികിൽ ഇരിക്കവെ ബസാറൊവ് പറഞ്ഞു. “ഈ നാട്ടിൻപുറത്ത് ആ മനുഷ്യൻ കെട്ടുന്ന വേഷം കണ്ടില്ലേ! ആ നഖങ്ങൾ വേണമെങ്കിൽ ഒരു പ്രദർശനത്തിനയയ്ക്കാം.”

“നിങ്ങൾക്കദ്ദേഹത്തെപ്പറ്റി അറിഞ്ഞുകൂടാത്തതു കൊണ്ടാണ്,” അർക്കാദി തിരിച്ചടിച്ചു: “ഒരു കാലത്ത് വലിയ പ്രതാപിയായിരുന്നു അദ്ദേഹം. ആ കഥ ഞാനൊരിക്കൽ പറഞ്ഞുകേൾപ്പിക്കാം.

അത്യന്തം സുമുഖനായിരുന്ന അദ്ദേഹത്തിന്റെ പിന്നിൽനിന്ന് സ്ത്രീകൾ മാറാറുണ്ടായിരുന്നില്ല."

"ഓ, പഴയസ്മരണ നിലനിർത്താനാണല്ലേ ഇതെല്ലാം? പക്ഷേ, ഇവിടെ അതിനു ചെറുപ്പക്കാരികളാരുമില്ലല്ലോ. കട്ടിക്കടലാസുപോലുള്ള ആ കോളറിലും ഷേവ്ചെയ്തു മിനുക്കിവച്ചിട്ടുള്ള ആ കവിളിലും തന്നെയായിരുന്ന എന്റെ നോട്ടം. ഇവിടെ അതെല്ലാം വളരെ പരിഹാസ്യമാണെന്നു തനിക്ക് തോന്നുന്നില്ലേ?"

"ആയിരിക്കാം. എങ്കിലും ആളൊരു നല്ലവനാണെന്നു പറയാതിരിക്കാൻ തരമില്ല."

"ഒരു പഴഞ്ചരക്കാണീ വിദ്വാൻ. പക്ഷേ, നിന്റപ്പൻ ആളു കൊള്ളാം. പക്ഷേ, കവിത വായിച്ച് സമയം മെനക്കെടുത്തുന്നതെന്തിനാണാവോ! കൃഷിയെപ്പറ്റി ആളിനു വലിയ പിടിയുണ്ടെന്നും തോന്നുന്നില്ല. എങ്കിലും നല്ലവനാണ്."

"എന്റെ അപ്പൻ തനി തങ്കമാണ്."

"നീ ശ്രദ്ധിച്ചോ? അദ്ദേഹത്തിന് എന്തോ വല്ലാത്ത പരിഭ്രമമുണ്ട്."

സ്വയം തനിക്ക് പരിഭ്രമമില്ലാത്ത മട്ടിൽ അർക്കാദി തല കുലുക്കി.

"ഈ റൊമാന്റിക്ക് പഴഞ്ചന്മാർ രസമുള്ളവരാണ്," ബസാറൊവ് തുടർന്നു:

"അവർ ആവശ്യമില്ലാത്തതിനെപ്പറ്റിയെല്ലാം ചിന്തിച്ച് ക്ഷോഭിക്കുന്നു.

സ്വഭാവികമായും അവർക്ക് സമനില തെറ്റും. അതെന്തുമാകട്ടെ. നമുക്ക് പോയിക്കിടന്നുറങ്ങാം. എന്റെ മുറിയിൽ ഒരു ഇംഗ്ലീഷ് വാഷ്സ്റ്റാൻഡുണ്ട്. പക്ഷേ, വാതിൽ ശരിക്കടയുകയില്ല. എങ്കിലും അവയെ- അതായത് ഇംഗ്ലീഷ് വാഷ്സ്റ്റാൻഡുകളെ-പ്രോത്സാഹിപ്പിക്കേണ്ടതാണ്. കാരണം, അവ പുരോഗതിയുടെ ചിഹ്നമാണല്ലോ."

ബസാറൊവ് പോയപ്പോൾ അർക്കാദി എന്തെന്നില്ലാത്ത സുഖചിന്തകളിൽ മുഴുകി. സ്വന്തം വീട്ടിൽ വളരെക്കാലം കിടന്നു പഴകിയ അതേ കിടക്കയിൽ തന്നോടു സ്നേഹമുള്ളവർ തയ്യാറാക്കിയ പുതപ്പും പുതച്ചുകൊണ്ടു കിടന്നുറങ്ങുന്നതിന്റെ സുഖം പറഞ്ഞറിയിക്കാനാവില്ല. ഒരുപക്ഷേ തന്നെ കുട്ടിക്കാലത്ത് എടുത്തുവളർത്തിയ ആ സ്നേഹവതിയും കരുണാമയിയുമായ യെഗോറൊവ്നയുടെ ഒരിക്കലും വിശ്രമമറിഞ്ഞിട്ടില്ലാത്ത കൈകളായിരിക്കാം ആ പുതപ്പ് ശരിപ്പെടുത്തിയെടുത്തതെന്ന് അയാൾ ഓർത്തു. യെഗോറൊവ്നയുടെ സ്മരണ മനസ്സിൽ പൊന്തിവന്നതോടെ അയാൾ അവരുടെ ആത്മാവിനു വേണ്ടി പ്രാർത്ഥിച്ചു. എന്നാൽ തനിക്കുവേണ്ടി അയാൾ പ്രാർത്ഥിച്ചില്ല.

അധികം താമസിയാതെ അയാളും ബസാറൊവും സുഖനിദ്രയിൽ ലയിച്ചു.

എന്നാൽ വളരെനേരം കഴിഞ്ഞിട്ടും ഉറക്കം വരാതെ തിരിഞ്ഞും മറിഞ്ഞും കിടന്നിരുന്ന മറ്റു പലരും ആ വീട്ടിലുണ്ടായിരുന്നു. മകന്റെ വരവ് നിക്കൊലായ് പെ ത്രോവിച്ചിനെ ആനന്ദവിവശനാക്കിയിരുന്നു. ഉറങ്ങാൻ കിടന്നെങ്കിലും അദ്ദേഹം മെഴുകുതിരി കെടുത്താതെ തലയ്ക്കു കൈകൊട്ടുത്തുകൊണ്ട് ചിന്തയിലാണ്ടു കിടന്നതേയുള്ളു. അദ്ദേഹത്തിന്റെ ചേട്ടൻ അർദ്ധരാത്രി കഴിഞ്ഞിട്ടും പഠനമുറിയിൽ ഫയർപ്ലേസിനു മുന്നിലിട്ടിരുന്ന വളരെ വലിയ ചാരുകസേരയിലിരുന്നതേയുള്ളു. ഫയർപ്ലേസിലെ കല്ക്കരി എരിഞ്ഞടങ്ങിയിട്ടും അദ്ദേഹം എഴുന്നേറ്റ് വസ്ത്രം മാറ്റിയിരുന്നില്ല. ഷൂ മാത്രം അഴിച്ചുമാറ്റിയിട്ട് അദ്ദേഹം ചുവന്ന ചൈനീസ് ചെരുപ്പുകൾ എടുത്തിട്ടിരുന്നു. "ഗലിന്യാനി മെസ്സൻജർ" എന്ന മാസികയുടെ പുതിയ ലക്കം കൈയിൽ പിടിച്ചിരുന്നെങ്കിലും അദ്ദേഹം അത് മറിച്ചുനോക്കുന്നുണ്ടായിരുന്നില്ല. ഇടയ്ക്കിടയ്ക്ക് മങ്ങുകയും ആളിക്കത്തുകയും ചെയ്തിരുന്ന ഒരു നീലദീപത്തിലായിരുന്നു അദ്ദേഹത്തിന്റെ നോട്ടം. അദ്ദേഹത്തിന്റെ ചിന്തകൾ ഏതെല്ലാം വഴിക്കാണ് ചുറ്റിയടിച്ചിരുന്നതെന്ന് ദൈവം തമ്പുരാനു മാത്രമേ അറിയൂ. ഏതായാലും ഭൂതകാലത്തേക്ക് മാത്രമല്ല അവ സഞ്ചരിച്ചിരുന്നതെന്നു നമുക്ക് തീർത്തുപറയാം. സ്മരണകളിൽ മാത്രം മുഴുകുന്ന ഒരുവന്റേതിൽ നിന്ന് വ്യത്യസ്തമായി വല്ലാത്തൊരു ഗൗരവവും ഏകാഗ്രതയും അദ്ദേഹത്തിന്റെ മുഖത്ത് നിഴലിച്ചിരുന്നു.

മറുപുറത്തുള്ള ഒരു കൊച്ചുമുറിയിൽ കൈയില്ലാത്ത ഒരു നീല ജാക്കറ്റും കറുത്തമുടി മുറ്റിവളർന്നു നില്ക്കുന്ന ശിരസ്സിൽ ഒരു വെളുത്ത തുവാലയും ധരിച്ച ഫേനിച്ച്ക എന്നൊരു യുവതി ഇടയ്ക്കിടയ്ക്ക് ചെവി വട്ടം പിടിക്കുകയും ഉറക്കം തൂങ്ങുകയും മുൻപിലുള്ള വാതിലിലൂടെ ശ്രദ്ധിച്ചു നോക്കുകയും ചെയ്തുകൊണ്ട് വലിയൊരു പെട്ടിപ്പുറത്ത് കയറി ഇരിക്കുന്നുണ്ടായിരുന്നു. ആ വാതിലിലൂടെ അവൾ ഒരു കുട്ടിക്കട്ടിൽ കാണുകയും അതിലുറങ്ങുന്ന കുഞ്ഞിന്റെ ക്രമത്തിലുള്ള ശ്വാസോച്ഛ്വാസം കേൾക്കുകയും ചെയ്തു.

V

പിറ്റേന്ന രാവിലെ ആ വീട്ടിൽ ഏറ്റവുമാദ്യം ഉണർന്നത് ബസാറൊവ് ആണ്. ഉണർന്നയുടൻ അയാൾ ഒരു പരിസരപരിശോധനയ്ക്കായി പുറത്തേക്കിറങ്ങി. "ഹും!" അയാൾ ആത്മഗതമായി പറഞ്ഞു: "ഇത്രയും മോശമായൊരു സ്ഥലം മുൻപ് കണ്ടിട്ടില്ല."കർഷകർക്ക് വിട്ടുകൊടുത്ത ഭൂമിയുടെ അതിർത്തി തിരിച്ചുകൊടുക്കുമ്പോൾ നിക്കൊലായ് പെ ത്രോവിച്ച് തന്റെ ഭൂമിക്കും അവരുടെ ഭൂമിക്കും ഇടയിലുള്ള പത്തേക്കറോളം തനി തരിശുനിലം പുതിയ പ്രഭുമന്ദിരത്തിനായി നീക്കിവയ്ക്കുകയുണ്ടായി. തുടർന്ന് അദ്ദേഹം തന്റെ ഭവനവും പരിചാരകർക്കുള്ള മുറികളും പണിയിക്കുകയും ഒരു പൂന്തോട്ടം ഉണ്ടാക്കുകയും ഒരു കുളവും രണ്ടു കിണറുകളും കുഴിപ്പിക്കുകയും ചെയ്തു. പക്ഷേ, അവിടെ അദ്ദേഹം വച്ചുപിടിപ്പിച്ച തൈകളൊന്നും നേരേചൊവ്വേ വളർന്നില്ല. കുളത്തിൽ തീരെ വെള്ളം ഉണ്ടായിരുന്നില്ല. കിണറുകളിലെ വെള്ളം ഉപ്പുരസമുള്ളതായിരുന്നു. ലിലാക്കും അക്കേഷ്യയും നിറഞ്ഞ ഒരു ലതാകുഞ്ജം മാത്രമാണ് ശരിയായി പിടിച്ചു കിട്ടിയത്. ഇവിടെയിരുന്ന് ചിലപ്പോഴെല്ലാം അവർ ചായയും ആഹാരവും കഴിക്കാറുണ്ടായിരുന്നു. പൂന്തോട്ടവും പശുത്തൊഴുത്തും

കുതിരലായവും എല്ലാം ചുറ്റിനടന്നു നോക്കാൻ ബസാറൊവിന് അല്പം ചില മിനിട്ടുകൾ മാത്രമേ വേണ്ടിവന്നുള്ളൂ. തിരിച്ചുപോരുന്ന വഴിയിൽവച്ച് അയാൾ രണ്ടു കുട്ടികളുമായി പരിചയപ്പെട്ടുകയും, തവളയെപ്പിടിക്കാൻ വേണ്ടി അവരേയും കൂട്ടി ഒരു മൈൽ അകലെയുള്ള ഒരു ചതുപ്പുനിലത്തിലേക്ക് പുറപ്പെട്ടുകയും ചെയ്തു.

"ഈ തവളെ ഒക്കെ പിടിച്ചിട്ട് സാറെന്തുചെയ്യും?" ആ കുട്ടികളിൽ ഒരുവൻ അന്വേഷിച്ചു.

"അതോ? പറയാം,"- താഴ്ന്ന ആളുകളുമായി കൂട്ടുകൂടാൻ ഒരു പ്രത്യകവശമുണ്ടായിരുന്ന ബസാറൊവ് മറുപടി നല്കി. "ഒരു തവളയെ കിട്ടിയാൽ ഞാനതിനെ കീറിമുറിച്ചിട്ട് അതിന്റെ ശരീരത്തിനുള്ളിൽ എന്തൊക്കെയാണ് നടക്കുന്നതെന്നു പരിശോധിക്കും. രണ്ടുകാലിൽ നടക്കുന്നവരാണ് ഞാനും നിങ്ങളുമെന്നതൊഴിച്ചാൽ തവളയുമായി

നമുക്ക് വലിയ വ്യത്യാസമില്ലാത്തതിനാൽ മനുഷ്യ ശരീരത്തിനു ള്ളിൽ നടക്കുന്ന സംഗതികളും എനിക്കിപ്പോൾ മനസ്സിലാക്കാൻ സാധിക്കും."

"അതു മനസ്സിലാക്കിയിട്ടെന്തു ചെയ്യാനാ?"

"നിങ്ങൾക്കെന്തെങ്കിലും അസുഖം പിടിപെട്ടാൽ അതിന് ശരിയായി ചികിത്സിക്കണമെങ്കിൽ ഇത്തരം അറിവു വേണം."

"അപ്പം, സാറ് ഡാക്കുറാണോ?"

"അതെ"

"കേട്ടോടാ വാസ്ക ഈ സാറു പറേണത്? നീയും ഞാനും തവളെ പ്പോലാണെന്ന്!'

"എനിക്ക് തവളെ പേടിയാ," ചണനാരുപോലെയുള്ള തലമുടി യോടുകൂടിയ ഏഴുവയസ്സുകാരനായ വാസ്ക പറഞ്ഞു. എഴുന്നേറ്റു നില്ക്കു ന്ന കോളറോടു കൂടിയ ചാരനിറത്തിലുള്ള ഒരു കോട്ടു ധരിച്ചിരുന്ന ആ ബാലൻ ചെരിപ്പില്ലാതെയാണ് നടന്നിരുന്നത്.

"പേടിക്കണതെന്തിനാ? തവള കടിക്കില്ലല്ലൊ!"

"വെറുതേ തർക്കിക്കാൻ നില്ക്കാതെ വേഗം വെള്ളത്തിലേക്ക് ചാടു പിള്ളേരെ!' ബസാറൊവ് പറഞ്ഞു.

ഇതിനിടയിൽ നിക്കൊലായ് പെ ത്രോവിച്ചും ഉണർന്നു കഴിഞ്ഞി രുന്നു.

ഉണർന്നയുടൻ അദ്ദേഹം അർക്കാദിയെ അന്വേഷിച്ചുചെന്നു. അയാളും എഴുന്നേറ്റ് കോട്ടും ട്രൗസറും എല്ലാം ധരിച്ചു കഴിഞ്ഞിരു ന്നു. അച്ഛനും മകനും കൂടി ടെറസ്സിൽ മേൽക്കെട്ടിയുള്ള ഭാഗത്തേക്ക് നടന്നു. ഗോണിയുടെ അടുത്ത് ലിലാക്ക് ചെടികൾക്ക് നടുവിലായി മേശപ്പുറത്തു വച്ചിരുന്ന സമവാറിൽ ചായയ്ക്കുള്ള വെള്ളം തിളയ്ക്കാൻ തുടങ്ങിയിരുന്നു. ഒരു കൊച്ചു പെൺകുട്ടി ആ സമയത്ത് അവിടേക്ക് കടന്നുവന്നു. തലേന്ന് അവരെ സ്വാഗതം ചെയ്യാനായി ആദ്യം പുറ ത്തേക്കു വന്ന അതേ പെൺകുട്ടി തന്നെയായിരുന്നു ഇത്. ചീവീടിന്റെ സ്വരത്തിൽ അവൾ പറഞ്ഞു.

"ഫെദോസ്യ നിക്കൊലായെവ്നയ്ക്ക് നല്ല സുഖമില്ലാത്തതുകൊ ണ്ടാണ് ഇപ്പുറത്തേക്ക് വരാത്തത്. ചായ തനിയേ കൂട്ടുമോ അതോ ദുന്യാഷയെ ഇപ്പുറത്തേക്കയയ്ക്കണോയെന്ന് ചോദിക്കാൻ പറഞ്ഞു"

"വേണ്ട, ഞാൻ തന്നെ ചായ കൂട്ടിക്കോളാം," നിക്കൊലായ് പെ ത്രോവിച്ച് തിടുക്കപ്പെട്ടു പറഞ്ഞു. "അർക്കാദി, നിനക്ക് ചായയിൽ ക്രീമാണോ അതോ ചെറുനാരങ്ങയാണോ വേണ്ടത്?"

"എനിക്ക് ക്രീം മതി," അർക്കാദി പറഞ്ഞു. അല്പനേരത്തെ നിശ്ശബ്ദതയ്ക്കുശേഷം എന്തോ ചോദിക്കുന്ന മട്ടിൽ അയാൾ വിളിച്ചു:

"അപ്പച്ചാ!"

"എന്താ?"

നിലത്തേക്ക് ദൃഷ്ടിയൂന്നിയിട്ട് അർക്കാദി ക്ഷമാപണസ്വരത്തിൽ പറഞ്ഞു:

"ദേഷ്യപ്പെടുകയില്ലെങ്കിൽ ഞാനൊരു കാര്യം ചോദിക്കട്ടെ. ഇന്നലെ അപ്പച്ചൻ ഒന്നും ഒളിച്ചുവയ്ക്കാതെ എന്നോട് സംസാരിച്ച സ്ഥിതിക്ക് ഞാനും അത്ര തന്നെ തുറന്നു സംസാരിക്കേണ്ടതാണെന്ന് എനിക്ക് തോന്നുന്നു... അപ്പച്ചൻ ദേഷ്യപ്പെടില്ലല്ലോ."

"നിനക്കെന്തു വേണമെങ്കിലും ചോദിക്കാം."

"അപ്പച്ചൻ അനുവദിക്കുന്നതുകൊണ്ട് ഞാൻ ചോദിക്കുകയാണ്.... ഫേനിച്ച്... അവരിങ്ങോട്ടു വരാത്തത് ഞാനിവിടെയുള്ളതുകൊണ്ട ല്ലേ?"

നിക്കൊലായ് പെ ത്രോവിച്ച് ഒരു വശത്തേക്ക് തലചെരിച്ചുക ളഞ്ഞു.

"ആയിരിക്കാം," അദ്ദേഹം പൊടുന്നനെ പറഞ്ഞു: "അവൾക്ക്... അവൾക്ക് നാണമായിരിക്കാം..."

പെട്ടെന്ന് അർക്കാദി തല ഉയർത്തി പിതാവിന്റെ മുഖത്തേക്ക് നോക്കി.

"അവരെന്തിന്താ നാണിക്കുന്നത്? ഇതു സംബന്ധിച്ച എന്റെ ധാര ണയെന്താണെന്ന് അപ്പച്ചനറിയാമല്ലോ." (താൻ ഉച്ചരിക്കുന്ന ഓരോ വാക്കും ശരിക്കാസ്വദിച്ചുകൊണ്ടാണ് അർക്കാദി സംസാരിച്ചത്.) 'എന്നുമാത്രമല്ല, എന്തു വന്നാലും അപ്പച്ചന്റെ ജീവിതരീതിയിലോ ശീലങ്ങളിലോ ഞാനൊരിക്കലും ഇടപെടുകയുമില്ല. അപ്പച്ചന്റെ തീരുമാനം തെറ്റാവുകയില്ലെന്ന് എനിക്കറിയാം. അവരുമൊത്തു ഒരേ വീട്ടിൽ കഴിയാൻ അപ്പച്ചൻ തീരുമാനിച്ചിട്ടുണ്ടെങ്കിൽ അവരതിനു യോഗ്യയായിരിക്കും. എന്തായാലും ഒരു മകന് അച്ഛന്റെ പ്രവൃത്തി കളെപ്പറ്റി വിധികല്പിക്കാനാവില്ല. പ്രത്യേകിച്ചും എനിക്ക്. അതും എന്റപ്പച്ചനെപ്പോലൊരാളെപ്പറ്റി; എന്റെ സ്വാതന്ത്ര്യത്തിന്മേൽ ഒരിക്കലും കൈവച്ചിട്ടില്ലാത്ത എന്റപ്പച്ചനെപ്പറ്റി."

അല്പമൊരു പതർച്ചയോടുകൂടിയാണ് അർക്കാദി സംസാരിക്കാൻ തുടങ്ങിയത്. താൻ ഉദാരനാവുകയാണെന്ന് അയാൾക്കു തോന്നി യിരുന്നു. അതേസമയംതന്നെ പിതാവിന്റെ മുന്നിൽ താനൊരു പ്രഭാഷണമാണ് നടത്തുന്നത് എന്നതിനെപ്പറ്റി അയാൾ ബോധവാ നമായിരുന്നു. എന്നാൽ ഏതൊരു മനുഷ്യനും അവന്റെ തന്നെ പ്ര സംഗധോരണിയിൽ മയങ്ങിപ്പോവുക സഹജമാണ്. അർക്കാദിയും അവസാനത്തെ വാക്കുകൾ ഉച്ചരിച്ചത് ദൃഢതയോടും ആവേശത്തോ ടും കൂടിയാണ്.

"നന്ദി, കുഞ്ഞേ!" നിക്കൊലായ് പെ ത്രോവിച്ച് വളരെ സ്വരം താഴ്ത്തിപ്പറഞ്ഞു. അതു പറയുമ്പോൾ അദ്ദേഹത്തിന്റെ കൈ വീണ്ടും നെറ്റിയിലേക്കും പുരികത്തിലേക്കും പോവുകയും ചെയ്തിരുന്നു. 'നീ പറയുന്നത് വളരെ ശരിയാണ്. അവൾ കൊള്ളരുതാത്തവളായിരുന്നെങ്കിൽ... വെറുമൊരു ചാപല്യം കൊണ്ടെടുത്ത തീരുമാനമല്ല ഇത്. നിന്നോട് അതെപ്പറ്റിയെല്ലാം സംസാരിക്കാൻ എനിക്കു പ്രയാസമുണ്ട്. എങ്കിലും നിന്റെ മുന്നിൽ വരാൻ അവൾക്ക് ലജ്ജയുണ്ടായിരിക്കുമെന്ന് നീ മനസ്സിലാക്കണം. അതും ആദ്യദിവസം തന്നെ."

"എന്നാൽ ഞാൻ തന്നെ പോയി അവരെ കണ്ടോളാം," എന്നു പറഞ്ഞുകൊണ്ട് തള്ളിക്കയറിവരുന്ന ഔദാര്യത്തോടെ അർക്കാദി ഇരുന്നിടത്തുനിന്ന് ചാടി എഴുന്നേറ്റു. "എന്റെ മുന്നിൽ ലജ്ജിക്കേണ്ടയാതൊരാവശ്യവുമില്ലെന്ന് ഞാൻതന്നെ അവരോടു പറഞ്ഞുകൊള്ളാം."

നിക്കൊലായ് പെ ത്രോവിച്ചും ഇരുന്നിടത്തു നിന്ന് എഴുന്നേറ്റു.

'വേണ്ട മോനേ, വേണ്ട,' അദ്ദേഹം അപേക്ഷിക്കും മട്ടിൽ പറഞ്ഞു: 'പിന്നെ...

വേറൊരു സംഗതികൂടിയുണ്ട്... എന്താണെന്നു വച്ചാൽ... ഞാനതു നിന്നോടു നേരത്തെ പറയേണ്ടതായിരുന്നു."

പക്ഷേ, അർക്കാദി അതൊന്നു കേൾക്കാൻ നില്ക്കാതെ ഓടിപ്പോയ്ക്കഴിഞ്ഞിരുന്നു. നിക്കൊലായ് പെ ത്രോവിച്ച് ഇമവെട്ടാതെ മകൻ പോകുന്നതും നോക്കിക്കൊണ്ട് ആകെക്കുഴഞ്ഞ മട്ടിൽ താൻ ഇരുന്നിരുന്ന കസേരയിലേക്ക് തളർന്നുവീണു. അദ്ദേഹത്തിന്റെ ഹൃദയം വല്ലാതെ തുടിക്കുകയായിരുന്നു. ആ സന്ദർഭത്തിൽ അദ്ദേഹത്തിന്റെ മനസ്സിലൂടെ മിന്നിൽപ്പിണർപോലെ കടന്നുപോയ വിചാരവികാരങ്ങളെന്തായിരുന്നുവെന്നു പറയാൻ പ്രയാസമാണ്. മകനുമായുള്ള ഭാവി ബന്ധം വളരെ വിഷമം പിടിച്ചതായിരിക്കുമെന്ന് അദ്ദേഹം കരുതിയിരുന്നോ? ഈ ഏർപ്പാടിൽ നിന്നെല്ലാം ഒഴിഞ്ഞു നിന്നുകൊണ്ട് മകൻ തന്നോട് കൂടുതൽ ബഹുമാനം കാണിക്കുമെന്ന് അദ്ദേഹം വിചാരിച്ചിരുന്നോ? തന്റെ അതിരുകടന്ന ദൗർബല്യത്തിന് അദ്ദേഹം സ്വയം പഴിക്കുകയായിരുന്നോ? ഒരുപക്ഷേ, ഈ വികാരങ്ങളെല്ലാം അസ്പഷ്ടമായി വെറും തോന്നലുകളുടെ രൂപത്തിൽ അദ്ദേഹത്തിന് അനുഭവപ്പെട്ടിരുന്നിരിക്കാം. ഏതായാലും അദ്ദേഹത്തിന്റെ മുഖം അപ്പോഴും വിവർണ്ണമായിരുന്നു. അദ്ദേഹത്തിന്റെ ഹൃദയം പടപടാ പിടയ്ക്കുകയും ചെയ്തിരുന്നു.

ആരോ തിരക്കിട്ടു നടന്നുവരുന്നതിന്റെ ശബ്ദം കേട്ടുകൊണ്ടാണ് അദ്ദേഹം തന്റെ ചിന്തയിൽ നിന്നുണർന്നത്. അല്പം കഴിഞ്ഞപ്പോൾ അർക്കാദി ടെറസ്സിൽ മടങ്ങിയെത്തുകയും ചെയ്തു.

"ഞങ്ങൾ തമ്മിൽ പരിചയപ്പെട്ടപ്പച്ചാ!" എന്നു വിളിച്ചുപറയുമ്പോൾ അയാളുടെ മുഖത്ത് ഒരാർദ്രതയും എന്തോ നേടിയ ഒരു ഭാവവും നിഴലിച്ചിരുന്നു. "ഫെദോസ്യ നിക്കൊലായെവ്നയ്ക്ക് ഇന്നു വാസ്തവത്തിൽ അത്ര നല്ല സുഖമില്ല. കുറച്ചുകഴിഞ്ഞു അവരിങ്ങോട്ടു വരും. പക്ഷേ, എനിക്കൊരനിയൻ ജനിച്ചിട്ടുണ്ടെന്നു പറയാഞ്ഞതെന്താ? ഇന്നലെ രാത്രിതന്നെ ഞാൻ അവനെ ചെന്ന് ഇന്നിപ്പോൾ ചെയ്തപോലെ ഉമ്മവയ്ക്കുമായിരുന്നല്ലൊ."

നിക്കൊലായ് പെ ത്രോവിച്ചിന് എന്തോ പറയണമെന്നും എഴുന്നേറ്റു മകനെ മാറോടണയ്ക്കണമെന്നും ഉണ്ടായിരുന്നു. അപ്പോഴേക്ക് അർക്കാദി ചെന്നു പിതാവിനെ കെട്ടിപ്പിടിച്ചു.

"ആഹാ, വീണ്ടും പുന്നാരമാണോ?' പാവെൽ പെ ത്രോവിച്ച് ദൂരെനിന്നു വിളിച്ചു ചോദിച്ചു.

ആ സമയത്ത് അദ്ദേഹം അവിടേക്ക് കടന്നുവന്നത് അച്ഛനും മകനും ഒരുപോലെ ആശ്വാസമായിത്തോന്നി. ചില സ്ഥിതികൾ അത്യന്തം ഹൃദയസ്പർശിയായിരിക്കാമെങ്കിലും അവയിൽ നിന്നു രക്ഷപെടുന്നത് എല്ലാവർക്കും അഹ്ലാദകരമായിരിക്കും.

"എന്താ, കണ്ടിട്ടാശ്ചര്യം തോന്നുന്നുണ്ടോ?" നിക്കൊലായ് പെ ത്രോവിച്ച് അഹ്ലാദത്തോടെ വിളിച്ചു ചോദിച്ചു. "ഞാൻ ഇവന്റെ വരവും കാത്തിരിക്കാൻ തുടങ്ങിയിട്ട് എത്ര കാലമായെന്നറിയില്ലേ? ഇനീം ശരിക്കൊന്നവനെ കാണാൻപോലും സാധിച്ചിട്ടില്ല."

"ആരു പറഞ്ഞു എനിക്കാശ്ചര്യമുണ്ടെന്ന്?" പാവെൽ പെ ത്രോവിച്ച് തിരിച്ചടിച്ചു. "അവനെ ഒന്നു കെട്ടിപ്പിടിക്കാൻ എനിക്കും വിരോധമില്ല."

അർക്കാദി എഴുന്നേറ്റ് വല്യപ്പന്റടുക്കലേക്ക് ചെന്നപ്പോൾ തന്റെ കവിളത്ത് ആ സെന്റുപുരട്ടിയ മീശയുടെ സ്പർശനം അയാൾക്കൊരിക്കൽക്കൂടി അനുഭവപ്പെട്ടു. പാവെൽ പെ ത്രോവിച്ച് ഒരു കസേര വലിച്ചിട്ട് അവരുടെ കൂടെ കൂടി. ഇംഗ്ലീഷ് കട്ടുള്ള ഒന്നാന്തരമൊരു മോർണിങ്ങ് സൂട്ടും ഒരു ചെറിയ ടർക്കിഷ് തൊപ്പിയുമായിരുന്നു അദ്ദേഹത്തിന്റെ വേഷം. ആ തൊപ്പിയും അലക്ഷ്യമായി കെട്ടിയ ടൈയും വേഷവിധാനം സംബന്ധിച്ച ഗ്രാമീണ ജീവിതത്തിന്റെ പാരതന്ത്ര്യക്കുറവിനെ വിളിച്ചറിയിച്ചിരുന്നു. എങ്കിലും ഷർട്ടിന്റെ സ്റ്റിഫ് കോളർ- പ്രഭാതവേഷത്തിന് നിശ്ചയിച്ചിട്ടുള്ള തരത്തിൽ നിറമുള്ള കോളറാണ് അദ്ദേഹം ഈ സമയത്ത് ധരിച്ചിരുന്നത്-ഷേവ് ചെയ്തു മിനുസപ്പെടുത്തിവച്ചിരുന്ന ആ മുഖത്തിനു എപ്പോഴത്തേയും പോലെ ധാടികൂട്ടിയിരുന്നു.

"നിന്റെ ആ പുതിയ കൂട്ടുകാരനെവിടെപ്പോയി?" അദ്ദേഹം അർക്കാദിയോട് ചോദിച്ചു.

"ഓ, അയാൾ പുറത്തെവിടെയോ പോയി. സാധാരണ അയാൾ

രാവിലെ എഴുന്നേറ്റു തയ്യാറാകും. തന്നെ ആരും അധികം ശ്രദ്ധിക്കാതിരിക്കുന്നതാണ് അയാൾക്കിഷ്ടം."

"പറയാതെ തന്നെ അത് സ്പഷ്ടമാണ്." എന്നു പറഞ്ഞുകൊണ്ട് പാവെൽ പെ ത്രോവിച്ച് ഒരു റൊട്ടിക്കഷ്ണമെടുത്ത് സാവധാനം അതിൽ വെണ്ണ പുരട്ടാൻ തുടങ്ങി. "അയാളിവിടെ കുറേക്കാലമുണ്ടാകുമോ?"

"പറയാൻ വയ്യ. പിതൃഗൃഹത്തിലേക്ക് പോകുന്ന വഴി അയാളിവിടെ ഒന്നു തങ്ങിയെന്നേയുള്ളൂ."

"എവിടെയാ അയാളുടെ അച്ഛന്റെ വീട്?"

"നമ്മുടെ ഈ ജില്ലയിൽ തന്നെയാണ്. ഇവിടുന്ന് കഷ്ടിച്ചൊരു എൺപതു നാഴിക കാണും. അവിടെ അദ്ദേഹത്തിന് അല്പം ചില വസ്തുവകകളുണ്ട്. പണ്ടൊരു പട്ടാള ഡോക്ടറായിരുന്നു."

"ങാ, അതു വരട്ടെ! ബസാറൊവ് എന്ന ഈ പേര് മുൻപെവിടെയാ കേട്ടതെന്ന് ഞാനങ്ങനെ വിചാരിച്ചിരിക്കുകയായിരുന്നു. നിക്കൊലായ്ക്ക് ഓർമ്മയുണ്ടോ, പണ്ട് നമ്മുടെ അപ്പച്ചന്റെ ഡിവിഷനിലെ മെഡിക്കൽ വിഭാഗത്തിൽ ബസാറൊവ് എന്നൊരു വിദ്വാനുണ്ടായിരുന്നു."

"ഉണ്ടായിരുന്നെന്നാ എനിക്കും തോന്നുന്നത്."

"അതു തന്നെയാണാൾ. ആ വിദ്വാനാണല്ലേ ഇയാളുടെ അച്ഛൻ!" അതു പറഞ്ഞിട്ട് പാവെൽ പെ ത്രോവിച്ച് മീശ പിരിച്ചുകൊണ്ടിരുന്നു. "ആട്ടെ, ഈ ബസാറൊവ് എന്താ ചെയ്യുന്നേ?" അദ്ദേഹം നിറുത്തി നിറുത്തി ചോദിച്ചു.

"ബസാറൊവ് എന്താ ചെയ്യുന്നേന്നോ?" അർക്കാദിക്ക് ആ ചോദ്യം കേട്ടിട്ട് തമാശ തോന്നി. 'വല്യപ്പനറിയണോ അയാൾ വാസ്തവത്തിലെന്താ ചെയ്യുന്നതെന്ന്?'

"വേണം!"

"അയാളൊരു നിഹിലിസ്റ്റാണ്."[1]

"എന്തോന്ന്?" നിക്കൊലായ് പെ ത്രോവിച്ച് പിടികിട്ടാത്ത മട്ടിൽ ചോദിച്ചു. പാവെൽ പെ ത്രോവിച്ചാകട്ടെ അന്തം വിട്ടിട്ടെന്ന പോലെ സ്തംഭിച്ചിരുന്നുപോയി. റൊട്ടിക്കഷ്ണത്തിൽ വെണ്ണ തേയ്ക്കാനെടുത്ത കത്തി ആ പൊക്കിപ്പിടിച്ച രീതിയിൽ തന്നെ നിന്നു പോയി.

നിഹിലിസ്റ്റാണ്." അർക്കാദി ആവർത്തിച്ചു.

"നിഹിലിസ്റ്റാണ്, അല്ലേ?" നിക്കൊലായ് പെ ത്രോവിച്ച് വിശദീകരിച്ചു. "ശൂന്യം എന്നർത്ഥമുള്ള നിഹിൽ എന്ന ലാറ്റിൻ പദത്തിൽ നിന്നാണതിന്റെ ഉത്ഭവമെന്നു തോന്നുന്നു. എന്നു പറഞ്ഞാൽ ഒന്നിലും

---

1 എല്ലാം നശിക്കണമെന്നു വാദിക്കുന്ന ശൂന്യവാദി.

വിശ്വസിക്കാത്തവനെന്നാണോ അർത്ഥം?"

"ഒന്നിനേയും മാനിക്കാത്തവനെന്നുപറയുന്നതായിരിക്കും കൂടുതൽ ശരി," വീണ്ടും റൊട്ടിയിൽ വെണ്ണതേച്ചുകൊണ്ടു പാവെൽ പെത്രോവിച്ച് കൂട്ടിച്ചേർത്തു.

"സർവ്വതിനേയും നിരൂപണ ദൃഷ്ടിയോടെ വീക്ഷിക്കുന്നവൻ," അർക്കാദി അഭിപ്രായപ്പെട്ടു.

"രണ്ടും ഒന്നുതന്നെയല്ലേ?" പാവെൽ പെത്രോവിച്ച് ചോദിച്ചു.

'അല്ല. അധികൃതരെ വെറുതേയങ്ങു മാനിക്കാത്തവനാണു നിഹിലിസ്റ്റ്. എത്ര മഹനീയമെന്നംഗീകരിക്കപ്പെട്ടിട്ടുള്ളതാണെങ്കിലും വെറും വിശ്വാസത്തിന്റെ പേരിൽ അവൻ ഒരു തത്വവും അംഗീകരിക്കുന്നില്ല."

"ആട്ടെ, അതു നല്ല കാര്യമാണെന്നു തോന്നുന്നുണ്ടോ?" പാവെൽ പെത്രോവിച്ച് ഇടയ്ക്കുകയറിച്ചോദിച്ചു.

"പലതിനേയും ആശ്രയിച്ചിരിക്കുന്ന ഒരു സംഗതിയാണത് വല്യപ്പാ. ചിലർക്ക് അത് നല്ലതായി തോന്നാം. മറ്റു ചിലർക്ക് ചീത്തയായും."

"മനസ്സിലായി. പക്ഷേ, ഇത് ഞങ്ങളുടെ ചിന്താഗതിക്കു യോജിച്ചതല്ലെന്നു തോന്നുന്നു. ഞങ്ങൾ പഴയ ചിന്താഗതിക്കാരാണ്. തത്വങ്ങൾ കൂടാതെ" (അർക്കാദി തത്വമെന്ന പദത്തിന്റെ ആദ്യത്തെ ചില്ലിൽ കൂടുതലൂന്നിയപ്പോൾ പാവെൽ പെത്രോവിച്ച് ഫ്രഞ്ചുകാരെപ്പോലെ വളരെ പതിഞ്ഞ രീതിയിലാണ് അതുച്ചരിച്ചത്), "നീ പറയുമ്പോലെ വെറും വിശ്വാസത്തിന്റെ പേരിലുള്ള തത്വങ്ങൾ കൂടാതെ, ഒരു ചുവടെങ്കിലും മുന്നോട്ടുവയ്ക്കാനോ ഒന്നു ശ്വാസം വിടാനോ പറ്റില്ലെന്ന് കരുതുന്നവരാണ് ഞങ്ങൾ." "നിങ്ങളെല്ലാം ചേർന്ന് സർവ്വവും മാറ്റി മറിച്ചിരിക്കുന്നു." എന്നു ഫ്രഞ്ചിൽ പറഞ്ഞിട്ട് അദ്ദേഹം തുടർന്നു. "ദൈവം നിങ്ങൾക്ക് ആയുരാരോഗ്യവും സ്ഥാനമാനങ്ങളും കൈവരുത്തട്ടെ. പക്ഷേ, നിങ്ങളുടെ ഉയർച്ച നോക്കിനിന്ന് അഭിനന്ദിക്കുന്നതുകൊണ്ട് ഞങ്ങൾ തൃപ്തിപ്പെട്ടുകൊള്ളാം. ശ്രീമാന്മാർ... എന്താ, അവരുടെ പേരെന്നു നീ പറഞ്ഞത്?"

"നിഹിലിസ്റ്റുകൾ" അർക്കാദി വളരെ സ്പഷ്ടമായി പറഞ്ഞു.

"അതെ. നിഹിലിസ്റ്റുകൾ. മുൻപ് ഹെഗലിസ്റ്റുകളെപ്പറ്റിയാണ് കേട്ടിരുന്നത്.

ഇപ്പോൾ നിഹിലിസ്റ്റുകളുമായി. ശൂന്യതയിൽ നിങ്ങളെങ്ങനെ കഴിയുമെന്ന് നമുക്ക് കാണാമല്ലോ. അതിരിക്കട്ടെ, അനിയാ, ആ മണിയൊന്നടിച്ചേ! എന്റെ കൊക്കൊയ്ക്ക് സമയമായി."

നിക്കൊലായ് പെ ത്രോവിച്ച് മണിയടിച്ചിട്ട് ദുന്യാഷയെ വിളിച്ചു. പക്ഷേ, ദുന്യാഷയ്ക്ക് പകരം ഫേനിച്ച്ക തന്നെ അവരുടെ മുൻപിലെത്തി. ഏകദേശം 23വയസ്സ് തോന്നിക്കുന്ന ആ യുവസുന്ദരിക്ക് നല്ല കറുത്ത മുടിയും കറുത്ത കണ്ണുകളും കുട്ടികളുടേതുപോലെ തുടുത്തു ചുവന്ന ചുണ്ടുകളും അരുമയായ നേർത്ത കൈകളുമാണുണ്ടായിരുന്നത്. നല്ല ഭംഗിയുള്ള ചീട്ടിത്തുണികൊണ്ടുള്ള കുപ്പായം ധരിച്ചിരുന്ന അവളുടെ ഉരുണ്ടുകൊഴുത്തതോളുകൾ ഒരു പുതിയ നീലത്തുവാല കൊണ്ടുമറച്ചിരുന്നു. ഒരു വലിയ കപ്പുനിറയെ കൊക്കൊ മേശപ്പുറത്തു വച്ചിട്ട് അവൾ ലജ്ജാപൂർവ്വം മാറിനിന്നു. അവളുടെ അഴകേറിയ മുഖം ലജ്ജകൊണ്ടു കൂടുതൽ തുടുക്കുന്നത് സ്പഷ്ടമായിരുന്നു. ദൃഷ്ടി നിലത്തേക്കൂന്നിക്കൊണ്ട് അവൾ വിരലുകൾ പതുക്കെ മേശപ്പുറത്ത് ഊന്നിനിന്നു. അവിടെ വരാനിടയായതിൽ ലജ്ജയുണ്ടെങ്കിലും അതു തന്റെ ഒരവകാശമാണെന്ന മട്ടുണ്ടായിരുന്നു അവളുടെ നില്പിന്.

പാവെൽ പെ ത്രോവിച്ച് ഗൗരവത്തിൽ പുരികങ്ങൾ കോട്ടിയപ്പോൾ നിക്കൊലായ് പെ ത്രോവിച്ചിന് തന്റെ സംഭ്രമം അടക്കാൻ കഴിഞ്ഞില്ല.

"ഗുഡ് മോണിങ്ങ്, ഫേനിച്ച്ക," അദ്ദേഹം പിറുപുറുത്തു.

"ഗുഡ് മോണിങ്ങ്, സാർ," അവൾ ശാന്തമായും സ്പുടമായും പ്രത്യഭിവാദനം ചെയ്തു. കടക്കണ്ണാൽ അർക്കാദിയെ നോക്കിക്കൊണ്ടാണ് അവൾ അതു പറഞ്ഞത്. അർക്കാദി അവൾക്കൊരു പുഞ്ചിരി സമ്മാനിക്കുകയും ചെയ്തു. അതു കഴിഞ്ഞ് അവൾ നിശ്ശബ്ദം പിൻവാങ്ങി. കുലുങ്ങിയുള്ള അവളുടെ നടത്തവും അവളുടെ ആകർഷണീയതയ്ക്ക് മാറ്റുകൂട്ടിയതേയുള്ളൂ.

പിന്നീടല്പനേരത്തേക്ക് അവിടെ ആരും ശബ്ദിച്ചില്ല. പാവെൽ പെ ത്രോവിച്ച് തന്റെ മുന്നിലുള്ള കപ്പിലെ കൊക്കൊ അല്പാല്പമായി മൊത്തിക്കുടിച്ചുകൊണ്ടിരുന്നു.

പൊടുന്നനെ തല ഉയർത്തിയിട്ട് അദ്ദേഹം പിറുപുറുത്തു.

"ദാ, ശ്രീമാൻ നിഹിലിസ്റ്റ് വരുന്നുണ്ട്."

സത്യത്തിൽ, ബസാറൊവ് പൂന്തോട്ടത്തിന്റെ മറ്റേ അറ്റത്തു നിന്ന് പൂത്തടങ്ങൾ ചാടിക്കടന്നുകൊണ്ട് കാലുകൾ നീട്ടിവച്ചു വരുന്നുണ്ടായിരുന്നു. അയാളുടെ മഴക്കോട്ടിലും ട്രൗസറിലും ധാരാളം ചെളി പറ്റിയിരുന്നു. ഉടുപ്പിൽ പറ്റിയാൽ പറിഞ്ഞുപോകാത്ത ഒരു പായലിന്റെ അറ്റം അയാളുടെ പഴയ വട്ടത്തൊപ്പിയുടെ അഗ്രഭാഗത്ത് ചുരുണ്ടു കൂടിയിരുന്നു. അയാളുടെ വലതുകൈയിൽ പിടിച്ചിരുന്ന കൊച്ചു സഞ്ചിയിൽ എന്തോ ജീവികൾ കിടന്നു പിടഞ്ഞിരുന്നു. ധിറുതിയിൽ ടെറസിലേക്ക് കടന്നുവന്നിട്ട് ചെറുതായൊന്നു തല കുനിച്ചുകൊണ്ട് അയാൾ പറഞ്ഞു: "എല്ലാവർക്കും ഗുഡ് മോണിങ്ങ്. ഞാൻ ചായയ്ക്കല്പം വൈകിപ്പോയി. ക്ഷമിക്കണം. ഈ തടവുകാരെ ഒരിടത്തു വച്ചിട്ട് ദാ

ഇപ്പം വന്നേക്കാം."

"എന്താ, അതിനുള്ളിൽ? നീരട്ടയാണോ?'' പാവെൽ പെ ത്രോവിച്ച് അന്വേഷിച്ചു.

"അല്ല, തവള"

"എന്തിനാ, തിന്നാനോ വളർത്താനോ?"

"രണ്ടിനുമല്ല. പരീക്ഷണത്തിനാ," എന്നു വലിയ താല്പര്യമില്ലാത്ത മട്ടിൽ പറഞ്ഞിട്ട് അയാൾ വീട്ടിനുള്ളിലേക്ക് കടന്നു.

"അയാൾ അവയെ കീറിമുറിക്കാൻ പോവുകയാണ്." പാവെൽ പെ ത്രോവിച്ച് അഭിപ്രായപ്പെട്ടു. "തത്വങ്ങളിൽ വിശ്വാസമില്ലെങ്കിലും തവളകളിൽ അയാൾക്ക് വിശ്വാസമുണ്ട്."

അർക്കാദി ഖേദപൂർവ്വം വല്യപ്പനെ നോക്കി. നിക്കൊലായ് പെ ത്രോവിച്ച് കൃത്രിമമായി തോളിറുക്കി. തന്റെ തമാശ എങ്ങും ഏശി യില്ലെന്നു കണ്ട് പാവെൽ പെ ത്രോവിച്ച് കൃഷികാര്യങ്ങളെപ്പറ്റിയും പുതിയ കാര്യസ്ഥനെപ്പറ്റിയും സംസാരിക്കാൻ തുടങ്ങി. ഫൊമ എന്ന കൂലിക്കാരൻ തനി തെമ്മാടിയാണെന്നും അയാളെ മെരുക്കാൻ സാദ്ധ്യമല്ലെന്നും പരാതിപ്പെട്ടുകൊണ്ട് ഈ കാര്യസ്ഥൻ കഴിഞ്ഞ ദിവസം അദ്ദേഹത്തെ സമീപിച്ചിരുന്നുവത്രെ. "അവൻ അത്തരക്കാര നാണ്," മറ്റു പലതിന്റേയും കൂട്ടത്തിൽ അയാൾ പറയുകയും ചെയ്തത്രെ:

"അവൻ ഇപ്പോൾ തന്നെ വളരെ ചീത്തപ്പേരുണ്ടാക്കിക്കഴിഞ്ഞു; ഇനി എവിടെച്ചെന്നെത്തുമെന്നു കണ്ടുതന്നെ അറിയണം; ഇല്ലെങ്കിൽ നോക്കിക്കോ."

VI

അല്പം കഴിഞ്ഞപ്പോൾ ബസാറൊവ് മടങ്ങിവന്നു അവരോടൊപ്പമിരിക്കുകയും തനിക്കായി വച്ചിരുന്ന ചായക്കോപ്പ കൈയിലെടുത്ത് വേഗം വേഗം അതിൽനിന്ന് ചായ വലിച്ചുകുടിക്കാൻ തുടങ്ങുകയും ചെയ്തു. ചേട്ടാനിയന്മാർ നിശ്ശബ്ദം അയാളെ വീക്ഷിച്ചുകൊണ്ടിരുന്നപ്പോൾ അർക്കാദി ഏറുകണ്ണിട്ട് അവരെ രണ്ടുപേരേയും മാറി മാറി നോക്കി.

"രാവിലെ എങ്ങോട്ടായിരുന്നു സർക്കീട്ട്?" ഒടുവിൽ നിക്കൊലായ് പെ ത്രോവിച്ച് ആ നിശ്ശബ്ദത ഭഞ്ജിച്ചുകൊണ്ട് ബസാറൊവിനോട് ചോദിച്ചു.

"ആ ആസ്പെൻ കാട്ടിനടുത്തുള്ള ചതുപ്പുനിലം വരെ. അവിടെ ധാരാളം കടൽപ്പുള്ളുകളുണ്ട്, കേട്ടോ. നാലഞ്ചെണ്ണം ഞാൻ ചെന്നപ്പോഴേക്ക് പറന്നുപോയി. അർക്കാദിക്ക് ശിക്കാറിന് നല്ല കോളുണ്ടവിടെ."

"നിങ്ങൾ ശിക്കാറിന് പോകാറില്ലേ?"

"ഇല്ല"

"എന്താ പഠിക്കുന്നത്? ഊർജ്ജതന്ത്രമാണെന്നു കേട്ടതു ശരിയാണോ?" പാവെൽ പെ ത്രോവിച്ച് ഇടയ്ക്കു ചോദിച്ചു.

"അതെ, ഊർജ്ജതന്ത്രമാണ്. പൊതുവിൽ പ്രകൃതിശാസ്ത്രങ്ങളെന്നു പറയാം."

"ഡോയിഷ്‌ലാന്റുകാരാണ് ഈ രംഗത്ത് മുന്നിലെന്നു കേൾക്കുന്നുണ്ടല്ലോ."

"അതെ, ഈ വിഷയത്തിൽ ജർമ്മൻകാരാണ് നമ്മുടെ ഗുരുനാഥന്മാർ." ബസാറൊവ് വളരെ നിസ്സാരമട്ടിൽ മറുപടി നല്കി.

പാവെൽ പെ ത്രോവിച്ച് ജർമ്മൻകാരെന്നതിനു പകരം ഡോയിഷ്‌ലാന്റുകാർ എന്നു പറഞ്ഞത് വ്യംഗ്യരൂപേണയായിരുന്നെങ്കിലും ആരും അത്ര ശ്രദ്ധിച്ചില്ല.

"ജർമ്മൻകാരെപ്പറ്റി അത്ര മതിപ്പാണോ?" കഴിയുന്നത്ര മര്യാദ ഭാവിച്ചുകൊണ്ട് പാവെൽ പെ ത്രോവിച്ച് അന്വേഷിച്ചു. ഉള്ളിൽ അദ്ദേഹത്തിനു അയാളോട് എന്തെന്നില്ലാത്ത ശുണ്ഠി പതഞ്ഞു യരുകയായിരുന്നു. അദ്ദേഹത്തിന്റെ ആഭിജാത്യമനോഭാവത്തിന് ബസാറൊവിന്റെ ആ കൂസലില്ലായ്മ ഒട്ടും സഹിക്കാൻ കഴിഞ്ഞില്ല. എങ്ങാണ്ടോകിടന്ന ഒരു പട്ടാള ഡോക്ടറുടെ ഈ പയ്യൻ യാതൊരു പരിഭ്രമവും കൂടാതെ വെട്ടിമുറിച്ചപോലെ വിസമ്മതപൂർവ്വം നല്കുന്ന മറുപടി അദ്ദേഹത്തെ ചൊടിപ്പിച്ചു. അയാളുടെ സ്വരം ഏതാണ്ട് ധിക്കാരമട്ടിലുള്ളതുമായിരുന്നു.

"അവരുടെ ശാസ്ത്രജ്ഞർ നല്ല വിവരമുള്ളവരാണ്."

"ഓഹൊ, അങ്ങനെയാണല്ലോ? പക്ഷേ, നമ്മുടെ റഷ്യൻ ശാസ്ത്രജ്ഞരെപ്പറ്റി നിങ്ങൾക്കത്ര വലിയ മതിപ്പില്ല. ഉവ്വോ?"

"എന്നുവേണമെങ്കിൽപറയാം."

"തീർച്ചയായും ശ്ലാഘനീയമായ നിസ്വാർത്ഥതയാണത്!" നിവർന്നിരുന്ന് തല പുറകോട്ടു ചാച്ചുകൊണ്ട് പാവെൽ പെ ത്രോവിച്ച് തിരിച്ചടിച്ചു. "പക്ഷേ, നിങ്ങൾ അധികൃതരായി ആരേയും അംഗീകരിക്കുന്നില്ലെന്നാണല്ലോ അർക്കാദി നിക്കൊലായെവിച്ച് അല്പം മുൻപു പറഞ്ഞത്. നിങ്ങൾ അവരെ വിശ്വസിക്കുന്നില്ലേ?"

"ഞാനെന്തിന് അവരെ അംഗീകരിക്കണം? കൂടാതെ, എന്തിലാ ഞാൻ വിശ്വസിക്കേണ്ടത്? ആരെങ്കിലും യുക്തിയുക്തമായി സംസാരിച്ചാൽ ഞാനവരുമായി യോജിക്കും. അത്രേയുള്ളൂ."

"അപ്പോൾ ജർമ്മൻകാർ പറയുന്നതെല്ലാം യുക്തിയുക്തമായിട്ടുള്ളതാണോ?"

പാവെൽ പെ ത്രോവിച്ച് പിറുപുറുത്തു. ഇതു പറയുമ്പോഴത്തെ അദ്ദേഹത്തിന്റെ മുഖഭാവം ഈ ലോകത്തിലൊന്നുമല്ലാത്ത ഒരാളിന്റേതായിരുന്നു.

"അവരുടെ കൂട്ടത്തിലും എല്ലാവരും യുക്തിയുക്തമായാണ് സംസാരിക്കുന്നതെന്നു പറയാൻ നിവൃത്തിയില്ല," കോട്ടുവായിടാൻ വന്നത് അടക്കിക്കൊണ്ട് ബസാറൊവ് പറഞ്ഞു. വാക്കുകൊണ്ടുള്ള ഈ കളി തുടരാൻ അയാൾക്ക് തെല്ലും ഇഷ്ടമില്ലെന്നത് സ്പഷ്ടമായിരുന്നു.

പാവെൽ പെ ത്രോവിച്ച് അർക്കാദിയുടെ നേർക്ക് നോക്കി. "നിന്റെ ഈ കൂട്ടുകാരൻ എത്ര മര്യാദക്കാരനാണെന്നു കണ്ടോ" എന്നു പറയുമ്പോലെയുണ്ടായിരുന്നു ആ നോട്ടം.

"എന്നെ സംബന്ധിച്ചു പറഞ്ഞാൽ ജർമ്മൻകാരെ എനിക്കൊട്ടും ഇഷ്ടമല്ലെന്ന കുറ്റം ഏല്ക്കാൻ ഞാൻ തയ്യാറാണ്," ക്ഷോഭമടക്കാൻ പ്രയാസപ്പെട്ടുകൊണ്ടെന്നോണം അദ്ദേഹം തുടർന്നു. "റഷ്യൻ ജർമ്മൻകാരെപ്പറ്റി പറയാതിരിക്കാൻ നിവൃത്തിയില്ല. അക്കൂട്ടരെ

നമുക്കറിയാം. ജർമ്മൻ ജർമ്മൻകാരെപ്പോലും എനിക്ക് സഹിക്കാനാവില്ല. പണ്ടത്തെ ജർമ്മൻകാരെ പിന്നേം സഹിക്കാമായിരുന്നു. അന്ന അവർക്കവരുടെ ഷില്ലറും ഗ്യേഥേയും മറ്റും മറ്റും ഉണ്ടായിരുന്നല്ലോ. എന്റെ അനിയനാണെങ്കിൽ അവരോട്ട വലിയ പഥ്യവുമാണ്. പക്ഷേ, ഇപ്പോൾ അവരെല്ലാം രസതന്ത്രജ്ഞരും ഭൗതികവാദികളും...ആയിരിക്കുകയാണല്ലോ."

"കഴിവുറ്റ ഒരു രസതന്ത്രജ്ഞൻ ഏതൊരു കവിയേയുംകാൾ പതിന്മടങ്ങു ഗുണം ചെയ്യും." ബസാറൊവ് ഇടയ്ക്കുകയറിപ്പറഞ്ഞു.

"ഉള്ളതോ!" ഉറക്കംതൂങ്ങി വീണുപോയേക്കുമോയെന്ന് തോന്നിക്കുംവിധം പുരികം അല്പം ചുളിച്ചുകൊണ്ട് അദ്ദേഹം അഭിപ്രായപ്പെട്ടു. "അപ്പോൾ, കലയിൽ നിങ്ങൾക്ക് വിശ്വാസമില്ല, അല്ലേ?"

"ഏതു കലയുടെ കാര്യമാണ്? കാശുണ്ടാക്കുന്ന കലയോ അർശസ്സ് സുഖപ്പെടുത്തുന്ന കലയോ?" ബസാറൊവ് അവജ്ഞയോടെ ചോദിച്ചു.

"അപ്പോൾ അതാണു സ്ഥിതി. ഇതും തമാശയാണ്, അല്ലേ? നിങ്ങൾ സർവ്വതിനേയും നിരാകരിക്കുകയാണ്, അല്ലേ? ശരി, അങ്ങനെതന്നെയാവട്ടെ. നിങ്ങൾ ശാസ്ത്രത്തിൽ മാത്രമേ വിശ്വസിക്കുന്നുള്ളുവെന്നാണോ ഇതിന്നർത്ഥം?"

"ഞാൻ യാതൊന്നിലും വിശ്വസിക്കുന്നില്ലെന്ന് ഒരിക്കൽ പറഞ്ഞില്ലേ? ഇനി, ശാസ്ത്രമെന്നു പറഞ്ഞാൽ, പൊതുവിലുള്ള ശാസ്ത്രമെന്നു പറഞ്ഞാൽ എന്താണ്? പല പല തൊഴിലുകളും ജോലികളും പോലെ ശാസ്ത്രങ്ങളും പലതരത്തിലുള്ളതുണ്ട്. എന്നാൽ പൊതുവിലുള്ള ശാസ്ത്രം എന്നൊന്നില്ല."

"സമ്മതിച്ചു സാറേ, സമ്മതിച്ചു. പക്ഷേ, മനുഷ്യൻ പൊതുവിൽ അംഗീകരിച്ചിട്ടുള്ള ചില കീഴ്‌വഴക്കങ്ങളുണ്ടല്ലോ. അവയോട്ടും നിങ്ങൾക്ക് ഇതേ നിഷേധമനോഭാവം തന്നെയാണോ ഉള്ളത്?"

"എന്താ, ഇതൊരു എതിർവിസ്താരമാണോ?" ബസാറൊവ് ചോദിച്ചു.

പാവെൽ പെത്രോവിച്ച് അതു കേട്ട് അല്പം മഞ്ഞളിച്ചുപോയി. ഇവിടെ തന്റെ ഇടപെടൽ ആവശ്യമാണെന്ന് നിക്കൊലായ് പെത്രോവിച്ചിന് തോന്നി.

"പ്രിയപ്പെട്ട യെവ്ഗേനി വസീലിയെവിച്ച്, നമുക്കിതെപ്പറ്റി പിന്നീട് കുറേക്കൂടി വിശദമായി ചർച്ച ചെയ്യണം. നിങ്ങളുടെ അഭിപ്രായഗതി അപ്പോൾ ഞങ്ങൾക്കും ഞങ്ങളുടേത് നിങ്ങൾക്കും കൂടുതൽ സ്പഷ്ടമാകും. എന്നെ സംബന്ധിച്ചു പറഞ്ഞാൽ, പ്രകൃതിശാസ്ത്രമാണ് നിങ്ങൾ പഠിക്കുന്നതെന്നറിഞ്ഞതിൽ എനിക്കതിയായ സന്തോഷമുണ്ട്. മണ്ണിന്റെ വളക്കൂറ് വർദ്ധിപ്പിക്കുന്ന കാര്യത്തിൽ ലീബിഹ്

പ്രധാനപ്പെട്ട പല കണ്ടുപിടുത്തങ്ങളും നടത്തിയിട്ടുണ്ടെന്നാണല്ലോ കേൾക്കുന്നത്. എന്റെ കൃഷികാര്യങ്ങളിൽ പ്രയോജനകരമായ പല ഉപദേശങ്ങളും തന്ന് നിങ്ങൾക്കെന്നെ സഹായിക്കാൻ കഴിഞ്ഞേക്കും."

"താങ്കൾക്കുവേണ്ടി എന്തും ചെയ്യാൻ ഞാൻ തയ്യാറാണ്, നിക്കൊലായ് പെ ത്രോവിച്ച്, പക്ഷേ ലീബിഹിന്റെ അടുത്തെത്താൻ നാമിനിയും ബഹുദൂരം സഞ്ചരിക്കേണ്ടതുണ്ട്. എന്തെങ്കിലും വായിക്കാൻ കഴിയണമെങ്കിൽ ആദ്യം ഹരിഃശ്രീ പഠിക്കേണ്ടതുണ്ടല്ലോ. നമ്മളാകട്ടെ ഇനിയും അക്ഷരമാല പോലും ആരംഭിച്ചിട്ടില്ല."

ഇയാൾ ആളൊരു നിഹിലിസ്റ്റ് തന്നെയാണെന്ന് നിക്കൊലായ് പെ ത്രോവിച്ച് മനസ്സിൽ കരുതി. എങ്കിലും അദ്ദേഹം പുറത്തു പറഞ്ഞത് ഇപ്രകാരമാണ്:

"എങ്കിലും ആവശ്യമുള്ളപ്പോൾ ഞാൻ വന്നു ബുദ്ധിമുട്ടിച്ചാൽ അലോഹ്യം തോന്നുകയില്ലല്ലോ, ഉവ്വോ?" തിരിഞ്ഞ്, പാവെൽ പെ ത്രോവിച്ചിനോടായി അദ്ദേഹം ഇപ്രകാരം തുടർന്നു: "ചേട്ടാ, നമുക്ക് ആ കാര്യസ്ഥനെ കാണണ്ടേ!'

പാവെൽ പെ ത്രോവിച്ച് പോകാനായി എഴുന്നേറ്റു.

"വാസ്തവം," അദ്ദേഹം ആരോടെന്നില്ലാതെ പറഞ്ഞു: "നമ്മളെപ്പോലെ ഇന്നത്തെ മഹാന്മാരുമായി യാതൊരു സമ്പർക്കവും കൂടാതെ അഞ്ചുകൊല്ലത്തോളം ഇങ്ങനെ നാട്ടിൻപുറത്ത് അടച്ചു പൂട്ടിയിരിക്കുന്നത് മഹാകഷ്ടമാണ്! കുറച്ചുകഴിഞ്ഞാൽ നാം തനി മരക്കഴുതകളായിപ്പോകും. പഠിച്ചത് മറക്കാതിരിക്കാൻ നാം പാടുപെടുന്നത് വെറുതെയാണ്; കാരണം, അതെല്ലാം ശുദ്ധ ഭോഷ്കാണെന്നല്ലേ ഇപ്പോൾ കേൾക്കുന്നത്! വിവരമുള്ളവർ ഇത്തരം നിസ്സാരകാര്യങ്ങൾക്കായി സമയം പാഴാക്കാറില്ലെന്നും നാം ശുദ്ധമണ്ടശിരോമണികളാണെന്നുമല്ലേപറയുന്നത്! സംശയമില്ല, ചെറുപ്പക്കാർ നമ്മെക്കാളെല്ലാം വളരെ സമർത്ഥരായിരിക്കാം."

ഇത്രയും പറഞ്ഞിട്ട് പാവെൽ പെ ത്രോവിച്ച് പതുക്കെ തിരിഞ്ഞു നടന്നു. നിക്കൊലായ് പെ ത്രോവിച്ചും ചേട്ടന്റെ പിന്നാലെ പുറപ്പെട്ടു.

"ഈ വിദ്വാനെപ്പോഴുമിങ്ങനെയാണോ?" ആ ചേട്ടാനിയന്മാർ പൊയ്ക്കഴിഞ്ഞപ്പോൾ ബസാറൊവ് വളരെ ശാന്തനായി ചോദിച്ചു.

"യെവ്ഗേനി, നോക്കൂ, താൻ അദ്ദേഹത്തോടു വളരെ പരുഷമായാണ് പെരുമാറിയത്," അർക്കാദി പറഞ്ഞു: "തനിക്കറിയാമോ, താനദ്ദേഹത്തെ വല്ലാതെ അപമാനിച്ചാണ് വിട്ടത്."

"എന്താ, ഞാനീ ഗ്രാമീണ ആഢ്യന്മാരെ പ്രീണിപ്പിക്കാൻ പോവുകയാണെന്നാണോ നിന്റെ വിചാരം? അഹന്തയും തണ്ടും ഗർവ്വുകാട്ടലുമല്ലാതെ മറ്റൊന്നുമല്ല ഇത്. ഇതാണ് വേണ്ടിയിരുന്നതെങ്കിൽ

പിന്നെ സെന്റ് പീറ്റേഴ്സ്ബർഗ് വിട്ടുപോന്നതെന്തിനാണാവോ? ശരി, ഇതും പറഞ്ഞിരിക്കാൻ ഇനി നേരമില്ല. എനിക്ക് വളരെ വിശേഷപ്പെട്ട ഒരിനം നീർവണ്ടിനെ കിട്ടിയിട്ടുണ്ട്. 'ഡിറ്റീസ്കസ് മാർഗിനാത്തസ്' എന്നാണതിന്റെ പേര്. നീ കേട്ടിട്ടുണ്ടോ? എന്റെ കൂടെ വന്നാൽ കാണിച്ചുതരാം."

"ഒരിക്കൽ അക്കഥ പറയാമെന്ന് ഞാൻ ഏറ്റിരുന്നതോർക്കുന്നുണ്ടോ?" അർക്കാദി ചോദിച്ചു.

"എക്കഥ? വണ്ടിന്റേയോ?"

"ഒന്നു നിറുത്തെടോ യെവ്ഗേനി, തന്റെ പരിഹാസം. എന്റെ വല്യപ്പന്റെ കാര്യമാണ് ഞാൻ പറഞ്ഞുവന്നത്. ആ കഥ കേട്ടുകഴിയുമ്പോൾ തനിക്കു അദ്ദേഹത്തെപ്പറ്റിയുള്ള അഭിപ്രായമെല്ലാം മാറും. അപലപനത്തെക്കാൾ കൂടുതൽ അനുതാപമാണദ്ദേഹം അർഹിക്കുന്നത്."

"അതൊന്നും ഞാൻ നിഷേധിക്കുന്നില്ല. പക്ഷേ, നീയെന്തിനാ വീണ്ടും അദ്ദേഹത്തിന്റെ കാര്യം പൊക്കിക്കൊണ്ടുവരുന്നത്?"

"കാര്യമില്ലാതെ നാം ആരേയും പഴിക്കരുത്, യെവ്ഗേനി!"

"എന്നു വച്ചാൽ"

"സാരമില്ല; നീ ഞാൻ പറയുന്നതൊന്നു കേൾക്ക്!'

എന്നു പറഞ്ഞ് അർക്കാദി തന്റെ വല്യപ്പന്റെ കഥ വിവരിക്കാൻ തുടങ്ങി.

അടുത്ത അദ്ധ്യായത്തിൽ നമുക്ക് ആ കഥ കേൾക്കാം.

VII

അനിയൻ നിക്കൊലായെപ്പോലെ പാവെൽ പെ ത്രോവിച്ച് കിർസാനൊവിന്റേയും പ്രാഥമികവിദ്യാഭ്യാസം വീട്ടിൽവച്ചതന്നെയാണ് നടന്നത്. പിന്നീട്ടുള്ള അദ്ദേഹത്തിന്റെ വിദ്യാഭ്യാസം ഒരു അഭിജാത സൈനിക വിദ്യാലയത്തിലായിരുന്നു.

കുട്ടിക്കാലം മുതല്ക്കേ കാഴ്ചയ്ക്ക് ആൾ വളരെ സുമുഖനായിരുന്നു. ആത്മവിശ്വാസവും വികടമായ നർമ്മബോധവും ഈ മനുഷ്യന്റെ ഒരു മുതൽക്കൂട്ടായിരുന്നു. ആർക്കും ഇഷ്ടപ്പെടുന്ന ഒരു പ്രകൃതമായിരുന്നു ഈ ചെറുപ്പക്കാരന്റേത്. പട്ടാളത്തിൽ കമ്മീഷൻ റാങ്ക് കിട്ടിയതോടെ മാന്യന്മാർ കൂടുന്നിടത്തെല്ലാം അദ്ദേഹത്തെ കാണാമായിരുന്നു. എല്ലായിടത്തും ഒരു സംസാരവിഷയമായിരുന്ന ഈ യുവകോമളൻ തോന്നിയപോലെല്ലാം നടക്കുകയും വിസ്റ്റിവേഷം കെട്ടാനും വലിയ ആൾ ചമഞ്ഞുനടക്കാനും മുതിരുകയും ചെയ്തു. പക്ഷേ, അതുപോലും അദ്ദേഹത്തിനൊരു ഭൂഷണമായതേയുള്ളൂ. സ്ത്രീകൾ അദ്ദേഹത്തിനു വേണ്ടി മരിക്കാൻ നടന്നപ്പോൾ പുരുഷന്മാർ പച്ചക്കാമദേവനെന്നു പറഞ്ഞ് അദ്ദേഹത്തെ കളിയാക്കി. എങ്കിലും ഉള്ളിൽ അവർക്ക് അദ്ദേഹത്തോട് അസൂയയായിരുന്നു. നേരത്തെ പറഞ്ഞതുപോലെ

ചേട്ടനും അനിയനും ഒന്നിച്ചായിരുന്നു താമസം. അനിയനോടു ചേട്ടനുള്ള വാത്സല്യത്തിനു കണക്കില്ലായിരുന്നു. എന്നാൽ രണ്ടുപേരും തമ്മിൽ യാതൊരു സാമ്യവുമുണ്ടായിരുന്നില്ല. നിക്കൊലായ് പെ ത്രോവിച്ചിനു ചെറിയൊരു മുടന്തുണ്ടായിരുന്നു. ആളല്പം ചെറുതുമായിരുന്നു. കാഴ്ചയ്ക്ക് സുമുഖനെങ്കിലും ഒരു വിഷാദഭാവമാണ് അദ്ദേഹത്തിന്റെ മുഖത്ത് സദാ പ്രകടമായിരുന്നത്. കറുത്ത ചെറിയ കണ്ണുകളും കനം കുറഞ്ഞ മൃദുലമായ മുടിയുമാണ് അദ്ദേഹത്തിനുണ്ടായിരുന്നത്. ഒരു കാര്യത്തിലും വിഷമിക്കാത്ത പ്രകൃതക്കാരനായിരുന്ന അദ്ദേഹത്തിന് വായനയിൽ വലിയ കമ്പമായിരുന്നു. മാന്യന്മാരുടെ കൂട്ട് അദ്ദേഹം കഴിയുന്നത്ര ഒഴിവാക്കുകയും ചെയ്തിരുന്നു. പാവെൽ പെ ത്രോവിച്ചാകട്ടെ സായാഹ്നങ്ങൾ ഒരിക്കലും വീട്ടിൽ ചെലവിടുമായിരുന്നില്ല. ധീരതയ്ക്കും ചുറുചുറുക്കിനും പേരെടുത്ത ഈ ചെറുപ്പക്കാരൻ

(മേലേക്കിടക്കാരായ യുവാക്കൾക്കിടയിൽ ജിംനാസ്റ്റിക്ക്സ് ഒരു ഫാഷനാക്കിയത് അദ്ദേഹമായിരുന്നു) ആകെക്കൂടി വായിച്ചിരുന്നത് അഞ്ചോ ആറോ ഫ്രഞ്ചു പുസ്തകങ്ങൾ മാത്രമാണ്. ഇരുപത്തെട്ടുവയസ്സായപ്പോഴേക്ക് അദ്ദേഹമൊരു ക്യാപ്റ്റനായിക്കഴിഞ്ഞിരുന്നു. ശോഭനമായൊരു ഭാവി അദ്ദേഹത്തെ കാത്തുനിന്നിരുന്നു. പക്ഷേ, പൊടുന്നനെ സംഗതിയാകെ മാറി.

അക്കാലത്ത് സെന്റ് പീറ്റേഴ്സ്ബർഗിലെ മേലേക്കിടക്കാർക്കിടയിൽ ആർ.

എന്നൊരു പ്രഭ്വി ചിലപ്പോഴെല്ലാം തല കാണിക്കാറുണ്ടായിരുന്നു. ഇന്നും പലരും അവരെ മറന്നിട്ടുണ്ടാവില്ല. അവരുടെ ഭർത്താവ് സുശീലനും മാന്യനുമായിരുന്നെങ്കിലും ആളിന്റെ തലയ്ക്കുള്ളിൽ നിലാവെളിച്ചമായിരുന്നു. അവർക്ക് കുട്ടികളാരും ഉണ്ടായിരുന്നില്ല. നിനച്ചിരിക്കാതെ വിദേശത്തേക്കു പുറപ്പെടുന്നതും അത്രതന്നെ പൊടുന്നനെ റഷ്യയിലേക്ക് മടങ്ങുന്നതും അവരുടെ ശീലമായിരുന്നു. പൊതുവിൽ, വിചിത്രമായിരുന്നു അവരുടെ ജീവിതം. ചഞ്ചലയായ ഒരു കുഴഞ്ഞാട്ടക്കാരിയായി അറിയപ്പെട്ടിരുന്ന ഈ സ്ത്രീ ഐഹികജീവിതസുഖങ്ങളിലേക്ക് ആണ്ടിറങ്ങുകയും തളർന്നു വീഴാറാകുന്നതുവരെ നൃത്തം വയ്ക്കുകയും ചെറുപ്പക്കാരുമായി ആർത്തുല്ലസിക്കുകയും ചെയ്തിരുന്നു.

അത്താഴത്തിനു മുൻപായി അവർ ഈ ചെറുപ്പക്കാരെ മങ്ങിയ വെളിച്ചമുള്ള സ്വീകരണമുറിയിൽ വിളിച്ചിരുത്തി സല്ക്കരിക്കാറുണ്ടായിരുന്നു. എന്നാൽ, രാത്രിയായാലത്തെ സ്ഥിതി നേരെ മറിച്ചായിരുന്നു. കുത്തിയിരുന്നു കരയുകയും പ്രാർത്ഥിക്കുകയും ചെയ്തിട്ടും മനസ്സമാധാനം കിട്ടാതെ നേരം വെളുക്കുന്നതുവരെ മുറിയിൽ അങ്ങോട്ടുമിങ്ങോട്ടും ഉലാത്തുകയോ, ദുഃഖഭാരത്താൽ സ്വന്തം കൈതന്നെ പിടിച്ചു ഞെരിക്കുകയോ, പ്രാർത്ഥനാപുസ്തകമെടുത്തുവച്ചുകൊണ്ട് മുഖത്തു ചോരയോട്ടമില്ലാതെ വിവശയായി ഇരിക്കുകയോ ഒക്കെയായിരുന്നു അവരുടെ പതിവ്. പക്ഷേ, നേരം വെളുത്താൽ പിന്നെയും പഴയപടി അവർ വീണ്ടും അതേ ഫാഷൻറാണിയായി മാറിയിട്ട് പതിവുസ്ഥലങ്ങളിൽ ചുറ്റിയടിക്കുകയും പൊട്ടിച്ചിരിക്കുകയും നർമ്മഭാഷണങ്ങളിലേർപ്പെടുകയും അല്പമെങ്കിലും മാനസികോല്ലാസം നല്കുന്ന എന്തുകണ്ടാലും അതിലേക്കെടുത്തു ചാടുകയും ചെയ്യുമായിരുന്നു. അവരുടെ അംഗസൗഷ്ഠവം അവർണ്ണനീയമായിരുന്നു. സ്വർണ്ണനൂലുകൾ കൊണ്ടു മെടഞ്ഞെടുത്ത പോലെയുള്ള അവരുടെ പിന്നിയിട്ട മുടി ഏതാണ്ടു പാദത്തോളമെത്തുമായിരുന്നു. എങ്കിലും മുഖകാന്തികൊണ്ടു ആരും അവരെ സുന്ദരിയായി കണക്കാക്കുമായിരുന്നില്ല. കണ്ണുകളായിരുന്നു അവരുടെ ഒരു കൈമുതൽ. കണ്ണുകളെന്നു പറയുന്നതും അത്ര ശരിയായിരിക്കില്ല. ചാരനിറമുള്ള കൊച്ചുകണ്ണുകളായിരുന്നു അവരുടേത്. അവരുടെ നോട്ടമായിരുന്നു അവരുടെ ഏറ്റവും വലിയ സമ്പത്തെന്നു

പറയുന്നതായിരിക്കും കൂടുതൽ ശരി. യാതൊരു കുസലുമില്ലാത്തതും നൈരാശ്യത്തോളമെത്തുന്ന ഉല്ക്കണ്ഠ സ്ഫുരിക്കുന്നതുമായ ആ നോട്ടം തറച്ചു കയറുന്നതും ചടുലവുമായിരുന്നു. ആർക്കും പിടി കിട്ടാത്ത ഒരു നോട്ടമായിരുന്നു അത്. അർത്ഥമില്ലാതെ അവർ വെറുതെ നാവിട്ട ടിക്കുന്ന അവസരത്തിലും അവരുടെ കണ്ണുകൾക്ക് ഒരു പ്രത്യേക തിളക്കം ഉണ്ടായിരുന്നു. ഒരു ബാൾ നൃത്തപരിപാടിക്കിടയിലാണ് പാവെൽ പെ ത്രോവിച്ച് അവരുമായി കണ്ടുമുട്ടിയത്. അവരൊന്നിച്ച് അദ്ദേഹം ഒരു 'മസൂർക്ക' നൃത്തം നടത്തി. അതിനിടയിൽ ആ സ്ത്രീ അർത്ഥമുള്ള ഒരൊറ്റ വാക്കുപോലും ഉച്ചരിച്ചില്ല. എങ്കിലും അദ്ദേഹ ത്തിന് അവരോട് ഗാഢമായ അനുരാഗം മൊട്ടിട്ടു. സ്ത്രീകളെ നിഷ്പ്ര യാസം വശീകരിച്ച ശീലമുണ്ടായിരുന്ന അദ്ദേഹത്തിന് ഇവിടെയും വിജയത്തിന് അധികം കാത്തിരിക്കേണ്ടിവന്നില്ല. പക്ഷേ, വിജയം കൊണ്ട് അദ്ദേഹത്തിന്റെ ആവേശം ആറിത്തണുത്തില്ല. നേരേമറിച്ച്, അദ്ദേഹം കൂടുതൽ കൂടുതൽ ഗാഢമായി ഈ സ്ത്രീയിൽ അനുരക്തനാവു കയാണുണ്ടായത്. നിശ്ശേഷം കീഴ്‌വഴങ്ങുന്ന അവസരങ്ങളിൽപ്പോലും ഈ സ്ത്രീയിൽ അലംഘ്യവും അപ്രാപ്യവുമായ എന്തോ ഒന്ന്, ആർക്കും കൈയെത്തിപ്പിടിക്കാനാവാത്ത എന്തോ ഒന്ന്, അവശേഷിച്ചിരുന്നു. ഈ സ്ത്രീയുടെ ആത്മാവിൽ ഒളിഞ്ഞുകിടക്കുന്ന ആ സംഗതി എന്തെന്ന് ദൈവമൊഴികെ മറ്റാർക്കും പിടികിട്ടാത്ത ഒരു സംഗതിയായിരുന്നു. അവർ സ്വയം തനിക്കുതന്നെ ദുർഗ്രഹമായ ഏതോ അദൃശ്യശക്തിയുടെ പിടിയിൽ അമർന്നുപോയപോലെയായിരുന്നു. അതിന്റെ താളത്തിനു തുള്ളാൻ അവർ നിർബന്ധിതയായി. അതിന്റെ ചാപല്യങ്ങൾക്കു മുന്നിൽ അവർ നിസ്സഹായയായി. അവരുടെ പെരുമാറ്റത്തിലെ പൊരുത്തക്കേടുകൾ അവിശ്വസനീയമായിരുന്നു. ഭർത്താവിന് ന്യായമായ സംശയം ഉണ്ടാകാവുന്ന കത്തു അവർ ആർക്കെങ്കിലും എഴുതിയിരുന്നെങ്കിൽ അത് ഫലത്തിൽ അവർക്കു തികച്ചും അപരി ചിതനായൊരു വ്യക്തിക്കായിരുന്നു. അവരുടെ പ്രേമമാകട്ടെ വിഷാ ദപൂർണ്ണവുമായിരുന്നു. ഈ മനുഷ്യനോടൊത്തിരിക്കുമ്പോൾ അവർ ഒരിക്കലും ഉള്ളുതുറന്നൊന്നു ചിരിക്കുകയോ ഒരു തമാശ പറയുകയോ ചെയ്തിരുന്നില്ല. അയാൾ പറയുന്നതെല്ലാം വാപൊളിച്ചു കേട്ടുകൊ ണ്ടിരിക്കുകമാത്രമാണ് അവർ ചെയ്തിരുന്നത്. ഈ ആശ്ചര്യഭാവം ചിലപ്പോൾ പൊടുന്നനെയുള്ള ഒരു ഉൾക്കിടലമായി മാറുമായിരുന്നു. ഈ സന്ദർഭങ്ങളിൽ അവരുടെ മുഖം ചേതനയറ്റ് പേടിച്ചരണ്ടപോലെ ആയിത്തീരുമായിരുന്നു. അപ്പോൾ അവർ കിടക്കറയിൽ കയറി അടച്ചുപൂട്ടിയിരുന്ന് വിമ്മുന്നത് താക്കോൽ ദ്വാരത്തിലൂടെ നോക്കുന്ന വേലക്കാരിക്ക് കാണാൻ കഴിഞ്ഞിരുന്നു. അവരുമായുള്ള പ്രേമനിർഭ രമായ സംഗമങ്ങൾക്കു ശേഷം സ്വഭവനത്തിലേക്ക് മടങ്ങുന്ന പല അവസരങ്ങളിലും കിർസാനൊവിന് അന്വേയുള്ള പരാജയബോധ ത്താൽ ഹൃദയത്തെ നൊമ്പരപ്പെടുത്തുന്ന തരത്തിലുള്ള മനക്ലേശം

അനുഭവപ്പെട്ടിരുന്നു. "ഇനിയെനിക്കെന്താണ് വേണ്ടത്," വേദന കൊണ്ടു മരവിച്ചുപോയ തന്റെ ഹൃദയത്തോട് അദ്ദേഹം ചോദിക്കു മായിരുന്നു. ഒരിക്കൽ അദ്ദേഹം സ്ഫിംക്സിന്റെ രൂപം[2] കൊത്തിയ കല്ലുപതിച്ച ഒരു മോതിരം അവർക്ക് സമ്മാനിക്കുകയുണ്ടായി.

"എന്തായിത്?" അവർ ചോദിച്ചു: "സ്ഫിംക്സോ?"

"അതെ" അദ്ദേഹം അപ്പോൾ മറുപടി നല്കി. "ആ സ്ഫിംക്സ് നിങ്ങളാണ്."

"ഞാനോ?" എന്നു ചോദിച്ചിട്ട് അവർ പതിവുപോലെ ദുർഗ്രഹ മായ രീതിയിൽ അദ്ദേഹത്തെ ഒന്നു സൂക്ഷിച്ചുനോക്കി. "ഈ അഭിന ന്ദനം ഞാനർഹിക്കുന്നതിൽ കൂടുതലാണ്, കേട്ടോ," എന്നുകൂടി അവർ പരിഹാസമായി പറയുകയും ചെയ്തു. പക്ഷേ, അപ്പോഴും ആ നോട്ടം അവർ പിൻവലിച്ചിരുന്നില്ല.

ആർ. പ്രഭ്വിയുടെ പ്രേമത്തിന് പാത്രീഭൂതനായിരുന്നപ്പോഴും പാവെൽ പെ ത്രോവിച്ച് വല്ലാത്ത മനോവ്യഥ അനുഭവിച്ചിരുന്നു. പക്ഷേ, അവർക്കദ്ദേഹത്തോടുള്ള സ്നേഹം ഒന്നാറിത്തണുത്ത തോടെ-വളരെ താമസിയാതെ അതു സംഭവിക്കുകയും ചെയ്തു- അദ്ദേഹം ഏതാണ്ട് ഭ്രാന്തിന്റെ വക്കത്തെത്തിയെന്നു പറയാം. പ്രേമവും ഈർഷ്യയും അദ്ദേഹത്തെ കാർന്നുതിന്നു. അവർ പോകുന്നേടങ്ങളിലെല്ലാം നിഴൽപോലെ അവരെ പിന്തുടർന്നുകൊ ണ്ട് അദ്ദേഹം അവർക്ക് ഇരിക്കപ്പൊറുതിയില്ലാതാക്കി. ഒടുവിൽ സഹികെട്ട് അവർ നാടുവിട്ടു. സ്നേഹിതന്മാരും മേലുദ്യോഗസ്ഥന്മാ രും പറഞ്ഞതൊന്നും വകവയ്ക്കാതെ ഉദ്യോഗം രാജിവച്ചിട്ട് അദ്ദേഹം അവിടെയും അവരെ പിന്തുടർന്നു. ചിലപ്പോൾ അവരെ മണത്തുന ടന്നും ചിലപ്പോൾ മനഃപൂർവ്വം അവരിൽ നിന്നു വിട്ടുനിന്നും നാലു കൊല്ലത്തോളം അദ്ദേഹം വിദേശങ്ങളിൽ താമസിച്ചു. അദ്ദേഹത്തിന് തന്നെപ്പറ്റി ലജ്ജതോന്നി; തന്റെ ദൗർബല്യത്തെ അദ്ദേഹം ശപിച്ചു. പക്ഷേ, അതുകൊണ്ടൊന്നും യാതൊരു ഗുണവുമുണ്ടായില്ല. അന്ധാ ളിപ്പിക്കുന്നതെങ്കിലും, ഏറെക്കുറെ അസ്ഥപ്രജ്ഞമാക്കുന്നതെങ്കിലും ചേതോഹരമായ അവരുടെ രൂപം അദ്ദേഹത്തിന്റെ ഹൃദയത്തിൽ അത്രയേറെ ഗാഢമായി പതിഞ്ഞുപോയിരുന്നു.

ബാദെൻ എന്ന സ്ഥലത്തുവച്ച് വിധി അവരെ തമ്മിൽ വീണ്ടും പഴയ രീതിയിൽ അടുപ്പിച്ചു. മുൻപൊരിക്കലും ആ സ്ത്രീ ഇത്രയേറെ ഉല്ക്കടമായി സ്നേഹിച്ചിരുന്നില്ലെന്നു തോന്നി... പക്ഷേ, ഒരു മാസം പോലും തികയുന്നതിനു മുൻപ് അതെല്ലാം വീണ്ടും അവസാനിച്ചു. കെടാൻ പോകുന്ന വിളക്കിന്റെ ആളിക്കത്തൽപോലെയായിരുന്നു അത്. വേർപാട് അനിവാര്യമാണെന്നുവന്നതോടെ അവരുടെ സ്നേഹിതനായെങ്കിലും തുടരാൻ അദ്ദേഹം ആഗ്രഹിച്ചു. പക്ഷേ,

---

2 സിംഹനാരീരൂപം

ഇങ്ങനെയൊരു സ്ത്രീയുമായി സൗഹൃദം പുലർത്താൻ ആർക്കാണാവോ കഴിയുക! ഏതായാലും അവർ അദ്ദേഹത്തിന്റെ കണ്ണിൽ മണ്ണിട്ടിട്ട് ബാദെനിൽ നിന്നു കടന്നു കളയുകയും അദ്ദേഹവുമായുള്ള സമ്പർക്കം നിരന്തരം ഒഴിവാക്കുകയും ചെയ്തു.

ഗത്യന്തരമില്ലാതെ റഷ്യയിലേക്ക് മടങ്ങിവന്ന് പഴയ ജീവിതചര്യ പുനരാരംഭിക്കാൻ ശ്രമിച്ചെങ്കിലും അതുമായി ഒത്തുപോകാൻ കിർസാനൊവിനു കഴിഞ്ഞില്ല. മനസ്സിന്റെ സമനില തെറ്റിയവനെപ്പോലെ അദ്ദേഹം അങ്ങിങ്ങ് അലഞ്ഞു നടന്നു. അപ്പോഴും മാന്യസദസ്സുകളിൽ അദ്ദേഹം പൊയ്ക്കൊണ്ടിരുന്നു. തന്റെ ഐഹിക ശീലങ്ങൾ അപ്പോഴും കൈവിടാതെ അദ്ദേഹം നിലനിർത്തി. പിന്നെയും രണ്ടോ മൂന്നോ സ്ത്രീകളെ വശീകരിക്കുന്നതിൽ അദ്ദേഹം വിജയിക്കുകപോലും ചെയ്തു. എങ്കിലും തന്നിൽനിന്നോ മറ്റുള്ളവരിൽ നിന്നോ അദ്ദേഹം ഒന്നും പ്രതീക്ഷിക്കാതെയായി. ഒന്നിനുംവേണ്ടി അദ്ദേഹം ശ്രമിക്കാതായി. വാർദ്ധക്യവും നരയും അദ്ദേഹത്തെ കടന്നാക്രമിച്ചു.

സായാഹ്നങ്ങളിൽ ഏതെങ്കിലും ക്ലബ്ബിൽചെന്നു വെറുതെ ബോറടിച്ചിരിക്കുകയോ അവിവാഹിതരായ ചങ്ങാതിമാരുമൊത്ത് കാര്യമില്ലാത്ത കാര്യങ്ങളെപ്പറ്റി അർത്ഥമില്ലാത്ത വാദപ്രതിവാദം നടത്തുകയോ ചെയ്യേണ്ടത് അദ്ദേഹത്തിന്റെ ഒഴിച്ചുകൂടാനാവാത്ത ഒരാവശ്യമായിത്തീർന്നു. ഇതത്ര നല്ലൊരു ലക്ഷണമായിരുന്നില്ല. ഇതൊക്കെയാണെങ്കിലും വിവാഹത്തെപ്പറ്റി അദ്ദേഹം ആലോചിച്ചിരുന്നതുപോലുമില്ല. ഈ വിധത്തിൽ സംഭവരഹിതവും നിഷ്ഫലവുമായ പത്തു നീണ്ട വർഷങ്ങൾ പെട്ടെന്നു കഴിഞ്ഞുപോയി. റഷ്യയിലെപ്പോലെ മറ്റൊരിടത്തും സമയം ഇത്രവേഗം പറന്നുപോകുന്നില്ല. ജയിലിൽ സമയം പറക്കുന്നത് ഇതിലും വേഗത്തിലാണത്രെ. ഒരു ദിവസം ക്ലബ്ബിൽ ആഹാരം കഴിച്ചുകൊണ്ടിരിക്കുന്നതിനിടയിലാണ് ആർ. പ്രഭ്വിയുടെ മരണത്തെപ്പറ്റി പാവെൽ പെ ത്രോവിച്ച് കേൾക്കാനിടയായത്. ഏതാണ്ട് ഭ്രാന്തു പിടിച്ച നിലയിൽ അവർ പാരീസിൽ കിടന്നുമരിച്ചു. ഈ വാർത്ത കേട്ടപ്പോൾ അദ്ദേഹം തീൻമേശയുടെമുന്നിൽ നിന്ന് എഴുന്നേറ്റ് ക്ലബ്ബിലെ ഓരോരോ മുറികളിലായിച്ചുറ്റാൻ തുടങ്ങി. ഓരോ മുറിയിലേയും ചീട്ടുകളിക്കാരുടെ അടുത്തെത്തുമ്പോൾ കുറേനേരം അദ്ദേഹം അനങ്ങാതങ്ങനെ നില്ക്കുമായിരുന്നു. എങ്കിലും അന്നും പതിവുസമയത്തിനു മുൻപ് അദ്ദേഹം വീട്ടിലേക്ക് മടങ്ങിയില്ല.

കുറേദിവസം കഴിഞ്ഞ് അദ്ദേഹത്തിന് ഒരു പാഴ്സൽ കിട്ടി. പ്രഭ്വിക്കു സമ്മാനിച്ച ആ മോതിരമായിരുന്നു അതിൽ. ആ സ്ഫിംക്സ് രൂപത്തിന്മേൽ അവർ ഒരു കുരിശടയാളമിട്ടിരുന്നു. അദ്ദേഹത്തിന്റെ മുന്നിലുള്ള കടങ്കഥയുടെ ഉത്തരം ആ കുരിശടയാളമാണെന്ന് അദ്ദേഹത്തെ അറിയിക്കാൻ അവർ ആരേയോ പറഞ്ഞേല്പിക്കുകയും ചെയ്തിരുന്നു.

1848-ന്റെ തുടക്കത്തിലായിരുന്നു ഇത്. ആ സമയത്താണ് ഭാര്യയുടെ മരണത്തെ തുടർന്ന് നിക്കൊലായ് പെ ത്രോവിച്ചും സെന്റ് പീറ്റേഴ്സ്ബർഗിലെത്തിയത്. അദ്ദേഹം നാട്ടിൻപുറത്ത് താമസമാക്കിയതിനുശേഷം ചേട്ടാനിയന്മാർ തമ്മിൽ കണ്ടിരുന്നേയില്ലെന്നു പറയാം. പാവെൽ പെ ത്രോവിച്ച് പ്രഭ്വിയുമായി പരിചയപ്പെട്ട ഏതാണ്ടതേ സന്ദർഭത്തിലായിരുന്നു നിക്കൊലായ് പെ ത്രോവിച്ചിന്റെ വിവാഹം. വിദേശത്തെ അലഞ്ഞുതിരിയലിനു ശേഷം കുറച്ചുകാലം ചെലവിടാമെന്ന വിചാരത്തോടെ അദ്ദേഹം നാട്ടിൻ പുറത്തേക്ക് പോയെങ്കിലും ഒരാഴ്ചകഴിഞ്ഞതോടെ അദ്ദേഹത്തിന് അത് മതിയായി. ചേട്ടാനിയന്മാരുടെ നിലയിലുള്ള അന്തരം വളരെ വമ്പിച്ചതായിരുന്നു. 1848-ൽ ഈ വ്യത്യാസം അത്രതന്നെ പ്രകടമായിരുന്നില്ല. നിക്കൊലായ് പെ ത്രോവിച്ചിന്റെ ഭാര്യ ഇഹലോകവാസം വെടിഞ്ഞിരുന്നു. പാവെൽ പെ ത്രോവിച്ചിന്റെ മധുരസ്മരണകൾ അദ്ദേഹത്തേയും ഉപേക്ഷിച്ചിരുന്നു. പ്രഭ്വിയുടെ മരണശേഷം അവരെപ്പറ്റിയുള്ള ചിന്തയിൽ നിന്നു മുക്തിനേടാൻ പാവെൽ പെ ത്രോവിച്ച് കിണഞ്ഞു ശ്രമിച്ചു. നിക്കൊലായ് പെ ത്രോവിച്ചിന് ഭംഗിയായി ചെലവിട്ട ഒരു കുടുംബജീവിതത്തിന്റെ മധുരസ്മരണകളെങ്കിലും അയവിറക്കാനുണ്ടായിരുന്നു. തന്റെ പുത്രൻ അദ്ദേഹത്തിന്റെ കൺമുന്നിൽ വളർന്നു വലുതായിക്കൊണ്ടിരുന്നു. നേരേമറിച്ച്, പാവെലാകട്ടെ, ഒരു ഏകാന്ത ബ്രഹ്മചാരിയായിരുന്നു. യുവത്വം വിടപറഞ്ഞെങ്കിലും വാർദ്ധക്യം കടന്നുവന്നുകഴിഞ്ഞിട്ടില്ലാത്ത ഒരവസ്ഥയിലായിരുന്നു അദ്ദേഹം.

പ്രതീക്ഷയ്ക്കു സദൃശമായ ഖേദവും ഖേദത്തിനു സദൃശമായ പ്രതീക്ഷയും നിറഞ്ഞ ജീവിതത്തിന്റെ ഒരു സായാഹ്നത്തിലേക്ക് കടക്കുകയായിരുന്നു അദ്ദേഹം.

പാവെൽ പെ ത്രോവിച്ചിനെ സംബന്ധിച്ചിടത്തോളം ജീവിതത്തിന്റെ ഈ പടവ് മറ്റാരേയുംകാൾ കൂടുതൽ ദുഷ്കരമായിരുന്നു. കാരണം, ഭൂതകാലത്തോടൊപ്പം അദ്ദേഹത്തിന് തന്റെ സർവ്വസ്വവും നഷ്ടമായിരുന്നു.

"മാരിനൊയിലേക്ക് ഞാൻ ചേട്ടനെ ക്ഷണിക്കുന്നില്ല." നിക്കൊലായ് പെ ത്രോവിച്ച് ഒരിക്കൽ പറയുകയുണ്ടായി. (ഭാര്യയുടെ ഓർമ്മയ്ക്കായി തന്റെ എസ്റ്റേറ്റിന് അദ്ദേഹം കൊടുത്തിരുന്ന പേരാണ് മാരിനൊയെന്നത്.) "എന്റെ ഓമന ഉണ്ടായിരുന്നപ്പോൾ പോലും ചേട്ടന് അവിടം വളരെ വിരസമായിരുന്നല്ലൊ. ഇപ്പോഴാണെങ്കിൽ അവിടെ വന്നാൽ ചേട്ടന് അതിലും ഭയങ്കര ബോറായിരിക്കും."

"അന്ന് ഞാൻ മഠയനും അസ്വസ്ഥചിത്തനുമായിരുന്നു," എന്നായിരുന്നു പാവെൽ പെ ത്രോവിച്ച് അതിനു നല്കിയ മറുപടി: "ഇന്നു ഞാൻ കൂടുതൽ ബുദ്ധിമാനായിട്ടില്ലെങ്കിലും എനിക്കിപ്പോൾ കുറേക്കൂടി

പാകത വന്നിട്ടുണ്ട്. നിനക്ക് വിരോധമില്ലെങ്കിൽ സ്ഥിരമായി നിന്റെ കൂടെ വന്നുതാമസിച്ചാലെന്താണെന്നാണ് ഞാനിപ്പോൾ ആലോചിക്കുന്നത്."

അതിനു മറുപടി പറയുന്നതിനു പകരം നിക്കൊലായ് പെത്രോവിച്ച് ചേട്ടനെ ചെന്നു കെട്ടിപ്പിടിക്കുകയാണുണ്ടായത്. എന്നാൽ പിന്നെയും ഒന്നരക്കൊല്ലം കഴിഞ്ഞേ പാവെൽ പെത്രോവിച്ച് ഈ തീരുമാനം നടപ്പിലാക്കിയുള്ളു. പക്ഷേ, നാട്ടിൻപുറത്ത് താമസം ആരംഭിച്ചതിൽപിന്നെ ഒരിക്കൽപോലും അദ്ദേഹം അവിടം വിട്ടുപോവുകയുണ്ടായില്ല. നിക്കൊലായ് പെത്രോവിച്ച് മകന്റെ കൂടെ കഴിയാൻ സെന്റ് പീറ്റേഴ്സ്ബർഗിലേക്ക് പോയ ആ മൂന്നു ശീതകാലങ്ങളിൽപോലും അദ്ദേഹം മാരിനൊയിൽ തന്നെ താമസിച്ചു. അദ്ദേഹം വായന ഒരു വിനോദമായി സ്വീകരിച്ചു. ഇംഗ്ലീഷ് പുസ്തകങ്ങളാണ് അദ്ദേഹം അധികവും വായിച്ചിരുന്നത്: സത്യത്തിൽ ജീവിതം മുഴുവൻ അദ്ദേഹം ചെലവിട്ടത് കഴിവതും ഇംഗ്ലീഷ് മട്ടിലാണ്. അയല്ക്കാരെ അദ്ദേഹം കണ്ടിരുന്നില്ലെന്നുതന്നെ പറയാം. തിരഞ്ഞെടുപ്പുകാലത്തു മാത്രമാണ് അദ്ദേഹം പുറത്തിറങ്ങിയിരുന്നത്. അപ്പോഴും പഴയ മട്ടുകാരായ ജന്മിത്തമ്പുരാന്മാരെ തന്റെ ലിബറൽ നർമ്മോക്തികൾ കൊണ്ടു ഒന്നു ചൊട്ടിവിടാൻ മാത്രമാണ് അദ്ദേഹം വാതുറന്നിരുന്നത്. എങ്കിലും ചെറുപ്പക്കാരുമായി അദ്ദേഹം ഒട്ടും അടുത്തതുമില്ല. രണ്ടുകൂട്ടരും അദ്ദേഹത്തെ പ്രതാപിയായാണ് കണ്ടിരുന്നത്. എങ്കിലും രണ്ടുകൂട്ടരും അദ്ദേഹത്തെ മാനിച്ചിരുന്നു.

അദ്ദേഹത്തിന്റെ പ്രൗഢമായ നടപ്പും കുലീനാചാരങ്ങളും സ്ത്രീകളെ ആകർഷിക്കുന്നതിലുള്ള അദ്ദേഹത്തിന്റെ പ്രശസ്തിയും അദ്ദേഹത്തിന്റെ അന്തസ്സായ വസ്ത്രധാരണവും അവരിൽ വളരെ മതിപ്പുളവാക്കിയിരുന്നു.

എന്നുമാത്രമല്ല, എവിടെങ്കിലും ചെന്നാൽ അവിടുത്തെ ഏറ്റവും മികച്ച ഹോട്ടലിലെ ഏറ്റവും മികച്ച മുറിയിൽ മാത്രമേ അദ്ദേഹം താമസിക്കാറുണ്ടായിരുന്നുള്ളു. ആഹാരത്തിന്റെ കാര്യത്തിലും ഉന്നതനിലവാരം പുലർത്തിയിരുന്ന അദ്ദേഹം ഒരിക്കൽ ലൂയിഫിലിപ്പിന്റെ സ്ഥലത്ത് വെല്ലിങ്ങ് ടണോടൊപ്പമിരുന്ന് അത്താഴം കഴിക്കുകയുണ്ടായി. തനിവെള്ളികൊണ്ടുള്ള ചെറിയൊരു പെട്ടിയും കിടന്നുകളിക്കാനുള്ള ഒരു ടബ്ബും അദ്ദേഹം കൂടെകൊണ്ടുനടന്നിരുന്നു. മാന്യന്മാർക്കുപറ്റിയ ഒന്നാന്തരം സെന്റു മാത്രമേ അദ്ദേഹം ഉപയോഗിച്ചിരുന്നുള്ളു. ഭംഗിയായി ചീട്ടുകളിക്കുകയും അതിൽ ഏതാണ്ടെല്ലായ്പോഴും തോല്ക്കുകയും ചെയ്യുന്നതും അദ്ദേഹത്തിന്റെ പതിവായിരുന്നു. ഇതിനെല്ലാം പുറമെ അദ്ദേഹം അങ്ങേയറ്റത്തെ സത്യസന്ധതപുലർത്തിയിരുന്നുവെന്നതും അവരിൽ ബഹുമാനം ഉളവാക്കിയിരുന്ന സംഗതിയായിരുന്നു. മാന്യമഹിളകളുടെ ദൃഷ്ടിയിൽ

സദാ വിഷണ്ണനായ ഒരു സുമുഖനായിരുന്നെങ്കിലും അവരുടെ സൗഹൃദംനേടാൻ അദ്ദേഹം ഒരു ചെറുവിരൽപോലും അനക്കിയില്ല.

"അതാണ് യെവ്ഗേനി, അദ്ദേഹത്തിന്റെ സ്ഥിതി," അർക്കാദി തന്റെ ആഖ്യാനം ഉപസംഹരിച്ചുകൊണ്ടു പറഞ്ഞു. "താൻ എന്റെ വല്യപ്പനെ എത്ര അന്യായമായാണ് വിലയിരുത്തിയതെന്നു ഇപ്പോൾ മനസ്സിലായോ? കൂടാതെ, എന്റെ അപ്പച്ചനെ അദ്ദേഹം എത്ര പ്രാവശ്യമാണെന്നോ സഹായിച്ചിട്ടുള്ളത്! തന്റെ കാശെല്ലാം അദ്ദേഹം അപ്പച്ചനു കൊടുത്തു. നിങ്ങൾക്കറിയില്ലായിരിക്കാം ഇവിടെ ഭാഗംവയ്പു നടന്നിട്ടില്ലെന്നത്. ആരേയും എപ്പോഴും സഹായിക്കാൻ അദ്ദേഹം സന്നദ്ധനാണ്. എപ്പോഴും അദ്ദേഹം കൃഷിക്കാരുടെ പക്ഷത്തായിരിക്കുകയും ചെയ്യും. ശരിയാണ്, മുഖം ചുളിച്ചുകൊണ്ടേ അദ്ദേഹം അവരോടു സംസാരിക്കാറുള്ളു. അദ്ദേഹമടുത്തുവന്നാൽ സെന്റിന്റെ മണം അടിക്കുകയും ചെയ്യും...."

"അഹന്ത; അല്ലാതൊന്നുമല്ല." ബസാറൊവ് ഇടയ്ക്ക് കയറിപ്പറഞ്ഞു.

"ആയിരിക്കാം. പക്ഷേ, ഹൃദയമുള്ളവനാണദ്ദേഹം. വിഡ്ഢിയല്ല താനും.

എനിക്കെന്തെല്ലാം നല്ല ഉപദേശങ്ങളാണെന്നോ തന്നിട്ടുള്ളത്... പ്രത്യേകിച്ചും... പ്രത്യേകിച്ചും സ്ത്രീകളെ സംബന്ധിച്ച്."

"ചൂടുവെള്ളത്തിൽ വീണ പൂച്ച പച്ചവെള്ളം കണ്ടാലും അറയ്ക്കും എന്നു പറഞ്ഞപോലെ, അല്ലേ? എല്ലാർക്കുമറിയാം അത്."

"ചുരുക്കിപ്പറഞ്ഞാൽ, സത്യമായും ഹൃദയം നൊന്തുകഴിയുന്ന ഒരു മനുഷ്യനാണദ്ദേഹം," ബസാറൊവ് പറഞ്ഞതു കേൾക്കാത്ത മട്ടിൽ അർക്കാദി തുടർന്നു: "അദ്ദേഹത്തെ അപലപിക്കുന്നത് കഷ്ടമാണ്."

"അതിന് ആരാ അദ്ദേഹത്തെ അപലപിച്ചത്?"ബസാറൊവ് പ്രതിഷേധിച്ചു. "എങ്കിലും ഒരു കാര്യം പറഞ്ഞേ തീരൂ: സ്ത്രീയുടെ പ്രേമത്തിനുവേണ്ടി ജീവിതം മുഴുവൻ പന്തയം വച്ചിട്ട് ആ പന്തയത്തിൽ തോല്ക്കുമ്പോൾ ഹൃദയം തകർന്ന് നശിക്കുന്ന മനുഷ്യനുണ്ടല്ലോ, അയാളെ ആണെന്നു വിളിക്കാൻ പറ്റില്ല. നീ പറയുന്നത് അദ്ദേഹം ദുഃഖിതനാണെന്നാണ്.

ആയിരിക്കാം. നിനക്കാണല്ലോ അതെപ്പറ്റി നന്നായറിയാവുന്നത്. പക്ഷേ, ആ പഴയ ജാഡയൊന്നും ഇനിയും ആ മനുഷ്യനെ വിട്ടിട്ടില്ല. 'ഗലിന്യാനി' എന്ന ആ പീറ മാസിക വായിക്കുന്നതുകൊണ്ടും മാസത്തിലൊരിക്കൽ ഏതെങ്കിലും കൃഷിക്കാരനെ ചാട്ടയടിയിൽ നിന്ന് രക്ഷിക്കുന്നതുകൊണ്ടും താനൊരു കേമനാണെന്ന് ആ മനുഷ്യൻ വാസ്തവത്തിൽ വിശ്വസിക്കുന്നുണ്ടെന്ന് എനിക്ക് ഉറപ്പായി പറയാൻ കഴിയും."

“പക്ഷേ, അദ്ദേഹത്തിനു ലഭിച്ച വിദ്യാഭ്യാസവും അദ്ദേഹം ജീവിച്ച കാലവും ഏതു തരത്തിലുള്ളതായിരുന്നെന്നു ഓർക്കണം.” അർക്കാദി പറഞ്ഞു.

“വിദ്യാഭ്യാസമോ?” അയാളെ മുഴമിക്കാൻ സമ്മതിക്കാതെ ബസാറൊവ് ഇടയ്ക്കുകയറിപ്പറഞ്ഞു. “സ്വയം വിദ്യാഭ്യാസം നേടാനാണ് ഏതൊരു മനുഷ്യനും ശ്രമിക്കേണ്ടത്. ഞാനങ്ങനെയാണ്. കാലത്തെപ്പറ്റി പറഞ്ഞാൽ, ഞാനെന്തിനാ അതിനെ ആശ്രയിക്കുന്നത്? അതു വേണമെങ്കിൽ എന്നെ ആശ്രയിക്കട്ടെ. അല്ല ചങ്ങാതീ, ഇതെല്ലാം വെറും തട്ടിപ്പും ചപ്പടാച്ചിയുമാണ്. ഇനി വേറൊന്നു ചോദിച്ചോട്ടെ: സ്ത്രീപുരുഷബന്ധത്തിന്റെ ഈ നിഗൂഢത എന്താണെന്നു ഒന്നു പറഞ്ഞുതരാമോ? ശരീരശാസ്ത്രജ്ഞർക്ക് ഇതെപ്പറ്റി ഭംഗിയായറിയാം. കണ്ണിന്റെ അനാട്ടമി ഒന്നു പഠിച്ചുനോക്ക്! നീ പറയുന്ന ആ നിഗൂഢമായ നോട്ടം അതിലെവിടെയാണുള്ളത്? ശുദ്ധ അതിഭാവുകതയും അസംബന്ധവുമല്ലാതെ മറ്റൊന്നുമല്ല ഇത്. വാ വെറുതെ സമയം കളയാതെ നമുക്കുപോയി ആ വണ്ടുകളെ ഒന്നു പരിശോധിക്കാം.”

എന്നു പറഞ്ഞ് രണ്ടാളും കൂടി ബസാറൊവിന്റെ മുറിയിലേക്കു പോയി. ഔഷധ സാമഗ്രികളുടേയും വിലകുറഞ്ഞ പുകയിലയുടേയും കൂടിയുള്ള സമ്മിശ്രമായ ഒരു ഗന്ധം ആ മുറിക്കകത്താകെ വ്യാപിച്ചു കഴിഞ്ഞിരുന്നു.

VIII

കാര്യസ്ഥനമായുള്ള അനിയന്റെ സംസാരത്തിൽ പാവെൽ പെ ത്രോവിച്ച് അധികനേരം പങ്കുകൊണ്ടില്ല. ക്ഷയരോഗികളുടേതു പോലുള്ള കിളിശബ്ദവും തെമ്മാടികളുടേതു പോലുള്ള കണ്ണുകളുമുള്ള നീണ്ടുമെലിഞ്ഞൊരു മനുഷ്യനായിരുന്നു ഈ കാര്യസ്ഥൻ. തമ്പുരാന്റെ ഒരു എറാൻ മൂളിയായിരുന്നു ഇയാൾ. സർവ്വ കുറ്റങ്ങളും ഇയാൾ കൃഷിക്കാരുടെ മേൽ വച്ചുകെട്ടുകയും അവരെ കുടിയന്മാരും കള്ളന്മാരുമായി ചിത്രീകരിക്കുകയും ചെയ്തിരുന്നു. പുതിയ രീതിയിൽ അടുത്ത കാലത്ത് പുനഃസംഘടിപ്പിക്കപ്പെട്ടിരുന്ന ഈ കളത്തിന്റെ കാര്യങ്ങൾ എണ്ണയിടാത്ത വണ്ടിച്ചക്രം പോലെ അരഞ്ഞരഞ്ഞും പാഴ്ത്തടികൊണ്ട് വീട്ടിലുണ്ടാക്കിയ മേശയും കസേരയും മറ്റും പോലെ പൊട്ടിപ്പൊളിഞ്ഞുമാണ് നടന്നിരുന്നത്. നിക്കൊലായ് പെ ത്രോവിച്ച് അതുകൊണ്ടു ഹതാശനായില്ലെങ്കിലും അദ്ദേഹം കൂടെക്കൂടെ ദീർഘശ്വാസം വിടുന്നതും എവിടെങ്കിലും കുനിക്കൂടിയിരിക്കുന്നതും കാണാമായിരുന്നു. കാശില്ലാതെ മുന്നോട്ടു പോകാനാവില്ലെന്ന് അദ്ദേഹത്തിന് ബോധ്യമായിരുന്നു. എന്നാൽ കൈയിലുള്ള കാശ് മുഴുവൻ ഏതാണ്ട് തീരാറാവുകയും ചെയ്തിരുന്നു. അർക്കാദി പറഞ്ഞത് സത്യമാണ്: പാവെൽ പെ ത്രോവിച്ച് ഒന്നിലധികം പ്രാവശ്യം അനിയനെ പണം കൊടുത്ത് സഹായിച്ചിരുന്നു. കൈയിലൊരു ചില്ലിയുമില്ലാതെ അനിയൻ വിഷമിച്ച് തലയ്ക്കു കൈയും കൊടുത്തിരിക്കുന്ന പല സന്ദർഭങ്ങളിലും അദ്ദേഹം പതുക്കെ ജനലിങ്കലേക്ക് നടന്നു ചെന്ന് പോക്കറ്റിൽ കൈയിട്ട് നോക്കിയിട്ട് ഫ്രഞ്ചിൽ ഇപ്രകാരം പറയുക പതിവായിരുന്നു: "എന്റെ കൈയിൽ കുറച്ചു കാശുള്ളതു വേണമെങ്കിൽ തരാം." അദ്ദേഹം പോക്കറ്റിലുള്ള പണമെടുത്ത് അനിയനെ ഏല്പിക്കുകയും ചെയ്യുമായിരുന്നു. പക്ഷേ അദ്ദേഹത്തിന്റെ പക്കൽതന്നെ തല്ക്കാലം കാശൊന്നും ഇല്ലാതിരുന്നതിനാൽ ആ സംഭാഷണങ്ങളിൽ നിന്ന് ഒഴിഞ്ഞുനില്ക്കുന്നതായിരിക്കും ഉചിതമെന്ന് അദ്ദേഹം കരുതി. പണമിടപാടുകൾ അദ്ദേഹത്തിന് ഒട്ടും സുഖിക്കുന്ന ഒരു സംഗതിയായിരുന്നില്ല. എന്നുമാത്രമല്ല, വളരെ ഉത്സാഹത്തോടെ എല്ലായിടത്തും

ഓടിനടക്കുമെങ്കിലും നേർവഴിക്കല്ല അനിയൻ കാര്യങ്ങൾ നടത്തിക്കൊണ്ടുപോകുന്നതെന്ന് അദ്ദേഹത്തിനു തോന്നുകയും ചെയ്തിരുന്നു. എന്നാൽ, എവിടെയാണ് തെറ്റുപറ്റിയതെന്ന് ചൂണ്ടിക്കാട്ടാൻ അദ്ദേഹത്തിന് കഴിയുമായിരുന്നില്ല. "അനിയനു പ്രായോഗികബുദ്ധി പോരാ," അദ്ദേഹം മനസ്സിൽ പറയും: "എല്ലാവരും അവനെ കളിപ്പിക്കുകയാണ്." നേരേമറിച്ച്, നിക്കൊലായ് പെ ത്രോവിച്ചിന് ചേട്ടന്റെ കുശാഗ്രബുദ്ധിയെപ്പറ്റി വലിയ മതിപ്പായിരുന്നു. അദ്ദേഹം ഇടയ്ക്കിടയ്ക്കു ചെന്ന് ചേട്ടന്റെ ഉപദേശം തേടുകയും ചെയ്തിരുന്നു. "ഞാനൊരു ദുർബ്ബലഹൃദയനാണ്," അദ്ദേഹം ചേട്ടനോട് പറയുമായിരുന്നു. "ഈ പട്ടിക്കാട് വിട്ട് ഞാൻ അധികമൊന്നും പുറത്തേക്ക് പോയിട്ടില്ല. ചേട്ടൻ എവിടെല്ലാം പോവുകയും ആരെല്ലാമായി കാണുകയും ചെയ്തിരിക്കുന്നു! മാത്രമല്ല സൂക്ഷ്മദൃഷ്ടിയാണ് ചേട്ടന്റേത്!' പാവെൽ പെ ത്രോവിച്ച് ഇതിനു മറുപടി പറയാതെ തിരിഞ്ഞു നടക്കുകയേയുള്ളൂ. എന്നാൽ, അനിയന്റെ തെറ്റിദ്ധാരണ നീക്കാൻ അദ്ദേഹം ശ്രമിച്ചിരുന്നില്ല.

അനിയനെ അദ്ദേഹത്തിന്റെ ഓഫീസ് മുറിയിൽ വിട്ടിട്ട് പാവെൽ പെ ത്രോവിച്ച് വീടിന്റെ പിൻഭാഗത്തേക്കുള്ള ഇടനാഴിയിലൂടെ നടന്നു. ഉയരം കുറഞ്ഞ ഒരു വാതിലിന്റെ മുന്നിലെത്തിയപ്പോൾ എന്തോ ആലോചിക്കുന്നതുപോലെ അദ്ദേഹം അല്പനേരം തന്റെ മീശ തടവിക്കൊണ്ടു അവിടെനിന്നിട്ട് വാതിലിൽ മുട്ടി.

"ആരാ അത്? ഇങ്ങോട്ടു വന്നോളൂ" ഫേനിച്ച്കയുടെ ശബ്ദമായിരുന്നു അത്.

"ഞാനാ," വാതിൽ തുറന്നു അകത്തേക്ക് കടന്നുകൊണ്ട് പാവെൽ പെ ത്രോവിച്ച് പറഞ്ഞു.

തന്റെ മോനെ ഓമനിച്ചുകൊണ്ട് ഒരു കസേരയിൽ ഇരുന്നിരുന്ന ഫേനിച്ച്ക ചാടിപ്പിടഞ്ഞെഴുന്നേറ്റിട്ട് കുഞ്ഞിനെ അടുത്തു നിന്നിരുന്ന ബാലികയെ ഏല്പിച്ചശേഷം തലയിൽ കെട്ടിയിരുന്ന തുവാല പിടിച്ചു നേരെയാക്കി. ആ ബാലിക കുഞ്ഞിനെ എടുത്തോണ്ടു പുറത്തേക്കു പോയി.

"ഞാൻ ശല്യം ചെയ്തെങ്കിൽ ക്ഷമിക്കണം കേട്ടോ," പാവെൽ പെ ത്രോവിച്ച് അവളുടെ നേർക്ക് നോക്കാതെ പറഞ്ഞു. "ഒരു കാര്യം പറയാനാ ഞാൻ വന്നത്.... ആരെങ്കിലും പട്ടണത്തിൽ പോകുന്നുണ്ടെങ്കിൽ കൊറച്ചു നല്ല ചായപ്പൊടി വാങ്ങിപ്പിച്ചാൽ തരക്കേടില്ലായിരുന്നു."

"ശരി, സാർ," ഫേനിച്ച്ക മറുപടിയായി പറഞ്ഞു: "എത്ര വേണ്ടിവരുമോ, എന്തോ?"

"അതോ, ഒരരറാത്തൽ മതിയാകുമെന്നു തോന്നുന്നു. ഇവിടെ എന്തെല്ലാമോ മാറ്റങ്ങളെല്ലാം വരുത്തിയിട്ടുണ്ടല്ലോ!'' ചുറ്റും വേഗത്തിലൊന്നു കണ്ണോടിക്കുന്നതിനിടയിൽ ഫേനിച്ച്കയുടെ

മുഖത്തേക്കുകൂടി ഒരു നോട്ടമെറിഞ്ഞുകൊണ്ട് അദ്ദേഹം പറഞ്ഞു. "ഈ കർട്ടന്റെ കാര്യമാ ഞാൻ പറഞ്ഞത്," താൻ പറഞ്ഞത് അവൾക്ക് മനസ്സിലായില്ലെന്നു കണ്ട് അദ്ദേഹം പിറുപിറുത്തു.

"അതോ, അത് നിക്കോലായ് പെ ത്രോവിച്ച് തന്നതാ. വളരെ ക്കാലമായിട്ടതിവിടെയുള്ളതാ.'

"ഓ, ഞാൻ മറന്നുപോയി. ഞാൻ ഈ മുറിയിൽ വന്നിട്ടും വളരെ ക്കാലമായല്ലോ, അല്ലേ? വളരെ ഭംഗിയായിട്ടുണ്ട് ഈ മുറിയിപ്പോൾ."

"എല്ലാം നിക്കോലായ് പെ ത്രോവിച്ചിന്റെ ദയ," ഫേനിച്ച്ക മന്ത്രിക്കും പോലെ പറഞ്ഞു.

"പഴയ മുറിയിലേതിനെക്കാൾ ഇവിടെ സുഖമല്ലേ?" അദ്ദേഹം വളരെ ഭവ്യതയോടെ ചോദിച്ചു. ആ മുഖത്ത് അപ്പോൾ പുഞ്ചിരിയുടെ ഒരു ലാഞ്ഛനപോലുമുണ്ടായിരുന്നില്ല.

"അതെ സാർ, അതെ."

"പഴയ മുറിയിലിപ്പോൾ ആരാ?"

"അലക്കുകാരിപ്പെണ്ണുങ്ങൾ"

"അതെയോ?"

പിന്നെ അല്പസമയത്തേക്ക് അദ്ദേഹം ഒന്നും പറഞ്ഞില്ല. "ഇപ്പം പോകുമായിരിക്കും." ഫേനിച്ച്ക മനസ്സിൽ വിചാരിച്ചു. പക്ഷേ, പോകാതെ അദ്ദേഹം അവിടെത്തന്നെ നിന്നു. അവളാണെങ്കിൽ എന്തു ചെയ്യണമെന്നറിയാതെ സംഭ്രമപൂർവ്വം വിരലുകൾ തിരുപ്പിടി ച്ചുകൊണ്ട് ഒരു ശിലാപ്രതിമപോലെ അദ്ദേഹത്തിന്റെ മുന്നിൽ നിന്നു.

"എന്തിനാ കുഞ്ഞിനെ പുറത്തേക്കു കൊട്ടത്തയച്ചത്? ഒടുവിൽ അദ്ദേഹം ആ നിശ്ശബ്ദത ഭഞ്ജിച്ചു. "എനിക്ക് കുഞ്ഞുങ്ങളെ വലിയ ഇഷ്ടമാണ്. അവനെ ഞാനൊന്നു കാണട്ടെ."

സന്തോഷവും സംഭ്രമവും കൊണ്ട് ഫേനിച്ച്കയുടെ മുഖം തുടുത്തു. പാവെൽ പെ ത്രോവിച്ചിനെ അവൾക്ക് പേടിയായിരുന്നു. കാരണം, അദ്ദേഹം അവളോട് സംസാരിക്കാറേ ഉണ്ടായിരുന്നില്ലെന്നു പറയാം.

"ദുന്യാഷ," അവൾ വിളിച്ചു. "മീത്യയെ ഒന്നിങ്ങോട്ട് കൊണ്ടുവരൂ!" ("കൊണ്ടു വാ" എന്ന് അവൾ ആ വീട്ടിലാരോടും ഒരിക്കലും പറയാ റുണ്ടായിരുന്നില്ല.) 'അല്ലെങ്കിൽ വേണ്ട, അവനെ ഉടുപ്പിടീച്ചിട്ടു മതി."

ഫേനിച്ച്ക വാതിലിന്റെ നേർക്ക് നടന്നു.

"അതൊന്നും സാരമില്ല" പാവെൽ പെ ത്രോവിച്ച് പറഞ്ഞു നോക്കി.

പക്ഷേ, അതുകേൾക്കാൻ നില്ക്കാതെ "ഞാൻ, ദാ വന്നു കഴിഞ്ഞു" എന്നു പറഞ്ഞ് അവൾ പുറത്തേക്കോടി.

ഒറ്റയ്ക്കായപ്പോൾ പാവെൽ പെ ത്രോവിച്ച് മുറിക്കകമാകെ ഒന്നു നല്ലപോലെ പരിശോധിച്ചു. മച്ചിനു വലിയ ഉയരമില്ലാത്ത ആ കൊച്ചുമുറി ഭംഗിയായും വെടിപ്പായും സൂക്ഷിച്ചിരുന്നു. തറയിൽ പാകിയിരുന്ന പലകത്തുണ്ടുകളിൽനിന്നുള്ള വാർണിഷിന്റെ പുതുമണവും ജമന്തിയുടേയും മെലീസാപൂക്കളുടേയും സുഗന്ധവും അവിടെയാകെ വ്യാപിച്ചിരുന്നു. ചാരുന്നതിനുള്ള ഭാഗം വീണയുടെ ആകൃതിയിൽ രൂപപ്പെടുത്തിയ കസേരകൾ ചുമരിനോടു ചേർത്തിട്ടിരുന്നു. പരേതനായ ജനറൽ ഏതോ യുദ്ധത്തിനു പോയപ്പോൾ പോളണ്ടിൽ നിന്നു വാങ്ങിയതായിരുന്നു ആ കസേരകൾ. ഒരു മൂലയ്ക്കായി മസ്ലിൻ തുണികൊണ്ടുള്ള മേല്ക്കെട്ടിയോടുകൂടിയ ഒരു കട്ടിലും, അതിനു തൊട്ടടുത്തായി കമാനാകൃതിയിലുള്ള മൂടിയോടുകൂടിയ ഒരു വലിയ പെട്ടിയും ഉണ്ടായിരുന്നു. എതിർവശത്തുള്ള മൂലയിൽ നിക്കോലാസ്

പുണ്യാളന്റെ ബൃഹത്തായ ഒരു ഇരുണ്ട ചിത്രത്തിനു മുമ്പിൽ ഒരു കൊച്ചു വിളക്കു കത്തിച്ചു വച്ചിരുന്നു. പുണ്യാളന്റെ നെഞ്ചിനു മുന്നിൽ ഞാന്നുകിടന്നിരുന്ന ചുവപ്പുറിബ്ബണിന്റെ അറ്റത്ത് ചീനക്കളിമണ്ണുകൊണ്ടുള്ള ഒരു മുട്ട കെട്ടിത്തൂക്കിയിരുന്നു. ജനൽ പടിയിൽ തലേക്കൊല്ലം ഉണ്ടാക്കിയ ജാം നിറച്ച ഭരണികൾ നിരത്തിവച്ചിരുന്നു. കടലാസ്സു കൊണ്ടു ഭദ്രമായി മൂടിക്കെട്ടിയിരുന്ന ആ ഭരണകൾക്കു മുകളിൽ “നെല്ലിക്ക” എന്നു ഫേനിച്ച്കയുടെ വടിവില്ലാത്ത കൈയക്ഷരത്തിൽ എഴുതിപ്പതിച്ചിരുന്നു. നിക്കൊലായ് പെ ത്രോവിച്ചിന് ഏറ്റവും ഇഷ്ടപ്പെട്ട ഒരു ജാമായിരുന്നു അത്. മച്ചിൽ നിന്ന് ഒരു നീണ്ട ചരടിൽ കെട്ടിത്തൂക്കിയിരുന്ന കൂട്ടിനകത്തിരുന്ന് ഒരു കുറിവാലൻ സീസ്കിൻ പക്ഷി സദാചിലച്ചിരുന്നു. അത് സദാ ചാടിച്ചാടി നടന്നിരുന്നതിനാൽ ആ കൂട് എപ്പോഴും അങ്ങോട്ടും ഇങ്ങോട്ടും ആടുകയും അതിനു തിന്നാൻ വച്ചിരുന്ന ചണവിത്തുകൾ പടപടാ ശബ്ദത്തോടെ തറയിലേക്ക് വീഴുകയും ചെയ്തിരുന്നു. ജനലുകൾക്കിടയിലുള്ള ചുമരിൽ ഘടിപ്പിച്ചിരുന്ന കൊച്ച് അലമാരിയുടെ മുകളിൽ ഏതോ വഴിപോക്കൻ ഫോട്ടോഗ്രാഫറെടുത്ത നിക്കൊലായ് പെ ത്രോവിച്ചിന്റെ തീരെ മോശപ്പെട്ട ചില ഫോട്ടോകൾ തൂക്കിയിരുന്നു. അവയോടു ചേർന്ന് ഫേനിച്ച്കയുടേയും അല്പവും തെളിച്ചമില്ലാത്ത ഒരു ഫോട്ടോ ഉണ്ടായിരുന്നു. അസ്വാഭാവികമായ പുഞ്ചിരിതൂകുന്ന ഒരു മങ്ങിയ മുഖമല്ലാതെ മറ്റൊന്നും അതിൽ തെളിഞ്ഞു കാണാൻ കഴിയുമായിരുന്നില്ല. ഫേനിച്ച്കയുടെ ചിത്രത്തിനു മുകളിലായി സർക്കേഷ്യൻ കമ്പിളി കൊണ്ടുള്ള ഓവർക്കോട്ടുധരിച്ച ജനറൽ യെർമോലൊവ് ദൂരെയുള്ള കോക്കസസ് പർവ്വത നിരകൾ തുറിച്ചു നോക്കിനില്ക്കുന്ന ഒരു ചിത്രവും വച്ചിരുന്നു. അദ്ദേഹത്തിന്റെ പുരികത്തിൽവന്നു മുട്ടുന്ന തരത്തിൽ ബൂട്ടിന്റെ ആകൃതിയിലുള്ള ഒരു പിൻകുഷനും ഞാന്നു കിടന്നിരുന്നു.

അങ്ങനെ അഞ്ചുമിനിട്ടു കഴിഞ്ഞു കാണും. അപ്പോൾ അടുത്ത മുറിയിൽ നിന്ന് എന്തോ ചില കുശുകുശുപ്പും മർമ്മര ശബ്ദവും കേട്ടു. പാവെൽ പെ ത്രോവിച്ച് അലമാരയിൽ നിന്ന് വളരെ പഴയൊരു പുസ്തകം വലിച്ചെടുത്തു. മസ്സാൽസ്കി എഴുതിയ "രാജകീയ സ്രെൽത്സി" എന്ന കൃതിയായിരുന്നു അത്. അദ്ദേഹം അതിന്റെ പേജുകൾ മറിച്ചുനോക്കിക്കൊണ്ടിരുന്നപ്പോൾ ഫേനിച്ച്ക വാതിൽ തുറന്ന് മീത്യയേയും എടുത്തുകൊണ്ട് അകത്തേക്കു വന്നു. അവൾ കുഞ്ഞിന്റെ മുഖം കഴുകിച്ച് മുടി ചീകിയൊതുക്കിയശേഷം ചിത്രപ്പണികൾ നടത്തിയ കോളറോടു കൂടിയ ഒരു ചുവന്ന കൊച്ചുടുപ്പ് ഇടീച്ചാണ് അവനെ കൊണ്ടുവന്നിരുന്നത്. നല്ല ആരോഗ്യമുള്ള കുട്ടികൾ ചെയ്യാറുള്ളതുപോലെ അവൻ കൈകാലിട്ടടിക്കുകയും എരിപിരികൊള്ളുകയും ചെയ്തിരുന്നു. നിറപ്പകിട്ടുള്ള ആ ഉടുപ്പ് അവനു വളരെ ഇഷ്ടമായെന്നത് സ്പഷ്ടമായിരുന്നു. അവന്റെ ഉരുണ്ടുകൊഴുത്ത കൊച്ചുശരീരം ആഹ്ലാദത്താൽ വീർപ്പുമുട്ടുന്നപോലുണ്ടായിരുന്നു. ഫേനിച്ച്ക തന്റെ മുടിയും ഒതുക്കിയിട്ട് പുതിയൊരു തുവാല തലയിൽ കെട്ടിയിരുന്നു. പക്ഷേ, അതിന്റെ ആവശ്യം ഉണ്ടായിരുന്നില്ല. കാരണം, നല്ല ആരോഗ്യമുള്ള ഒരു കുഞ്ഞിനെ എടുത്തുകൊണ്ടുനില്ക്കുന്ന യുവസുന്ദരിയായൊരു അമ്മയെക്കാൾ ആകർഷകമായ മറ്റൊരു കാഴ്ചയും ഈ ലോകത്തിലില്ല.

"നല്ല ചൊടിക്കുട്ടൻ," തന്റെ നീണ്ട നഖത്താൽ മീത്യയുടെ താടിക്കുപിടിച്ച് ഇക്കിളിപ്പെടുത്തിക്കൊണ്ട് പാവെൽ പെ ത്രോവിച്ച് അഭിപ്രായപ്പെട്ടു. കുഞ്ഞ് മുറിവാലൻ പക്ഷിയെ നോക്കി ഒച്ചവയ്ക്കാൻ തുടങ്ങി.

"വല്യപ്പച്ചനാ, മോനെ," ഫേനിച്ച്ക മുഖം കുഞ്ഞിനോടു ചേർത്തുവച്ച് അവനെ പിടിച്ചൊന്നു കുലുക്കിക്കൊണ്ടുപറഞ്ഞു. ഇതിനിടയിൽ ദുന്യാഷ ഒച്ചയുണ്ടാക്കാതെ ഒരു സാമ്പ്രാണിത്തിരി കൊളുത്തി ജനൽ പടിമേൽ കൊണ്ടുവന്നുവച്ചു.

"ഇവനെത്ര പ്രായമായി?" പാവെൽ പെ ത്രോവിച്ച് അന്വേഷിച്ചു.

"ആറുമാസം. പതിനൊന്നാം തീയതി ഏഴാം മാസത്തിലേക്കു നടക്കും."

"എട്ടാവില്ലേ?" ദുന്യാഷ ഭയന്നു ഭയന്നു ചോദിച്ചു.

"ഇല്ലില്ല; ഏഴേ ആകൂ!' കുഞ്ഞു വീണ്ടും മോണ മുഴുവൻ പുറത്തു

കാട്ടിച്ചിരിച്ചുകൊണ്ട് അലമാരിയിൽ ദൃഷ്ടിയുറപ്പിക്കുകയും പൊടുന്നനെ തന്റെ കുഞ്ഞിക്കൈ കൊണ്ട് അമ്മയുടെ മൂക്കും ചുണ്ടും അടക്കിപ്പിടിക്കുകയും ചെയ്തു. "കുസൃതി, മഹാകുസൃതി" എന്നു പറഞ്ഞ് അരുമയായി ശാസിച്ചെങ്കിലും അവന്റെ പിടി വിടുവിക്കാൻ ഫേനിച്ച്ക ശ്രമിച്ചില്ല.

"എന്റെ അനിയനെപ്പോലെ തന്നെയിരിക്കുന്നു," പാവെൽ പെ ത്രോവിച്ച് അഭിപ്രായപ്പെട്ടു.

പിന്നാരെപ്പോലെയാ ഇരിക്കേണ്ടത് എന്ന് ചോദിക്കണമെന്നു തോന്നിയെങ്കിലും ഫേനിച്ച്ക മിണ്ടാതിരുന്നതേയുള്ളൂ.

"അതെയതെ" തന്നോടെന്നപോലെ പാവെൽ പെ ത്രോവിച്ച് പറഞ്ഞു: "അനിയന്റെ തനിപ്പകർപ്പാണ്. അദ്ദേഹം ഏതാണ്ടു വിഷാദപൂർണ്ണമായ രീതിയിൽ ഫേനിച്ച്കയെ സൂക്ഷിച്ചുനോക്കി.

"നോക്ക്, വല്യപ്പച്ചനാ മോനെ," ഇത്തവണ മന്ത്രിക്കും വിധത്തിലാണ് അവൾ കുഞ്ഞിനോടായി ഇതു പറഞ്ഞത്.

"ആഹാ, ചേട്ടനിവിടെയാണല്ലേ!" നിക്കൊലായ് പെ ത്രോവിച്ചിന്റെ ശബ്ദം പെട്ടെന്നവിടെ മുഴങ്ങി.

പാവെൽ പെ ത്രോവിച്ച് ചിറകോട്ടിക്കൊണ്ടു തിരിഞ്ഞുനോക്കി. പക്ഷേ, അനിയന്റെ അപ്പോഴത്തെ അവാച്യമായ ആനന്ദവും കൃതജ്ഞതാഭാവവും കണ്ടപ്പോൾ അദ്ദേഹത്തിന് ഒന്നു പുഞ്ചിരിക്കാതിരിക്കാൻ കഴിഞ്ഞില്ല.

"നല്ല മിടുമിടുക്കൻ കുഞ്ഞ്!" എന്നു പറഞ്ഞുകൊണ്ട് അദ്ദേഹം തന്റെ റിസ്റ്റ്വാച്ചിലേക്ക് നോക്കി. "ശകലം ചായപ്പൊടി വാങ്ങിപ്പിക്കണമെന്നു പറയാനാ ഞാനിങ്ങോട്ടു കയറിയത്."

പറയാനുള്ള കാര്യം പറഞ്ഞു കഴിഞ്ഞെന്ന മട്ടിൽ അദ്ദേഹം ഉടനെത്തന്നെ മുറിവിട്ടിറങ്ങുകയും ചെയ്തു.

"ചേട്ടൻ തന്നത്താൻ വന്നതാണോ?" നിക്കൊലായ് പെ ത്രോവിച്ച് ഫേനിച്ച്കയോട് ചോദിച്ചു.

"അതെ. വാതിലിൽ മുട്ടിയിട്ട് നേരേ ഇങ്ങോട്ടു കടന്നുവന്നു."

"ആട്ടെ, അർക്കാദി നിന്നെക്കാണാൻ പിന്നെ വന്നില്ലേ?"

"ഇല്ല. അപ്പഴേ, ഞാൻ പഴയ സ്ഥലത്തേക്ക് താമസം മാറ്റുന്നതല്ലേ നല്ലത്?"

"എന്തിനാ?"

"തല്ക്കാലം അതായിരിക്കും ഉത്തമമെന്ന് എന്റെ മനസ്സു പറയുന്നു."

"വേ....ണ്ടാ...." നിക്കൊലായ് പെ ത്രോവിച്ച് ഉറപ്പില്ലാത്ത മട്ടിൽ നെറ്റി തടവിക്കൊണ്ടു പറഞ്ഞു. "അതു നാം കുറേക്കൂടി നേരത്തെ

ആലോചിക്കേണ്ടതായിരുന്നു.' എന്നിട്ട്, "എന്താ, ഉണ്ടപ്പക്രൂസേ" എന്നു പൊടുന്നനേയുള്ള വാത്സല്യത്തോടെ വിളിച്ചുചോദിച്ചുകൊണ്ട് അദ്ദേഹം കുഞ്ഞിന്റടുത്തേക്ക് ചെന്ന് അതിന്റെ കവിളത്ത് ഒരുമ്മ കൊടുത്തു. അതിനുശേഷം അദ്ദേഹം അല്പം കുനിഞ്ഞിട്ട് കുഞ്ഞിന്റെ ചുവപ്പുടുപ്പിനടിയിൽ പാലുപോലെ തിളങ്ങിയിരുന്ന ഫേനിച്ച്കയുടെ കൈയിലും ഒരു മുത്തം കൊടുത്തു.

"എന്താ ഈ കാണിക്കുന്നേ?" ദൃഷ്ടികൾ താഴ്ത്തുന്നിക്കൊണ്ട് അവൾ പരിഭ്രമത്തോടെ ചോദിച്ചു. അല്പം കഴിഞ്ഞു അവൾ സാവധാനം ദൃഷ്ടികളുയർത്തി അദ്ദേഹത്തെ നോക്കി. അതിരറ്റ സ്നേഹവായ്പോടും തെല്ലൊരപരാധബോധത്തോടും കൂടിയുള്ള അർദ്ധനിമീലിതമായ ആ നോട്ടം അത്യന്തം ഹൃദയാവർജ്ജകമായിരുന്നു.

ചില പ്രത്യേക സാഹചര്യങ്ങളിലാണ് നിക്കൊലായ് പെത്രോവിച്ച് ഫേനിച്ച്കയുമായി അടുക്കാനിടയായത്. ഏകദേശം മൂന്നുകൊല്ലം മുൻപ് അങ്ങകലെയുള്ള ഒരു കൊച്ചു പട്ടണത്തിലെ ഒരു സത്രത്തിൽ അദ്ദേഹത്തിന് ഒരു രാത്രി കഴിച്ചുകൂട്ടേണ്ടിവന്നു. മുറിയുടെ വെടിപ്പും വിരിപ്പുകളുടെ വെളുപ്പും അദ്ദേഹത്തെ അതിയായി ആകർഷിച്ചു. "ഈ സത്രം സൂക്ഷിക്കുന്നത് ഏതെങ്കിലും ജർമ്മൻകാരിയായിരിക്കും," അദ്ദേഹം മനസ്സിൽ കരുതി. പക്ഷേ, അതൊരു റഷ്യക്കാരിയാണെന്ന് പിറ്റേന്നു രാവിലെ അദ്ദേഹത്തിനു മനസ്സിലായി. ഏതാണ്ടമ്പതിനോടടുത്ത അവർ സംസാരത്തിലും വേഷത്തിലും വളരെ ഒതുക്കമുള്ള ഒരു സ്ത്രീയായിരുന്നു. കാണാൻ ഐശ്വര്യമുള്ള ഒരു മുഖവുമായിരുന്നു അവരുടേത്. രാവിലെ ചായ കുടിച്ചുകൊണ്ടിരിക്കുമ്പോൾ അവരുമായുള്ള സംസാരം അദ്ദേഹത്തെ കൂടുതൽ ആകർഷിച്ചു. ആയിടയ്ക്കു മാത്രമാണ് അദ്ദേഹം തന്റെ പുതിയ വീട്ടിൽ താമസമുറപ്പിച്ചത്. അടിയാളരെ വീട്ടുജോലിക്ക് വയ്ക്കുകയില്ലെന്നു നിശ്ചയിച്ചിരുന്നതിനാൽ അതിലേക്ക് ശമ്പളക്കാരെ അന്വേഷിച്ചുകൊണ്ടിരിക്കുകയുമായിരുന്നു അദ്ദേഹം.

സത്രത്തിൽ താമസിക്കാൻ വരുന്നവർ കുറവാണെന്നും അതിനാൽ തന്റെ കാര്യങ്ങൾ പരുങ്ങലിലാണെന്നും സംസാരത്തിനിടയിൽ ആ സത്രം സൂക്ഷിപ്പുകാരി പരാതിപ്പെടുകയും ചെയ്തിരുന്നു. അപ്പോൾ അദ്ദേഹം അവരെ തന്റെ വീട്ടിലെ ആ ജോലിക്ക് ക്ഷണിക്കുകയും അവരത് സ്വീകരിക്കുകയും ചെയ്തു. അവരുടെ ഭർത്താവ് മരിച്ചിട്ട് വളരെ വർഷമായിരുന്നു. അന്നു മുതൽ അവർ തന്റെ ഏകപുത്രിയായ ഫേനിച്ച്കയോടൊപ്പം കഴിയുകയായിരുന്നു. രണ്ടാഴ്ച കഴിഞ്ഞപ്പോൾ അരീന സാവിഷ്ന (എന്നായിരുന്നു ആ സ്ത്രീയുടെ പേര്) മകളേയും കൂട്ടി മാരിനൊയിലെത്തുകയും ഒരുവശത്തുള്ള ചെറിയ പുറംവീട്ടിൽ

താമസമാക്കുകയും ചെയ്തു. അവരെ ജോലിക്കു വയ്ക്കാനുള്ള നിക്കൊലായ് പെത്രോവിച്ചിന്റെ തീരുമാനം ഒട്ടും പിശകിയില്ല. അരീന ആ വീട്ടിലുള്ള സർവ്വതിനും ഒരു അടുക്കും ചിട്ടയും വരുത്തി. ഫേനിച്ച്കയ്ക്ക് അന്നു പതിനേഴു വയസ്സായിരുന്നു. അവളെ പുറത്തെങ്ങും കാണാറേ ഉണ്ടായിരുന്നില്ല. ആരും അവളെപ്പറ്റി സംസാരിച്ചതുമില്ല. അവൾ അടങ്ങി ഒതുങ്ങിക്കഴിഞ്ഞു. ഞായറാഴ്ച മാത്രമാണ് ഇടകവപ്പള്ളിയിൽവച്ച് നിക്കൊലായ് പെത്രോവിച്ചിന് പാലുപോലെ

വെളുത്ത ആ മുഖം ഒരു നോക്കെങ്കിലും കാണാൻ കഴിഞ്ഞിരുന്നത്. ഇപ്രകാരം ഏതാണ്ടൊരു കൊല്ലം കഴിഞ്ഞു.

അങ്ങനെയിരിക്കെയാണ്, തന്റെ മകളുടെ കണ്ണിൽ അടുപ്പിൽ നിന്നുള്ള തീപ്പൊരി വീണെന്നും അതിനെന്തെങ്കിലും ചെയ്യണമെന്നും പറഞ്ഞ് പതിവുപോലെ താണ് വണങ്ങിക്കൊണ്ട് അരീന അദ്ദേഹത്തിന്റെ ഇരിപ്പുമുറിയിലേക്ക് കടന്നുവന്നത്. അധികം വീടുവിട്ടു പോകാത്ത എല്ലാവരേയും പോലെ നിക്കൊലായ് പെ ത്രോവിച്ചും സ്വന്തം ചികിത്സ നടത്തിയിരുന്നു. ഹോമിയോമരുന്നുകളുടെ ഒരു പെട്ടി അദ്ദേഹം സ്വന്തമായി വാങ്ങിവച്ചിട്ടുമുണ്ടായിരുന്നു. രോഗിയെ ഉടനടി തന്റെ മുമ്പിൽ ഹാജരാക്കാൻ അദ്ദേഹം ആവശ്യപ്പെട്ടു. യജമാനൻ വിളിക്കുന്നെന്നു പറഞ്ഞപ്പോൾ ഫേനിച്ച്ക പേടിച്ചുവിറച്ചു പോയെങ്കിലും അവൾ അമ്മയുടെ പിന്നിൽ പതുങ്ങിപ്പതുങ്ങി അവിടേക്ക് ചെന്നു. നിക്കൊലായ് പെ ത്രോവിച്ച് അവളെ ജനലിങ്കലേക്ക് പിടിച്ചുനിർത്തിയിട്ട് രണ്ടു കൈകളും കൊണ്ട് അവളുടെ തല പിടിച്ച് നീരുവന്നുവീർത്ത കണ്ണിന്റെ സൂക്ഷ്മപരിശോധന നടത്തി. കണ്ണിലൊഴിക്കാൻ അദ്ദേഹം ഒരു തൈലം നിർദ്ദേശിക്കുകയും, അപ്പോൾ അവിടെവച്ച് അദ്ദേഹം തന്നെ ആ തൈലം ഉണ്ടാക്കിക്കൊടുക്കുകയും ചെയ്തു. അതെങ്ങനെയാണ് പുരട്ടേണ്ടതെന്നും അദ്ദേഹം കാണിച്ചുകൊടുത്തു. സ്വന്തം കൈലേസ് ചെറുതുണ്ടുകളായി കീറിമുറിച്ച് അതിലൊരു കഷ്ണം ആ തൈലത്തിൽ മുക്കിക്കൊടുത്തുകൊണ്ടാണ് അദ്ദേഹമിതു കാണിച്ചുകൊടുത്തത്. അദ്ദേഹം പറഞ്ഞതെല്ലാം ശ്രദ്ധിച്ചുകേട്ടശേഷം ഫേനിച്ച്ക തിരിച്ചുപോകാൻ തുടങ്ങിയപ്പോൾ "മണ്ടിപ്പെണ്ണേ, സാറിന്റെ കൈ പിടിച്ചു മുത്തിയിട്ടുപോ," എന്ന് അരീന മകളെ ശാസിച്ചു. മുത്തംവയ്ക്കാൻ നിക്കൊലായ് പെ ത്രോവിച്ച് കൈനീട്ടിക്കാണിച്ചില്ല. എന്തു ചെയ്യണമെന്നറിയാതെ കുഴങ്ങിയ അദ്ദേഹം നമ്രശിരസ്കയായി നിന്ന അവളുടെ തലയിൽ മുടി പകുത്തുവച്ചിരിക്കുന്നിടത്ത് മെല്ലെയൊരു മുത്തം കൊടുത്തു. വേഗം തന്നെ ഫേനിച്ച്കയുടെ കണ്ണു സുഖപ്പെട്ടു. പക്ഷേ, നിക്കൊലായ് പെ ത്രോവിച്ചിന് അവളെ അത്രവേഗം മറക്കാൻ കഴിഞ്ഞില്ല. നിഷ്കളങ്കവും ഓമനത്തം തുളുമ്പുന്നതും കാതരപൂർവ്വം ചെരിച്ചുപിടിച്ചിരുന്നതുമായ ആ മുഖം അദ്ദേഹത്തിന്റെ മനസ്സിൽ തങ്ങിനിന്നു. അവളുടെ മൃദുലമായ മുടി തന്റെ കൈപ്പത്തിയിൽ മുട്ടിയപ്പോഴത്തെ ആ കോരിത്തരിപ്പ് അദ്ദേഹത്തിനു സദാ അനുഭവപ്പെട്ടു. അരിമുല്ല മൊട്ടുകൾപോലെയുള്ള ദന്തനിരകൾ വെളിക്കു കാട്ടിക്കൊണ്ട് അല്പം മാത്രം തുറന്നിരുന്ന ആ വായും നിഷ്കളങ്കത സ്ഫുരിപ്പിക്കുന്ന ആ ചുണ്ടുകളും പിന്നെയും കാണാൻ അദ്ദേഹം ദാഹിച്ചു. പള്ളിയിൽ വച്ച് അവളെ കൂടുതൽ അടുത്തു നിരീക്ഷിക്കാനും അവളെക്കൊണ്ട് എന്തെങ്കിലും സംസാരിപ്പിക്കാനും അദ്ദേഹം ശ്രമിച്ചു. ആദ്യമാദ്യം അവൾ ലജ്ജിച്ച് ഒഴിഞ്ഞു നിന്നതേയുള്ളൂ. ഒരു ദിവസം വൈകുന്നേരം ഒരു വരകുപാടത്തിന്റെ

വരമ്പിൽവച്ച് അദ്ദേഹം വരുന്നത് ദൂരെനിന്നേ കണ്ടപ്പോൾ നേരിട്ട് അദ്ദേഹത്തിന്റെ മുഖത്ത് നോക്കാതിരിക്കാൻ വേണ്ടി അവൾ ആൾ പൊക്കത്തിൽ വളർന്നു നില്ക്കുന്ന ആ ചെടികൾക്കിടയിലേക്ക് മാറി നിന്നു. വരകിന്റെ തങ്കക്കതിർക്കുലകൾക്കിടയിലൂടെ പേടി ച്ചരണ്ട ഒരു മാൻപേടയെപ്പോലെ എത്തിനോക്കുന്ന ആ ശിരസ്സു കാണാനിടയായപ്പോൾ അദ്ദേഹം സ്നേഹപൂർവ്വം അവളെ വിളിച്ചു.

"ഗുഡീവണിങ്ങ്, ഫേനിച്ച്ക. നീയെന്തിനാ ഇങ്ങനെ മാറിനില്ക്കു ന്നത്. ഞാൻ നിന്നെ കടിച്ചുതിന്നുകേം മറ്റുമില്ല."

"ഗുഡീവണിങ്ങ്," നിന്നേടത്തു നിന്നനങ്ങാതെ അവൾ മന്ത്രിച്ചു.

പതുക്കെപ്പതുക്കെ അവൾ അദ്ദേഹവുമായി അടുത്തെങ്കിലും അദ്ദേ ഹത്തിന്റെ സാന്നിദ്ധ്യത്തിൽ അവൾക്ക് വല്ലാത്ത നാണമായിരുന്നു. പെട്ടെന്നാണ് അവളുടെ അമ്മ കോളറ പിടിപെട്ടു മരിച്ചത്. ഇനിയെന്തു ചെയ്യുമെന്നത് അവളുടെ മുന്നിൽ ഒരു പ്രശ്നമായി. അമ്മയിൽ നിന്ന് ചിട്ടയും സാമാന്യബുദ്ധിയും ഒതുക്കവും കൈമുതലായി അവൾക്ക് കിട്ടിയിരുന്നെങ്കിലും നന്നേ ചെറുപ്പമായ അവൾക്ക് തുണയ്ക്കാരുമുണ്ടാ യിരുന്നില്ല. നിക്കൊലായ് പെ ത്രോവിച്ചാകട്ടെ ദയയുടേയും വിനയ ത്തിന്റേയും മൂർത്തീരൂപവുമായിരുന്നു... പിന്നെന്തു നടന്നെന്നുള്ളത് ഇവിടെ വിവരിക്കേണ്ട ആവശ്യമില്ലല്ലൊ....

"അപ്പോൾ, ചേട്ടൻ നിന്നെ കാണാൻ തന്നെ വന്നതാണ്, അല്ലേ?' നിക്കൊലായ് പെ ത്രോവിച്ച് ചോദിച്ചു: "വാതിലിൽ മുട്ടിയിട്ട് നേരേ ഇങ്ങോട്ടു കടന്നുവന്നു, അല്ലേ?'

"അതെ."

"അപ്പോൾ കാര്യം മോശമില്ല. ശരി, ഞാനൊന്നു മീത്യയെ കളി പ്പിക്കട്ടെ."

എന്നു പറഞ്ഞ് നിക്കൊലായ് പെ ത്രോവിച്ച് മച്ചിൽ മുട്ടുന്നത്ര ഉയരത്തിലേക്ക് അവനെ പൊക്കിയെറിഞ്ഞു പിടിക്കാൻ തുടങ്ങി. കുഞ്ഞിന് അത് അളവറ്റ ആഹ്ലാദത്തിനും അമ്മയ്ക്ക് അത് അതിരറ്റ അങ്കലാപ്പിനും കാരണമായി. ഓരോ പ്രാവശ്യവും അദ്ദേഹം അവനെ പൊക്കി എറിയുമ്പോൾ അവൾ അവന്റെ കുഞ്ഞിക്കാലുകൾ എത്തി പ്പിടിക്കാൻ കൈനീട്ടി.

പാവെൽ പെ ത്രോവിച്ച് അവിടെനിന്ന് കമനീയമായ തന്റെ ഇരിപ്പുമുറിയിലേക്കാണ് മടങ്ങിയത്. അഴകേറിയ ചാരനിറത്തിലുള്ള കടലാസ്സു പതിച്ച ചുമരുകളിൽ വർണ്ണപ്പകിട്ടേറിയ പേഴ്സ്യൻ പരവ താനിയുടെ പശ്ചാത്തലത്തിൽ പലതരം ആയുധങ്ങൾ നിരത്തിത്തൂ ക്കിയിരുന്നു. വാൽനട്ട് മരംകൊണ്ടുള്ളതും കടുംപച്ച വെൽവെറ്റിന്റെ അപ്പ്ഹോൾസ്റ്ററിയോടു കൂടിയതുമായ ഫർണിച്ചറുകളും നവോത്ഥാന കാലത്തെ അനുസ്മരിപ്പിക്കുന്ന പഴയ ഓക്കുമരക്കാതൽ കൊണ്ടുള്ള

ബുക്ക് ഷെൽഫും മനോഹരമായ ഒരു ഡെസ്കിൽ നിരത്തിവച്ചിരുന്ന ഓട്ടു പ്രതിമകളും മോടിയായ ഫയർപ്ലേസും ആ മുറിക്ക് ഒരു പ്രത്യേക ആകർഷണീയത നല്കി. അദ്ദേഹം നേരേചെന്ന് സോഫയിൽ കയറിക്കിടന്നു. കൈകൾ രണ്ടും പിണച്ച് തലയിണപോലെ തലയ്ക്ക് താങ്ങായിവച്ച് നിശ്ചലമായി ഇച്ഛാഭംഗത്തോടെയെന്നപോലെ മച്ചിലേക്കു നോക്കിക്കൊണ്ടായിരുന്നു അദ്ദേഹത്തിന്റെ കിടപ്പ്. തന്റെ മുഖഭാവം ആ ചുമരുകൾ പോലും കാണരുതെന്നു കരുതിയാണോ അതോ മറ്റെന്തെങ്കിലും കാരണത്താലാണോ എന്നറിയില്ല, അദ്ദേഹം എഴുന്നേറ്റുചെന്ന് കട്ടികൂടിയ ജനൽകർട്ടനുകൾ നിവർത്തിയിടുകയും വീണ്ടും പഴയപടിവന്ന് സോഫയിൽ കയറിക്കിടക്കുകയും ചെയ്തു.

IX

അന്നേദിവസം തന്നെ ബസാറൊവ്വും ഫേനിച്ച്കയുമായി പരിചയപ്പെട്ടു.

പൂന്തോട്ടത്തിലുള്ള ചില മരങ്ങൾ, പ്രത്യേകിച്ചും ഓക്ക് തൈകൾ, ശരിക്ക് വളരാത്തതിന്റെ കാരണം വിശദീകരിച്ചുകൊണ്ട് അയാൾ അർക്കാദിയുമൊത്ത് അവിടെയെല്ലാം വെറുതെ ചുറ്റി നടക്കുകയായിരുന്നു.

"ഇവിടെ കുറേക്കൂടി വെള്ള പോപ്ലാറുകളും ഫർ മരങ്ങളും വച്ചുപിടിപ്പിക്കണം. വേണമെങ്കിൽ കുറേ നാരകങ്ങളും കൂടിയാവാം. എന്നിട്ട് കുറച്ച് എക്കൽമണ്ണും കൊണ്ടുവന്നിടണം. ആ ലതാനികുഞ്ജം കണ്ടോ; അത് നന്നായി പച്ച പിടിച്ചിട്ടുണ്ട്," അയാൾ പറഞ്ഞു. "കാരണം, അക്കാഷ്യയും ലിലാക്കും പ്രത്യേക പരിചരണമൊന്നും കൂടാതെ അതതു സാഹചര്യവുമായി ഒത്തിണങ്ങാൻ കെല്പുള്ളവയാണ്. ഏയ്, ദാ ഇതിനകത്ത് ആരോ ഉണ്ടല്ലോ."

മീത്യയെ ഓമനിച്ചുകൊണ്ട് ഫേനിച്ച്ക ആ ലതാനികുഞ്ജത്തിൽ ഇരിക്കുന്നുണ്ടായിരുന്നു. ദുന്യാഷയുമുണ്ടായിരുന്നു അവരോടൊപ്പം. ബസാറൊവ് മുന്നോട്ടു നീങ്ങാതെ അവിടെത്തന്നെ നിന്നു. അർക്കാദി വളരെ അടുത്തു പരിചയമുള്ള ഒരാളോടെന്നപോലെ ചെറുതായൊന്നു തലകുനിച്ചുകൊണ്ട് ഫേനിച്ച്കയെ അഭിവാദനം ചെയ്തു.

"ആരാടോ അത്?" അല്പദൂരം മുന്നോട്ടു പോയപ്പോൾ ബസാറൊവ് അന്വേഷിച്ചു. "എത്ര ശാലീനയായ പെൺകുട്ടി!"

"ആരുടെ കാര്യമാ?"

"വളരെ വ്യക്തമല്ലേ ആരുടെ കാര്യമാണെന്ന്. ഇവിടെ ശാലീനയായ ഒരു പെൺകുട്ടി മാത്രമല്ലേയുള്ളൂ?"

അല്പം വിമ്മിഷ്ടപ്പെട്ടുകൊണ്ടാണെങ്കിലും ഫേനിച്ച്ക ആരാണെന്ന് അർക്കാദി വിവരിച്ചുകൊടുത്തു.

"ആഹാ, നിന്റപ്പൻ ആളു മോശമില്ലല്ലോ!" ബസാറൊവ് പറഞ്ഞു. "നല്ല ചരക്കുകണ്ടാൽ ഇഷ്ടനതിരിച്ചറിയാം. ദൈവത്താണെ സത്യം,

എനിക്കദ്ദേഹത്തോട് വലിയ മതിപ്പുതോന്നുന്നു. ആൾ സമർത്ഥൻ തന്നെ. അതിരിക്കട്ടെ എനിക്കൊന്നു പരിചയപ്പെടണമല്ലോ," എന്നു പറഞ്ഞ് അയാൾ ലതാനികുഞ്ജത്തിലേക്ക് തിരിഞ്ഞുനടന്നു.

"യെവ്ഗേനി!" അർക്കാദി അങ്കലാപ്പോടെ വിളിച്ചു. "ദൈവത്തെ ഓർത്ത് സൂക്ഷിക്കണേ!"

"നീ ബേജാറാകാതിരിക്കെടാ," ബസാറൊവ് പറഞ്ഞു: "പട്ടണത്തിൽ വളർന്ന നാം ഇതെല്ലാം എത്ര കണ്ടതാടാ!"

ഫേനിച്ച്കയുടെ മുന്നിലെത്തിയപ്പോൾ അയാൾ തൊപ്പിയൂരി അഭിവാദനം ചെയ്തു.

"ഞാൻ എന്നെ സ്വയം പരിചയപ്പെടുത്തട്ടെ," വിനയപൂർവ്വം ശിരസ്സ് നമിച്ചുകൊണ്ട് അയാൾ പറഞ്ഞു. "അർക്കാദി നിക്കൊലായെവിച്ചിന്റെ ചങ്ങാതി. ആർക്കും ഒരുപദ്രവവും ചെയ്യാത്ത ഒരു പാവം മനുഷ്യൻ."

ഫേനിച്ച്ക എഴുന്നേറ്റുനിന്ന് നിശ്ശബ്ദം അയാളെ നോക്കി.

"എന്തൊരു ഓമനത്തമുള്ള കുട്ടി!" ബസാറൊവ് തുടർന്നു. "പേടിക്കേണ്ട.

കരിനാക്കനല്ല ഞാൻ. കുഞ്ഞിന്റെ കവിളുകൾ വല്ലാതെ ചുവന്നിരിക്കുന്നല്ലോ. എന്താ, പല്ലു വരാൻ തുടങ്ങിയോ?"

"ഉവ്വ് സാർ," ഫേനിച്ച്ക മന്ത്രിച്ചു: "നാലെണ്ണം വന്നു കഴിഞ്ഞു. ഇപ്പോൾ മോണ വീണ്ടും വീങ്ങിയിരിക്കുകയാണ്."

"ഞാൻ നോക്കട്ടെ... പേടിക്കേണ്ട, ഞാൻ ഡോക്ടറാണ്," എന്നുപറഞ്ഞ് ബസാറൊവ് കുഞ്ഞിനെ കൈയിലെടുത്തു. അപ്പോൾ അവൻ യാതൊരു ബഹളവും കാട്ടാതിരിക്കുന്നതു കണ്ട് ഫേനിച്ച്കയ്ക്കും ദുന്യാഷയ്ക്കും ആശ്ചര്യം തോന്നി.

"ഇല്ലില്ല, യാതൊരു കുഴപ്പവുമില്ല. മോന്റെ പല്ലിന് നല്ല ഭംഗിയുണ്ടായിരിക്കും, കേട്ടോ. എന്തെങ്കിലും അസുഖം തോന്നിയാൽ എന്നെ അറിയിക്കണേ. ആട്ടെ, ഭവതിക്ക് അസുഖമൊന്നുമില്ലല്ലോ?"

"ദൈവ കൃപയാൽ എനിക്കസുഖമൊന്നുമില്ല."

"ദൈവകൃപ; ങാ, അതാണ് ഏറ്റവും വലിയ കാര്യം. ആട്ടെ, നിനക്കോ, കൊച്ചേ?" അയാൾ ദുന്യാഷയോടായി ചോദിച്ചു.

വീട്ടിനകത്തായിരിക്കുമ്പോൾ വളരെ പാവമെങ്കിലും പുറത്തിറങ്ങിയാൽ ഒരു കുസൃതിക്കുടുക്കയായിരുന്ന ദുന്യാഷ മറുപടി പറയാതെ നിന്നു കുലുങ്ങിച്ചിരിച്ചതേയുള്ളൂ.

"മിടുമിടുക്കൻ കുട്ടി. ഇതാ, മോനെ എടുത്തോളൂ."

ഫേനിച്ച്ക കുഞ്ഞിനെ അയാളുടെ കൈയിൽനിന്നു ഏറ്റുവാങ്ങി.

“താങ്കളെടുത്തിട്ട് അവനൊന്നു ചിണുങ്ങിയതുപോലുമില്ലല്ലോ,” അവൾ മന്ത്രിച്ചു.

“എന്റടുക്കൽ വന്നാൽ ഒരു കുഞ്ഞും കരയാറില്ല,” ബസാറൊവ് പറഞ്ഞു: ‘ഒരു കൊച്ചു കിളിയാണ് എനിക്കാ രഹസ്യം പറഞ്ഞുതന്നത്.”

“കുഞ്ഞുങ്ങൾക്ക് അവരോടു സ്നേഹമുള്ളവരെക്കണ്ടാൽ ഉടനറിയാം.” ദുന്യാഷ അഭിപ്രായപ്പെട്ടു.

“അതു ശരിയാ,” ഫേനിച്ച്കയും സമ്മതിച്ചു.

“മീത്യയുടെ കാര്യം തന്നെ കണ്ടിട്ടില്ലേ. ചിലരുടടുക്കൽ അവൻ പോവുകയേയില്ല.”

“എന്റടുക്കൽ വരുമോ?” എന്നു ചോദിച്ചുകൊണ്ട് അല്പം ദൂരെ മാറിനിന്നിരുന്ന അർക്കാദി അവരുടടുത്തേക്ക് വന്നു.

അയാൾ രണ്ടു കൈയും നീട്ടി കുഞ്ഞിനെ വിളിച്ചു. പക്ഷേ, മീത്യ ചീറിക്കൊണ്ട് തല പുറകോട്ടു വലിച്ചതുകണ്ടു ഫേനിച്ച്കയ്ക്ക് വല്ലാത്ത വിഷമം തോന്നി.

“സാരമില്ല. അടുത്തറിയുമ്പോൾ അവൻ എന്റടുത്തു വന്നുകൊള്ളും,” എന്നു ഔദാര്യപൂർവ്വം പറഞ്ഞുകൊണ്ട് അർക്കാദി ചങ്ങാതിയേയും കൂട്ടി നടന്നു.

“ആ യുവതിയുടെ പേരെന്താന്നാ നീ പറഞ്ഞേ?” ബസാറൊവ് ചോദിച്ചു.

“ഫേനിച്ച്ക... ഫെദോസ്യ” അർക്കാദി പറഞ്ഞു.

“ഇരട്ടപ്പേരോ? അതും അറിഞ്ഞിരിക്കണമല്ലോ.”

“നിക്കൊലായെവ്ന”

“ശരി. ആ സ്ത്രീ ഒട്ടും നാണക്കാരിയല്ലെന്നതാണ് എനിക്കവരോട് ഇഷ്ടം തോന്നാനുള്ള ഒരു കാരണം. ചിലർ അവരെ അതിനു കുറ്റപ്പെടുത്തിയേക്കാം. പക്ഷേ, അത് അസംബന്ധമാണ്. അവരെന്തിന് നാണം അഭിനയിക്കണം? അവരൊരമ്മയല്ലേ-ഏതായാലും ഞാനവരിൽ ഒരു കുറ്റവും കാണുകയില്ല.”

“കുറ്റം ഞാനും പറയുന്നില്ല,” അർക്കാദി അഭിപ്രായപ്പെട്ടു. “പക്ഷേ, അപ്പൻ...”

“അദ്ദേഹം ചെയ്തതിലും തെറ്റൊന്നുമില്ല.” ബസാറൊവ് ഇടയ്ക്കുകയറിപ്പറഞ്ഞു.

“എന്നെനിക്ക് തോന്നുന്നില്ല.”

“അത് മനസ്സിലായി; നിന്റെ സ്വത്തിന് മറ്റൊരവകാശി കൂടി ഉണ്ടാകുന്നത് നിനക്കിഷ്ടമില്ല.”

"കഷ്ടം, തനിക്കെന്നെപ്പറ്റി അങ്ങനെ വിചാരിക്കാൻ കഴിഞ്ഞ ല്ലോടോ!" അർക്കാദി ദേഷ്യത്തോടെ തിരിച്ചടിച്ചു. "അപ്പന്റെ പ്രവൃത്തി ശരിയായില്ലെന്നു ഞാൻ പറഞ്ഞത് മറ്റൊരു കാരണം കൊണ്ടാണ്. അദ്ദേഹം അവരെ വിവാഹം കഴിക്കേണ്ടതായിരുന്നെന്നാണ് എന്റെ അഭിപ്രായം."

"ഓഹോ, അതാണോ സംഗതി!" ബസാറൊവ് ഒട്ടും ക്ഷോഭി ക്കാതെ മറുപടി നല്കി. "നമ്മൾ അത്രയ്ക്കുദാരരാണല്ലേ? നീ ഇപ്പോഴും വിവാഹത്തിന് അത്രയേറെ പ്രാധാന്യം കല്പിക്കുന്നുണ്ടെന്നാണോ ഞാൻ ഇതിൽനിന്ന് മനസ്സിലാക്കേണ്ടത്?"

പിന്നീട് അല്പനേരത്തേക്ക് ആ ചങ്ങാതിമാർ ഒന്നും മിണ്ടിയില്ല.

"അതിരിക്കട്ടെ," ബസാറൊവ് തുടർന്നു: "ഞാൻ നിന്റപ്പന്റെ വക സ്ഥലമെല്ലാം ചുറ്റിനടന്നു നോക്കി. കന്നുകാലികളുടെ സ്ഥിതി വളരെ പരിതാപകരമാണ്. കുതിരകൾ വെറും ചാവാലികളാണ്. കെട്ടി ടങ്ങൾക്ക് നല്ലൊരു കാലമുണ്ടായിരുന്നു. ജോലിക്കാരാണെങ്കിൽ തനി വായിനോക്കികളും. കാര്യസ്ഥനെപ്പറ്റി പറഞ്ഞാൽ അയാൾ ഒരു തനി വിഡ്ഢിയോ കളിപ്പീരുകാരനോ ആണ്. ഇതിലേതാണെന്നു നിശ്ചയിക്കാൻ പ്രയാസമുണ്ട്."

"ഇന്നെന്താ, വലിയൊരു വിമർശകന്റെ മട്ടിലാണല്ലോ, യെവ്ഗേനി വസീലിയെവിച്ച്?"

"പിന്നെ, ഈ നല്ലവരായ കൃഷിക്കാരുണ്ടല്ലോ, അവർ നിന്റപ്പനെ പറ്റിക്കുമെന്നതിൽ സംശയം വേണ്ട. റഷ്യൻ മുഷീക്ക്[3] ദൈവത്തെ പ്പോലും വിഴുങ്ങുമെന്ന ചൊല്ല് താൻ കേട്ടിട്ടുണ്ടാകുമല്ലോ."

"എന്റെ വല്യപ്പൻ നിങ്ങളെപ്പറ്റി പറയുന്നത് ശരിയാണെന്ന് എനിക്കും ഇപ്പോൾ തോന്നുന്നു," അർക്കാദി പറഞ്ഞു: "നിങ്ങൾക്ക് റഷ്യക്കാരെ വലിയ പുച്ഛമാണ്."

"അതുകൊണ്ടെന്താ! റഷ്യക്കാരന് സ്വയം തന്നെപ്പറ്റിയുള്ള ദുര ഭിപ്രായമാണ് അവന്റെ ഒരേയൊരു ഗുണം. രണ്ടും രണ്ടും കൂടിയാൽ നാലാണെന്നതാണ് പ്രധാന സംഗതി. ബാക്കിയെല്ലാം അസംബ ന്ധമാണ്."

"പ്രകൃതിയും അസംബന്ധത്തിന്റെ കൂട്ടത്തിൽ പെടുമോ?" അങ്ങു ദൂരെ പോക്കുവെയിലിൽ കുളിച്ചുകിടക്കുന്ന ബഹുവർണ്ണശോഭിത ങ്ങളായ വയലുകളിലേക്ക് ചിന്താനിമഗ്നനായി നോക്കിക്കൊണ്ട് അർക്കാദി ചോദിച്ചു.

"അതെ, നീ ധരിക്കുന്ന തരത്തിലാണെങ്കിൽ പ്രകൃതിയും അസം ബന്ധമാണ്. പ്രകൃതി ഒരു ദേവാലയമല്ല; അതൊരു പണിശാല യാണ്. അതിലെ മനുഷ്യൻ ഒരു പണിക്കാരനുമാണ്."

3 റഷ്യയിലെ കർഷകനെ കളിയാക്കിപ്പറയാൻ ഉപയോഗിച്ചിരുന്ന വാക്ക്.

ആ സമയത്ത് വയലിൻചെല്ലോയിൽ നിന്നുള്ള സംഗീതത്തിന്റെ നാദവീചികൾ വീട്ടിനുള്ളിൽ നിന്ന് അലയടിച്ച് അവരുടെ സമീപത്തെത്തി. അത്ര വിദഗ്ധമായല്ലെങ്കിലും ആരോ ഷൂബർട്ടിന്റെ "പ്രതീക്ഷകൾ" ഉള്ളിൽതട്ടും വിധം വായിക്കുന്നുണ്ടായിരുന്നു. ആ മധുര സംഗീതം അന്തരീക്ഷത്തിലെങ്ങും അലതല്ലി.

"എന്തായിത്?" ബസാറൊവ് വിസ്മയപൂർവ്വം ചോദിച്ചു.

"അതെന്റപ്പനാ."

"നിന്റപ്പൻ ചെല്ലോയും വായിക്കുമോ?"

"ഉവ്വ്."

"അല്ലാ, അപ്പോൾ അപ്പന് എത്ര വയസ്സായി?"

"നാല്പത്തിനാല്"

ബസാറൊവ് പൊടുന്നനെ പൊട്ടിച്ചിരിക്കാൻ തുടങ്ങി.

"എന്തിനാ ചിരിക്കണേ?"

"അല്ലാതെന്തു ചെയ്യും. നാല്പത്തിനാലുകാരനായ ഒരു ഗൃഹനാഥൻ നാട്ടിൻപുറത്തു താമസിച്ചുകൊണ്ടു ചെല്ലോ വായിക്കുന്നെന്നു പറഞ്ഞാൽ എങ്ങനെ ചിരിക്കാതിരിക്കും."

ബസാറൊവ് പിന്നെയും ചിരിച്ചുകൊണ്ടിരുന്നു. പക്ഷേ, തന്റെ ഈ

ആചാര്യനോട് അതിരറ്റ ബഹുമാനമുണ്ടായിരുന്നെങ്കിലും അർക്കാദിക്ക് അയാളോടൊപ്പം ഒന്നു പുഞ്ചിരിക്കാൻ പോലും ഇപ്രാവശ്യം കഴിഞ്ഞില്ല.

X

അങ്ങനെ ഏതാണ്ടു രണ്ടാഴ്ച കഴിഞ്ഞു. മാരിനൊയിലെ ജീവിതം പതിവിൻപടി മുന്നോട്ടു നീങ്ങി. അർക്കാദി സുഖലോലുപനായി കഴിഞ്ഞപ്പോൾ ബസാറൊവ് പണിയെടുക്കുകയായിരുന്നു. ആ വീട്ടിലെ എല്ലാവർക്കും അയാൾ സുപരിചിതനായി. അയാളുടെ അശ്രദ്ധമായ പെരുമാറ്റവും അയാളുടെ തമാശനിറഞ്ഞ ഹ്രസ്വമായ സംസാരരീതിയും എല്ലാം അവർക്ക് പരിചയമായി. ഫേനിച്ച്കപോലും അയാളെ സ്വന്തക്കാരനായി കാണാൻ തുടങ്ങി. അതുകൊണ്ടാണ് ഒരു രാത്രിയിൽ മീത്യ അപസ്മാരരോഗിയെപ്പോലെ കൈകാലിട്ടടിക്കാൻ തുടങ്ങിയപ്പോൾ അയാളെച്ചെന്ന് വിളിച്ചുണർത്താൻ അവൾക്ക് ധൈര്യമുണ്ടായത്. ഉടനെ തന്നെ യാതൊരു മടിയും കൂടാതെ അയാൾ എഴുന്നേറ്റു ചെന്ന് കുഞ്ഞിനെ പരിശോധിക്കുകയും രണ്ടുമണിക്കൂറോളം ഫേനിച്ച്കയോടൊപ്പം ഉണർന്നിരുന്ന് പതിവുപോലെ അതുമിതും പറയുകയും കോട്ടുവായിടുകയും ചെയ്തുകൊണ്ട് അവനെ പരിചരിക്കുകയും ചെയ്തു. പക്ഷേ, പാവെൽ പെ ത്രോവിച്ചിന് അയാളോട് എന്തെന്നില്ലാത്ത വെറുപ്പായിരുന്നു. ധിക്കാരിയും അഭിമാനിയും മനുഷ്യദ്വേഷിയും സംസ്കാരമില്ലാത്തവനുമായാണ് അദ്ദേഹം അയാളെ കണ്ടത്. ബസാറൊവിന് തന്നോടൊട്ടും ബഹുമാനമില്ലെന്നും, അയാൾ തന്നെ, പാവെൽ കിർസാനൊവിനെ, പുച്ഛിക്കുക പോലും ചെയ്തിരുന്നെന്നും അദ്ദേഹം സംശയിച്ചു.

നിക്കൊലായ് പെ ത്രോവിച്ചിന് ഈ നിഹിലിസ്റ്റ് യുവാവിനെ സത്യം പറഞ്ഞാൽ പേടിയായിരുന്നു. തന്റെ മകനെ അയാൾ ദുസ്വാധീനിക്കുമോയെന്ന് അദ്ദേഹം ഭയപ്പെടുകയും ചെയ്തിരുന്നു. എങ്കിലും അയാൾ പറയുന്നതെല്ലാം അദ്ദേഹം ശ്രദ്ധാപൂർവ്വം കേൾക്കുകയും അയാളുടെ രസതന്ത്ര- ഊർജ്ജതന്ത്ര പരീക്ഷണങ്ങളെല്ലാം നോക്കിക്കാണുകയും ചെയ്തിരുന്നു. ബസാറൊവ് പോരുമ്പോൾ ഒരു സൂക്ഷ്മദർശിനിയും കൂടെക്കൊണ്ടുവന്നിരുന്നു. മണിക്കൂറുകളോളം അതു വച്ച് അയാൾ പരിശോധനകൾ നടത്തിക്കൊണ്ടിരിക്കുകയും ചെയ്തിരുന്നു.

വേലക്കാരെ അയാൾ ചൊടിപ്പിക്കാറുണ്ടായിരുന്നെങ്കിലും അവർക്കും അയാളെ ഇഷ്ടമായി തുടങ്ങിയിരുന്നു. അയാൾ തമ്പുരാൻ വർഗ്ഗത്തിൽ പെട്ടതല്ലെന്നും, മറിച്ച് തങ്ങളുടെതന്നെ കൂട്ടത്തിൽ പെട്ട ഒരാളാണെന്നും അവർക്ക് തോന്നിയിരുന്നു. അയാളോടൊപ്പം കുലുങ്ങിച്ചിരിക്കാൻ ദുന്യാഷയ്ക്ക് യാതൊരു മടിയുമുണ്ടായിരുന്നില്ല. അയാളെ കടന്നുപോകുമ്പോഴെല്ലാം അവൾ ഏറുകണ്ണിട്ട് ഒന്നു കടാക്ഷിച്ചിരുന്നു. നെറ്റിചുളിച്ച നടക്കുന്ന തനിവിഡ്ഢിയും അഹങ്കാരിയുമായ പ്യോത്തർപോലും- മര്യാദയ്ക്ക് പെരുമാറുമെന്നും അക്ഷരങ്ങൾ കൂട്ടിവായിക്കുമെന്നും ഇടയ്ക്കിടയ്ക്ക് ഒരു ബ്രഷുപയോഗിച്ച് തന്റെ കുട്ടിക്കോട്ട് തുടച്ച വൃത്തിയാക്കുമെന്നുമുള്ളതു മാത്രമായിരുന്നു അവന്റെ ഒരേയൊരു ഗുണം- അങ്ങനെയുള്ള പ്യോത്തർപോലും ബസാറൊവ് അയാളെപ്പറ്റി എന്തെങ്കിലും പറഞ്ഞാലുടൻ ഒന്നു പ്രസാദിച്ച പുഞ്ചിരിതൂകിയിരുന്നു. കൃഷിക്കാരുടെ പിള്ളേർ ഒരു പറ്റം പട്ടിക്കുട്ടികളെപ്പോലെ ഡോക്ടർയജമാനന്റെ പുറകിൽ നിന്ന് മാറാതെ നടന്നു. അയാളെ ഇഷ്ടമില്ലാത്ത ഒരാൾ പ്രക്കോഫിച്ച് മാത്രമായിരുന്നു.

ദുർമുഖത്തോടെയാണ് ഈ മനുഷ്യൻ അയാൾക്ക് ആഹാരം വിളമ്പിക്കൊടുത്തിരുന്നത്. "കൂളി"യെന്നും "ആഭാസ"നെന്നുമാണ് പ്രക്കോഫിച്ച് അയാളെപ്പറ്റി പറഞ്ഞിരുന്നതും. അയാളുടെ കൃതാവിനെ പരാമർശിച്ചുകൊണ്ട് കുറ്റിക്കാട്ടിലെ പന്നിയെന്നും ഈ വിദ്വാൻ ബസാറൊവിനെ വിശേഷിപ്പിച്ചിരുന്നു. പ്രക്കോഫിച്ചും തന്റേതായ രീതിയിൽ പാവെൽ പെ ത്രോവിച്ചിന്റത്രതന്നെ ഒരു ആഢ്യനായിരുന്നു.

അങ്ങനെ ജൂൺമാസം, ആണ്ടിന്റെ ഏറ്റവും നല്ലകാലം, പിറന്നു. കാലാവസ്ഥ അത്യന്തം ആസ്വാദ്യകരമായിരുന്നു. മറ്റൊരു കോളറാബാധയ്ക്കുള്ള സാദ്ധ്യത ഉണ്ടായിരുന്നുവെന്നത് ശരിയാണ്. പക്ഷേ, അതിന്റെ വരവ് അന്നാട്ടുകാർക്ക് അത്ര അപരിചിതമല്ലാതായിക്കഴിഞ്ഞിരുന്നു. ബസാറൊവ് പതിവായി അതിരാവിലെ ഉറക്കമുണർന്ന് രണ്ടും മൂന്നും നാഴിക വരെ ദൂരേക്ക് സഞ്ചരിച്ചിരുന്നു. വെറുതെ നടക്കാൻവേണ്ടിയല്ല അയാളങ്ങനെ പോയിരുന്നത്. അത്തരം നടപ്പിൽ അയാൾക്ക് ഒട്ടും പ്രിയമുണ്ടായിരുന്നില്ല. കണ്ണിൽ കണ്ട ചെടികളെല്ലാം പറിച്ചെടുക്കാനും പ്രാണികളെ ശേഖരിക്കാനുമായിരുന്നു അയാളുടെ ഈ യാത്രകൾ. ചിലപ്പോൾ അർക്കാദിയേയും അയാൾ കൂട്ടത്തിൽ കൂട്ടുമായിരുന്നു. മടക്കത്തിൽ അവർ പലവിധ തർക്കങ്ങളിലും ഏർപ്പെട്ടുമായിരുന്നു. അർക്കാദിയാണ് അപ്പോഴെല്ലാം അധികവും സംസാരിച്ചിരുന്നതെങ്കിലും വാദത്തിൽ അയാൾക്കൊരിക്കലും ജയിക്കാൻ കഴിഞ്ഞിരുന്നില്ലെന്നു പറയാം.

ഒരു ദിവസം അവർ വരാൻ വൈകിയപ്പോൾ നിക്കൊലായ് പെ ത്രോവിച്ച് അവരെ അന്വേഷിച്ച പൂന്തോട്ടത്തിലേക്കിറങ്ങി.

ലതാനികുഞ്ജത്തിനടുത്തെത്തിയപ്പോൾ രണ്ടു ചെറുപ്പക്കാർ ഉച്ചത്തിൽ സംസാരിച്ചുകൊണ്ട് വേഗം നടന്നുവരുന്നതിന്റെ ശബ്ദം അദ്ദേഹത്തിനു കേൾക്കാൻ കഴിഞ്ഞു. ലതാനികുഞ്ജത്തിന്റെ മറുവശത്തായിരുന്നതുകൊണ്ട് അവർക്ക് അദ്ദേഹത്തെ കാണാൻ കഴിയുമായിരുന്നില്ല.

"നിങ്ങൾക്കെന്റപ്പനെ നന്നായറിയില്ല," അർക്കാദി പറയുകയായിരുന്നു.

നിക്കൊലായ് പെ ത്രോവിച്ച് അനങ്ങാതെ നിന്നു.

"നിന്റപ്പൻ നല്ലവനാ," ബസാറൊവ് പറഞ്ഞു. "പക്ഷേ, ശകലം പഴഞ്ചരക്കാണെന്നു മാത്രം. അദ്ദേഹത്തിന്റെ സുവർണ്ണകാലം കഴിഞ്ഞു."

നിക്കൊലായ് പെ ത്രോവിച്ച് ചെവി വട്ടംപിടിച്ചു നിന്നു... അർക്കാദി ഒന്നും പറയുന്നുണ്ടായിരുന്നില്ല.

ആ 'പഴഞ്ചരക്ക്' ഒന്നോ രണ്ടോ മിനിട്ട് അനങ്ങാതെ നിന്നിട്ട് പതുക്കെതിരിഞ്ഞുനടന്നു.

"ഇന്നാളൊരു ദിവസം അദ്ദേഹം പുഷ്കിന്റെ ഒരു കവിത വായിക്കുന്നതു കണ്ടു," ബസാറൊവ് തുടർന്നു. "വാസ്തവത്തിൽ ഇതു കുറേ കടന്നുപോയ്. നീ അങ്ങേരെ പറഞ്ഞു മനസ്സിലാക്കണം. അദ്ദേഹം കൊച്ചുകുട്ടിയൊന്നുമല്ലല്ലോ. ഈ അസംബന്ധമെല്ലാം ഉപേക്ഷിക്കേണ്ട കാലം കഴിഞ്ഞു. ഇന്നത്തെ കാലത്ത് മനുഷ്യൻ റൊമാന്റിക്കായി നടന്നാൽ പിന്നെ എന്തു പറയാനാ! വായിക്കാൻ കൊള്ളാവുന്ന വല്ലതും കൊണ്ടു ചെന്നു കൊടുക്ക്."

"എന്തു കൊടുക്കണമെന്നാ?"

"ബ്യൂഹനറുടെ 'സ്റ്റോഫ് ഉൺഡ് ക്രാഫ്റ്റ' തരക്കേടില്ലെന്ന് എനിക്കു തോന്നുന്നു."

"ശരിയാ. അതു കൊള്ളാമെന്നാ എനിക്കും തോന്നുന്നത്. സാധാരണക്കാർക്ക് മനസ്സിലാകുന്ന ഭാഷയിലാണ് അതെഴുതിയിട്ടുള്ളത്."

"പിള്ളേരു പറയുന്നതുകേട്ടോ," അന്ന് ഉച്ചയ്ക്ക് ആഹാരം കഴിഞ്ഞ് ചേട്ടന്റെ മുറിയിൽ ഇരിക്കുമ്പോൾ നിക്കൊലായ് പെ ത്രോവിച്ച് പറഞ്ഞു: "നമ്മൾ രണ്ടുപേരും പഴഞ്ചരക്കുകളാണെന്ന്. നമ്മുടെ സുവർണ്ണ കാലം കഴിഞ്ഞെന്ന്. ആയിരിക്കാം. ബസാറൊവ് പറയുന്നത് ശരിയായിരിക്കാം. പക്ഷേ, ഒരു കാര്യത്തിലേ എനിക്ക് സങ്കടമുള്ളൂ. അർക്കാദിയുമായി ഈ ദിവസങ്ങളിൽ വളരെ അടുക്കാൻ കഴിയുമെന്നു ഞാൻ വിചാരിച്ചിരുന്നു. പക്ഷേ, ഞാൻ അവനെക്കാൾ വളരെ പിന്നിലായിപ്പോയെന്നും, അതിനാൽ ഞങ്ങൾക്കു പരസ്പരം മനസ്സിലാക്കാൻ പറ്റില്ലെന്നുമാണല്ലോ ഇപ്പോൾ വന്നിരിക്കുന്നത്."

"അവൻ അത്രവളരെ മുന്നിലായിപ്പോയെന്നു വിചാരിക്കാനെന്താ കാരണം?

ഏതുവിധത്തിലാ അവൻ നമ്മളിൽ നിന്ന് അത്ര വളരെ വ്യത്യസ്തമായിട്ടുള്ളത്?" പാവെൽ പെ ത്രോവിച്ച് അക്ഷമയോടെ ചോദിച്ചു. "ആ നിഹിലിസ്റ്റ് മാന്യനുണ്ടല്ലോ, അയാൾ അവന്റെ തലയിൽ കുറേ അസംബന്ധങ്ങൾ വല്ലതും അടിച്ചുകയറ്റിയിട്ടുണ്ടാകും. ആ അസത്തു ഡോക്ടർ പയ്യനെ എനിക്ക് കണ്ടുകൂടാ. അയാൾ വെറുമൊരു മുറിവൈദ്യനാണെന്നാ എന്റെ അഭിപ്രായം. എത്ര തവളകളെ കീറിമുറിച്ചാലും പ്രകൃതിശാസ്ത്രത്തിൽ അയാൾക്ക് വളരെ പിടിയില്ലെന്ന് എനിക്കുറപ്പിച്ച് പറയാൻ കഴിയും."

"ചേട്ടൻ പറയുന്നത് അത്ര ശരിയാണെന്നു തോന്നുന്നില്ല. ബസാറൊവ് സമർത്ഥനും വിവരമുള്ളവനുമാണ്."

"ഭയങ്കര അഹന്തയുള്ളവനും," പാവെൽ പെ ത്രോവിച്ച് വീണ്ടും അനിയനെ തടഞ്ഞുകൊണ്ടു പറഞ്ഞു.

"ശരിയാണ്. അയാൾക്ക് കുറച്ചധികം അഹന്തയുണ്ട്," നിക്കൊലായ് പെ ത്രോവിച്ച് സമ്മതിച്ചു. "അതു സാരമില്ല. എന്നാൽ, എനിക്ക് മനസ്സിലാകാത്ത ഒരു കാര്യമുണ്ട്. കാലത്തിനൊത്തു നില്ക്കാൻ ഞാൻ ആവതും ശ്രമിക്കുന്നുണ്ട്. അടിയാളർക്കെല്ലാം അവരുടെ അവകാശം കൊടുത്തു വിട്ടിട്ട് ഞാൻ സ്വന്തമായി കൃഷിയാരംഭിച്ചിട്ടുണ്ട്. ഈ പ്രദേശത്തുള്ളവരെല്ലാം എന്നെ ചുവപ്പനെന്നാണ് വിളിക്കുന്നത്. വായിക്കാനും പഠിക്കാനും ശ്രമിക്കുന്നതിനുപുറമെ ആധുനികമായ എല്ലാറ്റിനേയും തുറന്നമനസ്സോടെ സമീപിക്കാനും ഞാൻ നോക്കുന്നുണ്ട്. എന്നിട്ടും എന്റെ ആയകാലം കഴിഞ്ഞെന്നാണല്ലോ പറയുന്നത്! കഴിഞ്ഞായിരിക്കാം, ഇല്ലേ ചേട്ടാ. എനിക്കും അങ്ങനൊരു തോന്നലില്ലാതില്ല."

"എന്താ അങ്ങനെ തോന്നാൻ?"

"പറയാം. കേട്ടിട്ട് ചേട്ടൻ തന്നെ തീരുമാനിക്ക്. ഇന്നുരാവിലെ ഞാൻ പുഷ്കിന്റെ ഒരു കവിത വായിച്ചുകൊണ്ടിരിക്കുകയായിരുന്നു. പുഷ്കിന്റെ 'ജിപ്സികൾ'. അപ്പോൾ അർക്കാദി അങ്ങോട്ട് കടന്നുവന്നിട്ട് ഒരൊറ്റ അക്ഷരം ഉരിയാടാതെ എന്റെ മടിയിൽ നിന്ന് ഒരു കുട്ടിയുടെ പക്കൽ നിന്നെന്നോണം ആ പുസ്തകം എടുത്തു മാറ്റിയ ശേഷം തൽസ്ഥാനത്ത് മറ്റൊരു പുസ്തകം വച്ചുതന്നു. ഒരു ജർമ്മൻ പുസ്തകം. എന്നിട്ട് ഒരു പുഞ്ചിരിയോടെ ആ പുഷ്കിൻ കൃതിയും എടുത്തോണ്ട് അവനങ്ങു പോയി."

"നേരോ? ആട്ടെ, എന്തായിരുന്നു അവൻ തന്ന ആ പുസ്തകം?"

"ദാ, ഇതു തന്നെ!"

എന്നുപറഞ്ഞ് നിക്കൊലായ് പെ ത്രോവിച്ച് പിൻ പോക്കറ്റിൽ നിന്ന് ഒരു ലഘുലേഖയെടുത്തു ചേട്ടന്റെ കൈയിൽ കൊടുത്തു. ബ്യൂഹ്ന റുടെ കുപ്രസിദ്ധമായ ആ ലഘുലേഖയുടെ ഒൻപതാം പതിപ്പായിരുന്നു അത്.

പാവെൽ പെ ത്രോവിച്ച് അതെടുത്തു തിരിച്ചും മറിച്ചും നോക്കി.

"ഹ്ഹം!" അയാൾ മുറുമുറുത്തു. "അർക്കാദി നിക്കൊലായെവിച്ചിന് അവന്റെ അച്ഛന്റെ വിദ്യാഭ്യാസത്തിൽ അതിയായ താല്പര്യമുണ്ടെന്നാ ണർത്ഥം. എന്നിട്ട്, അത് വായിച്ചു നോക്കിയോ?"

"ഉവ്വ്."

"എന്നിട്ടോ?"

"ഒന്നുകിൽ എനിക്കിതു മനസ്സിലാക്കാൻ കഴിവില്ല. അല്ലെങ്കിൽ ഇതു വെറും ചപ്പടാച്ചിയാണ്. എനിക്ക് മനസ്സിലാക്കാൻ കഴിവില്ലെ ന്നതായിരിക്കും ശരി."

"പണ്ടു പഠിച്ച ജർമ്മൻ മറന്നുപോയില്ലല്ലോ, ഉവ്വോ?"

"ഇല്ല."

പാവെൽ പെ ത്രോവിച്ച് ആ പുസ്തകമെടുത്ത് വീണ്ടും തിരിച്ചും മറിച്ചും നോക്കിയിട്ട് പുരികം ചുളിച്ചുകൊണ്ട് തന്റെ സഹോദരനെ നോക്കി. രണ്ടുപേരും കുറേനേരത്തേക്ക് ഒന്നും മിണ്ടിയില്ല.

"ഓ, ഒരു കാര്യം പറയാൻ ഞാൻ വിട്ടുപോയി," വിഷയം മാറ്റാനു ള്ള ആകാംക്ഷയോടെ നിക്കൊലായ് പെ ത്രോവിച്ച് ആ നിശ്ശബ്ദത ഭഞ്ജിച്ചുകൊണ്ടു പറഞ്ഞു: "കൊല്യ്യാസിന്റെ ഒരു കത്തുണ്ട്."

"ആരുടെ, മത്വേയ് ഇലിയിച്ചിന്റേയോ?"

"അതെ. അയാൾ ഔദ്യോഗിക ജില്ലാപരിശോധനയ്ക്ക് വന്നിരിക്ക യാണ്. ആളിപ്പം സ്വല്പം നിലയിലാണെന്നറിയാമല്ലോ. ഒരു ബന്ധു വെന്ന നിലയ്ക്ക് നമ്മളെ രണ്ടുപേരേയും അർക്കാദിയേയും കാണാൻ ആഗ്രഹമുണ്ടത്രെ. പട്ടണത്തിൽ ചെന്ന് അയാളെ കാണാൻ ക്ഷണി ച്ചിരിക്കുന്നു."

"നീ പോകുന്നുണ്ടോ?" പാവെൽ പെ ത്രോവിച്ച് ചോദിച്ചു.

"ഇല്ല. ചേട്ടനോ?"

"ഇല്ല. വെറുതെ യാതൊരു കാര്യവും കൂടാതെ അൻപതു നാഴിക സഞ്ചരിക്കാൻ ഭ്രാന്തുണ്ടോ? ങമവേശലൗ തന്റെ പ്രതാപം മുഴുവൻ നമ്മെക്കാണിക്കാൻ ആഗ്രഹിക്കുന്നുണ്ടായിരിക്കും. അയാൾ പോയി പാടുനോക്കട്ടെ. നമ്മളില്ലാതെതന്നെ അവിടെ സേവയ്ക്ക് പിടിപ്പതാളു ണ്ടാകും. സത്യത്തിൽ വലിയ ആളല്ലേ പ്രിവീകൗൺസിലർ! അന്നു രാജിവയ്ക്കാതെ ആ നശിച്ച പട്ടാള ഉദ്യോഗത്തിൽ തുടർന്നിരുന്നെ ങ്കിൽ ഞാനും ഇപ്പോൾ ഒരു അഡ്ജ്യൂട്ടന്റ് ജനറൽ ആയേനെ. പിന്നെ,

നീയും ഞാനും പഴഞ്ചരക്കുകളാണെന്ന കാര്യം മറക്കുകയും വേണ്ട."

"ശരിയാ. ശവപ്പെട്ടിക്കാരനെ വിളിച്ച് നമ്മുടെ അളവെടുക്കാൻ പറയേണ്ട സമയമായി," ഒരു ദീർഘ നിശ്വാസം വരുത്തിക്കൊണ്ട് നിക്കൊലായ് പെ ത്രോവിച്ച് പറഞ്ഞു.

"അതിനു എന്നെ അത്രവേഗം കിട്ടില്ല," അദ്ദേഹത്തിന്റെ ചേട്ടൻ പിറുപിറുത്തു. "ആ ഡോക്ടറു പയ്യനെ ശരിക്കൊന്നു നേരിടേണ്ടി വരുമെന്നാ എനിക്ക് തോന്നുന്നത്."

ആ സായാഹ്നത്തിൽ തന്നെ അതിന് അവർക്കവസരമുണ്ടാവുക യും ചെയ്തു. പടയ്ക്കൊരുങ്ങിത്തന്നെയാണ് പാവെൽ പെ ത്രോവിച്ച് താഴെയുള്ള സ്വീകരണമുറിയിലേക്ക് ഇറങ്ങിവന്നത്. അകമേക്ക് അദ്ദേഹത്തിന് അത്രയ്ക്ക് ദേഷ്യമുണ്ടായിരുന്നു. പക്ഷേ, കുറച്ചധികം സമയം കാത്തിരുന്നിട്ടേ ആ അവസരമുണ്ടായുള്ളൂ. 'കിർസാനൊവ് വല്യപ്പന്മാർ' (ബസാറൊവ് ആ ചേട്ടാനിയന്മാരെപ്പറ്റി പറഞ്ഞിരു ന്നതങ്ങനെയാണ്) ഇരിക്കുമ്പോൾ ബസാറൊവ് അത്രയധികം സംസാരിക്കാറുണ്ടായിരുന്നില്ല. അന്നാകട്ടെ, അയാൾ എന്തോ ഒരു പന്തികേടോടെ നിശ്ശബ്ദനായി ചായക്കപ്പുകൾ ഒന്നിനു പുറകെ ഒന്നായി കാലിയാക്കിക്കൊണ്ടിരുന്നതേയുള്ളൂ. പാവെൽ പെ ത്രോവിച്ച് എങ്ങനേയും ഒരവസരമുണ്ടാക്കാൻ നോക്കിയിരിക്കു കയായിരുന്നു. ഒടുവിൽ അദ്ദേഹത്തിന് കാത്തിരുന്ന ആ അവസരം കൈയിൽ കിട്ടി.

അടുത്തുള്ള ഒരു ജന്മി എങ്ങനെയോ അവിടെ സംഭാഷണവിഷ യമായി.

ബസാറൊവിന് ആ മനുഷ്യനെ സെന്റ് പീറ്റേഴ്സ്ബർഗിൽ വച്ചു പരിചയമുണ്ടായിരുന്നു. അതിനാൽ അയാൾ വളരെ നിസ്സാരമ ട്ടിൽ പറഞ്ഞു: "ഓ, ഒരു തനി എമ്പോക്കി, ഒരു ശപ്പൻ പ്രഭു!"

"അപ്പഴേ, ഒന്നു ചോദിച്ചോട്ടെ," പാവെൽ പെ ത്രോവിച്ച് ഏറ്റു പിടിച്ചു. അതു പറയുമ്പോൾ അദ്ദേഹത്തിന്റെ ചുണ്ടുകൾ വിറയ്ക്കുന്നു ണ്ടായിരുന്നു.

"നിങ്ങളുടെ നിഘണ്ടുവിൽ ഈ എമ്പോക്കിയെന്നും പ്രഭുവെന്നും പറയുന്നത് പര്യായപദങ്ങളാണോ?"

"ശപ്പൻ പ്രഭുവെന്നല്ലേ ഞാൻ പറഞ്ഞത്?" അലസമായി ഒരിറക്ക് ചായകുടിക്കുന്നതിനിടയിൽ ബസാറൊവ് തിരിച്ചടിച്ചു.

"അതേ, അതേ," പാവെൽ പെ ത്രോവിച്ച് പറഞ്ഞു: "പക്ഷേ, നിങ്ങൾക്ക് പ്രഭുക്കളേയും ശപ്പൻ പ്രഭുക്കളേയുംപറ്റി ഒരേ അഭിപ്രായം തന്നെയല്ലേ ഉള്ളത്! എന്നാൽ, ആ അഭിപ്രായത്തോട് എനിക്കല്പ വും യോജിപ്പില്ലെന്ന് ഇവിടെ പ്രസ്താവിക്കേണ്ടത് എന്റെ കർത്ത വ്യമാണെന്നു ഞാൻ കരുതുന്നു. ലിബറൽ ചിന്താഗതിക്കാരനും

പുരോഗതിയുടെ വക്താവുമായാണ് ആളുകളെന്നെ കാണുന്നതെന്ന് കൂടി ഇവിടെ പ്രസ്താവിച്ചുകൊള്ളട്ടെ. അതുകൊണ്ടു തന്നെ എനിക്ക് പ്രഭുക്കളെ, യഥാർത്ഥ പ്രഭുക്കളെ, ബഹുമാനവുമാണ്. ബഹുമാനപ്പെട്ട സാറേ," (ഇതു കേട്ടപ്പോൾ ബസാറൊവ് തല ഉയർത്തി പാവെൽ പെ ത്രോവിച്ചിനെ സൂക്ഷിച്ചുനോക്കി) "ബഹുമാനപ്പെട്ട സാറേ" അദ്ദേഹം കുറേക്കൂടി ഗൗരവത്തിൽ തുടർന്നു, "ഇംഗ്ലീഷ് പ്രഭുക്കളെ താങ്കൾക്കോർമ്മയുണ്ടാകുമല്ലോ. തങ്ങളുടെ അവകാശം അവർ ഇമ്മിണിക്കുപോലും വിട്ടുകൊടുക്കില്ല. അതുകൊണ്ടു തന്നെ അവർ മറ്റുള്ളവരുടെ അവകാശത്തെ മാനിക്കുകയും ചെയ്യുന്നു. തങ്ങളോടുള്ള കടപ്പാടുകൾ മറ്റുള്ളവർ നിറവേറ്റണമെന്ന് അവർക്ക് നിർബന്ധമുണ്ട്.

അതുകൊണ്ടുതന്നെ മറ്റുള്ളവരോടുള്ള സ്വന്തം കടപ്പാടുകൾ നിറവേറ്റാൻ അവർക്ക് യാതൊരു മടിയുമില്ല. പ്രഭുക്കളാണ് ഇംഗ്ലണ്ടിന്റെ സ്വാതന്ത്ര്യം നേടിയതും ആ സ്വാതന്ത്ര്യം നിലനിർത്തുന്നതും."

"ഈ പല്ലവി പണ്ടേ കേട്ടിട്ടുള്ളതാണ്," ബസാറൊവ് പറഞ്ഞു. "പക്ഷേ, താങ്കൾ എന്താണ് പറഞ്ഞു സ്ഥാപിക്കാൻ നോക്കുന്നത്?"

"ഞാൻ പറേണത് ഇതാണ് (ദേഷ്യം വന്നാൽ പാവെൽ പെ ത്രോവിച്ചിന് ഭാഷാശുദ്ധിയിൽ വലിയ നോട്ടമില്ല. അലക്സാണ്ഡ്രിയൻ പാരമ്പര്യങ്ങളുടെ ബാക്കിയാണിത്. അന്നത്തെ വൻതോക്കുകൾ അപൂർവ്വമായെപ്പോഴെങ്കിലും മാതൃഭാഷയിൽ സംസാരിച്ചാൽ ആ ഭാഷ അല്പം വികൃതപ്പെടുത്താൻ നോക്കുക പതിവായിരുന്നു. റഷ്യക്കാരെങ്കിലും കാശുകാരാകയാൽ വ്യാകരണനിയമങ്ങൾ തോന്നിയപോലെ കൈകാര്യം ചെയ്യാൻ തങ്ങൾക്കവകാശമുണ്ടെന്നു പറയുമ്പോലെ തോന്നുമായിരുന്നു അവരുടെ ഈ സംസാരം കേട്ടാൽ). "ഞാൻ പറേണത് ആളുകൾക്ക് സ്വാഭിമാനമില്ലെങ്കിൽ, അന്തസ്സിനെപ്പറ്റിയുള്ള ഒരു ബോധമില്ലെങ്കിൽ-ഈ വികാരങ്ങളാകട്ടെ പ്രഭുവംശജരിൽ വളരെ അടിയുറച്ചതുമായിരിക്കും- സാമൂഹ്യമായ... പൊതുജനനന്മയ്ക്ക്... സാമൂഹ്യ സൗധത്തിന് യാതൊരു കെട്ടുറപ്പും ഉണ്ടായിരിക്കില്ലെന്നാണ്. ബഹുമാനപ്പെട്ട സാറേ, വ്യക്തിത്വമുണ്ടല്ലോ, അതാണ് പ്രധാനസംഗതി. പാറപോലെ ഉറച്ചതായിരിക്കണം വ്യക്തിത്വം. കാരണം, ആ അടിത്തറയിന്മേലാണ് ബാക്കി സർവ്വതം പടുത്തുയർത്തപ്പെടുന്നത്. ഉദാഹരണത്തിനു പറയട്ടെ, എന്റെ രീതികളും എന്റെ വസ്ത്രധാരണവും, എന്തിനേറെപ്പറയുന്നു, എന്റെ ശുചിത്വനിർബന്ധംപോലും നിങ്ങൾക്കൊട്ടും പിടിക്കുന്നില്ലെന്ന് എനിക്ക് നന്നായറിയാം. പക്ഷേ, ഞാൻ തീർത്തു പറയുന്നു, ഇതെല്ലാം സ്വാഭിമാനത്തെ, കർത്തവ്യബോധത്തെ, അതെ സാർ, കർത്തവ്യബോധത്തെ, ബാധിക്കുന്ന കാര്യങ്ങളാണ്. നാട്ടിൻപുറത്ത്, പട്ടിക്കാട്ടിലാണ്, എന്റെ താമസമെങ്കിലും എന്റെ സ്വാഭിമാനവും

എന്റെ അന്തസ്സും ഞാൻ കളഞ്ഞുകുളിക്കുകയില്ല."

"എന്നാൽ, ഞാനൊന്നു ചോദിച്ചോട്ടെ," ബസാറൊവ് പറഞ്ഞു: "താങ്കൾ സ്വാഭിമാനത്തെപ്പറ്റി ഒരുപാട് പ്രസംഗിക്കുന്നുണ്ടല്ലോ. എങ്കിലും താങ്കൾ ഒന്നും ചെയ്യാതെ വെറുതെ കുത്തിയിരിക്കുകയാണല്ലോ ചെയ്യുന്നത്. പൊതുജന നന്മയ്ക്ക് അതെങ്ങനെയാണ് പ്രയോജനപ്പെടുന്നതെന്ന് ഒന്നു വിശദീകരിക്കാമോ? സ്വാഭിമാനം കൂടാതെയും വെറുതെ കുത്തിയിരിക്കാമല്ലോ."

ഇതു കേട്ടപ്പോൾ പാവെൽ പെ ത്രോവിച്ച് മഞ്ഞളിച്ചുപോയി.

"അത് തികച്ചും വ്യത്യസ്തമായൊരു സംഗതിയാണ്. താങ്കൾ വിവരിക്കുന്നതുപോലെ ഞാൻ ഒന്നും ചെയ്യാതെ വെറുതെ കുത്തിയിരിക്കുന്നതിന്റെ കാരണം വിശദീകരിക്കാൻ എനിക്കിപ്പോൾ ഉദ്ദേശമില്ല. ആഭിജാത്യമെന്നത് ഒരു തത്വമാണെന്നു മാത്രമേ ഞാൻ പറയുന്നുള്ളൂ. ദുർന്നടത്തക്കാരോ കീഴ്മേൽ നോക്കാനില്ലാത്തവരോ ആയ ആളുകൾക്കു മാത്രമേ ഇന്നത്തെ കാലത്ത് യാതൊരു തത്വവും കൂടാതെ ജീവിക്കാൻ കഴിയൂ. അർക്കാദിയോട് അയാളിവിടെ എത്തിയതിന്റെ പിറ്റേന്നു തന്നെ ഞാൻ ഇക്കാര്യം പറയുകയുണ്ടായി. ഇപ്പോഴിതാ താങ്കളോടും ഞാൻ അതു തന്നെ പറയുന്നു. ശരിയല്ലേ, നിക്കൊലായ്?"

നിക്കൊലായ് പെ ത്രോവിച്ച് ശരിവയ്ക്കുന്ന പോലെ തലയാട്ടി.

"ആഭിജാത്യം, ലിബറലിസം, പുരോഗതി, തത്വങ്ങൾ,'' ബസാറൊവ് അപ്പോൾ പറയുകയായിരുന്നു, "ദൈവമേ, എത്ര കടിച്ചാൽ പൊട്ടാത്തതും...

ഉപയോഗമില്ലാത്തതുമായ വാക്കുകളാണ് ഇവിടെ എടുത്തുവിളമ്പിയിരിക്കുന്നത്! വെറുതേ കിട്ടിയാൽ പോലും റഷ്യക്കാർക്ക് ഇതിന്റെയൊന്നും യാതൊരാവശ്യവുമില്ല"

"അവർക്ക് പിന്നെ എന്താണാവോ ആവശ്യം! നിങ്ങൾ പറയുന്നതു കേട്ടാൽ റഷ്യക്കാർ മനുഷ്യരാശിയുടെ ഭാഗമല്ലെന്നും മനുഷ്യനിയമങ്ങൾ അവർക്കു ബാധകമല്ലെന്നുമാണല്ലോ തോന്നുക. പക്ഷേ, ചരിത്രപരമായ യുക്തി ആവശ്യപ്പെടുന്നത്..."

"ആർക്കു വേണം ആ യുക്തി? അതില്ലാത്തതുകൊണ്ടിപ്പോൾ യാതൊരു കുഴപ്പവുമില്ലല്ലോ."

"എന്നുവച്ചാൽ?"

"എന്നുവച്ചാൽ അതു തന്നെ. വിശക്കുമ്പോൾ ഒരു കഷ്ണം റൊട്ടിയെടുത്തു തിന്നാൻ യുക്തിയുടെ ആവശ്യം ഒന്നും ഉണ്ടാകാറില്ലല്ലോ, ഉവ്വോ? ഈ അമൂർത്താശയങ്ങൾ കൊണ്ട് എന്തു പ്രയോജനമാണുള്ളത്?"

കേൾക്കാൻ പാടില്ലാത്ത എന്തോ കേട്ടതുപോലെ പാവെൽ പെ

ത്രോവിച്ച് ചെവി പൊത്തിക്കളഞ്ഞു.

"എന്നാൽ പിന്നെ കൂടുതലൊന്നും പറയാതിരിക്കുന്നതാണ് ഭേദം. നിങ്ങൾ റഷ്യാക്കാരെ അപമാനിക്കുകയാണ്. തത്വങ്ങളും ആദർശങ്ങളും നിഷേധിക്കാൻ ആളുകൾക്കെങ്ങനെ സാധിക്കുമെന്നു എനിക്ക് മനസ്സിലാകുന്നില്ല. അപ്പോൾ പിന്നെ നിങ്ങൾക്ക് മാർഗ്ഗദർശകമായിട്ടുള്ളതെന്താണ്?"

"ഞാൻ പറഞ്ഞില്ലേ, വല്യപ്പാ, ഞങ്ങൾ കണ്ണും പൂട്ടി ആരേയും ഒന്നിനേയും അംഗീകരിക്കുന്നില്ലെന്ന്," ആർക്കാദി ഇടയ്ക്കു കയറിപ്പറഞ്ഞു.

"പ്രയോജനകരമായിട്ടുള്ള സംഗതികളാണ് ഞങ്ങൾ മാർഗ്ഗദർശകമായെടുക്കുന്നത്." ബസാറൊവ് പറഞ്ഞു. "ഇന്നു നിഷേധമാണ് മറ്റെന്തിനേയുംകാൾ പ്രയോജനകരമായിട്ടുള്ളത്. അതുകൊണ്ട് ഞങ്ങൾ എല്ലാറ്റിനേയും നിഷേധിക്കുന്നു."

"എല്ലാറ്റിനേയും?"

"അതെ, എല്ലാറ്റിനേയും."

"എന്ത്? കലയും കവിതയും മാത്രമല്ല... എങ്ങനെയാ അതു പറയുന്നത്..."

"എല്ലാറ്റിനേയും," ബസാറൊവ് നിർവ്വികാരനായി ആവർത്തിച്ചു.

പാവെൽ പെ ത്രോവിച്ച് ഇമവെട്ടാതെ അയാളെത്തന്നെ നോക്കിയിരുന്നു. അദ്ദേഹം ഒരിക്കലും പ്രതീക്ഷിച്ചിരുന്നതല്ല ഈ മറുപടി. അർക്കാദിയാകട്ടെ ആഹ്ലാദത്താൽ മതിമറന്നപോലെയിരുന്നു.

"അപ്പഴേ," നിക്കൊലായ് പെ ത്രോവിച്ച് ഇടയ്ക്കു കയറിപ്പറഞ്ഞു: "നിങ്ങൾ, സർവ്വതിനേയും നിഷേധിക്കുകയാണല്ലൊ അഥവാ അല്പം കൂടി കൃത്യമായി പറഞ്ഞാൽ സർവ്വതിനേയും സംഹരിക്കുകയാണല്ലൊ ചെയ്യുന്നത്. പക്ഷേ, സംഹാരം കഴിഞ്ഞ് ആരാ സൃഷ്ടി നടത്താൻ പോകുന്നത്?"

"അത് ഞങ്ങളുടെ ബാധ്യതയല്ല. തറ ശരിപ്പെടുത്തുകയാണ് ആദ്യത്തെ ജോലി."

"രാജ്യത്തിന്റെ ഇന്നത്തെ സ്ഥിതി ആവശ്യപ്പെടുന്നത് അതാണ്," അർക്കാദി എന്തോ വൻകാര്യം പറയുന്നപോലെ കൂട്ടിച്ചേർത്തു. "അതനുസരിച്ച് പ്രവർത്തിക്കേണ്ടത് നമ്മുടെ കർത്തവ്യമാണ്. ഈ സ്ഥിതിയിൽ സ്വാർത്ഥ പൂരണത്തിനായി സമയം പാഴാക്കാൻ നമുക്കവകാശമില്ല."

അവസാനം പറഞ്ഞ വാചകം ബസാറൊവിന് ഒട്ടും രുചിച്ചില്ല. അതിനു തത്വചിന്തയുടെ അതായത് റൊമാന്റിസത്തിന്റെ ഗന്ധമുണ്ടായിരുന്നു.

ബസാറൊവിനെ സംബന്ധിച്ചിടത്തോളം തത്വചിന്തയും റൊമാന്റിസമായിരുന്നു. എങ്കിലും തന്റെ യുവശിഷ്യൻ പറഞ്ഞതിനെ ചോദ്യം ചെയ്യാൻ ഇഷ്ടമില്ലാത്തതുകൊണ്ട് അയാളൊന്നും മിണ്ടിയില്ല.

"ഇല്ലില്ല." പാവെൽ പെ ത്രോവിച്ച് അപ്രതീക്ഷിതമായ വീറോടെ ആക്രോശിച്ചു: "നിങ്ങൾക്ക് റഷ്യൻ ജനതയെ അറിയാമെന്നോ നിങ്ങൾ അവരുടെ ആവശ്യങ്ങളുടേയും അഭിലാഷങ്ങളുടേയും പ്രതിനിധികളാണെന്നോ വിശ്വസിക്കാൻ ഞാൻ ഒരുക്കമില്ല. അല്ല, റഷ്യാക്കാർ നിങ്ങൾ കരുതും പോലെയുള്ളവരല്ല, പാരമ്പര്യത്തെ പാവനമായി കരുതുന്നവരാണവർ, അച്ഛനപ്പൂപ്പന്മാരെ ബഹുമാനിക്കുന്നവരാണവർ, ഈശ്വര വിശ്വാസം കൂടാതെ ജീവിക്കാൻ കഴിയാത്തവരാണവർ..."

"അതിനെ ഞാൻ ചോദ്യം ചെയ്യില്ല." ആ വാചകം പൂർത്തിയാക്കാൻ അദ്ദേഹത്തെ അനുവദിക്കാതെ ബസാറൊവ് പറഞ്ഞു.

"എന്നാൽ പിന്നെ...."

"പക്ഷേ, അതിൽ നിന്നൊന്നും സിദ്ധമാകുന്നില്ല."

"അതെ, അതിൽ നിന്നൊന്നും സിദ്ധമാകുന്നില്ല," എതിരാളിയുടെ ഏതൊരടവും പ്രതീക്ഷിച്ചിരിക്കുന്നതിനാൽ അതിലൊന്നും ഒരു കൂസലുമില്ലാത്ത സമർത്ഥനായൊരു ചെസ്സ് കളിക്കാരനെപ്പോലെ അർക്കാദി ഏറ്റുപാടി.

"അതിൽ നിന്നൊന്നും സിദ്ധമാകുന്നില്ലെന്നു പറഞ്ഞാലെന്താ അർത്ഥം?" പാവെൽ പെ ത്രോവിച്ച് വിസ്മയപൂർവ്വം പിറുപിറുത്തു. "അപ്പോൾ നിങ്ങൾ സ്വന്തം ജനതയ്ക്കു തന്നെ എതിരാണോ?"

"ആണെങ്കിലെന്താ?" ബസാറൊവ് ആക്രോശിച്ചു. "ഇടിവെട്ടുന്നതു കേൾക്കുമ്പോൾ ഏലിയാസ് പ്രവാചകൻ തന്റെ തേരിൽക്കയറി ആകാശയാത്ര നടത്തുകയാണെന്ന് അവർ വിശ്വസിക്കുന്നുണ്ടാകും. എന്നുവച്ചാൽ ഞാനും അതു വിശ്വസിക്കണമെന്നാണോ പറയുന്നത്? അതെ, അവർ റഷ്യക്കാരാണ്. പക്ഷേ, ഞാനും റഷ്യക്കാരൻ തന്നെയല്ലേ?"

"അല്ല. നിങ്ങൾ പറയുന്നതു വച്ചുനോക്കിയാൽ നിങ്ങൾ റഷ്യക്കാരനല്ല!

നിങ്ങളൊരു റഷ്യാക്കാരനാണെന്ന് സമ്മതിച്ചുതരാൻ ഞാൻ തയ്യാറില്ല."

"എന്റെ അപ്പൂപ്പൻ നിലമുഴുതു നടന്നിരുന്നവനാണ്," ബസാറൊവ്

അഹന്തനിറഞ്ഞ അഭിമാനത്തോടെ പറഞ്ഞു. "താങ്കളുടെ ആൾക്കാരിൽ ആരോടെങ്കിലും ചെന്നു ചോദിച്ചു നോക്ക് നമ്മളിൽ ആരു പറയുന്നതായിരിക്കും അയാൾ ശരിവയ്ക്കുന്നതെന്ന്. എന്തിനാ

അധികം പറയുന്നത്? താങ്കൾക്കവരുമായി സംസാരിക്കാൻ പോലും അറിയില്ല."

"നിങ്ങൾ അവരുമായി സംസാരിക്കുകയും അതേസമയം തന്നെ അവരെ പുച്ഛിക്കുകയും ചെയ്യുന്നതോ?"

"പുച്ഛിക്കേണ്ടതാണെങ്കിൽ പുച്ഛിക്കും. അതിരിക്കട്ടെ, താങ്കൾ എന്റെ ചിന്താഗതിയെ വിമർശിക്കുന്നുണ്ടല്ലോ. എന്തുകൊണ്ടാ അത് എനിക്കു മാത്രം എവിടുന്നോ എങ്ങനെയോ കിട്ടിയതാണെന്നു ധരിക്കുന്നത്? താങ്കൾ വളരെ ആവേശപൂർവ്വം പാടിപ്പുകഴ്ത്തുന്ന അതേ ദേശീയ ചൈതന്യത്തിന്റെ പരിണതഫലം തന്നെയാണ് അതുമെന്നു മനസ്സിലാക്കാത്തതെന്തുകൊണ്ടാണ്?"

"സമ്മതിച്ചു. പക്ഷേ, നിഹിലിസ്റ്റുകളെക്കൊണ്ട് ആർക്കെന്തു പ്രയോജനമാണുള്ളത്?"

"അത് തീരുമാനിക്കേണ്ടത് നമ്മൾ രണ്ടുപേരുമല്ലല്ലോ. ആട്ടെ, താങ്കളെക്കൊണ്ടും ആർക്കൊക്കെയോ എന്തൊക്കെയോ പ്രയോജനമുണ്ടെന്നല്ലേ താങ്കളുടെ വിശ്വാസം?"

"ശരി, ശരി, മാന്യരെ! ഇത്തരം ചർച്ചകളിൽ നാം വ്യക്തിപരമാകാതിരിക്കാൻ ശ്രമിക്കണം." നിക്കൊലായ് പെ ത്രോവിച്ച് എഴുന്നേറ്റു നിന്നുകൊണ്ട് ഉച്ചത്തിൽ വിളിച്ചുപറഞ്ഞു.

പാവെൽ പെ ത്രോവിച്ച് അതു കേട്ട് ഒന്നു പുഞ്ചിരിച്ചിട്ട് അനിയനെ പിടിച്ചിരുത്തിക്കൊണ്ടു പറഞ്ഞു.

"പേടിക്കാതിരിക്കെടോ! ഞാൻ ബോധംകെട്ടു സംസാരിക്കുകയില്ല. അതിനു കാരണവുമുണ്ട്. എന്തെന്നാൽ നമ്മുടെ സുഹൃത്ത്... നമ്മുടെ ഡോക്ടർ സുഹൃത്ത് നിർദ്ദയം പരിഹസിക്കുന്ന ആ സ്വാഭിമാനമുണ്ടല്ലോ, അതു എനിക്കു നല്ലപോലെയുണ്ട്.' എന്നിട്ട് ബസാറൊവിനോടായി അദ്ദേഹം ഇപ്രകാരം തുടർന്നു: "ക്ഷമിക്കണേ, ഒന്നു ചോദിച്ചോട്ടെ. താങ്കളീപ്പറയുന്ന സിദ്ധാന്തങ്ങളൊക്കെ വളരെ പുത്തനാണെന്ന വല്ല വിചാരവുമുണ്ടോ? ഉണ്ടെങ്കിൽ നിങ്ങൾ ആത്മവഞ്ചന നടത്തുകയായിരിക്കും ചെയ്യുന്നത്. നിങ്ങൾ ഭക്തിപൂർവ്വം പ്രചരിപ്പിക്കുന്ന ആ ഭൗതിക വാദം മുൻപും പല പ്രാവശ്യം എഴുന്നെള്ളിക്കപ്പെട്ടിട്ടുള്ളതാണ്. പക്ഷേ, ഒരിക്കലും അതിനൊരു നില്ക്കക്കള്ളി ഉണ്ടായിട്ടില്ലെന്നു...."

"കടിച്ചാൽ പൊട്ടാത്ത മറ്റൊരു വാക്ക്!" ബസാറൊവ് ഇടയ്ക്കു കയറിപ്പറഞ്ഞു. അയാൾക്ക് ദേഷ്യം സഹിക്കവയ്യാതായി തുടങ്ങിയിരുന്നു. അയാളുടെ മുഖത്തിന്റെ നിറമാകെ മാറിയിരുന്നു. "ഞങ്ങൾ ഒന്നും തന്നെ ഭക്തിപൂർവ്വം പ്രചരിപ്പിക്കുന്നില്ലെന്നതാണ് ഇവിടെ പറയാനുള്ള ഒരു സംഗതി. എന്നുവച്ചാൽ..."

"പിന്നെന്താ നിങ്ങൾ ചെയ്യുന്നത്?"

“പറയാം. അടുത്തകാലം വരെ ഞങ്ങൾ പറഞ്ഞിരുന്നത് ഉദ്യോഗസ്ഥന്മാർ കോഴവാങ്ങുന്നതിനേയും വേണ്ടത്ര റോഡുകളില്ലാത്തതിനേയും വാണിജ്യം അധോഗതിയിലാകുന്നതിനേയും നീതിന്യായക്കോടതികൾ...”

“അതെയതെ, നിങ്ങൾ സർവ്വതിനേയും തള്ളിപ്പറയുന്നവരാണല്ലൊ. അല്ലേ, അങ്ങനെയല്ലേ നിങ്ങളെപ്പറയുന്നത്. ഞാനും നിങ്ങളുടെ ഈ ആരോപണങ്ങളിൽ പലതുമായി യോജിക്കുന്നവനാണ്. പക്ഷേ....”

“പക്ഷേ, അപ്പോഴാണ് ഞങ്ങൾക്കു തോന്നിയത് പരാതി പറഞ്ഞതുകൊണ്ട് യാതൊരു പ്രയോജനവുമില്ലെന്ന്; വെറും അല്പത്വത്തിലേക്കും സിദ്ധാന്തവാദത്തിലേക്കും മാത്രമേ അത് എത്തിക്കൂവെന്ന്. പുരോഗമനവാദികളെന്നും സർവ്വതിനേയും തള്ളിപ്പറയുന്നവരെന്നും പറഞ്ഞുനടക്കുന്ന നമ്മുടെ ആ മിടുക്കന്മാരെക്കൊണ്ട് ആർക്കും ഒരു ഗുണവുമില്ലെന്നും; കലയേയും അബോധപൂർവ്വമായ സർഗ്ഗചൈതന്യത്തേയും പാർലമെണ്ടറി പ്രവർത്തനത്തേയും കോടതിയേയും അങ്ങനെ സൂര്യനു കീഴിലുള്ള സർവ്വതിനേയും പറ്റി അസംബന്ധങ്ങൾ വിളിച്ചുപറഞ്ഞു നടക്കുന്നതുകൊണ്ടു വെറുതെ സമയം കളയാമെന്നേയുള്ളൂവെന്നും ഞങ്ങൾ കണ്ടു. വാസ്തവത്തിൽ പ്രശ്നം മനുഷ്യന്റെ അന്നന്നത്തെ ആഹാരത്തിന്റേതാണ്! ഘോരമായ അന്ധവിശ്വാസത്തിന്റെ പിടിയിൽപെട്ട് നാം ശ്വാസംമുട്ടി വിഷമിക്കുകയും സത്യസന്ധരായ ആളുകളുടെ അഭാവം കാരണം നമ്മുടെ ജോയിന്റ് സ്റ്റോക്ക് കമ്പനികൾ തകരുകയും ചെയ്യുന്നുണ്ടെന്നതാണ് വാസ്തവത്തിലുള്ള പ്രശ്നം. സർക്കാരിൽ നിന്ന് വലിയ ഒച്ചപ്പാടുണ്ടാക്കിക്കൊണ്ടിരിക്കുന്ന ആ കർഷകവിമോചനം കൊണ്ടും നമുക്ക് യാതൊരു ഗുണവുമുണ്ടാകാൻ പോകുന്നില്ല. കാരണം, ഷാപ്പിൽ ചെന്നിരുന്ന് കുടിച്ചുലക്കില്ലാതാകാൻ പറ്റുമെങ്കിൽ സ്വയം തങ്ങളെത്തന്നെ പണയംവയ്ക്കാൻ തയ്യാറുള്ളവരാണ് നമ്മുടെ നാട്ടുമ്പുറത്തുകാർ.”

“അപ്പോൾ അങ്ങനെയാണല്ലേ,” പാവെൽ പെ ത്രോവിച്ച് ആ വാഗ്ധോരണിക്ക് ഒന്നു കടിഞ്ഞാണിട്ടു. “അപ്പോൾ ഇതെല്ലാം ശരിക്ക് മനസ്സിലാക്കിയിട്ട് ഒരു പ്രശ്നവും പരിഹരിക്കാൻ കാര്യമായി ശ്രമിക്കേണ്ടതില്ലെന്ന് നിങ്ങൾ ഉറച്ചിരിക്കുകയാണ്, അല്ലേ?”

“അതെ, ഒരു പ്രശ്നവും പരിഹരിക്കാൻ കാര്യമായി ശ്രമിക്കേണ്ടതില്ലെന്ന് ഞങ്ങളുറച്ചിരിക്കയാണ്,” ബസാറൊവ് കർക്കശഭാവത്തിൽ അദ്ദേഹത്തിന്റെ അതേ വാക്കുകൾ ആവർത്തിച്ചു. “ഈ പ്രഭുവംശജന്റെ മുന്നിൽ ഇങ്ങനെ നാവിട്ടടിക്കാൻ തയ്യാറായതിൽ പെട്ടെന്ന് അയാൾക്ക് തന്നോടുതന്നെ എന്തെന്നില്ലാത്ത ദേഷ്യം തോന്നുകയും ചെയ്തു.

"എന്നിട്ട് വെറുതെ പുലഭ്യം പറഞ്ഞുകൊണ്ടിരിക്കും, അല്ലേ?"

"അതെ, വെറുതെ പുലഭ്യം പറഞ്ഞുകൊണ്ടിരിക്കും."

"അതാണ് നിഹിലിസം, അല്ലേ?"

"അതെ, അതാണ് നിഹിലിസം," കറകളഞ്ഞ ധിക്കാരസ്വരത്തിലാണ് ബസാറൊവ് ഇപ്രാവശ്യം ആ വാക്കുകൾ ആവർത്തിച്ചത്.

പാവെൽ പെ ത്രോവിച്ച് അതു കേട്ടപ്പോൾ അല്പം നെറ്റി ചുളിച്ചു.

"ഓഹോ," അദ്ദേഹം തികച്ചും അക്ഷോഭ്യനായി പറഞ്ഞു: "അപ്പോൾ, നിഹിലിസമാണ് ഞങ്ങളുടെ എല്ലാ കുറവുകളും പരിഹരിക്കാൻ പോകുന്നത്! നിങ്ങൾ ഞങ്ങളുടെ വിമോചകരും വീരനായകരുമാണ്! ശരി, സമ്മതിച്ചു. പക്ഷേ, മറ്റുള്ളവരെ, ഉദാഹരണത്തിന് സർവ്വതിനേയും തള്ളിപ്പറയുന്നവരെ, കുറ്റപ്പെടുത്താൻ നിങ്ങൾക്കെന്തവകാശമാണുള്ളത്? നിങ്ങളും അവരെപ്പോലെ തന്നെ ചെലച്ചു നടക്കുന്നവരല്ലേ?"

"ഞങ്ങൾക്ക് മറ്റെന്തെങ്കിലും കുറവുകളുണ്ടായാലും അത് ഞങ്ങളുടെ ഒരു കുറ്റമായി ആരും എടുത്തുപറയില്ല," ബസാറൊവ് പിറുപിറുക്കുന്നപോലെ പറഞ്ഞു.

"പിന്നെന്താ നിങ്ങൾ ചെയ്യുന്നത്? നിങ്ങൾ എന്തെങ്കിലും പ്രവർത്തിക്കുന്നുണ്ടോ? എന്തെങ്കിലും പ്രവർത്തിക്കാൻ നിങ്ങൾക്കുദ്ദേശമുണ്ടോ?"

ബസാറൊവ് ഒന്നും മിണ്ടിയില്ല. പാവെൽ പെ ത്രോവിച്ചിന് തന്റെ ക്ഷോഭമടക്കാൻ വളരെ പണിപ്പെടേണ്ടി വന്നു.

"ഉവ്വ്! കുറേ പ്രവർത്തിക്കുകയും തച്ചുതകർക്കുകയും ചെയ്യും..." അദ്ദേഹം തുടർന്നു. "എന്തിനെന്നും എങ്ങനെയെന്നും പോലും അറിയാതെ കുറേ തച്ചുതകർക്കും!'

"ഉവ്വ്, ഞങ്ങൾ തച്ചുതകർക്കും," അർക്കാദി പറഞ്ഞു: "കാരണം, ഞങ്ങളൊരു ശക്തിയാണ്."

പാവെൽ പെ ത്രോവിച്ച് തന്റെ സഹോദരന്റെ മകനെ ഒന്നു സൂക്ഷിച്ചുനോക്കിയിട്ട് അർത്ഥഗർഭമായി ഒന്നു ചിരിച്ചു.

"അതെ, ഒരു ശക്തിയാണ് ഞങ്ങൾ! കെട്ടഴിച്ചുവിടപ്പെട്ട ഒരു ശക്തി." അർക്കാദി ഒന്നു നിവർന്നിരുന്നുകൊണ്ടു പറഞ്ഞു.

"കാശിനു കൊള്ളരുതാത്ത ചെറുക്കാ," പാവെൽ പെ ത്രോവിച്ച് ക്ഷോഭം അടക്കാനാവാതെ പൊട്ടിത്തെറിച്ചു. "അതു പറയുന്നതിനുമുൻപായി നിന്റെ ഈ തേഞ്ഞുമാഞ്ഞ മുദ്രാവാക്യം കൊണ്ട് നീ റഷ്യയിൽ എന്തിനെയാണ് തുണയ്ക്കുന്നതെങ്കിലും ആലോചിക്കേണ്ടതായിരുന്നു. ഒരു മാലാഖയുടെ ക്ഷമയ്ക്കുപോലും അതിരുണ്ട്! ശക്തിപോലും, ശക്തി! കാൽമിക്ക്- മംഗോളിയൻ കാടന്മാർക്കും

ശക്തിയുണ്ട്. പക്ഷേ, ആർക്കു വേണം ആ ശക്തി! ഞങ്ങൾ നാഗരികതയെ വിലമതിക്കുന്നവരാണ്; അതെ സാറന്മാരെ, ഞങ്ങൾ നാഗരികതയുടെ നേട്ടങ്ങളെ വിലമതിക്കുന്നവരാണ്. ഈ നേട്ടങ്ങൾ തുച്ഛമാണെന്നു പറഞ്ഞോണ്ടിങ്ങോട്ടു വരണ്ട. ഏറ്റവും മോശപ്പെട്ട ചിത്രകാരനും ശില്പിയും പോലും, ഒരു...യമ്മയീൗശഹഹലൗ്യ പോലും, വെറും ചില്ലിക്കാശിനു നൃത്തപരിപാടികളിൽ പിയാനൊ വായിക്കുന്നവൻ പോലും നിങ്ങളെക്കാൾ പ്രയോജനമുള്ളവരാണ്. കാരണം അവർ പ്രതിനിധീകരിക്കുന്നത് കാടൻ മംഗോളിയൻ ശക്തിയെ ആയിരിക്കില്ല. നാഗരികതയുടെ പ്രതിനിധികളായിരിക്കും അവർ. പുരോഗമനവാദികളാണെന്നായിരിക്കും നിങ്ങളുടെ വിചാരം, എന്നാൽ ഒരു കാൽമിക്ക് കൂടാരത്തിൽ കുത്തിയിരിക്കാനല്ലാതെ മറ്റൊന്നിനും നിങ്ങളെ കൊള്ളുകയില്ല. കരുത്തുപോലും, കരുത്ത്! ജനകോടികളെ എതിർക്കാൻ നിങ്ങൾ ഒരുപിടി ആളുകൾ മാത്രമാണുള്ളതെന്ന കാര്യം ഓർമ്മയിരിക്കട്ടെ. തങ്ങൾ പാവനമായി കരുതുന്ന സംഗതികളെ ചവിട്ടിമെതിക്കാൻ ഈ ജനകോടികൾ സമ്മതിക്കില്ലെന്നും, അവർ നിങ്ങളെ തവിട്ടുപൊടിയാക്കുമെന്നും കൂടി കരുതിക്കോളൂ."

"അങ്ങനെ ആയാൽ അങ്ങനെ," ബസാറൊവ് പറഞ്ഞു. "പക്ഷേ, അത് പറയുന്നത്ര എളുപ്പമല്ലെന്നു മാത്രം. താങ്കൾ വിചാരിക്കുന്നത്ര കുറവല്ല ഞങ്ങളുടെ സംഖ്യ."

"എന്ത്? ഒരു രാജ്യത്തിനു മുഴുവൻ എതിരായി നില്ക്കാൻ നിങ്ങൾക്കു കഴിയുമെന്നോ?"

"ഒരു ചില്ലിയുടെ മെഴുകുതിരികൊണ്ടാണ് മോസ്കോ കത്തിച്ചു ചാമ്പലാക്കിയതെന്നു അറിയാൻ മേലായിരിക്കും. അല്ലേ?" എന്നായിരുന്നു ഇതിനുള്ള ബസാറൊവിന്റെ മറുപടി.

"ശരി, ശരി, മനസ്സിലാകുന്നുണ്ട്. ആദ്യം ചെകുത്താന്റേതുപോലുള്ള അഹന്ത; അതുകഴിഞ്ഞ് സർവ്വതിനോടുമുള്ള പുച്ഛം! അതാണല്ലേ ചെറുപ്പക്കാർക്കിടയിലുള്ള ഇപ്പോഴത്തെ ഭ്രാന്ത്? അതാണല്ലേ ജീവിതാനുഭവമൊന്നുമില്ലാത്ത ചെറുപ്പക്കാരെ ഇപ്പോൾ ആകർഷിക്കുന്നത്? ദാ, കണ്ടില്ലേ, തൊട്ടടുത്തുതന്നെ ഒരുത്തൻ ഇരിക്കുന്നുണ്ട്. നിങ്ങളെ ദൈവതുല്യം ആരാധിക്കുന്ന ഒരുത്തൻ!" (ഇതു കേട്ടപ്പോൾ അർക്കാദി അമർഷത്തോടെ മുഖം തിരിച്ചുകളഞ്ഞു.) ഈ പകർച്ച വ്യാധി വളരെയേറെ പടർന്നു പിടിച്ചിട്ടുമുണ്ട്. റോമിലെ ചിത്രകാരന്മാർ ഇപ്പോൾ വത്തിക്കാന്റെ പടിക്കുള്ളിൽ കാലുകുത്തുകയില്ലെന്നാണ് പറഞ്ഞുകേൾക്കുന്നത്. റഫേലിനെ ഇക്കൂട്ടർ ഏതാണ്ടൊരു വിഡ്ഢിയായാണ് കണക്കാക്കുന്നതും. കാരണം അദ്ദേഹമൊരു പ്രാമാണികനാണല്ലൊ. ഇക്കൂട്ടർ സ്വയം ഒരു കാശിനും കൊള്ളരുതാത്തവരാണ്. 'ജലധാരയിലെ കന്യക'ക്കപ്പുറത്തേക്ക് അവരുടെ

ഭാവന കടക്കുകയുമില്ല. അതുതന്നെ അറപ്പുതോന്നുന്ന തരത്തിലാണ് വരച്ചിട്ടുള്ളത്. ഇവരാണ് കൊള്ളാവുന്നവരെന്നായിരിക്കുമല്ലോ നിങ്ങളുടെ അഭിപ്രായം?"

"എന്റെ നോട്ടത്തിൽ റഫേലിനു ഒരു കാശിന്റെ വിലമതിക്കാനാവില്ല."

ബസാറൊവ് പറഞ്ഞു. "മറ്റേക്കൂട്ടരും തഥൈവ."

"ഹിയർ, ഹിയർ! കേട്ടോടാ അർക്കാദി, കൂട്ടുകാരൻ പറഞ്ഞതു കേട്ടോ...

ഇങ്ങനെയാണ് ആധുനികരായ ചെറുപ്പക്കാർ സംസാരിക്കേണ്ടത്! അല്ലാ, ഒന്നാലോചിച്ചാൽ അവർ അനുയായികളാകാതിരിക്കേണ്ട കാര്യമില്ല! പണ്ടാണെങ്കിൽ അവർക്ക് പഠിക്കാനുണ്ടായിരുന്നു. മണ്ടശ്ശിരോമണികളായി അറിയപ്പെടാൻ അവർക്ക് ആഗ്രഹമുണ്ടായിരുന്നില്ല. അതിനാൽ, ഇഷ്ടപ്പെട്ടാലും ഇല്ലെങ്കിലും അവർക്ക് കഠിനാദ്ധ്വാനം ചെയ്യാതെ തരമുണ്ടായിരുന്നില്ല. എന്നാൽ ഇന്നോ? ഇന്ന് കാര്യമെത്രയോ നിസ്സാരമാണ്! 'ലോകത്തിലുള്ള സർവ്വതും അസംബന്ധമാണ്' എന്നു പറയുകയേ വേണ്ടൂ. അതോടെ കാര്യം കഴിഞ്ഞു. ചെറുപ്പക്കാർക്ക് സന്തോഷമായി! സത്യം പറഞ്ഞാൽ പണ്ട് അവരുടെ തലയിൽ ഒന്നും കയറുകില്ലെന്നേ ഉണ്ടായിരുന്നുള്ളൂ. എന്നാൽ, ഇന്നാകട്ടെ അവർ പെട്ടെന്ന് നിഹിലിസ്റ്റുകളായി മാറിയിട്ടുണ്ട്."

"വളരെയേറെ വാഴ്ത്തപ്പെട്ടിരുന്ന നിങ്ങളുടെ ആ ആത്മാഭിമാനം ഇപ്പോൾ എവിടെപ്പോയി?" ബസാറൊവ് തണുപ്പൻ മട്ടിൽ അന്വേഷിച്ചു. പക്ഷേ, അർക്കാദി പൊട്ടിത്തെറിച്ചു. അയാളുടെ കണ്ണുകൾ കോപം കൊണ്ടു ജ്വലിച്ചു. "നമ്മുടെ വാദപ്രതിവാദം കുറച്ചതിരുവിട്ടുപോയിരിക്കുന്നു; ഇതിവിടെ വച്ചുനിറുത്തുന്നതാണ് നല്ലതെന്നു തോന്നുന്നു," അയാൾ എഴുന്നേറ്റുകൊണ്ടു പറഞ്ഞു: 'നമ്മുടെ ദേശീയ ജീവിതത്തിൽ നിശ്ശേഷം അപലപിക്കേണ്ടതില്ലാത്ത ഗാർഹികമോ സാമൂഹ്യമോ ആയ ഒരൊറ്റ സ്ഥാപനമെങ്കിലും ചൂണ്ടിക്കാണിച്ചുതന്നാൽ ഞാൻ വല്യപ്പൻ പറയുന്നത് സമ്മതിച്ചുതരാം."

"ഒന്നല്ല, ലക്ഷം സ്ഥാപനങ്ങൾ വേണമെങ്കിൽ ഞാൻ കാണിച്ചുതരാം." പാവെൽ പെ ത്രോവിച്ച് ആക്രോശിച്ചു: "ലക്ഷം. ഉദാഹരണത്തിനു നമ്മുടെ ഗ്രാമ സമുദായം മാത്രം എടുത്താൽ മതിയല്ലോ."

പരിഹസിക്കുന്നതുപോലെ ചിറകോട്ടിക്കൊണ്ടു ബസാറൊവ് പറഞ്ഞു:

"ഗ്രാമസമുദായത്തെപ്പറ്റി അറിയണമെങ്കിൽ അനിയനോട് ചോദിച്ചുനോക്കിക്കോളൂ. ഗ്രാമസമുദായം, പരസ്പര സഹായം, ആത്മസംയമനം തുടങ്ങിയ ചപ്പടാച്ചികളെപ്പറ്റി അദ്ദേഹത്തിനിപ്പോൾ

നേരിട്ടറിയാമായിരിക്കുമെന്നാണെന്റെ വിശ്വാസം."

"ആട്ടെ, കുടുംബത്തെപ്പറ്റി, നമ്മുടെ കർഷകർക്കിടയിലുള്ള കുടുംബജീവിതത്തെപ്പറ്റി എന്തു പറയുന്നു?" പാവെൽ പെ ത്രോവിച്ച് ഉച്ചത്തിൽ വിളിച്ചു ചോദിച്ചു.

"ഈ പ്രശ്നത്തിലേക്കും അധികം ചുഴിഞ്ഞിറങ്ങാതിരിക്കുന്നതായിരിക്കും ഉത്തമമെന്നാണ് എന്റെ അഭിപ്രായം. സ്വന്തം പുത്രവധുവുമായി ആളുകൾ രഹസ്യ ഏർപ്പാടു നടത്തുന്നതിനെപ്പറ്റി താങ്കൾ കേട്ടിട്ടില്ലേ? പാവെൽ പെ ത്രോവിച്ച്, ഞാൻ സ്നേഹപ്രേപേണ പറയുകയാണ്, രണ്ടുമൂന്നു ദിവസം ഇരുന്നൊന്നാലോചിച്ചു നോക്കുക. പിന്നെ ഇത്തരം അബദ്ധങ്ങളൊന്നും എഴുന്നള്ളിക്കാൻ തോന്നുകയില്ല. സമൂഹത്തിലെ എല്ലാ വർഗ്ഗങ്ങളേയും ഒന്നൊന്നായെടുത്തു സൂക്ഷ്മമായി പഠിച്ചുനോക്കൂ. അതിനിടയിൽ അർക്കാദിയും ഞാനും കൂടിച്ചെന്ന്..."

"സർവ്വതിനേയും കൂക്കിവിളിച്ചുനടക്കാം, ഇല്ലേ?" പാവെൽ പെ ത്രോവിച്ച് ആ വാചകം പൂരിപ്പിക്കുമ്പോലെ പറഞ്ഞു.

"അല്ല, തവളകളെ കീറിമുറിച്ചുനോക്കാം. വാടോ അർക്കാദി, നമുക്കു പോകാം. എന്നാൽ, മാന്യന്മാരെ, നമുക്ക് പിന്നെ കാണാം."

ആ ചങ്ങാതിമാർ രണ്ടുപേരും പൊയ്ക്കഴിഞ്ഞതോടെ ചേട്ടാനിയന്മാർ ഒറ്റയ്ക്കായി. അല്പസമയത്തേക്ക് രണ്ടുപേരും ഒന്നും മിണ്ടാതെ പരസ്പരം നോക്കിയിരുന്നതേയുള്ളൂ.

"കണ്ടോ," ഒടുവിൽ പാവെൽ പെ ത്രോവിച്ച് നിശ്ശബ്ദത ഭഞ്ജിച്ചു: "ഇതാണ് നമ്മുടെ യുവതലമുറ! നമ്മുടെ അനന്തരാവകാശികൾ!"

"അതെ, അനന്തരാവകാശികൾ! നിക്കൊലായ് പെ ത്രോവിച്ച് ഒരു ദീർഘനിശ്വാസത്തോടെ ഏറ്റുപറഞ്ഞു. ആ വാദപ്രതിവാദം നടക്കുമ്പോഴെല്ലാം മുള്ളേൽ നില്ക്കുന്ന ഒരു സ്ഥിതിയായിരുന്നു അദ്ദേഹത്തിന്റേത്. ഇടയ്ക്കിടയ്ക്ക് അദ്ദേഹം അർക്കാദിയെ ഒളികണ്ണിട്ടു നോക്കിയിരുന്നു. "ചേട്ടനറിയാമോ ഈ സമയമെല്ലാം ഞാനെന്താ വിചാരിച്ചുകൊണ്ടിരുന്നതെന്ന്? ഒരിക്കൽ നമ്മുടെ പ്രിയപ്പെട്ട അമ്മയോട് എനിക്ക് വഴക്കു കൂടേണ്ടിവരികയുണ്ടായി. അമ്മ ഞാൻ പറയുന്നതൊന്നും കേൾക്കാൻ നില്ക്കാതെ വെറുതെ ഒച്ചവച്ചുകൊണ്ടിരുന്നു. ഒടുവിൽ ദേഷ്യം സഹിക്കവയ്യാതെ വന്നപ്പോൾ അമ്മയുടെ തലമുറ വ്യത്യസ്തമായതിനാൽ അമ്മയ്ക്കെന്നെ മനസ്സിലാക്കാൻ കഴിയില്ലെന്ന് ഞാൻ പറഞ്ഞുപോയി. അമ്മയ്ക്കതിൽ വല്ലാതെ സങ്കടം തോന്നി. അപ്പോൾ ഞാൻ മനസ്സിൽ വിചാരിച്ചു: 'നിവൃത്തിയില്ല. കയ്പേറിയ ഈ കഷായം കുടിച്ചേപറ്റൂ.' ഇപ്പോഴിതാ നമ്മുടെ മുറ വന്നിരിക്കുകയാണ്. 'നിങ്ങൾ ഞങ്ങളുടെ തലമുറയിൽ പെടില്ല. കയ്പുള്ള ഈ കഷായം കുടിച്ചോ' എന്ന് നമ്മുടെ പിൻമുറക്കാർക്ക്

നമ്മളോടും പറയാം."

"നീയിന്നു വളരെ വിശാലമനസ്കനായാണല്ലോ ഇറങ്ങിത്തിരി ച്ചിരിക്കുന്നത്,"

പാവെൽ പെ ത്രോവിച്ച് പറഞ്ഞു: "പക്ഷേ, എനിക്കതിനോടു യോജിപ്പില്ല. നേരേമറിച്ച്, ഈ ചെറുപ്പക്കാരെക്കാൾ നാം പറയുന്ന താണ് കൂടുതൽ ശരിയെന്ന ഉറച്ച അഭിപ്രായക്കാരനാണ് ഞാൻ. ഒരുപക്ഷേ, നാം പറയുന്ന രീതി പഴഞ്ചനായിരിക്കാം. അവരുടെ ആ അചഞ്ചലമായ ദൃഢവിശ്വാസവും നമ്മളിൽ ഇല്ലായിരിക്കാം. ഇന്നത്തെ ഈ ചെറുപ്പക്കാർക്കെന്തൊരു ഭള്ളാണെന്നോ! ഉദാഹര ണത്തിന്, 'എന്തു വീഞ്ഞാ കുടിക്കുക: ചുവപ്പോ വെളുപ്പോ?' എന്ന് അവരിലാരോടെങ്കിലും ചോദിക്കുകയാണെന്നു വയ്ക്കുക. 'ഞാൻ ചുവപ്പേ കുടിക്കാറുള്ളൂ' എന്നു വളരെ ഘനഗംഭീരമായായിരിക്കും അയാൾ അതിനു മറുപടി നല്കുക. ലോകം മുഴുവൻ താൻ പറയുന്നത് കാതോർത്തിരിക്കുകയാണെന്ന ഭാവമായിരിക്കും അയാൾക്ക പ്പോൾ."

"അല്പംകൂടി ചായ വേണ്ടിവരുമോ?" കതകിനിടയിൽക്കൂടി തല പുറത്തേക്ക് കാണിച്ചുകൊണ്ട് ഫേനിച്ച്ക ചോദിച്ചു. വാദപ്രതിവാദം ചൂടു പിടിച്ചു നടക്കുമ്പോഴൊന്നും സ്വീകരണമുറിയിലേക്ക് വരാൻ അവൾ ധൈര്യപ്പെട്ടില്ല.

"വേണ്ട. സമവാർ എടുത്തോണ്ടു പൊയ്ക്കൊള്ളാൻ പറഞ്ഞോളൂ," എന്നു പറഞ്ഞുകൊണ്ട് നിക്കൊലായ് പെ ത്രോവിച്ച് എഴുന്നേറ്റ് അവളുടെ അടുത്തേക്ക് ചെന്നു. പാവെൽ പെ ത്രോവിച്ച് ഫ്രഞ്ചിൽ നമസ്കാരം പറഞ്ഞിട്ട് തന്റെ മുറിയിലേക്ക് നടന്നു.

XI

അര മണിക്കൂർ കഴിഞ്ഞ് നിക്കൊലായ് പെ ത്രോവിച്ച് പൂന്തോട്ടത്തിൽ തനിക്കേറ്റവും ഇഷ്ടപ്പെട്ട ആ ലതാഗൃഹ ത്തിൽ ചെന്നിരുന്നു. പല വിഷാദ ചിന്തകളും അദ്ദേഹത്തെ കാർന്നു തിന്നാൻ തുടങ്ങി. മകൻ തന്നിൽനിന്ന് അകന്നകന്നുപോവുകയാ ണെന്നും, കാലക്രമത്തിൽ ഈ അകൽച്ച വർദ്ധിച്ചുകൊണ്ടിരിക്കു മെന്നും അദ്ദേഹത്തിനപ്പോൾ ആദ്യമായി വ്യക്തമായനുഭവപ്പെട്ടു. അപ്പോൾ കഴിഞ്ഞ ശീതകാലങ്ങളിൽ താൻ സെന്റ് പീറ്റേഴ്സ്ബർ ഗിൽ ചെന്നിരുന്ന് പുതിയ പുതിയ പുസ്തകങ്ങൾ ഉത്സാഹപൂർവ്വം വായിച്ചു മനസ്സിലാക്കിയതെല്ലാം വെറുതെയായി. ചെറുപ്പക്കാരുടെ സംസാരങ്ങൾ ശ്രദ്ധിച്ചുകേൾക്കാൻ പണിപ്പെട്ടതും വെറുതെയായി. അവരുടെ ചൂടുപിടിച്ച ചർച്ചകൾക്കിടയിൽ ഒന്നോ രണ്ടോ വാക്കുകൾ തന്റേതായി കടത്തിവിടാൻ കഴിഞ്ഞപ്പോൾ തോന്നിയ ആ അമിതമായ ആഹ്ലാദവും വൃഥാവിലായി. "ചേട്ടൻ പറയുന്നത് ഞങ്ങൾ ശരിയാണെന്നാണ്," അദ്ദേഹം ആത്മഗതമായി പറഞ്ഞു. "പക്ഷേ, വൃഥാഭിമാനം മാറ്റിവച്ചിട്ടാലോചിച്ചാൽ സത്യത്തിൽ നിന്ന് അവർ ഞങ്ങളെക്കാൾ വിദൂരമാണെങ്കിലും ഞങ്ങൾക്കില്ലാത്തതെന്തോ അവർക്കുണ്ടെന്നാണ് എനിക്കു തോന്നുന്നത്. അവർക്ക് ഞങ്ങളേ ക്കാൾ എന്തോ ഒരു മെച്ചമുണ്ട്. എന്താണത്? യുവത്വമാണോ? അല്ല, അതുമാത്രമല്ല. ഞങ്ങളുടത്ര പൊങ്ങച്ചം അവർക്കില്ലെന്നതായിരിക്കി ല്ലേ അവർക്കുള്ള ഈ മേന്മ?"

നിക്കോലായ് പെ ത്രോവിച്ച് കുനിഞ്ഞിരുന്ന് തന്റെ നെറ്റിയും മുഖവും പതുക്കെ തലോടി.

"പക്ഷേ, കവിതയോടുപോലും നിഷേധഭാവം കൈക്കൊള്ളുന്നത് എങ്ങനെ സഹിക്കും?" അദ്ദേഹത്തിന്റെ ചിന്ത പുതിയ വഴിക്കു തിരിഞ്ഞു. "കലയോടും പ്രകൃതിയോടും ഒന്നും യാതൊരനുഭാവവും ഇല്ലാതിരിക്കുകയെന്നുവച്ചാൽ...."

പ്രകൃതിയോടെങ്ങനെ ആളുകൾക്ക് അനുഭാവരഹിതമായിരി ക്കാൻ കഴിയുമെന്നതിനെപ്പറ്റി മനസ്സിലാക്കാനെന്നോണം ഈ

സമയത്ത് അദ്ദേഹം ചുറ്റുമൊന്നു കണ്ണോടിച്ചു. നേരം അന്തിയോടടു ക്കുകയായിരുന്നു. സൂര്യൻ ആസ്പെൻ കാടിനു പിന്നിലെവിടെയോ മറഞ്ഞിരുന്നു. ഏകദേശം അര നാഴിക ദൂരെയുള്ള ആ കാടിന്റെ നിഴൽ നിശ്ചലമായിക്കിടന്നിരുന്ന വയലുകൾക്ക് മുകളിൽ നീണ്ടുനീണ്ടു കൊണ്ടേയിരുന്നു. ആ കാട്ടിനരികേക്കൂടിയുള്ള ഇരുണ്ട നാട്ടുവഴിയി ലൂടെ ഒരു കർഷകൻ തന്റെ കൊച്ചുവെള്ളക്കുതിരയെ വേഗത്തിലോ ടിച്ചുപൊയ്ക്കൊണ്ടിരുന്നു. നിഴലുള്ള ഭാഗത്തു കൂടിയാണ് അയാൾ സഞ്ചരിച്ചിരുന്നതെങ്കിലും കോട്ടിന്റെ തോളിലുള്ള കീറലുൾപ്പെടെ അയാളുടെ രൂപമാകെത്തന്നെ തെളിഞ്ഞു കാണാമായിരുന്നു. താള ക്രമത്തിലെന്നോണം ആ കുതിരയുടെ കാലുകൾ ഉയർന്നുതാഴുന്നതു കാണാൻ നല്ല ഭംഗിയുണ്ടായിരുന്നു.

സൂര്യകിരണങ്ങൾ ആ തരു സമൂഹത്തിനിടയിലൂടെ അരിച്ചിറങ്ങു ന്നതിന്റെ പ്രകാശം ആസ്പൻ മരങ്ങളുടെ താഴ്ത്തടികളിൽ പതിയുമ്പോൾ പൈൻ മരങ്ങളെ അനുസ്മരിപ്പിച്ചിരുന്ന അവയുടെ പച്ചിലത്തലപ്പുകൾ നീലയായി മാറിയ ഒരു പ്രതീതി ഉളവാക്കുകയും, മുകളിൽ നീലാ കാശത്തിന് അന്തിവെയിലേറ്റ് ഒരു ഇളംറോസ് നിറം തട്ടുകയും ചെയ്തിരുന്നു. മീവൽപക്ഷികൾ ആകാശംമുട്ടെ ഉയർന്നു പറന്നിരുന്നു. കാറ്റു നിലച്ചിരുന്നു. തേൻ നുകരാൻ വൈകിയെത്തിയ മധുപന്മാർ അലസമായും ഉറക്കച്ചടവോടു കൂടിയും ലിലാക്ക് പുഷ്പങ്ങൾക്കിടയിൽ മൂളിപ്പാട്ടും പാടി നടന്നിരുന്നു. പടർന്നുപന്തലിച്ചുനിന്ന ഒരു വൃക്ഷശിഖ രത്തിനു മുകളിൽ വലിയൊരു പറ്റം കാട്ടീച്ചകൾ വട്ടമിട്ടു പറന്നിരുന്നു. “എത്ര മനോഹരം!” ഈ കാഴ്ചയിൽ ലയിച്ചിരുന്ന നിക്കൊലായ് പെ ത്രോവിച്ച് തന്നോടു തന്നെ പറഞ്ഞുപോയി. തനിക്കേറ്റവും ഇഷ്ടപ്പെട്ട കവിതയിലെ ചില വരികൾ അദ്ദേഹം മൂളാൻ തുടങ്ങി. പക്ഷേ, അർക്കാദിയുടേയും ‘സ്റ്റോഫ് ഉൺഡ് ക്രാഫ്റ്റി’ന്റേയും കാര്യം ഓർമ്മവ രികയാൽ അദ്ദേഹം പെട്ടെന്നു നിശ്ശബ്ദനായി. എങ്കിലും ഏകാന്തചി ന്തകളുടെ വിഷാദസുഖത്തിൽ ലയിച്ചുകൊണ്ട് അദ്ദേഹം പിന്നെയും അവിടെത്തന്നെയിരുന്നു. ദിവാസ്വപ്നം കാണുന്നത് അദ്ദേഹത്തിനി ഷ്ടമായിരുന്നു. നാട്ടിൻപുറത്തെ ജീവിതം അദ്ദേഹത്തിനു നല്കിയ ഒരു സംഭാവനയായിരുന്നു അത്. കുറച്ചു ദിവസം മുൻപുപോലും മകനെ ക്കാത്ത് വഴിയരികിലുള്ള ആ സത്രത്തിലിരിക്കുമ്പോൾ അദ്ദേഹം പലതും ദിവാസ്വപ്നം കണ്ടിരുന്നു. പക്ഷേ, അതിനുശേഷം ചില മാറ്റങ്ങൾ സംഭവിച്ചിരുന്നു. അന്നു അസ്പഷ്ടമായിരുന്ന ബന്ധങ്ങൾ ഇപ്പോൾ സ്പഷ്ടമായിക്കഴിഞ്ഞിരുന്നു; അവ നിശ്ചിതരൂപം കൈക്കൊ ണ്ടുകഴിഞ്ഞിരുന്നു. വീണ്ടും ആ മനുഷ്യൻ തന്റെ മരിച്ചുപോയ ഭാര്യ യെപ്പറ്റി ഓർത്തു. പക്ഷേ, വളരെക്കാലം കണ്ടുപരിചയിച്ച ആ വീട്ടമ്മ യുടെ രൂപത്തിലല്ല, ഒതുങ്ങിയ അരക്കെട്ടും നിഷ്കപടമായ ചോദ്യരൂ പേണയുള്ള ഒരു നോട്ടവും കൊച്ചുകുട്ടികളുടേതുപോലുള്ള കഴുത്തുമൂടെ ഭദ്രമായി കെട്ടിവച്ചിരിക്കുന്ന മുടിയുമുള്ള ഒരു യുവതിയായിട്ടാണ് ആ

സമയത്ത് അവർ അദ്ദേഹത്തിന്റെ ഭാവനയിലേക്ക് കടന്നു വന്നത്. അവർ തമ്മിൽ ആദ്യമായി കണ്ട ആ രംഗം അദ്ദേഹത്തിന്റെ മനസ്സിലേക്ക് പൊന്തിവന്നു. അന്ന് നിക്കൊലായ് പെ ത്രോവിച്ച് സർവ്വകലാശാലയിൽ പഠിക്കുകയായിരുന്നു. ഒരു ദിവസം താൻ താമസിച്ചിരുന്ന വീടിന്റെ കോണിപ്പടിയിൽ വച്ചായിരുന്നു ആ ആദ്യത്തെ

കണ്ടുമുട്ടൽ. കോണിയിറങ്ങുമ്പോൾ യാദൃച്ഛികമായി ആ യുവതിയെ പതുക്കെ ഒന്നു മുട്ടാനിടയായതിനാൽ തിരിഞ്ഞുനിന്ന് ക്ഷമായാചനത്തിനു പുറപ്പെട്ട ആ ചെറുപ്പക്കാരന്റെ നാവിൽനിന്ന് വീണത് 'Pardon, Monsieur' [4] എന്നാണ്. അവൾ ശിരസ്സു താഴ്ത്തിനിന്ന് ഒന്നു പുഞ്ചിരിച്ചു. പൊടുന്നനെ പേടി തോന്നിയിട്ടെന്നോണം ഓടാൻ തുടങ്ങുകയും, ഗോവണിയുടെ തിരിവിൽ ചെന്നു നിന്നുകൊണ്ട് ചെറുതായൊന്നു കടാക്ഷിച്ചശേഷം ഗൗരവഭാവത്തോടെ ലജ്ജാവിവശയായി അവിടെനിന്നു മറയുകയും ചെയ്തു.

അതിനുശേഷമുള്ള പേടിച്ചുപേടിച്ചുള്ള സന്ദർശനങ്ങളും അർദ്ധോക്തിയിലുള്ള സംഭാഷണങ്ങളും ചെറുപുഞ്ചിരികളും സംഭ്രമവും വിഷാദവും കാത്തിരിപ്പുകളും ഒടുവിൽ കൈ വന്ന വീർപ്പുമുട്ടിക്കുന്ന ആ ആനന്ദമൂർച്ഛയും അദ്ദേഹത്തിന്റെ മനസ്സിലൂടെ കടന്നുപോയി... പക്ഷേ, അതെല്ലാം എവിടെപ്പോയൊളിച്ചു. പിന്നീടവൾ തന്റെ ഭാര്യയാവുകയും അപൂർവ്വം പേർക്കുമാത്രം കൈവരുന്ന സന്തോഷത്തോടെ താൻ അവളുമൊത്തു ജീവിക്കുകയും ചെയ്തു. "എങ്കിലും," അദ്ദേഹം ഓർക്കുകയായിരുന്നു, ' ആ ആനന്ദമൂർച്ഛയുടെ ആദ്യത്തെ ആ മധുരനിമിഷങ്ങൾ ശാശ്വതമാകാതെ പൊലിഞ്ഞുപോകാൻ കാരണമെന്താണ്?"

സ്വന്തം വിചാരവികാരങ്ങളെ അപഗ്രഥിക്കാൻ ഒരുങ്ങിയില്ലെങ്കിലും മധുരസ്മരണകളിൽ കവിഞ്ഞ എന്തെങ്കിലും കൊണ്ട് ആ ശുക്രദശയെ തന്നോടടുപ്പിച്ചു നിർത്താൻ അദ്ദേഹം ആഗ്രഹിച്ചു. തന്റെ മരീയയെ വീണ്ടും അടുത്തു കിട്ടാൻ, അവളുമായി ഒരിക്കൽക്കൂടി മുട്ടിയുരുമ്മിയിരുന്ന് ആ നിശ്വാസം ഒരിക്കൽക്കൂടി പങ്കിടാൻ, അദ്ദേഹം കൊതിച്ചു. അവൾ തന്റെ മുൻപിൽ വന്നു നില്ക്കുന്നതുപോലെ അദ്ദേഹത്തിനു തോന്നുകയും ചെയ്തു...

"നിക്കൊലായ് പെ ത്രോവിച്ച്," അടുത്തെവിടെയോ വന്നുനിന്നുകൊണ്ട് ഫേനിച്ച്ക വിളിച്ചു.: "അങ്ങെവിടെയാണ്?"

ആ വിളികേട്ട് അദ്ദേഹം ഒന്നു ഞെട്ടി. തന്റെ ചിന്ത അങ്ങനെ കാടുകയറിയതിൽ അദ്ദേഹത്തിനു വ്യസനമോ ലജ്ജയോ തോന്നിയില്ല. തന്റെ ഭാര്യയേയും ഫേനിച്ച്കയേയും തമ്മിൽ താരതമ്യപ്പെടുത്താൻ എന്തെങ്കിലും സാദ്ധ്യതയുണ്ടെന്നുപോലും അദ്ദേഹത്തിനു തോന്നിയിരുന്നില്ല. എങ്കിലും അവൾ തന്നെ അന്വേഷിച്ചുവരേണ്ടി

---

4 ക്ഷമിക്കണം ശ്രീമാൻ (ഫ്രഞ്ചിൽ)

വന്നല്ലോ എന്നോർത്ത് അദ്ദേഹത്തിനല്പം ഖേദമുണ്ടായി. അവളുടെ ശബ്ദം അദ്ദേഹത്തെ യാഥാർത്ഥ്യത്തിന്റെ ലോകത്തിലേക്ക്, തന്റെ നരച്ച മുടിയുടേയും പ്രായാധിക്യത്തിന്റേയും ലേകത്തിലേക്ക്, കൂട്ടിക്കൊണ്ടുവന്നു.

മങ്ങിയ ഭൂതകാലസ്മരണകളിൽ നിന്ന് പതുക്കെപ്പതുക്കെ പൊന്തിവന്നു കഴിഞ്ഞതും താൻ പ്രവേശിക്കാൻ തുടങ്ങിയതുമായ ആ സ്വപ്ന ലോകം ഞൊടിയിടയിൽ തകർന്ന് എങ്ങോ പോയി മറഞ്ഞു.

"ഞാനിവിടെയുണ്ട്," അദ്ദേഹം വിളിച്ചു പറഞ്ഞു. "ഞാനിപ്പം വന്നേക്കാം; നീ പൊയ്ക്കോ." "ദാ ഇതാണ് ആ പൊങ്ങച്ചം." എന്ന ചിന്ത അദ്ദേഹത്തിന്റെ മനസ്സിലൂടെ മിന്നിൽപ്പിണർപോലെ കടന്നു പോയി. ഫേനിച്ച്ക ഒരക്ഷരംപോലും ഉരിയാടാതെ അദ്ദേഹത്തെ ഒന്നൊളിഞ്ഞുനോക്കിയിട്ട് വീട്ടിനുള്ളിലേക്ക് കയറിപ്പോയി. താൻ ദിവാസ്വപ്നത്തിലാണ്ടിരുന്നപ്പോൾ രാത്രി കടന്നു വന്നത് അദ്ദേഹമറിഞ്ഞിരുന്നില്ല. ചുറ്റുമുള്ള സർവ്വതും ഇരുട്ടിൽ മുങ്ങുകയും സർവ്വത്ര നിശ്ശബ്ദത വ്യാപിക്കുകയും ചെയ്തിരുന്നു. ആ ഇരുട്ടിലും ഫേനിച്ച്കയുടെ മങ്ങിയ കൊച്ചു മുഖം അദ്ദേഹം തെളിഞ്ഞുകണ്ടു. വീട്ടിലേക്ക് പോകാനായെഴുന്നേറ്റെങ്കിലും ഹൃദയം നിറഞ്ഞൊഴുകുകയായിരുന്നതിനാൽ അദ്ദേഹം പൂന്തോട്ടത്തിൽതന്നെ അങ്ങോട്ടുമിങ്ങോട്ടും ലാത്തിക്കൊണ്ടിരുന്നതേയുള്ളൂ. അങ്ങനെ നടക്കുന്നതിനിടയിൽ അദ്ദേഹം ചിന്താനിമഗ്നനായി തറയിലേക്കും മിന്നിത്തിളങ്ങുന്ന നക്ഷത്രങ്ങളെക്കൊണ്ട് നിറഞ്ഞുകഴിഞ്ഞിരുന്ന നീലാകാശത്തിലേക്കും മാറിമാറി നോക്കിയിരുന്നു. നടന്നു നടന്ന് അദ്ദേഹം കുഴഞ്ഞെങ്കിലും മനസ്സിന്റെ ആ അസ്വസ്ഥത, എന്തിനോവേണ്ടിയുള്ള ആ ദാഹം, അസ്പഷ്ടമായ വിഷാദം നിറഞ്ഞ ആ ഉല്ക്കണ്ഠ. അദ്ദേഹത്തെ വിട്ടുപിരിഞ്ഞില്ല. ആ സമയത്തെ അദ്ദേഹത്തിന്റെ മാനസികാവസ്ഥയെപ്പറ്റി കേട്ടിരുന്നെങ്കിൽ ബസാറൊവ് എത്ര പരിഹസിക്കുമായിരുന്നു! അർക്കാദിയും അതംഗീകരിക്കുമായിരുന്നില്ലെന്നോർത്തപ്പോൾ അദ്ദേഹത്തിന്റെ കണ്ണുകൾ നിറഞ്ഞു. നാല്പത്തിനാലുകഴിഞ്ഞ ഒരു ഭൂവുടമയും തൊഴിലുടമയുമായ മനുഷ്യന്റെ കണ്ണിൽ യാതൊരു കാരണവും കൂടാതെ ഇപ്രകാരം കണ്ണീർ നിറയുന്നത് വയലിൻ ചെല്ലോ വായിക്കുന്നതിലും വലിയൊരു നാണക്കേടായിരുന്നു. തന്റെ ഭവനത്തിലേക്ക്, പ്രകാശം പൊഴിക്കുന്ന എണ്ണമറ്റ ജനലുകളുമായി തന്നെ നോക്കി പുഞ്ചിരിക്കുന്ന സുഖസമ്പൂർണ്ണവും ശാന്തവുമായ ആ അരുമക്കുടാരത്തിലേക്ക്, മടങ്ങാൻ മനസ്സുവരാതെ നിക്കൊലായ് പെ ത്രോവിച്ച് പിന്നെയും പൂന്തോട്ടത്തിൽ ഉലാത്തിക്കൊണ്ടിരുന്നു. ആ ഇരുട്ടിനോടും ആ പൂന്തോട്ടത്തിനോടും തന്റെ മുഖത്തു വന്നടിച്ചുകൊണ്ടിരുന്ന ആ കുളിർകാറ്റിനോടും ആ ഹൃദയനോവിനോടും ആ ആഗ്രഹങ്ങളോടുമെല്ലാം വിടവാങ്ങാൻ അദ്ദേഹത്തിന് വളരെ വിഷമമുള്ളതുപോലെ തോന്നി.

നടന്നുനടന്ന് ഒരു തിരിവിലെത്തിയപ്പോൾ എതിർവശത്തുനിന്ന് വന്നിരുന്ന പാവെൽ പെ ത്രോവിച്ചുമായി അദ്ദേഹം കണ്ടുമുട്ടി.

"തനിക്കെന്തു പറ്റിയെടോ?" പാവെൽ പെ ത്രോവിച്ച് ചോദിച്ചു. 'വിളറിവെളുത്തിരിക്കുന്നല്ലൊ. എന്താ, സുഖമില്ലേ? അല്പസമയം പോയി കെടന്നൂടെ?"

നിക്കൊലായ് പെ ത്രോവിച്ച് അല്പം ചില വാക്കുകളിൽ അപ്പോഴത്തെ തന്റെ മാനസികാവസ്ഥ ചേട്ടന് വിവരിച്ചുകൊടുത്തിട്ട് പുറകോട്ടു തിരിഞ്ഞുനടന്നു. പാവെൽ പെ ത്രോവിച്ച് തോട്ടത്തിന്റെ മറ്റേ അറ്റത്തേക്ക് നടന്നു. അദ്ദേഹത്തിന്റെ മനസ്സും ചിന്തയിൽ മുഴുകി. അദ്ദേഹവും ദൃഷ്ടികളുയർത്തി ആകാശത്തിലേക്ക് നോക്കി. പക്ഷേ, ആ തെളിഞ്ഞ കറുത്ത കണ്ണുകളിൽ നക്ഷത്രങ്ങൾ പൊഴിച്ചിരുന്ന പ്രകാശമല്ലാതെ മറ്റൊന്നും പ്രതിഫലിച്ചിരുന്നില്ല. അതിഭാവുകത്വം തൊട്ടുതെറിച്ചിട്ടില്ലാത്തവനും എല്ലാറ്റിലും നിഷ്കർഷ പാലിച്ചിരുന്നവനും ശുഷ്കിച്ചതെങ്കിലും സ്നേഹിക്കാനറിയാവുന്ന ഒരു ഹൃദയത്തിന്റെ ഉടമസ്ഥനും ഫ്രഞ്ചുമട്ടിൽ മനുഷ്യദ്വേഷിയുമായിരുന്ന ആ മനുഷ്യന് ദിവാസ്വപ്നം കണ്ട് ശീലമുണ്ടായിരുന്നില്ല.

"ഏയ് കേട്ടോടോ," അന്നു രാത്രിയിൽ ബസാറൊവ് അർക്കാദിയോട് പറഞ്ഞു: "എനിക്ക് പെട്ടെന്നൊരാലോചന. നിങ്ങളുടെ ആ കേമനായ ബന്ധുവിന്റെ ക്ഷണത്തെപ്പറ്റി നിന്റപ്പൻ പറഞ്ഞതോർക്കുന്നില്ലേ? നിന്റപ്പൻ പോകുന്നില്ല. നമുക്കൊന്ന് അവിടെ പോയാലോ? ആ മാന്യൻ നിന്നെയും ക്ഷണിച്ചിട്ടുണ്ടല്ലൊ. നല്ലൊന്നാന്തരം കാലാവസ്ഥ. നമുക്ക് ചെന്നു പട്ടണത്തിലൊന്ന് ചുറ്റിക്കറങ്ങാം. അഞ്ചോ ആറോ ദിവസം അവിടെ സുഖമായി ചിലവിടാം."

"എന്റെ കൂടെ തിരിച്ചിങ്ങോട്ടു വരുമോ?"

"ഇല്ല; എനിക്കൊന്ന് എന്റപ്പന്റടുക്കൽവരെ പോകണം. പട്ടണത്തിൽ നിന്ന് അവിടേക്ക് മുപ്പതു നാഴികയേയുള്ളു. ഞങ്ങൾ തമ്മിൽ കണ്ടിട്ട് കാലം കുറെയായിരിക്കുന്നു. അമ്മയേയും കാണണം. അവർക്കും അല്പം രസത്തിനുള്ള വക നല്കണമല്ലൊ. നല്ല മനുഷ്യരാണ്. പ്രത്യേകിച്ചും അപ്പൻ. കാർന്നോർ ആളു രസികനാണ്. അവരുടെ ഏക അനന്തരാവകാശിയാണ് ഞാൻ."

"കുറച്ചധികം കാലം അവിടെ താമസിക്കാനുദ്ദേശമുണ്ടോ?"

"അതു പറ്റുമെന്നു തോന്നുന്നില്ല. കുറച്ചു ദിവസം കഴിയുമ്പോഴേക്ക് വല്ലാതെ ബോറടിക്കും."

"അപ്പോൾ, അവിടെനിന്നു മടങ്ങുന്നവഴി ഇവിടെ കയറുമോ?"

"അറിയില്ല; നോക്കട്ടെ... ആട്ടെ, എന്തുപറയുന്നു? പോകാമോ?"

"ഇഷ്ടംപോലെ," അർക്കാദി വലിയ ഉത്സാഹം കാണിക്കാതെ പറഞ്ഞു.

പട്ടണത്തിൽ പോകാമെന്നുള്ള ചങ്ങാതിയുടെ നിർദ്ദേശം കേട്ടപ്പോൾ ഉള്ളാലെ ഭയങ്കര സന്തോഷം തോന്നിയിരുന്നെങ്കിലും അതു പുറത്തു കാണിക്കാതിരിക്കേണ്ടതു തന്റെ കടമയായി അയാൾ കണക്കാക്കിയിരുന്നു. കാരണം, താനൊരു നിഹിലിസ്റ്റല്ലേ?

പിറ്റേന്ന് അയാളും ബസാറൊവും കൂടി പട്ടണത്തിലേക്ക് പുറപ്പെട്ടു.

മാരിനൊയിലെ ചെറുപ്പക്കാർക്ക് അതിൽ സങ്കടം തോന്നി. ദുന്യാഷ ഒന്നോ രണ്ടോ തുള്ളി കണ്ണീർ പൊഴിക്കുകപോലും ചെയ്തു.... പക്ഷേ, പ്രായമായ ആളുകൾക്ക് അവരുടെ പോക്ക് വലിയൊരാശ്വാസമായിരുന്നു.

XII

നമ്മുടെ ചങ്ങാതിമാർ സന്ദർശിക്കാൻ പുറപ്പെട്ടിരുന്ന പട്ടണം ചെറുപ്പക്കാരനായ ഒരു ഗവർണറുടെ ഭരണത്തിൻ കീഴിലായിരുന്നു. ഈ വിദ്വാൻ പുരോഗമനവാദിയും അതേസമയംതന്നെ തന്നിഷ്ടക്കാരനുമായിരുന്നു. നമ്മുടെ ഈ പുരാതനമായ റഷ്യയിൽ അത്തരക്കാർ സുലഭവുമാണല്ലോ. ജില്ലാഭരണമേറ്റെടുത്തു ഒരു കൊല്ലമായപ്പോഴേക്ക് ഇദ്ദേഹം തന്റെ കീഴുദ്യോഗസ്ഥന്മാരെയെന്ന പോലെ പ്രഭുവംശജരുടെ ജില്ലാമാർഷലിനേയും പിണക്കുന്നതിൽ വിജയിച്ചു കഴിഞ്ഞിരുന്നു. ഈ മാർഷൽ രക്ഷാവിഭാഗത്തിൽപെട്ട അശ്വസേനയിലെ പെൻഷൻപറ്റിയ ഒരു ക്യാപ്റ്റനും ഒരു കുതിരവളർത്തു കേന്ദ്രത്തിന്റെ ഉടമസ്ഥനും നല്ലൊരു ആതിഥേയനുമായിരുന്നു. ഈ വഴക്കു മൂത്ത് ഒടുവിൽ ഒരന്വേഷണോദ്യോഗസ്ഥനെ നിയമിച്ച് കാര്യങ്ങൾക്കൊരു തീരുമാനമുണ്ടാക്കാൻ സെന്റ് പീറ്റേഴ്സ്ബർഗിലെ മന്ത്രികാര്യാലയം നിർബന്ധിതമായി. മത്വേയ് ഇലിയിച്ച് കൊള്യാസിനാണ് ഇതിനായി നിയോഗിക്കപ്പെട്ട ഉദ്യോഗസ്ഥൻ. കിർസാനൊവ് സഹോദരന്മാർ സെന്റ് പീറ്റേഴ്സ്ബർഗിൽ പഠിച്ചു കൊണ്ടിരുന്ന കാലത്ത് അവരുടെ രക്ഷാകർതൃത്വം വഹിച്ചിരുന്ന കൊള്യാസിന്റെ മകനായിരുന്ന ഈ ഉദ്യോഗസ്ഥനും ചെറുപ്പക്കാരുടെ കൂട്ടത്തിൽ പെട്ട ആളായിരുന്നു. എന്നുപറഞ്ഞാൽ, അടുത്തകാലത്തു മാത്രം നാല്പതു തികഞ്ഞ ഒരാളായിരുന്നെന്ന് അർത്ഥം. എങ്കിലും, ഒരു രാജ്യതന്ത്രജ്ഞനാകാൻ ഉറച്ചിരുന്ന ഈ മനുഷ്യൻ കോട്ടിന്റെ നെഞ്ചത്ത് ഇരുവശങ്ങളിലും ഓരോ നക്ഷത്രമെഡൽ ധരിച്ചിരുന്നു. ഇതിലൊന്നു വിദേശത്തുനിന്നു കിട്ടിയതും വലിയ വിലയൊന്നുമില്ലാത്തതുമായിരുന്നു. അന്വേഷണവിധേയനായ ഗവർണറെപ്പോലെ അന്വേഷണോദ്യോഗസ്ഥനും പുരോഗമനവാദിയായിരുന്നു. ആളൊരു പ്രമാണിയുമായിരുന്നു. എങ്കിലും മറ്റു പ്രമാണിമാരിൽനിന്ന് ഇദ്ദേഹത്തിന് അല്പസ്വല്പം വ്യത്യാസമുണ്ടായിരുന്നു. സ്വന്തമായി തന്നെപ്പറ്റി വലിയ മതിപ്പുള്ള ഈ ഉദ്യോഗസ്ഥന്റെ അഹംഭാവത്തിന് അതിരില്ലായിരുന്നെന്നു പറയാം. എങ്കിലും പുറമേക്ക് ആൾ ശുദ്ധനും ദയാലുവും മറ്റാളുകൾ പറയുന്നതു ശ്രദ്ധാപൂർവ്വം കേൾക്കുന്നവനും

ഉള്ളുതുറന്നു ചിരിക്കുന്നവനും ആയിരുന്നു. അതിനാൽ, ഒറ്റനോട്ടത്തിൽ ആളുകൾ ഇദ്ദേഹത്തെ നല്ലൊരു മനുഷ്യനായി കണക്കാക്കാൻ സാദ്ധ്യതയുണ്ടായിരുന്നു. പക്ഷേ, സന്ദർഭം വരുമ്പോൾ വലിയ ഗമ നടിക്കാൻ കഴിയുകയും ചെയ്യുമായിരുന്നു. "മനുഷ്യനു വേണ്ടത് ചുറുചുറുക്കാണ്." അത്തരം സന്ദർഭങ്ങളിൽ അദ്ദേഹം പറയും: "സർക്കാരുദ്യോഗസ്ഥന്റെ മുഖ്യഗുണം ചുറുചുറുക്കായിരിക്കണം," ഇദ്ദേഹം ഫ്രഞ്ചിൽ തട്ടിമൂളിക്കും.

ഇതൊക്കെയാണെങ്കിലും സാധാരണയായി ഈ മനുഷ്യൻ വിഡ്ഢിവേഷം കെട്ടിക്കപ്പെടുകയായിരുന്നു പതിവ്. സ്വല്പമെങ്കിലും അനുഭവപരിചയമുള്ള ഏതൊരുദ്യോഗസ്ഥനും ഇദ്ദേഹത്തെ വരച്ച വരയിൽ നിറുത്താൻ പറ്റുമായിരുന്നു. തനിക്ക് ഗിസോയെ വലിയ മതിപ്പാണെന്നു പറഞ്ഞ് താൻ പിന്തിരിപ്പൻ ഉദ്യോഗസ്ഥന്മാരുടെ കൂട്ടത്തിൽപെട്ട ഒരാളല്ലെന്നും പൊതു ജീവിതത്തിൽപ്പെട്ട ഒരു സംഗതിയും തന്റെ ശ്രദ്ധയിൽ പെടാതെ പോവില്ലെന്നും കാണുന്നവരെയൊക്കെ ബോധ്യപ്പെടുത്താൻ ഈ മനുഷ്യൻ കിണഞ്ഞുശ്രമിച്ചിരുന്നു. അത്തരം ഭാഷ അദ്ദേഹത്തിനു സുപരിചിതമായിരുന്നു. ആധുനിക സാഹിത്യത്തിലെ പ്രവണതകൾപോലും അദ്ദേഹം മനസ്സിലാക്കാൻ നോക്കിയിരുന്നു. കൊച്ചുകുട്ടികൾ ഘോഷയാത്രയായി പോകുമ്പോൾ ചിലപ്പോൾ അവരുടെ കൂടെ കൂടുന്ന മുതിർന്നവരുടേതു പോലുള്ള അശ്രദ്ധമായ ഔന്നത്യഭാവത്തോടെയാണ് അദ്ദേഹമിതിന് ശ്രമിച്ചിരുന്നതെന്നു മാത്രം. സത്യം പറഞ്ഞാൽ, സെന്റ് പീറ്റേഴ്സ്ബർഗിലെ മാഡം സ്വേച്ചിനയുടെ സായാഹ്നവിരുന്നിൽ പങ്കെടുക്കാൻ പോകുന്നതിനുമുൻപായി കൊന്ദില്യാക്കിന്റെ പുസ്തകം ഒന്നു മറിച്ചുനോക്കുക ഒരു പതിവാക്കിയിരുന്ന അലക്സാൺഡ്രിയൻ ഉദ്യോഗസ്ഥന്മാരെക്കാൾ മത്വേയ് ഇലിയിച്ച് ഒരു പടിപോലും മുന്നിലായിരുന്നില്ല. അദ്ദേഹത്തിന്റെ രീതികൾ അല്പം വ്യത്യസ്തവും ആധുനികവുമായിരുന്നെന്നു മാത്രം. നല്ലൊരു സേവക്കാരനും ഒരു പഠിച്ച കള്ളനുമായിരുന്നു ഈ മനുഷ്യൻ. അത്രേയുള്ളു.

ഔദ്യോഗികകൃത്യങ്ങളിൽ ഒട്ടും പിടിപ്പില്ലാത്തവനും ബുദ്ധിക്കൂർമ്മതയുടെ കാര്യത്തിൽ വളരെ മോശവുമായിരുന്നെങ്കിലും സ്വന്തം കാര്യം കാണാൻ ആൾ ബഹുസമർത്ഥൻതന്നെയായിരുന്നു. ഈ രംഗത്തു ആർക്കും അദ്ദേഹത്തെ വരച്ചവരയിൽ നിർത്താൻ കഴിയുമായിരുന്നില്ല. അതാണല്ലോ മനുഷ്യന് പ്രധാന കൈമുതലായി വേണ്ടതും!

അറിവും അന്തസ്സുമുള്ള ഒരു പ്രമാണിക്കു ചേർന്ന മട്ടിലുള്ള ഹൃദ്യമായൊരു സ്വീകരണമാണ് അർക്കാദിക്ക് മത്വേയ് ഇലിയിച്ചിൽ നിന്നു കിട്ടിയത്. അത്യന്തം ഉല്ലാസപൂർവ്വമുള്ള ഒരു സ്വീകരണമായിരുന്നു അതെന്നു വേണമെങ്കിൽ പറയാം. എന്നാൽ, താൻ

ക്ഷണിച്ചിരുന്ന തന്റെ ബന്ധുക്കാർ പട്ടണത്തിലേക്കു വരുന്നില്ലെന്നു കേട്ടപ്പോൾ അദ്ദേഹത്തിന് ആശ്ചര്യം തോന്നി. "നിന്റപ്പൻ എന്നും ഒരു വിചിത്ര ജീവിയായിരുന്നു," വർണ്ണപ്പകിട്ടേറിയ വെൽവെറ്റ് ഡ്രസ്സിങ്ങ് ഗൗണിന്റെ കുഞ്ചങ്ങൾ പിടിച്ചാട്ടിക്കൊണ്ട് അദ്ദേഹം പറഞ്ഞു. ഉത്തരക്ഷണംതന്നെ അദ്ദേഹത്തിന്റെ നോട്ടം കഴുത്തറ്റം ബട്ടണിട്ടു മുറുക്കിയ യൂണിഫോറം ധരിച്ച് പഞ്ചപുച്ഛമടക്കി നിന്നിരുന്ന ചെറുപ്പക്കാരനായ ഒരു ഉദ്യോഗസ്ഥന്റെ മേൽ പതിഞ്ഞു. "എന്താ, എന്തുവേണം?" അയാളെ സൂക്ഷിച്ചുനോക്കിക്കൊണ്ട് വളരെ തിരക്കുള്ള മട്ടിൽ അദ്ദേഹം ചോദിച്ചു. ഏറെനാൾ ഉപയോഗിക്കാത്തതുമൂലം ഒട്ടിപ്പിടിച്ചുപോയതുപോലെ ചുണ്ടുകൾ കൂട്ടിപ്പിടിച്ചിരുന്ന ആ ഉദ്യോഗസ്ഥൻ ചാടിയെഴുന്നേറ്റിട്ട് ഒന്നും പിടികിട്ടാത്തമാതിരി തന്റെ മേലുദ്യോഗസ്ഥനെ നോക്കിനിന്നു. അങ്ങനെ തന്റെ കീഴുദ്യോഗസ്ഥനെ ഒന്നു ചകിതനാക്കിയശേഷം മത്വേയ് ഇലിയിച്ച് അയാളുടെ കാര്യമേ മറന്നു. നമ്മുടെ പ്രമാണിമാർക്ക് അവരുടെ കീഴുദ്യോഗസ്ഥന്മാരെ ചികിതരാക്കുന്നത് വലിയ രസമാണല്ലോ. ഇതിന് അവർ പ്രയോഗിക്കുന്ന രീതികൾ വ്യത്യസ്തങ്ങളായിരിക്കും. മിക്ക മേലുദ്യോഗസന്ഥന്മാരും പ്രയോഗിക്കുന്ന ഒരു സൂത്രം, അഥവാ ഇംഗ്ലീഷുകാർ പറയുമ്പോലെ അവർക്ക് ഏറ്റവും ഇഷ്ടപ്പെട്ട ഒരു സൂത്രം ഏറ്റവും നിസ്സാരസംഗതികൾ പോലും തങ്ങൾക്ക് മനസ്സിലാകുന്നില്ലെന്ന് ഭാവിക്കുകയെന്നതാണ്. അവരുടെ മട്ടു കണ്ടാൽ തോന്നുക അവരുടെ ചെവിട്ടു പൊട്ടിപ്പോയെന്നാണ്. ഉദാഹരണത്തിന് അവരിലൊരാൾ ചോദിക്കുന്ന ചോദ്യം ഇതാണെന്നു വയ്ക്കുക: "ഇന്നെന്താ ആഴ്ച?"

പഞ്ചപുച്ഛമടക്കിക്കൊണ്ടുള്ളതായിരിക്കും അതിനുള്ള മറുപടി.

"വെള്ളിയാഴ്ച, അ... ങ്ങു...ന്നേ!"

"എന്ത്, എന്താ അത്? എന്താ പറഞ്ഞത്?" ആ പ്രമാണി ഒന്നും പിടികിട്ടാത്ത പോലെ വീണ്ടും അന്വേഷിക്കും.

"വെള്ളിയാഴ്ചയാ, അ...ങ്ങു...ന്നേ."

'എന്ത്, വെള്ളിയോ? എന്തു വെള്ളി? വെള്ളിക്കെന്തു പറ്റി?"

"വെള്ളി, അ...ങ്ങു...ന്നേ, ആഴ്ചയിലെ ഒരു ദിവസം."

"അതെ, വെള്ളിതന്നെ. അതുകൊണ്ടെന്താന്നാ, വേറെന്താ എന്നെ പഠിപ്പിക്കാൻ പോകുന്നത്?"

ലിബറൽ ചിന്താഗതിക്കാരനെന്ന് കണക്കാക്കപ്പെട്ടിരുന്ന ആളാണെങ്കിലും മത്വേയ് ഇലിയിച്ച് ഒരു പ്രമാണിയുമായിരുന്നല്ലോ.

"നീ ചെന്ന് ഗവർണറെ ഒന്നു കാണുന്നത് നല്ലതാണ്," അദ്ദേഹം

അർക്കാദിയോടായി പറഞ്ഞു. "നിനക്ക് മനസ്സിലായോ?

അധികാരത്തിലിരിരിക്കുന്നവരെ വണങ്ങിനില്ക്കണമെന്ന പഴഞ്ചൻ ആശയഗതിക്കാരനായതുകൊണ്ടല്ല ഞാൻ നിന്നെ ഇതിനു പദേശിക്കുന്നത്, കേട്ടോ. ഈ ഗവർണർ ആള് നല്ലവനാണ്. കൂടാതെ, സ്ഥലത്തെ പ്രമുഖന്മാരുമായി പരിചയപ്പെടാൻ നിനക്കാഗ്രഹവും കാണുമല്ലോ. ആട്ടെ, നീ മൊശടനൊന്നുമല്ലല്ലോ, ആണോ? മറ്റന്നാൾ അദ്ദേഹം ഒരു പാർട്ടി നടത്തുന്നുണ്ട്."

"താങ്കൾ ഉണ്ടാകുമോ അവിടെ?" "എന്നെ ഉദ്ദേശിച്ചാണത്," തീരെ താല്പര്യമില്ലാത്ത മട്ടിൽ മത്വേയ് ഇലിയിച്ച് മറുപടി നല്കി. "നിനക്ക് നൃത്തം വശമുണ്ടോ?"

"കുറേശ്ശെമാത്രം."

"അതു കഷ്ടമാണല്ലോ. ഇവിടെ കാണാൻ കൊള്ളാവുന്ന ധാരാളം

പെൺകുട്ടികളുണ്ട്. എന്നു മാത്രമല്ല, നൃത്തമറിയില്ലെന്നു പറയുന്നത് ഒരു ചെറുപ്പക്കാരന് ഭൂഷണവുമല്ലല്ലോ. പഴഞ്ചൻ ആശയഗതിക്കാരനായതു കൊണ്ടാണ് ഞാനിതു പറയുന്നതെന്നു ധരിക്കേണ്ട കേട്ടോ. മനുഷ്യന്റെ കഴിവ് അവന്റെ പാദങ്ങളിലാണു കുടികൊള്ളുന്നതെന്ന് എനിക്ക് വിചാരവുമില്ല. എങ്കിലും ബൈറോൺവാദവും അത്ര നന്നല്ല." "അതിന്റെ കാലം കഴിഞ്ഞുപോയി." എന്നുകൂടി അദ്ദേഹം കൂട്ടിച്ചേർത്തു.

"ഇവിടെ ബൈറോൺവാദത്തിന്റെ പ്രശ്നമൊന്നുമില്ല."

"സാരമില്ല; സ്ഥലത്തെ മഹിളാമണികളെ ഞാൻ നിനക്ക് പരിചയപ്പെടുത്തിത്തരുന്നുണ്ട്. നീയെന്റെ സ്വന്തമല്ലേ!" എന്നു പറഞ്ഞുകൊണ്ട് മത്വേയ് ഇലയിച്ച് ആത്മസംതൃപ്തിയോടെ ഒന്നു ചിരിച്ചു. "അവിടെ നല്ല രസമായിരിക്കും, ഇല്ലേ?"

ഭരണവകുപ്പിന്റെ തലവൻ വന്നിരിക്കുന്നതായി ഒരു പരിചാരകൻ വന്നറിയിച്ചത് ആ സമയത്താണ്. സ്നേഹം തുളുമ്പുന്ന കണ്ണുകളും ചുളിവീണ വായുമുള്ള ഈ വൃദ്ധൻ പ്രകൃതിയുടെ വലിയൊരാരാധകനായിരുന്നു. പ്രത്യേകിച്ചും വേനല്ക്കാലത്ത്. ആ ദിവസങ്ങളിൽ "ഏതൊരു മധുപനും ഓരോ പൂവിലും നിന്ന് ചെറിയൊരു കൈമടക്ക് സ്വീകരിക്കും" എന്ന പക്ഷക്കാരനായിരുന്നു അദ്ദേഹം.

അർക്കാദി അവിടെ നിന്നിറങ്ങിയിട്ട് നേരെ അവർ താമസിച്ചിരുന്ന സത്രത്തിലേക്ക് പുറപ്പെട്ടു. ബസാറൊവ് അയാളെ കാത്തിരിക്കുന്നുണ്ടായിരുന്നു. ഗവർണറെ കാണുന്നതിനു തന്റെ കൂടെവരാൻ അയാളെക്കൂടി സമ്മതിപ്പിക്കാൻ അർക്കാദിക്ക് നന്നേ പണിപ്പെടേണ്ടിവന്നു. "ശരി, നടക്കട്ടെ." ഒടുവിൽ അയാൾ സമ്മതിച്ചു: "നനഞ്ഞിറങ്ങിയാൽ പിന്നെ ചെരിച്ചു കയറ്റാറുണ്ടോ! ഈ ഭൂസ്വാമിമാരെ ഒരു നോക്കു കാണാനാണല്ലോ നാം ഇറങ്ങിത്തിരിച്ചതും."

ഈ യുവാക്കളെ രണ്ടുപേരേയും വാത്സല്യപൂർവ്വം സ്വാഗതം ചെയ്തെങ്കിലും ഗവർണർ അവരോടിരിക്കാൻ പറഞ്ഞില്ല. അദ്ദേഹം ഇരുന്നതുമില്ല. ആളിനു തിരക്കൊഴിഞ്ഞ ഒരു സമയമുണ്ടായിരുന്നില്ല. കാലത്തെഴുന്നേറ്റാൽ ഇഷ്ടൻ ആദ്യം ചെയ്യുന്ന പണി കടിച്ചുപിടിച്ചു കിടക്കുന്ന ഒരു യൂണിഫോറവും അതിലും കടിച്ചുപിടിച്ചുകിടക്കുന്ന ഒരു ടൈയും എടുത്തുധരിക്കുകയെന്നതായിരുന്നു. ഉത്തരവുപാസ്സാക്കി ക്കൊണ്ട് നടക്കുന്ന തിരക്കിനിടയിൽ അദ്ദേഹം ഊണും ഉറക്കവും പോലും വിസ്മരിച്ചിരുന്നു. ജില്ലയിലെങ്ങും ബുർദാലു എന്നപരിഹാസ പ്പേരിലാണ് അദ്ദേഹം അറിയപ്പെട്ടിരുന്നത്. ബുർദാലു എന്ന ഫ്രഞ്ച് മതപ്രചാരകനെ ഉദ്ദേശിച്ചായിരുന്നില്ല ആളുകൾ അദ്ദേഹത്തെ ഇപ്രകാരം വിളിച്ചിരുന്നത്. മറിച്ച്, സംഭ്രാന്തിയുള്ളവൻ എന്നർത്ഥം വരുന്ന റഷ്യൻ വാക്കിനെയാണ് അത് സൂചിപ്പിച്ചിരുന്നത്. തന്റെ വീട്ടിൽ വച്ചു നടക്കുന്ന നൃത്തപരിപാടിക്ക് അദ്ദേഹം കിർസാനൊ വിനേയും ബസാറൊവിനേയും ക്ഷണിക്കുകയുണ്ടായി. രണ്ടു മിനിട്ടു കഴിഞ്ഞപ്പോൾ സഹോദരന്മാരാണെന്നു ധരിച്ച് കൈസാറൊവ് എന്ന് അവരെ സംബോധന ചെയ്തുകൊണ്ട് അദ്ദേഹം ഈ ക്ഷണം ഒരിക്കൽക്കൂടി ആവർത്തിച്ചു.

ഗവർണറെ കണ്ടു കഴിഞ്ഞ് അവർ തങ്ങളുടെ താമസസ്ഥലത്തേ ക്കു മടങ്ങുമ്പോൾ ഉയരം കുറഞ്ഞ് അഖിലസ്ലാവ് വാദികളുടേതായ പ്രത്യേകതരം കുപ്പായം ധരിച്ച ഒരു യുവാവ് അതിലേ കടന്നുപോയ ഒരു കുതിരവണ്ടിയിൽനിന്ന് ചാടി ഇറങ്ങിയിട്ട്. "യെവ്ഗേനി വാസീ ലിയെവിച്ച്" എന്നു വിളിച്ചുകൊണ്ട് അവരുടെ സമീപത്തെത്തി.

"ഓ, ആരാ, സീത്നിക്കൊവല്ലേ ഇത്?" നടത്തം തുടർന്നുകൊണ്ട് ബസാറൊവ് ചോദിച്ചു: "താനെങ്ങനെ ഇവിടെ എത്തി?"

"നിങ്ങൾ വിശ്വസിച്ചാലും ഇല്ലെങ്കിലും യാദൃച്ഛികമായാണ് ഞാനിവിടെ വരാനിടയായത്," അയാൾ മറുപടിനല്കി. കൂട്ടത്തിൽ കുതിരവണ്ടിക്കാരനോട് തിരിഞ്ഞ് "വണ്ടിക്കാരാ, ഞങ്ങളുടെ പുറകെ വന്നോ" എന്ന് ഒരരഡസൻ പ്രാവശ്യമെങ്കിലും അയാൾ വിളിച്ചു പറയുന്നുമുണ്ടായിരുന്നു. "എന്റപ്പനിവിടെ ചില ചില്ലറ ബിസിന സ്സുണ്ട്." ചെളിവെള്ളം കെട്ടിനിന്ന ഒരു കുഴി ചാടിക്കടന്നുകൊണ്ട് അയാൾ ബസാറൊവിനോടായി തുടർന്നു. "അതൊന്നു നോക്കിയേ ക്കാൻ എന്നെ പറഞ്ഞേല്പിച്ചിരിക്കുകയാണ്. നിങ്ങളിവിടെയുണ്ടെ ന്ന് ഇന്നാണറിഞ്ഞത്. അറിഞ്ഞയുടൻ തന്നെ ഞാൻ നിങ്ങളുടെ താമസസ്ഥലത്തു ചെന്ന് അന്വേഷിക്കുകയും ചെയ്തു." (സത്യത്തിൽ സത്രത്തിൽ മടങ്ങിയെത്തിയപ്പോൾ ഒരു വശത്തു ഫ്രഞ്ചിലും മറുവ ശത്ത് സ്ലാവ് ലിപിയിലും സീത്നിക്കൊവ് എന്നച്ചടിച്ച മൂലമടക്കിയ ഒരു വിസിറ്റിങ്ങ്കാർഡ് അവർക്ക് കിട്ടുകയുണ്ടായി.) 'ഗവർണറുടെ വീട്ടിൽ പോയിട്ടല്ല വരുന്നതെന്നു കരുതട്ടെ?"

"അങ്ങനെയൊന്നും കരുതണ്ട. ഞങ്ങൾ അവിടുന്നുവരുന്ന വഴിയാണ്."

"അതെയോ! എന്നാൽ എനിക്കും അദ്ദേഹത്തെ കാണണമല്ലോ. യെവ് ഗേനി വസീലിയെവിച്ച്, കൂടെയുള്ള ഇദ്ദേഹത്തെ മനസ്സിലാ യില്ലല്ലോ."

"ഇത് സീത്നിക്കൊവ്, ഇത് കിർസാനൊവ്," എന്നിട്ടും നടപ്പു തുടർന്നുകൊണ്ട് ബസാറൊവ് പിറുപിറുത്തു.

"പരിചയപ്പെടാൻ കഴിഞ്ഞതിൽ വളരെവളരെ സന്തോഷം." ഒരു

വിഡ്ഢിച്ചിരിയോടെ അരികുപറ്റി നടക്കുന്നതിനിടയിൽ സാമാന്യ ത്തിലധികം അഴകുള്ള കൈയുറകൾ ധിറുതിയിൽ വലിച്ചൂരിക്കൊണ്ട് സീത്നിക്കൊവ് പറയാൻ തുടങ്ങി. "ധാരാളം കേട്ടിരുന്നു... ഞാൻ യെവ്ഗേനി വസീലിയെവിച്ചിന്റെ ഒരു പഴയ പരിചയക്കാരനാണ്. വേണമെങ്കിൽ ഒരു ശിഷ്യനാണെന്നും പറയാം. എനിക്കു വന്നിട്ടുള്ള പരിവർത്തനത്തിന് ഞാൻ അദ്ദേഹത്തോട് വളരെ കടപ്പെട്ടിരിക്കു ന്നു..."

ബസാറൊവിന്റെ ഈ ശിഷ്യനെ അർക്കാദി ആകെയൊന്നു പരിശോധിച്ചു.

സാമാന്യം കാണാൻ കൊള്ളാവുന്ന ആ മുഖത്ത് ഉലക്കണ്ഠനി റഞ്ഞ തെല്ലൊരു വലിവ് ദൃശ്യമായിരുന്നു. കുണ്ടിലേക്കിറങ്ങിപ്പോ യതു പോലുള്ള ആ കൊച്ചുകണ്ണുകളുടെ നോട്ടത്തിൽ എന്തോ ഒരു ആകാംക്ഷ തിങ്ങിനിന്നിരുന്നു. ആ ചിരിയിലും അതേ ആകാംക്ഷ നിഴലിച്ചിരുന്നു. വളരെ പതിഞ്ഞതും അധികം നീണ്ടുനില്ക്കാത്തതുമാ യിരുന്നു ആ ചിരി.

"നാം ആരേയും കണ്ണും പൂട്ടി അങ്ങനെ അംഗീകരിക്കാൻ പാടില്ലെ ന്ന് യെവ്ഗേനി വസീലിയെവിച്ച് ആദ്യത്തെ പ്രാവശ്യം പറയുന്നതു കേട്ടപ്പോൾ, സത്യം പറയട്ടെ, എനിക്കുണ്ടായ സന്തോഷം കണക്കറ്റ തായിരുന്നു." അയാൾ തുടർന്നു. "ഒരു വെളിപാടുപോലെയായിരുന്നു അത്. ഒടുവിൽ, കാത്തിരുന്ന ആളെ കണ്ടുകിട്ടിയ ഒരു പ്രതീതിയാ യിരുന്നു എനിക്ക്. ഇടയ്ക്കു പറയട്ടെ, യെവ്ഗേനി വസീലിയെവിച്ച്, നിങ്ങൾക്ക് ചെന്നു കാണാൻ പറ്റിയ ഒരു സ്ത്രീ ഇവിടെ അടുത്തുണ്ട്. നിങ്ങളെ ശരിക്കും മനസ്സിലാക്കാൻ പറ്റും അവൾക്ക്. നിങ്ങൾ ചെല്ലു ന്നത് അവൾക്ക് അതിരറ്റ ആനന്ദം പ്രദാനം ചെയ്യും. അവളുടെ പേരു കേട്ടിട്ടുണ്ടാകുമെന്നു കരുതുന്നു."

"ആരാ അത്?" ബസാറൊവ് വലിയ ഉന്മേഷം കാട്ടാതെ പറഞ്ഞു.

"കുക്ഷിന, യെവ്ദൊക്സീയ കുക്ഷിന. അറിഞ്ഞിരിക്കേണ്ട ഒരു കഥാപാത്രമാണ്. ശരിക്കും വിമോചിത. വളരെയേറെ പുരോ ഗമനവാദിയായ ഒരു സ്ത്രീ. വിരോധമില്ലെങ്കിൽ, നമുക്കിപ്പോൾ

തന്നെ അവളെ പോയി കാണാം. ഇവിടെ അടുത്താണ് താമസം. ഉച്ചശാപ്പാട് അവിടെച്ചെന്നിട്ടാകാം. നിങ്ങളാരും ഉച്ചയ്ക്കൊന്നും കഴിച്ചിട്ടുണ്ടാവില്ലല്ലൊ. ഉവ്വോ?"

"ഇല്ല."

"പിന്നെന്താ കുഴപ്പം! അറിയാമോ, അവൾ ഭർത്താവിന്റെ കൂടെയല്ല താമസം. തികച്ചും സ്വതന്ത്രയാണ്."

"സുന്ദരിയാണോ?" ബസാറൊവ് ചോദിച്ചു.

"എന്നു പറയാമോയെന്നു സംശയമുണ്ട്."

"പിന്നെന്തിനാടോ, താൻ ഞങ്ങളെ അങ്ങോട്ട് കെട്ടിവലിക്കുന്നത്?"

"ആ ചോദ്യം കൊള്ളാം... അവൾ നമുക്കു വേണ്ടി ഒരു ഷാമ്പെയിൻ കുപ്പി തുറക്കാതിരിക്കുകയില്ല."

"ദാ, അതാണ്, പ്രായോഗികബുദ്ധി. ആട്ടെ, തന്റെ മൂപ്പിൽസ് എന്തു ചെയ്യുന്നു? ഇപ്പോഴും കരം പിരിവാണോ?"

"അതെയതെ," സീത്നിക്കൊവ് കതകിന്റെ വിജാഗിരി തിരിയുന്ന ശബ്ദത്തോടെ ചിരിച്ചുകൊണ്ട് ധൃതിയിൽ പറഞ്ഞു.

"അപ്പോൾ നമ്മൾ പോവുകയല്ലേ?"

"സത്യം പറഞ്ഞാൽ എനിക്കറിഞ്ഞുകൂടാ."

"ആളുകളെ കാണാനല്ലേ വന്നത്? പൊയ്ക്കൊള്ളൂ!" അർക്കാദി നന്നേ പതിഞ്ഞ സ്വരത്തിൽ പറഞ്ഞു.

"മിസ്റ്റർ കിർസാനൊവോ?" സീത്നിക്കൊവ് ചോദിച്ചു. "താങ്കളും വന്നേ തീരൂ. അല്ലാതെ പറ്റില്ല."

"നമ്മളെല്ലാവരും കൂടി യാതൊരു മുന്നറിയിപ്പും കൂടാതെ ചെന്നാൽ അവൾക്കെന്തു തോന്നും?"

"അതുകൊണ്ടു കുഴപ്പമൊന്നുമില്ല. നിങ്ങൾക്ക് കുക്ഷിനയെ അറിഞ്ഞുകൂടാത്തതുകൊണ്ടാണ്. നല്ല തങ്കപ്പെട്ട സ്വഭാവമാണ്."

"അവൾ ഷാമ്പെയിൻ കുപ്പി തുറക്കുമല്ലോ, ഇല്ലേ?"

"ഒന്നല്ല, മൂന്ന്!" സീത്നിക്കൊവ് വിളിച്ചുകൂവും പോലെ പറഞ്ഞു. "അതു ഞാനേറ്റു."

"എന്താ ഉറപ്പ്?"

"ഞാനെന്റെ തലേൽ തൊട്ടു സത്യംചെയ്യാം."

"അതുവേണ്ട. തന്റപ്പന്റെ പണസഞ്ചിതൊട്ടു സത്യം ചെയ്താൽ മതി. ശരി, എന്നാൽ നമുക്ക് പുറപ്പെടാം."

XIII

അവ്ദോത്യ നികീതിഷ്ന (അഥവാ യെവ്ദൊക്സീയ) ക്കുക്ഷിന മോസ്കോ മട്ടിലുള്ള ഒരു കൊച്ചു രമ്യ ഹർമ്മ്യത്തിലാണ് താമസിച്ചിരുന്നത്. ആ കെട്ടിടം സ്ഥിതി ചെയ്യുന്ന തെരുവാകെത്തന്നെ അടുത്തകാലത്ത് വലിയൊരു തീപിടിത്തത്തിൽ കത്തിച്ചാമ്പലായിപ്പോയിരുന്നു. നമ്മുടെ ഉൾനാടൻ പട്ടണങ്ങൾ അഞ്ചു കൊല്ലത്തിലൊരിക്കൽ തീപിടിത്തത്തിനു ഇരയാവുന്നത് ഇപ്പോൾ സർവ്വസാധാരണമായിരിക്കുകയാണല്ലോ. വീട്ടുകാരിയുടെ പേരെഴുതിയ ബോർഡ് കുറേ ചെരിഞ്ഞിരുന്നു. അതിനു തൊട്ടുമുകളിലായി ഒരു മണിച്ചരട് തൂങ്ങിക്കിടന്നിരുന്നു. ഒരു പരിചാരിക വന്ന് അതിഥികളെ ഉമ്മറമുറിയിലേക്ക് സ്വാഗതം ചെയ്തു. അവളെക്കണ്ടാൽ പരിചാരികയോ വീട്ടുകാരിയുടെ സഖിയോ എന്നു തീർത്തുപറയാൻ പ്രയാസമായിരുന്നു. അവൾ ധരിച്ചിരുന്ന കിന്നരിത്തൊപ്പി യജമാനത്തിയുടെ പുരോഗമന സ്വഭാവത്തെ വിളിച്ചറിയിച്ചു. അവ്ദോത്യ നികീതിഷ്ന വീട്ടിലുണ്ടോയെന്ന് സീത്നിക്കൊവ് അന്വേഷിച്ചു.

"ആരാ വിക്റ്റാറാണോ അത്?" തൊട്ടടുത്ത മുറിയിൽനിന്ന് ഒരു നേരിയ സ്വരം കേട്ടു. "വാ, അകത്തേക്കു വാ."

തൊപ്പി ധരിച്ച പരിചാരിക ഉടനെ പുറകോട്ടു വലിഞ്ഞു.

"ഞാനൊറ്റയ്ക്കല്ല," ഇപ്പം എങ്ങനെയിരിക്കുന്നു എന്ന മട്ടിൽ അർക്കാദിയുടേയും ബസാറൊവിന്റേയും നേർക്ക് ഒരു നോട്ടം എറിഞ്ഞിട്ട് സീത്നിക്കൊവ് വിളിച്ചുപറഞ്ഞു. ഇതിനിടയിൽ അയാൾ സമർത്ഥമായി തന്റെ സ്ലാവ് വേഷം അഴിച്ചുമാറ്റിയിട്ട് ഞൊടിയിടയിൽ കർഷകർ ധരിക്കാറുള്ള കൈയില്ലാത്ത ഒരുതരം സാധാരണകുപ്പായമെടുത്തണിഞ്ഞിരുന്നു.

"സാരമില്ല," പിന്നെയും ആ കിളിനാദം കേട്ടു. "വന്നോളൂ!"

യുവാക്കൾ മൂവരും അകത്തേക്ക് കടന്നു. ഒരു സ്വീകരണമുറിയെന്നതിനെക്കാൾ ഒരു പഠനമുറിയോടായിരുന്നു അതിന് കൂടുതൽ സാമ്യം. പൊടിപിടിച്ച മേശകളിന്മേൽ പത്രങ്ങളും എഴുത്തുകളും

പൊട്ടിച്ചിട്ടുപോലുമില്ലാത്ത തടിയൻ റഷ്യൻ മാസികകളും നിരന്നുകിടന്നിരുന്നു. എവിടെ നോക്കിയാലും സിഗർട്ടുകുറ്റികളേ കാണാനുണ്ടായിരുന്നുള്ളുവെന്നു തോന്നി. തോലുകൊണ്ടുള്ള ഒരു സോഫായിൽ ഇനിയും താരുണ്യത്തോടു യാത്ര പറഞ്ഞുകഴിഞ്ഞിട്ടില്ലാത്ത ഒരു മഹിള ചാഞ്ഞുകിടന്നിരുന്നു. അവളുടെ സ്വർണ്ണത്തലമുടി ശരിക്കൊതുക്കിയിരുന്നില്ല. അവൾ ധരിച്ചിരുന്ന പട്ടു ഗൗൺ ഒട്ടും ചുളിവില്ലാത്തതായിരുന്നുവെന്നും പറഞ്ഞുകൂടാ. അവൾ തന്റെ കൊഴുത്തുരുണ്ട കൈത്തണ്ടുകളിൽ സാമാന്യം വലിയ വളകൾ അണിഞ്ഞിരുന്നു. ഒരു പട്ടുറുമാലകൊണ്ട് അവൾ ശിരസ്സ് മറയ്ക്കുകയും ചെയ്തിരുന്നു. നിറം മങ്ങിത്തുടങ്ങിയ എർമിൻ ഫർ ലൈനിങ്ങുള്ള ളോഹപോലത്തെ വെൽവെറ്റ് ഗൗൺ അശ്രദ്ധം വലിച്ചിഴച്ചുകൊണ്ട് അവൾ സോഫയിൽ നിന്നെഴുന്നേറ്റ് അലസമായി "ഗുഡ്മോണിങ്ങ് വിക്ടർ," എന്ന അഭിവാദനത്തോടെ സീത്നിക്കോവിന്റെ കൈ പിടിച്ചു കുലുക്കി.

"ഇത് ബസാറൊവും, കിർസാനൊവും," ബസാറൊവിന്റെ പരുക്കൻ പരിചയപ്പെടുത്തൽ രീതിയെ അനുകരിച്ചുകൊണ്ട് അയാൾ പറഞ്ഞു.

"കണ്ടതിൽ വളരെ സന്തോഷം,'' വട്ടക്കണ്ണുകളാൽ ബസാറൊവിനെ തുറിച്ചുനോക്കിക്കൊണ്ട് കുക്ഷിന പറഞ്ഞു. ആ കണ്ണുകൾക്കിടയിലായി ഇളംചുവപ്പു കുമിളപോലെയുള്ള ഒരു മൂക്ക് പൊന്തിനിന്നിരുന്നു. "ഞാൻ കേട്ടിട്ടുണ്ട്," എന്നു പറഞ്ഞ് അവൾ അയാളുടേയും കൈ പിടിച്ചു കുലുക്കി.

ബസാറൊവ് ഒരു വളിച്ച മുഖവുമായി നിന്നു. ഈ വിമോചിതയുടെ

അനാകർഷകമായ രൂപം അത്ര വളരെ വികൃതമൊന്നുമായിരുന്നില്ല. എന്നാൽ, അവളുടെ മുഖഭാവത്തിനു എന്തോ ഒരു പന്തികേടുണ്ടായിരുന്നു.

അതു കണ്ടാൽ ആരും ഇപ്രകാരം ചോദിച്ചുപോകുമായിരുന്നു: "എന്താ, എന്തുപറ്റി? വിശക്കുന്നോ? അതോ, ഇരുന്നു മുഷിഞ്ഞോ? അതോ

പേടിതോന്നുന്നോ? എന്തിനാ ഇങ്ങനെ ഗോഷ്ടികൾ കാട്ടുന്നത്?" സീത് നിക്കൊവിനെപ്പോലെ ഈ സ്ത്രീക്കും മനസ്സിന് യാതൊരു സ്വസ്ഥതയുമുണ്ടായിരുന്നില്ലെന്ന് തോന്നി. ഒന്നിനേയും സാരമാക്കാത്ത ആ സംസാരരീതിയിലും പെരുമാറ്റത്തിലും എന്തോ ഒരസ്വാഭാവികത ദൃശ്യമായിരുന്നു. സാധുപ്രകൃതമുള്ള ഒരു സൽസ്വഭാവിയായാണ് അവൾ തന്നെ കരുതിയിരുന്നതെന്ന് സ്പഷ്ടമായിരുന്നെങ്കിലും ഇഷ്ടമില്ലാത്ത കാര്യം ചെയ്യുന്ന പ്രതീതിയാണ് അവൾ അന്യരിലുളവാക്കിയിരുന്നത്. കുട്ടികൾ പറയുമ്പോലെ എല്ലാം ഒരുദ്ദേശം വച്ച

ചെയ്യുന്ന ഒരു മട്ടുണ്ടായിരുന്നു അവൾക്ക്. അതായത് ഒരു കൃത്രിമത്വം അവളുടെ എല്ലാ നടപടികളിലും സ്ഫുരിച്ചിരുന്നു.

"ബസാറൊവിനെപ്പറ്റി ഞാൻ കേട്ടിട്ടുണ്ട്," അവൾ ആവർത്തിച്ചു. (പരിചയപ്പെടുന്ന ആദ്യ ദിവസം മുതൽ പുരുഷന്മാരുടെ ഇരട്ടപ്പേരു പയോഗിച്ച് അയാളെ സംബോധന ചെയ്യുന്ന വിചിത്രമായ ശീലം മോസ്കോയിലേയും ഉൾനാടൻ പട്ടണങ്ങളിലേയും പല സ്ത്രീകൾക്കു മുള്ളതാണ്.) 'ആട്ടെ, ചുരുട്ടുവലിക്കുമോ?"

"ചുരുട്ട കൊള്ളാം,' ' കാലിന്മേൽ കാലു കയറ്റിവച്ചുകൊണ്ട് ഒരു ചാരുകസേരയിൽ ചെന്നു ഞെളിഞ്ഞിരുന്നു കഴിഞ്ഞിരുന്ന സീത്നി ക്കൊവ് പറഞ്ഞു. "പക്ഷേ, അതിനുമുൻപായി നമുക്കെന്തെങ്കിലും ആഹാരം കഴിക്കാൻ നോക്കാം. ഞങ്ങൾക്ക് ഭയങ്കരമായ വിശപ്പുണ്ട്. വേണമെങ്കിൽ ഒരു കുപ്പി ഷാമ്പെയിനുമാകാം."

"സുഖിമാൻ," യെവ്ദൊക്സീയ ചിരിച്ചുകൊണ്ടു പറഞ്ഞു. (ചിരി ക്കുമ്പോൾ അവളുടെ മുകളിലത്തെ മോണ മുഴുവൻ പുറത്തു കാണാമാ യിരുന്നു.) 'ഇയാളൊരു സുഖിമാനാണ്. അല്ലേ, ബസാറൊവ്?"

"ജീവിതസുഖങ്ങളോട് എനിക്ക് വിരോധമൊന്നുമില്ല," സീത്നി ക്കൊവ് ഘനഗംഭീര ഭാവത്തോടെ പറഞ്ഞു. "പക്ഷേ, എന്റെ ലിബറൽ ചിന്താഗതിക്ക് അതൊരു തടസ്സമല്ല."

"എന്തുകൊണ്ടല്ല," യെവ്ദൊക്സീയ പ്രതിഷേധിച്ചു. എങ്കിലും പരിചാരികയെ വിളിച്ച് ഷാമ്പെയിൻ കൊണ്ടുവരാനും ഉച്ചയ്ക്കുള്ള ആഹാരം തയ്യാറാക്കാനും അവൾ ഏർപ്പാടുചെയ്തു. "ഇതെക്കുറിച്ചുള്ള നിങ്ങളുടെ അഭിപ്രായമെന്താണ്?' ബസാറൊവിനോടായി അവൾ ചോദിച്ചു: "ഞാൻ പറഞ്ഞതിനോട് യോജിക്കുമെന്നു കരുതുന്നു."

"തീർച്ചയായും ഇല്ല," ബസാറൊവ് പ്രത്യുത്തരം നല്കി. 'രസത ന്ത്രനിലപാടിൽ നിന്നു നോക്കിയാലും മാംസം റൊട്ടിയെക്കാൾ മികച്ചതാണല്ലൊ."

"രസതന്ത്രമാണോ പഠിക്കുന്നത്? എനിക്കും അതിൽ വലിയ കമ്പമാണ്. ഞാൻ സ്വന്തമായി ഒരുപശ കണ്ടുപിടിച്ചിട്ടുപോലുമുണ്ട്."

"പശയോ? നിങ്ങൾ കണ്ടുപിടിച്ചിട്ടുണ്ടെന്നോ?"

"അതെ, ഞാൻ തന്നെ. എന്തിനാണെന്നോ? പൊട്ടാത്തതരത്തിൽ പാവയുടെ തല ശരിപ്പെടുത്താൻ. പ്രയോഗികതലത്തിലും താല്പര്യമു ള്ള ഒരാളാണ് ഞാൻ. പക്ഷേ, അതിനിയും തയ്യാറായിക്കഴിഞ്ഞി ട്ടില്ല. ലീബിഹിന്റെ പുസ്തകം നോക്കി ചിലതു മനസ്സിലാക്കാനുണ്ട്. അതിനിടയ്ക്ക് ഒന്നു ചോദിച്ചോട്ടെ. 'മസ്കോവ് സ്കീയെ വേദമസ്തി' യിൽ സ്ത്രീകൾ ജോലിചെയ്യുന്നതിനെപ്പറ്റി കിസ്ല്യക്കോവ് എഴുതി യിരുന്ന ലേഖനം കണ്ടോ? വായിച്ചിരിക്കേണ്ടതാണ്. മഹിളകളുടെ അവകാശങ്ങളിലും നിങ്ങൾക്ക് താല്പര്യമുണ്ടല്ലോ, ഇല്ലേ? വിദ്യാലയ

കാര്യങ്ങളിലോ? ആട്ടെ, മറ്റേ കൂട്ടുകാരൻ എന്താ ചെയ്യുന്നത്? എന്താ പേരെന്നു പറഞ്ഞത്?"

മറുപടിക്കുവേണ്ടി കാക്കാതെ തികഞ്ഞ അശ്രദ്ധയോടെ ഒന്നിനു പുറകെ ഒന്നായി ചോദ്യങ്ങൾ തൊടുത്തുവിടുന്നത് ശ്രീമതി കുക്ഷിന യുടെ ശീലമായിരുന്നു.

അതിലാളനയ്ക്കു പാത്രമാകുന്ന കുട്ടി ആയയോട് ചോദ്യങ്ങൾ ചോദിക്കുന്നതും ഇതുപോലെയാണ്.

"അർക്കാദി നിക്കോലായെവിച്ച് കിർസാനൊവ് എന്നാണെ ന്റെ പേര്," അർക്കാദി സ്വയം പരിചയപ്പെടുത്തി. "ഇപ്പോൾ ഒന്നും ചെയ്യാതെ വെറുതെ നില്ക്കുന്നു."

"ഒന്നും ചെയ്യാതിരിക്കുന്നത് നല്ല രസമുള്ള സംഗതിയാണില്ലേ?" യെവ്ദൊക്സീയ ചിരിച്ചുകൊണ്ടു പറഞ്ഞു. "ആട്ടെ, നിങ്ങളാരും ചുരുട്ടു വലിക്കാത്തതെന്താണ്? വിക്റ്റർ, ഞാൻ തന്നോട് പിണക്കമാ."

"അതെന്തിനാ?"

"താൻ പിന്നെയും ജോർജ് സാൻഡിനെ പുകഴ്ത്തിയതായി കേട്ടു. തനി പിന്തിരിപ്പൻ സ്ത്രീ. അതാണവർ. വിദ്യാഭ്യാസം, ശരീരശാസ്ത്രം തുടങ്ങിയ ഒന്നിനെപ്പറ്റിയും അവർക്കൊരു ചുക്കുമറിഞ്ഞുകൂടാ. ഭ്രൂണവിജ്ഞാനത്തെപ്പറ്റി അവർ കേട്ടിട്ടുപോലുമുണ്ടാവില്ലെന്നു ഞാൻ ഉറപ്പായി പറയുന്നു. ഇന്നത്തെ കാലത്ത് അതെപ്പറ്റി അറിയാതെ മനുഷ്യനെങ്ങനെയാണാവോ കഴിയാൻ പറ്റുന്നത്?' (ഇതു പറഞ്ഞ് തന്റെ അലോഹ്യം പ്രകടിപ്പിക്കാനായി അവൾ കൈരണ്ടും ഉയർത്തി പ്പിടിച്ചു.) ' ഈ വിഷയത്തെപ്പറ്റി യെലിസേവിച്ച് എഴുതിയ ലേഖനം എത്ര ഗംഭീരമായിട്ടുണ്ടെന്നോ! പ്രതിഭാസമ്പന്നനായൊരു മാന്യൻ (മനുഷ്യൻ എന്നതിനുപകരം ഈ സ്ത്രീ പലപ്പോഴും മാന്യൻ എന്നാണ് പറഞ്ഞിരുന്നത്) തന്നെയാണദ്ദേഹം. ബസാറൊവ്, ദാ ഇവിടെവന്ന് എന്റടുത്തുള്ള സോഫയിലിരിക്കൂ! നിങ്ങൾക്കറിയില്ലായിരിക്കുമെങ്കി ലും എനിക്ക് നിങ്ങളെ വലിയ പേടിയാണ്..."

"എന്തിനാണാവോ എന്നെ പേടിക്കുന്നത്?"

"നിങ്ങൾ അപകടം പിടിച്ച ഒരു മാന്യനാണ്. സർവ്വതിനേ യും നിങ്ങൾക്ക് പുച്ഛമാണല്ലോ. ദൈവം തന്നെ രക്ഷിക്കട്ടെ! ദാ, ഞാനേതോ പട്ടിക്കാട്ടിൽ നിന്നു വന്ന ജന്മിസ്ത്രീയെപ്പോലെ സംസാ രിക്കുന്നു. ഇല്ലേ? പക്ഷേ, ഞാൻ ജന്മിതന്നെയാണ്, കേട്ടോ. എന്റെ വസ്തുവകകളെല്ലാം ഞാൻ തനിയേയാണ് നോക്കിനടത്തുന്നത്. എന്റെ കാര്യസ്ഥൻ യെരഫേയ് ഉണ്ടല്ലോ, അയാൾ കൂപ്പറുടെ 'വഴി കാട്ടി'യെപ്പോലെ ഒരത്ഭുത ജീവിയാണ്. അയാളെ സംബന്ധിച്ച എല്ലാറ്റിനും സ്വാഭാവികമായ ഒരു ലാളിത്യമുണ്ട്. ഞാനിവിടെ സ്ഥിരതാമസമാക്കിയിരിക്കുകയാണെന്നറിയാമല്ലോ. ഒരു ഭയങ്കര

പട്ടണം തന്നെയാണിത്, ഇല്ലേ? പക്ഷേ, മറ്റു വഴിയൊന്നുമില്ല."

"എല്ലാ പട്ടണവും ഒരുപോലെതന്നെ," ബസാറൊവ് ആവേശം കൂടാതെ പറഞ്ഞു.

"നിസ്സാര കാര്യങ്ങളിലാണ് ആളുകൾക്കിവിടെ താല്പര്യം; അതാണ് സഹിച്ചുകൂടാത്തത്. തണുപ്പുകാലം ഞാൻ മോസ്കോയിലാണ് ചെലവിടാറുണ്ടായിരുന്നത്.... പക്ഷേ, ഇപ്പോൾ എന്റെ ഭർത്താവ് ശ്രീമാൻ കുക്ഷിൻ അവിടെ താമസമാക്കിയിരിക്കുന്നതിനാൽ... എന്നു തന്നെയല്ല, മോസ്കോയും ആകെ മാറിപ്പോയിരിക്കുന്നു. വിദേശത്തുപോയാലെന്താണെന്ന് ആലോചിച്ചതാണ്. കഴിഞ്ഞ കൊല്ലം ഞാൻ പുറപ്പെട്ടതുമാണ്, കേട്ടോ."

"പാരീസിലേക്ക്, അല്ലേ?" ബാസാറൊവ് ചോദിച്ചു.

"പാരീസിലേക്കും ഹൈഡൽബർഗിലേക്കും."

"ഹൈഡൽബർഗിലെന്താ കാര്യം?"

"അതോ, ബുൻസൻ അവിടെയാണ്."

ബസാറൊവിന് ഇപ്പറഞ്ഞത് ഒട്ടും പിടികിട്ടിയില്ല.

"പിയേർ സപ്പോഷ്നിക്കൊവിന്റെ കാര്യമാണ് ഞാൻ പറഞ്ഞത്. ആളിനെ അറിയുമോ?"

"ഇല്ല."

"സദാസമയവും ലീദിയ ഖൊസ്താത്തൊവയുടെ വീട്ടിൽ കാണുന്ന പിയേർ സ്പ്പോഷ്നിക്കൊവിനെയാണ് ഞാൻ ഉദ്ദേശിച്ചത്."

"ഇല്ല, എനിക്കവരേയും അറിയില്ല."

"അയാൾ എന്റെ കൂടെ വരാൻ തയ്യാറായിരുന്നു. ദൈവകൃപയാൽ ഞാൻ ഒറ്റത്തടിയാണ്. കുട്ടികളാരുമില്ല... അപ്പം, ഞാനെന്താ പറഞ്ഞോണ്ടിരുന്നത്? ദാ, ദൈവം രക്ഷിച്ചു! അല്ല, ഒന്നു വിചാരിച്ചാൽ അതും സാരമില്ല, അല്ലേ?"

പുകലക്കറ പുരണ്ട വിരലുകളാൽ യെവ്ദൊക്സീയ ഒരു സിഗററ്റ് തെറുത്തെടുത്തു കത്തിച്ചു. പരിചാരിക കൈയിലൊരു ട്രേയുമായി ആ സമയത്തവിടെയെത്തി.

"ദാ, ആഹാരമെത്തിപ്പോയി! ആദ്യമേ അല്പം ലഘുവായെന്തെങ്കിലും കഴിക്കണമെന്നുണ്ടോ? ഷാമ്പെയിൻ കുപ്പി തുറക്കുന്നത് വിക്ടറുടെ ജോലിയാണ്."

"ഓ, അങ്ങനെ ആയിക്കോട്ടെ," എന്നു പറഞ്ഞുകൊണ്ട് സീത്നിക്കൊവ് പഴയപടി കിളിശബ്ദത്തോടെ ചിരിച്ചു.

"ഇവിടെ കാണാൻ കൊള്ളാവുന്ന സ്ത്രീകൾ ആരെങ്കിലുമൊക്കെയുണ്ടോ?" ഗ്ലാസ് കാലിയാക്കുന്നതിന്നിടയിൽ ബസാറൊവ് അന്വേഷിച്ചു.

“ഒണ്ടൊണ്ട്,’ ‘ യെവ്ദൊക്സീയ മറുപടിയായി പറഞ്ഞു. “പക്ഷേ, എല്ലാറ്റിന്റേയും തലയിൽ നിലാവെളിച്ചമാ. എന്റെ കൂട്ടുകാരി ഒദിന്ത്സോവ്യുടെ കാര്യംതന്നെ നോക്കാം. കാഴ്ചയ്ക്ക് ആളൊട്ടും മോശമല്ല. അവരെക്കുറിച്ച് അല്പം ദുഷ്പേരുണ്ടെന്നത് കഷ്ടമാണ്... അത് സാരമില്ലെന്നു വയ്ക്കാം. പക്ഷേ, വീക്ഷണവിശാലതയോ സ്വതന്ത്രമായ അഭിപ്രായമോ ഒന്നുമില്ലെന്നതാണ് സങ്കടം. നമ്മുടെ വിദ്യാഭ്യാസ സമ്പ്രദായമാകെ ഉടച്ചുവാർത്തേ പറ്റൂ. വളരെക്കാലമായി ഞാൻ ആലോചിച്ചുവരുന്ന ഒരു സംഗതിയാണിത്. നമ്മുടെ സ്ത്രീകളുടെ വിദ്യാഭ്യാസരീതി വളരെ മോശമാണ്.”

“ഓ, അതുകൊണ്ടൊന്നും അവർ നേരേയാവില്ല,” സീത്നിക്കൊവ് ഇടയ്ക്കു കടന്നു പറഞ്ഞു. “പരിതാപാർഹമാണവരുടെ സ്ഥിതി.

എനിക്കവരോട് അവജ്ഞയല്ലാതെ മറ്റൊന്നും തോന്നുന്നില്ല.’ (അവജ്ഞ തോന്നുന്നതും അതു കാണിക്കുന്നതും പ്രത്യേകിച്ചും സ്ത്രീകളോട്, സീത്നിക്കൊവിന് എത്രയും രസമുള്ള ഒരു സംഗതിയായിരുന്നു. പക്ഷേ, അല്പം ചില മാസങ്ങൾക്കുള്ളിൽ തനിക്ക് സ്വന്തം ഭാര്യയുടെ മുൻപിൽ മുട്ടുമടക്കിനില്ക്കേണ്ടിവരുമെന്ന് പാവം സംശയിച്ചതുപോലുമില്ല. ദുർദലെയോസവ എന്ന രാജകുമാരിയെ വിവാഹം കഴിച്ചതുകൊണ്ട് മാത്രമാണ് അയാൾക്ക് ഈ ദുർഗ്ഗതി ഉണ്ടായത്.) ‘അവരിലൊരാൾക്കു പോലും നമ്മുടെ സംഭാഷണം ഗ്രഹിക്കാൻ കഴിഞ്ഞെന്നുവരില്ല. അവരെപ്പറ്റി സംസാരിച്ചാൽ കാര്യഗൗരവമുള്ള പുരുഷന്മാരുടെ സമയം പാഴാക്കാമെന്നല്ലാതെ മറ്റു യാതൊരു പ്രയോജനവുമില്ല.”

“അവർ നമ്മുടെ സംഭാഷണം മനസ്സിലാക്കിയിട്ട് യാതൊരാവശ്യവുമില്ല,” ബസാറൊവ് പറഞ്ഞു.

“എന്തിനെക്കുറിച്ചാ നിങ്ങൾ സംസാരിക്കുന്നത്?” യെവ്ദൊക്സീയ ചോദിച്ചു.

“കാണാൻ കൊള്ളാവുന്ന സ്ത്രീകളെപ്പറ്റി.”

“അല്ലാ, അപ്പോൾ നിങ്ങൾക്കും പ്രൂദോന്റെ അഭിപ്രായം തന്നെയാണോ?”

ബസാറൊവ് ധിക്കാരം പ്രകടമാകുന്ന തരത്തിൽ നിവർന്നിരുന്നിട്ടു പറഞ്ഞു: “മറ്റാരുടേയും അഭിപ്രായം ഞാൻ സ്വീകരിക്കാറില്ല. എനിക്കെന്റെ സ്വന്തം അഭിപ്രായമുണ്ട്.”

“അതെ, പ്രമാണിമാർ പോയി തുലയട്ടെ!” തന്റെ ആരാധനാപുരുഷന്റെ മുന്നിൽ വച്ച് ചൊണയായി എന്തെങ്കിലും പറയാൻ അവസരം കിട്ടിയതിൽ സന്തുഷ്ടനായ സീത്നിക്കൊവ് ഉച്ചത്തിൽ വിളിച്ചുകൂവി.

“മെക്കോളെപോലും...” എന്നു കുക്ഷിന പറയാൻ തുടങ്ങിയപ്പോഴേക്ക് “മെക്കോളെ പോയി തുലയട്ടെ!” എന്ന് സീത്നിക്കൊവ് അലറി.

"ഹും, ആ പെൺകോന്തന്മാരെയാണല്ലേ പൊക്കിപ്പിടിക്കുന്നത്?"

"പെൺകോന്തന്മാരെയല്ല, സ്ത്രീകളുടെ അവകാശങ്ങളെയാണ് ഞാൻ പൊക്കിപ്പിടിക്കുന്നത്. എന്റെ അവസാനത്തെ തുള്ളി രക്തം ശേഷിക്കുന്നതുവരെ ഞാനത് ഉയർത്തിപ്പിടിക്കുകയും ചെയ്യും."

"...പോയി തുലയട്ടെ!' എന്നു പറഞ്ഞ് സീത്നിക്കൊവ് നിറുത്തിക്കളഞ്ഞു. "അല്ല, അതിനെ ഞാൻ ചോദ്യം ചെയ്യുന്നില്ല," അയാൾ പിറുപിറുത്തു.

"എനിക്കറിയാം, താനൊരു അഖിലസ്ലാവ്വാദിയാണ്!"

"ഞാൻ അഖിലസ്ലാവ്വാദിയൊന്നുമല്ല. എന്നാൽ..."

"വേണ്ട, അധികം പറയണ്ട, എനിക്കറിയാം. താനൊരു അഖിലസ്ലാവ് വാദിയും ദൊമസ്സ്രോയ്[5] പക്ഷക്കാരനുമാണ്. തനിക്കൊരു കുതിരച്ചമ്മട്ടിയാണാവശ്യം."

"കുതിരച്ചമ്മട്ടി നല്ലതാണ്," ബസാറൊവ് ഇടയ്ക്കു പറഞ്ഞു. "പക്ഷേ, നമ്മളിവിടെ അവസാനത്തെ തുള്ളിയിലെത്തിയിരിക്കുകയാണ്..."

"എന്തിന്റെ അവസാനത്തെ തുള്ളിയാ?" യെവ്ദൊക്സീയ ഇടയിൽ ചാടിക്കടന്നു.

"ഷാമ്പെയിനിന്റെ, പൊന്നേ, ഷാമ്പെയിനിന്റെ. നിങ്ങളുടെ രക്തത്തിന്റെ അവസാനത്തെതുള്ളിയുടെ കാര്യമല്ല ഇവിടെ പറഞ്ഞത്."

"സ്ത്രീകളെപ്പറ്റി ഇങ്ങനെ ആക്ഷേപിക്കുന്നത് കേട്ടുകൊണ്ടിരിക്കാൻ എന്നാലാവില്ല," യെവ്ദോക്സീയ തുടർന്നു: "ഭയങ്കരമാണത്, ഭയങ്കരം. വെറുതേയിങ്ങനെ അവരെ ആക്ഷേപിക്കുന്നതിനു പകരം മിഷ്‌ലേ എഴുതിയ 'പ്രേമത്തെപ്പറ്റി' എന്ന പുസ്തകം പോയിരുന്നു വായിക്ക്! ഗംഭീരമാണത്. മാന്യരെ, നമുക്ക് പ്രേമത്തെപ്പറ്റി സംസാരിക്കാം," അലങ്കോലപ്പെട്ട സോഫാക്കുഷന്റെ മേൽ അലസമായി കൈവച്ചുകൊണ്ട് യെവ്ദൊക്സീയ പറഞ്ഞു.

പൊടുന്നനെ അവിടമാകെ നിശ്ശബ്ദമായി.

"വേണ്ട; എന്തിന് പ്രേമത്തെപ്പറ്റി സംസാരിക്കണം!' ബസാറൊവ് പറഞ്ഞു.

"നിങ്ങളിപ്പോൾ ഏതോ ഒദിന്ത്സോവയുടെ കാര്യം സൂചിപ്പിച്ചല്ലോ... ഇല്ലേ? ഏതാ ആ സ്ത്രീ?"

"അതിസുന്ദരിയാണവർ! ആരും കണ്ടാൽ ഒന്നു നോക്കിപ്പോകും," സീത് നിക്കൊവ് ചിലയ്ക്കുന്നപോലെ പറഞ്ഞു: "ഞാൻ പരിചയപ്പെടുത്തിത്തരാം. സമർത്ഥയും വളരെ ധനികയുമായ ഒരു വിധവ. നിർഭാഗ്യവശാൽ അവരിനിയും വേണ്ടത്ര പുരോഗമിച്ചിട്ടില്ല. നമ്മുടെ യെവ്ദൊക്സീയയുമായി അവർ കുറച്ചുകൂടി അടുക്കേണ്ടിയിരിക്കുന്നു.

---

5 നിയമങ്ങളുടെയും സദാചാരങ്ങളുടെയും ഒരു പുസ്തകം.

ഇതാ, യെവ്ദൊക്സീയ, നിങ്ങളുടെ ആരോഗ്യത്തിന്! നമുക്ക് ഗ്ലാസ്സുകൾ മുട്ടിക്കാം! Et toc, et toc, et, tinþtinþtin! Et toc, et toc, et tintintin!'

"വിക്ടർ, താനൊരു മഹാകുസൃതിയാണ്!"

ആ ശാപ്പാട് പരിപാടി അങ്ങനെ വളരെ നേരം നീണ്ടുനിന്നു. ഷാമ്പെയിൻ കുപ്പികൾ ഒന്നിനു പുറകെ ഒന്നായി നാലെണ്ണം തുറക്കപ്പെട്ടു. യെവ്ദൊക്സീയ വാതോരാതെ സംസാരിച്ചുകൊണ്ടിരുന്നു. സീത്നിക്കൊവ് ആ സ്ത്രീ പറയുന്നതെല്ലാം ഏറ്റുപാടി. വിവാഹം ഒരു ദുരഭിപ്രായമാണോ അതോ അതൊരപരാധമാണോയെന്നും, ആളുകൾ. എല്ലാം ജനിക്കുമ്പോൾ ഒരേപോലെയാണോ അല്ലയോ എന്നും, വ്യക്തിത്വമെന്നാൽ എന്താണെന്നും മറ്റുമുള്ളതിനെപ്പറ്റി അവർ ഏറെനേരം ചർച്ചചെയ്തു. ഒടുവിൽ വീഞ്ഞിന്റെ ലഹരിയാൽ തുടുത്ത മുഖവുമായി ഇരുന്നിരുന്ന യെവ്ദൊക്സീയ ചേർത്തുവെട്ടിയ നഖമുള്ള തന്റെ വിരലുകൾ പിയാനൊയുടെ കട്ടകളിൽ അമർത്തിയപ്പോഴത്തെ അപശ്രുതിക്കൊത്ത് എന്തോ ചില കാളരാഗങ്ങൾ ആലപിക്കാൻ തുടങ്ങുന്ന ഘട്ടംവരെ കാര്യങ്ങൾ എത്തിച്ചേർന്നു. ചില ജിപ്സി ഗാനങ്ങൾക്കുശേഷം അവൾ സെയിമൂർഷിഫിന്റെ "നിദ്രാവിവശയായ ഗ്രനാഡ" എന്ന പ്രേമഗാനത്തേലേക്കു കടന്നു. "പ്രിയേ, നീ നിന്നധരങ്ങൾ എന്നിൽ ലയിപ്പിച്ചെനിക്കൊരു ചുട്ടചുംബനം തരുമോ"

എന്ന വരികൾ അവൾ പാടാൻ തുടങ്ങിയപ്പോൾ സീത്നിക്കൊവ് വലിയൊരു ടവ്വലയെടുത്ത് കഴുത്തിൽ കെട്ടിയിട്ട് പ്രേമവിവശനായൊരു കാമുകനെപ്പോലെ അഭിനയിക്കാൻ തുടങ്ങി.

അർക്കാദിക്ക് ഇതിനി സഹിക്കാനാവില്ലെന്ന സ്ഥിതിയായി.

"മാന്യരെ, ഇതൊരു ഭ്രാന്താലയമായി മാറിത്തുടങ്ങിയിരിക്കുന്നു," അയാൾ ഉച്ചത്തിൽ അഭിപ്രായപ്പെട്ടു.

വീഞ്ഞിലൊഴികെ മറ്റൊന്നിലും വലിയ താല്പര്യം കാണിക്കാതെ ഇടയ്ക്കിടയ്ക്ക് ചില വ്യംഗ്യോക്തികൾ നടത്തിക്കൊണ്ടിരുന്ന ബസാറൊവ് ഉറക്കെ കോട്ടുവായിട്ടുകൊണ്ട് ചാടിയെഴുന്നേല്ക്കുകയും ആതിഥേയയോട് യാത്രപോലും പറയാതെ മുറിവിട്ടിറങ്ങുകയും ചെയ്തു. അർക്കാദി അയാളെ പിന്തുടർന്നു. സീത്നിക്കൊവും അവരുടെ പിന്നാലെ പാഞ്ഞെത്തി.

"ഇപ്പോഴെന്തു പറയുന്നു?' മാറിമാറി രണ്ടുപേരുടേയും അരികുപറ്റി ചാടിച്ചാടി നടന്ന് അവരെ പ്രീണിപ്പിക്കാൻ ശ്രമിക്കുന്നതിനിടയിൽ അയാൾ പറഞ്ഞു: "ഞാൻ പറഞ്ഞില്ലായിരുന്നോ! എത്ര നല്ല സ്ത്രീ! അവരെപ്പോലെ കുറേപ്പേർ കൂടി ഉണ്ടായിരുന്നെങ്കിൽ നമ്മുടെ കാര്യം ഭംഗിയായി നടന്നേനെ. ഒരുവിധത്തിൽ പറഞ്ഞാൽ ഏറ്റവുമുയർന്ന സദാചാരത്തിന് ഒരുത്തമദൃഷ്ടാന്തമാണവർ."

“ആട്ടെ, നിന്റപ്പന്റെ ഈ സ്ഥാപനവും ഏറ്റവുമുയർന്ന സദാചാരത്തിന്റെ ഉത്തമദൃഷ്ടാന്തമാണോ?” വഴിയിൽ കണ്ട ഒരു മദ്യശാലയെ ചൂണ്ടിക്കാണിച്ചുകൊണ്ട് ബസാറൊവ് അന്വേഷിച്ചു.

വീണ്ടും ചിലയ്ക്കുന്ന പോലെ സീത്നിക്കൊവ് ചിരിച്ചു. തന്റെ കുടുംബത്തിന്റെ ആദ്യകാലത്തെ താണസ്ഥിതിയെപ്പറ്റി വളരെ ലജ്ജിച്ചിരുന്ന അയാൾ ബസാറൊവിന്റെ അപ്രതീക്ഷിതമായ ഈ അട്ടപ്പം കണ്ട് സന്തോഷിക്കണോ അതോ ദുഃഖിക്കണോയെന്ന് നിശ്ചയമില്ലാത്ത സ്ഥിതിയിലായിരുന്നു.

XIV

അങ്ങനെ ഗവർണറുടെ വീട്ടിലെ പാർട്ടിയുടെ ദിവസവും എത്തി.

കൊല്യാസിൻ ആയിരുന്നു അന്നത്തെ "ദിവ്യൻ" എന്നു പറയേണ്ടതില്ലല്ലൊ.

ഇദ്ദേഹത്തോടുള്ള ബഹുമാനം ഒന്നുകൊണ്ടു മാത്രമാണ് താൻ ഇതിൽ പങ്കെടുക്കുന്നതെന്ന് പ്രഭുവംശജരുടെ മാർഷൽ കണ്ണിൽക്കണ്ടവരോടെല്ലാം പറയുന്നതു കേൾക്കാമായിരുന്നു. ഗവർണറാകട്ടെ ആ സല്ക്കാര

പരിപാടികൾക്കിടയിലും "ഉത്തരവുകൾ പാസ്സാക്കാനാണ്" നോക്കിയിരുന്നത്. കൊല്യാസിന്റെ രമ്യതയും ആഭിജാത്യപൂർവ്വമുള്ള പെരുമാറ്റവും ഒന്നിനൊന്നു കിടപിടിക്കുന്നതായിരുന്നു. ആരെക്കണ്ടാലും അദ്ദേഹം ഒരു മന്ദഹാസം പൊഴിച്ചിരുന്നു. ചിലരോട് അല്പം വെറുപ്പോടെയും മറ്റു ചിലരോട് അല്പം ആദരവോടെയും. സ്ത്രീകളെ സമീപിക്കുമ്പോൾ അദ്ദേഹത്തിന് യഥാർത്ഥ ഫ്രഞ്ച് ഷെവലിയാറുടെ മട്ടായിരുന്നു. സദാസമയവും അദ്ദേഹം ഉറക്കെ ചിരിച്ചിരുന്നു. ഒരു രാജ്യതന്ത്രജ്ഞന് ചേർന്നതരത്തിൽ ഏറ്റവും ഹൃദ്യമായിരുന്നു ആ ചിരി. അർക്കാദിയെ അദ്ദേഹം പുറത്ത് തലോടുകയും എല്ലാവരും കേൾക്കത്തക്കവിധം "എന്റെ പ്രിയപ്പെട്ട കുട്ടി" എന്നുപറഞ്ഞ് വിളിക്കുകയും ചെയ്തു. ഒരു പഴഞ്ചൻ ഫ്രോക്ക് കോട്ട് ധരിച്ചുവന്നിരുന്ന ബസാറൊവിന്റെ നേർക്ക് അദ്ദേഹം ഓടിച്ചെങ്കിലും ദയാപൂർവ്വം ഒന്നു നോക്കുകയും എന്തോ ചിലത് സ്നേഹഭാവേന പിറുപിറുക്കുകയും ചെയ്തു. "ഞാൻ" എന്നും "എത്രയെത്ര" എന്നുമുള്ള ഒന്നോരണ്ടോ വാക്കുകൾ മാത്രമേ അതിൽനിന്ന് ആളുകൾക്ക് വ്യക്തമായിരുന്നുള്ളു. സീത്നിക്കൊവിന് അദ്ദേഹം തന്റെ ഒരു വിരൽ നീട്ടുകയും ഒരു പുഞ്ചിരി സമ്മാനിക്കുകയും ചെയ്തു. പക്ഷേ, തല തിരിച്ചുപിടിച്ചുകൊണ്ടാണ് അദ്ദേഹമതു ചെയ്തതെന്നു മാത്രം. പ്രഭ്വികൾക്ക് ചേർന്ന വിധത്തിലുള്ള വേഷമൊന്നും കൂടാതെ മുഷിഞ്ഞ കൈയുറയും ഇട്ടുകൊണ്ടെങ്കിലും മുടിയിൽ ഒരു സ്വർഗ്ഗപ്പക്ഷിയെ ചൂടി വന്നിരുന്ന

ക്കുക്ഷിനയോട്ടുപോലും അദ്ദേഹം "മനോഹരം" എന്ന മന്ത്രിക്കും പോലെ പറയുകയുണ്ടായി.

ആ ഹാളിനകത്ത് നിന്നുതിരിയാൻ ഇടമുണ്ടായിരുന്നില്ല. സ്ത്രീകളെ നൃത്തത്തിന് ക്ഷണിക്കാൻ തയ്യാറായി ധാരാളം മാന്യപുരുഷന്മാർ മുന്നോട്ടു വന്നിരുന്നു. സിവിലിയന്മാർ "ഉറക്കംതൂങ്ങി"കളായിരുന്നെങ്കിലും സൈനികോദ്യോഗസ്ഥന്മാർ ചൊടിയോടെ നൃത്തം വച്ചിരുന്നു. പ്രത്യേകിച്ചും, ആറാഴ്ചക്കാലം പാരീസിൽ താമസിച്ചിട്ട് തിരിച്ചെത്തിയിരുന്ന ഒരാൾ. പാരീസിലെ താമസത്തിനിടയിൽ അയാൾ എരിയുള്ള പല ആശ്ചര്യപദങ്ങളും വശമാക്കുകയും അതെല്ലാം ഇവിടെയെടുത്ത് നിർലോഭം പ്രയോഗിക്കുകയും ചെയ്തിരുന്നു. ശരിക്കുള്ള പാരീസുകാർ പറയുമ്പോലെ ഭംഗിയായാണ് ആ വാക്കുകൾ ഉച്ചരിച്ചിരുന്നതെങ്കിലും ശെ ഷ്'മ്മശെ (എന്റെ കൈയിൽ ഉണ്ടായിരുന്നു) എന്നതിനുപകരം ശെ ഷ്'മൗ്യമശെ (എന്റെ കൈയിലുണ്ടായിരുന്നെങ്കിൽ) എന്നും മറ്റും തെറ്റായ പ്രയോഗങ്ങൾ നടത്താൻ അദ്ദേഹത്തിനു ക്ലേശമുണ്ടായിരുന്നില്ല. ചുരുക്കിപ്പറഞ്ഞാൽ, മാലാഖയെപ്പോലെ നാം അവരുടെ ഭാഷ സംസാരിക്കുന്നുണ്ടെന്ന് നമ്മുടെ നാട്ടുകാരെ ബോധ്യപ്പെടുത്താൻ നിർബന്ധിതരല്ലാത്ത സന്ദർഭങ്ങളിൽ ഫ്രഞ്ചുകാർക്ക് ചിരിയുളവാക്കുന്നതരത്തിലുള്ള ആ റഷ്യൻ ഫ്രഞ്ചാണ് അദ്ദേഹവും സംസാരിച്ചിരുന്നത്.

അർക്കാദി നൃത്തത്തിൽ വളരെ പുറകോട്ടായിരുന്നു. ഇതു നമുക്ക് അറിവുള്ളതുമാണല്ലോ. ബസാറൊവാകട്ടെ നൃത്തം ചെയ്തതേയില്ല. അതിനാൽ അവർ രണ്ടുപേരും ഒരു മൂലയിൽ ഒതുങ്ങിയിരുന്നതേയുള്ളു. സീത്നിക്കൊവും അവരുടെ കൂടെക്കൂടി. ചെറിയൊരു പുച്ഛത്തോടെ ആ മുറിയിലുള്ള ഓരോരുത്തരേയും നോക്കി പരിഹാസങ്ങൾ ചൊരിയുന്നതിൽ അയാൾ സംതൃപ്തിപൂണ്ടിരുന്നതുപോലെ തോന്നി. പെട്ടെന്ന് അയാളുടെ മുഖഭാവം ആകെ മാറി. "ദാ, ഒദിന്ത്സോവ ഇവിടെയുണ്ട്,' അയാൾ അർക്കാദിയെ ഞോണ്ടിവിളിച്ചുകൊണ്ട് എന്തോ ഒരപരാധബോധത്തോടെയെന്നപോലെ പിറുപിറുത്തു.

അർക്കാദി തിരിഞ്ഞുനോക്കിയപ്പോൾ വാതിലിനു സമീപത്തായി കറുത്തൊരു ഗൗൺ അണിഞ്ഞുനില്ക്കുന്ന ഒത്ത പൊക്കമുള്ള ഒരു സ്ത്രീയെയാണു കണ്ടത്. അവരുടെ പ്രൗഢമായ നില്പ് അയാളെ ഹഠാദാകർഷിച്ചു. ആ കൃശഗാത്രത്തോടു പറ്റിക്കിടക്കുന്ന നഗ്നമായ കൈകൾക്ക് ഒരു പ്രത്യേക ഭംഗിയുണ്ടായിരുന്നു; തിളങ്ങുന്ന ആ മുടിയിൽ തിരുകിയിരുന്ന ഫുച്ച്സിയാ കൊളുന്ത് വിരിഞ്ഞ തോളുകളിലേക്ക് ചാഞ്ഞുകിടക്കുന്നതു കാണാൻ നല്ല ചന്തമുണ്ടായിരുന്നു. അല്പം മുറ്റി വളർന്നു നില്ക്കുന്ന പുരികങ്ങൾക്കു താഴെ നിന്ന് എത്തിനോക്കിയിരുന്ന ആ നിർമ്മലനേത്രങ്ങളിൽ പ്രബുദ്ധതയും പ്രശാന്തതയും സ്ഫുരിച്ചിരുന്നു. പക്ഷേ, പ്രശാന്തമെങ്കിലും ചിന്താനിമഗ്നമായിരുന്നില്ല ആ നോട്ടം.

ആ ചുണ്ടുകളിൽ അദൃശ്യമായൊരു പുഞ്ചിരിയും കളിയാടിയിരുന്നു. ആ മുഖത്തിന് എന്തോ ഒരു തേജസ്സുള്ളപോലെ തോന്നി.

"അവരെ അറിയാമോ?" അർക്കാദി സീത്നിക്കൊവിനോട് ചോദിച്ചു.

"ഓഹോ! എന്താ, പരിചയപ്പെടുത്തിത്തരണോ?"

"പരിചയപ്പെട്ടാൽ തരക്കേടില്ല... ഈ ക്വാഡ്രിൽ നൃത്തം കഴി ഞ്ഞോട്ടെ."

ബസാറൊവിന്റെ നോട്ടവും ഒദിന്ത്സോവയിൽ പതിഞ്ഞു.

"ഏതാ ആ പൈങ്കിളി?" അയാൾ ചോദിച്ചു. 'സാധാരണയിൽ നിന്നല്പം വ്യത്യസ്തമാണല്ലോ."

ആ നൃത്തം കഴിഞ്ഞപ്പോൾ സീത്നിക്കൊവ് അർക്കാദിയെ ഒദിന്ത്സോവയുടെ സമീപത്തേക്കാനയിച്ചു. അയാൾക്കവരെ അത്ര പരിചയമില്ലെന്നത് സ്പഷ്ടമായിരുന്നു. ആകെക്കൂടി കുഴഞ്ഞ മട്ടിലായിരുന്നു അയാളുടെ സംസാരം. തെല്ലൊരാശ്ചര്യത്തോടെയാണ് ആ സ്ത്രീ അയാളെ വീക്ഷിച്ചതും. എങ്കിലും അർക്കാദിയുടെ പേരു പറഞ്ഞപ്പോൾ അവരുടെ മുഖത്തൊരു പ്രകാശം പരന്നു. നിക്കൊലായ് പെത്രോവിച്ചിന്റെ മകനല്ലേയെന്ന് അവർ ചോദിക്കുകയും ചെയ്തു.

"അതെ."

"അപ്പനെ ഞാൻ രണ്ടു പ്രാവശ്യം കണ്ടിട്ടുണ്ട്. ധാരാളം കേട്ടിട്ടുമുണ്ട്," ആ സ്ത്രീ പറഞ്ഞു. "കണ്ടതിൽ വളരെ സന്തോഷമുണ്ട്."

ആ സമയത്ത് ഏതോ ഒരു ഓഫീസർ എവിടുന്നോ അവരുടെ മുന്നിലെത്തിയിട്ട് ഒദിന്ത്സോവയെ ഒരു ക്വാഡ്രിൽ നൃത്തത്തിന് ക്ഷണിക്കുകയും അവരതിനു സമ്മതിക്കുകയും ചെയ്തു.

"നൃത്തം ചെയ്യാറുണ്ടല്ലേ?" അർക്കാദി ആദരപൂർവ്വം അന്വേഷിച്ചു.

"ഉവ്വ്. എന്താ അങ്ങനെ ചോദിക്കാൻ? എന്നെ കണ്ടിട്ട് അത്ര പ്രായക്കൂടുതൽ തോന്നുന്നുണ്ടോ?"

"അല്ലല്ല, അതല്ല ചോദിച്ചത്. മസൂർക്കാനൃത്തത്തിന് എന്റെ കൂടെവരുമോ എന്നറിയാനാണ്."

ഒദിന്ത്സോവ ദയാപുരസ്സരം ഒന്നു പുഞ്ചിരിച്ചു.

"ശരി, ആട്ടെ," ആ സ്ത്രീ സമ്മതിച്ചു. അതു പറയുമ്പോഴത്തെ അവരുടെ നോട്ടം കനിയുന്ന തരത്തിലുള്ളതായിരുന്നില്ല, മറിച്ച് വിവാഹിതയായ ചേച്ചി കുഞ്ഞനിയനെ നോക്കുന്നപോലെയായിരുന്നു അത്.

ഒദിന്ത്സോവയ്ക്ക് അർക്കാദിയെക്കാൾ അത്ര പ്രായക്കൂടുതൽ ഉണ്ടായിരുന്നില്ലെങ്കിലും - അവർക്ക് 29 വയസ്സേ ആയിരുന്നുള്ളു- അവരുടെ മുന്നിൽ അയാളൊരു സ്കൂൾകുട്ടിയെപ്പോലെ, മീശമുളയ്ക്കാത്ത ഒരു

പയ്യനെപ്പോലെ, ആയിരുന്നു. മത്വേയ് ഇലിയിച്ച് തേനൂറുന്ന തന്റെ സംസാരവുമായി പ്രൗഢിയോടെ ആ സമയത്തവിടെയെത്തിയപ്പോൾ അർക്കാദി അല്പം പുറകോട്ടു മാറിയെങ്കിലും അയാളുടെ കണ്ണുകൾ ആ സ്ത്രീയിൽതന്നെയായിരുന്നു. ആ ക്വാഡ്രിൽ നൃത്തം നടക്കുമ്പോഴെല്ലാം അയാൾ അവരെത്തന്നെ നോക്കിയിരിക്കുകയായിരുന്നു. അല്പം മുൻപ് ആ രാജ്യതന്ത്രജ്ഞനോടു സംസാരിക്കുമ്പോഴത്തെ അതേ അനായാസഭാവത്തോടെതന്നെയാണ് അവർ തന്റെ കൂടെ നൃത്തം ചെയ്യുന്ന ഓഫീസറോടും വർത്തമാനം പറഞ്ഞിരുന്നത്. അവർ മന്ദമായി തലയാട്ടുകയും ഇടയ്ക്ക് തിരിഞ്ഞുനോക്കുകയും ഒന്നോ രണ്ടോ പ്രാവശ്യം പുഞ്ചിരിക്കുകയും ചെയ്തു. മിക്ക റഷ്യക്കാരേയും പോലെ അല്പം മാംസളമായ ഒരു നാസികയായിരുന്നു ആ സ്ത്രീയുടേതും. അവരുടെ നിറവും അത്ര തെളിച്ചമുള്ളതായിരുന്നില്ല. എങ്കിലും ഇത്ര അഴകുള്ള ഒരു തരുണിയെ മുൻപൊരിക്കലും കണ്ടിട്ടില്ലെന്ന ഭാവമായിരുന്നു അർക്കാദിക്ക്. അവരുടെ മധുരശബ്ദം തന്റെ കർണ്ണപുടങ്ങളിൽ വീണ്ടും വീണ്ടും അലയടിക്കുന്നതായി അയാൾക്ക് തോന്നി. അവരുടെ ഗൗണിന്റെ മടക്കുകൾ തൂങ്ങിക്കിടക്കുന്നതു പോലും മറ്റു സ്ത്രീകളുടേതിൽ നിന്നു വ്യത്യസ്തമായിരുന്നു. അതിന് ഒരു പ്രത്യേക ആകർഷണീയത ഉണ്ടായിരുന്നു. അവരുടെ അംഗവിക്ഷേപങ്ങൾക്കും എന്തെന്നില്ലാത്ത ഒരു സ്വാഭാവികത ഉണ്ടായിരുന്നു.

മസൂർക്കാനൃത്തത്തിനുള്ള സംഗീതം ആരംഭിച്ചയുടൻ ആ തരുണീമണിയുടെ അടുത്തു ചെന്നിരിക്കുമ്പോൾ അർക്കാദിക്ക് എന്തോ ഒരു പേടി തോന്നിയിരുന്നു. എന്തെങ്കിലും സംസാരിച്ചുതുടങ്ങാൻ അയാൾ വളരെ പണിപ്പെട്ടെങ്കിലും സംഭ്രമപൂർവ്വം സ്വന്തം മുടിയിൽ കൈയോടിച്ചുകൊണ്ടിരിക്കാനല്ലാതെ അയാൾക്ക് പേടിയും പരിഭ്രമവും അധികനേരം നീണ്ടുനിന്നില്ല. ഒദിന്ത്സോവയുടെ ശാന്തത അയാൾക്ക് ധൈര്യം പകർന്നു കൊടുത്തു. തൽഫലമായി കഷ്ടിച്ചു കാൽ മണിക്കൂർ കഴിഞ്ഞപ്പോഴേക്ക് അയാൾ തന്റെ പിതാവിനേയും പിതൃസഹോദരനേയും പറ്റിയും സെന്റ് പീറ്റേഴ്സ് ബർഗിലും നാട്ടിൻ പുറത്തുമുള്ള ജീവിതത്തെപ്പറ്റിയുമെല്ലാം വാതോരാതെ സംസാരിക്കാൻ തുടങ്ങിയിരുന്നു. ഒദിന്ത്സോവ അതെല്ലാം അനുഭാവപൂർവ്വം കേട്ടിരിക്കുന്നതിനിടയിൽ തന്റെ കൈയിലുള്ള വിശറി അല്പാല്പം തുറക്കുകയും അടയ്ക്കുകയും ചെയ്തിരുന്നു. ഇടയ്ക്കിടയ്ക്ക് ആരെങ്കിലും വന്ന് ആ സ്ത്രീയെ നൃത്തത്തിനു ക്ഷണിക്കുമ്പോൾ അയാളുടെ സംസാരം മുറിഞ്ഞുപോയിരുന്നു. അങ്ങനെ അവരെ നൃത്തത്തിനു ക്ഷണിച്ചവരുടെ കൂട്ടത്തിൽ സീത്നിക്കൊവും ഉൾപ്പെട്ടിരുന്നു. അയാൾ അവരുടെ കൂടെ രണ്ടു പ്രാവശ്യം നൃത്തം ചെയ്തു. നൃത്തം കഴിഞ്ഞ് അവർ യാതൊരു കിതപ്പും കൂടാതെ വീണ്ടും തന്റെ സ്ഥാനത്തുവന്നിരുന്ന് വിശറി നിവർത്തി വീശുമ്പോൾ അർക്കാദി ആ സാമീപ്യസുഖം കൊണ്ട് ഉത്തേജിതനായി സംഭാഷണം പുനരാരംഭിക്കും. ആ സമയത്തെല്ലാം

അയാളുടെ നോട്ടം അവരുടെ കണ്ണുകളിലും മനോഹരമായ ലലാടത്തിലും ഓമനത്തവും ഗൗരവവും ബുദ്ധിവൈഭവവും സ്ഫുരിക്കുന്ന അവരുടെ മുഖത്തുമായിരിക്കും. അവർ അല്പമേ സംസാരിച്ചിരുന്നുള്ളുവെങ്കിലും ലോകത്തെപ്പറ്റി അവർക്കുള്ള അറിവ് ആ വാക്കുകൾ പ്രതിഫലിപ്പിച്ചിരുന്നു. പലതും കാണുകയും കേൾക്കുകയും അതെപ്പറ്റിയെല്ലാം ധാരാളം ചിന്തിക്കുകയും ചെയ്തിട്ടുള്ള ഒരാളാണ് ഈ ചെറുപ്പക്കാരിയെന്ന് അവരുടെ സംസാരത്തിൽ നിന്ന് അർക്കാദി ഊഹിച്ചു.

"മിസ്റ്റർ സീത്നിക്കൊവ് നിങ്ങളെ ഇങ്ങോട്ടു കൂട്ടിക്കൊണ്ടുവരുമ്പോൾ കൂടെ ഉണ്ടായിരുന്നതാരാണ്?" അവർ ചോദിച്ചു.

"എന്താ, അദ്ദേഹത്തെ ശ്രദ്ധിക്കുകയുണ്ടായോ?" അർക്കാദി തിരിച്ചു ചോദിച്ചു. "ആകർഷകമാണദ്ദേഹത്തിന്റെ മുഖം, അല്ലേ? ബസാറൊവ് എന്നാണ് പേര്. എന്റെ ഒരു സ്നേഹിതനാണ്."

അതിനുശേഷം അർക്കാദി "തന്റെ സ്നേഹിതനെ"പ്പറ്റി സംസാരിക്കാൻ തുടങ്ങി.

വളരെ വിശദമായും ഉത്സാഹത്തോടും കൂടിയുള്ള ആ സംസാരം കേട്ട് ഒദിന്ത്സോവ ഇടയ്ക്കിടയ്ക്ക് തിരിഞ്ഞ് ബസാറൊവിനെ ശ്രദ്ധിച്ചിരുന്നു. അപ്പോഴേക്ക് മസൂർക്കാനൃത്തത്തിന്റെ സമയം അവസാനിക്കാറായി. തന്റെ പങ്കാളിയെ നഷ്ടപ്പെടുന്നതിൽ അർക്കാദിക്ക് വളരെ വ്യസനമുണ്ടായിരുന്നു. അവരോടൊപ്പം ചെലവിടാൻ കഴിഞ്ഞ ആ ഒരു മണിക്കൂർ അയാളെ സംബന്ധിച്ചിടത്തോളം അത്രയ്ക്ക് ആനന്ദദായകമായിരുന്നു. ആ സമയത്തെല്ലാമുള്ള അവരുടെ പെരുമാറ്റം അയാളോട് എന്തോ കനിവുകാട്ടുമ്പോലെയുള്ളതായിരുന്നു. പക്ഷേ, ചെറുപ്പക്കാരുണ്ടോ അതെല്ലാംകൊണ്ട് പുറകോട്ടുമാറുന്നു!

അപ്പോഴേക്ക് സംഗീതം നിലച്ചു.

"നന്ദി," പുറപ്പെടാനായി എഴുന്നേറ്റുകൊണ്ട് ഒദിന്ത്സോവ പറഞ്ഞു: "എന്നെ വന്നു കാണാമെന്നല്ലേ പറഞ്ഞിട്ടുള്ളത്. വരുമ്പോൾ സ്നേഹിതനേയും കൂട്ടിക്കൊണ്ടുവരണം. ഒന്നിലും വിശ്വസിക്കാതിരിക്കാൻ ധൈര്യമുള്ള ആ മനുഷ്യനെ കാണാൻ എനിക്ക് ജിജ്ഞാസയുണ്ട്."

ഗവർണർ ഒദിന്ത്സോവയുടെ സമീപത്തു വന്ന് അത്താഴത്തിനു സമയമായെന്നറിയിച്ചിട്ട് വളരെ തെരക്കുള്ള മട്ടിൽ അവരെ കൂട്ടിക്കൊണ്ടുപോകാൻ തയ്യാറായി നിന്നു. പോകുന്നവഴിക്ക് ഒദിന്ത്സോവ ഒന്നു തിരിഞ്ഞു നോക്കിയിട്ട് അയാൾക്കു വിടവാങ്ങും മട്ടിലുള്ള ഒരു പുഞ്ചിരി സമ്മാനിച്ചു. അയാൾ നമ്രശിരസ്കനായി പ്രത്യഭിവാദനം ചെയ്തിട്ട് അകന്നു പൊയ്ക്കൊണ്ടിരുന്ന അവരുടെ ആ ചാരു രൂപംതന്നെ (കടിച്ചുപിടിച്ചുകിടക്കുന്ന ആ പട്ടുകുപ്പായത്തിൽ അവർ എത്രയും സുന്ദരിയായിത്തോന്നി) നോക്കി നില്ക്കുമ്പോൾ "അവർ ഇപ്പോൾത്തന്നെ എന്നെ മറന്നുകാണും," എന്നു അയാൾക്ക്

തോന്നി. അതോടെ എന്തോ കളഞ്ഞുപോയ ഒരു വിവശത അയാളെ പിടികൂടുകയും ചെയ്തു...

"എന്നിട്ട്?" അർക്കാദി പഴയ സ്ഥാനത്തേക്ക് മടങ്ങിയപ്പോൾ ബസാറൊവ് ചോദിച്ചു. "എന്താ, രസമായിരുന്നോ? ഇപ്പോൾ എന്റടുത്തുനിന്നിരുന്ന ഒരു മാന്യൻ പറഞ്ഞത് അവർ ഒരു തരക്കാരിയാണെന്നാണ്. ഈ മാന്യൻ കണ്ടിട്ട് ഒരു വിഡ്ഢിയെപ്പോലു ണ്ടായിരുന്നു. കേട്ടോ. ആട്ടെ, നിനക്കെന്തു തോന്നി? അവർ ഒരു തരക്കാരിയാണോ?"

"ആ പ്രയോഗം എനിക്ക് പിടികിട്ടിയില്ല." അർക്കാദി പറഞ്ഞു.

"ഓ, താനത്രയ്ക്ക് പാവം ചമയണ്ടാ!"

"എന്നാൽ, നിങ്ങളുടെ ആ മാന്യൻ പറഞ്ഞത് എനിക്ക് മനസ്സിലായില്ലെന്നു വച്ചോ. ഒദിന്ത്സോവ സുന്ദരിയാണെന്നതിൽ സംശയമില്ല. പക്ഷേ, വളരെ തണുപ്പനാണ് അവരുടെ പെരുമാറ്റം. അധികം സംസാരിക്കുന്നുമില്ല. അതിനാൽ..."

"ആഴക്കടലിൽ ഒഴുക്കുണ്ടാവില്ലെടോ!" ആ വാചകം മുഴുമിക്കാൻ സമ്മതിക്കാതെ ബസാറൊവ് പറഞ്ഞു. "തണുപ്പൻ പ്രകൃതമാണെന്നല്ലേ താൻ പറയുന്നത്. തനിക്ക് പറ്റിയതാണല്ലോ അപ്പോൾ. ഐസ്ക്രീം തനിക്കിഷ്ടമല്ലേ?"

"ആയിരിക്കാം," അർക്കാദി പിറുപിറുത്തു. "ഇക്കാര്യത്തിൽ ഒരു വിധിയെഴുതാൻ ഞാനാളല്ല. ഏതായാലും അവർക്ക് തന്നെ കാണണമെന്നും കൂട്ടിക്കൊണ്ടു ചെല്ലണമെന്നും പറഞ്ഞിട്ടുണ്ട്."

"നീ എന്നെപ്പറ്റി എന്തെല്ലാം പറഞ്ഞു കൂട്ടിയിട്ടുണ്ടാകുമെന്നു എനിക്കൂഹിക്കാൻ കഴിയും. സാരമില്ല. അതേതായാലും നന്നായതേയുള്ളൂ. നമുക്കവരെ ചെന്നു കാണണം. അവരൊരു ഉൾനാടൻ റാണിയോ കുക്ഷിനയെപ്പോലുള്ള വിമോചനക്കാരിയോ എന്തുമായിക്കൊള്ളട്ടെ! അതെന്തായാലും ഇത്ര വിരിഞ്ഞ തോളുകൾ ഞാൻ ഈ അടുത്ത കാലത്തൊന്നും കണ്ടിട്ടില്ല."

ബസാറൊവിന്റെ ഈ അനാദരവ് അർക്കാദിക്കൊട്ടും രുചിച്ചില്ലെങ്കിലും എപ്പോഴത്തേയും പോലെ തികച്ചും വ്യത്യസ്തമായൊരു കാര്യത്തിനാണ് അയാൾ തന്റെ സുഹൃത്തിനെ കുറ്റപ്പെടുത്തിയത്.

"സ്ത്രീകൾക്കും ചിന്താസ്വാതന്ത്ര്യം അനുവദിച്ചുകൊടുക്കാൻ നിങ്ങൾ തയ്യാറാകാത്തതെന്തുകൊണ്ടാണെന്ന് മനസ്സിലാകുന്നില്ല."

"എടോ, അതു തനിക്കറിഞ്ഞൂടേ! കണ്ടാൽ കാർക്കിച്ചുതുപ്പാൻ തോന്നുന്ന വകുപ്പിൽ പെട്ടതുങ്ങളാണ് അവർക്കിടയിൽ ചിന്താസ്വാതന്ത്ര്യത്തെപ്പറ്റി പറഞ്ഞുനടക്കുന്നത്."

അതോടെ ആ സംഭാഷണം അവസാനിച്ചു. അത്താഴം കഴിഞ്ഞയുടൻ രണ്ടു ചെറുപ്പക്കാരും സ്ഥലം വിട്ടു. അവർ പോകുന്നതു

കണ്ടപ്പോൾ ക്ഷുഭിന പരിഭ്രമവും ഈൗർഷ്യയും കലർന്നതെങ്കിലും പേടിച്ച പേടിച്ചുള്ള ഒരു ചിരി പാസ്സാക്കി. അവരിരുവരും തന്നെ ശ്രദ്ധിച്ചതേയില്ലെന്നത് അവളുടെ ഹൃദയത്തെ വല്ലാതെ വ്രണപ്പെടുത്തിയിരുന്നു. വെളുപ്പിനു മൂന്നുമണിക്ക് സീത്നിക്കൊവിനോടൊപ്പം പാരീസ് മട്ടിലുള്ള ഒരു പോൾക്കാ-മസൂർക്കാനൃത്തം കഴിഞ്ഞ് ഏറ്റവുമൊടുവിൽ അവിടെനിന്നു പോയത് അവരായിരുന്നു. ആ നൃത്തത്തോടെ ഗവർണറുടെ ഗംഭീരമായ ആ നൃത്തോത്സവപരിപാടി സമാപിക്കുകയും ചെയ്തു.

XV

"ഈ വ്യക്തി ഏതൊരു സസ്തനജീവിയിനത്തിൽ പെട്ടതാണെന്നു നമുക്കു നോക്കാം," പിറ്റേന്ന് ഒദിന്ത്സോവയുടെ ഹോട്ടലിന്റെ കോണി കയറുമ്പോൾ ബസാറൊവ് അർക്കാദിയോട് പറഞ്ഞു. "എന്തോ തകരാറുണ്ടെന്നാണ് എന്റെ മനസ്സ് പറയുന്നത്."

"എനിക്കാശ്ചര്യം തോന്നുന്നു," അർക്കാദി സഹികെട്ടെന്നപോലെ പറഞ്ഞു: "ബസാറൊവ്, നിങ്ങൾ ഇത്ര സങ്കുചിതമനസ്ഥിതിക്കാരനാണോ? നിങ്ങൾ വിശ്വസിക്കുന്നത്...."

"താൻ വെറുമൊരു പാവമാണെടോ" അയാളെ അതു പൂർത്തിയാക്കാൻ സമ്മതിക്കാതെ ബസാറൊവ് അശ്രദ്ധനായി പറഞ്ഞു. "എന്തു ചെയ്യാനാ, നമ്മുടെ ശൈലിയിൽ തെറ്റെന്നു പറഞ്ഞാൽ ശരിയെന്നാണർത്ഥമെന്ന് താനിനിയും മനസ്സിലാക്കിയിട്ടില്ല! ഇതെല്ലാം അങ്ങനെ പറയുന്നെന്നേയുള്ളൂ. അവരുടെ വിവാഹത്തിന്റെ അസാധാരണ കഥ താൻ തന്നെയല്ലേ ഇന്നെന്നോടു പറഞ്ഞുകൊണ്ടിരുന്നത്. എന്നാൽ, കാശുകാരനായ ഒരു കിഴവനെ കല്യാണം കഴിക്കുന്നതിൽ എന്തെങ്കിലും തെറ്റുണ്ടെന്ന് ഞാൻ കരുതുന്നില്ല. നേരെമറിച്ച്, അതാണ് വേണ്ടിയിരുന്നത്. പട്ടണത്തിലെ കുശുകുശുപ്പുകളൊന്നും ഞാൻ വിശ്വസിക്കുന്നില്ല. എങ്കിലും വിദ്യാസമ്പന്നനായ നമ്മുടെ ഗവർണർ പറഞ്ഞതുപോലെ ഇതിലെന്തോ ഉണ്ടെന്ന് എനിക്കും തോന്നുന്നു."

പിന്നീടൊന്നും പറയാതെ അർക്കാദി വാതിലിൽ മുട്ടിവിളിച്ചു. ഒരു വില്ലാശിപായി വന്നു വാതിൽ തുറന്ന് ആ കൂട്ടുകാരെ രണ്ടുപേരേയും അകത്തേക്ക് ആനയിച്ചു. വളരെ വലിയ ആ മുറിയിലെ സജ്ജീകരണങ്ങൾ റഷ്യൻ ഹോട്ടലുകളിലെ മറ്റേതൊരു മുറിയിലേയും പോലെ മഹാമോശമായിരുന്നു. എങ്കിലും ധാരാളം പൂക്കൾ കൊണ്ട് അവിടം അലങ്കരിച്ചിരുന്നു. അധികം കഴിയും മുൻപ് വളരെ ലളിതമായ ഒരു പ്രഭാത വേഷത്തിൽ ഒദിന്ത്സോവ അവിടേക്ക് കടന്നുവന്നു. വസന്തസൂര്യന്റെ ആ ദീപപ്രഭയിൽ അവർ അല്പംകൂടി ചെറുപ്പമായപോലെ തോന്നി. അർക്കാദി അവരേയും ബസാറൊവിനേയും തമ്മിൽ പരിചയപ്പെടുത്തി. ബസാറൊവിന്റെ അപ്പോഴത്തെ പരിഭ്രമം

കണ്ട് അർക്കാദിക്ക് ആശ്ചര്യം തോന്നി. എന്നാൽ, ഒദിന്ത്സോവ തലേന്നാൾ രാത്രിയിലെപ്പോലെ വളരെ ശാന്തയായിരുന്നു. തന്റെ പരിഭ്രമത്തിൽ ബസാറൊവിനു വല്ലാത്ത മനപ്രയാസം ഉണ്ടായി. “ഒരു പെണ്ണിനെ ഇത്ര പേടിക്കുകയോ” എന്ന ആത്മഗതത്തോടെ അയാൾ തന്റെ മാനോധൈര്യം വീണ്ടെടുക്കാൻ ശ്രമിച്ചുകൊണ്ട് സീത്നിക്കൊവിന്റെ അതേ രീതിയിൽ ഒരു ചാരുകസേരയിൽ മലർന്നുകിടന്ന് അമിതമായ അലക്ഷ്യഭാവത്തോടെ ഓരോന്നു സംസാരിക്കാൻ തുടങ്ങി. അതേസമയം, ഒദിന്ത്സോവ ഇമവെട്ടാതെ അയാളെ നോക്കിയിരിക്കുകയായിരുന്നു.

ഒരു ശൃംഗാരിയും സാഹസിയും ചൂതാട്ടതല്പരനുമെന്ന നിലയ്ക്ക് കുപ്രസിദ്ധി നേടിയിരുന്ന സെർഗേയ് നിക്കൊലായെവിച്ച് ലോക്തെവിന്റെ മകളായിരുന്നു അന്ന സെർഗിയേവ്ന ഒദിന്ത്സോവ. പതിനഞ്ച് സംവത്സരക്കാലം മോസ്കോയിലും സെന്റ് പീറ്റേഴ്സ്ബർഗിലും കാളകളിച്ചു നടന്നശേഷം ചില്ലിപോലും കൈയിലില്ലാതെ ഒടുവിൽ നാട്ടിൻപുറത്തേക്ക് പിൻവാങ്ങാൻ നിർബന്ധിതനായ ഈ മനുഷ്യൻ അധികകാലം കഴിയും മുൻപ് ഇഹലോകവാസംവെടിഞ്ഞു. മരിക്കുന്ന സമയത്ത് കാര്യമായ യാതൊരു സ്വത്തും ശേഷിച്ചിരുന്നില്ലെന്നതിനാൽ ഇയാളുടെ രണ്ടു പെൺമക്കളുടെ കാര്യം വലിയ കഷ്ടത്തിലായി. മൂത്ത അന്നയ്ക്ക് അന്ന് ഇരുപതും ഇളയ കാതെറീനയ്ക്ക് പന്ത്രണ്ടും വയസ്സു പ്രായമായിരുന്നു. പാപ്പരായ ഒരു രാജവംശത്തിൽ പെട്ട അവരുടെ അമ്മ ഭർത്താവിന്റെ നല്ലകാലത്തുതന്നെ സെന്റ് പീറ്റേഴ്സ്ബർഗിൽ വച്ച് മരിച്ചുപോയിരുന്നു. പിതാവിന്റെ മരണശേഷം അന്നയുടെ സ്ഥിതി അത്യന്തം ദുഷ്കരമായി. സെന്റ് പീറ്റേഴ്സ് ബർഗിൽ വച്ച് സാമാന്യം നല്ല വിദ്യാഭ്യാസം ലഭിച്ചിരുന്നെങ്കിലും വീടിന്റേയോ വസ്തുവകകളുടേയോ ഭരണം നടത്താനോ ഒതുങ്ങിയ ഗ്രാമജീവിതത്തിന്റെ പ്രശ്നങ്ങളെ നേരിടാനോ അത് ഈ ചെറുപ്പക്കാരിയെ പ്രാപ്തയാക്കിയിരുന്നില്ല.ആ ഇടവകയിൽ അന്നയ്ക്ക് അറിയാവുന്നതോ ഉപദേശം തേടാവുന്നതോ ആയ ഒരാളുമുണ്ടായിരുന്നില്ല. അന്നയുടെ പിതാവ് അയല്ക്കാരിൽ നിന്നെല്ലാം ഒഴിഞ്ഞാണ് കഴിഞ്ഞിരുന്നത്. അയാൾക്ക് അവരേയും അവർക്ക് അയാളേയും പുച്ഛമായിരുന്നു. എങ്കിലും അന്ന മനോധൈര്യം കൈവിടാതെ തന്റെ ഇളയമ്മയെ- അവ്ദോത്യ സ്തെപ്പാനൊവ്ന എന്ന രാജകുമാരിയെ-വിളിച്ചു കൂടെ താമസിപ്പിച്ചു.

വൃഥാവിലുള്ള അന്തസ്സും ആഭിജാത്യവും പുലർത്തിയിരുന്ന ശുണ്ഠിക്കാരിയായ ഈ വൃദ്ധ തന്റെ ചേട്ടത്തിയുടെ മകളുടെ വീട്ടിലെത്തിയതോടെ അവിടെയുള്ള നല്ല മുറികളെല്ലാം സ്വന്തം ആവശ്യത്തിനായി നീക്കിവയ്പ്പിച്ചു. പ്രഭാതം മുതൽ പ്രദോഷം വരെ വഴക്കുപറയാനും പരാതിപ്പെടാനുമല്ലാതെ മറ്റൊന്നിനും നേരം ഇല്ലായിരുന്ന ഈ സ്ത്രീ തനിക്കുള്ള ഒരേയൊരു അടിയാളനെക്കൂടാതെ ഒരിക്കൽ പോലും

തോട്ടത്തിൽ നടക്കാനിറങ്ങിയിരുന്നില്ല. ഇളംനീല അരികുകൾ വച്ചുപിടിപ്പിച്ച കടുംപച്ച നിറത്തിലുള്ള വില്ലാവേഷവും മുക്കോൺ തൊപ്പിയും ധരിച്ച ഒരു ദുർമ്മുഖനായിരുന്ന അവരുടെ ഈ സേവകൻ. അന്ന ഇളയമ്മയുടെ തോന്ന്യാസങ്ങളെല്ലാം ക്ഷമാപൂർവ്വം വകവച്ചു കൊടുത്തുകൊണ്ട് അനിയത്തിയുടെ ശിക്ഷണത്തിൽ മനസ്സുവച്ചു. ഇപ്രകാരം ഒതുങ്ങിക്കഴിഞ്ഞുകൊണ്ട് തന്റെ യുവത്വം പാഴാക്കുക യല്ലാതെ മറ്റു വഴിയൊന്നുമില്ലെന്ന നിഗമനത്തിൽ എത്തിച്ചേർന്ന രീതിയിലായിരുന്നു അന്നയുടെ ജീവിതം. പക്ഷേ, വിധിയുടെ തീരുമാനം മറ്റൊന്നായിരുന്നു. ഏതാണ്ട് നാല്പത്തിയാറിനോടടുത്ത ഒദിന്ത്സോവ് എന്നൊരു ധനികൻ ഈ യുവതിയെ കാണാനിട യായി. തനിക്കില്ലാത്ത രോഗങ്ങളൊന്നുമില്ലെന്നു വിചാരിച്ചു നടന്നി രുന്ന വീപ്പക്കുറ്റിപോലത്തെ ഈ മനുഷ്യൻ വിഡ്ഢിയോ കൊള്ളരുതാ ത്തവനോ ആയിരുന്നില്ല. തന്നിൽ എന്തെന്നില്ലാത്ത അഭിനിവേശം തോന്നിയിരുന്ന അയാൾ നടത്തിയ വിവാഹാഭ്യർത്ഥന അന്ന സ്വീ കരിക്കുകയും ആറുകൊല്ലം അവരൊന്നിച്ചു താമസിക്കുകയും ചെയ്തു. മരണശേഷം ഈ മനുഷ്യന്റെ വമ്പിച്ച സ്വത്തു മുഴുവനും അന്നയ്ക്ക് ലഭിച്ചു. പിന്നെയും ഒരു കൊല്ലം നാട്ടിൻപുറത്തുതന്നെ താമസിച്ചിട്ട് അന്ന സെർഗിയേവ്ന അനിയത്തിയേയും കൂട്ടി വിദേശത്തേക്ക് പുറപ്പെട്ടെങ്കിലും വീട്ടിലെത്താനുള്ള തിടുക്കം കാരണം ജർമ്മനി മാത്രം സന്ദർശിച്ചിട്ട് അവർ തന്റെ പ്രിയപ്പെട്ട നിക്കോൾസ്കയെ യിലേക്കു മടങ്ങി. എൻ. എന്ന പട്ടണത്തിൽ നിന്ന് നാല്പതു നാഴിക ദൂരെയാണ് ഈ ഗ്രാമം സ്ഥിതി ചെയ്തിരുന്നത്. അവിടെ അവർക്ക് എല്ലാവിധസുഖസൗകര്യങ്ങളോടും കൂടിയ ഒരു ഭവനമുണ്ടായിരുന്നു. മനോഹരമായൊരു ഉദ്യാനവും സസ്യങ്ങൾ വളർത്തുന്നതിനുള്ള നിരവധി കണ്ണാടിവീടുകളും ആ ഭവനത്തോടനുബന്ധിച്ചുണ്ടായിരുന്നു. പരേതനായ ഒദിന്ത്സോവ് തനിക്കുവേണ്ട ഒരു കാര്യത്തിലും ലോഭം കാണിച്ചിരുന്നില്ല. വല്ലപ്പോഴും മാത്രമാണ് അന്ന സെർഗിയേവ്ന പട്ട ണത്തിലേക്ക് പോയിരുന്നത്. വല്ല അത്യാവശ്യത്തിനും പോയാൽ തന്നെയും ഉടനടി അവർ മടങ്ങുകയും ചെയ്യുമായിരുന്നു. ജില്ലയിൽ അവർക്കത്ര വലിയ സൽപ്പേരുമുണ്ടായിരുന്നില്ല. ഒദിന്ത്സോവുമാ യുള്ള വിവാഹം അവിടെ വലിയൊരു കോളിളക്കം തന്നെ സൃഷ്ടി ച്ചിരുന്നു. ആ സ്ത്രീയെപ്പറ്റിയുള്ള പല കെട്ടുകഥകളും ജനമദ്ധ്യത്തിൽ പ്രചരിച്ചിട്ടുമുണ്ടായിരുന്നു. പിതാവിന്റെ വേലത്തരങ്ങളിൽ പുത്രിക്കും പങ്കുണ്ടായിരുന്നെന്നും ഏതോ ഒരപവാദം മൂടിവയ്ക്കാൻ വേണ്ടിയാണ് വിദേശത്തേക്ക് പോയതെന്നും ആളുകൾ പറഞ്ഞുപരത്തിയിരുന്നു. “ബാക്കികാര്യങ്ങളൊന്നും ഞങ്ങൾ പറയേണ്ടതില്ലല്ലൊ,” എന്നു പറഞ്ഞാണ് കിംവദന്തിക്കാർ അവരുടെ കഥനം ഉപസംഹരിച്ചിരു ന്നത്. “തീയിലും വെള്ളത്തിലും കൂടി കടന്നുപോന്നിട്ടുള്ളവളാണ് ആ സ്ത്രീ,” ആളുകൾ പറഞ്ഞിരുന്നു. “മാത്രമല്ല, തിളയ്ക്കുന്ന എണ്ണയിലൂടെയും”

എന്ന പ്രാദേശിക ലേഖകന്റെ വകയായും കൂട്ടിച്ചേർത്തിരുന്നു. ഈ ദൂഷണമെല്ലാം ആ സ്ത്രീയുടെ ചെവിയിലും എത്തിയിരുന്നെങ്കിലും അവർ അതെല്ലാം അവഗണിച്ചതേയുള്ളൂ. ഇഷ്ടമുള്ള കാര്യങ്ങൾ ഇഷ്ടംപോലെ ചെയ്യുന്ന ഒരു ദൃഢപ്രകൃതമായിരുന്നു അവരുടേത്.

ഒദിന്ത്സോവ കൈകെട്ടിയിരുന്നുകൊണ്ട് ബസാറൊവ് പറയുന്നതെല്ലാം ശ്രദ്ധിച്ചുകേൾക്കുകയായിരുന്നു. അയാൾ പതിവിനു വിപരീതമായി ഒന്ന് ക്രമത്തിലധികം സംസാരിച്ചു. കേൾവിക്കാരെ വശീകരിക്കാനിറങ്ങിത്തിരിച്ച ഒരു മട്ടുണ്ടായിരുന്നു അയാൾക്കപ്പോൾ. ഇത് അർക്കാദിയെ കൂടുതൽ ആശ്ചര്യചകിതനാക്കി. ബസാറൊവിന്റെ ഉദ്ദേശം ഫലിക്കുന്നുണ്ടോയെന്നു നിശ്ചയിക്കാൻ അയാൾക്കൊട്ടു കഴിഞ്ഞതുമില്ല. അന്ന സെർഗിയേവ്നയുടെ മുഖത്താകട്ടെ യാതൊരു ഭാവഭേദവുമുണ്ടായിരുന്നില്ല. ആ സംഭാഷണത്തിലുടനീളം ഒരേ സൗഹൃദഭാവമാണ് അവർ പ്രദർശിപ്പിച്ചിരുന്നത്. അവരുടെ മനോഹരമായ കണ്ണുകൾ ജിജ്ഞാസയാൽ വിടർന്നിരുന്നു. ആദ്യത്തെ അല്പനേരത്തെ ബസാറൊവിന്റെ കൃത്രിമ ഭാവം എന്തോ ഒരു ദുർഗ്ഗന്ധം പോലെയോ കർണ്ണകഠോരമായ എന്തോ ഒരു ശബ്ദം പോലെയോ അവർക്ക് അസഹ്യമായി തോന്നിയിരുന്നു. പക്ഷേ, സംഭ്രമംകൊണ്ടാണിതെന്ന് മനസ്സിലാക്കാൻ അവർക്ക് അധികം സമയം വേണ്ടിവന്നില്ല. അതിലവർക്ക് സന്തോഷം തോന്നാതിരുന്നുമില്ല. ആഭാസത്തരം മാത്രമായിരുന്നു അവർക്ക് പിടിക്കാത്ത ഒരേയൊരു സംഗതി. അത് ബസാറൊവിന്റെ ഒരു ദൗർബല്യമായിരുന്നുമില്ല. ഇന്നത്തെ ദിവസം അർക്കാദിയുടെ ആശ്ചര്യത്തിന് അതിരുണ്ടായിരുന്നില്ല. ഒദിന്ത്സോവയെപ്പോലുള്ള സമർത്ഥയായൊരു സ്ത്രീയെ കാണുമ്പോൾ ബസാറൊവ് തന്റെ വിശ്വാസപ്രമാണങ്ങളേയും അഭിപ്രായങ്ങളേയും പറ്റിയായിരിക്കും സംസാരിക്കുകയെന്നാണ് അർക്കാദി പ്രതീക്ഷിച്ചിരുന്നത്. "ഒന്നിലും വിശ്വസിക്കാതിരിക്കാൻ ധൈര്യമുള്ള" ഒരാളെ കാണണമെന്നാണല്ലോ അവർ പറഞ്ഞിരുന്നതും. പക്ഷേ, അതിനു പകരം ബസാറൊവ് ഇപ്പോൾ ചികിത്സ, ഹോമിയോപ്പതി, സസ്യശാസ്ത്രം ആദിയായ കാര്യങ്ങളാണ് ചർച്ച ചെയ്തുകൊണ്ടിരുന്നത്. ഒദിന്ത്സോവ ഇത്രയും കാലം ഏകാന്തതയിൽ ഒഴിഞ്ഞിരുന്ന് വെറുതെ സമയം കളയുകയായിരുന്നില്ലെന്നും ആ സംസാരത്തിൽ നിന്ന് വ്യക്തമായി. അവരുടെ റഷ്യൻ കുറ്റമറ്റതുമായിരുന്നു. സംഗീതത്തെപ്പറ്റി എന്തോ പറയാൻ തുടങ്ങിയതാണെങ്കിലും ബസാറൊവ് പൊതുവിൽ കലയെ അപ്പാടെതന്നെ തള്ളിപ്പറയുന്ന കൂട്ടത്തിലാണെന്നു കണ്ടപ്പോൾ അവർ മെല്ലെ സംഭാഷണം സസ്യശാസ്ത്രത്തിലേക്കു തന്നെ തിരിച്ചുവിട്ടു. നാടൻപാട്ടുകളുടെ പ്രാധാന്യത്തെപ്പറ്റി അർക്കാദി സംസാരിക്കാൻ തുടങ്ങിയത് ശ്രദ്ധിക്കാതെയല്ല ഒദിന്ത്സോവ ഇപ്രകാരം ചെയ്തത്. ഇപ്പോഴും ഒരനിയനെപ്പോലെ മാത്രമാണ് അവർ അർക്കാദിയെ

വീക്ഷിച്ചിരുന്നത്. അയാളിൽ അവർ കണ്ടിരുന്ന ഒരേയൊരു ഗുണം സഹൃദയത്വവും ചെറുപ്പത്തിന്റെ അകൃത്രിമത്വവും മാത്രമാണെന്ന് തോന്നി. മൂന്ന മണിക്കൂറിലധികം അവരങ്ങനെ യാതൊരു ധിറുതിയുമില്ലാത്തപോലെ പല വിഷയങ്ങളേയും പറ്റി ഉത്സാഹപൂർവ്വം സംസാരിച്ചുകൊണ്ടിരുന്നു.

ഒടുവിൽ നമ്മുടെ ചങ്ങാതിമാർ യാത്രപറഞ്ഞെഴുന്നേറ്റപ്പോൾ സ്നേഹഭാവേന അവരെ നിർന്നിമേഷം നോക്കിനിന്നിട്ട് അന്ന സെർഗിയേവ്ന തന്റെ മനോഹരമായ വെളുത്ത കൈകൊണ്ട് അവരിരുവരുടേയും കൈകൾ പിടിച്ചുകുലുക്കി. നിമിഷനേരം ആലോചിച്ചുനിന്നശേഷം ശങ്കിച്ചെങ്കിലും സ്നേഹം നിറഞ്ഞ ഒരു പുഞ്ചിരിയോടെ അവർ പറഞ്ഞു:

“ബോറടിക്കുകയില്ലെന്നുണ്ടെങ്കിൽ നിക്കോൾസ്കയെയിലേക്ക് വരാം.”

“ഓ, എനിക്കതിൽ സന്തോഷമേയുള്ളു,” ആ ക്ഷണം കിട്ടിയതിലുള്ള ആഹ്ലാദം അടക്കവയ്യാനാവാത്ത രീതിയിൽ അർക്കാദി തുള്ളിച്ചാടി.

“താങ്കൾക്കോ?” അവർ ബസാറൊവിനോടായി ചോദിച്ചു.

ബസാറൊവ് അതിനു മറുപടി പറയാതെ ഒന്നു തല കുനിച്ചതേയുള്ളു. ആ സമയത്ത് അയാളുടെ മുഖം ലജ്ജ മൂലം ചുവക്കുന്നത് കണ്ട് അർക്കാദിക്കുണ്ടായ ആശ്ചര്യം എല്ലാ സീമകളേയും ലംഘിക്കുന്നതായിരുന്നു.

“ആട്ടെ,” വഴിയിലെത്തിയപ്പോൾ അർക്കാദി ചോദിച്ചു: “അവരിപ്പോഴും ഒരുതരക്കാരിയാണെന്നാണോ തോന്നുന്നത്?”

“അവരെപ്പറ്റി എന്താ പറയേണ്ടതെന്ന് എനിക്കറിയില്ല. വലിയ ഗൗരവമാണ്!' ബസാറൊവ് നീരസത്തോടെ പറഞ്ഞു. നിമിഷനേരം മിണ്ടാതിരുന്നിട്ട് അയാൾ ഇത്രയും കൂടി കൂട്ടി ചേർത്തു: “അമ്മമഹാറാണിയുടെ മട്ടുണ്ട്. തലയിലൊരു കിരീടത്തിന്റെ കുറവേയുള്ളൂ.”

‘നമ്മുടെ അമ്മമഹാറാണിമാർക്ക് ഇത്ര ഭംഗിയായി റഷ്യൻ സംസാരിക്കാൻ കഴിയുമോ!” അർക്കാദി ചോദിച്ചു.

“എടോ, അവർ പലതും കണ്ടതാ. നമ്മുടെ റൊട്ടിയുടെ രുചി അറിഞ്ഞിട്ടുള്ള ഒരു സ്ത്രീയാണത്.”

“എന്തു വേണമെങ്കിലും പറഞ്ഞോളൂ. പക്ഷേ, നല്ല സ്നേഹമുള്ള സ്ത്രീയാണ്,” അർക്കാദി അഭിപ്രായപ്പെട്ടു.

“പക്ഷേ, എന്തൊരു ദേഹകാന്തി!” ബസാറൊവ് അതു കേൾക്കാത്ത മട്ടിൽ പറഞ്ഞു. “അനാട്ടമി പഠിപ്പിക്കുന്ന മുറിയിൽ കൊണ്ടുചെന്ന് ഡിസക്ഷൻ നടത്താൻ പറ്റിയത്!”

"യെവ്ഗേനി, ദൈവത്തെ ഓർത്ത് ഇതൊന്നു നിർത്താമോ? എല്ലാറ്റിനും ഒരതിരുണ്ട്."

"അടങ്ങു കുട്ടീ, അടങ്ങ്. ഏതായാലും, ആള് മിടുക്കിയാണ്. അവരുടെ വീട്ടിൽ ചെന്ന് ഒന്നു കാണുന്നതും നല്ലതാണ്."

"എന്ന്?"

"മറ്റന്നാളായാലോ? ഇവിടെ തൂങ്ങിനിന്നിട്ടെന്താ കാര്യം? കുക്ഷിനയുടെ ഷാമ്പെയിൻ കുടിക്കാം. അല്ലെങ്കിൽ നിന്റെ ആ കേമൻ ബന്ധുവിന്റെ ലിബറൽ ചപ്പടാച്ചി കേട്ടുകൊണ്ടിരിക്കാം. അല്ലാതെന്താ ഗുണം? എന്നാൽ മറ്റന്നാളെന്നുതന്നെ നിശ്ചയിക്കാം. അതിനിടയിൽ ഞാൻ നിന്നോട് പറഞ്ഞോ എന്തോ, എന്റപ്പന്റെ അല്പം സ്ഥലമുള്ളത് അതിനടുത്തെവിടെയോ ആണ്. എൻ. റോഡിലുള്ള നിക്കോൾസ്കയെ അല്ലേ ഇത്?"

"അതെ"

"ശരി. വളരെ നല്ലത്. നമുക്ക് സമയം പാഴക്കാനില്ല. വിഡ്ഢികളും അതിബുദ്ധികളും മാത്രമേ സമയം പാഴാക്കൂ. സത്യത്തിൽ, എന്തൊരു ശരീരകാന്തിയാണത്!"

മൂന്നു ദിവസം കഴിഞ്ഞു ചങ്ങാതിമാർ രണ്ടുപേരും കൂടി നിക്കോൾസ്കയെയിലേക്കു പുറപ്പെട്ടു. നല്ല വെയിലുണ്ടെങ്കിലും വലിയ ചൂടില്ലാത്ത ഒരു ദിവസമായിരുന്നു അത്. ഭംഗിയുള്ള ആ വണ്ടിക്കുതിരകൾ പിന്നിയിട്ടപോലുള്ള വാലുയർത്തിപ്പിടിച്ചുകൊണ്ട് വേഗത്തിലോടിയിരുന്നു. അർക്കാദി മുന്നിലുള്ള റോഡിലേക്ക് നോക്കിയിരുന്നു മന്ദഹസിച്ചു. എന്തിനാണെന്ന് അയാൾക്കുതന്നെ നിശ്ചയമുണ്ടായിരുന്നില്ല.

"ഏയ്, എന്നെ വേണമെങ്കിൽ അനുമോദിച്ചോളൂ!" ബസാറൊവ് പൊടുന്നനെ ആഹ്ലാദപൂർവ്വം വിളിച്ചു പറഞ്ഞു: "ഇന്ന് എന്റെ പുണ്യാളന്റെ പെരുന്നാൾ ദിവസമായ ജൂൺ 22 ആണ്. അയാൾ എനിക്കെന്താ ഭാഗ്യം വരുത്താൻ പോകുന്നതെന്നു നോക്കാമല്ലോ. വീട്ടിൽ അവരിന്നെന്നെ കാത്തിരിക്കുന്നുണ്ടാകും." "സാരമില്ല, കാത്തിരിക്കട്ടെ!" അല്പം കഴിഞ്ഞ് അയാൾ സ്വരം താഴ്ത്തിപ്പറഞ്ഞു.

XVI

അന്ന സെർഗിയേവ്നയുടെ ഗ്രാമീണവസതി വിസ്തൃതമായ ഒരു കുന്നിൻ ചെരിവിലാണ് സ്ഥിതിചെയ്തിരുന്നത്. അതിനു തൊട്ടടുത്തായി മഞ്ഞ ഇഷ്ടികയാൽ നിർമ്മിതമായ ഒരു പള്ളിയുമുണ്ടായിരുന്നു. പള്ളിയുടെ മേൽക്കൂരയ്ക്ക് പച്ചനിറമായിരുന്നു. തൂവെള്ള നിറമുള്ള തൂണുകളാൽ അലംകൃതമായ ആ പള്ളിയുടെ പൂമുഖത്ത് യേശുക്രിസ്തുവിന്റെ ഉയിർത്തെഴുന്നേല്പ് ഇറ്റാലിയൻ രീതിയിൽ വരച്ചിട്ടുള്ള ചില ചുമർ പെയിന്റിങ്ങുകളും കാണാമായിരുന്നു. മുൻഭാഗത്ത് പടത്തൊപ്പി ധരിച്ച നമ്രശിരസ്കനായ ഇരുണ്ടനിറമുള്ള വീപ്പക്കുറ്റിപോലൊരു യോദ്ധാവിനേയും ചിത്രീകരിച്ചിരുന്നു. പള്ളിയുടെ കുറച്ചപ്പുറത്തായി വഴിയുടെ ഇരുവശങ്ങളിലും കൊച്ചുകൊച്ചു കൂരകൾ നിരന്നു നില്ക്കുന്ന ഗ്രാമം നീണ്ടുനീണ്ടു കിടന്നിരുന്നു. അങ്ങിങ്ങായി ആ ചെറ്റപ്പുരകൾക്കു മുകളിൽ ചില പുകക്കുഴലുകൾ ഉയർന്നു നിന്നിരുന്നു. പള്ളിയുടെ ഏതാണ്ടതേ രീതിയിൽ അലക്സാൺഡ്രിയൻ മട്ടിലാണ് ആ പ്രഭുമന്ദിരവും പണിതിരുന്നത്. ആ മണിമന്ദിരത്തിന്റേയും ചുമരുകൾക്ക് മഞ്ഞയും മേൽക്കൂരയ്ക്ക് പച്ചയും നിറങ്ങളാണ് കൊടുത്തിരുന്നത്. വെള്ളത്തൂണുകളും കുലമുദ്ര കുത്തിയ പൂമുഖവും അതിന്റേയും പ്രത്യേകതകളായിരുന്നു. പരേതനായ ഒദിന്ത്സോവിന്റെ അംഗീകാരത്തോടെയാണ് തദ്ദേശീയ ശില്പി രണ്ടു കെട്ടിടങ്ങളുടേയും പ്ലാൻ വരച്ചുണ്ടാക്കിയത്. അർത്ഥമില്ലാത്ത തോന്നിയപോലുള്ള പുതുമകളൊന്നും ഇഷ്ടപ്പെടാത്ത ആളായിരുന്നു ഒദിന്ത്സോവ്. വീടിന്റെ ഇരുവശങ്ങളിലുമായി പഴക്കം ചെന്ന ഒരു ഉദ്യാനത്തിലെ ഇരുണ്ട വൃക്ഷങ്ങൾ നിരന്നുനിന്നിരുന്നു. വീട്ടിലേക്ക് കടക്കുന്നിടത്ത് ഫർമരങ്ങൾ വെട്ടി ഒതുക്കിയും നിറുത്തിയിരുന്നു.

നമ്മുടെ ചങ്ങാതിമാർ ഹാൾമുറിയിലേക്ക് കടന്നപ്പോൾ, ബലിഷ്ഠകായരായ രണ്ടു പരിചാരകർ അവരെ സ്വീകരിക്കാനെത്തി. അവരിലൊരാൾ ബട്ട്ലറെ വിളിക്കാനായി അപ്പോൾതന്നെ ഓടിപ്പോവുകയും ചെയ്തു. ഒരു കറുത്ത ഫ്രോക്ക്കോട്ട് ധരിച്ച ബട്ട്ലർ ഉടനേ തന്നെ വന്ന് അതിഥികളെ പരവതാനിവിരിച്ച ഗോവണിയിലൂടെ അവർക്കുള്ള മുറിയിലേക്ക് കൂട്ടിക്കൊണ്ടുപോയി. ആ മുറിയിൽ രണ്ടു

കട്ടിലും അത്യാവശ്യം വേണ്ട മറ്റെല്ലാ സാധാനങ്ങളും ഉണ്ടായിരുന്നു. ഭംഗിയായി നടത്തിക്കൊണ്ടുപോകുന്ന ഒരു വീടാണതെന്നത് ഒറ്റ നോട്ടത്തിൽ തന്നെ വ്യക്തമായിരുന്നു. സർവ്വതും അത്രയ്ക്ക് വെടിപ്പായാണ് വെച്ചിരുന്നത്. ഏതോ മന്ത്രികാര്യാലയത്തിൽ ആളുകൾക്ക് കാത്തിരിക്കാനുള്ള മുറികളിലെന്നപോലെ ഇവിടെയും സർവ്വത്ര ഒരു പരിമളം വീശിയിരുന്നു.

"അരമണിക്കൂറിനുശേഷം താഴത്തേക്ക് വരാൻ അന്ന സെർഗിയേവ്ന പറഞ്ഞയച്ചിരിക്കുന്നു," ബട്ട്ലർ അറിയിച്ചു. "അതിനിടയിൽ എന്തെങ്കിലും ആവശ്യമുണ്ടാകുമോ എന്തോ?"

'വേണ്ട, വേണ്ട, ഒന്നും വേണ്ട,' ബസാറൊവ് ആണ് അതിന് മറുപടി നൽകിയത്. 'പറ്റുമെങ്കിൽ ഒരു ഗ്ലാസ് വോഡ്ക്ക കൊണ്ടുവരണം.'

"ദാ, ഇപ്പം കൊണ്ടുവന്നേക്കാം," എന്ന് തെല്ലൊരാശ്ചര്യത്തോടെ പറഞ്ഞിട്ട് ബൂട്ട്സിന്റെ കടകടാ ശബ്ദമുണ്ടാക്കിക്കൊണ്ട് ബട്ട്ലർ അവിടെനിന്ന് അപ്രത്യക്ഷനായി.

"എത്ര ഗംഭീരമായിരിക്കുന്നു!" ബസാറൊവ് പറഞ്ഞു. "നിങ്ങൾ പണക്കാർക്കിടയിൽ അങ്ങനെയല്ലേ ഇതിനു പറയുന്നത്? മഹാറാണിയെന്ന സ്ഥാനപ്പേര് തികച്ചും യോജിക്കും!"

"നല്ല മഹാറാണിതന്നെ!" അർക്കാദി തിരിച്ചടിച്ചു. "കണ്ടപാടെതന്നെ നമ്മളെപ്പോലുള്ള രണ്ടു 'പ്രഭു'കുമാരന്മാരെ വീട്ടിലേക്ക് ക്ഷണിച്ചത് അതുകൊണ്ടാണല്ലൊ!"

"പ്രത്യേകിച്ചും ഒരു പീറഡോക്ടറുടെ പുത്രനും ഒരു ചെമ്മാച്ചന്റെ പൗത്രനും ഒരു പീറഡോക്ടറാകാൻ പോകുന്നവനുമായ എന്നെപ്പോലൊരാളെ, അല്ലേ? എന്റെ അപ്പൂപ്പൻ ഒരു ചെമ്മാച്ചനായിരുന്നെന്നു തനിക്കറിയാമല്ലൊ, അല്ലേ?" അല്പസമയം മിണ്ടാതിരുന്നിട്ട് ചിറകോട്ടിക്കൊണ്ട് അയാൾ തുടർന്നു: "സ്പെറാൻസ്കിയുടെ[6] അപ്പൂപ്പനും ചെമ്മാച്ചനായിരുന്നു. അതിരിക്കട്ടെ. ഈ ശ്രീമതി, ഈ പ്രഭ്വി, വലിയ നിലയിലാണ് കഴിയുന്നതെന്നതിൽ സംശയമില്ല. അപ്പോൾ നമ്മളും ശരിക്കുള്ള ഔപചാരികവേഷത്തിൽ ചെല്ലണമെന്നായിരിക്കുമോ എന്തോ പ്രതീക്ഷിക്കുന്നത്?"

അർക്കാദി അതു കേട്ടിട്ട് തോളിറുക്കുക മാത്രമേ ചെയ്തൊള്ളെങ്കിലും അയാൾക്കും എന്തോ ഒരു പന്തികേട് തോന്നി.

അരമണിക്കൂർ കഴിഞ്ഞപ്പോൾ ബസാറൊവും അർക്കാദിയും താഴെയുള്ള സ്വീകരണമുറിയിലേക്കിറങ്ങിച്ചെന്നു. ധാരാളം വായുസഞ്ചാരവും സ്ഥലസൗകര്യവുമുള്ള ഈ മുറിയിലെ സജ്ജീകരണങ്ങൾ വിലപിടിപ്പുള്ളതായിരുന്നെങ്കിലും അതൊന്നും അത്ര

6 സ്പെറാൻസ്കി (1772-1839) ഒരു സമുന്നത റഷ്യൻ രാജ്യതന്ത്രജ്ഞൻ.

ഭംഗിയുള്ളതായിരുന്നെന്നു പറയാനാവില്ല. വിലപ്പിടിപ്പുള്ള കുറ്റൻ സോഫാസെറ്റുകളും മറ്റും ചടങ്ങനുസരിച്ച് ഗിൽട്ടിട്ട തവിട്ടുനിറത്തിലുള്ള കടലാസ് പതിച്ച ചുമരുകളോട്ടു ചേർത്തിട്ടിരുന്നു. പരേതനായ ഒദിന്ത്സോവ മോസ്കോയിലുള്ള വീഞ്ഞു കച്ചവടക്കാരനായ തന്റെയൊരു സുഹൃത്തു മുഖേന പറഞ്ഞുവരുത്തിച്ചതായിരുന്നു അതെല്ലാം. നടുവിലുള്ള ശയനമഞ്ചത്തിന് മുകളിലായി ഇളം നിറമുള്ള മുടിയോടുകൂടിയ തടിച്ചുകൊഴുത്ത ഒരു മാന്യന്റെ ഛായാചിത്രം തൂക്കിയിരുന്നു. സന്ദർശകരെ ഒട്ടും ഇഷ്ടപ്പെടാത്ത ഒരു മുഖഭാവമാണ് ആ ചിത്രത്തിൽ പ്രകടമായിരുന്നത്.

"വല്യങ്ങുന്നായിരിക്കണം ഇത്," ബസാറൊവ് അർക്കാദിയുടെ ചെവിയിൽ മന്ത്രിച്ചു. "നമ്മളിവിടുന്നു വന്ന വഴിയേ മടങ്ങുന്നതല്ലേ നല്ലത്?"

ഏതാണ്ടീ സമയത്ത് ഗൃഹനായികയും അവിടെ പ്രവേശിച്ചു. ഘനംകുറഞ്ഞ ഒരു പട്ടുകുപ്പായമാണ് അവർ ധരിച്ചിരുന്നത്. അവരുടെ മുടി ചെവിക്കുമുകളിലൂടെ പുറകോട്ട് ഒതുക്കിക്കെട്ടിവച്ചിരുന്നതു മൂലം പ്രസന്നവും പ്രസരിപ്പുള്ളതുമായ ആ മുഖം ഒരു ബാലികയുടേതു പോലെ വിളങ്ങി.

"പറഞ്ഞിരുന്നതുപോലെ എന്റെ ആതിഥ്യം സ്വീകരിച്ചതിന് നന്ദി," അവർ പറഞ്ഞു: "ഇവിടെ വാസ്തവത്തിൽ അത്ര മോശമല്ല, കേട്ടോ. ഇവിടെ എന്റെ അനിയത്തി എന്റെ കൂടെയുണ്ട്. അവൾ നന്നായി പിയാനോ വായിക്കും. ശ്രീമാൻ ബസാറൊവിന് അതിൽ താല്പര്യമില്ലെന്ന് എനിക്കറിയാം. പക്ഷേ, ശ്രീമാൻ കിർസാനൊവ് സംഗീതപ്രിയനാണല്ലോ, അല്ലേ? എന്റനിയത്തിയെക്കൂടാതെ ഞങ്ങളുടെ പ്രായമായ കൊച്ചമ്മയും ഇവിടെ എന്റെ കൂടെ താമസമുണ്ട്. പിന്നെ, ഒരയൽക്കാരൻ ഇടയ്ക്കിടെ കുറച്ചുനേരം ചീട്ടുകളിക്കാനെത്തും. ഇത്രയും പേരാണു ഇവിടെ ഞങ്ങളുടെ സംഘത്തിലുള്ളത്. അല്ലാ, എല്ലാരും ഇരിക്കാതെ നില്ക്കുന്നതെന്താ?"

ഉരുവിട്ടു പഠിച്ചിരുന്നതുപോലെ വ്യക്തമായും സ്പഷ്ടമായുമാണ് ഒദിന്ത്സോവ ഈ ലഘുഭാഷണം നടത്തിയത്. അതുകഴിഞ്ഞ് അവർ അർക്കാദിയുടെ നേർക്ക് തിരിഞ്ഞു. അന്നയുടെ അമ്മയ്ക്ക് അർക്കാദിയുടെ അമ്മയെ അടുത്തറിയാമായിരുന്നുവെന്നു മാത്രമല്ല, നിക്കൊലായ് പെത്രോവിച്ചുമായുള്ള കല്യാണാലോചന നടക്കുമ്പോൾ അന്നയുടെ അമ്മ അവരുടെ മനസ്സാക്ഷിസൂക്ഷിപ്പുകാരിയുമായിരുന്നു. അർക്കാദി തന്റമ്മയെപ്പറ്റി വളരെ ആവേശത്തോടെ സംസാരിച്ചുകൊണ്ടിരുന്നപ്പോൾ ബസാറൊവ് മേശപ്പുറത്തുവച്ചിരുന്ന ആൽബങ്ങൾ പരിശോധിക്കാൻ തുടങ്ങി. "ഞാനെത്ര പാവമായി മാറിയിരിക്കുന്നു!" എന്നു അയാൾ അപ്പോൾ ആത്മഗതം നടത്തുകയും ചെയ്തു.

നീലപ്പട്ട കഴുത്തിൽക്കെട്ടിയ നല്ല അഴകുള്ള ഒരു വേട്ടപ്പട്ടി നിലത്ത് ചവിട്ടി ഒച്ചയുണ്ടാക്കിക്കൊണ്ട് അപ്പോൾ അവിടേക്ക് ഓടിവന്നു. അതിന്റെ പിന്നാലെ പതിനെട്ടു വയസ്സു തോന്നിക്കുന്ന കറുത്ത മുടിയും ഇരുണ്ട നിറവുമുള്ള ഒരു യുവതിയും അവിടെയെത്തി. വട്ടമുഖമായിരുന്നെങ്കിലും ചെറിയ ഇരുണ്ട കണ്ണുകളുള്ള അവളെക്കാണാൻ നല്ല ചന്തമുണ്ടായിരുന്നു ഒരു കുട്ട നിറയെ പൂക്കളുമായാണ് അവൾ വന്നുകയറിയത്.

"ദാ, ഇതാണെന്റെ അനിയത്തി, കാത്യ,' അവളുടെ നേർക്ക് ആംഗ്യം കാണിച്ചുകൊണ്ട് ഒദിന്ത്സോവ പറഞ്ഞു.

കാത്യ ആഗതരെ ബഹുമാനപൂർവ്വം വണങ്ങിയിട്ട് ചേച്ചിയുടെ അടുത്തു ചെന്നിരുന്ന് കുട്ടയിലെ പൂക്കൾ തരംതിരിക്കാൻ തുടങ്ങി. ഫിഫി എന്നു പേരുള്ള ആ നായ അതിഥികളുടെ അടുത്തുചെന്നു വാലാട്ടിക്കൊണ്ടു ഓരോരുത്തരെയായി മണപ്പിക്കാൻ തുടങ്ങി.

"നീ തന്നെ പറിച്ചതാണോ ഈ പൂക്കളെല്ലാം?"ഒദിന്ത് സോവ ചോദിച്ചു.

"അതെ," കാത്യ മറുപടി നല്കി.

"കൊച്ചമ്മ ചായ കുടിക്കാൻ താഴേക്ക് വരുന്നുണ്ടോ?"

"ഉവ്വ്, ഇപ്പോൾ വരും."

സംസാരിക്കുന്ന അവസരത്തിൽ ലജ്ജയോടെ നിഷ്കപടമായി കാത്യ മന്ദസ്മിതം തൂകുന്നതു കാണാൻ ഒരു പ്രത്യേക ഭംഗിയുണ്ടായിരുന്നു. മേല്പോട്ടു നോക്കിയാണ് അവൾ വർത്തമാനം പറഞ്ഞിരുന്നതും. അവളുടെ ശബ്ദം, മുഖത്തെ മൃദുവായ രോമം, നേർത്ത വരകളോടുകൂടിയ റോസ് നിറത്തിലുള്ള കൈപ്പത്തി, അല്പം ഒതുങ്ങിയ ഭുജം തുടങ്ങി അവളെ സംബന്ധിക്കുന്ന എല്ലാറ്റിനും ഒരു ഓമനത്തവും അകൃത്രിമത്വവുമുണ്ടായിരുന്നു. ഇടയ്ക്കിടെ അവളുടെ മുഖം വിവർണ്ണമാവുകയും അവൾ ദീർഘശ്വാസം വിടുകയും ചെയ്തിരുന്നു.

ഒദിന്ത്സോവ ബസാറൊവിന്റെ നേർക്ക് നോക്കിക്കൊണ്ട് പറഞ്ഞു:

"യെവ്ഗേനി വസീലിയെവിച്ച്, വെറും മര്യാദയുടെ പേരിൽ മാത്രമല്ലേ താങ്കൾ ആ ആൽബം നോക്കിക്കൊണ്ടിരിക്കുന്നത്. നിങ്ങൾക്കതിൽ ഒരു രസവുമുണ്ടാവില്ലെന്ന് എനിക്കറിയാം. ആ കസേര ഇങ്ങോട്ടടുപ്പിച്ചിരിക്കുന്നതല്ലേ നല്ലത്. നമുക്ക് വല്ലതിനെപ്പറ്റിയും ചർച്ച നടത്തുകയെങ്കിലും ചെയ്യാമല്ലൊ."

ബസാറൊവ് തന്റെ കസേര അങ്ങോട്ട് അടുപ്പിച്ചിട്ടു.

"എന്തിനെപ്പറ്റിയാ ചർച്ചചെയ്യുക?" അയാൾ ചോദിച്ചു.

"എന്തിനെപ്പറ്റിയുമാകാം. പക്ഷേ, ഒരു കാര്യം നേരത്തെ പറഞ്ഞേക്കാം. വാദപ്രതിവാദം ഇഷ്ടപ്പെട്ടുന്ന ഒരാളാണ് ഞാൻ."

"നിങ്ങളോ?"

"അതെ, ഞാൻ തന്നെ, എന്താ, നിങ്ങൾക്ക് ആശ്ചര്യമുള്ള പോലെ തോന്നുന്നല്ലോ."

"ശരിയാണ്. കാരണം, ഞാൻ മനസ്സിലാക്കിയേടത്തോളം നിങ്ങൾ വളരെ ശാന്തപ്രകൃതക്കാരിയാണ്. വാദപ്രതിവാദത്തിൽ പങ്കെടുക്കുമ്പോൾ ആളുകൾ ക്ഷോഭിച്ചെന്നുവന്നേക്കാം."

"ആ വിധിയെഴുത്ത് കുറച്ച് പെട്ടെന്നായിപ്പോയില്ലേയെന്ന് ഞാൻ സംശയിക്കുന്നു. എന്നെപ്പറ്റി പറഞ്ഞാൽ, അക്ഷമയും നിർബന്ധബുദ്ധിയും എന്റെ ദൗർബല്യങ്ങളിൽപെടുന്നു. വേണമെങ്കിൽ കാത്യയോട് ചോദിച്ചുനോക്കിക്കോളൂ. രണ്ടാമതായി, ഞാൻ എളുപ്പത്തിൽ ക്ഷോഭിക്കുന്ന കൂട്ടത്തിലുമാണ്."

ബസാറൊവ് അവരെ സൂക്ഷിച്ചുനോക്കി.

"നിങ്ങളെപ്പറ്റി നിങ്ങൾക്കുതന്നെയായിരിക്കുമല്ലോ കൂടുതലറിയാവുന്നത്. അപ്പോൾ നിങ്ങൾക്ക് തർക്കത്തിലേർപ്പെടണം അല്ലേ? അങ്ങനെയാവട്ടെ. ഞാൻ നിങ്ങളുടെ ആൽബത്തിലുള്ള സാക്സോണിയൻ സ്വിറ്റ്സർലണ്ടിന്റെ ചിത്രങ്ങൾ നോക്കുകയായിരുന്നു. എനിക്ക് ആ ചിത്രങ്ങളിൽ രസം കാണാനിടയില്ലെന്ന് നിങ്ങൾ പറയുകയുണ്ടായല്ലോ. എനിക്കു കലാരസികത്വമില്ലെന്ന ധാരണയുള്ളതുകൊണ്ടായിരിക്കുമല്ലോ അങ്ങനെ പറഞ്ഞത്. ശരിയാണത്. എനിക്ക് കലാരസികത്വം കുറവാണ്. പക്ഷേ, ഭൂഗർഭശാസ്ത്രപരമായി എനിക്കവയിൽ താല്പര്യം കണ്ടേക്കാം. ഉദാഹരണത്തിന് പർവ്വത ഘടനയുടെ കാര്യത്തിൽ."

"ക്ഷമിക്കണേ. പക്ഷേ, ഒരു ഭൂഗർഭശാസ്ത്രജ്ഞന് ഇത്തരമൊരു ചിത്രത്തിലെങ്ങനെയാണ് താല്പര്യമുണ്ടാവുക. അയാൾ അതു സംബന്ധിച്ച ഒരു പുസ്തകമോ എന്തെങ്കിലും പ്രത്യേക പ്രബന്ധമോ ആയിരിക്കില്ലേ നോക്കാൻ ഇഷ്ടപ്പെടുക?"

"ഒരു പുസ്തകത്തിലെ പത്തു പേജിൽ പറഞ്ഞിട്ടുള്ള സംഗതി ഒരു ചിത്രം ഒറ്റ പ്രാവശ്യം നോക്കുന്നതുകൊണ്ട് എനിക്ക് മനസ്സിലായെന്നു വരും."

അല്പനേരത്തേക്ക് അന്ന സെർഗിയേവ്ന ഒന്നും പറഞ്ഞില്ല.

"ആട്ടെ, നിങ്ങൾക്ക് വാസ്തവത്തിൽ യാതൊരു കലാബോധവുമില്ലേ?" മേശയിൽ കൈമുട്ടുകൾ കുത്തിയിരുന്ന് തന്റെ മുഖം ബസാറൊവിനോട് കുറേക്കൂടി അടുപ്പിച്ചുകൊണ്ട് അവർ ചോദിച്ചു: "എങ്ങനെയാ അതു കൂടാതെ കഴിയുന്നത്?"

"എന്താ അതിന്റെ ഉപയോഗമെന്ന് ഒന്നു പറഞ്ഞുതരാമോ?"

“ആളുകളെ അറിയാനും പഠിക്കാനുമാണെന്നു വച്ചോളുക.”

ബസാറൊവ് വ്യംഗ്യപൂർവ്വം ഒന്നു പുഞ്ചിരിച്ചു.

“അനുഭവം ആ വിടവു നികത്തിത്തരുമെന്നതാണ് ഇതെപ്പറ്റി പറയാനുള്ള ഒരു സംഗതി. രണ്ടാമതായി, വ്യക്തികളെപ്പറ്റി പഠിക്കാൻ നോക്കുന്നതുകൊണ്ടു വെറുതെ സമയം നഷ്ടപ്പെടുത്താമെന്നേയുള്ളൂ. ദേഹത്തിന്റേയും ദേഹിയുടേയും കാര്യത്തിൽ മനുഷ്യരെല്ലാം ഒരു പോലെയാണ്. നമ്മുടെയെല്ലാം മസ്തിഷകവും പ്ലീഹയും ഹൃദയവും ശ്വാസകോശങ്ങളും ഒരേ ക്രമത്തിലാണ് സജ്ജമാക്കിവച്ചിട്ടുള്ളത്. സ്ഥായിയായ ഗുണങ്ങൾ എന്നു പറയുന്നതിന്റെ കാര്യത്തിലും നമ്മളെല്ലാവരും ഒരുപോലെയാണ്. അല്പസ്വല്പം വ്യത്യാസങ്ങൾ സാരമാക്കാനില്ല. ഒരു മനുഷ്യനെ പരിശോധിച്ചാൽ എല്ലാവരേയും പറ്റി അറിയാൻ കഴിയും. മനുഷ്യൻ വനവൃക്ഷങ്ങൾ പോലെയാണ്. ഓരോ ബർച്ചുമരത്തിന്റേയും കാര്യം പരിശോധിക്കാൻ ഒരൊറ്റ സസ്യശാസ്ത്രജ്ഞൻ പോലും മിനക്കെടുകയില്ല.”

ഒരു പൂച്ചെണ്ടിനുവേണ്ട പൂക്കൾ പതുക്കെ തിരഞ്ഞുകൊണ്ടിരുന്ന കാത്യ അതുകേട്ട് ചകിതയായി ബസാറൊവിനെ സൂക്ഷിച്ചു നോക്കി. പക്ഷേ അയാളുടെ കൂസലില്ലാത്ത നോട്ടം കണ്ടപ്പോൾ അവൾ ചൂളിപ്പോയി. അന്ന സെർഗിയേവ്ന തീരെ യോജിപ്പില്ലാത്ത തരത്തിൽ തലകുലുക്കി.

“വനവൃക്ഷങ്ങൾ,” അവർ ഉരുവിട്ടു. “അപ്പോൾ നിങ്ങളുടെ അഭിപ്രായത്തിൽ ഒരു വിഡ്ഢിയും സമർത്ഥനും തമ്മിലും, ഒരു നല്ലവനും കൊള്ളരുതാത്തവനും തമ്മിലും യാതൊരു വ്യത്യാസവുമില്ല, അല്ലേ?”

“എന്നു ഞാൻ പറയില്ല. വ്യത്യാസമുണ്ട്: രോഗിയും ആരോഗ്യവാനും തമ്മിലെന്നപോലെ. ഒരു ക്ഷയരോഗിയുടെ ശ്വാസകോശങ്ങൾ സൃഷ്ടിക്കപ്പെട്ടിട്ടുള്ളത് നമ്മുടേതുപോലെതന്നെയാണെങ്കിലും അവ തമ്മിൽ വ്യത്യാസം കാണും. ശാരീരികാസുഖങ്ങൾക്ക് കാരണമെന്തെന്ന് നമുക്ക് ഏകദേശമായറിയാം. വിദ്യാഭ്യാസത്തിന്റെ തകരാറും കുട്ടിക്കാലം മുതൽക്ക് ആളുകളുടെ തലയിൽ കുത്തിനിറയ്ക്കുന്ന അസംബന്ധങ്ങളും മാത്രമാണ് ധാർമ്മികമായ പുഴുക്കുത്തുകൾ ഉണ്ടാക്കുന്നത്. സമൂഹത്തിന്റെ ശോചനീയമായ അവസ്ഥയാണ് ഇതിന്റെ അടിത്തട്ടിലുള്ളത്. സമൂഹത്തെ മെച്ചപ്പെടുത്തിയാൽ എല്ലാ സാമൂഹ്യരോഗങ്ങളും അപ്രത്യക്ഷമാകും.”

“ഞാൻ പറയുന്നത് നിങ്ങൾ വിശ്വസിച്ചാലും ഇല്ലെങ്കിലും എനിക്കൊന്നുമില്ല” എന്ന ഭാവത്തോടെയാണ് ബസാറൊവ് ഇത്രയും പ്രസ്താവിച്ചത്. തന്റെ നീണ്ട വിരലുകൾ കൊണ്ട് അയാൾ മെല്ലെ കൃതാവ് തടവി ഒതുക്കുന്നതിനിടയിൽ അയാളുടെ കണ്ണുകൾ അസ്വസ്ഥമായി ആ മുറിയിലെങ്ങും പരതി നടന്നു.

“സമൂഹം മെച്ചപ്പെടുത്തിയാൽ പിന്നെ വിഡ്ഢികളും ദുഷ്ടന്മാരും ഉണ്ടായിരിക്കില്ലെന്നാണോ വിശ്വാസം?” അന്ന സെർഗിയേവ്ന ചോദിച്ചു.

“അതെന്തായാലും, സാമൂഹ്യക്രമം ന്യായമാകുന്നതോടെ ആളുകൾ മണ്ടന്മാരാണോ ബുദ്ധിമാന്മാരാണോ ദുഷ്ടന്മാരാണോ ശിഷ്ടന്മാരാണോയെന്നത്, ഒരു പ്രശ്നമാവില്ല.”

“ഉവ്വ്, എനിക്കു മനസ്സിലായി, നമ്മുടെയെല്ലാം പ്ലീഹ ഒരുപോലെയുള്ളതായിത്തീരുമെന്ന്, അല്ലേ?”

“അതുതന്നെ”

ഒദിന്ത്സോവ അർക്കാദിയുടെ നേർക്ക് തിരിഞ്ഞു.

“ഇതെപ്പറ്റി നിങ്ങളുടെ അഭിപ്രായമെന്താ, അർക്കാദി നിക്കൊലായെവിച്ച്?”

“യെവ്ഗേനിയോട് ഞാൻ പരിപൂർണ്ണമായി യോജിക്കുന്നു.” അയാൾ മറുപടി നല്കി.

കാത്യ പുരികം ചുളിച്ചുകൊണ്ട് അയാളെ ഒന്നു നോക്കി.

“മാന്യരെ, നിങ്ങളെന്നെ ആശ്ചര്യചകിതയാക്കുന്നു.” ഒദിന്ത്സോവ പറഞ്ഞു. “പിന്നീടൊരിക്കൽ നമുക്ക് ഈ ചർച്ച തുടരാം. കൊച്ചമ്മ ചായയ്ക്ക് താഴേക്ക് വരുന്നുണ്ട്. അവരെ നമുക്ക് ഇതിൽ നിന്നൊഴിവാക്കാം.”

ചുളിവീണ ഒരു കൊച്ചുമുഖവും വിദ്വേഷപൂർവ്വം തുറിച്ചു നോക്കുന്ന കണ്ണുകളുമുള്ള വിറകുകൊള്ളിപോലെ ശോഷിച്ച ഒരു സ്ത്രീ-അന്ന സെർഗിയേവ്നയുടെ ഇളയമ്മയായ രാജകുമാരി- ആ മുറിയിലേക്ക് കടന്നുവന്നു. അതിഥികളെ കഷ്ടിച്ചൊന്നഭിവാദനം ചെയ്തുവെന്നു വരുത്തിയിട്ട് അവർ വെൽവെറ്റ് പൊതിഞ്ഞ വലിയൊരു കസേരയിലേക്ക് ചാഞ്ഞു. മറ്റാരും ആ കസേരയിലിരിക്കാൻ ധൈര്യപ്പെട്ടിരുന്നില്ല. കാത്യ അവരുടെ കാലുവയ്ക്കാൻ ഒരു സ്റ്റൂൾ നീക്കിയിട്ടുകൊടുത്തു. ആ വൃദ്ധ അതിന് നന്ദിയൊന്നും പറഞ്ഞില്ല. അവർ തലപൊന്തിച്ച് ഒന്നു നോക്കുകപോലും ചെയ്തില്ല. ആ ശുഷ്കിച്ച ശരീരത്തിൽ ഏതാണ്ടു ഒട്ടിപ്പിടിച്ചുകിടന്നിരുന്ന മഞ്ഞ ഷാളിനടിയിൽ അവരുടെ കൈകൾ ഒന്നനങ്ങുന്നത് മാത്രം കാണാമായിരുന്നു. രാജകുമാരിയ്ക്ക് ഏറ്റവും ഇഷ്ടപ്പെട്ട നിറം മഞ്ഞയായിരുന്നു. അവരുടെ തൊപ്പിയിലെ റിബ്ബൺ പോലും തനിമഞ്ഞയായിരുന്നു.

“ഉറക്കം സുഖമായിരുന്നോ, കൊച്ചമ്മേ?” ഒദിന്ത്സോവ ഉറക്കെ കുശലാന്വേഷണം നടത്തി.

“ഹോ! ആ പട്ടി പിന്നേം ഇവിടെയെത്തിയോ?” വൃദ്ധ മുറുമുറുത്തു. ഫിഫി തന്റെ നേർക്കടുക്കുന്നതു കണ്ട്, “ച്ച്, പോപട്ടീ” എന്നു പറഞ്ഞു അവർ അതിനെ ആട്ടിയോടിക്കുകയും ചെയ്തു.

കാത്യ ഫിഫിയെ വിളിച്ച് വാതിൽ തുറന്നു കൊടുത്തു.

പുറത്തു നടക്കാൻ കൊണ്ടുപോവുകയായിരിക്കുമെന്നു കരുതി ഫിഫി സന്തോഷത്തോടെ ചാടിയിറങ്ങി. പക്ഷേ, തന്നെ പുറത്തിട്ടു വാതിലടച്ചതു കണ്ടപ്പോൾ അത് കതകിന്മേൽ മാന്താനും മോങ്ങാനും തുടങ്ങി. രാജകുമാരിയുടെ മുഖം ചുളിഞ്ഞു. അപ്പോൾ പുറത്തേക്ക് പൊയ്ക്കളഞ്ഞാലോ എന്ന് കാത്യ ആലോചിച്ചതാണ്.

"ചായ തയ്യാറായിട്ടുണ്ടാകും," ഒദിന്ത്സോവ പറഞ്ഞു. "വരണം മാന്യരെ, വരൂ കൊച്ചമ്മേ, നമുക്ക് ചായ കഴിക്കാം."

ഒരക്ഷരം പോലും ഉരിയാടാതെ എല്ലാവരേയുംകാൾ മുമ്പേ എഴുന്നേറ്റ് മുറിവിട്ടിറങ്ങിയത് രാജകുമാരി ആയിരുന്നു. മറ്റുള്ളവർ അവരുടെ പിന്നാലെ തീൻമുറിയിലേക്ക് നടന്നു. വില്ലാവേഷമിട്ട ഒരു പരിചാരക ബാലൻ രാജകുമാരിക്ക് ഇരിക്കാനായി പവിത്രമായ മറ്റൊരു കുഷൻ കസേര വലിച്ചു നീക്കിയിട്ടപ്പോൾ അവർ അതിലേക്കമർന്നു. കാത്യയാണു എല്ലാവർക്കും ചായ പകർന്നുകൊടുത്തിരുന്നത്. അവൾ കുലമുദ്ര പതിച്ച ഒരു കപ്പിൽ ഇളംമ്മയുള്ള ചായ ആദ്യമേതന്നെ എടുത്തു കൊടുത്തു. വൃദ്ധ അല്പം തേനെടുത്തു തന്റെ ചായയിൽ ചേർത്തിട്ട് (സ്വന്തമായി ഒരു ചില്ലിപോലും കൈയിൽനിന്ന് ചെലവിട്ടിരുന്നില്ലെങ്കിലും ചായയ്ക്ക് പഞ്ചസാര ഉപയോഗിക്കുന്നത് ഒരു പാഴ്ചെലവായാണ് അവർ കണ്ടിരുന്നത്) പരുക്കൻ സ്വരത്തിൽ അപ്രതീക്ഷിതമായി ചോദിച്ചു:

"അപ്പോൾ ഇവാൻ രാജകുമാരൻ എന്താണെഴുതിയിരിക്കുന്നത്?"

ആരും അതിന് ഉത്തരം പറഞ്ഞില്ല. എല്ലാവരും ബഹുമാനപൂർവ്വം അവരോട് പെരുമാറിയിരുന്നെങ്കിലും അവർ പറയുന്നത് ആരും ഗൗരവമായെടുക്കാറില്ലെന്ന് അല്പസമയത്തിനിടയിൽ അർക്കാദിക്കും ബസാറൊവിനും ബോധ്യമായി. "രാജവംശത്തിൽ പിറന്നതുകൊണ്ടുമാത്രം പദവിക്കായി സൂക്ഷിച്ചിരിക്കുന്നതാകണം അവർ ഈ വൃദ്ധയെ ഇവിടെ," ബസാറൊവ് വിചാരിച്ചു. ചായ കഴിഞ്ഞപ്പോൾ പുറത്തൊന്നു നടക്കാൻ പോകാമെന്ന് അന്ന സെർഗിയേവ്ന നിർദ്ദേശിച്ചെങ്കിലും ഒരു ചാറ്റമഴ തുടങ്ങിയതു കാരണം ആ പരിപാടി ഉപേക്ഷിച്ചിട്ട് രാജകുമാരി ഒഴിച്ചുള്ള മറ്റാളുകൾ സ്വീകരണ മുറിയിലേക്കു മടങ്ങി. ചീട്ടുകളിയിൽ താല്പര്യമുള്ള പൊർഫീറി പ്ലത്തോനിച്ച് എന്ന അയൽക്കാരനും ആ സമയത്ത് അവിടെയെത്തി. അല്പം ചീർത്തിട്ടു മുടിനരച്ച ഒരു കൊച്ചു മനുഷ്യനായിരുന്നു ഈ അയല്ക്കാരൻ. വളരെ മര്യാദക്കാരനും എന്തുകേട്ടാലും ചിരിക്കുന്ന പ്രകൃതക്കാരനുമായിരുന്നു ഇദ്ദേഹം. ഇദ്ദേഹത്തിന്റെ കുറുകിയ കാലുകൾ കണ്ടാൽ അവ ഈ മനുഷ്യനായി പ്രത്യേകം പറഞ്ഞുചെയ്യിച്ചതാണെന്നു തോന്നുമായിരുന്നു. അന്ന സെർഗിയേവ്ന അധികസമയവും ബസാറൊവുമായുള്ള സംഭാഷണത്തിലേർപ്പെട്ടിരിക്കുകയായിരുന്നു.

പഴഞ്ചൻ പ്രിഫറൻസ് ചീട്ടുകളിക്ക് തങ്ങളുടെ കൂടെ കൂട്ടുന്നോ എന്നു അവർ അയാളോടന്വേഷിച്ചു. ഒരു നാടൻ ഡോക്ടറായി പണിയെടുക്കാൻ തനിക്ക് തയ്യാറെടുക്കേണ്ടതിനാൽ അതൊരാവശ്യമാണെന്നു പറഞ്ഞ് ബസാറൊവ് അതിനു സമ്മതിച്ചു.

"സൂക്ഷിച്ചോളൂ," അന്ന സെർഗിയേവ്ന ഒരു മുന്നറിയിപ്പ് നല്കുമ്പോലെ പറഞ്ഞു: "പൊർഫീറിപ്ലത്തോനിച്ചും ഞാനും നിങ്ങളെ തോല്പിക്കും." എന്നിട്ട് കാത്യയോടായി അവർ തുടർന്നു: "നീ അർക്കാദി നിക്കൊലായെവിച്ചിനെ അല്പം പിയാനോ വായിച്ചുകേൾപ്പിക്ക്. ഇഷ്ടന്നു സംഗീതമിഷ്ടമാണ്. ഞങ്ങളും കേട്ടോണ്ടിരുന്നോളാം."

വിമുഖതയോടെ കാത്യ പിയാനോയുടെ സമീപത്തേക്ക് നടന്നു. സത്യത്തിൽ സംഗീതപ്രിയനായിരുന്നെങ്കിലും അർക്കാദിയും വിമുഖതയോടെയാണ് അവളെ അനുഗമിച്ചത്. തന്നെ അവിടെനിന്ന് പറഞ്ഞുവിടാനുള്ള ഒദിന്ത്സോവയുടെ ഒരു സൂത്രമാണിതെന്ന് അയാൾ സംശയിക്കാതിരുന്നില്ല. അയാളുടെ ഹൃദയമാകട്ടെ ആ പ്രായത്തിലുള്ള മറ്റേതൊരു ചെറുപ്പക്കാരന്റേയുമെന്നപോലെ പ്രേമത്തിന്റെ മുന്നോടിയായ അസ്പഷ്ടമായ എന്താ ഒരു മനഃപ്രയാസം കാരണം കിടന്നുപിടയ്ക്കുകയായിരുന്നു.

കാത്യ പിയാനോയുടെ മൂടി തുറന്നിട്ട് അർക്കാദിയുടെ നേർക്ക് നോക്കാതെ ശബ്ദം താഴ്ത്തിച്ചോദിച്ചു:

"എന്താ വായിക്കേണ്ടത്?"

"എന്താ ഇഷ്ടമെന്നു വച്ചാൽ അത് വായിച്ചോളൂ."

"പൊതുവിൽ എന്തുതരം സംഗീതമാണിഷ്ടം?" അതേ ഇരുപ്പിലിരുന്നുകൊണ്ട് കാത്യ വീണ്ടും അന്വേഷിച്ചു.

"ക്ലാസ്സിക്കൽ," അർക്കാദി അതേ സ്വരത്തിൽ മറുപടി നല്കി.

"മൊസാർട്ടിനെ ഇഷ്ടമാണോ?"

"അതെ."

കാത്യ മൊസാർട്ടിന്റെ മൈനറിലുള്ള സൊണാട്ടാ ഫൻറാസ്യയുടെ സ്വരലിപിയെടുത്തു മുന്നിൽ വച്ചു. നിർവ്വികാരതയോടും തെല്ലൊരു നീരസത്തോടും കൂടിയാണെങ്കിലും അവൾ ഭംഗിയായി പിയാനൊ വായിക്കുന്നുണ്ടായിരുന്നു. ആ സൊണാട്ടായുടെ അവസാനത്തിൽ മാത്രം സ്വരലിപിയിൽ നിന്നു കണ്ണെടുക്കാതെ പല്ലുകടിച്ചുപിടിച്ചു നിവർന്നിരുന്നിരുന്ന അവളുടെ മുഖത്ത് അല്പം പ്രസന്നത പ്രകടമാവുകയും മുടിത്തുമ്പിന്റെ ഒരു ചുരുളഴിഞ്ഞ് കറുത്ത പുരികക്കൊടിയിൽ വന്നു പതിക്കുകയും ചെയ്തു.

ആ സൊണാട്ടയുടെ അവസാനഭാഗം അർക്കാദിയെ ഹഠാദാകർഷിച്ചു. അവിടെയെത്തുമ്പോൾ സ്വച്ഛന്ദമായൊഴുകുന്ന ആ സംഗീതത്തിന്റെ മധുരമനോഹരമായ വശ്യതയെ ഹൃദയസ്പർശിയായ ഒരു

ദുഃഖഭാരം പൊടുന്നനെ കടന്നാക്രമിക്കുന്നുണ്ട്. പക്ഷേ, മൊസാർട്ടിന്റെ സംഗീതലഹരി അയാളിൽ ഉണർത്തിവിട്ട ഈ ചിന്തകൾക്ക് കാത്യയുമായി യാതൊരു ബന്ധവുമുണ്ടായിരുന്നില്ല. അവളെ നോക്കിയിരുന്നപ്പോൾ അയാൾ വിചാരിച്ചു: "ഈ പെൺകുട്ടിയുടെ പിയാനോ വായന ഒട്ടും മോശമില്ലല്ലൊ. കാണാനും അവൾ ഒട്ടും മോശമില്ല."

ആ സൊണാട്ട അവസാനിച്ചപ്പോൾ പിയാനോക്കട്ടകളിൽ നിന്നു കൈയെടുക്കാതെ തന്നെ കാത്യ അന്വേഷിച്ചു: "മതിയോ?" ഇനിയും ബുദ്ധിമുട്ടിക്കാനാഗ്രഹിക്കുന്നില്ലെന്നു പറഞ്ഞ് അർക്കാദി മൊസാർട്ടിനെപ്പറ്റി ആ യുവതിയുമായി സംസാരിക്കാൻ തുടങ്ങി. ആ സൊണാട്ട സ്വയം തിരഞ്ഞെടുത്തതാണോ അതോ ആരെങ്കിലും ശുപാർശ ചെയ്തതാണോയെന്ന് അയാൾ അന്വേഷിച്ചു. പക്ഷേ, കാത്യയുടെ മറുപടി ഒറ്റവാക്കുകളിലുള്ളതായിരുന്നു. അവൾ സ്വന്തം മാളത്തിലേക്കു വലിഞ്ഞു. ഒരിക്കലങ്ങനെ വലിഞ്ഞു കഴിഞ്ഞാൽ പിന്നെ വീണ്ടും പുറത്തേക്ക് വരാൻ അവൾക്ക് വളരെ സമയം വേണ്ടിവന്നിരുന്നു. അത്തരം സന്ദർഭങ്ങളിൽ അവളുടെ മുഖത്ത് എന്തോ ഒരു വാശിയും മ്ലാനതയും പ്രകടമായിരിക്കും. അവൾ ലജ്ജാലുവായിരുന്നെന്ന് പറയാനാവില്ല. ഒരുതരം അവിശ്വാസവും ചേച്ചിയോടുള്ള പേടിയും മാത്രമാണ് അവളെ ബുദ്ധിമുട്ടിച്ചിരുന്നത്. എന്നാൽ തന്റെ രക്ഷാകർതൃത്വം കൊണ്ട് അനിയത്തിക്ക് ഇങ്ങനെയൊരു പ്രയാസമുണ്ടെന്ന് അന്ന സെർഗിയേവ്ന സംശയിക്കുകപോലും ചെയ്തിരുന്നില്ല. പിന്നെയും അസുഖകരമായൊരു നിശ്ശബ്ദത അവർക്കിടയിൽ തങ്ങിനിന്നു. അതിൽ നിന്ന് രക്ഷപെടാനെന്നോണം അർക്കാദി ഫിഫിയെ തന്റെയടുത്തേക്ക് വിളിച്ച് സ്നേഹപൂർവ്വം അതിനെ തലോടിക്കൊണ്ടിരുന്നു. കാത്യ വീണ്ടും പൂക്കളൊരുക്കിവയ്ക്കുന്നതിൽ വ്യാപൃതയായി.

ഇതിനിടയിൽ ബസാറൊവ് തോറ്റു തൊപ്പിയിടുകയായിരുന്നു. അന്ന സെർഗിയേവ്ന ഭംഗിയായി കളിച്ചിരുന്നു. പൊർഫീറി പ്ലത്തോനിച്ചിനും പിടിച്ചു നില്ക്കാൻ കഴിഞ്ഞിരുന്നു. ബസാറൊവിന്റെ നഷ്ടം അത്ര വമ്പിച്ചതായിരുന്നില്ലെങ്കിലും ആ തോൽവി അത്ര സുഖകരമായി അയാൾക്ക് തോന്നിയില്ല. അത്താഴത്തിനിടയിൽ അന്ന സെർഗിയേവ്ന വീണ്ടും സസ്യശാസ്ത്രം ചർച്ചയ്ക്കെടുത്തിട്ടു.

"നാളെ രാവിലെ നമുക്കൊന്നു നടക്കാൻ പോകാം?" അവർ ബസാറൊവിനോട് പറഞ്ഞു. "അപ്പോൾ കാട്ടുചെടികളുടെ ലാറ്റിൻ പേരുകളും അവയുടെ ഗുണദോഷങ്ങളും എനിക്ക് പറഞ്ഞുതരണം."

"ലാറ്റിൻ പേരറിഞ്ഞിട്ടു എന്തു ചെയ്യാനാ?" അയാൾ ചോദിച്ചു.

"എല്ലാറ്റിനും ഒരു ചിട്ടയും ക്രമവും വേണമല്ലൊ."എന്നായിരുന്നു അവരുടെ മറുപടി.

"ഈ അന്ന സെർഗിയേവ്ന എത്ര മിടുക്കിയാണെന്നു കണ്ടോ?" തങ്ങളുടെ മുറിയിൽ അവർ തനിച്ചായപ്പോൾ അർക്കാദി ചങ്ങാതിയോടു പറഞ്ഞു.

"അതെ, നല്ല തലയുള്ള സ്ത്രീയാണ്," ബസാറൊവ് മറുപടി നല്കി: പലതും കണ്ടറിഞ്ഞിട്ടുള്ള കൂട്ടത്തിലാണ്."

"ഏതർത്ഥത്തിലാ യെവ്ഗേനി വസീലിയെവിച്ച് ഇതു പറയുന്നത്?"

"നല്ലർത്ഥത്തിലാണെടോ, നല്ലർത്ഥത്തിൽതന്നെ. തന്റെ വസ്തുവകകളും അവർ ഭംഗിയായിത്തന്നെ നടത്തിക്കൊണ്ടുപോകുന്നുണ്ടായിരിക്കുമെന്നു തോന്നുന്നു. പക്ഷേ, അവരെക്കാൾ അത്ഭുതകരമായിട്ടുള്ളത് അനിയത്തിയാണ്."

"എന്ത്? ആ ഇരുണ്ട പാവക്കുട്ടിയോ?"

"അതെ, ആ ഇരുണ്ട പാവക്കുട്ടിതന്നെ. ആ പുമണവും നിഷ്കളങ്കതയും കാതരഭാവവും നാണവും തുടങ്ങിയ സർവ്വതും ആ കുട്ടിയിൽ ഒത്തിണങ്ങിയിട്ടുണ്ട്. നോട്ടമിടാൻ പറ്റിയത് ആ കുട്ടിയാണ്. ഇഷ്ടമുള്ള തരത്തിൽ അതിനെ രൂപപ്പെടുത്തിയെടുക്കാൻ സാധിക്കും. പക്ഷേ, മറ്റേ പെണ്ണുന്നോരുണ്ടല്ലോ, അത് ജഗജില്ലിയാണ്."

അർക്കാദി ഇതിനു മറുപടിയൊന്നും പറഞ്ഞില്ല. രണ്ടുപേരും അവരവരുടെ ചിന്തകളുമായി ഉറങ്ങാൻ കിടക്കുകയും ചെയ്തു.

അന്ന സെർഗിയേവ്നയും ആ രാത്രിയിൽ തന്റെ അതിഥികളെപ്പറ്റി ചിന്തിച്ചുകൊണ്ടാണ് കിടന്നത്. ബസാറൊവിനെ അവർക്കിഷ്ടമായി. പുറമോടി കൂടാതെ കാര്യങ്ങൾ വെട്ടിത്തുറന്നു പറയുന്ന ആ രീതി അവർക്ക് പിടിച്ചു. മുൻപ് ആരിലും ദർശിച്ചിട്ടില്ലാത്ത എന്തോ ഒരു പുതിയ സംഗതി അയാളിൽ അവർ കണ്ടെത്തി. സ്വതേ ജിജ്ഞാസ പ്രകൃതക്കാരിയുമായിരുന്നു അവർ.

ഒരുതരത്തിൽ പറഞ്ഞാൽ, അന്ന സെർഗിയേവ്ന ഒരു വിചിത്രജീവിയായിരുന്നു. യാതൊരുവിധ മുൻവിധികളോ ഉറച്ചവിശ്വാസങ്ങൾപോലുമോ ഇല്ലായിരുന്ന അവർ ഒന്നും വിട്ടുകൊടുക്കുകയോ ഒന്നിനും വേണ്ടി പ്രാണൻ കളയുകയോ ചെയ്തിരുന്നില്ല. പലതും വ്യക്തമായി കാണാൻ അവർക്ക് കഴിഞ്ഞിരുന്നു. പലതും അവരെ ആകർഷിക്കുകയും ചെയ്തിരുന്നു. പക്ഷേ, ഒന്നും അവരെ പൂർണ്ണമായി തൃപ്തിപ്പെടുത്തിയില്ല. പരിപൂർണ്ണ സംതൃപ്തി അവർ ഒരിക്കലും കാംക്ഷിച്ചതുമില്ല. ജിജ്ഞാസയും ഉദാസീനതയും അവരുടെ ഇരട്ടഗുണങ്ങളായിരുന്നു. അവരുടെ സംശയങ്ങൾ വിസ്മൃതിയോളമെത്തുന്നതുവരെ ദൂരീകരിക്കപ്പെടുകയോ ഉല്ക്കണ്ഠയോളമെത്തുന്നതുവരെ ശക്തിപ്പെടുകയോ ചെയ്തിരുന്നില്ല. ധനികയും സ്വാതന്ത്ര്യേച്ഛുവുമായിരുന്നില്ലെങ്കിൽ അവർ ഒരുപക്ഷേ, ആവേശപൂർവ്വം എന്തിലേക്കും

എടുത്തുചാട്ടമായിരുന്നിരിക്കണം. പക്ഷേ, സുഖസമൃദ്ധമായ ഒരു ജീവിതമാണ് അവർ നയിച്ചിരുന്നത്. എങ്കിലും വല്ലാത്ത വിരസത ഇടയ്ക്കിടയ്ക്ക് അവരെ അലട്ടിയിരുന്നു. അവരുടെ ദിവസങ്ങൾ യാതൊരു തിരക്കും കൂടാതെ ഇഴഞ്ഞുനീങ്ങുന്നതിനിടയിൽ വല്ലപ്പോഴുമൊരിക്കൽ മാത്രമാണ് സ്തോഭജനകമായ എന്തെങ്കിലുമൊരു ചലനമുണ്ടായിരുന്നത്. ചിലപ്പോഴെല്ലാം വർണ്ണശബളങ്ങളായ സ്വപ്നങ്ങൾ അവരുടെ മനോമുകുരത്തിൽ തെളിഞ്ഞു വരാറുണ്ടായിരുന്നെങ്കിലും ആ സ്വപ്നങ്ങൾ മാഞ്ഞുകഴിയുമ്പോൾ അവർക്കൊരുതരം ആശ്വാസമാണ് തോന്നിയിരുന്നത്. അവ പൊലിഞ്ഞുപോയതിൽ അവർക്ക് യാതൊരു ഖേദവും തോന്നിയിരുന്നില്ല. അവരുടെ ഭാവന ചിലപ്പോൾ നിലവിലുള്ള സദാചാരബോധത്തെ വെല്ലുവിളിക്കുന്ന മേഖലകളിലേക്ക് അവരെ കൂട്ടിക്കൊണ്ടുപോയിരുന്നെങ്കിലും അപ്പോഴും ആ സുന്ദര കളേബരത്തിനുള്ളിലെ രക്തസഞ്ചാരത്തിന് ഒട്ടും വേഗത കൂടുമായിരുന്നില്ല. ചിലപ്പോൾ സുഗന്ധപൂരിതമായ കുളിത്തൊട്ടിയിലിറങ്ങിക്കിടന്നുള്ള സ്നാനം കഴിഞ്ഞ് പുതിയൊരു ഉന്മേഷത്തോടും ആലസ്യത്തോടും കൂടി പുറത്തിറങ്ങുമ്പോൾ ജീവിതത്തിന്റെ അർത്ഥമില്ലായ്മയേയും ദുഃഖങ്ങളേയും കഷ്ടപ്പാടുകളേയും തിന്മയേയും പറ്റിയെല്ലാം അവർ ഓർത്തിരുന്നുപോകും. ധീരമായ ചിന്തകളും മഹനീയങ്ങളായ ആദർശങ്ങളും അവരുടെ മനസ്സിലപ്പോൾ മൊട്ടിടും. പക്ഷേ, ആ സമയത്തായിരിക്കും പകുതി തുറന്നുവച്ച ജനലിൽ നിന്ന് ശക്തിയായൊരു കാറ്റ് ഉള്ളിലേക്ക് തള്ളിക്കയറുന്നത്. അപ്പോൾ അവർ ശപിച്ചുകൊണ്ട് അതിൽ നിന്നൊഴിഞ്ഞുമാറുകയും വല്ലാതെ ശുണ്ഠിയെടുക്കുകയും ചെയ്യും. ആ നശിച്ച കാറ്റ് മുഖത്ത് വന്നടിക്കാതിരിക്കണമെന്ന ഒരൊറ്റ വിചാരമേ ആ സമയത്തു അവരുടെ മനസ്സിലുണ്ടായിരിക്കൂ.

സ്നേഹമെന്തെന്നറിയാൻ അവസരമുണ്ടായിട്ടില്ലാത്ത മറ്റേതൊരു സ്ത്രീയേയും പോലെ അവരും വ്യക്തമല്ലാത്ത എന്തോ ഒന്നിനു വേണ്ടി ദാഹിച്ചിരുന്നു. സർവ്വതിനും വേണ്ടി മനസ്സ കൊതിച്ചിരുന്നെങ്കിലും അവർക്ക് ഒന്നിന്റേയും ആവശ്യമുണ്ടായിരുന്നില്ല. പരേതനായ ഒദിന്ത്സോവിനെ അവർ കഷ്ടിച്ചു സഹിച്ചിരുന്നെന്നേയുള്ളൂ. (അദ്ദേഹം നല്ലൊരു മനുഷ്യനാണെന്ന് തോന്നിയിരുന്നില്ലെങ്കിൽ അദ്ദേഹത്തിന്റെ ഭാര്യയാകാൻ അവർ സമ്മതിക്കുമായിരുന്നില്ലെങ്കിലും അവരെ സംബന്ധിച്ചിടത്തോളം അതൊരു സൗകര്യാർത്ഥ വിവാഹമായിരുന്നു.) എല്ലാ പുരുഷന്മാരോടും തന്മൂലം അവർക്ക് നിഗൂഢമായ എന്തോ ഒരു വെറുപ്പ് തോന്നിയിരുന്നു. ആളുകളെ ബോറടിച്ച് നശിപ്പിക്കുന്ന വിറങ്ങലിച്ച ശല്യക്കാരായാണ് അവർ പുരുഷന്മാരെ കണ്ടിരുന്നത്. വിദേശത്തെവിടെയോ വച്ച് ഒരിക്കൽ നിഷ്കളങ്കത സ്ഫുരിക്കുന്ന നീലക്കണ്ണുകളും വീതികൂടിയ നെറ്റിത്തടവുമുള്ള പൗരുഷശാലിയും സുമുഖനുമായ ഒരു സ്വീഡിഷ് യുവാവുമായി

അവർ കാണാനിടയായി. അയാൾ അവരുടെ ഹൃദയം കവരുകയും ചെയ്തിരുന്നു. പക്ഷേ, എന്നിട്ടും റഷ്യയിലേക്ക് മടങ്ങുന്നതിന് അത് ഈ സ്ത്രീക്ക് ഒരു തടസ്സമായില്ല.

"ഒരു വിചിത്രജീവിതന്നെയാണ് ഈ ഡോക്ടർ വിദ്യാർത്ഥി," അന്നു രാത്രി പട്ടുകൊണ്ടുള്ള ക്വിൽട്ട് പുതച്ച്, ചിത്രപ്പണികൾ ചെയ്ത ഉറയുള്ള തലയിണയിൽ തലയും ചായ്ച്ച് മാർദ്ദവമേറിയ തന്റെ മേത്തരം കോസടിയിന്മേൽ ഉറങ്ങാൻ കിടക്കുമ്പോൾ അന്ന സെർഗിയേവ്ന ചിന്തിക്കുകയായിരുന്നു. പിതാവിന്റെ ആഡംബര ഭ്രമം പുത്രിക്കും ഒട്ടൊക്കെ ഒസ്യത്തായി കിട്ടിയിരുന്നു. ദുർന്നടപ്പുകാരനെങ്കിലും ദയാഹൃദയനായ തന്റെ പിതാവിനോട് അവർക്ക് അകൈതവമായ സ്നേഹമുണ്ടായിരുന്നു. പിതാവും പുത്രിയെ താഴെയല്ല വച്ചിരുന്നത്. ഒരു ചങ്ങാതിയോടെന്നപോലെ ആ മനുഷ്യൻ മകളുമായി തമാശപറഞ്ഞു ചിരിക്കുകയും എല്ലാ രഹസ്യങ്ങളും മകളോട് തുറന്നു പറയുകയും ചെയ്തിരുന്നു. മകൾക്ക് അമ്മയുടെ മുഖം ഓർമ്മിക്കാൻ പോലും കഴിഞ്ഞിരുന്നില്ല.

"ഒരു വിചിത്രജീവിതന്നെയാണ് അയാൾ," ആ സ്ത്രീ വീണ്ടും ആത്മഗതമായി പറഞ്ഞു. അല്പസമയം ഒന്നു നീണ്ടുനിവർന്ന് തലയ്ക്കടിയിൽ കൈകൾ പിണച്ചുവച്ച് പുഞ്ചിരിച്ചുകൊണ്ടു കിടന്നശേഷം ഏതോ താണതരം ഫ്രഞ്ച് നോവലെടുത്ത് ഒന്നോ രണ്ടോ പേജുകൾ മറിച്ചുനോക്കുന്നതിനിടയിൽ അലക്കിയെടുത്ത സുരഭിലങ്ങളായ അടിയുടുപ്പുകൾ അണിഞ്ഞിരുന്ന ഉന്മേഷവതിയായ അവർ ദീർഘനിദ്രയിൽ ലയിച്ചു.

പിറ്റേന്നു പ്രാതൽ കഴിഞ്ഞയുടൻ ബസാറൊവുമൊത്തു സസ്യശാസ്ത്ര പഠനത്തിന് ഇറങ്ങിത്തിരിച്ച അന്ന സെർഗിയേവ്ന മടങ്ങിയെത്തിയത് ഉച്ചഭക്ഷണത്തിന് സമയമായപ്പോൾ മാത്രമാണ്. അർക്കാദി പുറത്തെങ്ങും ഇറങ്ങിയില്ല. ഒരു മണിക്കൂറോളം അയാൾ കാത്യയുടെ കൂടെ കഴിച്ചു. അവളുടെ സാമീപ്യം അയാൾക്കൊട്ടും വിരസമായി ത്തോന്നിയില്ല. തലേന്നത്തെ സോണാറ്റ വീണ്ടും വായിക്കാൻ അവൾ സ്വയം തന്നെ തയ്യാറായി. പക്ഷേ, ഒദിന്ത്സോവ ഒടുവിൽ മടങ്ങിയെത്തുന്നതു കണ്ടതോടെ അയാൾക്ക് നൈമിഷികമായൊരു ഹൃദയവ്യഥ അനുഭവപ്പെട്ടു. ക്ഷീണിച്ച മട്ടിൽ ചുവടുകൾ വലിച്ചുവെച്ചുകൊണ്ട് തോട്ടത്തിലൂടെ നടന്നടുത്തിരുന്ന അവരുടെ കവിളുകൾക്ക് ഒരു പ്രത്യേക തുടുപ്പും സ്ട്രോഹാറ്റിനു കീഴിൽ പകുതി മറഞ്ഞിരുന്ന കണ്ണുകൾക്ക് അഭൂതപൂർവ്വമായ ഒരു തിളക്കവും പ്രകടമായിരുന്നു. അവർ ഏതോ കാട്ടുപുഷ്പത്തിന്റെ തണ്ട് കൈയിലിട്ട് തിരുപ്പിടിച്ചിരുന്നു. അവർ ധരിച്ചിരുന്ന ലോലമായ മേൽമുണ്ട് തെന്നിവീണ് കൈമുട്ടുകൾ വരെ എത്തിയിരുന്നു. തൊപ്പിയിൽ കെട്ടിയിരുന്ന ചാരനിറത്തിലുള്ള നാടകൾ അവരുടെ മാറിൽ പറ്റിപ്പിടിക്കുകയും ചെയ്തിരുന്നു.

സാധാരണയുള്ള ആ ആത്മവിശ്വാസത്തോടും അശ്രദ്ധയോടും കൂടി ബസാറൊവ് അവർക്ക് തൊട്ടുപിന്നിലായി നടന്നിരുന്നു. അയാൾ വളരെ ഉല്ലാസവാനും സൗമ്യനുമായിരുന്നെങ്കിലും അർക്കാദിക്ക് അയാളുടെ അപ്പോഴത്തെ മുഖഭാവം ഒട്ടും പിടിച്ചില്ല. പല്ലുകടിച്ചുപിടിച്ചു കൊണ്ട് "മോണിങ്ങ്" എന്നു പിറുപുറുത്ത ശേഷം ബസാറൊവ് തന്റെ മുറിയിലേക്ക് പോയി. ഒദിന്ത്സോവയും അലസമായി അർക്കാദിയുടെ കൈപിടിച്ചു കുലുക്കിയിട്ട് തന്റെ വഴിക്ക് നടന്നു.

"ഗുഡ്മോണിങ്ങ് പറയുന്നകേട്ടാൽ ഇന്നു രാവിലെ തമ്മിൽ കണ്ടില്ലെന്നു തോന്നുമല്ലൊ," അർക്കാദി ആത്മഗതമായി പറഞ്ഞു.

XVII

സമയം ചിലപ്പോൾ ഒരു പക്ഷിയെപ്പോലെ പറക്കുകയും മറ്റു ചിലപ്പോൾ ഒരു ഒച്ചിനെപ്പോലെ ഇഴയുകയും ചെയ്യും. പക്ഷേ, അതിഴയുകയാണോ പറക്കുകയാണോ ചെയ്യുന്നതെന്നറിയാതെ കഴിക്കാൻ പറ്റുമ്പോഴായിരിക്കും മനുഷ്യൻ ഏറ്റവും സന്തുഷ്ടനായിരിക്കുക. അർക്കാദിയും ബസാറൊവും ഒദിന്ത്സോവയുടെ വീട്ടിൽ ചെലവിട്ട പതിനഞ്ചു ദിവസക്കാലം അത്തരത്തിലുള്ളതായിരുന്നു. ഒദിന്ത്സോവ തന്റെ ഭവനത്തിലേർപ്പെടുത്തിയിരുന്ന സമയവിവരപ്പട്ടികയനുസരിച്ചുള്ള ജീവിത ക്രമീകരണത്തിന് ഇതിൽ വലിയൊരു പങ്കുണ്ടായിരുന്നു. അവർ ഈ ക്രമീകൃത ജീവിതചര്യ മുറുകെപ്പിടിക്കുകയും മറ്റുള്ളവരെക്കൊണ്ടും അത് നടപ്പിലാക്കിക്കുകയും ചെയ്തു. ഓരോ ദിനചര്യയ്ക്കും ആ വീട്ടിൽ ഒരു ക്ലിപ്ത സമയമുണ്ടായിരുന്നു. രാവിലെ മണി കൃത്യം എട്ടടിക്കുമ്പോൾ കുടുംബാംഗങ്ങൾ എല്ലാവരും പ്രാതലിന് തീൻമേശയ്ക്കു ചുറ്റും കൂടും. പ്രാതലിനും ഉച്ചഭക്ഷണത്തിനുമിടയ്ക്ക് ഓരോരുത്തർക്കും ഇഷ്ടംപോലെ നടക്കാം. വീട്ടമ്മ കാര്യസ്ഥനുമായും (അടിയാളരിൽ നിന്നും വിട്ടുതൽപാട്ടം പറ്റിക്കൊണ്ട് ഭൂമി സ്വന്തമായി കൃഷിചെയ്യുകയായിരുന്നു അവർ) ബട്ട്ലറുമായും വീട്ടുസൂക്ഷിപ്പുകാരിയുമായും അന്നന്നത്തെ പ്രശ്നങ്ങൾ ചർച്ച ചെയ്യുന്നത് ആ സമയത്തായിരിക്കും. ഉച്ചഭക്ഷണത്തിനു മുൻപായി ഗൃഹസദസ്സ് ഒരിക്കൽക്കൂടി സമ്മേളിച്ച് സൊള്ളുകയോ വല്ലതും വായിക്കുകയോ ചെയ്യും. സായാഹ്നം സവാരിക്കും ചീട്ടുകളിക്കും സംഗീതത്തിനും മറ്റുമുള്ളതാണ്. രാത്രി പത്തരമണിയാകുമ്പോൾ അന്ന സെർഗിയേവ്ന പിറ്റേന്നാളത്തേക്കുള്ള നിർദ്ദേശങ്ങൾ നല്കിയിട്ട് തന്റെ മുറിയിലേക്ക് പിൻവാങ്ങുകയും കിടന്നുറങ്ങാൻ വട്ടം കൂട്ടുകയും ചെയ്യും. കടുകിട തെറ്റാത്തതും ഏതാണ്ടൊരു ചടങ്ങുപോലെയുള്ളതുമായ ഈ ദിനചര്യ ബസാറൊവിന് ഒട്ടും പിടിച്ചില്ല. "റെയിൽ പാളത്തിലൂടെ വണ്ടി ഓടുന്നതുപോലെയാണിത്." വില്ലാവേഷധാരികളായ പരിചാരകരും ഗംഭീരഭാവം പൂണ്ടു നടക്കുന്ന ബട്ട്ലർമാരുമൊന്നും അയാളുടെ ജനാധിപത്യ ബോധത്തിനു നിരക്കുന്നതായിരുന്നില്ല. എന്നാൽ പിന്നെ അത്താഴം കഴിക്കുന്നതുകൂടി തനി ഇംഗ്ലീഷ് മട്ടിൽ

വെളുത്ത ടൈയും സൂട്ടും ധരിച്ചിരുന്നായിക്കുടെ എന്നായിരുന്നു അയാളുടെ വിചാരം. ഒരിക്കൽ അയാൾ അന്ന സെർഗിയേവ്നയുടെ മുമ്പിൽ ഈ വിഷയം എടുത്തിടുകയും ചെയ്തു. ആർക്കും മനസ്സിലുള്ളത് തുറന്നു സംസാരിക്കാൻ സ്വാതന്ത്ര്യം നല്കുന്ന ഒരു പ്രകൃതമായിരുന്നു ആ സ്ത്രീയുടേത്. അയാൾക്കു പറയാനുള്ളതെല്ലാം ശ്രദ്ധയോടെ കേട്ടിട്ട് അവർ ഇപ്രകാരം മറുപടി നല്കി: "നിങ്ങളുടെ വീക്ഷണം വച്ചു നോക്കിയാൽ നിങ്ങൾ പറയുന്നതു ശരിയാണ്. അങ്ങനെ നോക്കുമ്പോൾ ഞാനൊരു വലിയ വീട്ടിൽ കൊച്ചമ്മയുമായിരിക്കാം. പക്ഷേ, നാട്ടിൻപുറത്ത് ചിട്ടയില്ലാത്ത ഒരു ജീവിതത്തിനു പുറപ്പെട്ടാൽ മനുഷ്യൻ ബോറടിച്ചു ചത്തു പോകും." അതിനുശേഷവും അവർ തന്റെ രീതി മുടങ്ങാതെ തുടരുകയും ചെയ്തു. പക്ഷേ, "വണ്ടിപ്പാളത്തിലൂടെ" കാര്യങ്ങൾ നടന്നിരുന്നതുകൊണ്ടാണ് അർക്കാദിക്കും ബസാറൊവിനും ഒദിന്ത്സോവയുടെ വീട്ടിലെ ജീവിതം സുഖകരവും അക്ലിഷ്ടവുമായി തോന്നിയതെന്നും പ്രസ്താവിക്കേണ്ടതുണ്ട്. സത്യത്തിൽ, നിക്കോൾസ്കെയെയിൽ എത്തിയ ആദ്യദിവസം മുതല്ക്കുതന്നെ രണ്ടു ചെറുപ്പക്കാരിലും ഒരു മാറ്റം ദൃശ്യവുമായിരുന്നു. മിക്ക കാര്യങ്ങളിലും വിയോജിച്ചിരുന്നെങ്കിലും അന്ന സെർഗീയേവ്നയുടെ പ്രീതിക്ക് നിസ്സംശയം പാത്രീഭൂതനായിരുന്ന ബസാറൊവിൽ പണ്ടൊന്നുമില്ലാത്ത അസ്വസ്ഥതയുടെ ചില ലക്ഷണങ്ങൾ കണ്ടു തുടങ്ങി. അയാൾക്ക് പെട്ടെന്നു ശുണ്ഠി വരാൻ തുടങ്ങി. അയാൾ അധികം സംസാരിക്കാതെ മുഖം വീർപ്പിച്ചിരിക്കാനും ആരംഭിച്ചു. അതേസമയം ഒദിന്ത്സോവയോട് തനിക്കു കടുത്ത പ്രേമമാണെന്ന് തീർത്തും ധരിച്ചുവച്ച അർക്കാദി വിഷാദനിമഗ്നനായി എവിടെങ്കിലുമൊക്കെ ചടഞ്ഞുകൂടി. പക്ഷേ, ഈ വിഷാദം കാത്യയുമായുള്ള സൗഹൃദം വളർത്തുന്നതിന് അയാൾക്കൊരു പ്രതിബന്ധമായിരുന്നില്ല. എന്നുമാത്രമല്ല, ആ യുവതിയുമായി ഉറ്റ സുഹൃദ്ബന്ധം വളർത്താൻ ഇത് അയാളെ സഹായിക്കുകപോലും ചെയ്തു. "ഓ, ആ സ്ത്രീ എന്നെ വിലമതിക്കുന്നില്ലെങ്കിൽ വേണ്ട!" അയാൾ ആത്മഗതമായി പറഞ്ഞു: "പക്ഷേ, എന്നെ അവഗണിക്കാത്ത ഒരു പാവം കൊച്ച് ഇവിടെയുണ്ടല്ലോ. അതു മതി" അയാളുടെ ഹൃദയം വീണ്ടും മാധുര്യമേറിയ ഉദാര ചിന്തകളാൽ തരളിതമാവുകയും ചെയ്തു. അയാൾ തന്നിൽ എന്തോ ആശ്വാസം തേടുകയാണെന്ന ഒരു അവ്യക്തബോധം കാത്യയ്ക്കുണ്ടായിരുന്നു. പാതി ഒളിച്ചും പാതിവിശ്വസിച്ചുമുള്ള ഒരു സൗഹൃദത്തിന്റെ സുഖം അയാൾക്കോ തനിക്കോ നിഷേധിക്കാൻ അവൾ തയ്യാറായിരുന്നുമില്ല. അന്ന സെർഗിയേവ്നയുടെ മുന്നിൽ വച്ച് പരസ്പരം അധികമൊന്നും സംസാരിക്കാതിരിക്കാൻ രണ്ടുകൂട്ടരും ശ്രദ്ധിച്ചു. ചേച്ചിയുടെ നോട്ടത്തിനു മുന്നിൽ കാത്യ ചൂളിപ്പോയിരുന്നു. പ്രേമലോലനായ ഒരു പുരുഷനെന്ന നിലയ്ക്ക് തന്റെ ഹൃദയേശ്വരി അടുത്തുള്ളപ്പോൾ മറ്റാരെയെങ്കിലും ശ്രദ്ധിക്കാൻ അർക്കാദിക്ക്

കഴിയുമായിരുന്നുമില്ല. പക്ഷേ, കാത്യയോടൊത്തിരിക്കുമ്പോൾ മാത്രമേ അയാൾ സ്വസ്ഥനായിരുന്നുള്ളൂ. ഒദിന്ത്സോവയെ പ്രീതി പ്പെടുത്തുകയെന്നത് തന്നെക്കൊണ്ടാവുന്ന ഒരു സംഗതിയല്ലെന്ന് അയാൾക്ക് മനസ്സിലായിരുന്നു. അവരുടെ കൂടെ ഒറ്റയ്ക്കിരിക്കുമ്പോൾ ലജ്ജ മൂലം നാക്കിറങ്ങിപ്പോയപോലെയായിരുന്നു അയാളുടെ സ്ഥിതി. അയാളോടെന്തു സംസാരിക്കണമെന്ന് ആ സ്ത്രീക്കും നിശ്ച യമുണ്ടായിരുന്നില്ല. അവരെ സംബന്ധിച്ചിടത്തോളം അയാൾ ഒരു പയ്യൻ മാത്രമായിരുന്നു. നേരേമറിച്ച്, കാത്യയുടെ കൂടെയിരി ക്കുമ്പോൾ അർക്കാദിക്ക് യാതൊരു ബുദ്ധിമുട്ടും ഉണ്ടായിരുന്നില്ല. അയാൾ അവളോട് ദയാപൂർവ്വം പെരുമാറുകയും സംഗീതത്തേയോ താൻ വായിച്ച ഏതെങ്കിലും കവിതയേയോ കഥയേയോ പറ്റിയോ മറ്റേതെങ്കിലും നിസ്സാരസംഗതിയെപ്പറ്റിയോ തുറന്നു സംസാരിക്കാൻ അവൾക്ക് ധൈര്യം നല്കുകയും ചെയ്തു. എന്നാൽ, ഈ നിസ്സാരസം ഗതികൾ തനിക്കും താല്പര്യമുള്ളവയാണെന്നത് അർക്കാദി ശ്രദ്ധിച്ചിരുന്നില്ല. കാത്യയാകട്ടെ അയാൾ മനസ്സു മടുത്ത് മിണ്ടാ ണ്ടിരിക്കുമ്പോൾ അയാളെ ശല്യപ്പെടുത്താതിരിക്കാൻ പ്രത്യേകം ശ്രദ്ധിക്കുകയും ചെയ്തു. അങ്ങനെ അർക്കാദിക്ക് കാത്യയുടേയും, ബസാറൊവിന് ഒദിന്ത്സോവയുടേയും സാമീപ്യം അത്യന്തം ഹൃദ്യ മായിരുന്നു. പലപ്പോഴും, പ്രത്യേകിച്ചും തോട്ടത്തിൽ നടക്കാനിറങ്ങു മ്പോൾ, രണ്ടു കൂട്ടരും അല്പസമയം ഒന്നിച്ചിരുന്നിട്ട് പതുക്കെപ്പതുക്കെ അകലുകയും ചെയ്തിരുന്നു. കാത്യയ്ക്ക് പ്രകൃതിയോട് ഒരു ആരാധനാ മനോഭാവമാണുണ്ടായിരുന്നത്. അർക്കാദിക്കും പ്രകൃതിയോടു അതിയായ മമത ഉണ്ടായിരുന്നു. പക്ഷേ, അതു തുറന്നു സമ്മതിക്കാൻ അയാൾ കൂട്ടാക്കിയിരുന്നില്ലെന്നു മാത്രം. ഒദിന്ത്സോവയ്ക്ക് പ്രകൃതി യോട് അത്ര വളരെ ആസക്തിയൊന്നും ഉണ്ടായിരുന്നില്ല. ബസാ റൊവിന്റെ സ്ഥിതിയും അതുതന്നെയായിരുന്നു. അങ്ങനെ നമ്മുടെ ചങ്ങാതിമാർ രണ്ടുപേരും അകന്നുനിന്നിരുന്നതുകൊണ്ട് ചില ഭവി ഷ്യത്തുകൾ ഇല്ലാതെയുമിരുന്നില്ല. അവർ തമ്മിലുള്ള ബന്ധത്തിൽ പതുക്കെപ്പതുക്കെയുള്ള ഒരു മാറ്റം ദൃശ്യമാകാൻ തുടങ്ങി. ബസാറൊവ് അർക്കാദിയോട് ഒദിന്ത്സോവയെപ്പറ്റി ഒന്നും സംസാരിക്കാതായി. അയാൾ ആ സ്ത്രീയുടെ "ആഭിജാത്യ"ത്തെ വിമർശിക്കാതെയുമായി. കാത്യയെപ്പറ്റി ഇപ്പോഴും മതിപ്പോടുകൂടിയാണ് സംസാരിച്ചിരുന്നതെ ങ്കിലും അവളുടെ വൈകാരിക ദൗർബല്യങ്ങൾക്ക് കടിഞ്ഞാണിടാൻ അയാൾ സ്നേഹിതനെ ഉപദേശിച്ചു. പക്ഷേ അയാളുടെ പ്രശംസ വളരെ ഓടിച്ചുള്ളതും, അയാളുടെ ഉപദേശങ്ങൾ വളരെ ശുഷ്ക വുമായിരുന്നു. മൊത്തത്തിൽ അർക്കാദിയുമായി അയാളിപ്പോൾ പഴയതിലും വളരെ കുറച്ചു മാത്രമേ സംസാരിച്ചിരുന്നുള്ളൂ. അയാൾ തന്റെ സ്നേഹിതനെ അകറ്റിനിറുത്തുന്നതായും എന്തിനെയോ പറ്റി ലജ്ജിക്കുന്നതായും തോന്നി.

അർക്കാദി ഇതെല്ലാം ശ്രദ്ധിച്ചെങ്കിലും ഒരഭിപ്രായവും പുറത്തു പറഞ്ഞില്ല.

ഈ "പുതിയ വഴിത്തിരിവിനുള്ള" യഥാർത്ഥ കാരണം ഒദിന്ത്സോവ അയാളിൽ ഉണർത്തിയ വികാരമായിരുന്നു. ഈ വികാരം അയാളെ എരിപൊരികൊള്ളിക്കുകയും മത്തു പിടിപ്പിക്കുകയും ചെയ്തു. എന്നാൽ വാസ്തവത്തിൽ അയാളിൽ ഉണ്ടായിക്കൊണ്ടിരുന്ന ഈ ഭാവപ്പകർച്ചയെപ്പറ്റി വിദൂരമായെങ്കിലും സൂചിപ്പിക്കാൻ ആരെങ്കിലും മുതിർന്നിരുന്നെങ്കിൽ ഒരു പരിഹാസച്ചിരിയോടും മനുഷ്യദ്വേഷപരമായ ഒരു അഭിപ്രായപ്രകടനത്തോടും കൂടി അയാൾ അതിനെ പാടെ നിഷേധിക്കുമായിരുന്നു. ബസാറൊവ് സ്ത്രീകളുടെ വലിയൊരു ആരാധകനായിരുന്നെങ്കിലും ആദർശപ്രേമത്തെ, അതിഭാവുകത്വം നിറഞ്ഞ പ്രേമത്തെ, ശുദ്ധ അസംബന്ധമെന്നും അക്ഷന്തവ്യമായ വിഡ്ഢിത്തരമെന്നും പറഞ്ഞ് അയാൾ ആക്ഷേപിച്ചിരുന്നു. സ്ത്രീകൾക്ക് വേണ്ടി മരിക്കാൻ നടക്കുന്നതിനെ ഒരുതരം ബീഭത്സതയോ രോഗമോ ആയാണ് അയാൾ ചിത്രീകരിച്ചിരുന്നത്. പ്രേമഗായകരോടും പ്രണയകാവ്യകാരന്മാരോടുമൊപ്പം ടോഗൻബർഗിനെ[7] ഭ്രാന്താലയത്തിൽ അടയ്ക്കേണ്ടതായിരുന്നെന്ന് ഒന്നിലധികം തവണ അയാൾ പരസ്യമായി പറയുകയുണ്ടായി. "ഏതെങ്കിലും സ്ത്രീയെ ഇഷ്ടമായാൽ വേഗം കാര്യം കാണാൻ നോക്കണം." അയാൾ പറയുമായിരുന്നു. "കാര്യം നടന്നില്ലെങ്കിൽ പോയി തുലയട്ടേന്നു പറഞ്ഞ് വിരലും ഞൊടിച്ചേച്ച് പോണം. പെണ്ണുങ്ങൾ വേറെയും ധാരാളമുണ്ടല്ലോ." ഒദിന്ത്സോവ അയാളെ വളരെയേറെ ആകർഷിച്ചിരുന്നു. അവരെപ്പറ്റിയുള്ള കിംവദന്തികളും, അവരുടെ വിചാരസ്വാതന്ത്ര്യവും, തന്നെപ്പറ്റിയുള്ള അവരുടെ മതിപ്പും എല്ലാം തന്റെ കാര്യസിദ്ധിക്ക് വളരെ പ്രയോജനപ്പെടുമെന്ന് അയാൾ കരുതിയിരുന്നിരിക്കണം. പക്ഷേ, അവരെ സംബന്ധിച്ചിടത്തോളം അത്ര എളുപ്പത്തിൽ "കാര്യം കാണാൻ" സാദ്ധ്യമാവുകയില്ലെന്ന് താമസിയാതെ അയാൾക്ക് ബോധ്യമായി. വിരൽ ഞൊടിക്കുന്നതിനെപ്പറ്റി പറഞ്ഞാൽ തനിക്കതു അത്ര ക്ഷിപ്രസാദ്ധ്യമല്ലെന്ന് അയാൾ ഒരു ഞെട്ടലോടെ മനസ്സിലാക്കി.

ആ സ്ത്രീയെപ്പറ്റിയുള്ള വിചാരം ഒന്നുകൊണ്ടുമാത്രം അയാളുടെ നാഡിമിടിപ്പ് വർദ്ധിച്ചിരുന്നു. നാഡിയുടെ കാര്യം എങ്ങനെയും ശരിപ്പെടുത്താമായിരുന്നു. പക്ഷേ, അയാൾക്ക് മറ്റൊരു ബുദ്ധിമുട്ട് നേരിട്ടിരുന്നു. മുമ്പാണെങ്കിൽ തനിക്കിങ്ങനെയൊരു സ്ഥിതി നേരിടുമെന്ന് അയാളൊരിക്കലും സമ്മതിക്കുമായിരുന്നില്ല. അയാളെപ്പോഴും പുച്ഛിച്ചുതള്ളിയിരുന്നതുമാണിത്. അയാളുടെ അഭിമാനം ഒന്നാകെ അതിനെതിരായി സടകുടഞ്ഞെഴുന്നേറ്റു. അന്ന സെർഗിയേവ്നയുമായി

7 ടോഗൻബർഗ്- ഷില്ലറുടെ (1759-1805) 'യോധനായ ടോഗൻബർഗ്' എന്ന കൃതിയിലെ കഥാനായകൻ

സംസാരിക്കുമ്പോൾ അതിഭാവുകമായ സർവ്വതിനേയും അയാൾ അവജ്ഞയോടെ അപലപിച്ചിരുന്നെങ്കിലും ഒറ്റയ്ക്കിരിക്കുമ്പോൾ തന്നിൽ ഒളിഞ്ഞിരിക്കുന്ന കാല്പനികനെ കണ്ട് അയാൾ പേടിച്ചരണ്ടു പോയി. അത്തരം സന്ദർഭങ്ങളിൽ അയാൾ സമീപത്തുള്ള കാട്ടിലേക്ക് ചെന്നിട്ട് ലക്ഷ്യമില്ലാതെ അലഞ്ഞുനടക്കുകയും പോകുന്ന വഴിക്കുള്ള മരക്കമ്പുകൾ പിടിച്ചൊടിക്കുകയും അവരേയും തന്നെയും ശബ്ദം താഴ്ത്തി ശപിക്കുകയും ചെയ്തിരുന്നു. അതല്ലെങ്കിൽ വയ്ക്കോൽത്തുറുവിന്റെ അടിയിൽ ചെന്നുകിടന്നു കണ്ണുംപൂട്ടി ഉറക്കം വരുത്താൻ അയാൾ ശ്രമിക്കുമായിരുന്നു. പക്ഷേ, ഈ ശ്രമത്തിൽ അയാൾക്കെപ്പോഴും വിജയിക്കാൻ കഴിഞ്ഞിരുന്നില്ല. കാരണം അങ്ങനെ കണ്ണുംപൂട്ടി കിടക്കുമ്പോഴായിരിക്കും ആ പരിശുദ്ധകരങ്ങളിൽ തന്റെ ശിരസ്സ് അമർന്നിരിക്കുന്നതും മറ്റാർക്കും വഴങ്ങാത്ത ആ അധരങ്ങൾ തന്റെ ചുണ്ടുകളിലമർന്നിരിക്കുന്നതും ഗഹനങ്ങളായ ആ കണ്ണുകൾ സ്നേഹവായ്പോടെ- അതെ, അത്യന്തം സ്നേഹവായ്പോടെ, തന്നെ നോക്കിയിരിക്കുന്നതും അയാൾ മനസ്സിൽ കാണുന്നത്. അപ്പോൾ അയാളുടെ തല തിരിയുകയും തെല്ലിടനേരത്തേക്ക് അയാൾ തന്നെത്തന്നെ വിസ്മരിക്കുകയും ചെയ്യും. സഹിക്കവയ്യാത്ത രോഷം കൊണ്ട് മാത്രമേ പൂർവ്വസ്ഥിതിയിലാകാൻ അയാൾക്ക് കഴിഞ്ഞിരുന്നുള്ളൂ. സാത്താൻ തന്നെ വന്ന് തന്നെ പിടികൂടിയതുപോലെ തന്റെ മനസ്സ് "ലജ്ജാകരമായ" ചിന്തകളിൽ വ്യാപരിക്കുന്നത് അയാൾക്ക് പലവട്ടം അനുഭവപ്പെട്ടു. ഒദിന്ത് സോവയിലും ചില ചില മാറ്റങ്ങൾ വരുന്നതായി അയാൾക്ക് ചിലപ്പോഴെല്ലാം തോന്നിയിരുന്നു. അവരുടെ മുഖഭാവത്തിൽ എന്തോ ഒരു ആർദ്രത കാണാനുണ്ടെന്ന് അയാൾക്ക് തോന്നിയിരുന്നു.... ആ സന്ദർഭത്തിൽ അയാൾ നിലത്ത് ആഞ്ഞുചവിട്ടുകയോ പല്ലു കടിക്കുകയോ ചെയ്യുമായിരുന്നു.

ബസാറൊവിന്റെ ഈ തോന്നൽ പൂർണ്ണമായും തെറ്റായിരുന്നുമില്ല. ഒദിന്ത് സോവയുടെ ഭാവനയെ ഉണർത്താൻ, തന്നെ സംബന്ധിച്ച് താല്പര്യമുളവാക്കാൻ അയാൾക്ക് കഴിഞ്ഞിരുന്നു. അവർക്ക് അയാളെപ്പറ്റി വലിയ മതിപ്പും ഉണ്ടായിരുന്നു. അയാളില്ലാത്തപ്പോൾ അവർക്ക് ബോറടിതോന്നുകയോ അയാളെ കാണാൻ അവർ വെമ്പുകയോ ചെയ്തിരുന്നില്ലെങ്കിലും അയാളെ കണ്ടാലുടൻ അവർക്കെന്തെന്നില്ലാത്ത ഒരു ഉത്സാഹം ജനിച്ചിരുന്നു. അയാളുമായി ഒറ്റയ്ക്കിരിക്കുന്നത് അവർക്ക് സന്തോഷമായിരുന്നു. അയാൾ തന്നെ ശുണ്ഠിപിടിപ്പിക്കുകയോ തന്റെ മികച്ച അഭിരുചിക്കും ശീലങ്ങൾക്കും ചേരാത്ത തരത്തിൽ പ്രവർത്തിക്കുകയോ ചെയ്താൽപോലും അയാളുമായി സംസാരിച്ചിരിക്കുന്നതും അവർക്ക് സന്തോഷമായിരുന്നു. അയാളേയും തന്നെത്തന്നെയും ഒന്നുരച്ചുനോക്കാനായിരുന്നു അവരുടെ ഭാവമെന്നു തോന്നിയിരുന്നു.

ഒരു ദിവസം പൂന്തോപ്പിൽ അവർ രണ്ടാളും ഒന്നിച്ചു നടക്കാൻപോയ

അവസരത്തിലാണ് താമസിയാതെ താൻ നാട്ടിൻപുറത്തുള്ള പിതൃഗൃഹത്തിലേക്ക് പോവുകയാണെന്ന കാര്യം അയാൾ യാതൊരു ആമുഖവും കൂടാതെ അന്ന സെർഗിയേവ്നയെ അറിയിച്ചത്. അതു കേട്ടപ്പോൾ ആ സ്ത്രീയുടെ മുഖം വിവർണ്ണമാവുകയും ഹൃദയാന്തർഭാഗത്തെവിടെയോ അവർക്ക് ഒരു കൊളുത്തിപ്പിടുത്തം പോലെ തോന്നുകയും ചെയ്തു. ആ ഹൃദയനൊമ്പരം അവരെ സ്വയംതന്നെ വല്ലാതെ ആശ്ചര്യപ്പെടുത്തി. അതിന്റെ അർത്ഥത്തെപ്പറ്റി വളരെക്കഴിഞ്ഞും അവർ ആലോചിക്കാനിടയാവുകയും ചെയ്തു. ഒദിന്ത്സോവയെ പരീക്ഷിക്കാനോ പിന്നീടെന്തു സംഭവിക്കുമെന്ന് നോക്കാനോ വേണ്ടി ആയിരുന്നില്ല ബസാറൊവ് ഈ വിവരം പുറത്തുവിട്ടത്. അയാളൊരിക്കലും കൃത്രിമം കാണിക്കുന്ന കൂട്ടത്തിലായിരുന്നില്ല. അന്നു രാവിലെ അയാളുടെ പിതാവിന്റെ കാര്യസ്ഥനായ തിമൊഫേയിച്ച് അവിടെ വന്ന് അയാളെ കണ്ടിരുന്നു. കുട്ടിക്കാലത്ത് അയാളെ ചുമലിലേറ്റി നടന്നിരുന്ന മനുഷ്യനായിരുന്നു ഈ തിമൊഫേയിച്ച്. നിറം മങ്ങിയ മഞ്ഞമുടിയും കാറ്റും വെയിലുമേറ്റ് ചുവന്ന മുഖവും കുഴിഞ്ഞ ഈറൻ കണ്ണുകളുമുള്ള പപ്രശ്നം പ്രസരിപ്പാർന്ന വദനമായ ഈ പട്ടുവൃദ്ധൻ കട്ടികൂടിയ നീലചകലാസുകൊണ്ടുള്ള ഇറക്കംകുറഞ്ഞ കർഷകക്കുപ്പായവും അതിനുമുകളിലായി ഒരു പഴഞ്ചൻ ബെൽട്ടും ടാറിൽ മുങ്ങിയ വൻബൂട്ട്സും ധരിച്ച് അന്നു രാവിലെ അയാളുടെ മുന്നിൽ വന്നുനിന്നു.

"എന്താ, കാർന്നോരെ, എവിടുന്നു വരുന്നു?" വൃദ്ധനെ കണ്ടപ്പോൾ ബസാറൊവ് സോല്ലാസം പറഞ്ഞു.

"നമസ്കാരം, യെവ്ഗേനി വസീലയെവിച്ച്," എന്നു പറഞ്ഞ് അഭിവാദനം ചെയ്യുമ്പോൾ വൃദ്ധന്റെ മുഖത്ത് ഹൃദ്യമായൊരു പുഞ്ചിരി പൊട്ടിവിരിയുകയും ആ ഞൊറികൾ മുഴുവൻ പുറത്ത് പ്രകടമാവുകയും ചെയ്തു.

"എങ്ങനെ ഇവിടെയെത്തി? എന്നെ അന്വേഷിച്ച് പുറപ്പെട്ടതായിരിക്കും, അല്ലേ?"

"ദൈവമേ, അല്ല," തിമൊഫേയിച്ച് വിക്കിവിക്കിപ്പറഞ്ഞു (ഇക്കാര്യം മിണ്ടിപ്പോകരുതെന്നു പുറപ്പെടാൻ നേരത്ത് യജമാനൻ കർശനമായി പറഞ്ഞേല്പിച്ചിരുന്ന സംഗതി അയാൾക്കോർമ്മയുണ്ടായിരുന്നു). "യജമാനന്റെ ഒരാവശ്യം പ്രമാണിച്ച് പട്ടണത്തിലേക്ക് പോവുകയായിരുന്നു. അപ്പോഴാണ് കുഞ്ഞിവിടെയുണ്ടെന്ന് കേട്ടത്. എന്നാലൊന്ന് കേറിക്കണ്ടിട്ടുപോകാമല്ലോയെന്നു വച്ചു... അല്ലാതെ കുഞ്ഞിനെ ബുദ്ധിമുട്ടിക്കുന്നതിനെപ്പറ്റി എനിക്കാലോചിക്കാൻപോലും സാദ്ധ്യമല്ല."

"വേറെ പുള്ള ഒന്നും തോന്നിയില്ലേ?" ബസാറൊവ് ഇടയ്ക്കുവച്ച് അയാളെ തടഞ്ഞുകൊണ്ട് ചോദിച്ചു: "ഇതാണല്ലേ പട്ടണത്തിലേക്കുള്ള വഴി?"

തിമൊഫേയിച്ച് പരിഭ്രമത്തോടെ മിണ്ടാതെ നിന്നു.

"അപ്പന് വിശേഷമൊന്നുമില്ലല്ലൊ, ഉവ്വോ?"

"ഇല്ല കുഞ്ഞേ, ദൈവകൃപയാൽ ഒരു കുഴപ്പവുമില്ല."

"അമ്മയ്ക്കോ?"

"ദൈവകൃപയാൽ അരീന വ്ലസ്യെവ്നയ്ക്കും സുഖംതന്നെ."

"എന്നെ കാത്തിരിക്കുകയാവും, അല്ലേ?"

ആ കൊച്ചു മനുഷ്യൻ എന്തു പറയണമെന്നറിയാതെ നിന്നു പരുങ്ങി.

"അല്ല, കുഞ്ഞേ, അതു പിന്നെ ചോദിക്കാനുണ്ടോ? മോളിലിരിക്കണ കർത്താവു സത്യമായി പറയട്ടെ. കുഞ്ഞിന്റെ അപ്പന്റേം അമ്മേടേം പട്ടുതി കണ്ടാൽ ആരുടേം നെഞ്ചുരുകിപ്പോകും."

"മതി, മതി. ഇനി നീട്ടണ്ട. ഞാൻ വേഗമങ്ങെത്തുന്നുണ്ടെന്ന് പറഞ്ഞേരെ."

"പറഞ്ഞേക്കാമെ," എന്നു പറയുമ്പോൾ ആ മനുഷ്യൻ ഒരു ദീർഘശ്വാസം വിട്ടു.

അവിടെനിന്നു യാത്ര പറഞ്ഞു പുറത്തിറങ്ങിയപ്പോൾ അയാൾ കൈയിലിരുന്ന തൊപ്പിയെടുത്തു തലയിൽ അമർത്തിവച്ചിട്ട് പടിക്കൽ നിറുത്തിയിരുന്ന പൊളിഞ്ഞ ഒറ്റക്കുതിരവണ്ടിയിൽ കയറി കുതിരയെ ധിറുതിയിൽ ഓടിച്ചു. പക്ഷേ, പട്ടണത്തിലേക്കായിരുന്നില്ല അയാളുടെ പോക്ക്.

അന്ന് വൈകുന്നേരം ഒദിൻത്സോവ ബസാറൊവുമൊത്തു തന്റെ മുറിയിലിരിക്കുമ്പോൾ അർക്കാദി കാത്യയുടെ പിയാനോ സംഗീതം ശ്രവിച്ചുകൊണ്ട് സ്വീകരണമുറിയിൽ അങ്ങോട്ടുമിങ്ങോട്ടും നടക്കുകയായിരുന്നു. രാജകുമാരി മുകളിലത്തെ നിലയിലുള്ള തന്റെ മുറിയിലേക്ക് മടങ്ങിയിരുന്നു. പൊതുവിൽ സന്ദർശകരെ വെറുത്തിരുന്ന ഈ വൃദ്ധയ്ക്കു അവരുടെ ഭാഷയിൽ "കാടന്മാരായ" ഇപ്പോഴത്തെ അതിഥികളോട് അതിലും വലിയ നീരസം തോന്നിയിരുന്നു. അതിനാൽ എല്ലാവരും ഒന്നിച്ചിരിക്കുന്ന മുറിയിൽ അവർ ഒന്നും മിണ്ടാതെ മുഖം വീർപ്പിച്ചിരിക്കുകയായിരുന്നു പതിവ്. എന്നാൽ സ്വന്തം അറയിലെത്തിയാൽ തന്റെ പരിചാരിക കേൾക്കെ അവരെന്തെല്ലാം അസഭ്യവർഷങ്ങളാണ് നടത്തിയിരുന്നതെന്നതിന് കണക്കില്ല. അവരുടെ ശരീരമാകെ അപ്പോൾ ദേഷ്യം കൊണ്ടു വിറക്കുമായിരുന്നു. ഒദിൻത്സോവയ്ക്കു ഇതെപ്പറ്റി അറിയാമായിരുന്നു.

"അങ്ങനെ ഇവിടുന്ന് സ്ഥലം വിടാൻ പോവുകയാണല്ലേ?" ഒദിന്ത്സോവ ചോദിച്ചു: "അപ്പോൾ എന്നോട് ചെയ്തിരുന്ന വാഗ്ദാനമോ?"

ബസാറൊവ് ഒന്ന് ഞെട്ടി.

"എന്തു വാഗ്ദാനം?'

"ഓ, മറന്നുപോയോ? രസതന്ത്രത്തെ സംബന്ധിച്ച് എനിക്ക് ചിലതെല്ലാം പറഞ്ഞുതരാമെന്ന് ഏറ്റിരുന്നില്ലേ?"

"ക്ഷമിക്കണം. പക്ഷേ, പോകാതെ തരമില്ല. അപ്പൻ എന്നെ കാത്തിരിക്കാൻ തുടങ്ങിയിട്ട് കുറച്ചുകാലമായി. ഇനിയും നീട്ടിക്കൊണ്ടുപോകാനാവില്ല. രസതന്ത്രം പഠിക്കാനാണെങ്കിൽ, പെലൂസ്, ഫ്രെമീ എന്നിവർ ചേർന്നെഴുതിയ 'രസതന്ത്രപൊതുധാരണകൾ' വായിച്ചാൽ മതി. സരളമായ ഭാഷയിൽ എഴുതിയിട്ടുള്ള നല്ലൊരു പുസ്തകമാണത്. വേണ്ടതെല്ലാം അതിലുണ്ടാകും.'

"ഒരു പുസ്തകവും അനുഭവത്തിന്റത്ര വരില്ലെന്നോ മറ്റോ പറഞ്ഞതു മറന്നുപോയോ? കൃത്യമായ വാക്കുകൾ ഞാനോർക്കുന്നില്ല. പക്ഷേ ഇങ്ങനെ എന്തോ ആയിരുന്നെന്നാണെന്റെ ഓർമ്മ..."

"ക്ഷമിക്കണം," ബസാറൊവ് ആവർത്തിച്ചു.

"പോയേ തീരൂ, അല്ലേ?" ഒദിന്ത്സോവ ശബ്ദം വളരെ താഴ്ത്തി ചോദിച്ചു.

അയാൾ അവരെ ഒന്നു സൂക്ഷിച്ചുനോക്കി. മുട്ടുവരെ സഗ്നമായ കൈകൾ മാറോട് ചേർത്തു വച്ചുകൊണ്ട് അവർ ചാരുകസേരയിൽ തലചായ്ച്ചിരിക്കുകയായിരുന്നു. കടലാസ് ഷേഡ് കൊണ്ടു മറച്ചിരുന്ന ഒറ്റ വിളക്കിന്റെ വെളിച്ചത്തിൽ അവരുടെ മുഖം കുറെക്കൂടി വിളറിയപോലെ കാണപ്പെട്ടു. ആവശ്യത്തിലധികം ലൂസായ ഒരു വെളുത്ത ഗൗൺ അവരുടെ ദേഹത്തെയാകെ ആവരണം ചെയ്തിരുന്നു. കൈകൾ പോലെതന്നെ പരസ്പരം ബന്ധിച്ചുവച്ചിരുന്ന പാദങ്ങളുടെ അഗ്രഭാഗം മാത്രമേ ആ ഗൗണിനു വെളിക്ക് കഷ്ടിച്ചു കാണാൻ കഴിയുമായിരുന്നുള്ളു.

"ഞാൻ പോകാതിരുന്നിട്ടെന്തു ചെയ്യാനാ?" ബസാറൊവ് ചോദിച്ചു.

ഒദിന്ത്സോവ തന്റെ ശിരസ്സ് ഒരു വശത്തേക്ക് അല്പം ചെരിച്ചു.

"എന്താ അങ്ങനെ ചോദിക്കാൻ? എന്താ, ഇവിടം പിടിക്കുന്നില്ലെന്നുണ്ടോ? അതോ, പോയാൽ ആർക്കും കുണ്ഠിതം തോന്നുകയില്ലെന്നാണോ വിചാരം?"

"അതിലെനിക്ക് സംശയമില്ല."

അല്പനേരത്തേക്ക് ഒദിന്ത്സോവ ഒന്നും മിണ്ടിയില്ല.

"ഏതായാലും അപ്പറഞ്ഞത് ശരിയല്ല. ഞാനതു വിശ്വസിക്കുന്നുമില്ല.

ഗൗരവമായിട്ടാവാൻ വഴിയില്ല അങ്ങനെ പറഞ്ഞത്." എന്നിട്ടും ബസാറൊവ് അനങ്ങാതിരുന്നപ്പോൾ അവർ തുടർന്നു: "എന്താ ഒന്നും പറയാത്തത്?"

"ഞാനെന്തു പറയാനാ? ആളുകളെപ്പറ്റി അങ്ങനെ കുണ്ഠിതപ്പെടാനൊന്നുമില്ലെന്നാണ്. എന്റെ പക്ഷം. പ്രത്യേകിച്ചും എന്നെപ്പറ്റി."

"കാരണം?"

"യാതൊരു രസവുമില്ലാത്ത ഒരു ഗൗരവക്കാരനാണ് ഞാൻ. സംഭാഷണകലയിൽ ഞാൻ അത്ര സമർത്ഥനമല്ല."

"അഭിനന്ദനങ്ങൾക്കുവേണ്ടി ചൂണ്ടയിടുകയാണോ?"

"അതെന്റെ സ്വഭാവമല്ല. നിങ്ങൾ അത്യന്തം വിലമതിക്കുന്ന ആ ജീവിതവൈശിഷ്ട്യങ്ങളൊന്നും എന്നെക്കൊണ്ടാവുന്നതല്ലെന്ന് അറിയാമല്ലൊ, ഇല്ലേ?"

ഒദിന്ത്സോവ കൈലേസിന്റെ തുമ്പു കടിച്ചുകൊണ്ടിരുന്നു.

"എന്തു വേണമെങ്കിൽ വിചാരിച്ചോളൂ. പക്ഷേ, ഒന്നു ഞാൻ പറയാം. നിങ്ങൾ പൊയ്ക്കഴിഞ്ഞാൽ പിന്നെ എനിക്കിവിടെ യാതൊരു രസവും ഉണ്ടാവില്ല."

"അർക്കാദി ഇവിടെ കാണുമല്ലൊ."

ഒദിന്ത്സോവ അതു കേട്ടിട്ട് ഒന്നു തോളിറുക്കിയതേയുള്ളൂ.

"എനിക്കിവിടെ യാതൊരു രസവും ഉണ്ടാവില്ല," അവർ ആവർത്തിച്ചു.

"നേരോ? പക്ഷേ, ഈ രസക്കുറവ് അധികകാലം നീണ്ടുനില്ക്കില്ല."

"അങ്ങനെ വിചാരിക്കാൻ കാരണം?"

"ദിനചര്യക്ക് ഭംഗം വരുമ്പോൾ മാത്രമാണ് നിങ്ങൾക്ക് വിരസത തോന്നുകയെന്ന് നിങ്ങൾ തന്നെ എന്നോട് ഒരിക്കൽ പറയുകയുണ്ടായല്ലൊ. നിങ്ങളുടെ ജീവിതം എത്രയോ കുറ്റമറ്റ രീതിയിൽ ചിട്ടയായും ഭംഗിയായുമാണ് ക്രമപ്പെടുത്തിയിരിക്കുന്നതെന്ന് ഞാൻ പറയണോ? അതിൽ വിരസതയ്ക്കോ ചുടുനിശ്വാസങ്ങൾക്കോ... എന്തെങ്കിലും വേദനകൾക്കോ ഒന്നും ഒരു സ്ഥാനവുമുണ്ടാവില്ല."

"അപ്പോൾ ഞാൻ കുറ്റമറ്റതാണെന്നാണോ... എന്റെ ജീവിതം അത്രയ്ക്ക് ചിട്ടയായുള്ളതാണെന്നാണോ വിചാരം?"

"എന്നു വേണമെങ്കിൽ പറയാം. ഉദാഹരണത്തിന് അല്പനിമിഷങ്ങൾക്കുള്ളിൽ മണി പത്തടിക്കും. അങ്ങനെ പത്തടിക്കുമ്പോഴേക്ക് നിങ്ങളെന്നെ ഇവിടുന്ന് ഓടിക്കുമെന്ന് എനിക്ക് മുൻകൂട്ടി അറിയാം."

"ഇല്ല, യെവ്ഗേനി വസീലിയെവിച്ച്. നിങ്ങൾക്കു വേണമെങ്കിൽ ഇരിക്കാം. ആ ജനലൊന്നു തുറന്നിടാമോ.... എന്തൊരു ചൂട്!"

ബസാറൊവ് എഴുന്നേറ്റു ചെന്ന് ജനൽ പതുക്കെയൊന്നു തള്ളിയപ്പോഴേക്ക് അതു മലർക്കെ തുറന്നു. അത്ര എളുപ്പത്തിൽ അതു തുറന്നുകിട്ടുമെന്ന് അയാൾ വിചാരിച്ചിരുന്നില്ല. മാത്രമല്ല, അയാളുടെ കൈകൾ വിറയ്ക്കുന്നുമുണ്ടായിരുന്നു. കരിപോലെ കറുത്ത ആകാശവും ദലമർമ്മരവും ശീതളമായ ശുദ്ധവായുവിന്റെ പരിമളവുമായി മനോഹരമായ ആ ഇരുണ്ട രാവ് അവരുടെ മുറിയിലേക്കെത്തിനോക്കി.

"ആ കർട്ടൻ വലിച്ചിട്ടിട്ട് ഇവിടെ വന്നിരിക്കൂ." ഒദിന്ത്സോവ പറഞ്ഞു. "നിങ്ങൾ ഇവിടെനിന്നു പോകും മുൻപ് എനിക്കല്പം സംസാരിക്കാനുണ്ട്. ആട്ടെ, സ്വന്തം ജീവിതത്തെപ്പറ്റി എന്തെങ്കിലും പറയൂ. ഇതുവരെ അതെക്കുറിച്ചു ഒന്നും മിണ്ടിക്കേട്ടില്ലല്ലൊ."

"ഉപയോഗമുള്ള കാര്യങ്ങളെക്കുറിച്ചേ ഞാൻ സംസാരിക്കാറുള്ളെന്ന് അന്ന് സെർഗിയേവ്നയ്ക്കു് അറിയാമല്ലൊ."

"കൊള്ളാം, വളരെ വിനയശീലൻതന്നെ. പക്ഷേ, എനിക്ക് നിങ്ങളേയും നിങ്ങളുടെ കുടുംബത്തേയും നിങ്ങളുടെ അപ്പനേയും പറ്റിയെല്ലാം അറിയാൻ കൗതുകമുണ്ട്. ആ അപ്പനുവേണ്ടിയാണല്ലൊ നിങ്ങൾ ഞങ്ങളെ വിട്ടുപോകുന്നത്."

"എന്തിനാണാവോ അവരിതെല്ലാം പറയുന്നത്," ബസാറൊവ് ആലോചിച്ചു. "ഒട്ടും രസമുള്ളതല്ല ആ വക കാര്യങ്ങളൊന്നും. പ്രത്യേകിച്ചും നിങ്ങൾക്ക്. ഞങ്ങൾ വളരെ പാവങ്ങളാണ്," അയാൾ പറഞ്ഞു.

"ഓ, അപ്പോൾ ഞാൻ വലിയ പ്രഭ്വിയാണല്ലേ?"

ബസാറൊവ് തല ഉയർത്തി അവരെ ഒന്നു സൂക്ഷിച്ചുനോക്കി.

"അതെ," അയാൾ ആവശ്യമില്ലാതെ കടുപ്പിച്ചു പറഞ്ഞു.

അവരൊന്നു പുഞ്ചിരിച്ചു.

"ആളുകളെല്ലാം ഒരുപോലെയാണെന്നും അവരെ പഠിക്കേണ്ട കാര്യമൊന്നുമില്ലെന്നുമൊക്കെയാണ് നിങ്ങൾ അവകാശപ്പെടുന്നതെങ്കിലും നിങ്ങൾക്കെന്നെ വേണ്ടത്ര മനസ്സിലായിട്ടില്ലെന്നു പറയേണ്ടിയിരിക്കുന്നു. എന്റെ കഥ പിന്നീടൊരിക്കൽ ഞാൻ പറയാം.... പക്ഷേ ഇപ്പോൾ നിങ്ങളെപ്പറ്റി പറയൂ."

"എനിക്ക് നിങ്ങളെ വേണ്ടത്ര മനസ്സിലായിട്ടില്ല," ബസാറൊവ് ആവർത്തിച്ചു. "ശരിയായിരിക്കാം. ഓരോ വ്യക്തിയും ഒരുപക്ഷേ ഓരോ കടങ്കഥയായിരിക്കാം. ഉദാഹരണത്തിന് നിങ്ങളുടെ സ്വന്തം കാര്യംതന്നെ നോക്കാം. സമൂഹത്തിൽ നിന്ന് ഓടി ഒളിക്കുന്ന, സമൂഹത്തെ വെറുക്കുന്ന, നിങ്ങൾ ആരുമറിയാത്ത രണ്ടു വിദ്യാർത്ഥികളെ ക്ഷണിച്ചുവരുത്തി നിങ്ങളുടെ കൂടെ താമസിപ്പിക്കുന്നു. അതുപോലെ ഇത്രയും ബുദ്ധിയും ഇത്രയും സൗന്ദര്യവുമുള്ള നിങ്ങൾ ഒഴിഞ്ഞ ഒരു നാട്ടിൻപുറത്തു വന്നു താമസിക്കുന്നു. ഇല്ലേ?"

"എന്താ, എന്താ പറഞ്ഞത്?" ഒദിന്ത്സോവ തിടുക്കപ്പെട്ട് ചോദിച്ചു: "എനിക്ക്.. സൗന്ദര്യമുണ്ടെന്നോ?"

ബസാറൊവ് മുഖം കനപ്പിച്ചു.

"അതുപോട്ടെ," അയാൾ പിറുപിറുത്തു: "നിങ്ങൾ ഈ നാട്ടിൻപുറത്തു കൂടിയിരിക്കുന്നതിന്റെ കാര്യം എനിക്കു മനസ്സിലാകുന്നില്ലെന്നാ ഞാൻ പറയാൻ ഉദ്ദേശിച്ചത്."

"നിങ്ങൾക്കതു മനസ്സിലാകുന്നില്ല, അല്ലേ? പക്ഷേ, അതിനൊരു വിശദീകരണം കണ്ടെത്താൻ ശ്രമിച്ചിട്ടുണ്ടാകുമല്ലൊ."

"ശരിയാണ്.. സുഖസൗകര്യങ്ങളല്ലാതെ മറ്റൊന്നിനെക്കുറിച്ചും ചിന്തയില്ലാത്ത നിങ്ങൾക്കിവിടെ പ്രതാപത്തിൽ കഴിയാമെന്നതു കൊണ്ടായിരിക്കാം നിങ്ങളിവിടെത്തന്നെ കൂടിയിരിക്കുന്നത്."

ഒദിന്ത്സോവ വീണ്ടുമൊരു മന്ദസ്മിതം തൂകി.

"എനിക്ക് എന്തിലെങ്കിലും ഭ്രമിച്ചുവശാകാനും കഴിയുമെന്ന് വിശ്വസിക്കാൻ നിങ്ങൾ കൂട്ടാക്കുന്നില്ലെന്നതല്ലേ വാസ്തവം?"

ബസാറൊവ് നെറ്റിചുളിച്ചുകൊണ്ട് അവരെ ഒന്നു സൂക്ഷിച്ചുനോക്കി.

"വെറും ജിജ്ഞാസകാരണം പറ്റുമായിരിക്കാം."

"അതെയോ? ദൊ, നമുക്ക് സുഹൃത്തുക്കളാകാൻ കഴിഞ്ഞതിന്റെ കാരണമെന്താണെന്ന് എനിക്കിപ്പോഴാണ് മനസ്സിലായത്. നമുക്ക് തമ്മിൽ വളരെ സാമ്യമുണ്ട്."

"നമ്മൾ സുഹൃത്തുക്കളായെന്നോ..." ബസാറൊവ് പരുക്കൻ സ്വരത്തിൽ പിറുപിറുത്തു.

"അതെ, നാം.... ഓ, പക്ഷേ, നിങ്ങൾ സ്ഥലം വിടാൻ ഒരുങ്ങുകയാണെന്ന കാര്യം ഞാനങ്ങു വിട്ടുപോയി."

ബസാറൊവ് പോകാനെഴുന്നേറ്റു. വെളിച്ചം കുറഞ്ഞതും സൗരഭ്യം വമിക്കുന്നതും ശൂന്യവുമായ ആ മുറിയുടെ നടുക്കു വച്ചിരുന്ന വിളക്ക് മങ്ങിക്കത്തി. കാറ്റിലാടിയിരുന്ന കർട്ടനിടയിലൂടെ രാത്രി അതിന്റെ മനം കുളുർപ്പിക്കുന്ന മനോഹാരിതയും നിഗൂഢമായ കുശുകുശുപ്പുകളുമായി അവിടേക്കെത്തിനോക്കി. ഒദിന്ത്സോവ ഇരുന്നേടത്തുനിന്നു അനങ്ങിയതുപോലുമില്ലെങ്കിലും രഹസ്യമായൊരു വിഹ്വലത ആ സ്ത്രീയെ കീഴടക്കുകയായിരുന്നു. ബസാറൊവിലേക്കും ആ ഭാവം പകർന്നു. സുന്ദരിയായൊരു യുവതിയും താനും മാത്രമാണ് ആ മുറിയിലുള്ളതെന്ന് അയാൾക്ക് പൊടുന്നനെ ഓർമ്മവന്ന പോലെ തോന്നി.

"എങ്ങോട്ടാ പോകുന്നത്?" അവർ നിറുത്തിനിറുത്തി ചോദിച്ചു.

അയാൾ ഒന്നും പറയാതെ താൻ ഇരുന്നിരുന്ന കസേരയിലേക്ക് തന്നെ വെട്ടിയിട്ടപോലെ ഇരുന്നു.

"അപ്പോൾ വികാരശൂന്യയും പ്രൗഢയും ലാളിച്ച ദുഷിപ്പിക്കപ്പെട്ടതുമായ ഒരു ജീവിയായാണ് നിങ്ങളെന്നെ കാണക്കാക്കുന്നത്, അല്ലേ," അവർ അതേ സ്വരത്തിൽ തുടർന്നു. "അസന്തുഷ്ടയായാണ് ഞാൻ എന്നെ എപ്പോഴും കണ്ടിരുന്നത്."

"നിങ്ങൾ അസന്തുഷ്ടയോ? എന്താ കാര്യം? ദുഷിച്ച ഈ കിംവദന്തികൾക്കൊന്നും നിങ്ങൾ വലിയ വില കല്പിക്കുന്നുണ്ടാവില്ലല്ലോ, ഉവ്വോ?"

ഒദിന്ത്സോവയ്ക്ക് അതൊട്ടും ഇഷ്ടപ്പെട്ടില്ല. അത്തരത്തിൽ അയാളതിനെ വ്യാഖ്യാനിച്ചതിൽ അവർക്ക് വല്ലാത്ത വിഷമം തോന്നി.

"ഈ കിംവദന്തികൾ കേട്ടിട്ട് എനിക്ക് ചിരിക്കാൻ പോലും തോന്നുന്നില്ല, യെവ്ഗേനി വസീലിയെവിച്ച്. പിന്നല്ലേ അതുകേട്ട് ഞാൻ വിഷമിക്കാൻ! ഞാൻ അസന്തുഷ്ടയാകാൻ കാരണം വേറെയാണ്.. എനിക്ക് അഭിലാഷങ്ങളൊന്നുമില്ല. ജീവിക്കാനുള്ള വ്യഗ്രതയില്ല. അതാണ് സംഗതി. ഞാൻ പറയുന്നതു കേട്ടിട്ട് നിങ്ങൾക്ക് വിശ്വാസം തോന്നുന്നുണ്ടാവില്ല, അല്ലേ! ദാ, സൂര്യപടമിട്ട ആ ചാരുകസേരയിലിരുന്ന പട്ടും പൊന്നുംകൊണ്ടു മൂടിയ ഒരു പ്രഭ്വി സംസാരിക്കുന്നത് കേട്ടില്ലേയെന്നായിരിക്കും നിങ്ങൾ ചിന്തിക്കുന്നത്. ജീവിതസുഖങ്ങളെന്നു നിങ്ങൾ വിവരിക്കുന്ന ആ സംഗതികളോട് എനിക്കല്പം കമ്പമുണ്ടെന്ന കാര്യം ഞാൻ നിഷേധിക്കുന്നില്ല. എങ്കിലും ജീവിതത്തോട് എനിക്ക് വലിയ ആവേശമൊന്നുമില്ലെന്നതാണ് വാസ്തവം. ഈ പൊരുത്തക്കേടുകളെ പൊരുത്തപ്പെടുത്താൻ പറ്റുമെങ്കിൽ ശ്രമിക്കുക! ഓ, ഇതെല്ലാം നിങ്ങളുടെ ദൃഷ്ടിയിൽ വെറും അതിഭാവുകതയാണല്ലോ ഇല്ലേ?"

ബസാറൊവ് നിഷേധഭാവത്തിൽ തലയാട്ടി.

"നിങ്ങൾക്ക് നല്ല ആരോഗ്യവും സ്വാതന്ത്ര്യവും സമ്പത്തുമുണ്ട്. ഇതിൽക്കൂടുതലായി നിങ്ങൾക്കിനിയെന്താണ് വേണ്ടത്? ഇനിയെന്താണ് നിങ്ങൾ ആഗ്രഹിക്കുന്നത്?"

"എനിക്കെന്താണ് വേണ്ടതെന്നോ?" ഒരു നെടുനിശ്വാസത്തോടെ ഒദിന്ത്സോവ ഉരുവിട്ടു. "ഞാൻ വളരെ പരിക്ഷീണയാണ്. എനിക്ക് വയസ്സായി. ഞാൻ ജനിച്ചിട്ട് എത്രയോ കാലമായെന്നു ഒരു തോന്നലാണ് എനിക്കുള്ളത്. അതെ, എനിക്ക് വയസ്സായി!' മേൽമുണ്ടിന്റെ അറ്റം മെല്ലെ വലിച്ച് നഗ്നമായ തന്റെ കൈകൾ മറച്ചുകൊണ്ട് അവർ പറഞ്ഞു. തന്റെ കണ്ണുകൾ ബസാറൊവിന്റേതുമായി ഇടഞ്ഞപ്പോൾ അവർ അല്പമൊന്നു നാണിച്ചു. "എനിക്ക് സ്മരണകൾ പലതുമുണ്ട്. സെന്റ് പീറ്റേഴ്സ്ബർഗിലെ ജീവിതം, സമ്പൽസമൃദ്ധി, അതു കഴിഞ്ഞ് ദാരിദ്ര്യം, അപ്പന്റെ മരണം, വിവാഹം, വിദേശയാത്ര തുടങ്ങിയ എന്തെല്ലാം സ്മരണകൾ!...

പക്ഷേ, ഓർക്കാനൊന്നുമില്ല. മുൻപിലേക്കു നോക്കിയാലോ... അറ്റം കാണാനാവാത്ത ഒരു നീണ്ട വഴി... എന്തിനിങ്ങനെ തുടരണമെന്ന് എനിക്ക് മനസ്സിലാകുന്നില്ല."

"അത്രയ്ക്ക് നിരാശ വന്നുകഴിഞ്ഞോ?' ബസാറൊവ് ചോദിച്ചു.

"ഇല്ല, അതല്ല,' ' ഒദിന്ത്സോവ നിറുത്തിനിറുത്തി പറഞ്ഞു. "ഞാൻ അസംതൃപ്തയാണെന്നു പറയുന്നതായിരിക്കും കൂടുതൽ ശരി. എന്തിനോടെങ്കിലും ദൃഢമായൊരു മമത വളർത്താൻ കഴിഞ്ഞിരുന്നെങ്കിൽ ഒരു പക്ഷേ..."

"നിങ്ങൾക്ക് സ്നേഹിച്ചാൽ കൊള്ളാമെന്നുണ്ട്," ബസാറൊവ് ഇടയ്ക്കു കയറിപ്പറഞ്ഞു: 'പക്ഷേ, നിങ്ങളെക്കൊണ്ട് അതു കഴിയില്ല. അതാണ് നിങ്ങളുടെ ഗതികേട്."

ഒദിന്ത്സോവ തന്റെ മേൽ വസ്ത്രത്തിന്റെ വിളുമ്പുകൾ നോക്കി മിണ്ടാതിരുന്നു.

"എനിക്ക് സ്നേഹിക്കാൻ സാധിക്കുകയില്ലെന്നാണോ പറയുന്നത്?" അവർ മന്ത്രിക്കുമ്പോലെ ചോദിച്ചു.

"അതെ, നിങ്ങൾക്കതു വളരെ പ്രയാസമാണ്. പക്ഷേ, അതു ഗതികേടാണെന്ന് ഞാൻ പറയാൻ പാടില്ലായിരുന്നു. നേരേമറിച്ച്, അതിൽ ചെന്നു ചാടുന്നവരോടാണ് അനുതപിക്കേണ്ടത്."

"ഏതിൽ ചെന്ന്?"

"പ്രേമത്തിൽ."

"അതെങ്ങനെ അറിയാം?"

"കേട്ടുകേൾവി മുഖേന," ബസാറൊവ് അലോസരതയോടെ പ്രതിവചിച്ചു.

"കൊഞ്ചുകയാണ്; ബോറടി തീർക്കാൻ മറ്റു യാതൊരു മാർഗ്ഗവും കാണാത്തതുകൊണ്ട് എന്നെയിട്ട് കുരങ്ങു കളിപ്പിക്കുകയാണ്, അല്ലേ? ബസാറൊവ് ആത്മഗതമായി പറഞ്ഞു:

"എന്നാൽ എന്റെ സ്ഥിതി എന്താണെന്ന്..."

സത്യത്തിൽ അയാളുടെ ഹൃദയം വിങ്ങുകയായിരുന്നു.

"എന്നുമാത്രമല്ല," കസേരക്കൈയിൽ തിരുപ്പിടിച്ച് മുന്നോട്ടാഞ്ഞുകൊണ്ട് അയാൾ തുടർന്നു, "നിങ്ങളെ തൃപ്തിപ്പെടുത്താനും അത്ര എളുപ്പമല്ല."

"ശരിയായിരിക്കാം. ഒന്നുകിൽ എല്ലാം അല്ലെങ്കിൽ ഒന്നും വേണ്ട എന്നതാണ് എന്റെ വിശ്വാസപ്രമാണം. ഒരു ജീവിതത്തിനു പകരം മറ്റൊരു ജീവിതം. എന്റേതെടുത്തിട്ട് നിങ്ങളുടേതെനിക്കു തരൂ. പക്ഷേ, പിന്നീട് ഖേദിക്കാനിടയാകരുത്. പിന്നെ പുറകോട്ടു മാറരുത്. അതല്ലെങ്കിൽ പിന്നെ ഇതിന് തുനിയാതിരിക്കുന്നതാണ് നല്ലത്."

“വ്യവസ്ഥകൾ ന്യായംതന്നെ,” ബസാറൊവ് സമ്മതിച്ചു. “പക്ഷേ, തനിക്ക് എന്താവേണ്ടതെന്ന് ഇനിയും മനസ്സിലാക്കാൻ നിങ്ങൾക്ക് കഴിഞ്ഞിട്ടില്ലെന്നോർക്കുമ്പോൾ എനിക്കാശ്ചര്യം തോന്നുന്നു.”

“സ്വയം പൂർണ്ണമായി കീഴടങ്ങുന്നത് അത്ര എളുപ്പമാണെന്നാണോ വിചാരം?”

“ആലോചിച്ച് തല പുണ്ണാക്കാനും സ്വയം വളരെ വില കല്പിക്കാനുമിരുന്നാൽ വളരെ പ്രയാസമായിരിക്കും. പക്ഷേ, ആലോചിക്കാതിരുന്നാൽ വളരെ എളുപ്പമാണ്.”

“സ്വയം വിലകല്പിക്കാതിരിക്കാൻ ആർക്കെങ്കിലും കഴിയുമോ? തന്നെ ഒന്നിനും കൊള്ളില്ലെങ്കിൽ പിന്നെ ഒരാൾ മറ്റൊരാളിനോട് കൂറുകാണിക്കുന്നതെന്തിനാണ്?”

“അതെന്റെ ഉത്തരവാദിത്വമല്ല. എനിക്കെന്തെങ്കിലും വിലയുണ്ടോയെന്ന് മറ്റേയാൾ തീരുമാനിച്ചുകൊള്ളട്ടെ. കീഴടങ്ങാൻ പ്രാപ്തിയുണ്ടായിരിക്കുകയെന്നതാണ് പ്രധാനസംഗതി.”

“ഇതെല്ലാം സ്വയം അനുഭവിച്ചറിഞ്ഞ മട്ടിലാണല്ലോ നിങ്ങൾ സംസാരിക്കുന്നത്.”

“ഞാനൊരു അഭിപ്രായം പറഞ്ഞെന്നേയുള്ളൂ, അന്ന സെർഗിയേവ്ന. ഇതൊന്നും എന്റെ രക്തത്തിലുള്ളതല്ലെന്നു നിങ്ങൾക്കറിയാമല്ലോ, ഇല്ലേ?”

“ആട്ടെ, നിങ്ങൾക്കങ്ങനെ പൂർണ്ണമായി കീഴടങ്ങാൻ കഴിയുമോ?”

“എനിക്കറിയില്ല, വെറുതെ അഹങ്കരിക്കാൻ ഞാനിഷ്ടപ്പെടുന്നില്ല.”

ഒദിന്ത്സോവ അതിനു മറുപടിയൊന്നും പറഞ്ഞില്ല. ബസാറൊവ് മിണ്ടാതിരുന്നതേയുള്ളൂ. സ്വീകരണ മുറിയിൽ നിന്നുയരുന്ന പിയാനോ സംഗീതത്തിന്റെ മധുരധ്വനികൾ അവരുടടുക്കലും അലയടിച്ചെത്തി.

“വളരെ വൈകിയിട്ടും കാത്യ ഇന്ന് പിയാനോ വായന നിർത്തിയിട്ടില്ലല്ലോ,” ഒദിന്ത്സോവ ആരോടെന്നില്ലാതെ പറഞ്ഞു.

“അതെ സമയം കുറേ ആയി. നിങ്ങൾക്കുറങ്ങാൻ സമയമായിക്കാണും.”

“എന്തായിത്ര ധിറുതി? ശകലംകൂടിയിരിക്കു. എനിക്ക് നിങ്ങളോട് ഒരു കാര്യം പറയാനുണ്ട്.”

“എന്തു കാര്യമാ?”

“ഒരു മിനിട്ടുവിടെയിരിക്കു,” ഒദിന്ത്സോവ മന്ത്രിച്ചു.

അവർ ബസാറൊവിൽ നിന്ന് കണ്ണു പറിക്കാതെ അയാളെത്തന്നെ നോക്കിയിരുന്നു. അതു കണ്ടാൽ, അവർ അയാളെ സൂക്ഷ്മനിരീക്ഷണം നടത്തുകയാണെന്ന് തോന്നുമായിരുന്നു.

അയാൾ ആ മുറിക്കകത്ത് വലത്തുവയ്ക്കുന്നതിനിടയിൽ പൊടുന്നനെ തിരിഞ്ഞ് അവരുടടുക്കൽ ചെന്ന് വേദനകൊണ്ട് ആ സ്ത്രീ പുളയുമാറ് അവരുടെ കൈ ബലമായി പിടിച്ചമർത്തിക്കൊണ്ട് "എന്നാൽ പിന്നെ കാണാം" എന്നു പറഞ്ഞു ധിറുതിയിൽ അവിടെനിന്നു യാത്രയായി. അയാളുടെ കൈ കരുക്കലിന്റെ ശക്തികാരണം ഞെരിഞ്ഞുപോയ വിരലുകൾ ചുണ്ടോടടുപ്പിച്ച് അവർ ആ വിരലുകളിൽ ഊതിക്കൊണ്ടിരുന്നു. പെട്ടെന്നെന്തോ തോന്നിയപോലെ അവർ ഇരുന്നിടത്തുനിന്നു ചാടിയെഴുന്നേറ്റ് ബസാറൊവിനെ തിരിച്ചുവിളിക്കാനെന്നോണം വാതില്ക്കലേക്കോടി. ആ സമയത്ത് പരിചാരിക ഒരു വെള്ളിത്താലത്തിൽ വച്ച ഡീക്കാൻററുമായി അവിടെയെത്തി. ഒദിന്ത്സോവ നിന്നേടത്തു തന്നെ നിന്നുകൊണ്ട് വേലക്കാരിയെ പറഞ്ഞയച്ചിട്ട് മുമ്പിരുന്നിരുന്ന സ്ഥാനത്തു തന്നെ വന്നിരുന്നുകൊണ്ട് വീണ്ടും ചിന്തകളിൽ മുഴുകി. അവരുടെ പിന്നിക്കെട്ടിവച്ചിരുന്ന മുടി കെട്ടഴിഞ്ഞ് പാമ്പിനെപ്പോലെ വളഞ്ഞുപുളഞ്ഞ് തോളത്തേക്ക് ഊർന്നുവീണു. ആ രാത്രിയിൽ വളരെ വൈകിയിട്ടേ അന്ന സെർഗിയേവ്നയുടെ മുറിയിലെ വിളക്കണഞ്ഞുള്ളു. കുളിർകാറ്റിന്റെ തണുപ്പുകൊണ്ട് മരവിച്ച കൈകൾ ഇടയ്ക്കിടക്ക് തടവിക്കൊണ്ട് ഏറെനേരംഅവർ അതേ ഇരുപ്പിൽ ഇരുന്നു.

രണ്ടുമണിക്കൂർ കഴിഞ്ഞ് ആകെ കലങ്ങിമറിഞ്ഞ മട്ടിൽ ബസാറൊവ് വിഷണ്ണനായി തന്റെ മുറിയിൽ മടങ്ങിയെത്തി. അയാളുടെ ബൂട്ടുകൾ മഞ്ഞുതുള്ളികൾ പറ്റി നനഞ്ഞിരുന്നു. അർക്കാദി തന്റെ സൂട്ടൊന്നും അഴിച്ചുമാറ്റാതെ ഒരു പുസ്തകവും കൈയിൽ വച്ചുകൊണ്ട് എഴുത്തുമേശയ്ക്കരികിൽ ഇരിക്കുകയായിരുന്നു.

"താനിനിയും ഉറങ്ങീല്ലേ!" അല്പം നീരസത്തോടെ ബസാറൊവ് ചോദിച്ചു.

"ഇന്നെന്താ പതിവിൽ കൂടുതൽ സമയം അന്ന സെർഗിയേവ്നയുടെ കൂടെ അവരുടെ മുറിയിലായിരുന്നെന്നു തോന്നുന്നല്ലോ," അർക്കാദി ഒരു മറുചോദ്യം എടുത്തിട്ടു.

"അതെ, താനും കാത്യയും പിയാനൊ വായിച്ചുകൊണ്ടിരുന്ന സമയത്തെല്ലാം ഞങ്ങളൊരുമിച്ചുണ്ടായിരുന്നു."

"ഞാൻ പിയാനോ വായിച്ചില്ലല്ലൊ," എന്നു പറയാൻ തുടങ്ങിയെങ്കിലും അർക്കാദി പിന്നീടൊന്നും മിണ്ടിയില്ല. തന്റെ കണ്ണുകൾ നിറഞ്ഞൊഴുകുമെന്ന് അയാൾ ഭയപ്പെട്ടു. എന്നാൽ, സർവ്വതിനോടും പുച്ഛമായ തന്റെ സ്നേഹിതന്റെ മുന്നിലിരുന്നു കണ്ണീർ പൊഴിക്കാൻ അയാൾ ഇഷ്ടപ്പെട്ടില്ല.

XVIII

പിറ്റേന്ന് രാവിലെ ഒദിന്ത്സോവ പ്രാതലിനായി താഴത്തേക്കിറങ്ങിവന്നപ്പോൾ ബസാറൊവ് തന്റെ ചായക്കപ്പുമായി കുനിഞ്ഞിരിക്കുകയായിരുന്നു. വളരെനേരം അയാൾ ആ ഇരുപ്പിൽ തന്നെ ഇരുന്നു. പൊടുന്നനെ അയാൾ ശിരസ്സുയർത്തി അവരെ സൂക്ഷിച്ചുനോക്കി. അവരും അയാൾ തട്ടിവിളിച്ചമാതിരി അയാളുടെ നേർക്ക് ദൃഷ്ടികളുയർത്തി. ആ മുഖം പഴയതിലും വിളറിയിരുന്നതായി അയാൾക്ക് തോന്നി. പെട്ടെന്ന് അവർ സ്വന്തം മുറിയിലേക്ക് പൊയ്ക്കളഞ്ഞു. പിന്നെ ഉച്ച ഭക്ഷണത്തിനു സമയമാകുന്നതുവരെ അവർ താഴേക്കിറങ്ങിവന്നില്ല. പ്രഭാതം മുതൽ തോരാതെ മഴപെയ്തിരുന്നതുകൊണ്ട് പുറത്തു നടക്കാൻ പോകുന്നതിനു യാതൊരു സാദ്ധ്യതയും ഉണ്ടായിരുന്നില്ല. എല്ലാവരും സ്വീകരണമുറിയിൽ തന്നെ വട്ടമിട്ടിരുന്നു. ഏതോ മാസികയുടെ പുതിയ ലക്കം അവിടെ കിടക്കുന്നതു കണ്ടിട്ട് അർക്കാദി അതെടുത്തു ഉറക്കെ വായിക്കാൻ തുടങ്ങി. അയാളുടെ പ്രവൃത്തി അനുചിതമായിപ്പോയെന്ന മട്ടിൽ രാജകുമാരി പതിവുപോലെ ആശ്ചര്യചകിതയായിരുന്ന ശേഷം അയാളെ തുറിച്ചുനോക്കാൻ തുടങ്ങിയെങ്കിലും അർക്കാദി അതു വകവയ്ക്കാതെ തന്റെ വായന തുടർന്നു.

"യെവ്ഗേനി വസീലിയെവിച്ച്, എന്റെ മുറിവരെ ഒന്നുവരാമോ," അന്ന സെർഗിയേവ്ന ചോദിച്ചു. "എനിക്കൊരു കാര്യം അറിയാനുണ്ടായിരുന്നു.... ഇന്നലെ ഏതോ ഒരു പുസ്തകത്തെപ്പറ്റി പറഞ്ഞില്ലേ..."

ഉടനെതന്നെ അവരെഴുന്നേറ്റ് വാതില്ക്കലേക്ക് നടക്കുകയും ചെയ്തു. ആ സമയത്തെ രാജകുമാരിയുടെ മുഖഭാവം അവർണ്ണനീയമായിരുന്നു. "കണ്ടോ, എനിക്കെത്ര ആശ്ചര്യമുണ്ടെന്ന്," എന്നു പറയുമ്പോലെയായിരുന്നു അത്. പിന്നെയും അവർ അർക്കാദിയെ തുറിച്ചുനോക്കാൻ തുടങ്ങി. പക്ഷേ, അയാൾ അതൊന്നും വകവയ്ക്കാതെ തൊട്ടടുത്തിരുന്നിരുന്ന കാത്യയെ ഏറുകണ്ണിട്ടു നോക്കിക്കൊണ്ട് കൂടുതൽ ഉച്ചത്തിൽ വായന തുടർന്നു.

ഒദിന്ത്സോവ തെരുതെരെ നടന്ന് തന്റെ ഇരിപ്പുമുറിയിലെത്തി; പിന്നിലായി തറയിൽ കണ്ണും നട്ടുകൊണ്ട് നടന്നിരുന്നതിനാൽ അവരുടെ പട്ടുഗൗൺ ആടിയുലയുന്നതിന്റെ ശബ്ദം മാത്രമേ ബസാറൊവിന് കേൾക്കാൻ കഴിഞ്ഞിരുന്നുള്ളു. ഒദിന്ത്സോവ തലേരാത്രിയിലെ അതേ ചാരുകസേരയിൽ തന്നെ ചെന്നിരുന്നു. ബസാറൊവും പഴയ സ്ഥാനത്തു തന്നെ ഇരിപ്പുറപ്പിച്ചു.

"എന്താ, ആ പുസ്തകത്തിന്റെ പേരെന്നു പറഞ്ഞത്?" നിമിഷനേരത്തെ നിശ്ശബ്ദതയ്ക്കു ശേഷം അവർ ചോദിച്ചു.

"പെലൂസും ഫ്രെമീയും ചേർന്നെഴുതിയ രസതന്ത്ര പൊതുധാരണ.." ബസാറൊവ് പറഞ്ഞു. 'ഗാനൊയുടെ പ്രായോഗിക ഊർജ്ജതന്ത്രത്തിന്റെ പ്രാഥമിക പാഠങ്ങളും തരക്കേടില്ലെന്നാണെന്റെ അഭിപ്രായം. ഈ പുസ്തകത്തിലെ ചിത്രങ്ങൾക്ക് നല്ല വ്യക്തതയുണ്ട്. ഒരു പാഠപുസ്തകമെന്ന നിലയ്ക്ക്..."

ഇതൊന്നു മതിയാക്കാമോ എന്നു ചോദിക്കുമ്പോലെ ഒദിന്ത്സോവ കൈ പൊക്കിപ്പിടിച്ചു.

"പക്ഷേ, പാഠപുസ്തകം ചർച്ചചെയ്യാനല്ല ഞാൻ നിങ്ങളെ ഇങ്ങോട്ടു ക്ഷണിച്ചത്," അവർ ക്ഷമാപണപൂർവ്വം പറഞ്ഞു. "ഇന്നലത്തെ സംഭാഷണം തുടരാമെന്നാണ് ഞാൻ കരുതിയത്. നിങ്ങൾ പൊടുന്നനെ അങ്ങ് പൊയ്ക്കളയുകയായിരുന്നല്ലൊ. ബോറടിക്കുമെങ്കിൽ വേണ്ടാ, കേട്ടോ."

"ഏയ്, അതൊന്നുമില്ല. ഞാനെന്തിനും തയ്യാറാണ്. പക്ഷേ, എന്തിനെപ്പറ്റിയാ നാം സംസാരിച്ചിരുന്നത്?"

ഒദിന്ത്സോവ ഇടങ്കണ്ണിട്ട് അയാളെ ഒന്നു നോക്കി.

"സന്തുഷ്ടിയെപ്പറ്റിയാണ് നാം സംസാരിച്ചിരുന്നതെന്നു തോന്നുന്നു. എന്നെപ്പറ്റി ഞാൻ നിങ്ങളോട് പറയുകയായിരുന്നു. അതിനിടയ്ക്ക് ഒന്നു ചോദിച്ചോട്ടെ. നാം അല്പം നല്ല സംഗീതം ആസ്വദിച്ചുകൊണ്ടിരിക്കുകയോ ഒരു സായാഹ്നത്തിൽ വെടിപറഞ്ഞിരിക്കുകയോ ഇഷ്ടമുള്ളവരുമായി സംസാരിച്ചുകൊണ്ടിരിക്കുകയോ ആണെങ്കിൽപോലും അതൊന്നും യഥാർത്ഥ സന്തോഷമായി നമുക്ക് തോന്നാത്തതെന്തുകൊണ്ടാണെന്നു പറയാമോ? മറ്റെവിടെയോ ആർക്കോ ഉള്ള സന്തോഷത്തിന്റെ ഒരു സൂചനയായി മാത്രമല്ലേ അതെല്ലാം നമുക്ക് തോന്നാറുള്ളു. എന്തുകൊണ്ടാണത്?"

"അക്കരപ്പച്ച എന്ന ചൊല്ലുകേട്ടിട്ടില്ലേ?" ബസാറൊവ് തിരിച്ചടിച്ചു. "നിങ്ങൾക്ക് ഒന്നിലും സംതൃപ്തിയില്ലെന്ന് നിങ്ങൾ തന്നെ ഇന്നലെ സമ്മതിക്കുകയുണ്ടായില്ലേ? സത്യം പറഞ്ഞാൽ ആ വക ചിന്തകളൊന്നും എനിക്കുണ്ടാകാറില്ല."

"ഇതെല്ലാം അസംബന്ധമാണെന്നായിരിക്കാം നിങ്ങളുടെ വിചാരം."

"അല്ല, ഞാൻ അതെപ്പറ്റിയൊന്നും ചിന്തിക്കാറില്ലെന്നതാണ് പരമാർത്ഥം."

"ഉള്ളതോ? ആട്ടെ, നിങ്ങൾ പിന്നെ എന്തിനെപ്പറ്റിയാണ് ചിന്തിക്കുന്നതെന്ന് പറയാമോ?"

"എന്താ പറഞ്ഞത്. എനിക്ക് മനസ്സിലായില്ല."

"എന്നാൽ പറയാം, കേട്ടോളൂ. നിങ്ങളുമായി തുറന്നു സംസാരിക്കണമെന്ന് ഞാൻ കുറച്ചു ദിവസമായി വിചാരിക്കുന്നതാണ്. നിങ്ങൾ സാധാരണ ആളുകളെപ്പോലെയല്ലെന്ന് ഞാൻ പറയാതെ തന്നെ നിങ്ങൾക്കറിയാം. നിങ്ങൾക്കിപ്പോഴും ചെറുപ്പമാണ്. ജീവിതം മുഴുവൻ നിങ്ങളുടെ മുന്നിൽ തുറന്നുകിടക്കുന്നുണ്ട്. നിങ്ങളെന്തു ചെയ്യാനാണുദ്ദേശിക്കുന്നത്? നിങ്ങളുടെ ഭാവി എന്താണ്? ഞാൻ ചോദിക്കുന്നതിന്റെ അർത്ഥം നിങ്ങളുടെ ലക്ഷ്യം എന്താണെന്നാണ്? എങ്ങോട്ടാണ് നിങ്ങളുടെ പോക്ക്? എന്താണ് നിങ്ങളുടെ മനസ്സിലുള്ളത്? ചുരുക്കത്തിൽ നിങ്ങൾ ആരാണ്, എന്താണ്?"

"അന്ന സെർഗിയേവ്നയുടെ ഈ ചോദ്യം എന്നെ ആശ്ചര്യപ്പെടുത്തുന്നുണ്ട്, കേട്ടോ. പ്രകൃതിശാസ്ത്രമാണ് ഞാൻ പഠിക്കുന്നതെന്ന് നിങ്ങൾക്കറിയാമല്ലോ, ഇല്ലേ? ഞാനാരാണെന്നു ചോദിച്ചാൽ..."

"അതെ, ആരാണ് നിങ്ങൾ?"

"നാട്ടിൻപുറത്തെങ്ങാനും ഒരു ഡോക്ടറായിരിക്കാനാണ് ഞാനുദ്ദേശിക്കുന്നതെന്നു പറഞ്ഞിട്ടുള്ളതാണല്ലോ."

അന്ന സെർഗിയേവ്ന തന്റെ അക്ഷമ പ്രദർശിപ്പിക്കാനെന്നോണം തലയാട്ടി.

"എന്തിനാ ഇതൊക്കെപ്പറയുന്നത്? സത്യത്തിൽ നിങ്ങൾതന്നെ ഇതൊന്നും വിശ്വസിക്കുന്നുണ്ടാവില്ലെന്ന് എനിക്കറിയാം. അർക്കാദിയാണ് പറഞ്ഞിരുന്നതെങ്കിൽ ഇതെല്ലാം വിശ്വസിക്കാമായിരുന്നു."

"ഏതു വിധത്തിലാണ് അർക്കാദി..."

"വേണ്ട, വേണ്ട, അധികം പറയണ്ട. അത്തരമൊരു എളിയ ജീവിതം കൊണ്ട് നിങ്ങൾക്ക് തൃപ്തിപ്പെടാനാവുമോ? വൈദ്യശാസ്ത്രത്തിൽ വലിയ വിശ്വാസമില്ലെന്നു നിങ്ങൾ തന്നെ പറഞ്ഞിട്ടുള്ളതുമാണല്ലോ. നിങ്ങളെപ്പോലെ വലിയ മോഹമുള്ള ഒരാൾ ഒരു ഗ്രാമീണ ഡോക്ടറായിരിക്കും, അല്ലേ? എന്നെ ഒഴിവാക്കാനാണ് നിങ്ങളിതു പറയുന്നത്; കാരണം നിങ്ങൾക്കെന്നെ വിശ്വാസമില്ല. ഒരുപക്ഷേ, എനിക്ക് നിങ്ങളെ മനസ്സിലാക്കാൻ കഴിഞ്ഞേക്കുമെന്ന് നിങ്ങൾക്കറിയാമോ, യെവ്ഗേനി വസീലിയെവിച്ച്? നിങ്ങളെപ്പോലെതന്നെ ഞാനും ഒരുകാലത്ത് പാവപ്പെട്ടവളും ഉയരാൻ

ആഗ്രഹിച്ചവളുമായിരുന്നു. നിങ്ങളുടെ ഏതാണ്ടതേ പരീക്ഷണങ്ങളിലൂടെ കടന്നു പോന്നിട്ടുള്ളവളാണ് ഞാനും."

"അതെല്ലാം ശരിയായിരിക്കാം. പക്ഷേ എന്നോടു ക്ഷമിക്കാൻ ദയവുണ്ടാകണം... എന്റെ മനോവ്യവസ്ഥകളെപ്പറ്റി പറഞ്ഞു നടക്കുന്നതു എന്റെ ശീലമല്ല. തന്നെയല്ല, നാം നമ്മിൽ വളരെ അകലവുമുണ്ട്."

"എന്താ ആ അകലം? ഞാനൊരു പ്രഭ്വിയാണെന്നായിരിക്കും നിങ്ങൾ വീണ്ടും പറയാൻ പോകുന്നത്. യെവ്ഗേനി വസീലിയെവിച്ച്, എന്തിനാ അതൊക്കെ പറയുന്നത്? ഞാൻ...'

"എന്നു തന്നെയല്ല, ഭാവിയെപ്പറ്റി സംസാരിച്ചിട്ടും ചിന്തിച്ചിട്ടും എന്താ പ്രയോജനം?" ബസാറൊവ് ഇടയ്ക്കു കയറിപ്പറഞ്ഞു. "അത് നമ്മളെ ആശ്രയിച്ചിരിക്കുന്ന സംഗതി അല്ലല്ലോ. എന്തെങ്കിലും ചെയ്യാൻ ഒരു അവസരമുണ്ടായാൽ നല്ലതുതന്നെ. പക്ഷേ, അതുണ്ടായില്ലെങ്കിലോ? നേരത്തെ അതെപ്പറ്റി നാവിട്ടടിച്ചിരുന്നില്ലെന്നോർത്ത് സമാധാനിക്കുകയെങ്കിലും ചെയ്യാമല്ലോ."

"രണ്ടു സ്നേഹിതർ തമ്മിൽ സംസാരിക്കുന്നത് നാവിട്ടടിക്കലാണെന്നാണോ നിങ്ങൾ കരുതുന്നത്?.. ഓ, എന്നെപ്പോലൊരു സ്ത്രീയോട് തുറന്നു സംസാരിക്കുന്നത് നിങ്ങൾക്ക് കുറച്ചിലായിരിക്കും! പൊതുവിൽ സ്ത്രീകളെ നിങ്ങൾക്കു പുച്ഛവുമാണല്ലോ!"

"അന്ന സെർഗിയേവ്ന, നിങ്ങളെ എനിക്ക് പുച്ഛമല്ലെന്നത് നിങ്ങൾക്കും അറിയാവുന്ന കാര്യമല്ലേ?"

"എനിക്കൊന്നുമറിയില്ല... ഇനി, ഭാവിയെപ്പറ്റി സംസാരിക്കാനുള്ള നിങ്ങളുടെ വിമുഖത എനിക്ക് മനസ്സിലാക്കാമെന്നു വച്ചാൽ തന്നെയും ഇപ്പോൾ നിങ്ങളിൽ നടക്കുന്നതെന്താണെന്നു പറഞ്ഞുകൂടെ?"

"എന്നിൽ നടക്കുന്നതോ?" ബസാറൊവ് അവരുടെ വാക്കുകൾ ആവർത്തിച്ചു: "ഞാനെന്താ ഒരു രാജ്യമോ സമൂഹമോ മറ്റോ ആണോ? എന്നു മാത്രമല്ല, ഒരു മനുഷ്യന് അവനിൽ 'നടക്കുന്ന' കാര്യങ്ങൾ എപ്പോഴും പുറത്തു പറയാൻ സാധിച്ചെന്നും വരില്ല."

"എന്തുകൊണ്ടു സാധിക്കില്ല?"

"നിങ്ങളെക്കൊണ്ടു സാധിക്കുമോ?" ബസാറൊവ് ചോദിച്ചു.

"സാധിക്കും," അല്പം അറച്ചിരുന്നതിനു ശേഷം അന്ന സെർഗിയേവ്ന പറഞ്ഞു.

"നിങ്ങൾ എന്നെക്കാളും സന്തുഷ്ടയാണ്," ബസാറൊവ് തല കുനിച്ചുകൊണ്ട് പ്രത്യുത്തരം നല്കി.

അന്ന സെർഗിയേവ്ന സംശയദൃഷ്ടിയോടെ അയാളെ നോക്കി.

"ശരി, നിങ്ങൾ പറയുമ്പോലെ ആകട്ടെ," അവർ തുടർന്നു.

"പക്ഷേ, നമുക്ക് നല്ല സുഹൃത്തുക്കളായിരിക്കാൻ കഴിയുമെന്നാണ് എന്റെ വിശ്വാസം. നിങ്ങളുടെ ഈ മനോവിഷമം ഉണ്ടല്ലോ, ഈ - എങ്ങനെയാണത് വിവരിക്കുകയെന്നെനിക്കറിയില്ല - വിമ്മിഷ്ടം, അതൊട്ടുവിൽ ഇല്ലാതാകും."

"അപ്പോൾ എന്റെ വിമ്മിഷ്ടം നിങ്ങൾക്ക് മനസ്സിലായിട്ടുണ്ട്, ഇല്ലേ? എങ്ങനെയാ നിങ്ങളതിനെ വിവരിച്ചത് - മനോവിഷമമെന്ന്, അല്ലേ?"

"അതെ."

ബസാറൊവ് എഴുന്നേറ്റ് ജനലിങ്കലേക്ക് നടന്നു.

"ഈ വിമ്മിഷ്ടത്തിനു കാരണം അറിയണമെന്നുണ്ടോ? എന്നിലെന്താ നടക്കുന്നതെന്ന് അറിയണമെന്നുണ്ടോ?"

"അറിയണം," എന്തോ പേടിച്ചിട്ടെന്ന പോലെ അവർ മന്ത്രിച്ചു.

"ദേഷ്യപ്പെടില്ലല്ലൊ?"

"ഇല്ല."

"ഇല്ലെന്ന് തീർച്ചയാണോ?" ബസാറൊവ് പുറന്തിരിഞ്ഞുനിന്നുകൊണ്ട് തുടർന്നു. "എന്നാൽ അറിയണമെന്നു നിർബന്ധമാണെങ്കിൽ പറയാം. കേട്ടോളൂ! ഞാൻ നിങ്ങളെ അന്ധമായി പ്രേമിക്കുന്നു... കേട്ടല്ലോ, എന്താ തൃപ്തിയായില്ലേ!"

ഒദിന്ത്സോവ അരുതേ എന്നു പറയുമ്പോലെ കൈകൾ രണ്ടും പൊക്കിപ്പിടിച്ചപ്പോൾ ബസാറൊവ് ജനലിന്റെ ചില്ലിൽ തലചായ്ച്ചു നിന്നു. അയാളുടെ ശ്വാസോച്ഛ്വാസം ശീഘ്രഗതിലായി. അയാൾ അംഗപ്രത്യംഗം വിറച്ചിരുന്നു. പക്ഷേ, യുവസഹജമായ കാതരയുടെ വിറയലായിരുന്നില്ല ഇത്. ആദ്യത്തെ പ്രേമാഭ്യർത്ഥന നടത്തിയതിന്റെ മാധുര്യമൂറുന്ന ഭയവുമായിരുന്നില്ല ഇത്. വൻതിരമാലകൾ പോലെ അയാളിൽ ആഞ്ഞടിച്ചുയർന്നിരുന്ന വികാരവേശമായിരുന്നു ഇത്. കത്തിപ്പടരുന്ന രോഷാഗ്നിയോടായിരുന്നു അതിനു സാദൃശ്യം. ഒരുപക്ഷേ, അത്തരം രോഷം തന്നെയായിരുന്നിരിക്കാം അത്. ഒദിന്ത്സോവയ്ക്ക് അയാളെപ്പറ്റി ഭയവും സഹതാപവും തോന്നി.

"യെവ്ഗേനി വസീലിയെവിച്ച്," ആർദ്രത മറച്ചുവയ്ക്കാനാവാത്ത സ്വരത്തിൽ അവർ വിളിച്ചു.

അയാൾ പെട്ടെന്നു തിരിഞ്ഞുനിന്ന് ആർത്തിയോടെ അവരെ ഒന്നു നോക്കിയിട്ട് അവരുടെ രണ്ടുകൈകളിലും കടന്നു പിടിക്കുകയും പൊടുന്നനെ അവരെ മാറോടണയ്ക്കുകയും ചെയ്തു.

അവർ ഉടനടിതന്നെ ആ ആലിംഗനത്തിൽനിന്നു കുതറിമാറിയില്ല. പക്ഷേ, നിമിഷനേരം കഴിഞ്ഞപ്പോഴേക്ക് അവർ മുറിയുടെ ഒരു മൂലയിൽ ചെന്നുനിന്നുകൊണ്ട് ബസാറൊവിനെ തുറിച്ചു

നോക്കുന്നതാണ് കണ്ടത്. അയാൾ അവരുടെനേർക്ക് ആഞ്ഞടുത്തു....

"നിങ്ങൾക്കെന്നെ മനസ്സിലായില്ല," ഒരു ചുവടുകൂടി അയാൾ മുന്നോട്ടു വച്ചാൽ താൻ കിടന്നു വിളിച്ചുകൂവിയേക്കുമെന്നു തോന്നിക്കുംവിധത്തിലുള്ള അങ്കലാപ്പോടെ അവർ മന്ത്രിച്ചു. ബസാറൊവ് ചുണ്ടുകൾ കടിച്ചമർത്തിക്കൊണ്ട് അവിടെ നിന്ന് ഓടിയകന്നു.

അരമണിക്കൂർ കഴിഞ്ഞപ്പോൾ പരിചാരിക ബസാറൊവിന്റെ ഒരു കുറിപ്പ് ഒദിന്ത്സോവയെ ഏല്പിച്ചു. ഒരൊറ്റ വരിയേ അതിലുണ്ടായിരുന്നുള്ളൂ. "ഞാൻ ഇന്നുതന്നെ സ്ഥലം വിടണോ, അതോ നാളെവരെക്കൂടി ഇവിടെ കഴിയാമോ?"– 'പോയേതീരൂ എന്നുണ്ടോ? നിങ്ങൾക്കെന്നെയും എനിക്കു നിങ്ങളേയും മനസ്സിലായില്ല," എന്നു മറുപടി എഴുതുമ്പോൾ അവർ ആലോചിച്ചു: "എനിക്ക് എന്നെത്തന്നെ മനസ്സിലായില്ല."

ഉച്ചഭക്ഷണത്തിന്റ സമയം വരെ ഒദിന്ത്സോവ് പിന്നീട് പുറത്തേക്കിറങ്ങിയില്ല. ആ സമയമത്രയും അവർ കൈകൾ പിന്നിൽ പിണച്ചുപിടിച്ചുകൊണ്ട് മുറിയിലങ്ങോട്ടുമിങ്ങോട്ടും അസ്വസ്ഥയായി നടന്നു. ഇടയ്ക്കിടയ്ക്ക് അവർ ജനലിങ്കലോ നിലക്കണ്ണാടിയുടെ മുന്നിലോ അല്പനേരം നിന്നിട്ട് കഴുത്തിലെന്തോ നീറ്റൽ അനുഭവപ്പെടുന്നതുപോലെ കൈലേസെടുത്ത് ആ ഭാഗം തുടച്ചിരുന്നു. ഇപ്രകാരം ഹൃദയം തുറന്നുകാട്ടുന്നതിന് അയാളെ താൻ പ്രേരിപ്പിച്ചതെന്തിനാണ്, അവർ തന്നോടു തന്നെ ചോദിച്ചു. വാസ്തവത്തിൽ താനെന്തെങ്കിലും സംശയിച്ചിരുന്നോ? "കുറ്റം എന്റെയാണ്," അവർ ഉറക്കെ ആത്മഗതമായി പറഞ്ഞു: "ഇങ്ങനെ വരുമെന്ന് ഞാൻ വിചാരിച്ചിരുന്നില്ലല്ലോ." ബസാറൊവ് തന്റെ നേർക്ക് ആഞ്ഞടുത്തുകൊണ്ടിരുന്ന ആ സന്ദർഭത്തിലെ അയാളുടെ ഉന്മാദഭാവത്തെപ്പറ്റി ഓർത്തപ്പോൾ അവരുടെ മുഖം ലജ്ജാവിവശമായി.

"എന്തുകൊണ്ടു പാടില്ല?" പെട്ടെന്ന് നിലക്കണ്ണാടിയുടെ മുന്നിൽ ചെന്നുനിന്ന് തന്റെ മുടിച്ചുരുളുകൾ കുടഞ്ഞു നേരെയാക്കിക്കൊണ്ട് അവർ തന്നോടുതന്നെ ചോദിച്ചു. നിലക്കണ്ണാടിയിൽ അവർ തന്റെ പ്രതിച്ഛായ നോക്കിനിന്നു. ആരേയും വെല്ലുവിളിക്കുന്നതരത്തിലുള്ള ആ നില്പും അർദ്ധനിമീലിതനേത്രങ്ങളും പാതിവിടർന്ന അധരങ്ങളുമായുള്ള നിഗൂഢമായ ആ പുഞ്ചിരിയും അവർക്ക് സംഭ്രമമുളവാക്കുന്ന എന്തോ സൂചിപ്പിക്കുന്നതുപോലെ തോന്നി....

"ഇല്ല, പാടില്ല," ഒടുവിൽ ആ സ്ത്രീ തീരുമാനിച്ചുറച്ചു. "ഇതെവിടെച്ചെന്നവസാനിക്കുമായിരുന്നെന്ന് ദൈവത്തിനേ അറിയൂ. ചിരിച്ചുതള്ളാനുള്ള സംഗതിയല്ലല്ലോ ഇത്. മനശ്ശാന്തിയാണല്ലോ ലോകത്തിൽ സർവ്വപ്രധാനമായിട്ടുള്ളത്.'

അവരുടെ മനശ്ശാന്തിക്ക് കോട്ടമൊന്നും തട്ടിയില്ല. എങ്കിലും എന്തോ ഒരു വിഷാദം അവരെ കാർന്നുതിന്നുകയും അവർ അല്പം

കണ്ണീർ പൊഴിക്കുകയും ചെയ്തു. പക്ഷേ, അതിന്റെ കാരണമെന്തെന്നു അവർക്കു തന്നെ നിശ്ചയമുണ്ടായിരുന്നില്ല. ഏതായാലും അഭിമാനക്ഷതം കൊണ്ടായിരുന്നില്ല അവരങ്ങനെ കണ്ണീർപൊഴിക്കാനിടയായത്. അവർക്കങ്ങനെ എന്തെങ്കിലും തോന്നിയെങ്കിൽ അത് ഒരുതരം കുറ്റബോധമായിരുന്നു. അസ്പഷ്ടവികാരങ്ങളുടെ സമ്മർദ്ദത്തിൽ പെട്ട്, ജീവിതം ഇങ്ങനെ പാഴായിപ്പോകുന്നതിനെപ്പറ്റി വ്യാകുലപ്പെടുകയും പുതുമയ്ക്കുവേണ്ടി ദാഹിക്കുകയും ചെയ്തുകൊണ്ട് അവർ ഒരതിരുവരെ മനസ്സിന്റെ കടിഞ്ഞാൺ ഊരിവിടുകയും ആ അതിരിനപ്പുറത്തെന്താണെന്ന് എത്തി നോക്കുകയും ചെയ്തപ്പോൾ ഒരു കയത്തിനു പകരം വെറും ശൂന്യതയോ.. വൈരൂപ്യമോ മാത്രമാണ് അവർക്ക് ദർശിക്കാൻ കഴിഞ്ഞത്.

XIX

അസാമാന്യമായ ആത്മധൈര്യവും സമചിത്തതയും ഉണ്ടായിരുന്നിട്ടും ഉച്ചഭക്ഷണത്തിനു തീൻമുറിയിലേക്കിറങ്ങിവരുമ്പോൾ ഒദിന്ത്സോവയ്ക്ക് അതിയായ പരിഭ്രമമുണ്ടായിരുന്നു. എങ്കിലും ഭക്ഷണത്തിനിടയിൽ അനിഷ്ടസംഭാഷണങ്ങളൊന്നും ഉണ്ടായില്ല. പട്ടണത്തിലേക്ക് പോയിരുന്ന പൊർഫീറി പ്ലത്തോനിച്ച് അതിനിടയിൽ അവിടെ എത്തുകയും പട്ടണത്തിലെ പലേ വിശേഷങ്ങളും വിവരിക്കുകയും ചെയ്തു. സ്പെഷ്യൽ കമ്മീഷണർമാരോട് കുതിരസവാരിക്കുള്ള വേഷത്തിൽ നില്ക്കാൻ ഗവർണർ കല്പിച്ചിരിക്കുന്നുവെന്നതായിരുന്നു അദ്ദേഹം വിവരിച്ച ഒരു വിശേഷവർത്തമാനം. അടിയന്തിരമായി അവരെ എവിടേക്കെങ്കിലും കുതിരപ്പുറത്ത് അയയ്ക്കേണ്ടിവരുമ്പോൾ സമയനഷ്ടം വരാതിരിക്കാനായിരുന്നത്രെ ഇത്. അർക്കാദി കാത്യയുമായി മന്ത്രിക്കുംപോലെ സംഭാഷണം നടത്തുകയും രാജകുമാരിയെ പ്രീണിപ്പിക്കാൻ ഇടയ്ക്കിടെ അവരെ ശ്രദ്ധിക്കുകയും ചെയ്തു. ബസാറൊവ് മുഖംവീർപ്പിച്ച് മിണ്ടാതിരുന്നതേയുള്ളു. കോപാകുലനായി നിലത്തേക്ക് ദൃഷ്ടിയൂന്നിയിരിക്കുന്ന അയാളുടെ മുഖത്തേക്ക് ഒദിന്ത്സോവ ഒന്നു രണ്ടു പ്രാവശ്യം എല്ലാവരും കാൺകെത്തന്നെ സൂക്ഷിച്ചു നോക്കി. ധിക്കാരത്തോടുകൂടിയ ഒരു ദൃഢനിശ്ചയമാണ് ആ മുഖത്താകെ നിഴലിച്ചിരുന്നത്. അപ്പോൾ അവർ മനസ്സിൽ വിചാരിച്ചു: "ഇല്ല, പാടില്ല..." ഊണു കഴിഞ്ഞ് മറ്റുള്ളവരോടൊപ്പം അവരും പൂന്തോട്ടത്തിലേക്കിറങ്ങി. ബസാറൊവിന് തന്നോടെന്തോ സംസാരിക്കാനുണ്ടെന്ന് മനസ്സിലായപ്പോൾ അവർ അല്പം പുറകോട്ടു നിന്നു. അപ്പോഴും അധോമുഖനായിരുന്ന അയാൾ പരുക്കൻ സ്വരത്തിൽ പറഞ്ഞു.

"അന്ന സെർഗിയേവ്ന, എന്നോട് ക്ഷമിക്കണമെന്നു പറയാനാണ് ഞാനിവിടെ നിന്നത്. എന്നോടു വലിയ ദേഷ്യമായിരിക്കും, ഇല്ലേ?"

"ഇല്ല, എനിക്ക് യാതൊരു ദേഷ്യവുമില്ല" ഒദിന്ത്സോവ പറഞ്ഞു: "നേരേ മറിച്ച് എനിക്ക് എന്തെന്നില്ലാത്ത മനസ്താപമാണുള്ളത്."

"രണ്ടും തമ്മിൽ എന്താ വ്യത്യാസം! ഏതായാലും ഞാൻ വേണ്ടത്ര ശിക്ഷ അനുഭവിച്ചുകഴിഞ്ഞു. എന്റെ നില അത്യന്തം പരിഹാസ്യമാണെന്ന് നിങ്ങളും സമ്മതിക്കുമല്ലൊ. പോയേ തീരുവോ എന്ന് നിങ്ങൾ എഴുതിച്ചോദിക്കുകയുണ്ടായല്ലൊ. ഇല്ല, എനിക്കിനി ഇവിടെ തുടരാൻ കഴിയില്ല. എനിക്കതിനാഗ്രഹവുമില്ല. നാളെ ഞാൻ പുറപ്പെടുകയാണ്."

"പക്ഷേ, എന്തിനാ..."

' എന്തിനാ ഞാൻ പോകുന്നതെന്നോ?'

"അല്ല, അതല്ല ഞാനുദ്ദേശിച്ചത്."

"കഴിഞ്ഞുപോയത് തിരിച്ചെടുക്കാനാവില്ലെന്ന് അന്ന സെർഗിയേവ്നയോട് ഞാൻ പറയേണ്ടതില്ലല്ലൊ... ഇന്നല്ലെങ്കിൽ നാളെ ഇതു സംഭവിക്കാതിരിക്കാൻ തരമുണ്ടായിരുന്നില്ല. അതിനാൽ ഞാനിവിടെ നിന്നു പിരിയുന്നതാണുത്തമം. ഒരൊറ്റ വ്യവസ്ഥയിലേ എനിക്കിവിടെ തുടരാൻ കഴിയൂ. പക്ഷേ, അതൊരിക്കലും നടക്കുകയില്ല. ഞാൻ ധിക്കാരം പറയുകയാണെന്ന് ധരിക്കരുത്. പക്ഷേ, നിങ്ങളെന്നെ സ്നേഹിക്കുന്നില്ലെന്നത് ഒരു സത്യമാണ്. ഒരിക്കലും നിങ്ങൾക്കതിന് കഴിയുകയുമില്ല."

കറുത്ത പുരികക്കൊടികൾക്കടിയിൽനിന്ന് അയാളുടെ കണ്ണുകൾ നിമിഷനേരത്തേക്ക് ഒന്നു പ്രകാശിച്ചു.

അന്ന സെർഗിയേവ്ന അതിനു മറുപടിയൊന്നും പറഞ്ഞില്ല. "ഈ മനുഷ്യനെ ഓർത്ത് എനിക്ക് പേടിയാകുന്നു," എന്ന ചിന്ത അവരുടെ മനസ്സിലൂടെ മിന്നൽപ്പിണർ വേഗതയിൽ കടന്നുപോയി.

"എന്നാൽ നമുക്ക് പിന്നെ കാണാം," അവരുടെ വിചാരം മനസ്സിലാക്കിയിട്ടെന്ന പോലെ പറഞ്ഞിട്ട് അയാൾ ധൃതിയിൽ വീട്ടിലേക്ക് തിരിച്ചു നടന്നു.

കാത്യയെ വിളിച്ച് അവളുമായി കൈകോർത്തു പിടിച്ചുകൊണ്ടു അന്ന സെർഗിയേവ്നയും മെല്ലെ മെല്ലെ അയാൾ പോയ വഴിയേ നടന്നു. വൈകുന്നേരം വരെ അവർ കാത്യയെ തന്റടുക്കൽ നിന്നു പോകാൻ അനുവദിച്ചില്ല. പതിവുപോലെ ചീട്ടുകളിയിൽ കൂടാതെ അധികസമയവും അവർ ഓരോന്നു പറഞ്ഞ് ചിരിച്ചുകൊണ്ടിരുന്നു. എല്ലാ ചെറുപ്പക്കാരേയും പോലെ അർക്കാദിയും ആശ്ചര്യപൂർവ്വം അവരുടെ ഓരോ ചലനവും വീക്ഷിച്ചുകൊണ്ടിരുന്നു. എന്നു പറഞ്ഞാൽ, എന്താണിതിന്റെയെല്ലാം അർത്ഥമെന്ന് അയാൾ തന്നോടുതന്നെ ചോദിച്ചുകൊണ്ടിരുന്നു. ബസാറൊവ് മുറിയിൽ കയറി വാതിലടച്ചിരുന്നു. എങ്കിലും ചായ സമയത്ത് അയാൾ താഴെയിറങ്ങിവന്നു. അയാളോട് സന്തോഷമായി സംസാരിച്ചാൽ കൊള്ളാമെന്നുണ്ടായിരുന്നെങ്കിലും എങ്ങനെ, എവിടെ തുടങ്ങണമെന്ന് അന്ന സെർഗിയേവ്നയ്ക്ക് നിശ്ചയമുണ്ടായിരുന്നില്ല.

അപ്രതീക്ഷിതമായ ഒരു സംഭവം ഈ വൈഷമ്യത്തിൽനിന്നു കരകയറാൻ അവരെ സഹായിച്ചു. സീത്നിക്കൊവ് എന്നൊരാൾ എത്തിയിരിക്കുന്നതായി ബട്ട്ലർ വന്നറിയിച്ചു.

പുരോഗമനവാദിയായ ഈ യുവാവ് ചടപടായെന്ന് മുറിയിലേക്ക് കടന്നു വന്ന ആ രീതി വിവരിക്കുക അസാദ്ധ്യമാണ്. തനിക്ക് അത്ര വളരെ പരിചയമില്ലാത്ത ഒരു സ്ത്രീയാണെങ്കിലും അവർ തന്റെ രണ്ട് സമർത്ഥരായ പരിചയക്കാരെ സൽക്കരിക്കുന്നുണ്ടെന്നു കേട്ടറിഞ്ഞതുകൊണ്ടു മാത്രം അവരുടെ ക്ഷണം കൂടാതെ നാട്ടിൻ പുറത്തുള്ള അവരുടെ വസതിയിൽ ചെന്നു കാണാൻ സ്വതേയുള്ള എടുത്തുചാട്ടത്തോടെ അയാൾ തീരുമാനിച്ചെങ്കിലും അവിടെ വന്നു കയറിയപ്പോൾ അയാൾക്ക് എന്തെന്നില്ലാത്ത പരിഭ്രമം തോന്നി. അതിനാൽ, മുൻകൂട്ടി തയ്യാറാക്കിവച്ചിരുന്ന ക്ഷമാപണങ്ങളും അഭിവാദനങ്ങളുമെല്ലാം വിസ്മരിച്ചിട്ട് അയാൾ വേറെന്തൊക്കെയോ ആണ് പറഞ്ഞത്. അന്ന സെർഗിയേവ്നയുടെ ആരോഗ്യസ്ഥിതി അറിഞ്ഞുവരാൻ യെവ്ദൊക്സീയ കുക്ഷിന തന്നെ പറഞ്ഞയച്ചതാണെന്നും അയാൾ കൂട്ടത്തിൽ തട്ടിവിട്ടു. എന്നു മാത്രമല്ല, അർക്കാദി നിക്കൊലായെവിച്ചും വളരെ പ്രശംസിച്ച് പറഞ്ഞിരുന്നു... എന്നേടത്തോളമായപ്പോൾ അയാൾ ആകെ കുഴഞ്ഞമട്ടിൽ പരിഭ്രമിച്ച് തന്റെ തൊപ്പിയിന്മേൽ തന്നെ കയറിയിരുന്നു. പക്ഷേ, ആരും തന്നെ അടിച്ചു പുറത്താക്കുന്നില്ലെന്നും അന്ന സെർഗിയേവ്ന ഇളയമ്മയ്ക്കും അനിയത്തിക്കും തന്നെ പരിചയപ്പെടുത്താൻപോലും തയ്യാറാണെന്നും കണ്ടതോടെ അയാൾ സധൈര്യം വീണ്ടെടുത്ത് ചറുപറായെന്നു വർത്തമാനം ആരംഭിച്ചു. കോമാളിത്തം പലപ്പോഴും ജീവിതത്തിൽ ഒരാച്ചായിത്തീരാറുണ്ട്. പിരിമുറുകിയിരിക്കുന്ന തന്ത്രികൾക്ക് അല്പം അയവു വരുത്താനും അഹംഭാവത്തിനും താൻപ്രമാണിത്തത്തിനും കോമാളിത്തവുമായുള്ള രക്തബന്ധത്തെ അനുസ്മരിപ്പിച്ചു കൊണ്ട് അത്തരം ഭാവങ്ങൾ അല്പം മയപ്പെടുത്താനും അതു സഹായിക്കും. സീത്നിക്കൊവിന്റെ ആഗമനത്തോടെ കാര്യങ്ങൾ സ്വാഭാവികമായെന്നപോലെ വിരസവും സരളവുമായിത്തീർന്നു. തന്മൂലം എല്ലാവർക്കും അല്പംകൂടി ഹൃദ്യമായി ആഹാരം കഴിക്കാൻ സാധിക്കുകപോലും ചെയ്തു. പതിവിലും അരമണിക്കൂർ നേരത്തെ ഗൃഹസദസ്സ് പിരിഞ്ഞ് എല്ലാവരും ഉറങ്ങാൻ പുറപ്പെടുകയും ചെയ്തു.

“മുമ്പൊരിക്കൽ നിങ്ങൾ എന്നോടു പറഞ്ഞ അതേ സംഗതി എനിക്കിപ്പോൾ നിങ്ങളോട് ചോദിക്കേണ്ടിയിരിക്കുന്നു,” കിടക്കയിൽ കിടന്നുകൊണ്ട് അർക്കാദി ബസാറൊവിനോട് പറഞ്ഞു. അയാളും കിടക്കാൻ വേഷം മാറി നില്ക്കുകയായിരുന്നു. “എന്താ നിങ്ങൾക്കിത്ര വിഷാദം? എന്താ, എന്തെങ്കിലും പാവനമായ കടമ നിറവേറ്റിയോ?”

അടുത്ത കാലത്തായി ഈ രണ്ടു യുവസുഹൃത്തുക്കൾ തമ്മിൽ തമ്മിൽ തമാശയായ കുത്തുവാക്കുകൾ പ്രയോഗിക്കാൻ തുടങ്ങിയിരുന്നു. ഇത് മനസ്സിൽ അടക്കിവച്ചിട്ടുള്ള ദേഷ്യത്തിന്റേയോ അപ്രകാശിതമായ പരസ്പര സംശയത്തിന്റേയോ ലക്ഷണമാണെന്ന് പറയേണ്ടതില്ലല്ലോ.

"നാളെ ഞാൻ അപ്പനെ കാണാൻ പോവുകയാണ്," ഒരറിയിപ്പു പോലെ ബസാറൊവ് പറഞ്ഞു.

അർക്കാദി കൈകൾ കിടക്കയിലൂന്നി കമഴ്ന്നു കിടന്നു. ആശ്ചര്യവും അതേ സമയം തന്നെ എന്തുകൊണ്ടോ ഒരാഹ്ലാദവും തോന്നി അയാൾക്കതു കേട്ടപ്പോൾ.

"ഓഹോ, അതാണോ വിഷാദത്തിന് കാരണം?" അയാൾ ചോദിച്ചു.

ബസാറൊവ് ഒന്നു കോട്ടുവായിട്ടു.

"ജിജ്ഞാസ മൂത്താണ് പൂച്ച ചത്തുപോയത്."

"അപ്പോൾ അന്ന സെർഗിയേവ്നയുടെ കാര്യമോ?"

"അവരുടെ എന്തു കാര്യമാ?"

"അവർ സമ്മതിച്ചോന്നാണ് ഞാൻ ചോദിച്ചത്."

"എനിക്കു പോകാൻ അവരുടെ സമ്മതം ആവശ്യമുണ്ടോ?"

അർക്കാദി ചിന്താധീനനായി. ബസാറൊവ് ചുമരിനഭിമുഖമായി കിടക്കയിൽ കയറിക്കിടന്നു.

കുറച്ചു സമയത്തേക്ക് ആരും ഒന്നും പറഞ്ഞില്ല.

"യെവ്ഗേനി," അർക്കാദി പെട്ടന്നനെ വിളിച്ചു.

"എന്താ?"

"ഞാനും നാളെ പോകുന്നു."

ബസാറൊവ് അതിനു മറുപടിയൊന്നും പറഞ്ഞില്ല.

"ഞാൻ വീട്ടിലേക്കാണ്," അർക്കാദി തുടർന്നു: "ഹൊഹ്ലോവ് വരെ നമുക്കൊന്നിച്ചു പോകാം. അവിടെനിന്ന് നിങ്ങളുടെ വീട്ടിലേക്കു പോകാൻ ഫെദോതിനോട് പറഞ്ഞ് ഒരു വണ്ടി ഏർപ്പാടുചെയ്യാമല്ലോ. എനിക്ക് നിങ്ങളുടെ ആളുകളെ കണ്ടാൽ കൊള്ളാമെന്നുണ്ടായിരുന്നു. പക്ഷേ, ഞാനിപ്പോൾ വരുന്നത് നിങ്ങൾക്കും അവർക്കും ഒരു പ്രയാസമായിരിക്കുമല്ലോ. വീണ്ടും ഞങ്ങളുടെ വീട്ടിലേക്കു വരുമല്ലോ, ഇല്ലേ?"

"എന്റെ സാധനങ്ങളെല്ലാം അവിടെ കിടക്കുകയാണല്ലോ." തലയൊന്നു തിരിക്കുകപോലും ചെയ്യാതെ ബസാറൊവ് അതിന് മറുപടിയായി പറഞ്ഞു.

“അയാളെപ്പോലെ പൊടുന്നനെ താനും പോകാൻ നിശ്ചയിച്ചതെന്തുകൊണ്ടാണെന്ന് അയാൾ ചോദിക്കാത്തതെന്താണ്?” അർക്കാദി ആത്മഗതമായി പറഞ്ഞു. “അല്ല, ഒന്നാലോചിച്ചാൽ ഞാനും അയാളും എന്തിനാണ് സ്ഥലംവിടുന്നത്?” അർക്കാദി പിന്നെയും ചിന്തിച്ചുകൊണ്ടിരുന്നെങ്കിലും ഈ ചോദ്യത്തിന് തൃപ്തികരമായ ഒരു മറുപടി കണ്ടെത്താൻ കഴിയായ്കയാൽ അയാളുടെ ഹൃദയം ദേഷ്യംകൊണ്ടു പുകഞ്ഞു. താൻ വളരെ ഇഷ്ടപ്പെടാൻ തുടങ്ങിയിരുന്ന ഈ ജീവിതം ഉപേക്ഷിച്ചിട്ടു പോകുന്നത് തന്നെ സംബന്ധിച്ചിടത്തോളം എത്ര വിഷമകരമായിരിക്കുമെന്ന് അയാൾക്കറിയാമായിരുന്നു. പക്ഷേ, ഒറ്റയ്ക്കിവിടെ തുടരുന്നത് ഒരു വൃത്തികേടായിരിക്കും. അയാളും അന്ന സെർഗിയേവ്നയും തമ്മിൽ എന്തോ രസക്കേടുണ്ടായിട്ടുണ്ടാകും, അർക്കാദി സ്വഗതമായി പറഞ്ഞു. അപ്പോൾ പിന്നെ അയാൾ പൊയ്ക്കഴിഞ്ഞിട്ട് ഞാനെന്തിന് ഇവിടെ തൂങ്ങിനില്ക്കണം! ആ സ്ത്രീ കൂടുതൽ ശുണ്ഠിപിടിക്കുകയേയുള്ളൂ. സർവ്വതും നഷ്ടമാകലായിരിക്കും അതിന്റെ ഫലം. അയാൾ അവരെ മനസ്സിൽസങ്കല്പിച്ചുനോക്കി. പക്ഷേ, അപ്പോൾ വിധവയായ ആ യുവതിയുടെ ഹൃദയഹാരിയായ ചിത്രത്തിനടിയിൽ മറ്റൊരു രൂപം പതുക്കെപ്പതുക്കെ പൊന്തിവരാൻ തുടങ്ങി.

“കാത്യയേയും കാണാൻ കഴിയാതെ ഞാൻ വിഷമിക്കേണ്ടിവരും,” തന്റെ ഒരിറ്റ് കണ്ണീരു വീണു നനഞ്ഞിരുന്ന തലയിണയോടെന്നപോലെ അയാൾ മന്ത്രിച്ചു. പൊടുന്നനെ ദേഷ്യത്തോടെ തല തിരിച്ചുകൊണ്ട് അയാൾ ഉച്ചത്തിൽ വിളിച്ചുപറഞ്ഞു:

“ആ കഴുത സീത്നിക്കൊവ് ഈ നേരത്തിങ്ങോട്ട് കെട്ടിയെടുത്തതെന്തിനാണാവോ!”

അപ്പോൾ ഒന്നു തിരിഞ്ഞുകിടന്നിട്ട് ബസാറൊവ് അതിനു പ്രത്യുത്തരം നല്കി:

“എടോ മനുഷ്യാ, താനിപ്പോഴുമൊരു ശുദ്ധനാണ്. ഈ ലോകത്തിലെ സീത്നിക്കൊവുമാരെ നമുക്കാവശ്യമുണ്ട്. അയാളെപ്പോലുള്ള മരത്തലയന്മാരെ എനിക്കു കൂടിയേ കഴിയൂ. അതോ വിറകുവെട്ടാനും വെള്ളം കോരാനും ദേവന്മാർ നടക്കണമെന്നാണോ തന്റെ വിചാരം?”

“ആഹാ, അങ്ങനെയാണല്ലേ?” അർക്കാദി സ്വഗതമായി പറഞ്ഞു. ബസാറൊവിന്റെ അഹന്തയുടെ അഗാധത എത്രയെന്ന് ഞൊടിയിടയിൽ അയാൾക്ക് ബോധ്യമായി. “അപ്പോൾ താനും ഞാനും ദേവന്മാരാണല്ലേ? അഥവാ താൻ ദേവനും ഞാൻ മരത്തലയനും അല്ലേ?”

“അതെ, താനിപ്പോഴുമൊരു പാവത്താനാണ്,” ബസാറൊവ് ആവർത്തിച്ചു.

ബസാറൊവിന്റൊപ്പം താനും പോവുകയാണെന്ന് അർക്കാദി പിറ്റേന്നു പറയുന്നതു കേട്ടപ്പോൾ ഒദിന്ത്സോവ പ്രത്യേകമായ ഒരാശ്ചര്യവും പ്രദർശിപ്പിച്ചില്ല. പരിക്ഷീണയായ അവരുടെ മനസ്സ് വേറെവിടെയോ ആയിരുന്നു. കാത്യ ഒന്നും പറയാതെ നിശ്ശബ്ദയായി അയാളെ സൂക്ഷിച്ചുനോക്കി. രാജകുമാരി ഒരു ദീർഘനിശ്വാസത്തോടെയെന്നപോലെ ഷാളിനടിയിൽ വെച്ചിരുന്ന കൈകൊണ്ട് കുരിശു വരയ്ക്കുന്നത് അയാൾക്ക് ശ്രദ്ധിക്കാതിരിക്കാൻ കഴിയുമായിരുന്നില്ല. പക്ഷേ, സീത്നിക്കൊവിന് അതൊരു വജ്രാഘാതം പോലെയായിരുന്നു. അയാൾ ചുളുക്കുവീഴാത്ത ഒരു പുത്തൻ സൂട്ടും ധരിച്ച് ഉച്ചഭക്ഷണത്തിന് താഴേക്കിറങ്ങി വന്നതേ ഉണ്ടായിരുന്നുള്ളൂ. സ്ലാവ്വാദികളുടെ മട്ടിലുള്ളതായിരുന്നില്ല അയാളുടെ സൂട്ട്. അയാൾ കൊണ്ടുവന്നിരുന്ന മേത്തരം കുപ്പായങ്ങൾക്കൊന്നും ഒരു കണക്കുണ്ടായിരുന്നില്ല. തലേന്ന് അതു കാണാനിടയായ പരിചാരകൻ വാപൊളിച്ചുനിന്നുപോയതാണ്. അങ്ങനെയുള്ള അവസ്ഥയിലാണ് ചങ്ങാതിമാർ അയാളെ ഇട്ടേച്ചുപോകാൻ തയ്യാറായിരിക്കുന്നത്. അതുകേട്ട് അയാൾ ആദ്യം അല്പമൊന്നന്ധാളിച്ചു. അതിനുശേഷം വേട്ടക്കാരുടെ നടുവിൽപെട്ട് രക്ഷാമാർഗ്ഗമില്ലാതെ ഉഴലുന്ന മുയലിനെപ്പോലെ അങ്ങോട്ടും ഇങ്ങോട്ടും അല്പസമയം വെറളിപിടിച്ചു നടന്നിട്ട് പൊടുന്നനെ വളരെ വിവശനായി, ഏതാണ്ട് നിലവിളിക്കുന്ന സ്വരത്തിൽ, താനും പോവുകയാണെന്ന് അയാൾ എല്ലാവരോടുമായി പറഞ്ഞു. ഒദിന്ത്സോവ അയാളെ തടഞ്ഞില്ല.

"എന്റെ വണ്ടിയിൽ ധാരാളം സൗകര്യമുണ്ട്," പരവശനായ ആ ചെറുപ്പക്കാരൻ അർക്കാദിയോടായി പറഞ്ഞു. "ഞാൻ നിങ്ങളെ വീട്ടിലിറക്കിയേക്കാം. യെവ്ഗേനി വസീലിയെവിച്ച് നിങ്ങളുടെ വണ്ടിയിൽ പൊയ്ക്കൊള്ളട്ടെ. എന്താ!"

"പക്ഷേ, നിങ്ങളുടെ വഴിക്കല്ലല്ലോ എന്റെ വീട്. തന്നെയല്ല, അങ്ങോട്ട് ദൂരവും കുറേയുണ്ട്."

"അതു സാരമില്ല. എന്റെ പക്കൽ വേണ്ടുവോളം സമയമുണ്ട്. കൂടാതെ, പട്ടണത്തിൽ എനിക്കല്പം ജോലിയുമുണ്ട്."

"കരം പിരിവായിരിക്കും, അല്ലേ?" അർക്കാദി പ്രകടമായും പരുഷമായ സ്വരത്തിൽ പറഞ്ഞു.

പക്ഷേ, തന്റെ സ്വതസ്സിദ്ധമായ പല്ലിളിച്ചുകാട്ടലോടെയുള്ള ആ ചിരി മുഖേന അതിനു മറുപടിപറയാനാവില്ലാത്തത്ര സങ്കടത്തിലായിരുന്നു സീത്നിക്കൊവ്.

"എന്റെ വണ്ടിയിൽ വേണ്ടത്ര സൗകര്യമുണ്ട്," അയാൾ പിറുപിറുത്തു. "നമുക്കെല്ലാവർക്കും വേണമെങ്കിൽ അതിൽ പോകാം."

'ശ്രീമാൻ സീത്നിക്കൊവിനെ വിഷമിപ്പിക്കാതെ അങ്ങു സമ്മതിച്ചേക്ക്!" അന്ന സെർഗിയേവ്ന ഉപദേശിച്ചു.

അർക്കാദി അവരെ നോക്കി സമ്മതപൂർവ്വം തലയാട്ടി.

ഉച്ചഭക്ഷണം കഴിഞ്ഞപ്പോൾ അതിഥികളെല്ലം യാത്രയ്ക്കൊരുങ്ങി. ബസാറൊവിന്റെ കൈപിടിച്ച കുലുക്കിക്കൊണ്ട് അയാളെ യാത്രയാക്കുന്ന അവസരത്തിൽ ഒദിന്ത്സോവ ചോദിച്ച.

"നമ്മളിനിയും കാണുമല്ലോ, ഇല്ലേ?"

"നിങ്ങൾക്കിഷ്ടമാണെങ്കിൽ," ബസാറൊവ് മറുപടി നല്കി.

"അങ്ങനെയാണെങ്കിൽ നമുക്ക് കാണണം."

അർക്കാദിയാണ് ആദ്യം പൂമുഖത്തെ ചവിട്ടുപടികളിലേക്കിറങ്ങി വന്നത്. അയാൾ നേരെ സീത്നിക്കൊവിന്റെ വണ്ടിയുടെ അടുത്തേക്ക് നടന്നു. ബട്ട് ലർ വന്ന് ആദരപൂർവ്വം അയാളെ വണ്ടിയിൽ കയറാൻ സഹായിച്ച. പക്ഷേ, അയാളുടെ മൂക്കിനു ഒരിടിവച്ചുകൊടുക്കാനോ പൊട്ടിക്കരയാനോ ആണ് അർക്കാദിക്ക് ആ സമയത്തു തോന്നിയത്. ബസാറൊവ് മറ്റേ വണ്ടിയിൽ കയറി. ഹൊഹ്ലോവിലെത്തിയപ്പോൾ സത്രം സൂക്ഷിപ്പുകാരനായ ഫെദോത് വണ്ടിയിൽ കുതിരയെ മാറ്റിക്കെട്ടുന്നതുവരെ അർക്കാദി മിണ്ടാതെ നിന്നു. വണ്ടി പുറപ്പെടാറായപ്പോൾ അയാൾ തന്റെ സഹജമായ പുഞ്ചിരിയോടെ ബസാറൊവിനെ സമീപിച്ചിട്ട പറഞ്ഞു:

"ഞാനും കൂടെ വരുന്നുണ്ട്, യെവ്ഗേനി എനിക്ക് നിങ്ങളുടെ സ്ഥലമെല്ലാം ഒന്നു കാണണം."

"എന്നാൽ, കേറിയിരിക്ക്!" ബസാറൊവ് പല്ലു കടിച്ചുകൊണ്ടു പറഞ്ഞു.

ആഹ്ലാദപൂർവ്വം ചൂളംകുത്തിക്കൊണ്ട് തന്റെ വണ്ടിക്കു ചുറ്റും നടന്നിരുന്ന സീത്നിക്കൊവ് ഈ വിവരം കേട്ടപ്പോൾ വാപൊളിച്ചുനിന്നുപോയി. അർക്കാദി അതിനിടയിൽ ശാന്തനായി തന്റെ സാധനങ്ങളെല്ലാം പെറുക്കിയെടുത്ത് ബസാറൊവിന്റെ വണ്ടിയിൽ നിക്ഷേപിച്ചിട്ട് അയാളുടെ അടുക്കൽ ചെന്നിരുന്നു. അതുവരെ സഹയാത്രികനായിരുന്ന സീത്നിക്കൊവിനെ ഉപചാരപൂർവ്വം കുനിഞ്ഞൊന്നഭിവാദനം ചെയ്തിട്ട് അയാൾ ഉച്ചത്തിൽ വിളിച്ചുപറഞ്ഞു: "എന്നാൽ, നമുക്ക് പുറപ്പെടാം വണ്ടിക്കാരാ." ഞൊടിയിടയിൽ അവരുടെ വണ്ടി മുന്നോട്ട് നീങ്ങുകയും അല്പസമയത്തിനുള്ളിൽ കാണാമറയത്തെത്തുകയും ചെയ്തു. ഇതെല്ലാം കണ്ട് ആകെ അമ്പരന്നുപോയിരുന്ന സീത്നിക്കൊവ് ചാട്ടയുടെ തുമ്പ് കുതിരയുടെ വാലിൽ ചുറ്റി രസിച്ചുകൊണ്ടിരുന്ന തന്റെ വണ്ടിക്കാരനെ ഒളികണ്ണിട്ടു നോക്കിയിട്ട് വണ്ടിക്കകത്ത് ചാടിക്കയറിയിരുന്നു. "തൊപ്പിയെടുത്തുവയ്ക്കെടോ, പൊങ്ങന്മാരെ" എന്ന് അതിലേ കടന്നുപോയ രണ്ടു കൃഷിക്കാരോട് വിളിച്ചു പറഞ്ഞുകൊണ്ട് അയാൾ പട്ടണത്തിലേക്ക് പുറപ്പെടുകയും ചെയ്തു. സന്ധ്യയോടടുത്തപ്പോൾ അയാൾ

അവിടെയെത്തുകയും പിറ്റേന്നുതന്നെ കുക്ഷിനയെ ചെന്നു കണ്ട് "ആ രണ്ടു കൊള്ളരുതാത്ത പൊങ്ങന്മാരെ"പ്പറ്റി ധാരാളം പുലഭ്യം പറയുകയും ചെയ്തു.

ബസാറൊവിന്റെ അടുത്തു ചെന്ന് സ്ഥാനംപിടിച്ച അർക്കാദി അയാളുടെ കൈപിടിടിച്ചൊന്നമർത്തിയതല്ലാതെ കുറേ നേരത്തേക്ക് ഒന്നും മിണ്ടിയില്ല. ആ കൈകുലുക്കലും മൗനവും, രണ്ടും, ബസാറൊവ് മനസ്സിലാക്കുകയും വിലമതിക്കുകയും ചെയ്തുപോലെ തോന്നി. തലേന്നാൾ രാത്രി അയാൾ ഒരു പോള കണ്ണടച്ചിരുന്നില്ല. കുറച്ച് ദിവസമായി അയാൾ യാതൊരാഹാരവും തൊട്ടിരുന്നുമില്ല. കണ്ണു മൂടുന്നത്ര ഇറക്കിവച്ചിരുന്ന തൊപ്പിയോടുകൂടിയ അയാളുടെ ആകാരം വളരെ വിവശവും ശുഷ്കിച്ചതുമായി തോന്നിയിരുന്നു.

"എടോ," അയാൾതന്നെ ഒടുവിൽ ആ നിശ്ശബ്ദത ഭഞ്ജിച്ചു. "ഞാനൊരു ചുരുട്ടു വലിക്കാൻ പോണു. തനിക്ക് വേണോ? എന്റെ നാക്ക് മഞ്ഞച്ചിട്ടുണ്ടോന്ന് ഒന്നു നോക്കിയേ."

"ഒണ്ടൊണ്ട്," അർക്കാദി പറഞ്ഞു.

"എനിക്ക് തോന്നി... ഈ ചുരുട്ടിന് ഒരു രുചിയും തോന്നുന്നില്ല. യന്ത്രത്തിന് എന്തോ തകരാറുണ്ട്."

"കഴിഞ്ഞ കുറച്ചു ദിവസമായി നിങ്ങളെ കണ്ടിട്ട് എന്തോപോലു ണ്ട്." അർക്കാദി പറഞ്ഞു.

"സാരമില്ല. എല്ലാം നേരെയായിക്കൊള്ളും. എന്റമ്മച്ചിയുടെ സ്നേഹം കൊണ്ട് അല്പം പൊറുതിമുട്ടുമെന്നേയുള്ളു. ദിവസം പത്തുനേരം ശാപ്പാട് കഴിച്ച് കുടവയറ് ചാടിയില്ലെങ്കിൽ പാവത്തിന് വല്ലാത്ത സങ്കടം വരും. അപ്പനും മോശമില്ല. പല സ്ഥലങ്ങളിലും സഞ്ചരിക്കുകയും പലതും കാണുകയും ചെയ്തിട്ടുള്ള ആളാണ് മൂപ്പിലാൻ," ചുരുട്ടെടുത്ത് പൊടിനിറഞ്ഞ നിരത്തിലേക്കെറിഞ്ഞു കൊണ്ട് അയാൾ പറഞ്ഞു.

"നിങ്ങളുടെ സ്ഥലത്തേക്ക് ഇവിടെനിന്ന് 25 നാഴികയുണ്ട്, ഇല്ലേ?" അർക്കാദി അന്വേഷിച്ചു.

"എന്നാ തോന്നുന്നെ, പക്ഷേ, എന്തിനാ വെറുതെ ഊഹിക്കുന്നത്! ഓ, ഈ വെളിച്ചപ്പാടിനോട് ചോദിച്ചാൽ ശരിക്കറിയാമല്ലൊ," വണ്ടിപ്പെട്ടിയിന്മേൽ ഇരുന്നിരുന്ന ഫെദോതിന്റെ ശമ്പളക്കാരനെ ചൂണ്ടിക്കൊണ്ട് അയാൾ പറഞ്ഞു.

പക്ഷേ, വെളിച്ചപ്പാടിന്റെ മറുപടി ഇപ്രകാരമായിരുന്നു: "ആ, ആർക്കറിയാം! ഇവിടത്തെ ദൂരം ആരാ അളന്നേക്കണേ!" ഇത്രയും പറഞ്ഞിട്ട് മണ്ടയിട്ടിളക്കിയതിനു നടുവിലത്തെ കുതിരയെ അയാൾ മെല്ലെ ശകാരിച്ചുകൊണ്ടിരുന്നു.

“അതെ, അതെ.” ബസാറൊവ് തുടർന്നു: “ഇത് തനിക്കൊരു പാഠമായിരിക്കും, കേട്ടോടോ പയ്യൻ; വളരെ വിജ്ഞാനപ്രദമായ ഒരു പാഠം. ദൈവമേ, എന്താരു വിഡ്ഢിത്തമാണിതെല്ലാം! എല്ലാ മനുഷ്യരും ഒരു കയറിന്മേൽ പിടിച്ചു ഞാന്നു കിടക്കുന്നപോലെയാണ്. ഏതു സമയവും കാൽച്ചോട്ടിലുള്ള ഭൂമി പിളർന്ന് അവനതിൽ വീണുപോയേക്കാം. എന്നിട്ടും അവൻ കുഴപ്പങ്ങളന്വേഷിച്ച് അങ്ങോട്ട് ചെന്ന് ജീവിതം തകരാറിലാക്കുകയാണ്.”

“എന്താ സൂചിപ്പിക്കുന്നത്?” അർക്കാദി ചോദിച്ചു.

“സൂചനയും മണ്ണാങ്കട്ടയുമൊന്നുമല്ല. നമ്മുടെ പെരുമാറ്റം വിഡ്ഢികളുടേതുപോലെ ആയിപ്പോയെന്നു മാത്രമാണ് ഞാൻ പറഞ്ഞത്. സംസാരിച്ചിട്ടെന്താ പ്രയോജനം, അല്ലേ? പക്ഷേ, അങ്ങനെയല്ല. തന്റെ വേദനയിൽ രോഷം കൊള്ളുന്നവന് അതിനെ കീഴടക്കാൻ പ്രയാസം കുറവായിരിക്കുമെന്നത് ആശുപത്രിയിൽ വച്ച് ഞാൻ പലപ്പോഴും ശ്രദ്ധിച്ചിട്ടുള്ള സംഗതിയാണ്.”

“എനിക്കൊന്നും മനസ്സിലാകുന്നില്ല,” അർക്കാദി പറഞ്ഞു. “നിങ്ങൾക്കെന്തിനെപ്പറ്റിയാ പരാതി പറയാനുള്ളത്!”

“തനിക്കു മനസ്സിലാകാത്തതുകൊണ്ട് ഞാൻ തെളിച്ചു പറയാം. റോഡുപണിക്ക് പാറപൊട്ടിക്കേണ്ടിവന്നാലും നമ്മുടെ ചെറുവിരൽ പോലും ഒരു സ്ത്രീക്ക് പണയം വയ്ക്കരുതെന്നാണെന്റെ അഭിപ്രായം. അതെല്ലാം...” എന്നു പറഞ്ഞ് അയാൾ നിറുത്തി. അതിഭാവുകത്വമാണതെല്ലാമെന്ന സ്ഥിരം പ്രയോഗം നടത്താൻ തുടങ്ങിയതാണയാൾ. പക്ഷേ, പെട്ടെന്നതു വേണ്ടെന്നു വച്ചിട്ട് “അസംബന്ധമാണ്” എന്നു പറഞ്ഞ് അയാൾ വാചകം പൂർത്തിയാക്കി. “ഞാൻ പറയുന്നത് താനിപ്പോൾ വിശ്വസിക്കില്ലെങ്കിലും ഒരു കാര്യം ഞാൻ തറപ്പിച്ചു പറയുകയാണ്: നീയും ഞാനും കുറച്ചുകാലം സ്ത്രീകളുടെ കൂട്ടുകെട്ടിന്റെ സുഖം അറിയുകയും അനുഭവിക്കുകയും ചെയ്തുവെന്നത് ശരിയാണ്. പക്ഷേ, അത്തരം കൂട്ടുകെട്ടു വിട്ടുവരുന്നത് നല്ല ഉഷ്ണമുള്ളപ്പോൾ ഒരു ഷവറിന്റെ ചോട്ടിൽ ചെന്നു നിന്നു കുളിക്കുന്നത്ര സുഖമുള്ള സംഗതിയാണ്. ഇത്തരം നിസ്സാര കാര്യങ്ങൾക്കായി പാഴാക്കാൻ വേണ്ടുന്നത്ര സമയം ഒരു പുരുഷന്റെ പക്കലുണ്ടാവില്ല. സ്പാനിഷ് ഭാഷയിൽ ഒരു ചൊല്ലുള്ളതുപോലെ പുരുഷൻ ഒരു ആൺസിംഹത്തെപ്പോലെ ആയിരിക്കണം. ‘എടോ, മിടുക്കച്ചാരേ,” വണ്ടിപ്പെട്ടിയിന്മേൽ ഇരിക്കുന്ന കർഷകനോടായി തിരിഞ്ഞ് അയാൾ ചോദിച്ചു. “താൻ കല്യാണം കഴിച്ചിട്ടുണ്ടോ?”

ആ കർഷകൻ നിർവ്വികാരനായി കാഴ്ചമങ്ങിയപോലെ ആ ചങ്ങാതിമാരുടെ നേർക്ക് തിരിഞ്ഞിരുന്നു.

“കല്യാണം കഴിച്ചോന്നോ? ഉവ്വല്ലൊ.”

“താൻ ഭാര്യയെ തല്ലാറുണ്ടോ?”

“ഭാര്യയെ തല്ലമോന്ന ചോദിച്ചാൽ ചെലപ്പം തല്ലിയെന്നവരും. പക്ഷേ, തക്ക കാരണമുള്ളപ്പഴേ തല്ലന്നവച്ചോ.”

“കൊള്ളാം. ആട്ടെ, അവൾ തന്നെ തല്ലമോ?”

ആ വണ്ടിക്കാരന്റെ കൈയിലിരുന്ന കടിഞ്ഞാൺ അല്പമൊന്ന യഞ്ഞു.

“എന്തോന്ന ചോദ്യമാ സാറന്മാരെ? ഞങ്ങളെ കളിയാക്കി രസിക്കുവാ, അല്ലേ...?” അയാളുടെ ദേഷ്യം പ്രകടമായിരുന്നു.

“കേട്ടോ, അർക്കാദി നിക്കൊലായെവിച്ച്! താനും ഞാനും നല്ലപോലെ കൊണ്ടിട്ടല്ലേ വരുന്നത്!.. വിദ്യാസമ്പന്നരായാലുള്ള ഗുണമാണിത്!'

അർക്കാദി പ്രയാസപ്പെട്ടൊരു ചിരി വരുത്തി. ബസാറൊവാകട്ടെ തിരിഞ്ഞിരുന്നുകളയുകയാണ് ചെയ്തത്. പിന്നെ വീട്ടിലെത്തുന്നതു വരെ അയാൾ വാതുറന്നതേയില്ല.

ആ ഇരുപത്തഞ്ചുനാഴിക ദൂരം അൻപതുപോലെയാണ് അർക്കാദിക്ക് തോന്നിയത്. ഒടുവിൽ അങ്ങു ദൂരെയുള്ള ഒരു കുന്നിൽ ചെരിവിൽ ഒരു ഗ്രാമം കാണാറായി. ബസാറൊവിന്റെ അച്ഛനമ്മമാർ താമസിച്ചിരുന്നതിവിടെയാണ്. തൊട്ടടുത്തു പുതുതായി വച്ചുപിടിപ്പിച്ച ബർച്ചുമരങ്ങളുടെ ഒരു കാട്ടിൽ വയ്ക്കോൽമേഞ്ഞ ഒരു കൊച്ചു ജന്മിമന്ദിരം കാണാമായിരുന്നു. ഗ്രാമത്തിലെ ആദ്യത്തെ കുടിലിന്റെ മുന്നിൽ തൊപ്പിധരിച്ച രണ്ടു കർഷകർ നിന്ന് അന്യോന്യം ചീത്ത പറഞ്ഞിരുന്നു.

“നീയൊരു മുതുക്കൻ പന്നിയാണെങ്കിലും പ്രവൃത്തിയിൽ പന്നിക്കുട്ടിയെക്കാൾ കഷ്ടമാണ്,” ഒരുത്തൻ പറഞ്ഞു. “നിന്റെ ഭാര്യ തേവിടിശ്ശിയാ,” മറ്റവൻ തിരിച്ചടിച്ചു.

“അവരുടെ ലഗാനില്ലാത്ത പെരുമാറ്റവും കളിതമാശയും വച്ചുനോക്കിയാൽ എന്റപ്പന്റെ കൃഷിക്കാർ ഒട്ടും ചവിട്ടിമെതിക്കപ്പെടുന്നവരല്ലെന്ന് ധൈര്യമായി പറയാം,” ബസാറൊവ് അർക്കാദിയെ പറഞ്ഞു കേൾപ്പിക്കുകയായിരുന്നു. ‘ ദാ, മൂപ്പിൽസ് തന്നെ ഇറങ്ങിവരുന്നുണ്ട്. വണ്ടിയുടെ മണിയടി കേട്ടുകാണും. അതെ, അത് കാർന്നോർ തന്നെയാണ്. എനിക്ക് മുഖച്ഛായ തിരിച്ചറിയാൻ കഴിയുന്നുണ്ട്. പക്ഷേ, നോക്കിയേ! പാവം വല്ലാതെ നരച്ചുപോയിരിക്കുന്നു!”

XX

ബസാറൊവ് തല പുറത്തേക്കിട്ടു. അർക്കാദിയും സ്നേഹിതന്റെ പിന്നിലൂടെ എത്തിവലിഞ്ഞുനോക്കി. നല്ലപൊക്കവും ഭംഗിയേറിയ വക്രിച്ച മൂക്കുമുള്ള ഒരു മെലിഞ്ഞ മനുഷ്യൻ ബട്ടണിടാത്ത ഒരു പഴയ പട്ടാളക്കോട്ടു ധരിച്ച് ചീകിഒതുക്കാത്ത മുടിയുമായി പൂമുഖപ്പടികളിൽ അവരെ കാത്തു നിന്നിരുന്നു. കാലുകൾ അകത്തിവച്ചുനിന്നിരുന്ന അദ്ദേഹം ഒരു നീണ്ട പൈപ്പ് കടിച്ചു പിടിച്ചിരുന്നു. വെയിലുകാരണം അദ്ദേഹത്തിന്റെ കണ്ണുകൾ ചെറുതാവുകയും ചെയ്തിരുന്നു.

അവരുടെ കുതിരവണ്ടി പൂമുഖത്തിന്റെ മുന്നിൽ വന്നു നിന്നു.

"ഒടുവിൽ നീയിങ്ങെത്തി അല്ലേ?" ബസാറൊവിന്റെ പിതാവ് പുകവലി തുടർന്നുകൊണ്ട് പറഞ്ഞു. എങ്കിലും ആ പൈപ്പ് അദ്ദേഹത്തിന്റെ വിരലുകൾക്കിടയിലിരുന്നു വിറകൊള്ളുന്നത് ആർക്കും കാണാമായിരുന്നു.

"ശരി, ഒന്നിറങ്ങിയേ, ഞാൻ നിന്നെയൊന്നുമ്മ വച്ചോട്ടെ!" എന്നു പറഞ്ഞ് വൃദ്ധൻ മകനെ മാറോടണച്ചു.

"മോനെ, യെവ്ഗേനി, മോനെ!" ഒരു സ്ത്രീയുടെ വിറയാർന്ന ശബ്ദം അവിടെ ഉയർന്നു. ഉത്തരക്ഷണത്തിൽ വാതിൽ മലർക്കെ തുറന്നുകൊണ്ട് പൊക്കവും വണ്ണവും ഒരേപോലുള്ള ഒരു വൃദ്ധ ഉമ്മറപ്പടിയിലേക്കിറങ്ങിവന്നു. ഒരു വെളുത്ത തൊപ്പിയും ഇറക്കം കുറഞ്ഞ നിറപ്പകിട്ടുള്ള ഒരു ജാക്കറ്റുമാണ് അവർ ധരിച്ചിരുന്നത്. നിലവിളിച്ചുകൊണ്ട് ആടിയാടി വന്നിരുന്ന അവരെ ബസാറൊവ് താങ്ങിയിരുന്നില്ലെങ്കിൽ അവർ താഴെ വീണുപോകുമായിരുന്നു. അവരുടെ ഉരുണ്ടുകൊഴുത്ത കരങ്ങൾ ഉടനെതന്നെ അയാളുടെ കഴുത്തിനെ വലയം ചെയ്തു. അവരുടെ ശിരസ്സ് പുത്രന്റെ മാറിലമർന്നു. സർവ്വത്ര നിശ്ശബ്ദത വ്യാപിച്ചു. അവരുടെ വിങ്ങലല്ലാതെ മറ്റൊന്നും അപ്പോൾ അവിടെ കേൾക്കാനുണ്ടായിരുന്നില്ല.

വൃദ്ധനായ ബസാറൊവിന് തന്റെ ശ്വാസോച്ഛ്വാസം ക്രമീകരിക്കാൻ നന്നേ പണിപ്പെടേണ്ടിവന്നു. അദ്ദേഹത്തിന്റെ കണ്ണുകൾ പിന്നെയും പിന്നെയും ചെറിതായി വരികയും ചെയ്തു.

"മതി അരീഷ, മതി," വണ്ടിക്കടുത്ത് നിശ്ചലനായി നിന്നിരുന്ന അർക്കാദിയുമായി പരസ്പരം നോക്കിക്കൊണ്ട് അദ്ദേഹം പറഞ്ഞു. വണ്ടിക്കാരൻ മുഖം തിരിച്ചുകളയുകപോലും ചെയ്തു. "മതി, മതി, നിർത്തു!"

"ഞാനെന്റെ കുഞ്ഞിനെ ഒന്നു കണ്ടോട്ടെ എന്റെ പൊന്നേ," അവർ പിറുപിറുത്തു. "എത്ര നാളായി ഞാനെന്റെ മോനെ കണ്ടിട്ട്..." എന്നു പറഞ്ഞ് പുത്രന്റെ കഴുത്തിൽ നിന്നു കരങ്ങൾ വിടുർത്താതെ കണ്ണീരിൽ കുതിർന്ന ആഹ്ലാദം തിങ്ങിയ ആ മുഖം പുറകോട്ട് വലിച്ച് ആനന്ദാതിരേകത്തോടെ അയാളെ ആകെ ഒന്നു നിരീക്ഷിച്ചതിനു ശേഷം അവർ വീണ്ടും പുത്രന്റെ മാറിൽ തലചാ്ച്ചു.

"അതെ, അതെ, അതെല്ലാം ശരിതന്നെ," വസീലി ഇവാനൊവിച്ച് പറഞ്ഞു. "പക്ഷേ, ഇനി നമുക്ക് അകത്തേക്കു പോകാം. യെവ്ഗേനിയുടെ കൂടെ ഒരു ചങ്ങാതിയുമുള്ളത് നീ കണ്ടില്ലേ?" എന്നിട്ടദ്ദേഹം പാദങ്ങൾ തമ്മിൽ ചെറുതായി കൂട്ടിമുട്ടിച്ചുകൊണ്ട് അർക്കാദിയുടെ നേർക്ക് തിരിഞ്ഞുകൊണ്ട് തുടർന്നു. "മറ്റൊന്നും വിചാരിക്കരുത്, കേട്ടോ. സ്ത്രീകളുടെ ദൗർബല്യം അറിയാമല്ലൊ. എന്നുതന്നെയല്ല, ഒരമ്മയുടെ ഹൃദയമല്ലേ..."

എന്നാൽ, അദ്ദേഹത്തിന്റെ തന്നെ ചുണ്ടുകളും പുരികങ്ങളും ചുളിയുകയും താടി വിറകൊള്ളുകയും ചെയ്തിരുന്നുവെന്നതാണ് വാസ്തവം. വികാരങ്ങൾ അടക്കിക്കൊണ്ട് സ്വാഭാവികത ഭാവിക്കാൻ അദ്ദേഹം നന്നേപണിപ്പെടുകയും ചെയ്തിരുന്നു. അർക്കാദി അദ്ദേഹത്തെ വന്ദിച്ചു.

"വാമ്മേ, നമുക്കകത്തേക്കു പോകാം," എന്നു പറഞ്ഞുകൊണ്ട് ബസാറൊവ് വികാരാധീനയായ വൃദ്ധയെ വീട്ടിലേക്ക് ആനയിച്ചു. അവരെ നല്ലൊരു ചാരുകസേരയിൽ കൊണ്ടുചെന്നിരുത്തിയിട്ട് പിതാവിനെ ഒരിക്കൽക്കൂടി ആലിംഗനം ചെയ്തശേഷം അയാൾ അർക്കാദിയെ അദ്ദേഹത്തിനു പരിചയപ്പെടുത്തിക്കൊടുത്തു.

"പരിചയപ്പെടാൻ കഴിഞ്ഞതിൽ അതിയായ സന്തോഷമുണ്ട്," വസീലി ഇവാനൊവിച്ച് പറഞ്ഞു. "ഇവിടെ സൗകര്യങ്ങളൊക്കെ അല്പം കുറവായിരിക്കും. വളരെ ലളിതമായൊരു ജീവിതമാണ് ഞങ്ങളുടേത്; പട്ടാളതമ്പുകളിലേതുപോലെ." എന്നിട്ട് ഭാര്യയോടായി അദ്ദേഹം തുടർന്നു. "അരീന വ്ലാസ്യെവ്ന, ഒന്നടങ്ങ്. സത്യത്തിൽ ഇതു കുറച്ചധികമായിപ്പോകുന്നു, കേട്ടോ, ഈ മാന്യൻ തന്നെ എന്തു വിചാരിക്കും?"

"ക്ഷമിക്കണം കേട്ടോ," വൃദ്ധ ഗദ്ഗദത്തോടെ പറഞ്ഞു. "എനിക്ക് പേരു മനസ്സിലായില്ല..."

"അർക്കാദി നിക്കൊലായെവിച്ച്," വസീലി ഇവാനൊവിച്ച് വളരെ പതിഞ്ഞ സ്വരത്തിൽ ഗൗരവത്തോടെ പറഞ്ഞുകൊടുത്തു.

"എന്നോടു മറ്റൊന്നും തോന്നല്ലേ; ഞാൻ മഹാമണ്ടിയാണ്," വൃദ്ധ മൂക്ക് ചീറ്റി, ഇടത്തോട്ടും വലത്തോട്ടും തിരിഞ്ഞ് ശ്രദ്ധാപൂർവ്വം ഓരോ കണ്ണും തുടച്ചിട്ട് പറഞ്ഞു. "ദയവുചെയ്തു എന്നോടു ക്ഷമിക്കണം, കേട്ടോ. എന്റെ പൊന്നു... മോനെ കാണാൻ കഴിയാതെ കണ്ണടയ്ക്കേണ്ടിവരുമെന്ന് വിഷമിച്ചിരിക്കുവായിരുന്നു."

"അതിനിപ്പം അവനല്ലേ മുമ്പിൽ നില്ക്കുന്നത്!" വസീലി ഇവാനൊവിച്ച് സമാധാനപ്പെടുത്തി. "താന്യ," വാതില്ക്കൽ നിന്ന് പേടിച്ചു പേടിച്ച് എത്തിനോക്കിയിരുന്ന കടുംചുവപ്പുനിറത്തിലുള്ള ഫ്രോക്ക് ധരിച്ച നഗ്നപാദയായ ഒരു പതിമൂന്നുകാരിയെ വിളിച്ചിട്ട് അദ്ദേഹം പറഞ്ഞു: "കൊച്ചമ്മയ്ക്ക് ഒരു ഗ്ലാസ് വെള്ളം കൊണ്ടു വാ, ട്രേയിൽ വച്ചുകൊണ്ടുവരണം, മനസ്സിലായോ?" എന്നിട്ട് പഴയ മട്ടിലുള്ള ബഹുമാനപൂർവ്വം അദ്ദേഹം അർക്കാദിയോടും ബസാറൊവിനോടുമായി തുടർന്നു: "മാന്യരെ, ഒരു പെൻഷൻ പട്ടാളക്കാരന്റെ മുറിയിലേക്ക് വരാൻ ദയവുണ്ടാകണം."

"ഞാൻ നിന്നെ ഒന്നൂടി കെട്ടിപ്പിടിച്ചോട്ടെ, മോനെ," അരീന വ്ലാസ്യെവ്ന മന്ത്രിക്കുമ്പോലെ പറഞ്ഞു. ബസാറൊവ് കുനിഞ്ഞു നിന്നുകൊടുത്തു. "ദാ കണ്ടോ, എന്റെ മോൻ എത്ര സുന്ദരനായിരിക്കുന്നെന്നു നോക്കിയേ!"

"സുന്ദരനോ കിന്ദരനോന്നൊന്നും എനിക്കറിഞ്ഞൂടാ." വസീലി ഇവാനൊവിച്ച് അഭിപ്രായപ്പെട്ടു. "പക്ഷേ, അവൻ ആളൊരു യോഗ്യനായിട്ടുണ്ട്. ആട്ടെ, നിന്റെ പുന്നാരമൊക്കെ കഴിഞ്ഞില്ലേ! ഇനി നമ്മുടെ അതിഥികൾക്ക് വല്ലതും കൊടുക്കാൻ നോക്കിയാട്ടെ. മധുരമുള്ള വാക്കുകൾ കൊണ്ടു വയറു നിറയില്ലെന്നറിഞ്ഞൂടെ?"

വൃദ്ധ ചാരുകസേരയിൽ നിന്നെഴുന്നേറ്റു. "ദാ, ഇപ്പം എല്ലാം ഒരുക്കിയേക്കാം. ഞാൻ തന്നെ അടുക്കളേൽ ചെന്ന് ചായയ്ക്ക് സമവാറിൽ വെള്ളം വയ്പിച്ചേക്കാം. ഞാൻ തന്നെ എല്ലാം നോക്കിക്കോളാം. ഞാനെന്റെ മോനെ ഒന്നു കണ്ടിട്ടും എന്റെ കൈകൊണ്ട് അവനെന്തെങ്കിലും വിളമ്പിക്കൊടുത്തിട്ടും എത്ര കാലമായെന്നറിയാമോ!"

"ശരി, ശരി, എല്ലാം നോക്കിക്കോണം. പക്ഷേ, നമുക്ക് നാണക്കേടുണ്ടാകരുതു കേട്ടോ. അതിൽ പ്രത്യേകം ശ്രദ്ധവച്ചോണം. എന്നാൽ, മാന്യരെ, എന്റെ കൂടെ വരാൻ ദയവുണ്ടാകണം. അല്ലാ, ഇതാരാ, തിമൊഫേയിച്ചല്ലേ. യെവ്ഗേനി അവൻ നിന്നെ കാണാൻ വന്നതാ. കെഴവനും നീ വന്നെന്നറിഞ്ഞ് വലിയ സന്തോഷമായിക്കാണും. ഇല്ലേടോ പരട്ടുകിഴവാ? ദാ, ഇതിലേ വന്നോളൂ."

ഇത്രയും പറഞ്ഞിട്ട് വസീലി ഇവാനൊവിച്ച് ഇട്ടിട്ട് തേഞ്ഞു കഴിഞ്ഞ ചെരിപ്പുകൾ ഇട്ട് ചവിട്ടി ഒച്ചയുണ്ടാക്കിക്കൊണ്ട് ഉത്സാഹ പൂർവ്വം മുന്നോട്ട് നീങ്ങി.

ആറു കൊച്ചു കൊച്ചു മുറികളാണ് ആ വീട്ടിലാകെക്കൂടി ഉണ്ടായിരു ന്നത്. പഠന മുറിയെന്നു പറയാവുന്നിടത്തേക്കാണ് അദ്ദേഹം തന്റെ അതിഥികളെ കൂട്ടിക്കൊണ്ടുവന്നിരുന്നത്. ഈ മുറിയിലെ രണ്ടു ജനലു കൾക്കിടയിലുള്ള ചുമരു മുഴുവൻ തടിയൻ കാലുള്ള ഒരു മേശകൊണ്ടു മറഞ്ഞിരുന്നു. ആ മേശപ്പുറമാകട്ടെ പണ്ടു പണ്ടുമുതല്ക്കുള്ള പൊടി പറ്റി കരിപിടിച്ചപോലത്തെ കടലാസ്സുകൾ കൊണ്ടും മൂടിയിരുന്നു. ചില ടർക്കിഷ് ആയുധങ്ങളും കുതിരസവാരിക്കുള്ള ചമ്മട്ടികളും ഒരു വാളും രണ്ടു ഭൂപടങ്ങളും ശരീരശാസ്ത്രസംബന്ധമായ ചില ചിത്രങ്ങളും ഹുഫെലാൻഡിന്റെ[8]

ഒരു പോർട്രെയിറ്റും മുടിനാരുകൊണ്ടു നെയ്തെടുത്ത ഒരു അക്ഷ രചിത്രവും ഫ്രെയിം ചെയ്ത ഒരു ബിരുദസർട്ടിഫിക്കറ്റുമായിരുന്നു ചുമരിലെ അലങ്കാരങ്ങൾ. ബർച്ച് തടികൊണ്ടുണ്ടാക്കിയ രണ്ടു കൂറ്റൻ പുസ്തകഅലമാരികൾക്കിടയിലായി പലേടങ്ങളിലും കുഴിഞ്ഞതും കീറിയതുമായ തോലുകൊണ്ടുള്ള ഒരു സോഫ കിടന്നിരുന്നു. ഷെൽ ഫുകളിൽ പുസ്തകങ്ങളും കൊച്ചുകൊച്ചു പെട്ടികളും സ്റ്റഫ് ചെയ്ത പക്ഷികളും കുപ്പികളും ഭരണികളും ചിതറിയിട്ടിരുന്നു. ഒരു മൂലയ്ക്കായി കേടുവന്ന ഒരു വൈദ്യുതയന്ത്രവും വച്ചിരുന്നു.

"ഞങ്ങളുടെ ഇവിടുത്തെ താമസം ചില പട്ടാളതമ്പുകളിലെപ്പോ ലെയാണെന്ന് ഞാൻ പറഞ്ഞത് ഓർക്കുന്നുണ്ടാകുമല്ലോ..." വസീലി ഇവാനൊവിച്ച് അർക്കാദിയോടായി പറയാൻ തുടങ്ങി.

"ഇതൊന്നുനിർത്താമോ? ഇങ്ങനെ അവതാ പറയണ്ട കാര്യ മൊന്നുമില്ല" ബസാറൊവ് ശുണ്ഠിയെടുത്തു. "നമ്മൾ അത്ര വലിയ പണക്കാരൊന്നുമല്ലെന്നും ഈ വീട് ഒരു കൊട്ടാരമല്ലെന്നും കിർ സാനൊവിനു നല്ലപോലെ അറിയാം. അതിരിക്കട്ടെ, ഇയാളെ എവിടെയാ താമസിപ്പിക്കുന്നത്?

"അതു ശരിയാക്കാം. തൊട്ടുള്ള എടുപ്പിൽ സാമാന്യം ഭേദമായൊരു മുറിയുണ്ട്. നിന്റെ കൂട്ടുകാരന് അവിടെ സുഖമായി കഴിയാൻ പറ്റും."

"അപ്പോൾ ഒരു പുതിയ എടുപ്പ് പണിയിച്ചോ?"

"ഉവ്വ് കുഞ്ഞേ. കുളിമുറി ഇരുന്നേടത്ത്," തിമൊഫേയിച്ച് പറഞ്ഞു.

"എന്നു പറഞ്ഞാൽ, കുളിമുറിക്ക് തൊട്ടടുത്തായെന്നർത്ഥം," വസീലി ഇവാനൊവിച്ച് അയാളെ തിരുത്തി. "ഇപ്പോൾ വേന ലാണല്ലൊ... ഞാനോടിച്ചെന്ന് അവിടം പെട്ടെന്നു ശരിപ്പെടു ത്തിയേക്കാം. അപ്പോഴേക്ക്, തിമോഫേയിച്ചേ, ഇദ്ദേഹത്തിന്റെ

8 ഹ്രിസ്റ്റൊഫർ ഹുഫെലാൻഡ് (1762-1836) – ജർമ്മൻ ശാസ്ത്രജ്ഞൻ.

സാധനങ്ങളിങ്ങെടുത്തോണ്ടു വാ. യെവ്ഗേനിക്ക് എന്റെ പഠനമുറിയും ഉപയോഗിക്കാം. ഓരോ ആളിനും അയാളർഹിക്കുന്ന രീതിയിൽ."

"കണ്ടോ, മൂപ്പീന്ന് ആളെത്ര രസികനും ദയാലുവുമാണെന്ന്," വസീലി ഇവാനൊവിച്ച് മുറിവിട്ടിറങ്ങിയപ്പോൾ ബസാറൊവ് പറഞ്ഞു. "നിന്റപ്പനെപ്പോലെ വെകിളിയാണ്. പക്ഷേ, ഇതൊരു പ്രത്യേക രീതിയാണെന്നു മാത്രം. കുറേക്കൂടി വർത്താമാനക്കാരനു മാണ്."

"നിങ്ങളുടെ അമ്മയും എത്രയോ നല്ല സ്ത്രീയാണ്!" അർക്കാദി അഭിപ്രായപ്പെട്ടു.

"നിഷ്കളങ്കയായൊരു പാവമാണവർ. എത്ര ഗംഭീരമായ ഊണാ യിരിക്കും അവർ ഒരുക്കുന്നതെന്ന് നീ കണ്ടോ!"

"ഇന്ന് സാറന്മാർ വരുമെന്ന് പ്രതീക്ഷിച്ചിരുന്നില്ല. അതിനാൽ മാട്ടെറച്ചിക്കു പറഞ്ഞിരുന്നില്ല," ബസാറൊവിന്റെ പെട്ടിയും കൊണ്ട് അപ്പോൾ അങ്ങോട്ടു കടന്നു വന്ന തിമൊഫേയിച്ച് പറഞ്ഞു.

"മാട്ടെറച്ചിയില്ലാതെയും ഞങ്ങൾ കഴിഞ്ഞോളാം. ഇല്ലെങ്കിൽ ഇല്ല, അത്രതന്നെ. ദാരിദ്ര്യം ഒരപരാധമല്ലെന്നല്ലേ പറയുന്നത്!"

"ആട്ടെ, അപ്പന് എത്ര അടിയാളരുണ്ട്," അർക്കാദി അപ്രതീക്ഷിതമായി ചോദിച്ചു.

"അപ്പന്റെയല്ല ഈ സ്ഥലം, അമ്മയുടേതാണിവിടം. പതിനഞ്ചു പേരുണ്ടെന്നാ എന്റെ ഓർമ്മ."

"അല്ലല്ല, എല്ലാം കൂടി ഇരുപത്തിരണ്ടുപേരുണ്ട്." തിമൊഫേയിച്ച് അല്പം നീരസത്തോടെ തിരുത്തിക്കൊടുത്തു.

അപ്പോൾ ചെരിപ്പിട്ട് നടക്കുന്നതിന്റെ ഒച്ചകേൾപ്പിച്ചുകൊണ്ട് വസീലി ഇവാനൊവിച്ച് വീണ്ടും അവിടെയെത്തി.

"താങ്കളുടെ മുറി അല്പസമയത്തിനുള്ളിൽ ശരിയാകും," അദ്ദേഹം ഗംഭീരസ്വരത്തിൽ അറിയിച്ചു. "അർക്കാദി... നിക്കൊലായെവിച്ച്, എനിക്ക് പേരു തെറ്റിയില്ലല്ലൊ, ഉവ്വോ. ദാ, ഇവനായിരിക്കും താങ്കളുടെ പരിചാരകൻ," കൈ മുട്ടിന്റവിടെവച്ചു കീറിയ ഒരു നീല ക്കുപ്പായവും മറ്റാരുടേയോ വക ബൂട്ട്സും ധരിച്ച് മുടി പറ്റെ വെട്ടിയ ഒരു പയ്യനെ ചൂണ്ടിക്കാണിച്ചുകൊണ്ട് അദ്ദേഹം തുടർന്നു. "ഫേദ്യ എന്നാണിവന്റെ പേര്. എന്റെ മോനിഷ്ടമില്ലെങ്കിലും ഞാനൊന്നുകൂടി പറഞ്ഞോട്ടെ: ഇവനാണ് ഇവിടെയുള്ളതിൽ കൊള്ളാവുന്നവൻ. പൈപ്പ് നിറയ്ക്കാനെങ്കിലും അവനെക്കൊണ്ടു പറ്റും. താങ്കൾ പുക വലിക്കുമല്ലൊ, ഇല്ലേ,?"

"ഞാനധികവും ചുരുട്ടാണ് വലിക്കുന്നത്," അർക്കാദി പറഞ്ഞു.

"അതാണ് നല്ലതും. എനിക്കും ചുരുട്ടാണിഷ്ടം. പക്ഷേ, ഈ പട്ടി ക്കാട്ടിൽ അതു കിട്ടാനെളുപ്പമല്ല."

"മതി, മതി, പണക്കാരന്റെ മുന്നിൽ പട്ടാങ്ങു പറഞ്ഞതു മതി," ബസാറൊവ് വീണ്ടും തന്റെ നീരസം പ്രദർശിപ്പിച്ചു. "ആട്ടെ, ഈ സോഫയിൽ ഒന്നു വന്നിരിക്കാമോ. ഞങ്ങളൊന്നു കൂടി കണ്ടോട്ടെ."

വസീലി ഇവാനൊവിച്ച് ഒന്നു കുലുങ്ങിച്ചിരിച്ചുകൊണ്ട് മകന്റു ടുക്കൽ ചെന്നിരുന്നു. മകനുമായി അദ്ദേഹത്തിന് വളരെ സാമ്യം ഉണ്ടായിരുന്നു. നെറ്റിക്ക് അത്ര വീതിയുണ്ടായിരുന്നില്ലെന്നും വാ കുറെക്കൂടി വലുതായിരുന്നെന്നും മാത്രം. തന്റെ ഉടുപ്പിന് കക്ഷത്തി ന്റവിടെ പിടിച്ചുകിടക്കുന്നതുപോലെ അദ്ദേഹം കൂടെക്കൂടെ തോളിറു ക്കുകയും എരിപൊരികൊള്ളുകയും കണ്ണിറുക്കുകയും കാർക്കിക്കുകയും കൈവിരലുകൾകൊണ്ട് താളം പിടിക്കുകയും ചെയ്തിരുന്നു. എന്നാൽ, മകൻ ഒന്നിലും ഒരു കൂസലുമില്ലാതെ നിശ്ചലനായി ഇരുന്നതേയുള്ളു.

"പട്ടാങ്ങു പറയുകയാണെന്നോ," വസീലി ഇവാനൊവിച്ച് ആവർത്തിച്ചു. "അല്ല, മോനെ, യെവ്ഗേനി, നമ്മൾ താമസിക്ക ണതു് ഓണംകേറാ മൂലയാണെന്നു പറഞ്ഞ് നമ്മുടെ അതിഥിയുടെ സഹതാപം നേടാനല്ല ഞാൻ നോക്കുന്നത്. എന്റഭിപ്രായം മറിച്ചാണ്. മനസ്സ് മരിച്ചിട്ടില്ലാത്ത ഒരാൾക്ക് ഒരിടവും ഓണംകേറാമൂലയാവില്ലെ ന്നാണ് ഞാൻ പറയുന്നത്. ഏതായാലും പൂപ്പലുപിടിച്ചിരിക്കാതെ കാലത്തിനൊത്തു നില്ക്കാൻ ഞാൻ ആവുന്നത്ര നോക്കുന്നുണ്ട്."

അർക്കാദിയുടെ മുറിയിലേക്ക് പോകുന്നവഴിക്ക് എടുത്തു പോക്ക റ്റിൽ സൂക്ഷിച്ചിരുന്ന ചെറുനാരങ്ങാനിറമുള്ള പട്ടുകൈലേസ് പുറത്തെ ടുത്ത് പ്രദർശിപ്പിച്ചുകൊണ്ട് അദ്ദേഹം തുടർന്നു.

"ഉദാഹരണത്തിന്, ഗണ്യമായ നഷ്ടം സഹിച്ചും എന്റെ അടിയാളരെ ഞാൻ പങ്കുപാട്ടക്കാരാക്കി മാറ്റിയിട്ടുണ്ടെന്നതിനെപ്പ റ്റി ഞാൻ അധികമൊന്നും പറയുന്നില്ല. കാരണം, ഇതെന്റെയൊരു കർത്തവ്യമായാണ്, ഏറ്റവും ന്യായമായി ചെയ്യേണ്ടുന്ന ഒരു സംഗ തിയായാണ്, ഞാൻ കാണുന്നത്. മറ്റു ജന്മിമാർക്ക് ഇതെപ്പറ്റി ചിന്തിക്കാൻ പോലും കഴിയുമെന്നു തോന്നുന്നില്ല. ശാസ്ത്രത്തിലും വിദ്യാഭ്യാസത്തിലുമാണ് എനിക്കു കൂടുതൽ താല്പര്യം."

"അതെയതെ," ബസാറൊവ് പറഞ്ഞു. "ആരോഗ്യസുഹത്തി'ന്റെ 1855-ലെ പതിപ്പ് ഇവിടെ കാണുന്നുണ്ടല്ലോ."

"അതെന്റെയൊരു സ്നേഹിതൻ പഴയ സൗഹൃദത്തിന്റെ പേരിൽ പതിവായി അയച്ചു തരുന്നതാണ്," അദ്ദേഹം തിടുക്കത്തിൽ പറഞ്ഞു. "അതു മാത്രമല്ല, മസ്തിഷ്കവിജ്ഞാനത്തെപ്പറ്റിയും ഞങ്ങൾ ഇവിടെ ചിലതൊക്കെ മനസ്സിലാക്കി വച്ചിട്ടുണ്ട്." അടുത്തുള്ള ഷെൽഫിൽ വച്ചിരുന്ന നമ്പറിട്ട് അയാളപ്പെടുത്തിയ ശിരോരൂപം ചൂണ്ടിക്കാ ട്ടിക്കൊണ്ട് അർക്കാദിയോടെന്നപോലെ അദ്ദേഹം തുടർന്നു. "ഷെൻലൈൻ, റഡെമാഹർ തുടങ്ങിയവരും ഞങ്ങൾക്കപരിചിത രല്ല."

"ഈ പ്രദേശത്തെന്താ റഡെമാഹറോട് ഇപ്പോഴും വലിയ ബഹു മാനമാണോ?" ബസാറൊവ് ചോദിച്ചു.

വസീലി ഇവാനൊവിച്ച് അതുകേട്ട് പതുക്കെയൊന്നു വിക്കിവി ക്കി ചുമച്ചു.

"അതെ, ഈ പ്രദേശത്ത്... അല്ലാ, നിങ്ങൾ മാന്യന്മാർക്ക് കൂടുതൽ വിവരമുണ്ടെന്നും നിങ്ങൾ ഞങ്ങളെക്കാളെല്ലാം വളരെ മുന്നിലാണെ ന്നും ഞങ്ങൾക്കറിയാം. നിങ്ങൾ ഞങ്ങളുടെ പിൻമുറക്കാരാണല്ലോ. ഞങ്ങളും പണ്ട് ഹോഫ്മനെപ്പോലുള്ള ഹ്യൂമറലിസ്റ്റുകളേയും ബ്രൗണി നെപ്പോലുള്ള വൈറ്റലിസ്റ്റുകളേയും പറ്റി പറയുന്നതു കേൾക്കുമ്പോൾ ചിരിച്ചിരുന്നു. എന്നാൽ ഒരു കാലത്ത് അവരും ഒരു കോളിളക്കം സൃഷ്ടിച്ചിരുന്നവരാണെന്ന സംഗതി മറക്കണ്ട, കേട്ടോ. ഇപ്പോൾ ഏതോ പുതിയൊരാൾ റഡെമാഹറുടെ സ്ഥാനം ഏറ്റിട്ടുണ്ടാകും. നിങ്ങൾ അയാളെ നമസ്കരിക്കുന്നുമുണ്ടാകും. പക്ഷേ, ഒരിരുപതു കൊല്ലം കഴിയട്ടെ. അവരും പഴഞ്ചന്മാരായി മാറുന്നതു കാണാം."

"എന്നാൽ, അപ്പന്റെ ആശ്വാസത്തിനു വേണ്ടി പറയട്ടെ," ബസാറൊവ് ഏറ്റു പിടിച്ചു; "വൈദ്യശാസ്ത്രം തന്നെ പഴഞ്ചനാണെ ന്നാണ് ഞങ്ങളിപ്പോൾ കരുതുന്നത്. ഒന്നിന്റേയും മുമ്പിൽ ഞങ്ങളി പ്പോൾ നമസ്കരിക്കുന്നുമില്ല."

"എന്നുവച്ചാലെന്താ? നീ ഡോക്ടറാകാനല്ല പഠിക്കുന്നത്, ങേ?"

"അതെയതെ, പക്ഷേ, അതും ഇതും തമ്മിൽ യാതൊരു ബന്ധ വുമില്ല."

നടുവിരൽകൊണ്ട് പൈപ്പിലുള്ള ചുടുചാരം അമർത്തിവച്ചുകൊണ്ട് വസീലി ഇവാനൊവിച്ച് പറഞ്ഞു:

"ഇല്ലായിരിക്കാം, ഇല്ലായിരിക്കാം. ഞാൻ തർക്കിക്കാൻ വരുന്നി ല്ല. ഞാനാരാ? വെറുമൊരു പെൻഷൻ പറ്റിയ പട്ടാള ഡോക്ടർ. അതിൽ കവിഞ്ഞൊന്നുമില്ല. ഇപ്പഴാണെങ്കിൽ ഒരു കൃഷിക്കാരൻ!" തുടർന്ന്, അർക്കാദിയോടായി അദ്ദേഹം വീണ്ടും പറഞ്ഞു. "കുഞ്ഞിന്റെ അപ്പൂ പ്പന്റെ ബ്രിഗേഡിൽ ഉണ്ടായിരുന്ന ആളാ ഞാൻ. എന്റെ ആവുന്ന കാലത്ത് ഞാനും ചിലതെല്ലാം കാണുകയും കേൾക്കുകയും ചെയ്തി ട്ടുണ്ട്. പലതരം ആൾക്കാരുമായി കാണുകയും പരിചയപ്പെട്ടുകയും ചെയ്തിട്ടുണ്ട്. പലതരം ആൾക്കാരുമായി കാണുകയും പരിചയപ്പെ ട്ടുകയു ചെയ്തിട്ടുണ്ട്. ഈയിരിക്കുന്ന ഞാനുണ്ടല്ലോ, ഈ കാരണവ രുണ്ടല്ലോ, വിറ്റ്ഗെൻസ്റ്റൈൻ രാജകുമാരന്റേയും ഷുക്കോവ്സ്കി എന്ന കവിയുടേയും മറ്റും നാഡിമിടിപ്പ് പരിശോധിച്ചിട്ടുള്ളവനാണ്. ഡിസംബർ 14-ന്റെ ആ സംഭവങ്ങളിൽ പങ്കുണ്ടായിരുന്ന തെക്കൻ സൈന്യത്തിൽ പെട്ട ആ ആളുകളുണ്ടല്ലോ,"[9] (ഇതു പറയുമ്പോൾ

9 1825 ഡിസംബർ 14-ാം തീയതിയിലെ കലാപത്തിൽ പങ്കെടുത്ത ഡിസമ്പ്രി സ്റ്റുകളെപ്പറ്റിയാണ് ഈ പരാമർശനം.

അദ്ദേഹം അർത്ഥഗർഭമായി ചുണ്ടുകടിച്ചു) "അവരിലോരോ ആളിനേയും എനിക്കറിയാമായിരുന്നു. എനിക്ക് ആ കലാപത്തിൽ യാതൊരു പങ്കുമുണ്ടായിരുന്നില്ലെന്നത് വേറെ കാര്യം. ശാസ്ത്രക്രിയ നടത്തൽ മാത്രമായിരുന്നല്ലോ എന്റെ പണി! പക്ഷേ, താങ്കളുടെ അപ്പൂപ്പൻ വളരെയേറെ ബഹുമാനിക്കപ്പെട്ടിരുന്ന ഒരു വ്യക്തിയായിരുന്നു. ഒരു യഥാർത്ഥ ഭടൻ!"

"എന്തിനാ അതുമിതും പറയുന്നത്! ആളൊരു മണ്ടൂസ്സായിരുന്നെന്നു നേരെയങ്ങ് പറഞ്ഞാൽ പോരെ!" ബസാറൊവ് അവജ്ഞയോടെ പറഞ്ഞു.

"കുഞ്ഞേ, യെവ്ഗേനി, നീ എന്തൊക്കെയാ ഈ പറയുന്നത്! ശരിയാണ്; ജനറൽ കിർസാനൊവ്.."

"പോട്ടെ, ആ മനുഷ്യന്റെ കാര്യം വിട്,!" ബസാറൊവ് അദ്ദേഹത്തെ തട്ടുത്തുകൊണ്ടു പറഞ്ഞു. "വേറൊരു കാര്യം പറയട്ടെ. ഇങ്ങോട്ടു വരണ വഴിക്ക് അപ്പന്റെ ബർച്ച് കാട് കണ്ടു. നല്ലപോലെ പിടിച്ചിട്ടുണ്ട് ആ മരങ്ങൾ."

അതു കേട്ടപ്പോൾ വസീലി ഇവാനൊവിച്ചിന്റെ മുഖം ഒന്നു തെളിഞ്ഞു.

"അപ്പം ഞാൻ പുതുതായി ശരിപ്പെടുത്തിയെടുത്തിട്ടുള്ള പൂന്തോട്ടം നീയൊന്നു കണ്ടാലോ! അതിലെ ഓരോ ചെടിയും മരവും ഞാൻ എന്റെ സ്വന്തം കൈകൾകൊണ്ടു വച്ചു പിടിപ്പിച്ചതാണ ്. എല്ലാത്തരം പഴവർഗ്ഗങ്ങളും മരുന്നുചെടികളുമുണ്ടവിടെ. നിങ്ങൾ ചെറുപ്പക്കാർ എന്തു പറഞ്ഞാലും പച്ചമരുന്നുകളാണ് ലോകത്തിന്റെ ജീവനാഡിയെന്ന് പണ്ട് പരാസെൽസി പ്രസ്താവിച്ചത് പരമസത്യമാണ്. ഞാനിപ്പോൾ ചികിത്സ നിറുത്തിവച്ചിരിക്കുകയാണെന്ന് നീ അറിഞ്ഞിരിക്കുമല്ലോ. എങ്കിലും ആഴ്ചയിൽ ഒന്നോ രണ്ടോ പ്രാവശ്യം പഴയ സഞ്ചി പുറത്തെടുക്കേണ്ടിവരും. ആളുകൾ ഓരോന്നു ചോദിച്ചോണ്ടു വരുമ്പം പടി അടച്ചു കുറ്റിയിടാൻ പറ്റുമോ? ചില പാവങ്ങൾ ചിലപ്പോൾ ചികിത്സിപ്പിക്കാനും വരും. ഇവിടെ അടുത്തെങ്ങും ഒരു ഡോക്ടറില്ല. കേട്ടാൽ രസം തോന്നും. അയലത്തുള്ള ഒരു പെൻഷൻകാരൻ മേജറും ഇപ്പോൾ ചികിത്സിക്കാനിറങ്ങിയിട്ടുണ്ട്. ഈ വിദ്വാൻ ഏതെങ്കിലും മെഡിക്കൽ കോളേജിന്റെ പടിയെങ്കിലും കണ്ടിട്ടുണ്ടോയെന്ന് ഇന്നാളൊരിക്കൽ ഞാൻ ഒരാളോട് ചോദിച്ചപ്പോൾ അയാൾ പറഞ്ഞതെന്താണെന്നോ! പഠിച്ചിട്ടൊന്നുമില്ല; പക്ഷേ, പരോപകാരാർത്ഥം ചികിത്സിക്കുന്നതാണത്രെ.. എന്താ, കൊള്ളില്ലേ, പരോപകാരാർത്ഥം! പക്ഷേ, പരോപകാരാർത്ഥം പഠിക്കാതെ ഡോക്ടറാവുക! ഹ-ഹ! ഹ-ഹ!"

"ഫേദ്യ, എനിക്കൊരു പൈപ്പ് നിറച്ചുതാ," ബസാറൊവ് വളരെ ഗൗരവത്തിൽ പറഞ്ഞു.

“ഇവിടെ ചികിത്സിക്കാൻ വന്ന വേറൊരു ഡോക്ടറുടെ കഥ ഇതിലും കഷ്ടമാണ്,’ വസീലി ഇവാനൊവിച്ച് നിരാശാപൂർവ്വം പറഞ്ഞു. “അയാളെത്തിയപ്പോഴേക്ക് രോഗി യമപുരിയിലേക്ക് യാത്ര യായിക്കഴിഞ്ഞിരുന്നു. അതിനാൽ ഇനി ആ വിദ്വാന്റെ ആവശ്യമി ല്ലെന്നു പറഞ്ഞ് വേലക്കാരൻ അയാളെ അകത്തേക്ക് കടത്താൻ പോലും വിസമ്മതിച്ചു. അയാളതൊട്ടും പ്രതീക്ഷിച്ചിരുന്നില്ല. അയാൾ ബ്ലീച്ചടിച്ചതുപോലെയായി. അപ്പോൾ അയാൾ ആ വേലക്കാരനോട് ചോദിക്കുകയാണ്: “ആട്ടെ, മരിക്കുന്നതിനു മുൻപ് നിന്റെ യജമാനന് ഇക്കിളുണ്ടായോ? ‘ഉവ്വ്’ എന്നു വേലക്കാരൻ പറഞ്ഞപ്പോൾ അയാൾ വീണ്ടും ചോദിക്കുന്നു: ‘ഒത്തിരി ഇക്കിളുണ്ടായോ?’ ‘ഉവ്വുവ്വ്, ഒത്തിരി യുണ്ടായി’ എന്നു വേലക്കാരൻ. ‘ഓ, എന്നാൽ കുഴപ്പമില്ല’ എന്നു പറഞ്ഞ് അയാൾ സ്ഥലം വിടുകയും ചെയ്തു. ഹ-ഹ-ഹ.”

വേറാരും വൃദ്ധനോടൊപ്പം ചിരിക്കാൻ ഉണ്ടായിരുന്നില്ല. അർക്കാദി കഷ്ടപ്പെട്ട് ഒരു പുഞ്ചിരി വരുത്തി. ബസാറൊവ് പൈപ്പിൽ നിന്നു പുക വലിച്ചുകൊണ്ടിരുന്നതേയുള്ളു. അങ്ങനെ ഒരു മണിക്കൂർ നേരം അവർ സംസാരിച്ചിരുന്നു. ഇതിനിടയിൽ അർക്കാദി തന്റെ മുറിവരെ ഒന്നുപോവുകയുണ്ടായി. കുളിമുറിയുടെ തളമായിരുന്നു അതു സത്യത്തിൽ; എങ്കിലും വളരെ ഭംഗിയും വെടിപ്പുമാക്കി വച്ചിരുന്നു. ഒടുവിൽ താന്യവന്ന് ഊണ് കാലമായെന്നറിയിച്ചു.

വസീലി ഇവാനൊവിച്ചാണ് ആദ്യം എഴുന്നേറ്റത്.

“എന്നാൽ, വരിൻ, മാന്യരെ! ഞാൻ നിങ്ങളെ വല്ലാതെ ബോറ ടിപ്പിച്ചില്ലെന്നു കരുതുന്നു. വീട്ടുകാരിക്ക് നിങ്ങളെ അല്പം കൂടി സംതൃ പ്തരാക്കാൻ കഴിയുമായിരിക്കാം.”

വളരെ തെരക്കിട്ടു തയ്യാറാക്കിയതാണെങ്കിലും ശാപ്പാട് വിഭവസ മൃദ്ധവും ഗംഭീരവുമായിരുന്നു. വീഞ്ഞു മാത്രമേ അല്പം മോശമായിരു ന്നുള്ളു. തിമൊഫേയിച്ച് പട്ടണത്തിലെ തന്റെയൊരു പരിചയക്കാ രനിൽനിന്നു വാങ്ങിയ ഏതാണ്ടു കരിയുടെ കറുപ്പുള്ള ആ ഷെറിക്ക് ക്ലാവിന്റേയോ മരക്കറയുടേയോ ഒരു ചുവയാണുണ്ടായിരുന്നത്. ഈച്ചകളും വല്ലാതെ ശല്യപ്പെടുത്തിയിരുന്നു. സാധാരണയായി ഏതെങ്കിലുമൊരു അടിയാള ബാലൻ ധാരാളം ഇലകളുള്ള ഒരു മരക്കൊമ്പുകൊണ്ട് ഈച്ചകളെ ആട്ടിയോടിക്കാറുണ്ടായിരുന്നു. പക്ഷേ, ചെറുപ്പക്കാരുടെ വിമർശനത്തെ ഭയന്ന് വസീലി ഇവാനൊ വിച്ച് അവനെ പറഞ്ഞുവിട്ടതുകൊണ്ടാണ് ഈച്ചകളുടെ ശല്യം അന്ന് ഇത്ര കൂടിയത്. അരീന വ്ലാസ്യെവ്ന ശരിക്കൊന്നു ഉടുത്തൊരു ങ്ങിയിരുന്നു. അവർ പട്ടുചരടുകളോടു കൂടിയ നല്ലൊരു തൊപ്പിയും പലതരം ചിത്രപ്പണികൾ ചെയ്ത ഒരു ഇളംനീല ഷാളും ധരിച്ചിരുന്നു. തന്റെ പൊന്നുമോൻ വരുന്നതു കണ്ടപ്പോൾ അല്പം കൂടി കണ്ണീരൊ ഴുക്കിയെങ്കിലും ഭർത്താവിന് ശാസിക്കാൻ ഇട കിട്ടുംമുൻപുതന്നെ

അവർ കണ്ണീർ വീണ ഷാൾ നനയാതിരിക്കാനായി പെട്ടെന്നു കണ്ണു തുടച്ചു. വീട്ടുകാരെല്ലാം നേരത്തെ ആഹാരം കഴിച്ചിരുന്നതിനാൽ ഊണിന് കൂട്ടുകാർ രണ്ടു പേരും മാത്രമേ ഉണ്ടായിരുന്നുള്ളൂ. ഫേദ്യ അവരെ പരിചരിക്കാൻ തയ്യാറായി നിന്നു. അവന്റെ കാലിനെക്കാൾ വളരെ വലിപ്പം കൂടിയ ആ ബൂട്ട്സ് കാരണം അങ്ങോട്ടും ഇങ്ങോട്ടും നടക്കാൻ അവൻ വളരെ പ്രയാസപ്പെട്ടിരുന്നു. പുരുഷമുഖവും ഒറ്റക്കണ്ണുമുള്ള അൻഫീസുഷ്ക അവനു വേണ്ടതു എടുത്തുകൊടുക്കാനായി പുറകിലൊരിടത്ത് ഒതുങ്ങിനിന്നിരുന്നു. വീട്ടുസൂക്ഷിപ്പും കോഴിയെ നോക്കലും അലക്കുമെല്ലാം ഈ സ്ത്രീയുടെ ജോലിയായിരുന്നു. ആഹാരസമയം മുഴുവൻ വസീലി ഇവാനൊവിച്ച് ആനന്ദോത്സാഹത്തോടെ നെപ്പോളിയന്റെ നയത്തെപ്പറ്റിയും ഇറ്റാലിയൻ കുഴപ്പത്തെപ്പറ്റിയുമെല്ലാം വാതോരാതെ സംസാരിച്ചുകൊണ്ട് അങ്ങോട്ടുമിങ്ങോട്ടും ലാത്തിയിരുന്നു. അർക്കാദിയോട് അരീന വ്ലാസ്യേവ്ന ഇടയ്ക്കിടെ ഉപചാരപൂർവ്വം പലതുംപറഞ്ഞുകൊണ്ടിരുന്നെങ്കിലും ആ അമ്മയെ സംബന്ധിച്ചിടത്തോളം അയാളവിടെ ഇല്ലാത്തതിനു സമമായിരുന്നു. ചെന്തൊണ്ടിപ്പഴത്തിന്റെ നിറമുള്ള വിടർന്ന ചുണ്ടുകളും കവിളിലും പുരികത്തിനു മുകളിലുമുള്ള മറുകുകളും കാരണം എന്തോ ഒരു പ്രത്യേക വശ്യത ഉണ്ടായിരുന്ന വട്ടമുഖം തന്റെ കൊച്ചുമുഷ്ടികൾ കൊണ്ട് താങ്ങിപ്പിടിച്ചിരുന്ന അവർ സദാ ദീർഘനിശ്വാസത്തോടെ മകനിൽതന്നെ കണ്ണും നട്ടിരിക്കുകയായിരുന്നു. അയാളെത്ര ദിവസം അവിടെയുണ്ടായിരിക്കുമെന്നറിയാൻ വളരെ വെമ്പലുണ്ടായിരുന്നെങ്കിലും അക്കാര്യം ചോദിച്ചറിയാൻ അവർ ധൈര്യപ്പെട്ടില്ല. രണ്ടു ദിവസത്തേക്കാണ് വന്നിരിക്കുന്നതെന്നു അയാൾ പറഞ്ഞാലോ എന്നു അവർ ഭയപ്പെട്ടു. പൊരിച്ച ഇറച്ചി കഴിഞ്ഞപ്പോൾ വസീലി ഇവാനൊവിച്ച് എങ്ങോട്ടോ മറയുന്നതു കണ്ടു. നിമിഷ നേരം കഴിഞ്ഞപ്പോൾ കോർക്കൂരിയ അരക്കുപ്പി ഷാമ്പെയിനുമായി അദ്ദേഹം മടങ്ങിയെത്തി. "ഓ," അദ്ദേഹം ആഹ്ലാദപൂർവ്വം പറഞ്ഞു: "പട്ടിക്കാട്ടിലാണ് താമസമെങ്കിലും ഇത്തരം സന്ദർഭങ്ങൾ ആഘോഷിക്കാൻ ചിലതെല്ലാം ഞങ്ങളുടെ കൈയിലുമുണ്ട്." കുപ്പിയിലെ വീഞ്ഞു മൂന്നു വലിയ ഗ്ലാസ്സുകളിലും ഒരു കൊച്ചു ഗ്ലാസ്സിലുമായി പകർന്നതിനു ശേഷം "മഹനീയാതിഥികൾക്ക്" ആശംസകൾ നേർന്നുകൊണ്ട് അദ്ദേഹം പട്ടാളത്തിലെപ്പോലെ ഒറ്റ വലിക്ക് തന്റെ ഗ്ലാസ്സു കാലിയാക്കുകയും അരീന വ്ലാസ്യെവ്നയെക്കൊണ്ട് അവരുടെ കൊച്ചു ഗ്ലാസ്സിലെ അവസാനതുള്ളിവരെ കുടിപ്പിക്കുകയും ചെയ്തു. വേവിച്ചു സൂക്ഷിച്ച പഴവർഗ്ഗങ്ങളായിരുന്നു അവസാനത്തെ വിഭവം. അർക്കാദിക്ക് മധുര പലഹാരങ്ങൾ പൊതുവെ വിരോധമായിരുന്നെങ്കിലും മര്യാദയോർത്ത് അവിടെ വിളമ്പിയ നാലിനങ്ങളും അല്പാല്പം രുചിച്ചു നോക്കാൻ അയാൾ നിർബന്ധിതനായി. പ്രത്യേകിച്ചും, അതു തൊടാൻപോലും വിസമ്മതിച്ചുകൊണ്ട് ബസാറൊവ് ഒരു

ച്ചരുട്ടെട്ടുത്തു കത്തിച്ചുകഴിഞ്ഞിരുന്നതിനാൽ. അതിനുശേഷം ചായയും കേക്കും ക്രീമും വെണ്ണയും മറ്റും മേശപ്പുറത്ത് നിരന്നു. അതു കഴിഞ്ഞപ്പോൾ വസീലി ഇവാനൊവിച്ച് ആ സായംസന്ധ്യയുടെ സൗന്ദര്യം ആസ്വദിക്കാൻ എല്ലാവരേയും പൂന്തോട്ടത്തിലേക്ക് ക്ഷണിച്ചു. നടക്കുന്ന വഴിക്കുള്ള ഒരു ബഞ്ചിനടുത്തെത്തിയപ്പോൾ അദ്ദേഹം അർക്കാദിയോട് ഇപ്രകാരം മന്ത്രിച്ചു:

"ഇവിടെയിരുന്നാണ് സൂര്യാസ്തമനം നോക്കിക്കൊണ്ട് ഞാനല്പം തത്വചിന്തയിൽ മുഴുകുന്നത്. വയസ്സന്മാർക്ക് പറ്റിയ തൊഴിലാണല്ലോ അത്. ദാ, അവിടെ കുറച്ചപ്പുറത്തായി ഹൊറാറ്റ്സിനു പ്രിയപ്പെട്ട ചില മരങ്ങളും ഞാൻ വച്ചുപിടിപ്പിച്ചിട്ടുണ്ട്."

"എന്തു മരമാണത്?" അവരുടെ സംസാരം ശ്രദ്ധിച്ചിരുന്ന ബസാറൊവ് അന്വേഷിച്ചു.

"അതോ, നിനക്കറിഞ്ഞൂടെ, അക്കേഷ്യതന്നെ." ബസാറൊവ് കോട്ടുവായിടാൻ തുടങ്ങി.

"നമ്മുടെ സഞ്ചാരികൾക്ക് നിദ്രാദേവിയെ പുണരാൻ സമയമായെന്നു തോന്നുന്നു," വസീലി ഇവാനൊവിച്ച് അഭിപ്രായപ്പെട്ടു.

"എന്നു പറഞ്ഞാൽ തല ചായ്ക്കാൻ സമയമായെന്നർത്ഥം," ബസാറൊവ് ആ നിർദ്ദേശത്തെ സ്വാഗതം ചെയ്തു. "നല്ല സംഗതിയാണത്. വാസ്തവത്തിൽ സമയം കുറേയാവുകയും ചെയ്തിരിക്കുന്നു."

അയാൾ അമ്മയോട് രാത്രിയിലേക്ക് വിടവാങ്ങിക്കൊണ്ട് നിറുകയിൽ ഒന്നു ചുംബിച്ചപ്പോൾ അമ്മ മകനെ കെട്ടിപ്പിടിച്ചിട്ട് ആരും കാണാതെ വേഗം വേഗം ഒരു കുരിശുവരച്ച് മകനെ അനുഗ്രഹിച്ചു. വസീലി ഇവാനൊവിച്ച് അർക്കാദിയുടെ മുറിവരെ അയാളെ അനുഗമിച്ചിട്ട് "നിങ്ങളുടെ ഈ ചെറുപ്രായത്തിൽ എനിക്കു കിട്ടിയിരുന്ന സുഖനിദ്ര" ആശംസിച്ചു. വാസ്തവത്തിൽ അർക്കാദി കുളിപ്പുരയുടെ തളമായ തന്റെ മുറിയിൽ വെട്ടിയിട്ട മരം പോലെ ചെന്നു കിടന്നുറങ്ങുകയും ചെയ്തു. അവിടത്തെ വാർണീഷിന്റെ മണവും അടുപ്പിൻകടയിൽ നിന്നുള്ള ചീവീടുകളുടെ ചിലപ്പുമൊന്നും അയാൾക്കപ്പോൾ ഒരു പ്രശ്നമായിരുന്നില്ല. വസീലി ഇവാനൊവിച്ച് മകനുമായി അല്പമൊന്നു സൊള്ളാമെന്നു കരുതി അയാളുടെ കാല്ക്കലുള്ള സോഫയിൽ ചെന്നിരുന്നെങ്കിലും തനിക്ക് വല്ലാതെ ഉറക്കം വരുന്നെന്നു പറഞ്ഞ് ബസാറൊവ് പിതാവിനെ പെട്ടെന്ന് യാത്രയാക്കുകയാണുണ്ടായത്. എന്നാൽ നേരം വെളുക്കുന്നതുവരെ അയാൾക്ക് ഒരു പോള കണ്ണടയ്ക്കാൻ കഴിഞ്ഞില്ലെന്നതാണ് പരമാർത്ഥം. അയാൾ വിടർന്ന കണ്ണുകളുമായി രോഷപൂർവ്വം അന്ധകാരത്തിലേക്ക് തുറിച്ചു നോക്കിക്കിടക്കുകയാണുണ്ടായത്. ബാല്യകാലസ്മരണകൾക്ക് അയാളുടെ മനസ്സിൽ ആ സമയത്ത് യാതൊരു സ്ഥാനവുമുണ്ടായിരുന്നില്ല. രണ്ടു ദിവസം മുമ്പത്തെ മനോവ്യഥകൾ അയാളെ വിട്ടുമാറിയിരുന്നുമില്ല.

അരീന വ്ലാസ്യെവ്ന മതിവരുവോളം ദൈവത്തെ പ്രാർത്ഥിച്ചിട്ട് അൻഫീസുഷ്കയുമായി ഏറെ നേരം സംസാരിച്ചിരുന്നു. ആ വേലക്കാരി തന്റെ യജമാനത്തിയുടെ മുന്നിൽ അനങ്ങാതെ നിന്ന് ഒറ്റകണ്ണാൽ അവരെത്തന്നെ നോക്കിക്കൊണ്ട് യെവ്ഗേനി വസീലിയെവിച്ചിനെപ്പറ്റി തനിക്ക് തോന്നിയതെല്ലാം കുശുകുശുത്തുകൊണ്ടുമിരുന്നു. ആഹ്ലാദവും വീഞ്ഞും ചുരുട്ടിന്റെ പുകയുമെല്ലാം ചേർന്ന് ആ വീട്ടമ്മയ്ക്ക് വല്ലാത്ത തലചുറ്റലുണ്ടാക്കി. അവരുമായി സംസാരിക്കാൻ നോക്കുന്നത് ഒരു പാഴ് വേലയാണെന്നു മനസ്സിലാക്കിയ വസീലി ഇവാനൊവിച്ച് ക്ഷണം തന്നെ ആ ശ്രമം ഉപേക്ഷിച്ചു.

അരീന വ്ലാസ്യെവ്ന പണ്ടുകാലത്തെ റഷ്യൻ മാന്യമഹതികളുടെ ഒരു തനിപ്പകർപ്പായിരുന്നു. ഇരുന്നൂറു സംവത്സരങ്ങൾക്കെങ്കിലും മുൻപ് പഴയ മോസ്കോ ഭരണകാലത്ത് ജീവിക്കേണ്ടിയിരുന്ന ഒരു മഹിളയാണവർ. ഭക്തയും ദയാലുവുമായിരുന്ന അവർ എല്ലാവിധ ശകുനങ്ങളിലും കൈനോട്ടത്തിലും മന്ത്രവാദത്തിലും സ്വപ്നങ്ങളിലും വിശ്വസിച്ചിരുന്നു. എല്ലാവിധ ഭൂതപ്രേതാദികളേയും ശകുനപ്പിഴകളേയും കരിനാക്കിനേയും അവർക്ക് ഭയമായിരുന്നു. ജപിച്ചുകെട്ടലിലും പെസഹാ വ്യാഴാഴ്ചനാളിലെ തിരുനേദിപ്പിലും അവർക്ക് വലിയ വിശ്വാസമായിരുന്നു. ലോകാവസാനം അടുത്തെന്നും അവർ കരുതിയിരുന്നു. ഈസ്റ്റർപ്പെരുന്നാളിന്റന്ന് സന്ധ്യാസമയത്തെ പ്രാർത്ഥനയ്ക്കിടയിൽ മെഴുകുതിരി കെട്ടുപോകാതിരുന്നാൽ അക്കൊല്ലത്തെ വിളിവെട്ടുപ്പ് കേമമായിരിക്കുമെന്നും മനുഷ്യന്റെ കണ്ണു പെട്ടാൽ പിന്നെ അവിടെ കൂണു മുളയ്ക്കുകയില്ലെന്നും അവർ കരുതിയിരുന്നു. വെള്ളമുള്ളേടങ്ങളിലായിരിക്കും പിശാചുക്കളുടെ വാസമെന്നും യഹൂദന്മാരുടെയെല്ലാം നെഞ്ചത്ത് ഒരു രക്തപ്പാടു കാണുമെന്നും അവർ ധരിച്ചുവച്ചിരുന്നു. എലി, പച്ചോലപ്പാമ്പ്, തവള, കുരുവി, നീരട്ട, ഇടിവെട്ട്, തണുത്ത വെള്ളം, തണുത്ത കാറ്റ്, കുതിര, ആട്, ചുവപ്പുമുടി, കരിമ്പൂച്ച തുടങ്ങി അവർക്ക് പേടിയില്ലാത്ത ഒന്നും ഈ സൂര്യനു കീഴിലുണ്ടായിരുന്നില്ല. ചീവീടിനേയും നായയേയും വൃത്തികെട്ട ജന്തുക്കളായാണ് അവർ കണ്ടിരുന്നത്. പശുക്കിടാവിന്റേയോ പ്രാവിന്റേയോ മുയലിന്റേയോ മാംസമോ ഞണ്ടോ പാൽക്കട്ടിയോ ശതാവരിയോ ചീരയോ ഒന്നും അവർ ഭക്ഷിച്ചിരുന്നില്ല. തണ്ണീർമത്തൻ കാണുന്നതു പോലും അവർക്ക് സങ്കടമായിരുന്നു. കാരണം അതു മുറിക്കുമ്പോൾ അവർ സ്നാപകയോഹന്നാന്റെ ശിരസ്സിനെപ്പറ്റി ഓർത്തുപോകും. ഞവണിക്കയെപ്പറ്റി കേട്ടാൽ അവർ ഞെട്ടും. നല്ല ശാപ്പാട് അവർക്ക് വളരെ പ്രിയമായിരുന്നു. നോയമ്പിന്റെ കാര്യത്തിൽ അവർ വളരെയേറെ നിഷ്കർഷിച്ചിരുന്നു. ദിവസം പത്തുമണിക്കൂർ ഉറങ്ങുന്ന അവർ ഭർത്താവിനു ചെറിയൊരു തലവേദന വന്നാൽ പിന്നെ ഒരിടത്ത് കിടക്കുകപോലും ചെയ്യില്ല. വായനയിൽ "അലെക്സിസ് അഥവാ കാട്ടിലെ കുടാരം" എന്ന

നോവലിനപ്പുറത്തേക്ക് അവർ കടന്നിരുന്നില്ല. കൊല്ലത്തിൽ ഒന്നോ ഏറിയാൽ രണ്ടോ എഴുത്തുകളും എഴുതും. എന്നാൽ വീട്ടുസൂക്ഷിപ്പിലും അച്ചാറിടുന്നതിലും മറ്റും അവരെ തോല്പിക്കാൻ ആരുമുണ്ടായിരുന്നില്ല. പക്ഷേ, സ്വന്തം കൈകൊണ്ട് അവർ ഈ ജോലികളൊന്നും ചെയ്തിരുന്നില്ല. കാരണം, അനങ്ങാൻ വയ്യാത്തവിധം സാധാരണ അവർ കിടപ്പിലായിരുന്നു. വളരെ ദയാലുവായിരുന്ന ഈ സ്ത്രീ തന്റേതായ രീതിയിൽ ബുദ്ധിമതിയുമായിരുന്നു. ആജ്ഞകൾ പുറപ്പെടുവിക്കാനുള്ള യജമാനന്മാരും ആജ്ഞകളനുസരിക്കാനുള്ള സാധാരണക്കാരും അടങ്ങിയതാണ് ഈ ലോകമെന്ന് അവർക്കറിയാമായിരുന്നു. അതിനാൽ ആളുകൾ താണുവണങ്ങി നില്ക്കുന്നത് അവർക്ക് വളരെ ഇഷ്ടമായിരുന്നു. എന്നാൽ തന്റെ കീഴിൽ പണിയെടുക്കുന്നവരോട് അവർ ഒരിക്കലും ക്രൂരമായി പെരുമാറിയിരുന്നില്ല. എന്തെങ്കിലും കൊടുക്കാതെ അവർ പിച്ചക്കാരെ ഒരിക്കലും മടക്കി അയച്ചിരുന്നുമില്ല. അന്യരെപ്പറ്റി ചിലപ്പോഴെല്ലാം കുശുകുശുത്തിരുന്നെങ്കിലും പരദൂഷണം ഒരിക്കലും അവരൊരു തൊഴിലാക്കിയിരുന്നില്ല. ചെറുപ്പത്തിൽ കാണാൻ നല്ല കൗതുകമുണ്ടായിരുന്ന ഈ സ്ത്രീ കുറേശ്ശെ പിയാനൊ വായിക്കുകയും ഫ്രഞ്ച് സംസാരിക്കുകയും ചെയ്തിരുന്നു. എന്നാൽ, ആഗ്രഹത്തിനു വിപരീതമായ വിവാഹത്തിനുശേഷം ഭർത്താവിനോടൊപ്പം പലേടങ്ങളിൽ ചുറ്റിത്തിരിയേണ്ടിവന്നതോടെ ചീർത്തു തടിക്കാൻ തുടങ്ങിയ അവർ സംഗീതവും ഫ്രഞ്ചും ഒരുപോലെ മറന്നു. മകനെ അവർക്ക് ജീവനായിരുന്നു. അത്രതന്നെ അവർ അയാളെ ഭയപ്പെടുകയും ചെയ്തിരുന്നു. വസ്തുവകകളുടെ കാര്യം അവർ പൂർണ്ണമായും ഭർത്താവിന് വിട്ടിരുന്നു. അതെപ്പറ്റി ഓർത്ത് തലപുണ്ണാക്കാൻ അവർ തയ്യാറുണ്ടായിരുന്നില്ല. കിഴവൻ അതു സംബന്ധിച്ച തന്റെ പുതിയ പരിപാടികളെന്തെങ്കിലും ചർച്ചചെയ്യാൻ വന്നാൽ അവർ അസഹ്യത പ്രദർശിപ്പിക്കുകയും അദ്ദേഹത്തെ അവിടെ നിന്നു വിരട്ടിവിടുകയും ചെയ്തിരുന്നു. സാങ്കല്പികഭയങ്ങളിൽ കുടുങ്ങിയിരുന്ന അവർക്ക് എപ്പോഴും എന്തെങ്കിലും ആപത്തിനെപ്പറ്റിയുള്ള വിചാരമേ ഉണ്ടായിരുന്നുള്ളു. വിഷാദകരമായ എന്തിനെയെങ്കിലും പറ്റി ആലോചിച്ചാലുടൻ അവർക്ക് കരച്ചിൽ വരികയും ചെയ്യും... മഷിയിട്ടു നോക്കിയാൽ പോലും ഇന്ന് അത്തരം സ്ത്രീകളെ കണ്ടു കിട്ടില്ല. ഇതിൽ സന്തോഷിക്കുകയാണോ ദുഃഖിക്കുകയാണോ വേണ്ടതെന്ന് ദൈവത്തിനു മാത്രമേ അറിയൂ!

XXI

ഉറങ്ങി എഴുന്നേറ്റയുടൻ അർക്കാദി ജനൽ തുറന്നു പുറത്തേക്കു നോക്കിയപ്പോൾ ആദ്യം കണ്ടത് വസീലി ഇവാനൊവിച്ചിനെയാണ്. ഒരു ബൊക്കാറാ ഡ്രസ്സിങ്ങ് ഗൗൺ ധരിച്ച് തോട്ടത്തിൽ അതും ഇതും ചെയ്തുകൊണ്ട് നടക്കുകയായിരുന്നു വൃദ്ധൻ. തന്റെ യുവാതിഥിയെ കണ്ടയുടൻ അദ്ദേഹം തൂമ്പ നിലത്തു കുത്തിപ്പിടിച്ചുകൊണ്ട് ഉറക്കെ വിളിച്ചു പറഞ്ഞു:

"ഗുഡ് മോണിങ്ങ്! ഉറക്കം സുഖമായോ?"

"ഉവ്വുവ്വ്!"

"ദാ, ഞാനിവിടെ അല്പം തക്കാരിക്കിഴങ്ങിന് തടമെടുക്കാൻ സിൻസിനാറ്റസിനെപ്പോലെ പണിയെടുത്തോണ്ടിരിക്കുകയാണ്. ഇപ്പം എല്ലാവരും ജീവിക്കാൻ വേണ്ടതു സ്വന്തം കൈകൊണ്ടു അദ്ധ്വാനിച്ചുണ്ടാക്കിയാലേ പറ്റൂ എന്ന സ്ഥിതി വന്നിരിക്കുകയാണെല്ലോ. അല്ലാ, ഒരു വിധത്തിൽ അതു നല്ലതുമാണ്, കേട്ടോ. മറ്റുള്ളവരെ ആശ്രയിക്കാതെ തന്നത്താൻ പണിയെടുക്കുന്നതാണ് നല്ലത്. റൂസ്സോ പറഞ്ഞത് ശരിയാണെന്നു തോന്നുന്നു. എന്നാൽ, അരമണിക്കൂർ മുമ്പായിരുന്നെങ്കിൽ എന്നെ വേറൊരു നിലയിൽ കാണാമായിരുന്നു, കേട്ടോ. വയറുകടി സഹിക്കാൻ വയ്യെന്നു പറഞ്ഞ് ഒരു പാവം സ്ത്രീ ഇവിടേക്കോടിവന്നു. വയറുകടിയെന്നാണ് ആളുകൾ പറയാറെങ്കിലും വാസ്തവത്തിലത് അതിസാരമാണ്. ഞാനുടനെതന്നെ ഒരു കുത്തിവയ്പ്പ് നടത്തി അവരെ പറഞ്ഞുവിട്ടു. അപ്പോഴുണ്ട് പല്ലുവേദന സഹിക്കാമ്മേലെന്നു പറഞ്ഞു വേറൊരു സ്ത്രീ വരുന്നു. ഉടനെ ഞാൻ ആ സ്ത്രീയുടെ പല്ലു പറിച്ചുകൊടുക്കുകയും ചെയ്തു. പല്ലു പറിക്കുന്നതിനു മുൻപ് മോണ ഒന്നു മരവിപ്പിക്കാമെന്ന് പറഞ്ഞിട്ട് ആ സ്ത്രീ സമ്മതിച്ചില്ല. ഇതെല്ലാം സൗജന്യചികിത്സയാണ്, കേട്ടോ. എനിക്കിതൊട്ടു പുത്തിരിയുമല്ല. ഞാനൊരു സാധാരണക്കാരനാണെന്നറിയാമല്ലോ. എന്റെ സിരകളിൽ എന്റെ ശ്രീമതിയുടേതുപോലെ ഒട്ടും നീല രക്തമില്ല. ദാ, ഇങ്ങോട്ടിറങ്ങിവന്നേ. ഇവിടെ ഈ തണലത്തു വന്നിരുന്ന് അല്പം

ശുദ്ധവായു ശ്വസിക്കാമല്ലൊ. എന്നിട്ടാകാം കാലത്തെ കാപ്പികുടി, എന്താ?"

അർക്കാദി അദ്ദേഹത്തിന്റെ അടുക്കലേക്കിറങ്ങിച്ചെന്നു.

"ഒരിക്കൽക്കൂടി ഭവ്യസ്വാഗതം!" പട്ടാള സല്യൂട്ടുപോലെ അഴുക്കു തൊപ്പിയിൽ തൊട്ടുകൊണ്ട് വസീലി ഇവാനൊവിച്ച് പറഞ്ഞു. "ധാരാളം സുഖസൗകര്യങ്ങളിൽ കഴിയുന്ന ആളുകളാണ് നിങ്ങളെല്ലാമെന്നെനിക്കറിയാം. പക്ഷേ, മഹാന്മാർക്കും ഇടയ്ക്കുവല്ലപ്പോഴും നാട്ടിൻപുറത്തുള്ള കോട്ടേജിൽ വന്നു താമസിക്കുന്നത് ഇഷ്ടമായിരിക്കുമല്ലൊ."

"എന്തൊക്കെയാ ഈ പറയുന്നത്!" അർക്കാദി പ്രതിഷേധിച്ചു. "എന്നുമുതല്ക്കാ ഞാൻ മഹാന്മാരുടെ കൂട്ടത്തിൽ പെട്ടത്? അത്ര വളരെ സുഖസൗകര്യങ്ങളിൽ കഴിയുന്നവനുമല്ല ഞാൻ."

"ഓ, അതൊക്കെ എനിക്കറിയാം കുഞ്ഞേ," വസീലി ഇവാനൊവിച്ച് വിനയഭാവത്തിലുള്ള ഒരു ചിരി സമ്മാനിച്ചുകൊണ്ട് പറഞ്ഞു. "ഇന്നിപ്പം ഞാനൊതുങ്ങിക്കഴിയുകയാണെങ്കിലും ഒരു കാലത്ത് ഞാനും കുറേയൊക്കെ ഓടിനടന്നതാ കുഞ്ഞേ. ഉണ്ണിയെക്കണ്ടാൽ ഊരിലെപ്പണ്ഞ്ഞം എനിക്കറിയാനും കഴിയും. ഒരു തരത്തിൽ പറഞ്ഞാൽ ഞാനൊരു മനഃശാസ്ത്രജ്ഞനും കൂട്ടത്തിൽ ചെറിയൊരു മുഖസാമുദ്രികജ്ഞനുമാണ്. ഈയൊരു സിദ്ധി - അതെ, സിദ്ധിയെന്നുതന്നെയാണ് ഞാനിതിനെ പറയുന്നത് - കൊണ്ടാണ് ഞാനിങ്ങനെ കെടന്നുപെഴച്ചുപോകുന്നത്. എന്നെപ്പോലൊരു കൊച്ചു മനുഷ്യനെ താഴെ വീഴിക്കാൻ യാതൊരു പ്രയാസവുമില്ല. അതിരിക്കട്ടെ, എന്റെ മകനും കുഞ്ഞും തമ്മിലുള്ള സൗഹൃദം കണ്ടിട്ട് എനിക്കുള്ള സന്തോഷം എത്രയാണെന്ന് പറഞ്ഞറിയിക്കാനാവില്ല, കേട്ടോ. ഞാൻ അവന്റടുക്കൽനിന്ന് ദാ ഇപ്പം ഇങ്ങോട്ടു വന്നതേയുള്ളു. പതിവുപോലെ അതിരാവിലെ ഉണർന്ന് അവർ സ്ഥലപരിശോധനയ്ക്കിറങ്ങി. അവന്റെ ഈ ശീലം കുഞ്ഞിനു പരിചയമുള്ളതായിരിക്കുമല്ലൊ. പരിഭവിക്കുകയില്ലെങ്കിൽ ചോദിക്കട്ടെ: യെവ്ഗേനിയെ പരിചയപ്പെട്ടിട്ട് കുറച്ചധികം കാലമായോ?"

"കഴിഞ്ഞ തണുപ്പുകാലം മുതല്ക്കറിയാം."

"അതെയോ, ഒരു കാര്യം കൂടി ചോദിച്ചോട്ടെ. അല്ലാ, കുഞ്ഞിരിക്കാത്തതെന്താ? ഒരു പിതാവിന്റെ സഹജമായ ജിജ്ഞാസയോടെയാണ് ഞാൻ ചോദിക്കുന്നത്. യെവ്ഗേനിയെപ്പറ്റി എന്താ അഭിപ്രായം?"

"ഇത്ര പ്രഗത്ഭനായ മറ്റൊരാളിനെ ഞാനിതുവരെ കണ്ടിട്ടില്ല," അർക്കാദി ആത്മാർത്ഥമായി അഭിപ്രായപ്പെട്ടു.

വസീലി ഇവാനൊവിച്ചിന്റെ കണ്ണുകൾ സന്തോഷം കൊണ്ടു വിടരുകയും അദ്ദേഹത്തിന്റെ കവിളുകൾ ചെറുതായി തുടുക്കുകയും

ചെയ്തു. ളുമ്പ അദ്ദേഹത്തിന്റെ കൈയിൽനിന്ന് താഴെ വീണുപോയി.

"അപ്പോൾ അവൻ..." അദ്ദേഹം എന്തോ പറയാൻ ആരംഭിച്ചു.

"താങ്കളുടെ പുത്രന് ഉജ്ജ്വലമായൊരു ഭാവിയുണ്ടെന്ന് എനിക്കുറപ്പാണ്," അർക്കാദി ഇടയ്ക്കുകയറിപ്പറഞ്ഞു. "അപ്പന്റെ പേര് അയാൾ മുഖേന നാടാകെ അറിയാനിടയാവുകയും ചെയ്യും. ആദ്യം കണ്ടപ്പോൾ തന്നെ എനിക്ക് ബോധ്യമായ ഒരു സംഗതിയാണിത്."

"എങ്ങനെയാണ്... എങ്ങനെയാണ് അതുണ്ടായത്?" വസീലി ഇവാനൊവിച്ച് ഉദ്വേഗപൂർവ്വം തിരക്കി. അദ്ദേഹത്തിന്റെ മുഖത്തു പരന്ന ആനന്ദനിർഭരമായ ആ പുഞ്ചിരി മായാതെ അങ്ങനെതന്നെ നിന്നു.

"ഞങ്ങൾ തമ്മിൽ കണ്ടതെങ്ങനെയാണെന്നാണോ?"

"അതെ.. പൊതുവിൽ..."

ഒദിന്ത്സോവയുമായി നൃത്തം ചെയ്തിരുന്ന അവിസ്മരണീയമായ ആ അവസരത്തിലേതിനെക്കാൾ പതിന്മടങ്ങ് ആവേശത്തോടെ അർക്കാദി ബസാറൊവിനെപ്പറ്റി സംസാരിക്കാൻ തുടങ്ങി.

വസീലി ഇവാനൊവിച്ച് ശ്രദ്ധയോടെ അതെല്ലാം കേട്ടിരിക്കുന്നതിനിടയിൽ മൂക്കു ചീറ്റുകയും കൈലേസ് രണ്ടു കൈകളും കൊണ്ട് ചുരുട്ടുകയും ചുമയ്ക്കുകയും മുടി ഒതുക്കുകയും ഒക്കെ ചെയ്തു. പക്ഷേ, അല്പം കഴിഞ്ഞപ്പോൾ സന്തോഷം അടക്കാനാവാതെ അദ്ദേഹം കുനിഞ്ഞ് അർക്കാദിയുടെ തോളിൽ ഒരു ചുംബനമർപ്പിച്ചു.

"മതി കുഞ്ഞേ, മതി; ഇനി ചത്താലും എനിക്ക് വിരോധമില്ല. അത്രയ്ക്ക് സന്തോഷമായി എനിക്ക്," പ്രസന്നവദനനായി അദ്ദേഹം പറഞ്ഞു: "എനിക്കെന്റെ മോൻ പൊന്നുപോലെയാണ് കുഞ്ഞേ! അപ്പോൾ പിന്നെ ഇവിടുത്തെ വല്യമ്മയുടെ കാര്യം പറയണോ! അവരൊരമ്മയാണല്ലോ. അതിൽ കൂടുതൽ വേറെന്തു പറയാനാ! പക്ഷേ, അവന്റെ മുന്നിൽ ഇതൊന്നും കാണിക്കാൻ എനിക്ക് ധൈര്യമില്ല. അവനതിഷ്ടമില്ല. എല്ലാവിധ സ്നേഹപ്രകടനങ്ങളോടും അവന് വിരോധമാണ്. അവന്റെ ഈ പരുക്കൻ സ്വഭാവം പലർക്കും ഇഷ്ടമല്ല. ദുരഭിമാനമോ ഹൃദയകാഠിന്യമോ ഒക്കെയായാണ് അവരതിനെ കാണുന്നത്. പക്ഷേ, അവനെപ്പോലുള്ളവരെ സാധാരണ അളവുകോലുവച്ചളക്കുന്നത് ശരിയാണോ കുഞ്ഞേ? ഈയൊരു കാര്യം തന്നെ നോക്കിയാൽ മതി. അവന്റെ സ്ഥാനത്തു മറ്റൊരാളായിരുന്നെങ്കിൽ കാശിനുവേണ്ടി തന്തേം തള്ളേം എത്ര തൊന്തരവുചെയ്യുമായിരുന്നെന്ന് ഒന്നാലോചിച്ചുനോക്കിയേ. പക്ഷേ, എന്റെ മോൻ അത്യാവശ്യമുള്ളതല്ലാതെ കൂടുതലായി ഒരൊറ്റ ചില്ലി എന്നോട് ചോദിച്ചിട്ടില്ല."

“സത്യസന്ധനും നിസ്വാർത്ഥനുമാണയാൾ,” അർക്കാദി പറഞ്ഞു.

“അതെ, നിസ്വാർത്ഥത; അതുതന്നെയാണ് ശരിയായ വാക്ക്. എന്നെ സംബന്ധിച്ച പറഞ്ഞാൽ, അർക്കാദി നിക്കൊലായെവിച്ച്, ഞാനവനെ പൊന്നുപോലെ കരുതുകമാത്രമല്ല ചെയ്യുന്നത്. എനിക്കവനെപ്പറ്റി അഭിമാനവുമുണ്ട്. ആരെങ്കിലും എന്നെങ്കിലും അവന്റെ ജീവചരിത്രമെഴുതിയാൽ അതിൽ ഇത്രയും ചേർത്തു കാണണമെന്നു മാത്രമേ എനിക്കാഗ്രഹമുള്ളൂ: ‘ഒരു സാധാരണ പട്ടാളഡോക്ടറുടെ മകനായാണ് പിറന്നതെങ്കിലും പുത്രന്റെ കഴിവുകൾ കാലേ കണ്ടറിഞ്ഞ ആ പിതാവ് അയാളുടെ വിദ്യാഭ്യാസത്തിന് വേണ്ടി എന്തും ചെലവുചെയ്യാൻ തയ്യാറായിരുന്നു...’” ഇത്രയുമായപ്പോഴേക്ക് വൃദ്ധൻ നിരുദ്ധകണ്ഠനായിപ്പോയി.

അർക്കാദി അദ്ദേഹത്തിന്റെ കൈപിടിച്ചമർത്തി.

“ആട്ടെ,” അല്പനേരത്തെ മൗനത്തിനുശേഷം വസീലി ഇവാനൊവിച്ച് ചോദിച്ചു. “ചികിത്സയുടെ തുറയിലല്ല അവൻ പ്രസിദ്ധി നേടാൻ പോകുന്നത്, അല്ലേ?”

“തീർച്ചയായും അല്ല. എന്നാൽ അതിലും യെവ്ഗേനി ആരുടേയും പിന്നിലായിരിക്കില്ല.”

“പിന്നെ ഏതു തുറയിലാവും?”

“അതിപ്പോൾ പറയാൻ പറ്റുമെന്നു തോന്നുന്നില്ല. ആൾ പ്രസിദ്ധനാകുമെന്നു മാത്രമേ ഈ സന്ദർഭത്തിൽ പറയാനാവൂ.”

“ആൾ പ്രസിദ്ധനാകും,” വൃദ്ധൻ ആ വാക്കുകൾ ഉരുവിട്ടുകൊണ്ട് ചിന്തയിൽ ലയിച്ചു.

“വന്നു കാപ്പികുടിക്കാൻ അരീന വ്ലാസ്യെവ്ന പറയുന്നു,” വലിയൊരു പാത്രം നിറയെ നല്ല പഴുത്ത റാസ്ബെറിയുമായി പോകവേ അൻഫീസുഷ്ക പറഞ്ഞു.

വസീലി ഇവാനൊവിച്ച് അതു കേട്ട് ഞെട്ടിയുണർന്നു.

“അതിലൊഴിക്കാൻ തണുത്ത ക്രീം ഉണ്ടായിരിക്കുമോ?”

“ഉവ്വങ്ങുന്നേ!”

“നല്ല തണുപ്പുണ്ടായിരിക്കണം, കേട്ടോ, ക്രീമിന്. അർക്കാദി നിക്കൊലായെവിച്ച്, ഇങ്ങനെയിരിക്കാതെ ഒന്നെഴുന്നേറ്റേ! പക്ഷേ, യെവ്ഗേനി ഇത്രനേരമായിട്ടും എവിടെപ്പോയോ ആവോ.”

“ഞാനിവിടുണ്ട്,” അർക്കാദിയുടെ മുറിയിൽ നിന്ന് ബസാറൊവ് വിളിച്ചു പറഞ്ഞു.

വസീലി ഇവാനൊവിച്ച് പെട്ടെന്ന് തിരിഞ്ഞുനോക്കി.

“ആഹാ, ഇപ്പോഴാണല്ലെ കൂട്ടുകാരനെ ചെന്നന്വേഷിക്കുന്നത്. അർക്കാദി നിക്കൊലായെവിച്ച് ഇവിടെയുണ്ട്. ഞങ്ങളെത്ര

നേരമായി ഇവിടിരുന്നു സംസാരിക്കുന്നു. ആട്ടെ, ഇനി വന്നേ, നമുക്ക ്ചെന്നു കാപ്പികുടിക്കാം. അമ്മ വിളിക്കുന്നുണ്ട്. അതിനിടയിൽ എനിക്ക് നിന്നോട് ഒരു കാര്യം ചോദിക്കാനുമുണ്ട്."

"എന്തിനെപ്പറ്റിയാ!"

"ഇവിടെയൊരു കർഷകൻ കാമില പിടിപെട്ടുകിടക്കുന്നുണ്ട്..."

"എന്നു പറഞ്ഞാൽ മഞ്ഞപ്പിത്തമല്ലേ!"

"അതെ, പക്ഷേ, കുറച്ചുകാലമായതും ചികിത്സിക്കാൻ പ്രയാസമുള്ളതുമാണ് കേസ്. സെൻടോറിയും സെന്റ് ജോൺസ്‌വോർട്ടും ഞാൻ നിർദ്ദേശിച്ചിട്ടുണ്ട്. ധാരാളം മധുരമുള്ളങ്കിയും സോഡായും കഴിക്കാൻ പറഞ്ഞു. പക്ഷേ, ഇതെല്ലാം ഒരു മുട്ടുശാന്തി മാത്രമാണല്ലോ. അല്പം കൂടി വീര്യമുള്ള എന്തെങ്കിലും കൊണ്ടേ ഇതു ഭേദമാക്കാൻ പറ്റൂ. നിനക്ക് വൈദ്യശാസ്ത്രത്തെ പുച്ഛമാണെങ്കിലും ഇതെപ്പറ്റി എന്തെങ്കിലും പറഞ്ഞുതരാൻ കഴിയുമല്ലോ. ഇതെപ്പറ്റി നമുക്ക് പിന്നെ സംസാരിക്കാം. ഇപ്പം ചെന്ന് കാപ്പികുടിക്കാം."

വസീലി ഇവാനൊവിച്ച് ചാടിയെഴുന്നേറ്റ് "റോബർട്ട് ലെ ദിയാബിൾ" എന്ന ഓപ്പെറായിൽ നിന്നുള്ള ചില വരികൾ മൂളാൻ തുടങ്ങി.

"കാർന്നോരിന്ന് സ്വല്പം ഉഷാറിലാണല്ലൊ," ജനലിങ്കൽ നിന്ന് നടന്നകന്നുകൊണ്ട് ബസാറൊവ് അഭിപ്രായപ്പെട്ടു.

സമയം ഉച്ചയായിരുന്നു. ആകാശം മൂടി നിന്നിരുന്ന വെള്ളമേഘങ്ങളെ തുളച്ചുകീറിക്കൊണ്ട് ചുട്ടുപൊള്ളുന്ന സൂര്യരശ്മികൾ ഭൂമിയിൽ വന്നു പതിച്ചിരുന്നു. സർവ്വത്ര ഒരു നിശ്ചലത വ്യാപിച്ചിരുന്നു. കേൾക്കുന്നവരിൽ ഒരുതരം ആലസ്യവും മാന്ദ്യവും ഉളവാക്കിക്കൊണ്ട് ഗ്രാമത്തിലെ പൂവൻകോഴികൾ മാത്രം ഉച്ചത്തിൽ നീട്ടിവിളിച്ചുകൂവിയിരുന്നു. അർക്കാദിയും ബസാറൊവും ഒരു വയ്ക്കോൽത്തുറുവിന്റെ തണലിൽ ഉണങ്ങിയതെങ്കിലും പുത്തൻമണം മാറിയിട്ടില്ലാത്ത ഒരു പിടിവയ്ക്കോൽ വിരിച്ചിട്ട് നിലത്തുകിടന്നു വിശ്രമിക്കുകയായിരുന്നു.

"ഓ, ആ ആസ്പൻ മരം കണ്ടോ!" ബസാറൊവ് ചങ്ങാതിയോട് പറയുകയായിരുന്നു. "അതു കാണുമ്പോൾ എനിക്കെന്റെ കുട്ടിക്കാലം ഓർമ്മ വരുന്നു. ചുടുകട്ട ഉണ്ടാക്കാൻ ഉപയോഗിച്ചിരുന്ന ഒരു കുഴിയുടെ വക്കിനാണ് അത് നില്ക്കുന്നത്. ആ കുഴിക്കും മരത്തിനും എന്തോ ഒരു പ്രത്യേക മാന്ത്രികശക്തിയുണ്ടെന്നായിരുന്നു മുമ്പൊക്കെ എന്റെ വിചാരം. അവിടെച്ചെന്നിരുന്നാൽ എനിക്കൊരിക്കലും ബോറടി തോന്നുമായിരുന്നില്ല. കുട്ടിയായതുകൊണ്ടാണതെന്ന് അന്ന് എനിക്ക് മനസ്സിലായിരുന്നില്ല. പ്രായമായതിനുശേഷം ആ മന്ത്രശക്തി എന്റെ കാര്യത്തിൽ ഫലിക്കുന്നില്ല."

“ഒട്ടാകെ ഇവിടെ എത്രനാൾ താമസിച്ചിട്ടുണ്ട്?” അർക്കാദി ചോദിച്ചു.

“തുടർച്ചയായി രണ്ടുകൊല്ലത്തോളം. പിന്നീടും ഇടയ്ക്കൊക്കെ ഞങ്ങളിവിടെ വരാറുണ്ടായിരുന്നു. പട്ടണന്തോറും കറങ്ങിത്തിരിയുന്ന ഒരു നാടോടി ജീവിതമായിരുന്നല്ലോ ഞങ്ങളുടേത്.”

“ഈ വീടു പണിതിട്ടു വളരെക്കാലമായോ?”

“ഉവ്വുവ്വ്, വളരെ വളരെക്കാലമായി- അപ്പൂപ്പന്റെ - അതായത് അമ്മേടപ്പന്റെ -കാലത്ത് പണിതതാണ്.”

“അപ്പൂപ്പനെന്തായിരുന്നു ജോലി!”

“ദൈവത്തിനറിയാം. ഒരു രണ്ടാംമേജറോ മറ്റോ ആയിരുന്നെന്നു തോന്നുന്നു. സുവോറൊവിന്റെ കീഴിൽ സേവനമനുഷ്ഠിച്ചിരുന്നു. ആൽപ്സ് പർവ്വതം താണ്ടിയുള്ള ആ മാർച്ചിനെപ്പറ്റി പലതരം കെട്ടുകഥകൾ പറയാനേ മൂപ്പീന്നിന് നേരമുണ്ടായിരുന്നുള്ളൂ.”

“അതാണല്ലേ, തളത്തിൽ സുവോറൊവിന്റെ ആ ചിത്രം തൂക്കിയിട്ടുള്ളത്? പക്ഷേ, ഇത്തരം കൊച്ചുവീടുകളാണെനിക്കിഷ്ടം. പഴയതെങ്കിലും ഇത്തരം വീടുകളിൽ താമസിക്കാൻ നല്ല സുഖമാണ്. അവയ്ക്കൊരു പ്രത്യേക മണമുണ്ട്.”

“വിളക്കെണ്ണയുടേയും കാട്ടുലുവയുടേയും മണം.” ബസാറൊവ് കോട്ടു വായിട്ടുകൊണ്ടു പറഞ്ഞു. “ഈ കൊച്ചു വീടുകളിലെ ഈച്ചശല്യം... ഓ, അതെപ്പറ്റി പറയാതിരിക്കുന്നതാ ഭേദം.”

“ഒരു കാര്യം ചോദിക്കട്ടെ,” അല്പനേരത്തെ മൗനത്തിനുശേഷം അർക്കാദി പറഞ്ഞു. “കുട്ടിക്കാലത്ത് നിങ്ങൾക്ക് വലിയ ശാസന അനുഭവിക്കേണ്ടിവന്നിരുന്നോ?”

“താൻ കണ്ടില്ലേ എന്റെ അപ്പനേം അമ്മേം. അത്ര ശാസിക്കുന്ന കൂട്ടത്തിലാണെന്നു തോന്നുന്നുണ്ടോ?”

“അവരോട് യെവ്ഗേനിക്ക് സ്നേഹമുണ്ടോ?”

“തീർച്ചയായും, സംശയമെന്താ.”

“അവർക്ക് നിങ്ങളോടെന്തു സ്നേഹമാ!”

ബസാറൊവ് ഒന്നും പറഞ്ഞില്ല.

“ഞാനെന്തിനെക്കുറിച്ചാ ചിന്തിക്കുന്നതെന്ന് തനിക്കറിയാമോ?” കൈ പിണച്ചു തലയിണയായി വച്ചുകൊണ്ട് ബസാറൊവ് പെട്ടന്നനെ ചോദിച്ചു.

“ഇല്ല, എന്താ?’

“എന്റെ മാതാപിതാക്കൾക്ക് എന്തു സുഖമാണെന്നതിനെപ്പറ്റിയാണ് ഞാൻ ആലോചിച്ചിരുന്നത്. അറുപതാം കാലത്തും അപ്പൻ ഓടിനടക്കുകയും മുട്ടുശാന്തിക്കുള്ള മരുന്നുകളെപ്പറ്റി ചർച്ച

നടത്തുകയും, രോഗികളെ ചികിത്സിക്കുകയും കൃഷിക്കാരോട് ഔദാര്യം കാട്ടുകയും ഒക്കെ ചെയ്തുകൊണ്ട് അല്ലലറിയാതെ ജീവിക്കുന്നു. അമ്മയ്ക്കും യാതൊരു ദുഃഖവുമില്ല. നേരം വെളുത്ത് അന്തിയാകുന്നതുവരെ ഒരിടത്തിരിക്കാൻ അവർക്ക് നേരമില്ല. അതിനാൽ ഒന്നിനെപ്പറ്റിയും ചിന്തിക്കേണ്ടിവരുന്നുമില്ല. എന്നാൽ, ഞാനോ..."

"നിങ്ങൾക്കെന്താ കുഴപ്പം?"

"ഞാൻ ദാ ഇവിടെ ഈ തുറുവിന്റെ ചോട്ടിൽക്കിടന്ന് ചിന്തയിലാണ്ടിരിക്കുന്നു. ഞാൻ കിടക്കുന്ന ഈ സ്ഥലം ഞാനില്ലാത്ത സ്ഥലത്തെ അപേക്ഷിച്ച് എത്രയോ അഗണ്യമാണ്. അവിടൊന്നും ആർക്കും ഇങ്ങനൊരുത്തൻ ജീവിച്ചിരിപ്പുണ്ടെന്നുപോലും വിചാരമില്ല. എന്റെ ആയുസ്സും അനന്തതയുമായി തട്ടിച്ചു നോക്കിയാൽ എത്ര നിസ്സാരമാണ്!... എങ്കിലും ഈ അല്പസമയത്തിനിടയിൽ സിരകളിൽ രക്തമോട്ടുകയും മസ്തിഷ്കം അനവരതം പ്രവർത്തിക്കുകയും അഭിലാഷങ്ങൾ മൊട്ടിടുകയും എല്ലാം ചെയ്യുന്നുണ്ട്. എത്ര ഭയങ്കരമാണിത്! എന്തൊരു സംബന്ധമാണിത്!"

"ഇതു എല്ലാവരേയും ബാധിക്കുന്ന സംഗതിയല്ലേ..."

"അതു ശരിയാണ്," ബസാറൊവ് പറഞ്ഞു: "ഞാൻ ഉദ്ദേശിച്ചതല്ല. എന്തിലെങ്കിലും സദാ വ്യാപൃതരായ എന്റെ അപ്പനമ്മമാർക്ക് അവരുടെ അഗണ്യതയെപ്പറ്റി യാതൊരു മനപ്രയാസവുമില്ല. അതവരെ ഒട്ടും വിഷമിപ്പിക്കുന്നില്ല... എന്നാൽ, ഞാനോ... ഞാനിവിടെക്കിടന്ന് അസംതൃപ്തനും ക്ഷുഭിതനുമായി കഷ്ടപ്പെടുന്നു!"

"എന്തിനാ ക്ഷോഭം?"

"എന്തിനാന്നോ? താനാണോ ചോദിക്കുന്നത്? താൻ എല്ലാം മറന്നുപോയോ?"

"ഞാനൊന്നും മറന്നിട്ടില്ല. എങ്കിലും ദേഷ്യപ്പെടേണ്ട കാര്യമൊന്നുമില്ലെന്നാണ് എന്റെ അഭിപ്രായം. നിങ്ങൾക്കതിനവകാശമില്ല. നിങ്ങൾ അസന്തുഷ്ടനാണെന്ന് എനിക്കറിയാം. പക്ഷേ..."

"അർക്കാദി, പ്രേമത്തെപ്പറ്റിയുള്ള തന്റെ ധാരണ ഇന്നത്തെ ചെറുപ്പക്കാരുടേതിൽ നിന്ന് ഒട്ടും വ്യത്യസ്തമല്ല. കൊക്ക്-കൊക്ക് എന്ന് കൊക്കിക്കൊണ്ട് പെടയുടെ പിന്നാലെ നടക്കും. പക്ഷേ, അതു അടുത്തുവരുമ്പോഴേക്ക് വാലും പൊക്കിക്കൊണ്ടോടും. ഞാനാവകുപ്പിൽ പെടില്ല. പക്ഷേ, എന്തിനാ അതൊക്കെപ്പറയുന്നത്, അല്ലേ? വെറുതെ സംസാരിച്ചതുകൊണ്ട് കാര്യം നടക്കുകയില്ലല്ലൊ." എന്നു പറഞ്ഞ് അയാൾ ഒരുവശം തിരിഞ്ഞുകിടന്നു. "ദാ, ഇതുകണ്ടോ! ഒരു തടിയൻ ഉറുമ്പ് പാതിചത്ത ഒരീച്ചയെ വലിച്ചിഴയ്ക്കുന്നത്. ങാ, വേഗം വലിച്ചോണ്ടുപൊയ്ക്കോ, ഉറുമ്പേ! ഈ ഈച്ച കൈകാലിട്ടടിക്കുന്നതൊന്നും നീ വകവയ്ക്കണ്ട. സഹാനുഭൂതിയൊന്നും നിങ്ങൾ

ജന്തുക്കൾക്ക് വകവയ്ക്കേണ്ടതില്ലല്ലോ. അതു ഞങ്ങളെപ്പോലെ സ്വയം മനസ്സമാധാനം നഷ്ടപ്പെടുത്തുന്നവർക്കുള്ളതാണ്!"

"യെവ്ഗേനി, നിങ്ങളിങ്ങനെ സംസാരിക്കാൻ പാടില്ലാത്തതാണ്, കേട്ടോ. എന്നുമുതല്ക്കാണ് നിങ്ങൾ മനസ്സമാധാനം ഇല്ലാത്തവനായത്?

ബസാറൊവ് തല ഉയർത്തി അയാളെ ഒന്നു നോക്കി.

"ഒന്നിനും എന്റെ മനസ്സാമാധാനം തകർക്കാൻ കഴിയില്ലെന്നതാണ് എനിക്ക് സ്വയം അഭിമാനിക്കാൻ കഴിയുന്ന ഒരു സംഗതി. ഒരു പെണ്ണിനും അതിനുള്ള കഴിവില്ല. ആമേൻ! ശരി, ദാ അതിവിടെ അവസാനിച്ചിരിക്കുന്നു. ഇനി അതെപ്പറ്റി ഞാൻ മിണ്ടിയാൽ അപ്പോൾ ചോദിച്ചോ."

പിന്നെ കുറേനേരത്തേക്ക് രണ്ടുപേരും ഒന്നും മിണ്ടിയില്ല.

"ശരിയാണ്. മനുഷ്യൻ ഒരു വിചിത്ര ജീവിയാണ്," ആ നിശ്ശബ്ദതയെ ഭഞ്ജിച്ചുകൊണ്ട് ബസാറൊവ് പറഞ്ഞു. "പുറമെ നിന്നു നോക്കുമ്പോൾ നമ്മുടെ 'പിതാക്കന്മാരുടെ' ഒറ്റപ്പെട്ട ജീവിതം സുഖസമ്പൂർണ്ണമാണെന്നു തോന്നും. ഉണ്ണുകയും, ഉറങ്ങുകയും, ചെയ്യുന്നതെന്തും ശരിയാണെന്ന് വിശ്വസിക്കുകയും ചെയ്യുക! ഇല്ല; നമ്മളെക്കൊണ്ടതു പറ്റില്ല, നാം ബോറടിച്ചു ചത്തുപോകും. നമുക്ക് ശകാരിക്കാനാണെങ്കിൽ പോലും ആളുകളുമായി ഇടപഴകിയേ തീരൂ."

"ജീവിതത്തിലെ ഓരോ നിമിഷവും സാർത്ഥകമായിരിക്കണം," അർക്കാദി ആലോചനാഭാവത്തിൽ പറഞ്ഞു.

"അതെ അതു തന്നെ. സാർത്ഥകമായത് ചിലപ്പോൾ കാപട്യപൂർണ്ണമായിരിക്കുമെങ്കിലും അതിനു മാധുര്യമുണ്ടായിരിക്കും. നിരർത്ഥകമായതും വേണമെങ്കിൽ സഹിക്കാം... പക്ഷേ, ഈ നിസ്സാര വഴക്കുകളുണ്ടല്ലോ, അതാണ് സഹിക്കവയ്യാത്തത്."

"നിസ്സാരവഴക്കുകൾ അംഗീകരിക്കാൻ ഇഷ്ടമില്ലാത്തവരെ സംബന്ധിച്ചിടത്തോളം അതൊരു പ്രശ്നമാവില്ലല്ലോ."

"ഓ... താനൊരു തത്വവചനം മറിച്ചിട്ടുക മാത്രമാണല്ലോ ചെയ്തത്."

"എന്നു വച്ചാൽ?"

"മനസ്സിലായില്ലേ? പറയാം. വിദ്യാഭ്യാസം ഉപയോഗപ്രദമാണെന്ന് ആരെങ്കിലും പറയുകയാണെന്നു വയ്ക്കുക. അതൊരു തത്വവചനമാണ്. വിദ്യാഭ്യാസം ഹാനികരമാണെന്ന് പറഞ്ഞാലോ? അതേ തത്വവചനം മറിച്ചിട്ട ഒരു പ്രസ്താവനയായിരിക്കും അത്. കേൾക്കാൻ അല്പം കൂടി രസമുണ്ടായിരിക്കുമെങ്കിലും രണ്ടും സംഗതി ഒന്നുതന്നെയാണ്."

"പക്ഷേ, സത്യം എവിടെയാണ്?"

"എവിടെയാണെന്നോ? താൻ ചോദിച്ചതുതന്നെ ചോദിക്കാനേ എനിക്കും പറ്റൂ: എവിടെയാണ്?"

"യെവ്ഗേനിക്ക് ഇന്നാകെയൊരു വിഷാദഭാവമാണല്ലോ."

"ആണോ? വെയിലുകാരണമായിരിക്കും. തന്നെയല്ല ഒത്തിരി റാസ്ബെറി തിന്നുന്നതും ചീത്തയാണ്.'

"എന്നാൽ, പതുക്കെയൊന്നു മയങ്ങിയാലോ?' അർക്കാദി ചോദിച്ചു.

"ശരി. പക്ഷേ, ഉറങ്ങുമ്പോൾ എന്നെ നോക്കരുത്. ഉറങ്ങിക്കിടക്കുന്ന മനുഷ്യന്റെ മുഖം പലപ്പോഴും വിഡ്ഢിയുടേതുപോലിരിക്കും."

"മറ്റാളുകളുടെ അഭിപ്രായത്തിന് നിങ്ങൾ അത്ര വില കല്പിക്കാറുണ്ടോ?"

"ഇതിനെന്തു മറുപടി പറയണമെന്ന് എനിക്കറിഞ്ഞുകൂടാ. ഒരു യഥാർത്ഥമനുഷ്യന് അതൊന്നും പ്രശ്നമാകാൻ പാടില്ലാത്തതാണ്. യഥാർത്ഥമനുഷ്യനെപ്പറ്റി ആരും ചിന്തിക്കാറില്ല. ഒന്നുകിൽ ആളുകൾ അയാളെ അനുസരിക്കും അല്ലെങ്കിൽ വെറുക്കും. അത്രേയുള്ളൂ."

"പക്ഷേ, എനിക്കാരോടും വെറുപ്പില്ലല്ലോ," നിമിഷനേരത്തെ ആലോചനയ്ക്കുശേഷം അർക്കാദി പറഞ്ഞു.

"എനിക്കാണെങ്കിൽ അതേയുള്ളൂ. താൻ മൃദുല ഹൃദയനായൊരു പാവമാണ്. തനിക്കാരെയും വെറുക്കാനാവില്ല. തനിക്കെല്ലാം പേടിയാണ്. തീരെ ആത്മധൈര്യം ഇല്ല..."

"നിങ്ങൾക്ക് ധാരാളം ആത്മധൈര്യമുണ്ടോ?" അർക്കാദി ഇടയ്ക്കു കയറിച്ചോദിച്ചു. "നിങ്ങൾക്ക് നിങ്ങളെപ്പറ്റി സ്വയം തന്നെ വലിയ മതിപ്പാണ്, അല്ലേ?"

ബസാറൊവ് ഉടനടി ഇതിനൊരു മറുപടി നല്കിയില്ല.

"എന്നോട് കിടപിടിക്കുന്ന ഒരാളെ കണ്ടുകിട്ടുമ്പോൾ," അയാൾ നിറുത്തിനിറുത്തി പറഞ്ഞു, "എന്നെപ്പറ്റിയുള്ള ഈ അഭിപ്രായം ഞാൻ മാറ്റാം. വെറുക്കണം, സർവ്വതിനേയും വെറുക്കണം. ഇന്നുരാവിലെ ആ ഗ്രാമമൂപ്പൻ ഫിലിപ്പിന്റെ പുരയ്ക്കടുത്തുകൂടി പോയപ്പോൾ നീ പറഞ്ഞതോർമ്മയുണ്ടോ? നല്ല ഭംഗിയുള്ള വെള്ളതേച്ച വീടാണത്. ഏറ്റവും പാവപ്പെട്ട കർഷകനും അത്തരമൊരു വീടുണ്ടാക്കിക്കൊടുക്കാൻ കഴിഞ്ഞാൽ റഷ്യ ഒരു മാതൃകാരാജ്യമാകുമെന്നും, അതിനാണ് നാമെല്ലാം ശ്രമിക്കേണ്ടതെന്നും താൻ പറഞ്ഞല്ലോ. എന്നാൽ ഈ ഏറ്റവും പാവപ്പെട്ട കർഷകനെ, ഈ ഫിലിപ്പിനേയും സീദൊറിനേയും ഇക്കൂട്ടരെയാകെയും ഞാൻ വെറുക്കുന്നു. ഇവർക്കുവേണ്ടി ഞാൻ മരിക്കാൻ തയ്യാറാകണമെന്നാണല്ലോ താൻ പറയുന്നത്. അങ്ങനെ ചെയ്താലും നന്ദി എന്നൊരു വാക്ക് അവരുടെ നാവിൽ നിന്ന് വരില്ല.

അവന്റെയൊന്നും നന്ദി എനിക്ക് വേണ്ടിയിട്ടല്ല ഞാനിതു പറയുന്നത്. ആട്ടെ, അയാൾ വെള്ളതേച്ച വീട്ടിൽ താമസിക്കുമ്പോൾ എന്നെ പുഴുവരിക്കുകയായിരിക്കുമെന്നുതന്നെ വയ്ക്കുക. എന്നാലെന്താന്നാ?"

"യെവ്ഗേനി, ഇന്നു നിങ്ങൾക്കെന്തു പറ്റി? ഇന്നത്തെ തന്റെ വർത്തമാനം കേട്ടാൽ യാതൊരു തത്വനിഷ്ഠയുമില്ലാത്തവരെന്നു നമ്മെ കുറ്റപ്പെടുത്തുന്നവർ പറയുന്നത് ശരിയാണെന്നു സമ്മതിക്കേണ്ടിവരും."

"വല്യപ്പനെപ്പോലാണല്ലോ താനും സംസാരിക്കുന്നത്. പൊതുവിൽ തത്വം എന്നൊന്നില്ല, തനിക്കതിനിയും പിടികിട്ടിയിട്ടില്ലെന്നു തോന്നുന്നു. ഉള്ളത് സംവേദനങ്ങൾ മാത്രമാണ്. മറ്റെല്ലാം അവയെ ആശ്രയിച്ചിരിക്കും."

"അതെങ്ങനെയാണ്?"

"അതോ. അതു വളരെ നിസ്സാരമല്ലേ? ഉദാഹരണത്തിന് എന്നെത്തന്നെ എടുക്കാം. എനിക്ക് നിഷേധിക്കാനാണിഷ്ടം. എന്റെ തലച്ചോറിന്റെ ഘടന അങ്ങനെയാണ്. അത്രേയുള്ളൂ. എനിക്ക് രസതന്ത്രത്തോടും തനിക്ക് ആപ്പിളിനോടും ഇഷ്ടം വരാൻ കാരണമെന്താണ്? അതെല്ലാം വെറും സംവേദനത്തിന്റെ ഫലമാണ്. സംഗതിയെല്ലാം ഒന്നുതന്നെ. ഇതിനപ്പുറത്തേക്ക് ആരും ചിന്തിക്കാറില്ല. പക്ഷേ, ആരും അതു സമ്മതിക്കാറില്ലെന്നു മാത്രം. അടുത്ത തവണ ഞാനും അതു സമ്മതിച്ചെന്നു വരില്ല."

"അപ്പോൾ സത്യസന്ധതയും ഒരു സംവേദനമാണോ?"

"എന്നു വേണമെങ്കിൽ പറയാം."

"യെവ്ഗേനി!" അർക്കാദി വിഷാദസ്വരത്തിൽ എന്തോ പറയാനാരംഭിച്ചു.

"എന്താ? ഞാൻ പറയുന്നതിഷ്ടപ്പെടുന്നില്ല, അല്ലേ?" ബസാറൊവ് ഇടയ്ക്കുകയറിപ്പറഞ്ഞു. "പക്ഷേ, മിസ്റ്റർ, നനഞ്ഞിറങ്ങിയാൽ പിന്നെ ചെരിച്ചുകയറ്റരുത്. ശരി, വേദാന്തം ഇന്നത്തേക്ക് മതിയാക്കാം, അല്ലേ? 'പ്രകൃതി, നിദ്രയിലേക്ക് നമ്മെ മാടിവിളിക്കുന്നു' എന്നല്ലേ പുഷ്കിൻ പറഞ്ഞിട്ടുള്ളത്?"

"പുഷ്കിൻ അങ്ങനെയൊന്നും പറഞ്ഞിട്ടില്ല," അർക്കാദി എതിർത്തു.

"പറഞ്ഞിട്ടില്ലെങ്കിൽ, ഒരു കവിയായതുകൊണ്ട് ആ വിദ്വാൻ അങ്ങനെ പറയണമായിരുന്നു. ആട്ടെ, അയാൾ പട്ടാളത്തിലുണ്ടായിരുന്നോ?"

"പുഷ്കിൻ ഒരിക്കലും പട്ടാളത്തിൽ ചേർന്നിരുന്നില്ല."

"പിന്നെങ്ങനെയാ 'പടക്കളത്തിലേക്ക്, പടക്കളത്തിലേക്ക്! റഷ്യയുടെ അന്തസ്സു രക്ഷിക്കാൻ!' എന്നൊക്കെ ഓരോ പേജിലും എഴുതിവച്ചിരിക്കുന്നത്?"

"താൻ ശുദ്ധ അസംബന്ധം എഴുന്നള്ളിക്കുകയാണ്. ഇതു വെറും അപവാദമല്ലാതെ മറ്റൊന്നുമല്ല."

"അപവാദവും മണ്ണാങ്കട്ടയും. അത്തരം വാക്കുകൾ കേട്ടൊന്നും ഞാൻ വിരളുകയില്ല. ഒരാളെപ്പറ്റി എത്ര അപവാദം പറഞ്ഞാലും അത് അധികമാവുകയില്ല."

"മതി, ഇത് നിറുത്തിയിട്ട് നമുക്കൊന്നുറങ്ങാൻ നോക്കാം," അർക്കാദി നീരസത്തോടെ പറഞ്ഞു.

"ശരി, സന്തോഷം!" ബസാറൊവ് തിരിച്ചടിച്ചു.

പക്ഷേ, രണ്ടുപേർക്കും ഉറങ്ങാൻ കഴിഞ്ഞില്ല. രണ്ടുപേരുടേയും ഹൃദയതലത്തിൽ ഒരു തരം ശത്രുതാഭാവം കയറിപ്പതുങ്ങിയിരുന്നു. അഞ്ചുമിനിട്ടു കഴിഞ്ഞപ്പോൾ രണ്ടുപേരും കണ്ണുതുറന്ന് പരസ്പരം തുറിച്ചുനോക്കി.

"ദാ, അതു കണ്ടോ," അർക്കാദി പൊടുന്നനെ വിളിച്ചു പറഞ്ഞു: "ആ മാപ്പിളിന്റെ ഇല കൊഴിഞ്ഞുവീഴുന്നത്. ചിത്രശലഭം പറക്കുകയാണെന്നേ അതു കണ്ടാൽ തോന്നൂ. വളരെ വിചിത്രം, അല്ലേ? അചേതനവും വിഷാദജനകവുമായ ഒന്നിന് ചേതനവും ആഹ്ലാദപ്രദവുമായ മറ്റൊന്നിനോട് എങ്ങനെ ഇത്ര സാമ്യം ഉണ്ടായി?"

"എടോ, അർക്കാദി," ബസാറൊവ് അക്ഷമയോടെ വിളിച്ചുകൂവി. "ദയവു ചെയ്തു ഈ അലങ്കാരഭാഷ ഒന്നു നിർത്തണം, കേട്ടോ."

"എനിക്കിഷ്ടപ്പെട്ടതിനെപ്പറ്റി ഞാൻ സംസാരിക്കും. അരുതെന്നു പറയുന്നത് തനി ഏകാധിപത്യമാണ്. എന്റെ മനസ്സിലെന്തെങ്കിലും തോന്നിയാൽ അതെപ്പറ്റി പറഞ്ഞാലെന്താ കുഴപ്പം?

"കുഴപ്പമൊന്നുമില്ല. എനിക്ക് തോന്നുന്നത് ഞാനും പറയുമെന്നു മാത്രം. ഈ അലങ്കാര ഭാഷ കേൾക്കാൻ തീരെ സുഖമില്ലെന്നാണ് എന്റെ അഭിപ്രായം."

"പിന്നെന്താ കേൾക്കാൻ സുഖം? ചീത്തവിളിക്കുന്നതാണോ?"

"ഓ, താൻ തന്റെ വല്യപ്പന്റെ വഴിക്കുതന്നെയാണ് യാത്ര. തന്റെ സംസാരം കേട്ടിരുന്നെങ്കിൽ ആ വിഡ്ഢിയാൻ ഇവിടെക്കിടന്ന് തുള്ളി ചാടിയേനെ!"

"പാവെൽ പെ ത്രോവിച്ചിനെ എന്താ വിളിച്ചത്?"

"വിളിക്കേണ്ടതുതന്നെ. വിഡ്ഢിയെന്നു തന്നെ."

"പക്ഷേ, ഇത് കുറേ കടന്നുപോകുന്നുണ്ട്, കേട്ടോ!" അർക്കാദി ആക്രോശിച്ചു.

“കണ്ടോ, കണ്ടോ! ഇതാണ് രക്തബന്ധമെന്നു പറയുന്നത്,” ബസാറൊവ് അക്ഷോഭ്യനായി തുടർന്നു. “പലരിലും ഞാനിതു കണ്ടിട്ടുണ്ട്. സർവ്വതും തള്ളിപ്പറയാനും എല്ലാ മുൻവിധികളും ഉപേക്ഷിക്കാനും ആളുകൾ തയ്യാറാകും. പക്ഷേ മറ്റാളുകളുടെ തുവാല മോഷ്ടിക്കുന്ന സ്വസഹോദരനെ കള്ളനെന്ന് വിളിക്കാൻ അവർക്ക് പ്രയാസമായിരിക്കും. എന്റെ സ്വന്തം സഹോദരൻ ഒരു പ്രതിഭാശാലിയല്ലെന്നോ? അതെങ്ങനെയാ?”

“രക്തബന്ധം കൊണ്ടൊന്നുമല്ല, വെറു ന്യായത്തിന്റെ പേരിലാണ് ഞാനതു പറഞ്ഞത്,” അർക്കാദി ദേഷ്യത്തോടെ പ്രത്യുത്തരം നല്കി. “പക്ഷേ, നിങ്ങൾക്കതു മനസ്സിലാകുന്നില്ല. നിങ്ങൾക്കതിനുള്ള സംവേദനമില്ല. ആ സ്ഥിതിക്ക് നിങ്ങൾക്കെങ്ങനെയാ അതിനെ വിലയിരുത്താൻ പറ്റുന്നത്!”

“എന്നു പറഞ്ഞാൽ അർക്കാദി കിർസാനൊവിന്റെ ഉത്തുംഗ ചിന്തകൾ ഗ്രഹിക്കാൻ ഈ സാധുവായ എനിക്ക് കഴിയില്ലെന്ന്, അല്ലേ? ദാ, ഞാൻ മുട്ടുമടക്കുന്നു. ഇനി അത്തരം വീഴ്ച സംഭവിക്കുകയില്ലെന്ന് ഉറപ്പു നല്കുന്നു.

“നിറുത്തണം, യെവഗേനി! ഇല്ലെങ്കിൽ ഇതുവഴക്കിലേ അവസാനിക്കു.”

“എന്നാലങ്ങനെയാവട്ടെ. എടോ അർക്കാദി, നമുക്ക് ശരിക്കൊന്നു വഴിക്കുകൂടിക്കളയാം. പല്ലും നഖവുമുപയോഗിച്ച് രണ്ടിലൊരാൾ അടിപെടുന്നതുവരെ. ഒരു പ്രാവശ്യത്തേക്കു മാത്രം.”

“ഇങ്ങനെ പോയാൽ...”

“അടിയും ഇടിയുമാകുമെന്നല്ലേ?” ബസാറൊവ് ഉത്സാഹപൂർവ്വം പറഞ്ഞു. “അതുകൊണ്ടെന്താ? ഇവിടെ ഈ വയ്ക്കോൽത്തുറുവിന്റെ ചോട്ടിൽ, ഇത്ര പ്രകൃതിരമണീയമായ ചുറ്റുപാടുകളിൽ, ആരും കാണാതെ ഒന്നു പയറ്റുന്നത് കൊള്ളാം. പക്ഷേ, താനെനിക്കൊരു തണ്ടിയല്ലെന്നു മാത്രം. ഞാൻ നിന്റെ കഴുത്തിനു കുത്തിപ്പിടിച്ച്...”

എന്നു പറഞ്ഞ് ബസാറൊവ് തന്റെ ബലിഷ്ഠമായ കരങ്ങൾ അർക്കാദിയുടെ നേർക്ക് നീട്ടി. അർക്കാദി തമാശമട്ടിൽ ആത്മരക്ഷാർത്ഥമെന്നോണം പുറകോട്ടു വലിഞ്ഞു. എങ്കിലും, കൂട്ടുകാരന്റെ മുഖത്തെ രൗദ്രഭാവവും ചുണ്ടുകളിലെ പുച്ഛവും കണ്ണുകളിലെ തുറിച്ച നോട്ടവും കണ്ട് അർക്കാദി ഉള്ളിൽ ഒന്നു ഞെട്ടാതിരുന്നില്ല.

“ആഹാ, ഇവിടെയാണല്ലേ നിങ്ങൾ വന്ന് ഒളിച്ചിരിക്കുന്നത്!” വസീലി ഇവാനൊവിച്ചിന്റെ ശബ്ദം ദൂരെ നിന്നേ കേട്ടു. അധികം കഴിയുന്നതിന് മുൻപ് ആ പഴയ പട്ടാളഡോക്ടർ ഒരു നാടൻ ലിനൻ ജാക്കറ്റും നാടൻ തൊപ്പിയും ധരിച്ച് അവരുടെ മുന്നിലെത്തി. “ഞാനെവിടെയെല്ലാം നിങ്ങളെ തിരഞ്ഞെന്നോ! ഏതായാലും നിങ്ങൾ

വന്നിരിക്കാൻ കണ്ട സ്ഥലവും സമയംപോക്കാൻ കണ്ട പണിയും ഒന്നാന്തരമാണെന്ന് പറയാതെ നിവൃത്തിയില്ല. 'ഭൂമി'യിൽ കിടന്നു കൊണ്ട് 'ആകാശ'ത്തിലേക്ക് നോക്കുന്നത്.... നിങ്ങൾക്കറിയാമോ എന്തോ, ഇതിന് ഒരു പ്രത്യേക പ്രാധാന്യമുണ്ട്."

"തുമ്മലു വരുമ്പോൾ മാത്രമേ ഞാൻ ആകാശത്തിലേക്ക് നോക്കാറുള്ളൂ," എന്ന് അനിഷ്ടസ്വരത്തിൽ മുറുമുറുത്തുകൊണ്ട് ബസാറൊവ് അർക്കാദിയുടെ ചെവിയിൽ മന്ത്രിച്ചു: 'കാർന്നോരു വന്ന് രസം മുഴുവൻ കളഞ്ഞു."

"അതൊന്നും സാരമില്ല," അർക്കാദിയും അതുപോലെ മന്ത്രിച്ചിട്ട് ചങ്ങാതിയുടെ കൈ പിടിച്ച് ഒന്നു അമർത്തി. "പക്ഷേ, ഇത്തരം സംഘർഷങ്ങൾക്കു ശേഷം ഒരു സൗഹൃദവും അധികനാൾ നിലനില്ക്കുകയില്ല. "

"നിങ്ങളുടെ കൂട്ടു കാണുമ്പോൾ എന്റെ ഹൃദയത്തിന് എന്തൊരാനന്ദമാണെന്ന് പറഞ്ഞറിയിക്കാനാവില്ല," ഏതോ തുർക്കിക്കാരന്റെ ശിരസ്സിന്റെ ആകൃതിയിലുള്ള പിടിയോടുകൂടി കൗശലപൂർവ്വം സ്വയം വളച്ചുശരിപ്പെടുത്തിയെടുത്ത ഒരു വാക്കിങ്ങ്സ്റ്റിക്കിന്മേൽ കൈകൾ ഊന്നുകയും തല ആട്ടുകയും ചെയ്തുകൊണ്ട് വസീലി ഇവാനൊവിച്ച് തുടർന്നു: "എന്തൊരു ചുറുചുറുക്കും ശേഷിയും ശേമുഷിയും! എന്തൊരു തിളയ്ക്കുന്ന യുവത്വം! കാസ്റ്ററും പോളക്സും പോലെതന്നെ![10]

"ദാ, പുരാണകഥകൾ വിളമ്പാൻ തുടങ്ങി!" ബസാറൊവ് പറഞ്ഞു. "ഒരു കാലത്ത് അപ്പന് ലത്തീൻഭാഷയിൽ നല്ല പിടിയുണ്ടായിരുന്നതിന്റെ തെളിവാണ്. അല്ലാ, ഒരിക്കൽ പഠിക്കുന്ന കാലത്ത് രചനയ്ക്ക് വെള്ളിമെഡൽ കിട്ടിയതുമാണല്ലോ, അല്ലേ!"

"കാസ്റ്ററും പോളക്സും തന്നെ!" വസീലി ഇവാനൊവിച്ച് ആവർത്തിച്ചു.

"മതി, മതി! ഈ പുന്നാരം ഒന്നു നിർത്താമോ?'

"വല്ലപ്പോഴുമല്ലേയുള്ളൂ കുഞ്ഞേ! അതു സാരമാക്കണ്ട," വൃദ്ധൻ കുശുകുശുത്തു. "പക്ഷേ, പ്രശംസിക്കാനല്ല ഞാൻ നിങ്ങളെ അന്വേഷിച്ചു നടന്നത്. ഒന്നുരണ്ടു കാര്യം പറയാനുണ്ടായിരുന്നു. ഉച്ചഭക്ഷണം കഴിക്കാറായെന്നതാണ് ഒരു കാര്യം. രണ്ടാമതായി, യെവ്ഗേനിക്ക് ഒരു മുന്നറിയിപ്പു തരാനുണ്ടായിരുന്നു.. നീ വിവരമുള്ളവനാണല്ലോ. ആളുകളെ, പ്രത്യേകിച്ചും സ്ത്രീകളെ, നിനക്ക് നല്ലപോലെ അറിയുകയും ചെയ്യാമല്ലോ. അതിനാൽ നീ ശുണ്ഠിപിടിക്കരുത്.. നീ വന്നതു പ്രമാണിച്ച് നിന്റമ്മയ്ക്ക് പള്ളീലൊരു പ്രാർത്ഥന നടത്തിക്കണമെന്നുണ്ടായിരുന്നു. ഞാൻ നിന്നോടതിൽ പങ്കെടുക്കാൻ പറയുകയാണെന്ന് വിചാരിക്കണ്ട. അല്ല, അതു കഴിയുകയും ചെയ്തു... അതല്ല കാര്യം.

10 യവനപുരാണത്തിൽ സന്ദോപസുന്ദന്മാർക്ക് സമമായ ഇണപിരിയാത്ത രണ്ടു സഹോദരന്മാർ

അലെക്സി അച്ചൻ...."

"ഏത്, ആ കത്തനാരോ?"

"അതെ, നമ്മുടെ പള്ളീലച്ചൻ. ഉച്ചയ്ക്ക് ഊണിന്... അങ്ങേരുമുണ്ടാകും നമ്മുടെ കൂടെ. ഞാൻ നേരത്തെ അറിഞ്ഞിരുന്നില്ല. സത്യത്തിൽ എനിക്കതിഷ്ടവുമായിരുന്നില്ല... പക്ഷേ, അങ്ങനെ സംഭവിച്ചുപോയി... ഞാൻ പറഞ്ഞത് അങ്ങേർ തെറ്റിദ്ധരിച്ചു.. പിന്നെ, അരീന വ്ലാസ്യെവ്നയുടേയും ആഗ്രഹം അതായിരുന്നു... പക്ഷേ, ആള് നല്ലവനാ, കേട്ടോ! വിവരമുള്ളവനുമാ."

"അയാൾ എന്റെ പങ്ക് ശാപ്പാട്ടുകൂടി തട്ടുകില്ലല്ലോ, ഉവ്വോ?" ബസാറൊവ് ചോദിച്ചു.

"എന്തൊരു ചോദ്യമാ ഇത്!" വസീലി ഇവാനൊവിച്ച് പെട്ടിച്ചിരിച്ചു.

"എന്നാൽ പിന്നെ സാരമില്ല. ഏതൊരു മനുഷ്യന്റെയും ഒപ്പമിരുന്ന് ആഹാരം കഴിക്കാൻ ഞാനൊരുക്കമാണ്."

വസീലി ഇവാനൊവിച്ച് തന്റെ തൊപ്പി പിടിച്ചു ശരിപ്പെടുത്തി.

"നിനക്കൊരു കാര്യത്തിലും മുൻവിധിയില്ലെന്നു എനിക്ക് നേരത്തെ അറിയാമായിരുന്നു. നോക്ക്, ഞാനൊരു കെഴവനാണ്. 62 ആകാൻ പോണു. എന്നിട്ടും എനിക്കും ഒരു കാര്യത്തിലും മുൻവിധിയില്ല." (ഭാര്യയെപ്പോലെതന്നെ പ്രാർത്ഥന നടത്തിക്കാൻ തനിക്കും ആഗ്രഹമുണ്ടായിരുന്നെന്ന് തുറന്നു പറയാൻ അദ്ദേഹത്തിനു ധൈര്യമുണ്ടായിരുന്നില്ല. ഈശ്വരഭക്തിയിൽ ഭാര്യയെക്കാൾ ഒട്ടും പിന്നിലായിരുന്നില്ല അദ്ദേഹവും.) "എന്നുമാത്രമല്ല, അലെക്സി അച്ചന് നിന്നെ പരിചയപ്പെടാൻ അതിയായ താല്പര്യവുമുണ്ട്. നിനക്കങ്ങേരെ ഇഷ്ടപ്പെടും. നീ കണ്ടോ! ചീട്ടുകളിയോടും വിരോധമില്ല. നമ്മളുതമ്മിൽ പറയാമല്ലോ... ഇഷ്ടൻ പുകവലിക്കുകയും ചെയ്യും."

"ശരി, ശരി. ആഹാരം കഴിഞ്ഞ് നമുക്കൊരു കൈ 'യെറലാഷ്'[11]നോക്കിക്കളയാം. ജയിക്കുന്നത് ഞാനായിരിക്കും."

"ഹി,ഹി,ഹി, അതു കാണാം. അത്ര ഉറപ്പിക്കണ്ട."

"എന്താ, പഴയ കാലം ഓർമ്മ വരുന്നോ?" ബസാറൊവ് അല്പം തറപ്പിച്ചുചോദിച്ചു.

വസീലി ഇവാനൊവിച്ചിന്റെ കവിളുകൾ പെട്ടെന്ന് വിവർണ്ണമായി.

"എന്തിനാ യെവ്ഗേനി എന്നെ നാണിപ്പിക്കുന്നേ! പഴേ കാലമൊന്നും കുത്തിപ്പൊക്കണ്ട. പക്ഷേ, എനിക്കങ്ങനെയൊരു ദൗർബല്യമുണ്ടായിരുന്നെന്നും അതിനുമാത്രം ഞാൻ വെള്ളം

---

11 ഒരു തരം ചീട്ടുകളി

കുടിച്ചെന്നും ഈ മാന്യന്റെ മുമ്പിൽ തുറന്നു സമ്മതിക്കാൻ എനിക്കൊട്ടും മടിയില്ല. കള, അതെല്ലാം കള. പക്ഷേ, ഇന്നെന്തൊരു ചൂട്, അല്ലേ? ഞാനും നിങ്ങളുടെ അടുത്തൊന്നിരിക്കട്ടെ. ഞാൻ നിങ്ങളെ ശല്യപ്പെടുത്തുകയല്ലല്ലൊ, ആണോ?"

"ഏയ്, ഒരിക്കലുമല്ല!" അർക്കാദി പറഞ്ഞു.

വസീലി ഇവാനൊവിച്ച് ഒരു മുക്കലോടെ ആ വൈക്കോൽ കൂനയിന്മേലിരുന്നു.

"നിങ്ങളുടെ ഈ മെത്ത കാണുമ്പോൾ എനിക്കെന്റെ പട്ടാള ജീവിതം ഓർമ്മ വരുന്നു," അദ്ദേഹം പറഞ്ഞു. "വെളിസ്ഥലത്ത് ക്യാമ്പടിക്കുമ്പോഴത്തെ കാര്യമാ ഞാൻ പറയുന്നത്. ഭാഗ്യമുള്ള സന്ദർഭങ്ങളിൽ ഇതുപോലേതെങ്കിലും തുറുവിന്റടുക്കലാണ് ഞങ്ങൾ ഡ്രസ്സിങ്ങ് റൂം സ്ഥാപിച്ചിരുന്നത്," എന്നു പറഞ്ഞ് അദ്ദേഹമൊന്നു നിശ്വസിച്ചു. "അതെ പലതും കാണുകയും കേൾക്കുകയും ചെയ്തവനാ ഞാൻ, ബെസ്സാറാബിയായിലെ ആ പ്ലേഗ്ബാധ എത്ര ഭയങ്കരമായിരുന്നെന്നോ! കേൾക്കാനിഷ്ടമുണ്ടെങ്കിൽ പറയാം."

"അതിനല്ലേ ആ സെന്റ് വ്ലദീമിർ മെഡൽ കിട്ടിയത്?" ബസാറൊവ് ചോദിച്ചു. "ങാ, അതെപ്പറ്റി കേട്ടിട്ടുണ്ട്. ആട്ടെ, എന്നിട്ടതെടുത്തണിയാത്തതെന്താ?"

"എനിക്കൊന്നിനെപ്പറ്റിയും മുൻവിധിയില്ലെന്ന് പറഞ്ഞതു മറന്നുപോയോ?" വസീലി ഇവാനൊവിച്ച് പിറുപിറുത്തു. (തലേന്നു മാത്രമാണ് കോട്ടിൽ നിന്ന് ആ ചുവപ്പു റിബ്ബൺ അഴിച്ചു മാറ്റാൻ അദ്ദേഹം ജോലിക്കാരോട് പറഞ്ഞത്) എന്നിട്ടദ്ദേഹം ആ പ്ലേഗിന്റെ കഥ വിവരിച്ചു. "ദാ, അവൻ ഉറക്കത്തിലായി," ബസാറൊവിനെ ചൂണ്ടി തമാശയായി കണ്ണിറുക്കിക്കൊണ്ട് അദ്ദേഹം അർക്കാദിയോടു കുശുകുശുത്തു. എന്നിട്ടുറക്കെപ്പറഞ്ഞു: "ഏയ് യെവ്ഗേനി, ഒന്നെഴുന്നേറ്റേ, ഉണ്ണാൻ നേരമായി."

മുറ്റി വളർന്ന മുടി ചീകി ഒതുക്കിവച്ച് ഊതനിറമുള്ള ളോഹയ്ക്കു മുകളിൽ ചിത്രത്തുന്നൽപ്പണികൾ നടത്തിയ അരപ്പട്ടയും ധരിച്ചു നിന്നിരുന്ന ബലിഷ്ഠകായനും സുമുഖനുമായ അലെക്സിയച്ചൻ വളരെ സമർത്ഥനും കുശാഗ്രബുദ്ധിയുമായി കാണപ്പെട്ടു. അർക്കാദിക്കും ബസാറൊവിനും തന്റെ അനുഗ്രഹാശിസ്സുകളുടെ ആവശ്യമുണ്ടാവില്ലെന്ന് നേരത്തെ മനസ്സിലാക്കിയിരുന്നപോലെ അവരുമായി ഹസ്തദാനം നടത്തുന്നതിന് അദ്ദേഹം തന്നെ മുൻകൈയെടുത്തു. അവരുടെ സാന്നിധ്യത്തിൽ യാതൊരു പ്രയാസവുമില്ലാത്തതുപോലെ അദ്ദേഹം പെരുമാറുകയും ചെയ്തു. അസഹത്യ തോന്നാത്ത വിധം അദ്ദേഹം സൗഹൃദഭാവം കാണിക്കുകയും സെമിനാരിക്കാരുടെ ലാറ്റിൻ ഭാഷയെ കളിയാക്കുകയും തന്റെ ബിഷപ്പിനുവേണ്ടി വാദിക്കുകയും ചെയ്തു. രണ്ടു ഗ്ലാസ്സുവീഞ്ഞു കഴിഞ്ഞ് മൂന്നാമത്തേതിന്റെ

തവണ വന്നപ്പോൾ അദ്ദേഹമത് നിരസിച്ചു. അർക്കാദി നീട്ടിയ ചുരുട്ട് മേടിച്ചുവച്ചെങ്കിലും വീട്ടിൽ ചെന്നിട്ടായിക്കൊള്ളാമെന്നു പറഞ്ഞ് അവിടെ വച്ച് അദ്ദേഹമതു വലിച്ചില്ല. ഒരു ഈച്ചയെങ്ങാനും വന്ന് ദേഹത്തിരുന്നാൽ അതിനെ പിടിക്കാൻ പതുക്കെ കൈവീശുന്ന ഒരു ദുസ്വഭാവം മാത്രമേ അദ്ദേഹത്തിൽ കാണാനുണ്ടായിരുന്നുള്ളൂ. ചിലപ്പോൾ അദ്ദേഹമതിനെ പിടിച്ച് ഞെക്കിഞെരിക്കുന്നതും കാണാമായിരുന്നു. വലിയ ആവേശമൊന്നും കാണിക്കാതെ ചീട്ടു കളിക്കാനിരുന്ന അദ്ദേഹം ബസാറൊവിനെ തോല്പിച്ച് കറൻസിനോട്ടിന്റെ രൂപത്തിൽ രണ്ടര റൂബിൾ നേടി. വെള്ളിനാണയം കൈകാര്യം ചെയ്യുന്ന ഏർപ്പാട് ആ വീട്ടിൽ ആർക്കും ഉണ്ടായിരുന്നില്ല. അരീന വ്‌ലാസ്യെവ്ന മകന്റടുക്കലായി താടിക്ക് കൈയും കൊടുത്ത് അനങ്ങാതിരുന്നു. ചീട്ടുകളി അവർക്ക് നിശ്ചയമുണ്ടായിരുന്നില്ല. എന്തെങ്കിലും പുതിയ ആഹാരസാധനം എടുത്തോണ്ട് വരീക്കാൻ മാത്രമേ ഇടയ്ക്കിടയ്ക്ക് അവർ അവിടെനിന്ന് എഴുന്നേറ്റു പോയിരുന്നുള്ളൂ. ബസാറൊവിനോട് പുന്നാരം കാണിക്കാൻ അവർക്ക് പേടിയായിരുന്നു. അയാൾ അതൊട്ടും പ്രോത്സാഹിപ്പിച്ചിരുന്നുമില്ല. എന്നുതന്നെയല്ല അയാളെ ശല്യപ്പെടുത്തരുതെന്ന് ഭർത്താവ് നേരത്തെ ചട്ടം കെട്ടുകയും ചെയ്തിരുന്നു. "ചെറുപ്പക്കാർക്കതൊന്നും പിടിക്കുല്ല" എന്ന് അദ്ദേഹം അവരെ പറഞ്ഞുധരിപ്പിച്ചിരുന്നു. (അന്നത്തെ ശാപ്പാടു എത്ര ഗംഭീരമായിരുന്നിരിക്കുമെന്ന് വിവരിക്കേണ്ടതില്ലല്ലോ. നേരം പരപരാവെളുത്തപ്പോൾ ഒരു പ്രത്യേകതരം മാട്ടിറച്ചി കൊണ്ടുവരാനായി തിമോഫെയിച്ച് തന്നെ കുതിരപ്പുറത്തുകയറിപ്പോയിരുന്നു. വിശേഷപ്പെട്ട ചിലയിനം മത്സ്യങ്ങൾക്കായി കാര്യസ്ഥൻ എതിർവഴിക്കും യാത്രയായിരുന്നു. കൂണിനുമാത്രം അടിയാള സ്ത്രീകൾക്ക് നാല്പത്തിരണ്ട് കോപ്പക്ക് ചെമ്പുനാണയമായി കിട്ടി.) എങ്കിലും അരീന വ്‌ലാസ്യെവ്ന മകന്റെ മുഖത്ത് നിന്ന് കണ്ണ് പറിച്ചിരുന്നില്ല. സ്നേഹവും ആർദ്രതയും മാത്രമായിരുന്നില്ല ആ നോട്ടത്തിൽ നിഴലിച്ചിരുന്നത്. എന്തോ ഒരു വിഷാദവും ജിജ്ഞാസയും ഭയവും സങ്കടവുമെല്ലാം കലർന്നതായിരുന്നു അത്.

അമ്മയുടെ ആ മുഖഭാവം ശ്രദ്ധിച്ചിരിക്കാൻ ബസാറൊവിനു നേരമുണ്ടായിരുന്നില്ല. മറ്റു നൂറു കൂട്ടം ചിന്തകൾ അയാളുടെ മനസ്സിനെ മഥിച്ചിരുന്നു. വല്ലപ്പോഴുമേ അയാൾ അമ്മയോട് സംസാരിച്ചിരുന്നുള്ളൂ. അതുതന്നെ എന്തെങ്കിലും ആവശ്യമുള്ളപ്പോഴായിരുന്നു. ഒരിക്കൽ 'ഭാഗ്യം' കിട്ടാൻ അവരുടെ കൈ തനിക്ക് തരാൻ അയാൾ പറഞ്ഞു. അവർ തന്റെ മാർദ്ദവമേറിയ കൊച്ചു കൈ അയാളുടെ കാഠിന്യമുള്ള വീതിയേറിയ കൈയിൽ വച്ചുകൊടുക്കുകയും ചെയ്തു.

"എന്നിട്ടു വല്ല ഗുണവുമുണ്ടായോ?" അല്പം കഴിഞ്ഞ് അവരന്വേഷിച്ചു.

"പഴയതിലും മോശം," അശ്രദ്ധമായി പുഞ്ചിരിച്ചുകൊണ്ട് അയാൾ പറഞ്ഞു.

"അപകടം പിടിച്ചതാണ് യെവ്ഗേനിയുടെ കളി," ശോകഭാവത്തിൽ അഴകേറിയ തന്റെ താടി തടവിക്കൊണ്ട് അലെക്സിയച്ചൻ പറഞ്ഞു.

"നെപ്പോളിയന്റെ നിയമമാണച്ചോ, അത്." ഒരു ആസ്സിറക്കിക്കളിച്ചുകൊണ്ട് വസീലി ഇവാനൊവിച്ച് പറഞ്ഞു.

"അതാണദ്ദേഹത്തെ ഹെലേന ദ്വീപിലെത്തിച്ചതും," തുറുപ്പടിച്ച് ആസിനെ വെട്ടിയെടുക്കുന്നതിനിടയിൽ അലെക്സിയച്ചൻ പിറുപിറുത്തു.

"മോനെ, നിനക്കിത്തിരി മുന്തിരിച്ചാറു തരട്ടെ?" അരീന വ്ലാസ്യെവ്ന അന്വേഷിച്ചു.

ബസാറൊവ് വേണമെന്നോ വേണ്ടെന്നോ പറയാതെ തോളിറുക്കിയതേയുള്ളു.

"വയ്യ" പിറ്റേന്ന് ബസാറൊവ് അർക്കാദിയോട് പറഞ്ഞു. "നാളെ ഇവിടുന്നു പോണം. ഇവിടെ മടുത്തു. ഇവിടെയിരുന്നാൽ ഒരു പണിയും നടക്കില്ല. ഞാൻ തയ്യാറാക്കിയ കൂട്ടുകളെല്ലാം നിന്റെ വീട്ടിലാണല്ലോ. അവിടേക്കു തന്നെ പോകാം. അവിടെയെത്തിയാൽ മുറിക്കകത്തു കയറി അടച്ചുപൂട്ടിയിരിക്കുകയെങ്കിലും ചെയ്യാം. 'എന്റെ മുറി നിനക്കിഷ്ടം പോലെ ഉപയോഗിക്കാം; ആരും ശല്യത്തിനു വരില്ല,' എന്നു അപ്പൻ എപ്പോഴും പറയുമെങ്കിലും ഒരു നിമിഷനേരത്തേക്കു പോലും കാർന്നോര് എന്റടുക്കൽ നിന്നു മാറില്ല. പുറത്തിറക്കിവിട്ട് വാതിലടയ്ക്കാൻ പറ്റുകയുമില്ലല്ലൊ. അമ്മയുടെ സ്ഥിതിയും അതുതന്നെയാണ്. ചുമരിന്റപ്പുറത്തുനിന്നുള്ള ദീർഘനിശ്വാസം എപ്പഴും കേക്കാം. പക്ഷേ, ഇറങ്ങി അടുത്തു ചെന്നാൽ എന്തു പറയണമെന്ന് എനിക്കറിയില്ല."

"അമ്മയ്ക്ക് വലിയ വിഷമം തോന്നും, കേട്ടോ;" അർക്കാദി പറഞ്ഞു: "അപ്പനും"

"ഞാൻ മടങ്ങിവരുന്നുണ്ട്."

"എപ്പോൾ?"

"സെന്റ് പീറ്റേഴ്സ്ബർഗിലേക്ക് പോകും മുൻപ്."

"അമ്മയുടെ കാര്യത്തിലാണ് എനിക്കു കൂടുതൽ സങ്കടം."

"ഉം, എന്തുപറ്റി? അമ്മ ബെറി തന്നു തന്നെ വശപ്പെടുത്തിയോ?"

അർക്കാദി നിലത്തേക്ക് നോക്കിയിരുന്നു.

"യെവ്ഗേനിക്ക് അമ്മയെ ഇനിയും മനസ്സിലായിട്ടില്ല. ഒരു നല്ലമ്മയെന്നതിനു പുറമെ വളരെ സമർത്ഥയും വിവരമുള്ളവരുമാണവർ. ഇന്നു രാവിലെ ഞങ്ങൾ അരമണിക്കൂർ നേരം സംസാരിച്ചിരുന്നു.

എത്ര രസമുള്ളതും കാര്യവിവരമുള്ളതുമായിരുന്നെന്നോ അവരുടെ വർത്തമാനം!"

"അധികവും എന്റെ വർണ്ണനയായിരുന്നില്ലേ?"

"മറ്റു കാര്യങ്ങളെപ്പറ്റിയും ഞങ്ങൾ സംസാരിച്ചു."

"ശരിയായിരിക്കാം. പുറത്തുനിന്നുള്ള ഒരാൾക്കായിരിക്കും ഇക്കാര്യങ്ങൾ കൂടുതൽ വ്യക്തമായി കാണാൻ കഴിയുന്നത്. ഏതായാലും ഒരു സ്ത്രീക്ക് ആരെയെങ്കിലും പിടിച്ചിരുത്തി അരമണിക്കൂർ സംസാരിക്കാൻ കഴിഞ്ഞിട്ടുണ്ടെങ്കിൽ അതൊരു നല്ല ലക്ഷണമാണ്. എങ്കിലും ഞാൻ പോകാൻ തന്നെ ഉറച്ചിരിക്കയാണ്."

"അവരോട് ഈ വിവരം പറയുന്നത് അത്ര എളുപ്പമായിരിക്കില്ല. രണ്ടാഴ്ച കഴിഞ്ഞുള്ള നമ്മുടെ പരിപാടിയെപ്പറ്റിയാണ് അവർക്കിപ്പോഴെ ആലോചന."

"എളുപ്പമായിരിക്കില്ലെന്ന് എനിക്കും അറിയാം. നേരത്തെതന്നെ ഞാനല്പം ചൊടിപ്പിച്ചതാണ്. കഴിഞ്ഞ ദിവസം ഒരു പാട്ടക്കാരനെ ചമ്മട്ടിക്കടിപ്പിക്കുകയുണ്ടായി ഇഷ്ടൻ. അടിപ്പിച്ചതിൽ തെറ്റൊന്നുമില്ല. അടിപ്പിക്കേണ്ടതു തന്നെയായിരുന്നു. താനെന്തിനാ തുറിച്ചുനോക്കുന്നത്? അടികൊടുക്കേണ്ടടത്ത് അടികൊടുക്കണം. ഒരു പെരുംകള്ളനും മുഴുക്കുടിയനുമാണയാൾ. ഞാനറിയുമെന്ന് അപ്പൻ വിചാരിച്ചിരുന്നില്ലെന്നു മാത്രമേയുള്ളു. മുപ്പീന്നതു കാരണം സ്വല്പം മങ്ങിയിരിക്കുകയാ. ഇതും കൂടി കേട്ടാൽ ഇഷ്ടനാകെക്കുഴയും. പക്ഷേ, എന്തു ചെയ്യാനാ! സാരമില്ല. കുറച്ചുകഴിയുമ്പോൾ ശാന്തമായിക്കൊള്ളും."

സാരമില്ലെന്നു പറഞ്ഞെങ്കിലും പകൽ മുഴുവൻ കുത്തിയിരുന്ന് ആലോചിച്ച് മനോധൈര്യം സംഭരിച്ചതിനുശേഷം മാത്രമെ വസീലി ഇവാനൊവിച്ചിന്റെ മുന്നിൽ തന്റെ ഉദ്ദേശം വെളിപ്പെടുത്താൻ ബസാറൊവിനു കഴിഞ്ഞൊള്ളു. രാത്രിയിൽ കിടക്കാൻ പോകുന്ന അവസരത്തിലാണ് കൃത്രിമമായി ഒരു കോട്ടവാ വരുത്തിക്കൊണ്ട് അയാൾ ഇപ്രകാരം പറഞ്ഞത്.

"ഓ, ഒരു കാര്യം പറയാൻ ഞാൻ വിട്ടുപോയി. ഫെദോതിന്റടുത്ത് ആരേയെങ്കിലും പറഞ്ഞുവിട്ട് ഒരു വണ്ടി വരുത്തിച്ചാൽ തരക്കേടില്ലായിരുന്നു."

വസീലി ഇവാനൊവിച്ച് വിസ്മയിച്ചുപോയി.

"എന്താ, മിസ്റ്റർ കിർസാനൊവ് നമ്മെ വിട്ടു പോവുകയാണോ?"

"അതെ; ഞാനും അയാളുടെ കൂടെ പോകുന്നുണ്ട്."

വസീലി ഇവാനൊവിച്ച് സ്തംഭിച്ചുനിന്നുപോയി.

"എന്ത്, നീയും പോവുകാണെന്നോ?"

“അതെ... എനിക്ക് സ്വല്പം അത്യാവശ്യമുണ്ട്. വണ്ടീടെ കാര്യം മറക്കല്ലെ.”

“ആട്ടെ....,’ ‘ വൃദ്ധൻ പകച്ചുപോയി. “വണ്ടി.... വണ്ടി ശരിപ്പെട്ടുത്താം... പക്ഷേ, ഇത്ര പെട്ടെന്ന്... എന്താ, എന്തെങ്കിലും കാര്യമുണ്ടായോ?”

“അയാളുടെ വീട്ടിൽ ചെന്നിട്ട് എനിക്ക് കുറച്ച് ജോലിയുണ്ട്. വേഗം ഞാൻ മടങ്ങിവരും.”

“വേഗം വരും... അല്ലേ... ശരി,” എന്നുപറഞ്ഞ് കൈലേസെടുത്ത് തറയിൽ തൊട്ടുംവണ്ണം കുനിഞ്ഞുനിന്നുകൊണ്ട് അദ്ദേഹം മൂക്ക് ചീറ്റി. “അല്ലാ, കൊറച്ചു ദിവസം ഇവിടെ കൂടുമെന്നു വിചാരിച്ചു. മൂന്നു ദിവസിയല്ലേ ആയുള്ളു നീ വന്നിട്ട്. അതും മൂന്നു കൊല്ലം കഴിഞ്ഞിട്ട്! അതത്ര അധികമാണോ!”

“വേഗം തിരിച്ചു വരുമെന്നു പറഞ്ഞില്ലേ! അത്യാവശ്യമുള്ളതുകൊണ്ടാ.”

“അത്യാവശ്യമുണ്ടെങ്കിൽ... ശരി, ഞാൻ നിർബന്ധിക്കുന്നില്ല. ചുമതല വിട്ടിട്ടൊരു കളിയില്ലല്ലൊ... അപ്പോൾ വണ്ടി വരുത്തിക്കണം. അല്ലേ? ശരി. ഞങ്ങളിത് പ്രതീക്ഷിച്ചിരുന്നില്ലെന്നു മാത്രം. നിന്റമ്മ ഇന്നലെ അയൽക്കാരിയോട് പൂവിന് ചട്ടംകെട്ടുന്നതുകേട്ടു. നിന്റെ മുറി മോടിപിടിപ്പിക്കാൻ.” (എന്നും രാവിലെ താൻ തന്നെ എഴുന്നേറ്റപടി തിമൊഫേയിച്ചിനെ വിളിച്ച് വിറയ്ക്കുന്ന കൈകളോടെ കീറിപ്പറഞ്ഞ നോട്ടുകൾ ഒന്നൊന്നായെടുത്തു കൊടുത്തിട്ട് അന്നേക്ക് വാങ്ങേണ്ട സാധനങ്ങളുടെ, പ്രത്യേകിച്ചും ആഹാരസാധനങ്ങളുടേയും ചുവപ്പുവീഞ്ഞിന്റേയും-പിള്ളേർക്കതു വളരെ ഇഷ്ടമാണെന്നു കണ്ടിരുന്നു-കാര്യം, പറഞ്ഞേർപ്പെടുത്തിയിരുന്നതിനെപ്പറ്റി വസീലി ഇവാനൊവിച്ച് ഒന്നും മിണ്ടിയില്ല.) “എല്ലാവർക്കും സ്വതന്ത്ര്യമുണ്ടായിരിക്കണം. അതാണെന്റെ തത്വം... ആരും ആർക്കും തടസ്സമായിക്കൂടാ...”

പൊടുന്നനെ അദ്ദേഹം നിശ്ശബ്ദനായി വാതിലിന്റെ നേർക്ക് നടന്നു.

“സത്യമായും ഞാൻ വേഗം തിരിച്ചുവരും,” ബസാറൊവ് പിന്നാലെ വിളിച്ചു പറഞ്ഞു.

പക്ഷേ, വസീലി ഇവാനൊവിച്ച് തിരിഞ്ഞുനോക്കാതെ പരിക്ഷീണനായി കൈ ഉയർത്തിക്കാണിച്ചിട്ട് അവിടെ നിന്നും പൊയ്ക്കളഞ്ഞു. കിടക്കറയിലെത്തിയപ്പോഴേക്ക് ഭാര്യ ഉറങ്ങാൻ കിടന്നിരുന്നതിനാൽ അവരെ ഉണർത്താതിരിക്കാൻ അദ്ദേഹം കുശുകുശുക്കുമ്പോലെ പ്രാർത്ഥിക്കാൻ തുടങ്ങി. എങ്കിലും അവരുണർന്നു.

“ആരാ, നിങ്ങളാണോ?” അവർ ചോദിച്ചു.

"അതെ."

"യെവ്ഗേനിടട്ടുക്കൽ നിന്നാണോ? കേട്ടോ, അവന് ആ സോഫയിലെ ഉറക്കം സുഖമാകുന്നുണ്ടെന്നു തോന്നുന്നില്ല. നിങ്ങടെ ക്യാമ്പ് കിടക്കയും രണ്ടുന്ന് പുതിയ തലയിണയും കൊണ്ടു ചെന്നു വയ്ക്കാൻ ഞാൻ അൻഫീസുഷ്കയോട് പറഞ്ഞു. നമ്മുടെ ദുവൽ ക്കിടക്ക കൊടുക്കാമായിരുന്നു. പക്ഷേ, മൃദുലമായ കിടക്ക അവനു പണ്ടേയിഷ്ടമില്ലല്ലോ."

"സാരമില്ല. അവനു സുഖക്കൊറവൊന്നുമില്ല. പാപികളായ നമ്മളെ ദൈവം അനുഗ്രഹിക്കട്ടെ." പ്രാർത്ഥന മുഴുമിപ്പിക്കുന്നതിനിടയിൽ അദ്ദേഹം പതുക്കെ പറഞ്ഞു. വൃദ്ധയെപ്പറ്റി ഓർത്തപ്പോൾ അദ്ദേഹത്തിന് വളരെ ദയതോന്നി. മകൻ പോവുകയാണെന്ന ദുഃഖവാർത്ത രാവിലെയായിട്ട് അറിയിച്ചാൽ മതിയെന്ന് അദ്ദേഹം തീരുമാനിക്കുകയും ചെയ്തു.

പിറ്റേന്ന് അർക്കാദിയും ബസാറൊവും അവിടം വിട്ടു. നേരം വെളുത്തപ്പോൾ മുതൽ ആ വീടാകെ അഗാധമായ ദുഃഖത്തിൽ മുങ്ങിയ പോലെ തോന്നി. അൻഫീസുഷ്കയുടെ കൈയിൽ നിന്നു പാത്രങ്ങൾ തെന്നിപ്പോയിരുന്നു. ഫേദ്യപോലും ചകിതനായിപ്പോയി. ഒടുവിൽ അവന് തന്റെ ആ വൻബൂട്ട്സ് അഴിച്ചുമാറ്റേണ്ടിവന്നു. വസീലി ഇവാനൊവിച്ച് സാധാരണയിലും കൂടുതൽ ബഹളം കാണിച്ചു. ധൈര്യം കാണിക്കാൻ നോക്കുകയായിരുന്ന അദ്ദേഹം ഉച്ചത്തിൽ സംസാരിക്കുകയും ചവിട്ടിത്തേച്ചുകൊണ്ട് നടക്കുകയും ചെയ്തിരുന്നെങ്കിലും ആ മുഖം വാടിത്തളർന്നിരുന്നു. മകന്റെ മുഖത്ത് നോക്കാതിരിക്കാൻ അദ്ദേഹം പ്രത്യേകം ശ്രദ്ധിച്ചു. അരീന വ്ലാസ്യെവ്ന ശബ്ദമുണ്ടാക്കാതെ കണ്ണീരൊഴുക്കി. രാവിലെ രണ്ടുമണിക്കൂർ നേരം അവരെ പറഞ്ഞാശ്വസിപ്പിക്കാൻ വസീലി ഇവാനൊവിച്ച് നന്നേ പണിപ്പെട്ടിരുന്നതുകൊണ്ടാണ് അവർ അങ്ങനെ ജീവച്ഛവം പോലെയെങ്കിലും എഴുന്നേറ്റു നടന്നിരുന്നത്. ഒരു മാസത്തിൽ കൂടുതൽ താമസിക്കുകയില്ലെന്ന് വീണ്ടും വീണ്ടും ഉറപ്പുപറഞ്ഞിട്ട് മാതാപിതാക്കളുടെ ആലിംഗനങ്ങളിൽ നിന്ന് ഒരുവിധം പിടി വിടുവിച്ചുകൊണ്ട് ബസാറൊവ് വണ്ടിയിൽ കയറി ഇരിക്കുകയും, കുതിരകൾ നീങ്ങാൻ തുടങ്ങുകയും മണിയടി ശബ്ദം കേൾപ്പിച്ചുകൊണ്ട് വണ്ടിച്ചക്രങ്ങൾ ഉരുളാൻ തുടങ്ങുകയും, എത്ര ശ്രമിച്ചാലും ഒരു നോക്കുപോലും കാണാനാവാത്തത്ര അകലത്തിലേക്ക് വണ്ടി മറഞ്ഞതോടെ തിമൊഫേയിച്ച് വേച്ചുവേച്ച് തന്റെ കൊച്ചുമുറിയിലേക്ക് മടങ്ങുകയും, തങ്ങളെപ്പോലെ തന്നെ പെട്ടെന്നു വയസ്സായിപ്പോയ ആ വീട്ടിൽ ആ വൃദ്ധദമ്പതികൾ മാത്രം ശേഷിക്കുകയും ചെയ്തതോടെ ഒരു നിമിഷം മുൻപുവരെ വളരെ ധീരമായി ഉമ്മറപ്പടികളിൽ നിന്ന് തൂവാല വീശിക്കാണിച്ചിരുന്ന വസീലി ഇവാനൊവിച്ച് വെട്ടിയിട്ടപോലെ

ഒരു ചാരുകസേരയിലേക്ക് ചായുകയും ശിരസ്സ മാറോട്ടു ചേർത്തു വച്ചുകൊണ്ട് ഇപ്രകാരം പിറുപുറുക്കുകയും ചെയ്തു. "അവൻ ഞങ്ങളെ വിട്ടേച്ചുപോയി. അവൻ പോയി. അവനിവിടം മട്ടുത്തു കാണും. ഇനി ഞങ്ങൾക്കാരുമില്ല. ആരുമില്ല."

ആരോടോ അപേക്ഷിക്കുമ്പോലെ കൈകൾ നീട്ടിപ്പിടിച്ച് ശൂന്യതയിൽ കണ്ണും നട്ടിരുന്നുകൊണ്ട് അദ്ദേഹം വിലപിച്ചു. അപ്പോൾ അരീന വ്ലാസ്യെവ്ന ഭർത്താവിന്റരികിൽ ചെന്ന് തന്റെ നരച്ച തല അദ്ദേഹത്തിന്റെ ശിരസ്സിൽ ചേർത്തുവച്ചുകൊണ്ടുപറഞ്ഞു: "സാരമില്ല, വാസ്യ. മുറിച്ചുകളഞ്ഞ ഒരു മരക്കൊമ്പുപോലെയാണ് ആൺമക്കൾ. തോന്നുമ്പം വരികയും തോന്നുമ്പം പോവുകയും ചെയ്യുന്ന പരുന്തിനെപ്പോലെയാണവർ. നമ്മൾ മരക്കുറ്റിയിൽ മുളച്ച കൂണുകൾ പോലെയുമാണ്. എങ്ങോട്ടും അനങ്ങാതെ നാമങ്ങനെ ചേർന്നിരിക്കും. ഞാനെന്നും നിങ്ങൾക്കും നിങ്ങളെന്നും എനിക്കും തുണയുണ്ടായിരിക്കും."

വസീലി ഇവാനൊവിച്ച് മുഖത്തു നിന്ന് കൈകൾ പറിച്ചു മാറ്റിയിട്ട് തന്റെ ദുഃഖത്തിൽ തന്നെ സാന്ത്വനപ്പെടുത്താനെത്തിയ തന്റെ ആ ചിരകാല സുഹൃത്തിനെ ചെറുപ്പകാലത്തുപോലും കാണിച്ചിട്ടില്ലാത്ത ആവേശത്തോടെഗാഢമായി ആലിംഗനം ചെയ്തു.

XXII

പെദോതിന്റെ സ്ഥലമെത്തുന്നതു വരെ ഒന്നോ രണ്ടോ വാക്കുകൾ വല്ലപ്പോഴും പറഞ്ഞിരുന്നതൊഴിച്ചാൽ ചങ്ങാതിമാർ രണ്ടുപേരും നിശ്ശബ്ദരായിരുന്നു. ബസാറൊവിന് സ്വയം തന്നോട്ടുതന്നെ എന്തെന്നില്ലാത്ത ഒരു നീരസം തോന്നിയിരുന്നു. അർക്കാദിക്കും അയാളോട് എന്തോ അത്ര രസം തോന്നിയിരുന്നില്ല. എന്നു മാത്രമല്ല, ചെറുപ്പക്കാർക്കു മാത്രം പറഞ്ഞാൽ മനസ്സിലാകുന്ന എന്തോ ഒരു വിഷാദഭാരം അയാളുടെ ഹൃദയത്തെ പിടിച്ചുലച്ചിരുന്നു. വണ്ടിക്കാരൻ കുതിരകളെ മാറ്റിക്കെട്ടിയിട്ട് തന്റെ പെട്ടിപ്പുറത്തു കയറിയിരുന്നശേഷം ചോദിച്ചു: "ഇടത്തോട്ടോ വലത്തോട്ടോ, സാർ?"

അർക്കാദി ഒന്നു പരുങ്ങി. വലത്തോട്ടു പോയാൽ പട്ടണത്തിലും അവിടെനിന്ന് വീട്ടിലും എത്താം. ഇടത്തോട്ടു പോയാൽ ഒദിന്ത്സോവയുടെ വീട്ടിലും.

അയാൾ ബസാറൊവിനെ നോക്കി.

"യെവ്ഗേനി എന്തു പറയുന്നു, ഇടത്തോട്ടു പോയാലോ? അയാൾ ചോദിച്ചു.

ബസാറൊവ് തല തിരിച്ചുകളഞ്ഞു.

"വിഡ്ഢിത്തം പുലമ്പാതെ!" അയാൾ പിറുപിറുത്തു.

"വിഡ്ഢിത്തമാണെന്ന് എനിക്കുമറിയാം," അർക്കാദി പറഞ്ഞു. "പക്ഷേ, അതുകൊണ്ടെന്താ ഒരു തകരാറ്? ഇതാദ്യത്തെ പ്രാവശ്യമല്ലല്ലൊ."

ബസാറൊവ് തൊപ്പി അല്പം കൂടി താഴോട്ടിറക്കി വച്ചു.

"തന്റെ ഇഷ്ടം പോലെ ചെയ്യ്!" ഏറെനേരത്തിനു ശേഷം അയാൾ പറഞ്ഞു.

വണ്ടി കലുങ്ങിക്കുലുങ്ങി നിക്കോൾസ്കയെയുടെ വഴിക്ക് നീങ്ങി. "വിഡ്ഢിത്തം" കാണിക്കാൻ തീരുമാനിച്ചുകഴിഞ്ഞതോടെ

ചങ്ങാതിമാർ അത്രപോലും മിണ്ടാതായി. അവർ കോപാകുലരുമാണെന്ന് തോന്നി.

പെട്ടെന്നുള്ള ഒരു ആവേശത്തിന് അടിമപ്പെട്ട് ഇങ്ങനെയൊരു തീരുമാനമെടുക്കാൻ തീരുമാനിച്ചത് എത്ര ബുദ്ധിമോശമായിപ്പോയെന്ന് പൂമുഖപ്പടികളിൽ വച്ച് ബട്ട്ലർ അവരെ സ്വീകരിച്ച രീതിയിൽനിന്ന് തന്നെ നമ്മുടെ ചങ്ങാതിമാർ ഊഹിച്ചിരിക്കണം. അവരെ ഒട്ടും പ്രതീക്ഷിച്ചിരുന്നില്ലെന്നത് സ്പഷ്ടമായിരുന്നു. ദീർഘനേരം സങ്കോചത്തോടെ അവർക്ക് സ്വീകരണമുറിയിൽ കാത്തിരിക്കേണ്ടിവന്നു. അപ്പോഴേ ഒദിന്ത്സോവ അവിടേക്ക് വന്നോള്ളൂ. സ്വതസ്സിദ്ധമായ സൗശീല്യത്തോടെ അതിഥികളെ സ്വാഗതം ചെയ്തെങ്കിലും അവരിത്ര വേഗം മടങ്ങിയതിൽ ആ സ്ത്രീ ആശ്ചര്യം പ്രകടിപ്പിച്ചു. നിറുത്തിനിറുത്തിയുള്ള സംസാരവും അംഗവിക്ഷേപങ്ങളും വച്ചുനോക്കിയാൽ അവർ ഒട്ടും സന്തുഷ്ടയുമായിരുന്നില്ല. പട്ടണത്തിലേക്കു പോകുന്ന വഴിക്ക് അവിടെ ഒന്നിറങ്ങിയിട്ടു പോകാമെന്നു വച്ചതാണെന്നും നാലു മണിക്കൂറിനുള്ളിൽ അവിടം വിടുകയാണെന്നും എങ്ങനെയോ അവർ പറഞ്ഞൊപ്പിച്ചു. അതു കേട്ടിട്ട്, “അതെയോ” എന്നൊരു വാക്ക് ഉച്ചരിച്ചതല്ലാതെ ഒദിന്ത്സോവ മറ്റൊന്നും പറഞ്ഞില്ല. അർക്കാദിയുടെ പിതാവിനെ തന്റെ അന്വേഷണം അറിയിക്കാനും അവർ അപേക്ഷിച്ചു. ഇളയമ്മയെ വിളിക്കാൻ അവർ പരിചാരകനെ പറഞ്ഞയയ്ക്കുകയും ചെയ്തു. ഉറക്കം തൂങ്ങുന്ന മട്ടിലാണ് രാജകുമാരി അവിടെ വന്നു കയറിയത്. തന്മൂലം ചുക്കിച്ചുളിഞ്ഞ അവരുടെ മുഖത്തിന്റെ ഭീകരത ഒന്നുകൂടി വർദ്ധിച്ചു. സുഖമില്ലാത്തതുകൊണ്ട് കാത്യ മുറി വിട്ടിറങ്ങിയതേയില്ല. അന്ന സെർഗിയേവ്നയെ കാണുന്നത്ര തന്നെ കാത്യയെ കാണാനും തന്റെ മനസ്സ് കൊതിച്ചിരുന്നുവെന്ന് അർക്കാദിക്ക് ബോധ്യമായത് അപ്പോഴാണ്. അതുമിതും പറഞ്ഞു നാലു മണിക്കൂർ നേരം എങ്ങനെയോ കഴിഞ്ഞു. ആ സമയത്തൊന്നും അന്ന സെർഗിയേവ്നയുടെ മുഖത്ത് ഒരിക്കൽപോലും ഒരു പുഞ്ചിരി പൊട്ടി വരിഞ്ഞില്ല. യാത്ര പറയാൻ നേരത്തു മാത്രമാണ് അവരുടെ പഴയ സൗഹൃദഭാവം വീണ്ടും പ്രകടമായത്.

“ഞാനാകെ വലിയ മനോവിഷമത്തിലാണ്,” അവർ ഒരു നയപ്രഖ്യാപനം നടത്തുമ്പോലെ പറഞ്ഞു. “നിങ്ങളതൊന്നും അത്ര കാര്യമാക്കരുത്. നിങ്ങൾ രണ്ടു പേരോടുമായാണ് ഞാനിതു പറയുന്നത്. അല്പകാലം കഴിഞ്ഞ് വീണ്ടും വരണം.”

അതിനു മറുപടിയായി ഒന്നു ശിരസ്സ് നമിക്കുകമാത്രം ചെയ്തിട്ട് ബസാറൊവും അർക്കാദിയും വണ്ടിയിൽ കയറി നേരെ മാരിനൊയിലേക്ക് ഓടിച്ചുപോയി. പിറ്റേന്ന് വൈകുന്നേരം സസുഖം അവർ അവിടെ എത്തിച്ചേരുകയും ചെയ്തു. തുടർന്നുള്ള യാത്രയ്ക്കിടയിൽ ഒരിക്കൽപോലും അവർ ഒദിന്ത്സോവയുടെ കാര്യം

പരാമർശിച്ചതേയില്ല. ബസാറൊവ് വാതുറന്നിരുന്നില്ലെന്നു തന്നെ പറയാം. പേടിപ്പെടുത്തുന്ന ഒരു ദേഷ്യ ഭാവത്തോടെ അയാൾ ദൂരേക്ക് നോക്കിയിരുന്നതേയുള്ളൂ.

അവരെ കണ്ടപ്പോൾ മാരിനൊയിൽ എല്ലാവരും അതിയായി സന്തോഷിച്ചു. വളരെ ദിവസമായിട്ടും തന്റെ പുത്രൻ തിരിച്ചു വരാത്തതിൽ നിക്കൊലായ് പെ ത്രോവിച്ച് വിഷമിച്ചിരിക്കുകയായിരുന്നു. ഫേനിച്ച്ക ഓടിക്കിതച്ചു വന്നു ആഹ്ലാദം നിറഞ്ഞ കണ്ണുകളോടെ 'കുഞ്ഞേമാന്മാർ' എത്തിയ വിവരം അറിയിച്ചപ്പോൾ അദ്ദേഹം എന്തെന്നില്ലാത്ത ആശ്വാസത്തോടെ "ഉവ്വോ" എന്നു പറയുകയും കാലിട്ടടിക്കുകയും സോഫയിലിരുന്നു പൊങ്ങിച്ചാടുകയും ചെയ്തു. പാവെൽ പെ ത്രോവിച്ചിനുപോലും ചെറിയൊരുത്സാഹം തോന്നി. ഊരുചുറ്റൽ കഴിഞ്ഞ് മടങ്ങുന്ന അവരുമായി കൈപിടിച്ചുകുലുക്കുമ്പോൾ അല്പം വാത്സല്യപൂർവ്വം അദ്ദേഹമൊരു പുഞ്ചിരി തൂവുകയും ചെയ്തു. പിന്നെ കുറച്ചു നേരത്തേക്ക് അവിടെയാകെ വിവരണങ്ങളുടേയും ചോദ്യോത്തരങ്ങളുടേയും ഒരു ബഹളമായിരുന്നു. സംസാരിച്ചിരുന്നത് അധികവും അർക്കാദിയാണ്. പ്രത്യേകിച്ചും അത്താഴസമയത്ത്. വീഞ്ഞിന്റെ എത്ര കുപ്പികൾ അന്ന് അവിടെ തുറന്നെന്നതിനു കണക്കില്ല. ആയിടയ്ക്കു മാത്രം മോസ്കോയിൽനിന്നു കൊണ്ടുവന്നതായിരുന്നു അത്. നിക്കൊലായ് പെ ത്രോവിച്ച് അതിനോട് ശരിയായ നീതി പുലർത്തുകയും ചെയ്തിരുന്നു. തൽഫലമായി അദ്ദേഹത്തിന്റെ കവിളുകൾ തുടുത്തു ചുവന്നു. കൊച്ചുകുട്ടികളെപ്പോലെ അദ്ദേഹം സദാസമയം ചിരിച്ചുകൊണ്ടുമിരുന്നു. പൊതുവിലുള്ള ഈ ഉത്സാഹം വേലക്കാരുടെ ഭാഗത്തേക്കും പടർന്നു പിടിച്ചു. പ്രേതബാധയുള്ളതുപോലെയാണ് ദുന്യാഷ വാതിലുകൾ വലിച്ചടയ്ക്കുകയും തുറക്കുകയും ചെയ്തുകൊണ്ട് ചീറിപ്പാഞ്ഞു നടന്നിരുന്നത്. പ്യോത്തർ ആകട്ടെ വെളുപ്പിനു മൂന്നു മണിയടിക്കുമ്പോഴും ഗിത്താറെടുത്തുവച്ച് ഒരു കൊസ്സാക്ക് വാർട്ട്സ് നൃത്തത്തിന്റെ ട്യൂൺ ആലപിക്കാൻ ശ്രമിക്കുകയായിരുന്നു. നിശ്ചലമായ ആ രാത്രിയിൽ അവന്റെ ഗിത്താറിന്റെ തന്ത്രികൾ പുറപ്പെടുവിച്ച ശോകരസം തുളുമ്പുന്ന ഇമ്പമുള്ള സ്വരങ്ങൾ അവിടെങ്ങും മാറ്റൊലിക്കൊണ്ടു. പക്ഷേ, അല്പസ്വല്പം വിദ്യാഭ്യാസം സിദ്ധിച്ചിരുന്ന ആ പരിചാരകന് ആദ്യരാഗത്തിനപ്പുറത്തേക്ക് കടക്കാൻ കഴിഞ്ഞില്ല. മറ്റു പല സിദ്ധികളേയുംപോലെ സംഗീതത്തിന്റെ കാര്യത്തിലും പ്രകൃതി അവനോട് കനിഞ്ഞിരുന്നില്ല.

മാരിനൊയിലെ കാര്യങ്ങളുടെ പോക്ക് അത്ര ഭംഗിയായിരുന്നില്ല. പാവം നിക്കൊലായ് പെ ത്രോവിച്ച് വല്ലാതെ പ്രയാസപ്പെട്ടിരുന്നു. കൃഷികാര്യത്തിലുള്ള ബുദ്ധിമുട്ടുകൾ ഏറിവന്നതേയുള്ളൂ. അതുകൊണ്ടൊന്നും ഒരു ഫലവുമുണ്ടായിരുന്നുമില്ല. കൂലിപ്പണിക്കെടുത്തവരെക്കൊണ്ട് ഒരു കാര്യവും നടക്കില്ലെന്ന സ്ഥിതിയായിരുന്നു. തങ്ങളെ കണക്കുതീർത്തു പറഞ്ഞയക്കുകയോ കൂലിക്കൂടുതൽ

തരികയോ ചെയ്യണമെന്നു ചിലർ ആവശ്യപ്പെട്ടപ്പോൾ മറ്റു ചിലർ കിട്ടിയ അഡ്വാൻസും വാങ്ങി കടന്നുകളഞ്ഞു. കുതിരകൾക്കെല്ലാം അസുഖമായി. കലപ്പകളുടെ പൊട്ടലും പൊളിച്ചിലും പേടിപ്പെടുത്തുന്ന തരത്തിലുള്ളതായിരുന്നു. വളരെ അലക്ഷ്യമായാണ് ജോലികൾ നടന്നിരുന്നത്. മോസ്കോയിൽ നിന്നു വരുത്തിയ മെതിയന്ത്രം അത്യാവശ്യങ്ങൾക്കൊന്നും ഉപകരിച്ചില്ല. പതിരുപാറ്റുന്നതിനുള്ള യന്ത്രം ആദ്യത്തെ പരീക്ഷണത്തിനിടയിൽതന്നെ കേടുപാടുതീർക്കാനാവാത്ത തരത്തിൽ ചീത്തയായി. ഏതോ ഒരു കണ്ണുകാണാത്ത വൃദ്ധ ജോലിക്കാരി നല്ല കാറ്റുള്ള രാത്രിയിൽ പന്തവും കത്തിച്ചുകൊണ്ടു പശുക്കൾക്ക് ചൂടുവയ്ക്കാൻ ചെന്നപ്പോൾ തൊഴുത്തിനു തീപിടിച്ച് പകുതിയിലധികവും കത്തി ചാമ്പലായിപ്പോയി. പക്ഷേ, പുതിയ തരം പാൽക്കട്ടി ഉണ്ടാക്കാനും കന്നാലി വളർത്തൽ പുതിയ രീതിയിലാക്കാനുമുള്ള യജമാനന്റെ ഭ്രാന്താണ് ഇതിനെല്ലാം കാരണമെന്നായിരുന്നു കുറ്റവാളിയുടെ പക്ഷം. കാര്യസ്ഥൻ മടിപിടിച്ചിരിക്കുകയും, “വെറുതെ കിട്ടുന്ന ആഹാരം” തിന്നുമുടിക്കുന്ന മറ്റേതൊരു റഷ്യക്കാരനേയും പോലെ ചീർത്തു തടിക്കുകയും ചെയ്തു. ദൂരെയെങ്ങാൻ നിക്കൊലായ് പെത്രോവിച്ചിന്റെ നിഴൽ കണ്ടാലുടൻ അയാൾ ഒരു വിറകു കമ്പെടുത്ത് വഴിയെപോകുന്ന ഏതെങ്കിലും പന്നിയെ എറിഞ്ഞോടിക്കുകയോ അർദ്ധനഗ്നനായ ഏതെങ്കിലും ബാലനെ പേടിപ്പിക്കുകയോ ചെയ്തുകൊണ്ട് വളരെ ഉത്സാഹഭരിതനാകും. പക്ഷേ, അധികസമയവും ഉറക്കമായിരുന്നു അയാളുടെ തൊഴിൽ. കൃഷിക്കാർ പാട്ടക്കുടിശ്ശിഖ വരുത്തുകയും തരം കിട്ടുമ്പോൾ യജമാനന്റെ വക മരത്തടി മോഷ്ടിക്കുകയും ചെയ്തു. വല്ലിടത്തുനിന്നും വന്ന് കളം വക പറമ്പുകളിൽ മേഞ്ഞു നടക്കുന്ന കുതിരകളെ പിടിച്ചുകെട്ടുകയെന്നത് സൂക്ഷിപ്പുകാരുടെ എന്നുമുള്ള ഒരു ജോലിയായി. നിക്കൊലായ് പെത്രോവിച്ച് തന്മൂലമുള്ള നാശനഷ്ടങ്ങൾക്ക് ഒരു പിഴശിക്ഷ നിശ്ചയിച്ചിരുന്നെങ്കിലും ഒന്നോ രണ്ടോ ദിവസം തീറ്റകൊടുത്തു നിറുത്തിയിട്ട് കുതിരകളെ അവയുടെ ഉടമസ്ഥന്മാർക്ക് വിട്ടുകൊടുക്കയായിരുന്നു പതിവ്. ഇതൊന്നും പോരാഞ്ഞിട്ടെന്നോണം അടിയാളർ തമ്മിൽ അടിപിടി കൂടാനും തുടങ്ങി. സ്വത്ത് വീതം വയ്ക്കണമെന്ന് സഹോദരന്മാർ ആവശ്യപ്പെടുകയും ഭാര്യമാർ തമ്മിൽ പിണങ്ങുകയും ചെയ്തു. പൊടുന്നനെ ഇത് ചിലപ്പോൾ അടിപിടിയിൽ കലാശിക്കുകയും നീതിയും പ്രതികാരവും ആവശ്യപ്പെട്ടുകൊണ്ട് രക്തമൊലിക്കുന്ന മുഖവും തലയുമായി കുടിച്ചു ലക്കില്ലാത്ത പരാതിക്കാർ ഒന്നടങ്കം ജന്മിത്തമ്പുരാന്റടുക്കലേക്ക് പാഞ്ഞെത്തുകയും ചെയ്യും. പിന്നത്തെ അവിടുത്തെ ഒച്ചയും ബഹളവും പറഞ്ഞറിയിക്കാനാവില്ല. സ്ത്രീകൾ നെഞ്ചത്തടിച്ചു നിലവിളിക്കുകയും പുരുഷന്മാർ പരസ്പരം ചീത്ത വിളിക്കുകയും ചെയ്യും. വഴക്കുകാരെ സമരിയാക്കാൻ ഉച്ചത്തിൽ സംസാരിച്ച് തൊണ്ടയിലെ വെള്ളം വറ്റിക്കേണ്ടി വന്നിരുന്ന

അത്തരം സന്ദർഭങ്ങളിൽ. കൊയ്ത്തിനു വേണ്ടത്ര ആളെ കിട്ടാനുണ്ടായിരുന്നില്ല. ഹെക്ടറിന് രണ്ടു റൂബിൾ വച്ച് കൊയ്ത്തുകാരെ കൊടുക്കാമെന്നു പറഞ്ഞ് മാന്യനായി നടന്നിരുന്ന ഒരു അയൽക്കാരൻ യാതൊരു നാണവും കൂടാതെ നിക്കൊലായ് പെ ത്രോവിച്ചിനെ പറ്റിച്ചു. സ്ഥലത്തെ ജോലിക്കാരാകട്ടെ എങ്ങുമില്ലാത്ത കൂലി ആവശ്യപ്പെടുകയും ചെയ്തു. ഇതിനിടയിൽ ധാന്യം പൊഴിഞ്ഞുവീഴാൻ തുടങ്ങിയിരുന്നു. പുല്ലുവെട്ടും ജോലിയും ബാക്കിയായിരുന്നു. വസ്തുവിന്റെ ഈടിന്മേൽ കടമെടുത്ത പണത്തിനുള്ള പലിശ ഉടനടി അടച്ചുതീർത്തില്ലെങ്കിൽ നടപടിയെടുക്കുമെന്നു പറഞ്ഞ് അധികാരികൾ ഭീഷണിപ്പെടുത്തുകയും ചെയ്തിരുന്നു.

"ഇക്കണക്കിനു പോയാൽ എന്താകുമെന്ന് ഒരു പിടിയുമില്ല," നിക്കൊലായ് പെ ത്രോവിച്ച് വിവശനായി. "ഇവരെ നിലയ്ക്കു നിർത്താൻ സ്വന്തംനിലയിൽ എന്നെക്കൊണ്ടാവില്ല. പോലീസിനെ വിളിക്കാൻ മനസ്സാക്ഷി എന്നെ അനുവദിക്കുന്നുമില്ല. എന്നാൽ പേടിപ്പിക്കാതെ കാര്യമൊന്നും നടക്കുകയുമില്ല."

"സാരമില്ല, സാരമില്ല, എല്ലാം നേരെയാകും.' എന്നു പറഞ്ഞ് അനിയനെ സമാശ്വസിപ്പിക്കുമെങ്കിലും സ്വയം തന്നെ നെറ്റി ചുളിക്കുകയും മീശ പിരിക്കുകയും അവ്യക്തമായി സംസാരിക്കുകയും ചെയ്യാൻ മാത്രമേ പാവെൽ പെ ത്രോവിച്ചിനു കഴിഞ്ഞിരുന്നുള്ളൂ.

ബസാറൊവ് ഈ ബഹളങ്ങളിൽ നിന്നെല്ലാം ഒഴിഞ്ഞുനിന്നതേയുള്ളൂ. അതിഥിയെന്ന നിലയ്ക്ക് ഇതൊന്നും അയാൾക്ക് കാര്യമുള്ള സംഗതികളായിരുന്നുമില്ലല്ലൊ. മാരിനൊയിൽ എത്തിയതിന്റെ പിറ്റേന്നു മുതൽക്കുതന്നെ അയാൾ തവളയേയും മറ്റും വച്ചുള്ള തന്റെ പരീക്ഷണങ്ങളിൽ വ്യാപൃതനായി. എന്നാൽ, പിതാവിനെ സഹായിച്ചില്ലെങ്കിലും അതിനു താൻ തയ്യാറാണെന്ന് കാണിക്കുകയെങ്കിലും ചെയ്യേണ്ടത് തന്റെ കടമയാണെന്ന് അർക്കാദിക്ക് തോന്നി. അദ്ദേഹം പറയുന്നതെല്ലാം അയാൾ ശ്രദ്ധാപൂർവ്വം കേട്ടിരുന്നു. ഒരിക്കൽ എന്തോ ചില പോംവഴി നിർദ്ദേശിക്കാൻ അയാൾ തയ്യാറാവുകപോലും ചെയ്തു. തന്റെ നിർദ്ദേശം സ്വീകരിക്കപ്പെടുമെന്നു കരുതിയല്ല അയാളതിനു തയ്യാറായത്. മറിച്ച്, തന്റെ സഹാനുഭൂതി പ്രദർശിപ്പിക്കാൻ മാത്രമേ അയാൾക്കുദ്ദേശമുണ്ടായിരുന്നുള്ളൂ. കൃഷികാര്യങ്ങൾ നോക്കിനടത്താൻ അയാൾക്കൊട്ടും വിമുഖത ഉണ്ടായിരുന്നില്ല. അതുതന്നെയാണ് അയാൾ ഭാവിയിലെ ഒരു പരിപാടിയായി കണ്ടിരുന്നതും. പക്ഷേ, തല്ക്കാലം അയാളുടെ തലയ്ക്കുള്ളിൽ നിറഞ്ഞിരുന്നത് മറ്റ് സംഗതികളായിരുന്നു. നിക്കോൾസ്കയെപ്പറ്റി പിന്നെയും പിന്നെയും ചിന്തിക്കാനിടയാകുന്നല്ലോ എന്നോർത്ത് അർക്കാദിക്ക് സ്വയം തന്നെ വിസ്മയം തോന്നിയിരുന്നു. കൂട്ടിനു ബസാറൊവുള്ളപ്പോൾ, അതും സ്വഭവനത്തിൽ വച്ച്,

വല്ലാതെ ബോറടിക്കുമെന്ന് ആരെങ്കിലും പറഞ്ഞാൽ മുമ്പാണെങ്കിൽ അയാൾ തോളിറുക്കുകയേ ചെയ്യുമായിരുന്നുള്ളൂ. പക്ഷേ, ഇപ്പോൾ എങ്ങനെയും അവിടെനിന്നു രക്ഷപെട്ടാൽ മതിയെന്ന ഒരു സ്ഥിതിയിലായിരുന്നു അയാൾ. തളരുന്നതു വരെ ലക്ഷ്യമില്ലാതെ നടന്നതുകൊണ്ടും അയാൾക്ക് ഈ ബോറടി തീർക്കാൻ കഴിഞ്ഞിരുന്നില്ല. അങ്ങനെയിരിക്കെയാണ് തന്റെ പിതാവിന്റെ പക്കൽ ഒദിന്ത്സോവയുടെ അമ്മ തന്റെ അമ്മയ്ക്കെഴുതിയ കൗതുകകരങ്ങളായ ചില കത്തുകളുണ്ടെന്ന് അർക്കാദിക്കറിയാൻ കഴിഞ്ഞത്. അന്നു മുതൽ പല പല പെട്ടികളും മേശ വലിപ്പുകളും തെരഞ്ഞ് ആ കത്തുകൾ കണ്ടുപിടിക്കുന്നതു വരെ അയാൾ നിക്കൊലായ് പെ ത്രോവിച്ചിനെ ഒരിടത്തിരിക്കാൻ സമ്മതിച്ചില്ല. ഏതാണ്ട് ദ്രവിക്കാൻ തുടങ്ങിയ ഈ കടലാസു തുണ്ടുകൾ കൈയിൽ കിട്ടിയതോടെ അർക്കാദിയുടെ മനസ്സ് അല്പമൊന്നു സ്വസ്ഥമായി. എന്തോ ഒരു ലക്ഷ്യം മുന്നിൽക്കണ്ട മട്ടുണ്ടായിരുന്നു അയാൾക്കപ്പോൾ. "നിങ്ങളോടു രണ്ടുപേരോടുമായാണ് ഞാനിതു പറയുന്നതെന്ന് അവർ സ്വയം തന്നെയല്ലേ പറഞ്ഞത്," അയാൾ ആത്മഗതമായി മന്ത്രിച്ചു: "പിന്നെന്തിനു മടിക്കണം; പോവുകതന്നെ," അയാൾ മനസ്സിലുറച്ചു. പക്ഷേ, അപ്പോൾ അവസാനത്തെ സന്ദർശനവും അന്നത്തെ തണുപ്പൻ സ്വീകരണവും ഓർമ്മവരികയാൽ പഴയ പരിഭ്രമവും അധൈര്യവും അയാളെ പിടികൂടി. എങ്കിലും ചെറുപ്പത്തിന്റെ സാഹസികത, തനിയേ ചെന്ന് ഭാര്യപരീക്ഷണം നടത്താനും സ്വന്തം കഴിവു പരിശോധിക്കാനുമുള്ള നിഗൂഢമായ ആഗ്രഹം, ഒടുവിൽ അയാളുടെ ഭയാശങ്കകളെ തുടച്ചു നീക്കി. അങ്ങനെ മാരിനൊയിൽ വന്നു പത്തുദിവസം കഴിഞ്ഞപ്പോൾ സൺഡേ സ്കൂളുകളുടെ പ്രവർത്തനം നോക്കിപ്പഠിക്കാനെന്ന വ്യാജേന അയാൾ വീണ്ടും പട്ടണത്തിലേക്കും അവിടെ നിന്ന് നിക്കോൾസ്കയേയിലേക്കും പോകുന്നതു കണ്ടു. പടക്കളത്തിലേക്ക് കുതിക്കുന്ന ചെറുപ്പക്കാരനായ ഒരു ഓഫീസറുടെ വ്യഗ്രതയോടെ അയാൾ വണ്ടി വേഗം വിടാൻ വണ്ടിക്കാരനെ പ്രോത്സാഹിപ്പിച്ചു. അക്ഷമയാൽ വീർപ്പുമുട്ടിയിരുന്ന അയാളെ ഭയവും ആഹ്ലാദവും ഒരേ സമയത്തു പിടികൂടി. "അതെപ്പറ്റി ചിന്തിക്കാതിരിക്കുന്നതാണ് ഏറ്റവും നല്ലത്." അയാൾ തന്നത്താൻ സമാശ്വസിപ്പിച്ചുകൊണ്ടിരുന്നു. ഭാഗ്യത്തിന് വണ്ടിക്കാരനും ഒരു രസികനായിരുന്നു. "ഒന്നു തൊണ്ട നനച്ചാലെന്താ" എന്നു ചോദിച്ചുകൊണ്ട് അയാൾ വഴിയേയുള്ള മദ്യശാലകളുടെയെല്ലാം മുന്നിൽ നിർത്തി നിർത്തിയാണ് പോയിരുന്നത്. പക്ഷേ, തൊണ്ട നനഞ്ഞാൽ പിന്നെ അയാൾ കുതിരകളെ തള്ളിച്ചു വിട്ടുകൊള്ളുമായിരുന്നു. ഒടുവിൽ ചിരപരിചയമായിക്കഴിഞ്ഞിരുന്ന ആ വീടിന്റെ ഉയർന്ന മോന്തായം അങ്ങു ദൂരെ കാണാറായി. 'ഞാനെന്താ ഈ കാട്ടുന്നത്?' എന്ന ചിന്ത അയാളുടെ മനസ്സിലൂടെ മിന്നിൽപ്പിണർ പോലെ കടന്നുപോയെങ്കിലും "ഇനി

മടങ്ങാനാവില്ല" എന്ന പറഞ്ഞുകൊണ്ട് അയാൾ സ്വസ്ഥത നേടി. മൂന്ന കുതിരകളെ പൂട്ടിയ ആ വണ്ടി കുതിച്ചുപാഞ്ഞു. വണ്ടിക്കാരൻ പലതരം ശബ്ദങ്ങൾ പുറപ്പെടുവിച്ചുകൊണ്ട് കുതിരകളെ വിരട്ടിവിട്ടു. ആ കൊച്ചു മരപ്പാലത്തിലെത്തിയപ്പോൾ അവയുടെ കുളമ്പടി യുടെയും വണ്ടിച്ചക്രങ്ങൾ ഉരയുന്നതിന്റെയും ശബ്ദം അവിടെങ്ങും മുഴങ്ങി. അങ്ങനെ അവർ ചെത്തിമിനുക്കി നിറുത്തിയ ഫർമരങ്ങൾ ഇരുവശങ്ങളിലും വരിവരിയായി നില്ക്കുന്ന ആ പാതയിൽ കുതിച്ചെത്തി. ഉദ്യാനത്തിലെ പച്ചിലക്കാട്ടിനിടയിൽ റോസ് നിറത്തിലുള്ള ഒരു കുപ്പായം അനങ്ങുന്നതും ഭംഗിയുള്ള ഒരു കൊച്ചു കുടക്കീഴിൽ നിന്ന് ഒരു യുവതിയുടെ മുഖം എത്തി നോക്കുന്നതും കണ്ടു. അയാൾ കാത്യയേയും കാത്യ അയാളേയും തിരിച്ചറിഞ്ഞു. കുതിച്ചു പായുന്ന കുതിരകളെ പിടിച്ചുനിറുത്താൻ വണ്ടിക്കാരനോടാവശ്യപ്പെട്ടിട്ട് വണ്ടിയിൽനിന്ന് ചാടിയിറങ്ങിക്കൊണ്ട് അർക്കാദി ശീഘ്രം കാത്യയുടെ അടുത്തെത്തി. "ഓ, നിങ്ങളാണോ!" എന്നു പറയുമ്പോൾ അവളുടെ മുഖം പതുക്കെ തുടുത്തു. "നമുക്ക് ചെന്ന് ചേച്ചിയെ കാണാം. ചേച്ചി ഇവിടെ തോട്ടത്തിലുണ്ട്. നിങ്ങളെ കാണുന്നത് ചേച്ചിക്ക് വലിയ സന്തോഷമായിരിക്കും."

കാത്യ അയാളെ തോട്ടത്തിലേക്കാനയിച്ചു. ആ അവിചാരിതമായ കൂടിക്കാഴ്ച ഒരു ശുഭലക്ഷണമാണെന്ന് അയാൾക്ക് തോന്നി. തനിക്കേറ്റവും വേണ്ടപ്പെട്ട ആരെയെങ്കിലും കാണുന്നതിലധികം സന്തോഷമുണ്ടായിരുന്നു അയാൾക്കപ്പോൾ. ഇതിലും ഭംഗിയായി കാര്യങ്ങൾ നടക്കാനുണ്ടായിരുന്നില്ല. ബട്ട്ലറും വേണ്ട അറിയിപ്പും വേണ്ട. നടപ്പാതയുടെ ഒരു തിരിവിൽ അന്ന സെർഗിയേവ്ന പുറം തിരിഞ്ഞു നില്ക്കുകയായിരുന്നു. കാലൊച്ച കേട്ട് അവർ പതുക്കെ തിരിഞ്ഞുനോക്കി.

അർക്കാദിയുടെ മനസ്സൊന്നു വീണ്ടും കലങ്ങിയെങ്കിലും "എന്താ, ഒളിച്ചോട്ടക്കാരൻ മടങ്ങിയെത്തിയോ'' എന്നുള്ള അവരുടെ ആദ്യത്തെ ഉപചാരവാക്കുകൾ കേട്ടപ്പോൾ തന്നെ അയാളുടെ പരിഭ്രമമെല്ലാം പമ്പകടന്നു. സ്വതസ്സിദ്ധമായ ദയാവാത്സല്യത്തോടെ ഇപ്രകാരം പറഞ്ഞിട്ട് ചെറിയൊരു പുഞ്ചിരിയോടെ വെയിലും കാറ്റും കാരണം കണ്ണിറുക്കിക്കൊണ്ട് അവർ അയാളെ സമീപിച്ചു. "കാത്യയ്ക്ക് ഇയാളെ എവിടുന്നു കിട്ടി?"

"അന്ന സെർഗിയേവ്നയ്ക്ക് തരാൻ ഞാൻ ഒരു സാധനം കൊണ്ടുവന്നിട്ടുണ്ട്," അയാൾ ധിറുതിയോടെ പറഞ്ഞു. "ഒട്ടും പ്രതീക്ഷിക്കാത്ത ഒരു സാധനം..."

"നിങ്ങൾ നിങ്ങളെത്തന്നെകൊണ്ടുവന്നിട്ടുണ്ടല്ലോ. അതാണ് ഏറ്റവും വലിയ കാര്യം."

XXIII

തമാശമട്ടിലുള്ള ഖേദപ്രകടനത്തോടും അയാളുടെ യഥാർത്ഥ യാത്രോദ്ദേശം തനിക്കറിയില്ലെന്ന് കരുതേണ്ട എന്ന മുന്നറിയിപ്പോടും കൂടി അർക്കാദിയെ യാത്രയാക്കിയശേഷം ബസാറൊവ് ഒരു മൂലയിൽ ഒതുങ്ങിക്കൂടി. പ്രഭാതം മുതൽ പ്രദോഷം വരെ അയാൾ തന്റെ പ്രവർത്തനത്തിൽ വ്യാപൃതനാവുകയും ചെയ്തു. പാവെൽ പെ ത്രോവിച്ചുമായി എന്തെങ്കിലും വാദപ്രതിവാദത്തിന് അയാൾ തയ്യാറായതേയില്ല. കാരണം, ബസാറൊവിരിക്കുമ്പോൾ അദ്ദേഹം പഴയതിലും കൂടുതൽ ആഭിജാത്യം കാണിക്കാനും ചില ശബ്ദങ്ങളും മറ്റും മുഖേന മാത്രം തന്റെ അഭിപ്രായം പ്രകടിപ്പിക്കാനും തുടങ്ങിയിരുന്നു. അതിനിടയിൽ ഒരിക്കൽ മാത്രമാണ് പാവെൽ പെ ത്രോവിച്ച് ആ നിഹിലിസ്റ്റുമായി ഒരു ഏറ്റുമുട്ടലിനു തയ്യാറായത്. ബാൾട്ടിക്ക് പ്രഭുക്കന്മാരുടെ അവകാശമായിരുന്നു തർക്കവിഷയം. അതെപ്പറ്റിയുള്ള ചർച്ച അന്ന് സർവ്വത്ര പ്രചാരത്തിലായിരുന്നു. പക്ഷേ, സംസാരം തുടങ്ങി വച്ചപ്പോഴേക്ക് തന്നെ അദ്ദേഹം അതിൽനിന്ന് പിൻവാങ്ങുകയും ചെയ്തു. പഞ്ചാരവാക്കുകളോടെ ഗൗരവത്തിൽ അദ്ദേഹം അതിന് ന്യായമായി പറഞ്ഞത് ഇതാണ്:

"നമുക്ക് തമ്മിൽ മനസ്സിലാക്കാൻ പറ്റില്ല. ഏറ്റവും കുറഞ്ഞപക്ഷം, എനിക്ക് നിങ്ങളെ മനസ്സിലാകുന്നില്ലെന്നെങ്കിലും പ്രസ്താവിക്കേണ്ടിയിരിക്കുന്നു."

"അതിൽ സംശയമില്ല!" ബസാറൊവ് ആശ്ചര്യ സൂചകമായി പറഞ്ഞു: "വായു ചലിക്കുന്നതെങ്ങനെയാണെന്നും സൂര്യനിൽ എന്തു നടക്കുന്നുവെന്നും തുടങ്ങി സർവ്വതും ഗ്രഹിക്കാൻ ഒരു മനുഷ്യനു സാധിക്കും... പക്ഷേ, തന്നിൽനിന്നു വ്യത്യസ്തമായി മറ്റൊരാൾ മൂക്കു ചീറ്റുന്നതന്താണെന്നു മാത്രം അവന് മനസ്സിലാവില്ല."

"ഓ, അതൊരു തമാശയാണോ?" എന്നു ചോദിച്ചിട്ട് പാവെൽ പെ ത്രോവിച്ച് അവിടെനിന്ന് പൊയ്ക്കളഞ്ഞു.

എങ്കിലും ബസാറൊവിന്റെ പരീക്ഷണങ്ങൾ കാണാൻ അദ്ദേഹം ചിലപ്പോഴെല്ലാം അയാളുടെ മുറിയിൽ ചെന്നിരുന്നു. ഒരിക്കൽ സെന്റ്

പുരട്ടി സുഗന്ധം വരുത്തിയ തന്റെ മുഖം സൂക്ഷ്മദർശിനിയോട് അടുപ്പിച്ചു പിടിച്ചിട്ട് സുതാര്യമായ ഇൻഫ്യൂസോറിയ എന്ന ജീവി പച്ചപ്പൊട്ടുപോലെ എന്തോ വെട്ടിവിഴുങ്ങിയിട്ട് അന്നനാളത്തിലുള്ള സൂക്ഷ്മങ്ങളായ മുള്ളുകൾ പോലത്തെ അവയവങ്ങൾ ഉപയോഗിച്ച് അത് ചവച്ചരച്ചിറക്കുന്നത് നോക്കിനിൽക്കാൻ പോലും അദ്ദേഹം തയ്യാറായി. എന്നാൽ, സഹോദരനിൽനിന്ന് വ്യത്യസ്തമായി, നിക്കൊലായ് പെ ത്രോവിച്ച് പലപ്പോഴും ബസാറൊവിന്റെ മുറിയിൽ പോകാറുണ്ടായിരുന്നു. കൃഷി കാര്യങ്ങളിൽ ശ്രദ്ധിക്കാനുണ്ടായിരുന്നില്ലെങ്കിൽ അതിലും കൂടെക്കൂടെ അതെല്ലാം "പഠിക്കാൻ" താൻ അവിടെ ചെല്ലുമായിരുന്നെന്ന് അദ്ദേഹം പറയാറുണ്ടായിരുന്നു. അവിടെ ചെന്നാൽ ആ പ്രകൃതിസ്നേഹിയുടെ പ്രവർത്തനത്തിന് വിഘാതമാകാത്തതരത്തിൽ ഏതെങ്കിലുമൊരു മൂലയിൽ ഒതുങ്ങിയിരുന്ന് വല്ലപ്പോഴും മാത്രം ഒരു ചോദ്യം ചോദിച്ചുകൊണ്ട് അയാളുടെ പരീക്ഷണങ്ങൾ നിരീക്ഷിക്കുക മാത്രമേ അദ്ദേഹം ചെയ്തിരുന്നുള്ളൂ. ആഹാരവേളയിൽ സംസാരം ഊർജ്ജതന്ത്രം, ഭൂഗർഭശാസ്ത്രം, രസതന്ത്രം തുടങ്ങിയ ഏതെങ്കിലും വിഷയത്തിൽ കേന്ദ്രീകരിക്കാൻ അദ്ദേഹം ശ്രദ്ധിക്കുകയും ചെയ്തിരുന്നു. കാരണം, കൃഷിയുൾപ്പെടെയുള്ള മറ്റേതുവിഷയവും ഏറ്റുമുട്ടലിനല്ലെങ്കിൽ അലോഹ്യത്തിനെങ്കിലും കാരണമാകുമെന്ന് അദ്ദേഹം ഭയന്നു. രാഷ്ട്രീയത്തെപ്പറ്റി മിണ്ടാൻ പോലും അദ്ദേഹം ധൈര്യപ്പെട്ടില്ല. കാരണം, ബസാറൊവിനോടുള്ള ചേട്ടന്റെ വെറുപ്പ് ഒട്ടും കുറഞ്ഞിട്ടില്ലെന്ന് അദ്ദേഹം മനസ്സിലാക്കിയിരുന്നു. ആയിടയ്ക്ക് നടന്ന ഒരു ചെറിയ സംഭവം അദ്ദേഹത്തിന്റെ സംശയത്തെ ഒന്നുകൂടി ബലപ്പെടുത്തി. ചുറ്റുപാടുമുള്ള സ്ഥലങ്ങളിൽ കോളറ പടർന്നു പിടിച്ചിരുന്നു. മാരിനൊയിലും ആ മഹാമാരി രണ്ടു ജീവനുകൾ അപഹരിച്ചു കഴിഞ്ഞിരുന്നു. ഒരു രാത്രിയിൽ പാവെൽ പെ ത്രോവിച്ചിനും അതിന്റെ വലിയ ശല്യമുണ്ടായി. നേരം വെളുക്കുന്നതു വരെ അതു സഹിച്ചുകൊണ്ടിരുന്നതല്ലാതെ ബസാറൊവിന്റെ വൈദ്യവിജ്ഞാനം പ്രയോജനപ്പെടുത്താൻ അദ്ദേഹം തയ്യാറായില്ല. രാവിലെയും വിളർച്ചയ്ക്കു കുറവുണ്ടായിരുന്നില്ലെങ്കിലും ഷേവ് ചെയ്തു സുമുഖനായി പുറത്തു വന്ന അദ്ദേഹത്തോട് തന്നെ വിളിക്കാൻ മേലായിരുന്നോയെന്ന് ബസാറൊവ് ചോദിച്ചപ്പോൾ അദ്ദേഹം മറുപടി നല്കിയത് ഇപ്രകാരമാണ്. "നിങ്ങൾക്ക് വൈദ്യശാസ്ത്രത്തിൽ വലിയ വിശ്വാസമില്ലെന്നല്ലേ ഇന്നാളൊരിക്കൽ പറഞ്ഞത്?" അങ്ങനെ ദിവസങ്ങൾ കടന്നുപൊയ്ക്കൊണ്ടിരുന്നു. നിരുന്മേഷനായെങ്കിലും ബസാറൊവ് വാശിയോടെ തന്റെ പ്രവർത്തനങ്ങളിൽ മുഴുകി. എന്നാൽ, ആ വീട്ടിൽ സംസാരിച്ചുകൊണ്ടിരിക്കാൻ അയാൾക്കിഷ്ടമുള്ള ഒരു ജീവിയുണ്ടായിരുന്നു. ഫേനിച്ച്കയായിരുന്നു അത്.

മിക്കപ്പോഴും അതിരാവിലെ തോട്ടത്തിൽ വച്ചോ മുറ്റത്തുവച്ചോ അവർ തമ്മിൽ കാണാറുണ്ടായിരുന്നു. എന്നാൽ, ഫേനിച്ച്കയുടെ

മുറിയിൽ ഒരിക്കലും അയാൾ കാലെടുത്തുകുത്തിയിരുന്നില്ല. ഫേനിച്ച്കയാകട്ടെ ഒരിക്കൽ മാത്രമാണ് അയാളുടെ വാതിൽ വരെ പോകാൻ ധൈര്യപ്പെട്ടത്. അതും മീത്യയെ കളിപ്പിക്കാമോയെന്നു ചോദിക്കാൻ. അവൾക്കയാളെ വിശ്വാസമായിരുന്നു. മാത്രമല്ല, അയാളോട് അവൾക്ക് പേടിയുമുണ്ടായിരുന്നില്ല. നിക്കൊലായ് പെത്രോവിച്ചിന്റെ മുന്നിലുള്ളതിൽ കൂടുതൽ സ്വാതന്ത്ര്യം അവൾക്കയാളുടെ മുൻപിൽ അനുഭവപ്പെട്ടിരുന്നു. ഇതിനു കാരണമെന്തെന്നു പറയുക അത്ര എളുപ്പമായിരുന്നില്ല. അവളെ ചകിതയാക്കിയിരുന്ന ആ പ്രഭുവിന്റെ ലക്ഷണങ്ങളൊന്നും ബസാറൊവിൽ ഉണ്ടായിരുന്നില്ലെന്നതായിരിക്കാം ഇതിനുള്ള ഒരു കാരണം. അവളെ സംബന്ധിച്ചിടത്തോളം അയാളൊരൊന്നാന്തരം ഡോക്ടറും ഒരു പാവം മനുഷ്യനും മാത്രമായിരുന്നു. അയാളിരിക്കുമ്പോൾ കുഞ്ഞിനെ പരിചരിക്കാൻ അവൾക്ക് യാതൊരു മടിയുമുണ്ടായിരുന്നില്ല. ഒരിക്കൽ തലചുറ്റലും തലവേദനയുമെടുത്തപ്പോൾ അയാൾ പിടിച്ചുകൊടുത്ത സ്പൂണിൽനിന്നു മരുന്നു കുടിക്കാൻപോലും അവൾ തയ്യാറായി. പക്ഷേ, നിക്കൊലായ് പെത്രോവിച്ചിരിക്കുമ്പോൾ അവൾ അയാളെ കണ്ടതായി പോലും ഭാവിച്ചിരുന്നില്ല. അദ്ദേഹത്തെ വഞ്ചിക്കാൻ വേണ്ടിയായിരുന്നില്ല ഇത്. മറിച്ച്, വെറും ഔചിത്യദീക്ഷ മാത്രമാണ് അവളെ ഇതിന് പ്രേരിപ്പിച്ചിരുന്നത്. പാവെൽ പെത്രോവിച്ചിനെ അവൾക്കിപ്പോൾ മുമ്പത്തേതിലും പേടിയായിരുന്നു. അടുത്തകാലത്തായി അദ്ദേഹം അവളെ കൂടുതൽ സൂക്ഷിക്കാൻ തുടങ്ങിയിരുന്നു. ചിലപ്പോൾ ഉടവുതട്ടാത്ത തന്റെ സൂട്ടിന്റെ പോക്കറ്റിൽ കൈയും തിരുകി പൊടുന്നനെ അദ്ദേഹം അവളുടെ പിന്നിൽ വന്നു നില്ക്കുന്നതു കാണാമായിരുന്നു. "അദ്ദേഹത്തെ കണ്ടാൽ നാം വിറങ്ങലിച്ചു പോകും," ഒരിക്കൽ അവൾ ദുന്യാഷയോടു പരാതിപ്പെടുന്നത് കേട്ടു. എന്നാൽ "നിർവ്വികാരനായ" മറ്റൊരു പുരുഷനെപ്പറ്റി ഓർത്തുകൊണ്ടുള്ള ഒരു ദീർഘനിശ്വാസം മാത്രമാണ് ഈ പെൺകുട്ടിയിൽനിന്ന് അതിനു മറുപടിയായി ഉയർന്നത്. ഈ പെൺകുട്ടിയുടെ ദൃഷ്ടിയിൽ താനൊരു 'കഠിനഹൃദയനായി' മാറിയിരുന്ന കഥ ബസാറൊവിന് നിശ്ചയമുണ്ടായിരുന്നുമില്ല.

ഫേനിച്ച്കയ്ക്ക് ബസാറൊവിനേയും ബസാറൊവിന് അവളേയും ഇഷ്ടമായിരുന്നു. അവളുമായി സംസാരിക്കുമ്പോൾ അയാളുടെ മുഖത്ത് എന്തെന്നില്ലാത്ത ഒരു ശാന്തതയും സൗമ്യതയും കളിയാടിയിരുന്നു. അപ്പോൾ അയാളുടെ സാധാരണയുള്ള ധിക്കാരഭാവത്തിൽ ഒരു കളിരസം കലർന്നിരിക്കും. ദിവസം കഴിയുന്തോറും ഫേനിച്ച്കയുടെ സൗകുമാര്യം ഏറിയേറി വന്നിരുന്നു. വേനൽക്കാലത്തെ റോസാപുഷ്പം പോലെ പൂത്തുലയുന്ന ഒരു കാലം എല്ലാ തരുണീമണികളിലും ഉണ്ടാകും. ഫേനിച്ച്കയിലും ഇത് അങ്ങനെയൊരു കാലമായിരുന്നു. ജൂലൈ മാസത്തിലെ ആ ചൂടുൾപ്പെടെ സർവ്വതും

അതിന്നനുകൂലമായിരുന്നു. നേർത്തു വെളുത്ത കുപ്പായം ധരിക്കു മ്പോൾ അവൾ അതിലും നേർത്തതും വെളുത്തതുമായി തോന്നി യിരുന്നു. വെയിലുകൊള്ളാതിരിക്കാനുള്ള അവളുടെ ശ്രമം വൃഥാവി ലാവുകയും അതു അവളുടെ കവിളുകൾക്കും കാതുകൾക്കും നേർത്ത ഒരു അരുണിമ പകരുകയും അവളുടെ ശരീരത്തിനാകെ ഒരുതരം ആലസ്യമുണ്ടാക്കുകയും ചെയ്തു. ഈ ആലസ്യമാകട്ടെ അവളുടെ മനോഹരമായ നയനങ്ങളിൽ സ്വപ്നം നിറഞ്ഞ ഒരു മാന്ദ്യത്തിന്റെ രൂപത്തിൽ പ്രതിഫലിക്കുകയും ചെയ്തിരുന്നു. അവർക്ക് ഒന്നും ചെയ്യാൻ തോന്നിയില്ല. എന്തു ചെയ്യാൻ ശ്രമിച്ചാലും കൈകൾക്ക് ഒരു തളർച്ചപോലെയായിരുന്നു. നടക്കാൻപോലും അവൾക്ക് പ്രയാസം തോന്നി. ഇടയ്ക്കിടയ്ക്ക് അവൾ അയ്യോ, ഹാവൂ എന്നൊക്കെയുള്ള ദീന സ്വരങ്ങൾ പുറപ്പെടുവിക്കുകയും ചെയ്തു.

“ഇടയ്ക്കിടയ്ക്ക് പോയി കുളിച്ചു നോക്കിയാൽ ചൂടിന് അല്പം ആശ്വാസം കിട്ടിയേക്കും,” നിക്കൊലായ് പെ ത്രോവിച്ച് അവളെ ഉപദേശിച്ചു.

അതിനായി അദ്ദേഹം വെള്ളം വറ്റിയിട്ടില്ലാത്ത ഒരു കുളത്തിൽ ഒരു പ്രത്യേക കടവു പണിയിക്കുകപോലും ചെയ്തു.

“പക്ഷേ, നടന്ന് കുളക്കടവുവരെ എത്തുമ്പോഴേക്ക് ചത്തപോലെ യാകും,” അവൾ പറഞ്ഞു. “തിരിച്ചു വീട്ടിലെത്തുമ്പോഴേക്ക് ചത്തു കഴിഞ്ഞിരിക്കുകയും ചെയ്യും. തോട്ടത്തിലെങ്ങും ഒരിത്തിരി തണൽ പോലുമില്ല.”

“അതു ശരിയാ, അവിടെങ്ങും അല്പവും തണലില്ല,” നിക്കൊലായ് പെ ത്രോവിച്ച് നെറ്റിത്തടം തടവിക്കൊണ്ട് അതിനു മറുപടി നില്കും.

ഒരു ദിവസം രാവിലെ ഏതാണ്ട് ആറുമണി സമയത്ത് പതിവുള്ള നടപ്പു കഴിഞ്ഞ് ബസാറൊവ് മടങ്ങി വരുമ്പോൾ ഫേനിച്ച്ക തോട്ട ത്തിലുള്ള ലിലാക്ക് ലതാനികുഞ്ജത്തിലിരിക്കുകയായിരുന്നു. ലിലാ ക്കിന്റെ പൂക്കാലം കഴിഞ്ഞെങ്കിലും ആ നികുഞ്ജത്തിന്റെ ഹരിതിമയ്ക്ക് യാതൊരു കോട്ടവും സംഭവിച്ചിരുന്നില്ല. എന്നത്തേയും പോലെ ഒരു വെളുത്ത തുവാലകൊണ്ട് ശിരസ്സുമറച്ചിരുന്ന അവളുടെ സമീപത്തായി മഞ്ഞിൽകുളിച്ച വെള്ളയും ചുവപ്പും നിറത്തിലുള്ള ധാരാളം റോസാ പുഷ്പങ്ങൾ കൂട്ടിയിട്ടിരുന്നു. അയാൾ ഗുഡ് മോണിങ്ങ്” പറഞ്ഞു അവളെ അഭിവാദനം ചെയ്തു.

“അല്ലാ, യെവ്ഗേനി വസീലിയെവിച്ചല്ലേ, ഇത്!” തലയിൽ കെട്ടിയ തുവാലയുടെ വിളുമ്പ് അല്പം മാറ്റി അയാളെ നോക്കിക്കൊണ്ട് അവൾ പറഞ്ഞു. അപ്പോൾ അവളുടെ മുട്ടു വരെയുള്ള കൈ നഗ്നമാ യിരുന്നു.

“എന്താ ഇവിടെ ചെയ്യുന്നത്?” അവൾക്കരികിൽ ചെന്നിരുന്നു കൊണ്ട് ബസാറൊവ് ചോദിച്ചു. “പൂച്ചെണ്ടുണ്ടാക്കുകയാണല്ലേ?”

"അതെ, പ്രാതൽ സമയത്ത് മേശപ്പുറത്തു വയ്ക്കാനാ. നിക്കൊലായ് പെ ത്രോവിച്ചിന് ഇതു വളരെ ഇഷ്ടമാ."

"പക്ഷേ, പ്രാതലിന് ഇനിയും എത്രയോ നേരം കഴിയണം! എന്തിനാ ഇത്രയധികം പൂക്കൾ!"

"അല്പം കഴിഞ്ഞാൽ ചൂട്ട കൂട്ടം. പിന്നെ പുറത്തിറങ്ങാൻ എനിക്കിഷ്ടമില്ല. അതുകൊണ്ടാണിപ്പോഴേ ഇതെല്ലാം പറിച്ചുവച്ചത്. എനിക്ക് സ്വതന്ത്രമായി ശ്വാസോച്ഛ്വാസം സാധിക്കുന്നത് ഇപ്പോൾ മാത്രമാണ്. ഈ ചൂട് എന്നെ തളർത്തിക്കളയുന്നു. വല്ല അസുഖവുമാണോ എന്തോ?"

"വെറുതെ തോന്നണതാണ്. ഏതായാലും, ആ നാഡിമിടിപ്പൊന്നു നോക്കട്ടെ," എന്നു പറഞ്ഞ് ബസാറൊവ് അവളുടെ കൈ പിടിച്ചു നോക്കി. അവളുടെ പിടയുന്ന ഞരമ്പുകളുടെ മിടിപ്പ് അയാൾക്കനുഭവപ്പെട്ടെങ്കിലും അതൊന്നെണ്ണാൻ പോലും അയാൾ മെനക്കെട്ടില്ല. "ഒരു നൂറുവയസ്സുവരെയെങ്കിലും ജീവിക്കും," അവളുടെ കൈ വിട്ടുകൊണ്ട് അയാൾ പറഞ്ഞു.

"വേണ്ട വേണ്ട, ദൈവം അങ്ങനെ വരുത്താതിരിക്കട്ടെ!"

"എന്താ, അത്രയും ജീവിച്ചിരിക്കാനിഷ്ടമില്ലേ?"

"ദൈവമേ, നൂറുവയസ്സുവരെയോ! അമ്മൂമ്മ എൺപത്തഞ്ചു വരെ ഇരുന്നൊള്ളൂ. എന്നിട്ടും എന്തൊരു കഷ്ടപ്പാടായിരുന്നു അവർക്ക്! കണ്ണും കാണാതെ ചെവിയും കേൾക്കാതെ സദാ ചൊമച്ചു കൊണ്ട് കൂനിക്കൂനിയുള്ള ആ നടപ്പ് ഓർക്കാമ്മേല. സ്വയം അവർക്ക് തന്നെ ഒരു ഭാരമായിരുന്നു ആ ജീവിതം. അങ്ങനെ ജീവിച്ചിട്ടെന്താണൊരു ഗുണം!"

"ചെറുപ്പമായിരിക്കുന്നതാണോ അപ്പോൾ നല്ലത്?"

"സംശയമെന്താ?"

"ഏതു വിധത്തിലാ നല്ലത്?"

"എന്തൊരു ചോദ്യമായിത്? അതോ, എനിക്കിപ്പോൾ ചെറുപ്പമാണ്. ഇപ്പോൾ എനിക്കിഷ്ടമുള്ളതെന്തും ചെയ്യാനും ഇഷ്ടമുള്ളിടത്തു പോയി വരാനും എന്തെങ്കിലുമെടുത്തുകൊണ്ടുപോകാനും ഒന്നും പരസഹായം ആവശ്യമില്ല. വേറെന്താ വേണ്ടത്!"

"എന്നാൽ വയസ്സും ചെറുപ്പവുമെല്ലാം എനിക്കൊരുപോലെയാ."

"എങ്ങനെയാ ഇത്തരം വർത്തമാനം പറയാൻ പറ്റുന്നത്?"

"ഫെദോസ്യ നിക്കൊലായെവ്ന തന്നെ പറയൂ. എനിക്ക് ചെറുപ്പം കൊണ്ടെന്തു ചെയ്യാനാ? ഒറ്റയ്ക്ക്, ഏകനായി കഴിയുന്ന പാവപ്പെട്ട എനിക്ക്...."

"അത് സ്വന്തമായി വരുത്തിവച്ചിട്ടുള്ള സ്ഥിതിയല്ലേ?"

"അല്ല, അതല്ല കുഴപ്പം! ആർക്കും എന്നോട് ദയവില്ല."

ഏറുകണ്ണിട്ട് അയാളെ ഒന്നു നോക്കിയതല്ലാതെ ഫേനിച്ച്ക ഇതിനു മറുപടിയൊന്നും പറഞ്ഞില്ല.

"എന്താ, കൈയിലിരിക്കുന്ന പുസ്തകം?" അവൾ അപ്രതീക്ഷിതമായി ചോദിച്ചു.

"ഇതോ? ഇത് കുറച്ചു കട്ടിക്കൂടിയതാ. മനസ്സിലാക്കാൻ പ്രയാസവുമാണ്."

"എന്നിട്ടും എന്തിനായിങ്ങനെ സദാ വായിക്കുന്നത്? ബോറടിക്കില്ലേ? അറിയേണ്ടതെല്ലാം അറിയാമല്ലോ, ഇല്ലേ?"

"ഇല്ല. വേണമെങ്കിൽ ഇതൊന്നു വായിച്ചുനോക്കൂ!"

"ഓ, എനിക്കിതൊന്നും മനസ്സിലാവത്തില്ല. റഷ്യനിലാണോ ഇത്?" ഭാരിച്ച ആ ഗ്രന്ഥം രണ്ടു കൈയും ഉപയോഗിച്ച് പൊന്തിക്കാൻ ശ്രമിച്ചുകൊണ്ട് ഫേനിച്ച്ക പറഞ്ഞു. "എന്തൊരു തടിയൻ പുസ്തകമാ ഇത്!"

"അതെ, റഷ്യനിലാണത്."

"ഓ, എന്നാലും എനിക്ക് മനസ്സിലാവില്ല."

"മനസ്സിലാകണമെന്ന് ഞാനുദ്ദേശിച്ചുമില്ല. വെറുതെ ഒന്നു വായിച്ചോണ്ടിരുന്നാൽ മതി. അപ്പോൾ ആ മൂക്കിന്റെ തുമ്പ് നിന്നു വിറയ്ക്കുന്നതു കാണാൻ നല്ല ഭംഗിയുണ്ട്."

വളരെ പ്രയാസപ്പെട്ട് ഒരു ലേഖനത്തിന്റെ തലക്കെട്ടിലെ അക്ഷരങ്ങൾ കൂട്ടിവായിക്കാൻ ശ്രമിച്ചിരുന്ന ഫേനിച്ച്ക അതു കേട്ട് പൊട്ടിച്ചിരിച്ചു. അപ്പോൾ പുസ്തകം അവളുടെ കൈയിൽ നിന്ന് താഴെ വീണു.

"ചിരിക്കുന്നതു കാണാനും ഭംഗിയുണ്ട്," ബസാറൊവ് പറഞ്ഞു.

"ഓ, എന്തൊക്കെയാ ഈ പറയുന്നേ!"

"സംസാരിക്കുന്നതു കേൾക്കാനും നല്ല രസമാണ്. കാട്ടാറിന്റെ കളകളം പോലെയുണ്ട്"

ഫേനിച്ച്ക തല തിരിച്ചുകളഞ്ഞു.

"എനിക്കു വയ്യ. ദൈവമേ, എന്തൊക്കെയാ ഈ പറയുന്നത്?" പൂക്കളിട്ട് തിരിക്കുകയും മറിക്കുകയും ചെയ്തുകൊണ്ട് അവൾ മന്ത്രിക്കുമ്പോലെ പറഞ്ഞു. "എന്റെ സംസാരത്തിനെന്താ ഇത്ര വിശേഷം? വലിയ വീട്ടിലെ സ്ത്രീകളുമായി സംസാരിച്ചിട്ടുള്ള ആളാണല്ലോ താങ്കൾ?"

"അതെല്ലാം ശരിയാണ്. പക്ഷേ വലിയ വീട്ടിലെ ഈ പെണ്ണുങ്ങളൊന്നും ഫെദോസ്യ നിക്കൊലായെവ്നയുടെ വാലേൽ കെട്ടാൽ കൊള്ളില്ല. സത്യമായിട്ടും."

“പിന്നേം, വേണ്ടാത്തതൊക്കെയാ പറയുന്നത്,” ഫേനിച്ച്ക മന്ത്രിച്ചു.

ബസാറൊവ് നിലത്തു വീണുകിടന്ന പുസ്തകം പൊക്കിയെടുത്തിട്ടു പറഞ്ഞു. “ഇതൊരു വൈദ്യഗ്രന്ഥമാണ്. വെറുതെയിങ്ങനെ എറിഞ്ഞു കളയാനുള്ളതല്ല.”

“വൈദ്യഗ്രന്ഥം!” ഫേനിച്ച്ക ആ വാക്കുകൾ തന്നെ ഉരുവിട്ടു. എന്നിട്ടയാളുടെ നേർക്ക് തിരിഞ്ഞ് അവൾ തുടർന്നു: ‘ ഓ, ഒരു കാര്യം പറയാൻ ഞാൻ മറന്നുപോയി. അന്ന് മീത്യ്യയ്ക്ക് തന്ന ആ തുള്ളിമരുന്നില്ലേ? അതു കൊടുത്തതിൽ പിന്നെ അവനെത്ര സുഖമായിട്ടാ ഉറങ്ങുന്നതെന്നോ! എങ്ങനെയാ ഇതിനു നന്ദി പറയേണ്ടതെന്ന് എനിക്കറിയില്ല. സത്യത്തിൽ അങ്ങൊരു ദയാലുവാണ്.”

“പക്ഷേ, ഡോക്ടർക്ക് ഫീസു കിട്ടിയില്ലല്ലോ,” ബസാറൊവ് ചെറിയൊരു മന്ദഹാസത്തോടെ പറഞ്ഞു: “ഈ ഡോക്ടർമാർ വലിയ കൊതിയന്മാരാ കേട്ടോ.”

നെറ്റിത്തടത്തിന്റെ വെണ്മകാരണം ഉള്ളതിലും കൂടുതൽ കറുപ്പു തോന്നിച്ചിരുന്ന ദൃഷ്ടികൾ ബസാറൊവിന്റെ നേർക്കുയർത്തിക്കൊണ്ട് ഫേനിച്ച്ക അയാളെത്തന്നെ നോക്കിയിരുന്നു. അയാൾ പറയുന്നത് കളിയോ കാര്യമോ എന്ന് അവൾക്ക് മനസ്സിലായില്ല.

“അയ്യോ, അതിനെന്താ പ്രയാസം... ഞാൻ നിക്കൊലായ് പെത്രോവിച്ചിനോടു പറയാം.”

“ആഹാ, എനിക്ക് പണമാണ് വേണ്ടതെന്നാണോ വിചാരം?” ആ വാചകം മുഴമിക്കാൻ സമ്മതിക്കാതെ ബസാറൊവ് പറഞ്ഞു. “പണമൊന്നും എനിക്കു വേണ്ട.”

“പിന്നെന്താ വേണ്ടത്?”

“എന്താണോ? ഊഹിച്ചുനോക്ക്!”

“ഊഹിക്കാനെന്നും എനിക്ക് കഴിവില്ല.”

“എന്നാൽ ഞാൻ പറയാം. എനിക്ക്... ആ റോസാപ്പൂക്കളിൽ ഒന്നു തന്നാൽ മതി.”

ഫേനിച്ച്ക വീണ്ടും പൊട്ടിച്ചിരിക്കുകയും ഇതെന്തൊരു വിചിത്രമായ ആവശ്യമാണെന്ന മട്ടിൽ കൈകൾ പൊക്കി എറിയുകയും ചെയ്തു. പക്ഷേ, അങ്ങനെ ചിരിച്ചുതള്ളിയെങ്കിലും ആ മുഖസ്തുതി അവൾക്കിഷ്ടപ്പെട്ടു. ബസാറൊവ് അവളെത്തന്നെ നോക്കിയിരുന്നു.

“അതിനാണോ പ്രയാസം” എന്നു ചോദിച്ചുകൊണ്ട് അവൾ കുനിഞ്ഞിരുന്ന് ബഞ്ചിൽ കിടന്ന പൂക്കൾ തെരയാൻ തുടങ്ങി. “എന്നിട്ടേതാ വേണ്ടത്? വെള്ളയോ ചുവപ്പോ?”

“ചുവപ്പ്, പക്ഷേ, അത്ര വലുതു വേണ്ട.”

അവൾ നിവർന്നിരുന്നു.

“എന്നാൽ, ദാ ഇതെടുത്തോളൂ,” എന്നു പറഞ്ഞ് ആ പൂ വച്ചുനീട്ടിയ കൈ ഞൊടിയിടയിൽ പിൻവലിച്ചുകൊണ്ട് അവൾ ചുണ്ടുകടിക്കുകയും, വള്ളിക്കുടിലിന്റെ പ്രവേശനദ്വാരത്തിലേക്ക് തിരിഞ്ഞ് ചെവി ഓർത്തു പിടിക്കുകയും ചെയ്തു.

“എന്തു പറ്റി?” ബസാറൊവ് ചോദിച്ചു. “നിക്കൊലായ് പെ ത്രോവിച്ചാണോ?”

“അല്ല. അദ്ദേഹം പാടത്തു പോയിരിക്കുകയാണ്... അദ്ദേഹത്തെ എനിക്ക് പേടിയില്ല. പക്ഷേ, പാവെൽ പെ ത്രോവിച്ച്... ഞാൻ വിചാരിച്ചു...”

“എന്ത്?”

“അദ്ദേഹം ഇവിടെ പതുങ്ങി നടക്കുന്നുണ്ടെന്ന്. ഇല്ല... ആരുമില്ല. ഇതാ, ഇതെടുത്തോളൂ.” എന്നു പറഞ്ഞ് ഫേനിച്ച്ക ബസാറൊവിനു ഒരു പൂ വച്ചുനീട്ടി.

“എന്താ, പാവെൽ പെ ത്രോവിച്ചിനോട് പേടി തോന്നാൻ കാരണം?”

“കാരണമെനിക്കുമറിയില്ല. എനിക്കദ്ദേഹം സദാ ഒരു പേടിസ്വപ്നം പോലെയാണ്. ഒരൊറ്റ വാക്കു പോലും പറയാതെ വല്ലാത്ത രീതിയിൽ എന്നെ തുറിച്ചു നോക്കിക്കൊണ്ടിരിക്കും. താങ്കൾക്കും അദ്ദേഹത്തെ ഇഷ്ടമല്ലല്ലോ. അങ്ങേരുമായി സദാ തർക്കമായിരുന്നല്ലോ. എന്തിനെപ്പറ്റിയായിരുന്നു നിങ്ങളുടെ തർക്കമെന്നൊന്നും എനിക്കറിയില്ല. പക്ഷേ, ആ മനുഷ്യനെ താങ്കൾ അങ്ങോട്ടും ഇങ്ങോട്ടുമിട്ട് തട്ടിയിരുന്നതെങ്ങനെയാണെന്ന് എനിക്കോർമ്മയുണ്ട്...”

ആ തട്ടൽ എങ്ങനെയായിരുന്നെന്ന് ഫേനിച്ച്ക കൈകൾകൊണ്ട് അഭിനയിച്ചു കാണിച്ചു.

“തർക്കത്തിൽ അദ്ദേഹമെന്നെ മലർത്തി അടിച്ചാലോ?’ ബസാറൊവ് ചോദിച്ചു. “അപ്പോൾ ഫെദോസ്യ നിക്കൊലായെവ്ന എന്റെ പക്ഷം പിടിക്കുമോ?’

“അതെങ്ങനെ പറ്റും! എന്നു തന്നെയല്ല, അതിന്റെ ആവശ്യം വരികയുമില്ല. കാരണം, ആർക്കും താങ്കളെ മലർത്തി അടിക്കാൻ പറ്റുമെന്നു തോന്നുന്നില്ല.”

“എന്നാണോ വിചാരം? പക്ഷേ, ഒരൊറ്റ വിരൽകൊണ്ട് എന്നെ തട്ടിത്താഴെയിടാൻ പറ്റുന്ന ഒരാളെ എനിക്കറിയാം.”

“ആരാ അത്?”

“ആരാണതെന്നറിയില്ല. അല്ലേ? അത്രയൊന്നും അഭിനയം വേണ്ട, കേട്ടോ. അതിരിക്കട്ടെ, എനിക്കു തന്നെ റോസിന് എന്തു

മണമാണെന്നോ! ഒന്നു മണത്തു നോക്കിയേ.'

ഫേനിച്ച്ക എത്തി വലിഞ്ഞ് ആ പൂവിനോട് മൂക്കടുപ്പിക്കുന്നതിനിടയിൽ തലയിൽ കെട്ടിയിരുന്ന ഉറുവാല അഴിഞ്ഞ് കഴുത്തിൽ വന്നു വീഴുകയും അവളുടെ എണ്ണക്കറുപ്പുള്ള സമൃദ്ധമായ ചികുരഭാരം അല്പം ഉലഞ്ഞ രീതിയിൽ കാണപ്പെടുകയും ചെയ്തു.

"നില്ക്കണേ, നമുക്കതൊന്നിച്ചു മണക്കണം," എന്നു മന്ത്രിച്ചുകൊണ്ട് അയാൾ കുനിഞ്ഞ് അവളുടെ പാതി വിടർന്ന ചുണ്ടുകളിൽ ഒരു ചുംബനം നല്കി.

അവൾ ഞെട്ടിത്തിരിഞ്ഞ് രണ്ടു കൈകളും കൊണ്ട് അയാളെ തള്ളി മാറ്റാൻ നോക്കി. പക്ഷേ, ദുർബ്ബലമായിരുന്നു ആ പ്രതിരോധം. അതിനാൽ അയാൾക്ക് വീണ്ടും അവളെ ഒന്നുകൂടി ചുംബിക്കാനും അല്പനേരം ആ നിലയിൽ തുടരാനും സാധിച്ചു.

ആ ലിലാക്ക് വള്ളിക്കുടിലിന് പിന്നിൽനിന്ന് ആരോ കുത്തിക്കുത്തി ചുമയ്ക്കുന്നതു കേട്ടു. ഫേനിച്ച്ക ഞൊടിയിടയിൽ ബഞ്ചിന്റെ മറ്റേ അറ്റത്തേക്ക് നീങ്ങിയിരുന്നു. പാവെൽ പെ ത്രോവിച്ച് നികുഞ്ജത്തിന്റെ വാതില്ക്കൽ വന്ന് ചെറുതായൊന്നു വണങ്ങിയിട്ട്, "ഓ, നിങ്ങൾ ഇവിടെയാണല്ലേ" എന്നു പറഞ്ഞുകൊണ്ട് അവിടെയാകെ ഒരു അങ്കലാപ്പ് സൃഷ്ടിച്ചിട്ട് ഒന്നുമറിയാത്തപോലെ എതിർവശത്തേക്ക് നടന്നകന്നു. ഫേനിച്ച്ക ധിറുതിയിൽ റോസാപുഷ്പങ്ങളെല്ലാം പെറുക്കിയെടുത്തുകൊണ്ട് വീട്ടിലേക്കു പുറപ്പെട്ടു. "കഷ്ടം! യെവ്ഗേനി വസീലിയെവിച്ച്," പോകുന്ന പോക്കിന് അവൾ പിറുപുറുത്തു. തികച്ചും കുറ്റപ്പെടുത്തുന്ന തരത്തിലുള്ളതായിരുന്നു അവളുടെ ആ അപലപനം.

അല്പകാലം മുമ്പു നടന്ന മറ്റൊരു രംഗവും ഓർമ്മവരികയാൽ ബസാറൊവിന് തെല്ലൊരപരാധബോധവും തന്നോടു തന്നെ ഒരമർഷവും തോന്നി. എങ്കിലും അംഗീകൃതകാമവെറിയന്മാരുടെ കൂട്ടത്തിലേക്ക് കടക്കാൻ കഴിഞ്ഞതിൽ സ്വയം അഭിനന്ദിച്ചുകൊണ്ടെന്ന പോലെ തല കുലുക്കിയിട്ട് അയാൾ സ്വന്തം മുറിയിലേക്ക് പോവുകയാണുണ്ടായത്.

പാവെൽ പെ ത്രോവിച്ച് ഉദ്യാന വളപ്പുവിട്ട് നേരെ അടുത്തുള്ള കാട്ടിലേക്കും നടന്നു. വളരെനേരം അവിടെ ചുറ്റി നടന്നതിനുശേഷം പ്രാതലിനു വന്നിരുന്നപ്പോഴത്തെ അദ്ദേഹത്തിന്റെ ഇരുണ്ട മുഖഭാവം പേടിപ്പെടുത്തുന്ന തരത്തിലുള്ളതായിരുന്നു. ചേട്ടന് എന്തോ അസുഖമുണ്ടെന്ന് നിക്കൊലായ് പെ ത്രോവിച്ചിന്ന് തോന്നുകയും, ആദ്ദേഹം അക്കാര്യം ചോദിക്കുകയും ചെയ്തു.

"എനിക്ക് പിത്തകോപമുണ്ടാകാറുണ്ടെന്നറിയില്ലേ," എന്നായിരുന്നു പാവെൽ പെ ത്രോവിച്ചിന്റെ ശാന്തമായ മറുപടി.

XXIV

ഏകദേശം രണ്ടു മണിക്കൂർ കഴിഞ്ഞപ്പോൾ അദ്ദേഹം ബസാറൊവിന്റെ വാതിലിന്മേൽ മുട്ടി വിളിച്ചു.

"നിങ്ങളുടെ ശാസ്ത്രപഠനങ്ങൾ വിഘ്നപ്പെടുത്തുന്നതിനു ക്ഷമിക്കണം," ജനലിങ്കലുള്ള ഒരു കസേരയിൽ ചെന്നിരുന്നുകൊണ്ട് അദ്ദേഹം പറഞ്ഞു. ദന്തനിർമ്മിതമായ പിടിയുള്ള മനോഹരമായ ഒരു ഊന്നുവടിയിന്മേൽ (സാധാരണ അദ്ദേഹം ഊന്നുവടി കൊണ്ടു നടക്കാറുണ്ടായിരുന്നില്ല) കൈകൾ രണ്ടും ഊന്നിക്കൊണ്ട് അദ്ദേഹം തുടർന്നു. "പക്ഷേ ഒരഞ്ചുമിനിട്ട്-അതിൽ ഒട്ടും കൂടുതൽ വേണ്ട-എനിക്കു വേണ്ടി നീക്കിവയ്ക്കാൻ ദയവുണ്ടാകണം."

"എത്ര സമയം വേണമെങ്കിലും എടുക്കാമല്ലൊ," എന്നു മറുപടി പറയുമ്പോൾ ബസാറൊവിന്റെ മുഖം മ്ലാനമായിരുന്നു. പാവെൽ പെത്രോവിച്ച് വാതിൽ കടക്കുമ്പോൾ തന്നെ അയാൾക്കെന്തോ ഒരു വല്ലായ്മ തോന്നിയിരുന്നു.

"അധികമൊന്നും വേണ്ട. അഞ്ചുമിനിട്ടു മതി. ഒരൊറ്റ ചോദ്യം ചോദിക്കാനാണ് ഞാൻ വന്നിരിക്കുന്നത്."

"ചോദ്യമോ? എന്തിനെപ്പറ്റിയാണ്?"

"ശരി, പറയാം. കേട്ടോളൂ. നിങ്ങൾ എന്റെ സഹോദരന്റെ വീട്ടിൽ താമസിക്കാൻ തുടങ്ങിയ കാലത്ത് പല വിഷയങ്ങളെപ്പറ്റിയുമുള്ള നിങ്ങളുടെ അഭിപ്രായം അറിയാൻ എനിക്കവസരമുണ്ടായിരുന്നു. അന്നു തത്രഭവാനുമായി സംസാരിക്കുന്നതിലുള്ള സുഖം ഞാൻ സ്വയം നിഷേധിച്ചിരുന്നില്ലല്ലൊ. എന്നാൽ, നമ്മൾ തമ്മിലോ ഞാനിരിക്കുന്നിടത്തുവച്ചോ ഉള്ള സംസാരത്തിനിടയിൽ ദ്വന്ദ്വയുദ്ധങ്ങളെപ്പറ്റിയുള്ള അവിടുത്തെ വിലപ്പെട്ട അഭിപ്രായമറിയാൻ എനിക്ക് സൗഭാഗ്യമുണ്ടായിട്ടില്ലെന്നാണ് എന്റെ ഓർമ്മ. ഇപ്പോൾ അതൊന്നറിഞ്ഞാൽ കൊള്ളാമെന്നുണ്ട്."

പാവെൽ പെത്രോവിച്ച് മുറിയിലേക്ക് കടന്നപ്പോൾ എഴുന്നേറ്റു നിന്നിരുന്ന ബസാറൊവ് കൈ കെട്ടിക്കൊണ്ട് മേശയുടെ വക്കിന് ചെന്നിരുന്നു.

"എന്റെ അഭിപ്രായത്തിൽ, സൈദ്ധാന്തികമായി ദ്വന്ദ്വയുദ്ധമെന്നത് അസംബന്ധമാണ്. പക്ഷേ പ്രായോഗികതലത്തിലാകുമ്പോൾ കാര്യമാകെ മാറും."

"എന്നു പറഞ്ഞാൽ, ദ്വന്ദ്വയുദ്ധത്തെപ്പറ്റിയുള്ള സൈദ്ധാന്തികമായ അഭിപ്രായം എന്തായാലും പ്രായോഗികതലത്തിൽ അപമാനത്തിന് പകരം ചോദിക്കാതെ നിങ്ങൾ അടങ്ങുകയില്ലെന്നാണോ ഞാൻ ധരിക്കേണ്ടത്?"

"ധരിച്ചതിൽ തെറ്റില്ല."

"നന്നായി. അത്രയും കേട്ടതിൽ സന്തോഷമായി. എന്റെ സന്ദിഗ്ദ്ധാവസ്ഥയ്ക്ക് പരിഹാരമായി...."

"സന്ദേഹമെന്നായിരിക്കും പറയാനുദ്ദേശിച്ചത്."

"രണ്ടും ഒന്നുതന്നെ. ഉദ്ദേശം മനസ്സിലാക്കിക്കാൻ മാത്രമാണ് ഞാൻ സംസാരിക്കുന്നത്. പാണ്ഡിത്യ പ്രദർശനത്തിൽ എനിക്ക് വലിയ താല്പര്യമില്ല. അതിരിക്കട്ടെ. നിങ്ങളുടെ പ്രസ്താവനകാരണം ഖേദകരമായ ഒരു ആവശ്യകതയിൽനിന്ന് എനിക്ക് രക്ഷപെടാൻ കഴിഞ്ഞു. കാര്യമെന്താണെന്നു വച്ചാൽ നിങ്ങളെ ഒരു ദ്വന്ദ്വയുദ്ധത്തിന് വെല്ലുവിളിക്കാൻ ഞാൻ തീരുമാനിച്ചിരിക്കുന്നു."

ബസാറൊവ് തുറിച്ചു നോക്കി.

"എന്നെയോ?"

"അതെ സാർ, നിങ്ങളെത്തന്നെ."

"ദൈവമേ, എന്തുണ്ടായി?"

"കാരണം വിശദീകരിക്കാമായിരുന്നു. പക്ഷേ, അതു വേണ്ടെന്നാണ് എനിക്ക് തോന്നുന്നത്. എനിക്ക് നിങ്ങളെ കാണുന്നത് ചതുർത്ഥി പോലെയാണ്. ഞാൻ നിങ്ങളെ വെറുക്കുന്നു. അതും പോരെങ്കിൽ.."

പാവെൽ പെ ത്രോവിച്ചിന്റെ കണ്ണുകൾ ജ്വലിച്ചു. ബസാറൊവിന്റെ കണ്ണുകളും ഒന്നു പ്രകാശിച്ചു.

"എന്നാലങ്ങനെ ആയിക്കോട്ടെ," ബസാറൊവ് പറഞ്ഞു. "കൂടുതൽ വിശദീകരണങ്ങളുടെ ആവശ്യമില്ല. നിങ്ങൾ സ്വന്തം വീരശൂരപരാക്രമം എന്നോടു കാട്ടാൻ നിശ്ചയിച്ചിരിക്കയാണ്. നടന്നോട്ടെ. എനിക്കു വേണമെങ്കിൽ വിസമ്മതിക്കാമായിരുന്നു. പക്ഷേ, ഞാനതു ചെയ്യുന്നില്ല."

"വളരെ ഉപകാരമായി," പാവെൽ പെ ത്രോവിച്ച് പ്രത്യുത്തരം നല്കി. "ഒരക്രമത്തിന് മുതിരാൻ എന്നെ നിർബന്ധിതനാക്കാതെ എന്റെ വെല്ലുവിളി താങ്കൾ സ്വീകരിക്കുമെന്ന് എനിക്കിപ്പോൾ പ്രതീക്ഷിക്കാമെന്നു കരുതുന്നു."

“വളച്ചുകെട്ടുകൂടാതെ പറഞ്ഞാൽ ആ ഊന്നുവടി പ്രയോഗിക്ക ണോയെന്നാണ് ചോദ്യം, അല്ലേ?” ബസാറൊവ് ആക്ഷോഭ്യനായി ചോദിച്ചു. “വേണ്ട, അതിന്റെ ആവശ്യമില്ല. എന്നു മാത്രമല്ല, അത് നിങ്ങളുടെ തടിക്ക് ഗുണവുമായിരിക്കില്ല. നിങ്ങളൊരു മാന്യനായിരു ന്നോളൂ. മാന്യനായിത്തന്നെ ഞാനും ആ വെല്ലുവിളി സ്വീകരിക്കുന്നു.”

“നന്നായി” എന്നു പറഞ്ഞ് പാവെൽ പെ ത്രോവിച്ച് ഊന്നുവടി ഒരു മൂലയിൽ കൊണ്ടു പോയി ചാരിവച്ചു. “ദ്വന്ദ്വയുദ്ധത്തിന്റെ നിബ ന്ധനകളെപ്പറ്റിക്കൂടി രണ്ടു വാക്ക്. പക്ഷേ, അതിനുമുമ്പായി ഒരു സംഗതി കൂടി ചോദിച്ചുകൊള്ളട്ടെ. എന്റെ വെല്ലുവിളിക്ക് മുന്നോടി യായി എന്തെങ്കിലുമൊരു വഴക്കുണ്ടാക്കുകയെന്ന ഔപചാരികത്വ ത്തിന്റെ ആവശ്യമുണ്ടോ?”

“വേണ്ട, ഔപചാരികതകൾ ഒഴിവാക്കാം.”

“എന്റെയും അഭിപ്രായം അതുതന്നെയാണ്. നമ്മുടെ അഭിപ്രാ യവ്യത്യാസങ്ങൾക്കുള്ള യഥാർത്ഥ കാരണങ്ങളിലേക്കും ഇപ്പോൾ കടക്കേണ്ടതില്ലെന്ന് തോന്നുന്നു. നമുക്ക് പരസ്പരം സഹിക്കാനാവില്ല. അതിൽ കൂടുതലെന്താ പറയാനുള്ളത്”

“അതെ, അതിൽക്കൂടുതലെന്താ പറയാനുള്ളത്?” ബസാറൊവ് വ്യംഗ്യരൂപത്തിൽ ആവർത്തിച്ചു.

“ഇനി, ദ്വന്ദ്വയുദ്ധത്തിന്റെ നിബന്ധനകളെപ്പറ്റി പറഞ്ഞാൽ, നമുക്ക് മദ്ധ്യസ്ഥന്മാരുണ്ടായിരിക്കില്ലെന്നതിനാൽ -അല്ല, വേണ മെന്നുവച്ചാലും എവിടുന്നാ അവരെ കണ്ടുപിടിക്കുക?”

“അതെ, എവിടുന്നാ അവരെ കണ്ടുപിടിക്കുക?”

“അതിനാൽ, എന്റെ നിർദ്ദേശമിതാണ്: “നാളെ രാവിലെ ആറു മണിക്ക് ആ മരക്കൂട്ടത്തിനടുത്തുവച്ച് കൈത്തോക്കുപയോഗിച്ചായി രിക്കും ദ്വന്ദ്വയുദ്ധം നടക്കുക. രണ്ടു പേരും തമ്മിലുള്ള അകലം പത്തു ചുവടായിരിക്കും....”

“പത്തു ചുവടോ? ഓ, ആയിക്കോട്ടെ. നമ്മുടെ വെറുപ്പിന്റെ അകലം അത്രയുമായിരിക്കും.”

“വേണമെങ്കിൽ എട്ടാക്കാം,” പാവെൽ പെ ത്രോവിച്ച് അഭിപ്രാ യപ്പെട്ടു.

“ഓഹോ, എന്തുകൊണ്ടാക്കിക്കൂടാ?”

“ഈരണ്ടു പ്രാവശ്യം വീതം നിറയൊഴിക്കാൻ നമുക്കവകാശമു ണ്ടായിരിക്കും. നമ്മളിലാരെങ്കിലും മരിക്കാനിടയായാൽ അതിന് ഉത്തരവാദിത്വം അവരവർക്കുതന്നെയാണെന്ന് വ്യക്തമാക്കുന്ന ഓരോ കത്തുകൾ നമ്മുടെ പോക്കറ്റിലിട്ടിരിക്കണം.”

“ഇല്ല, അതിനോടെനിക്ക് യോജിപ്പില്ല. ഫ്രഞ്ച് നോവലുകളിലെപ്പോലെയാകും അത്. എന്നു മാത്രമല്ല, വിശ്വാസ്യതയും കുറവാണതിന്.”

“ആയിരിക്കാം. പക്ഷേ, കൊലപാതകം ആരോപിക്കപ്പെടുന്നത് അത്ര അഭിലഷണീയമല്ലെന്ന് താങ്കളും സമ്മതിക്കുമല്ലോ.”

“അതു ശരിയാണ്. പക്ഷേ, ആ ദുസ്ഥിതി ഒഴിവാക്കാനൊരു മാർഗ്ഗമുണ്ട്. മദ്ധ്യസ്ഥന്മാരില്ലെങ്കിലും നമുക്കൊരു സാക്ഷിയെ കണ്ടുപിടിക്കാമല്ലോ.”

“ആരെയാണാവോ ഉദ്ദേശിക്കുന്നത്?”

“വേറെ ആരേയുമല്ല. നമ്മുടെ പ്യോത്തറെത്തന്നെ.”

“ഏതു പ്യോത്തർ?”

“നിങ്ങളുടെ സഹോദരന്റെ പരിചാരകൻ. കുറച്ചൊരു വിദ്യാഭ്യാസമുള്ള കൂട്ടത്തിലാണല്ലോ അവൻ. യഥോചിതമായി തന്റെ പങ്ക് അവൻ വഹിക്കുകയും ചെയ്യും.”

“നിങ്ങൾ കളിപറയുകയാണ്.”

“അല്ലേ അല്ല. ഒന്നാലോചിച്ചാൽ ഞാൻ പറയുന്നത് എളുപ്പവും സരളവുമാണെന്ന് നിങ്ങൾക്കും ബോധ്യമാകും. കാര്യം എങ്ങനെയും പുറത്താകും. പ്യോത്തറിനെ പറഞ്ഞു മനസ്സിലാക്കി പോർക്കളത്തിലെത്തിക്കുന്ന കാര്യം ഞാനേറ്റു.”

“നിങ്ങൾ പിന്നെയും കളി പറയുകയാണ്,” കസേരയിൽ നിന്നെഴുന്നേറ്റുകൊണ്ട് പാവെൽ പെത്രോവിച്ച് പറഞ്ഞു. “പക്ഷേ, നിങ്ങൾ ഇത്രയൊക്കെ സന്മനസ്സ് കാണിച്ചസ്ഥിതിക്ക് എനിക്കു പരാതിപ്പെടാനവകാശമില്ല. അപ്പോൾ, ശരി, എല്ലാം പറഞ്ഞതുപോലെ. ആട്ടെ, നിങ്ങൾക്ക് കൈത്തോക്കുണ്ടോ?”

“എന്റെ കൈയിലെവിടുന്നാ കൈത്തോക്ക്? ഞാൻ പട്ടാളക്കാരനല്ലല്ലോ, പാവെൽ പെത്രോവിച്ച്!”

“എന്നാൽ എന്റേതു തരാം. അഞ്ചു കൊല്ലമായി ഞാനതു തൊട്ടിട്ടില്ലെന്ന് ഉറപ്പുതരാം.”

“അതു കേട്ടിട്ട് വളരെ ആശ്വാസം തോന്നുന്നുണ്ട്.”

“അപ്പോൾ, താങ്കളോട് കൃതജ്ഞത പ്രകാശിപ്പിക്കുകയെന്ന ഒരു ജോലി മാത്രമേ ഇനി ബാക്കിയുള്ളൂ. താങ്കൾ പഠനം തുടരുക. താങ്കളുടെ വിനീതദാസൻ വിട കൊള്ളട്ടെ.”

“ശരി, നാളത്തെ സന്തോഷപ്രദമായ കൂടിക്കാഴ്ചയുടെ സമയത്ത് നമുക്ക് വീണ്ടും കാണാം” എന്നു പറഞ്ഞ് ബസാറൊവ് വാതില്ക്കൽ വരെ അതിഥിയെ അനുഗമിച്ചു.

പാവെൽ പെത്രോവിച്ച് പോയതിനുശേഷം ബസാറൊവ്

വാതിലടച്ചിട്ട് അല്പനേരം അവിടെത്തന്നെ നിന്നു. "പുലിവാലായി!" അയാൾ പൊട്ടുന്നനെ ആത്മഗതമായി ആക്രോശിച്ചു. "എന്തൊരു വിഡ്ഢിത്തമാണ് കാട്ടിയത്! എന്തൊരു പ്രഹസനമായിപ്പോയി! പരിശീലിപ്പിക്കപ്പെട്ട രണ്ട് നായ്ക്കുട്ടികൾ പിൻകാലിൽ നിന്ന് തുള്ളുന്നതുപോലെ! പക്ഷേ, പറ്റില്ലെന്നു പറയാൻ കഴിയുമായിരുന്നില്ലല്ലോ. പറഞ്ഞാൽ അയാൾ വടി ഓങ്ങുമായിരുന്നു. ഓങ്ങിയാൽ..." (അക്കാര്യമോർത്തപ്പോൾ തന്നെ ബസാറൊവ് വിളറിപ്പോയി. അയാളുടെ സ്വാഭിമാനം മുഴുവൻ പതഞ്ഞു പൊങ്ങി.) 'ഓങ്ങിയാൽ ഒരു പൂച്ചക്കുട്ടിയെ എന്നോണം എനിക്കയാളുടെ കഴുത്തുപിടിച്ചു ഞെരിക്കേണ്ടിവരുമായിരുന്നു." തിരിച്ചു ചെന്ന് ഭ്രുതക്കണ്ണാടിയുടെ മുന്നിലിരുന്നെങ്കിലും മനസ്സ് വല്ലാതെ ക്ഷോഭിച്ചിരുന്നതിനാൽ നിരീക്ഷണങ്ങൾക്കാവശ്യമായ ആ മനസ്സാന്നിദ്ധ്യം അയാൾക്ക് നഷ്ടപ്പെട്ടു. "വള്ളിക്കുടിലിൽ വച്ച് അയാളിന്ന് ഞങ്ങളെ കണ്ടു കാണണം." ബസാറൊവ് വിചാരിച്ചു. "പക്ഷേ, അനിയനെ ഓർത്ത് ആരെങ്കിലും ഇത്ര ഇളകിച്ചാടുമോ? ഒരുമ്മയുടെ പേരിലിത്രബഹളമോ! അല്ലല്ല, ഇതിന്റെ പിന്നിൽ മറ്റെന്തെങ്കിലും കൂടി ഉണ്ടായിരിക്കും. ആഹാ, ഇപ്പഴല്ലേ പിടികിട്ടിയത്. അയാൾക്കു തന്നെ അവളോട് പ്രേമം കാണും. അതെയതെ, അതുതന്നെയാണ് കാര്യം. സംശയമൊന്നുമില്ല. എന്തൊരു കുഴപ്പത്തിലാ ചെന്നുചാടിയിരിക്കുന്നത്! എങ്ങനെ നോക്കിയാലും കാര്യം കുഴഞ്ഞു തന്നെ," അയാൾ നിശ്ചയിച്ചുറച്ചു. "ഒന്നാമതായി, അപായ സാദ്ധ്യതയുണ്ട്. അല്ല, ഏതായാലും ഇവിടം വിടേണ്ടിവരും. അർക്കാദിയുടെ സ്ഥിതിയാണ് കഷ്ടം... പിന്നെ, ആട്ടിൻ കുട്ടിയെപ്പോലുള്ള നിക്കൊലായ് പെ ത്രോവിച്ചിന്റെയും... ഏതായാലും കാര്യം കുഴിഞ്ഞതു തന്നെ!"

വളരെ നിശ്ചലവും നിർജ്ജീവവുമായ രീതിയിലാണ് ആ ദിവസം ഇഴഞ്ഞുനീങ്ങിയത്. ചത്തതിനൊക്കുമേ ജീവിച്ചിരിക്കിലുമെന്ന മട്ടിലായിരുന്നു ഫേനിച്ച്ക. കൂട്ടിലകപ്പെട്ട ചുണ്ടെലിയെപ്പോലെ അവൾ മുറിയിൽ നിന്നു പുറത്തിറങ്ങാതെ കഴിച്ചുകൂട്ടി. ഗോതമ്പു കൃഷിക്ക് എന്തോ രോഗബാധയുണ്ടെന്ന് കേട്ട് നിക്കൊലായ് പെ ത്രോവിച്ച് വലിയ മനോദുഃഖത്തിൽ പെട്ടിരിക്കുകയായിരുന്നു. ഈ കൃഷിയിൽ നിന്നെങ്കിലും എന്തെങ്കിലും മിച്ചം കിട്ടുമെന്ന പ്രതീക്ഷയിലാണ് അദ്ദേഹം കഴിഞ്ഞിരുന്നത്. പാവെൽ പെ ത്രോവിച്ചിന്റെ ഉപചാരപൂർവ്വമായ തണുപ്പൻ പെരുമാറ്റം പ്രോക്കൊഫിച്ചിനുപോലും അസഹ്യമായിത്തോന്നി. ബസാറൊവ് തന്റെ പിതാവിന് ഒരു കത്തെഴുതിയിട്ട് അത് വലിച്ചു കീറി മേശച്ചോട്ടിലെറിഞ്ഞു. "ചത്താൽ അവരറിഞ്ഞോളും," അയാൾ വിചാരിച്ചു. "പക്ഷേ, ഞാനത്ര വേഗമൊന്നും മരിക്കുന്ന ലക്ഷണം കാണുന്നില്ല. ഇനിയും കുറേയേറെക്കാലം ജീവിക്കുന്ന മട്ടാണ്." പിറ്റേന്ന് നേരം പരപരാ വെളുക്കുമ്പോഴേക്ക് ഒരത്യാവശ്യ കാര്യം പ്രമാണിച്ച് തന്റടുക്കലെത്തണമെന്ന് അയാൾ

പ്യോത്തറെ പറഞ്ഞ് ചട്ടം കെട്ടി. സെന്റ് പീറ്റേഴ്ബർഗിൽ പോകാനാ യിരിക്കുമെന്നാണ് പ്യോത്തർ കരുതിയത്. വളരെ വൈകി ഉറങ്ങാൻ കിടന്ന ബസാറൊവിനെ പല ദുസ്വപ്നങ്ങളും അലട്ടിക്കൊണ്ടിരുന്നു. ഒദിന്ത്സോവയും അമ്മയും കറുത്ത മീശരോമങ്ങളോടുകൂടിയ ഒരു പൂച്ചക്കുട്ടിയും അയാളെ വിടാതെ പിന്തുടർന്നിരുന്നു. പൂച്ചക്കുട്ടി ഫേനി ച്ച്കയായിരുന്നു. പാവെൽ പെ ത്രോവിച്ച് ഒരു വൻകാടുപോലെ അയാളുമായി ഏറ്റുമുട്ടാൻ നിന്നു. വെളുപ്പിന് നാലു മണിയായപ്പോൾ പ്യോത്തർ വന്ന് അയാളെ വിളിച്ചുണർത്തി. വേഗം തന്നെ വസ്ത്രം മാറ്റിയിട്ട് അയാൾ അവന്റൊപ്പം പുറത്തേക്കിറങ്ങി.

പ്രകാശം പൊഴിക്കുന്നതും പ്രസരിപ്പുളവാക്കുന്നതുമായിരുന്നു അന്നത്തെ പ്രഭാതം. പഞ്ഞിക്കെട്ടുകൾ പോലുള്ള മേഘശകല ങ്ങൾ നീലാംബരത്തിൽ തത്തിക്കളിച്ചിരുന്നു. പുൽക്കൊടികളിലും ഇലകളിലും മഞ്ഞുതുള്ളികൾ പറ്റിപ്പിടിച്ചിരുന്നു. ചിലന്തിവലകളിൽ അവ രജതാഭയോടെ തിളങ്ങി. ഈർപ്പമുള്ള ഇരുണ്ട മണ്ണ് പ്രഭാത സൂര്യന്റെ ചെങ്കതിരുകളെ വിടാതെ കെട്ടിപ്പുണരാൻ ശ്രമിക്കുന്നതു പോലെ തോന്നി. വാനമ്പാടികളുടെ കളകൂജനം അന്തരീക്ഷത്തി ലെങ്ങും അലയടിച്ചു. മരക്കൂട്ടത്തിനടുത്തു വന്ന് അരികിലുള്ള ഒരു തണലിൽ ഇരിപ്പുറപ്പിച്ചതിനുശേഷം മാത്രമേ പ്യോത്തറിൽ നിന്നും പ്രതീക്ഷിക്കുന്ന സേവനത്തെപ്പറ്റി ബസാറൊവ് അയാൾക്ക് വിവരി ച്ചുകൊടുത്തുള്ളൂ. പഠിപ്പുള്ള ആ പരിചാരകൻ അതു കേട്ട് അന്ധാളി ച്ചുപോയി. ദൂരെയെവിടെയെങ്കിലും മാറിനിന്ന് അവിടെ നടക്കുന്ന സംഗതികളെല്ലാം നോക്കിക്കൊണ്ടുകയെന്നതല്ലാതെ ഇതിൽ മറ്റൊരു ഉത്തരവാദിത്വവുമുണ്ടായിരിക്കില്ലെന്നു ബസാറൊവ് അവനു ഉറപ്പു കൊടുത്തു. "നിനക്ക് നിശ്ചയിച്ചിട്ടുള്ള ജോലി എത്ര പ്രധാനമാണെന്ന് ഒന്നാലോചിച്ചു നോക്ക്!" ബസാറൊവ് അയാളോട് തുടർന്നു പറഞ്ഞു. പക്ഷേ, ഒരു ബർച്ചു മരത്തിൽ ചാരി താഴോട്ടു നോക്കിനിന്നിരുന്ന പ്യോത്തറിന്റെ മുഖം അപ്പോൾ ഒന്നുകൂടി വിളറി വെളുത്തതേയുള്ളൂ.

മാരിനൊയിൽനിന്ന് ആ കാടിനെച്ചുറ്റി വന്നിരുന്ന റോഡിലൂടെ തലേ സായാഹ്നത്തിനുശേഷം ഏതെങ്കിലും വണ്ടി ഓടിയതിന്റേയോ മനുഷ്യൻ നടന്നതിന്റേയോ യാതൊരടയാളവുമുണ്ടായിരുന്നില്ല. അറിയാതെ തന്നെ ആ റോഡിലേക്ക് നോക്കിയിരിക്കുന്നതിനിട യിൽ അടുത്തു കണ്ട പുൽക്കൊടികൾ പറിച്ചെടുത്തു അലസമായി കിടക്കുന്നതിനിടയിൽ "ഇതെന്തൊരു വിഡ്ഢിത്തമാണ്" എന്നു ബസാറൊവ് ആത്മഗതമായി പറഞ്ഞുകൊണ്ടിരുന്നു. രാവിലത്തെ തണുത്ത കാറ്റു കാരണം ഒന്നോ രണ്ടോ പ്രാവശ്യം അയാൾ വിറച്ചു. പ്യോത്തർ പേടിച്ചരണ്ട രീതിയിൽ അയാളുടെ നേർക്ക് നോക്കി. പക്ഷേ, ബസാറൊവ് പുഞ്ചിരിച്ചുകൊണ്ടിരുന്നതേയുള്ളൂ. അയാൾക്ക ല്പവും ആത്മഭയമുണ്ടായിരുന്നില്ല.

റോഡിൽ നിന്ന് കുളമ്പടി ശബ്ദം കേട്ടപ്പോൾ ബസാറൊവ് തല ഉയർത്തി നോക്കി. ഏതോ സാധുകർഷകൻ രണ്ടു ഞൊണ്ടിക്കുതിരകളെ ഓടിച്ചു കൊണ്ടു വരികയായിരുന്നു. ബസാറൊവിന്റെ അടുത്തെത്തിയപ്പോൾ ആ കർഷകൻ തൊപ്പി മാറ്റാതെ അയാളെ സൂക്ഷിച്ചുനോക്കിയത് ഒരു ദുശ്ശകുനമാണെന്ന് പ്യോത്തറിനു തോന്നി. "ഇയാളും അതിരാവിലെ ഉണർന്നിരിക്കുന്നു," ബസാറൊവ് വിചാരിച്ചു. "പക്ഷേ, ഇയാൾക്കെന്തെങ്കിലും ആവശ്യം കാണും. ഞങ്ങൾക്കോ?"

"ദാ, അദ്ദേഹം വരുന്നുണ്ടെന്നു തോന്നുന്നു," പ്യോത്തർ മന്ത്രിച്ചു.

ബസാറൊവ് ആ ഭാഗത്തേക്ക് നോക്കിയപ്പോൾ പാവെൽ പെത്രോവിച്ചിനെ കണ്ടു. ഇളം നിറത്തിലുള്ള കളങ്ങളോടുകൂടിയ ഒരു കോട്ടും ഉമ്പപ്പുപോലെ വെളുത്ത ട്രൗസറും ധരിച്ചിരുന്ന അദ്ദേഹം പച്ചത്തുണിയിൽ പൊതിഞ്ഞ ഒരു കെട്ട് കക്ഷത്തിൽ ഇറുക്കിപ്പിടിച്ചുകൊണ്ട് ധിറുതിയിൽ നടന്നു വരുന്നുണ്ടായിരുന്നു.

"ഇത്ര നേരം കാത്തിരിക്കാനിടയാക്കിയതിൽ ക്ഷമിക്കണം," ആദ്യം ബസാറൊവിനേയും അതിനു ശേഷം മധ്യസ്ഥനെന്ന നിലയ്ക്ക് പ്യോത്തറിനെ മാനിച്ചുകൊണ്ടെന്നപോലെ അവനേയും നമിച്ചുകൊണ്ട് അദ്ദേഹം പറഞ്ഞു. "എന്റെ വേലക്കാരനെ ഉണർത്തേണ്ടെന്നു വിചാരിച്ചാണ്."

"ഓ, അതു സാരമില്ല," ബസാറൊവ് മറുപടിയായി പറഞ്ഞു: "ഞങ്ങളും എത്തിയിട്ട് അധിക നേരമായില്ല."

"അത്രയും നന്നായി," എന്നു പറഞ്ഞ് പാവെൽ പെത്രോവിച്ച് ചുറ്റും ഒന്നു കണ്ണോടിച്ചു. "അടുത്തെങ്ങും ആരുമില്ല; ആരും ഇടപെടാൻ വരികയില്ല. എന്നാൽ നമുക്ക് തുടങ്ങാമോ?"

"ഓ, ആയിക്കോട്ടെ!"

"ഇനി കൂടുതൽ വിശദീകരണമൊന്നും വേണ്ടല്ലോ?"

"വേണ്ട"

"തന്നത്താൻ ഉണ്ടയിട്ടോളാമോ?" കൈത്തോക്കുകൾ കെട്ടിൽനിന്നു പുറത്തെടുത്തുകൊണ്ട് പാവെൽ പെത്രോവിച്ച് ചോദിച്ചു.

"വേണ്ട, നിങ്ങൾതന്നെ നിറച്ചോളൂ. ഞാൻ അതിനിടയിൽ ദൂരം അളന്നു തിട്ടപ്പെടുത്താം. എന്റെ കാലിനാണല്ലോ നീളക്കൂടുതൽ," തമാശമട്ടിൽ മന്ദഹസിച്ചുകൊണ്ട് ബസാറൊവ് പറഞ്ഞു: "ഒന്ന് രണ്ട് മൂന്ന്..."

"യെവ്ഗേനി വസീലിയെവിച്ച്," പ്യോത്തർ വിക്കിവിക്കിപ്പറഞ്ഞു. (അയാൾ ആലിലപോലെ വിറയ്ക്കുന്നുണ്ടായിരുന്നു.) "എന്തു വേണമെങ്കിൽ ചെയ്തോളൂ. പക്ഷേ, ഞാനങ്ങു മാറിനില്ക്കുകയാണ്."

"നാല്, അഞ്ച്.... നിന്നോ, മാറി നിന്നോ. നീ വേണമെങ്കിൽ ഏതെങ്കിലും മരത്തിന്റെ പിന്നിൽ ചെന്നുനിന്നു കാതടച്ചു പിടിച്ചോ. പക്ഷേ, കണ്ണു മാത്രം അടച്ചുകളയരുത്. രണ്ടിലാരെങ്കിലും നിലത്തു വീണാൽ ഓടിച്ചെന്ന് പൊക്കി എടുത്തോളണം... ആറ്, ഏഴ്, എട്ട്...." അത്രയുമായപ്പോൾ നിന്നേടത്തു തന്നെ നിന്നിട്ട് പാവെൽ പെ ത്രോവിച്ചിനോട് തിരിഞ്ഞ് അയാൾ ചോദിച്ചു. "മതിയോ, അതോ രണ്ടു ചുവടുകൂടി വയ്ക്കണോ?"

"ഇഷ്ടം പോലെ," രണ്ടാമതൊരു ഉണ്ടകൂടി കൈത്തോക്കിലേക്ക് നിറയ്ക്കുന്നതിനിടയിൽ അദ്ദേഹം പ്രത്യുത്തരം നല്കി.

"എന്നാൽ, രണ്ടു ചുവടുകൂടി ആയിക്കോട്ടെ," കാലിന്റെ തള്ള വിരൽകൊണ്ട് തറയിൽ ഒരു വര വരച്ചിട്ട് ബസാറൊവ് പറഞ്ഞു. "അപ്പോൾ, ഇതാണ് അതിർത്തിരേഖ. അല്ല, അതിർത്തി രേഖയിൽ നിന്ന് എത്ര ചുവട് അകലെ നില്ക്കണം. അതും പ്രധാനമാണല്ലോ. ഇന്നലെ അതു ചർച്ചചെയ്യാൻ നാം വിട്ടുപോയി.

"പത്തു ചുവടു മതിയെന്ന് തോന്നുന്നു," കൈത്തോക്കുകൾ രണ്ടും ബസാറൊവിനു വച്ചുനീട്ടിക്കൊണ്ടു പാവെൽ പെ ത്രോവിച്ച് മറുപടി നല്കി. "നിങ്ങൾക്കിഷ്ടമുള്ളത് എടുക്കാം."

"ശരി, പക്ഷേ, പാവെൽ പെ ത്രോവിച്ച്, നമ്മുടെ ഈ ദ്വന്ദ്വയുദ്ധം തനി അസംബന്ധത്തിന്റെ വക്കുവരെ എത്തുന്നുണ്ടെന്ന് തോന്നുന്നില്ലേ? നമ്മുടെ മധ്യസ്ഥന്റെ മുഖത്തേക്കൊന്നു നോക്കിയേ."

"നിങ്ങളിപ്പോഴും ഇതൊരു തമാശയായാണോ എടുക്കുന്നത്. നമ്മുടെ ഈ ദ്വന്ദ്വയുദ്ധം അല്പം അസാധാരണമാണെന്നത് ഞാൻ നിഷേധിക്കുന്നില്ല. പക്ഷേ, വളരെ ഗൗരവമായാണ് ഞാൻ ഈ ഏറ്റുമുട്ടലിനെ കാണുന്നത്: നേരത്തെ പറഞ്ഞില്ലെന്നു വേണ്ട," പാവെൽ പെ ത്രോവിച്ച് പറഞ്ഞു. എന്നിട്ടദ്ദേഹം ഫ്രഞ്ചിൽ തുടർന്നു. "ശ്രദ്ധിച്ച് കേൾക്കണം!"

"അതിലെനിക്കൊട്ടും സംശയമില്ല. രണ്ടിലൊരാൾ അടിപെടണം. പക്ഷേ, അതിനു മുമ്പേ ഒന്നു ഹൃദയം തുറന്നു ചിരിക്കുന്നതിൽ അപാകതയൊന്നുമില്ലല്ലോ." കളിയും കാര്യവും ഒന്നിച്ചാകാമല്ലോ എന്ന് ലാറ്റിനിൽ പറഞ്ഞിട്ട് അയാൾ തുടർന്നു: "നിങ്ങളുടെ ഫ്രഞ്ചും എന്റെ ലാറ്റിനും കൂടി ചേർന്നാലെങ്ങനെയുണ്ട്?"

"ഗൗരവമായാണ് ഞാൻ ഈ ഏറ്റുമുട്ടലിനെ കാണുന്നത്," എന്നാവർത്തിച്ചുകൊണ്ട് പാവെൽ പെ ത്രോവിച്ച് തന്റെ സ്ഥാനത്തു ചെന്നു നിന്നു. ബസാറൊവും അതിർത്തിരേഖയിൽനിന്ന് പത്തു ചുവട് അകലെ ചെന്നു നിന്നു.

"തയ്യാറായോ?" പാവെൽ പെ ത്രോവിച്ച് ചോദിച്ചു.

"എപ്പോഴേ!"

"എന്നാൽ നമുക്കടുക്കാമോ?"

ബസാറൊവ് പതുക്കെപ്പതുക്കെ മുന്നോട്ടു നടന്നു. പാവെൽ പെത്രോവിച്ചും ഇടതുകൈ പോക്കറ്റിൽ തിരുകി, വലതുകൈയിൽ കൈത്തോക്കുയർത്തി ഉന്നം നോക്കിക്കൊണ്ട് മുന്നോട്ടാഞ്ഞു. "അയാളെന്റെ മൂക്കിനു തന്നെയാണ് ഉന്നം വച്ചിരിക്കുന്നത്," ബസാറൊവ് ആത്മഗതമായി പറഞ്ഞു. "വഷളൻ, അയാളുടെ നോട്ടം കണ്ടില്ലേ! ഇതത്ര സുഖമുള്ള സംഗതിയല്ല. അയാളുടെ വാച്ചിന്റെ ചെയിനേൽ നോക്കിക്കൊണ്ടു നടക്കാം." ബസാറൊവിന്റെ ചെവിയേൽ ഉരുമ്മിക്കൊണ്ട് എന്തോ ചീറിപ്പായുകയും എന്തോ ഒരു ഭയങ്കരശബ്ദം കേൾക്കുകയും ചെയ്തു. "ആ ശബ്ദം കേൾക്കാൻ കഴിഞ്ഞസ്ഥിതിക്ക് എനിക്ക് കുഴപ്പമൊന്നും പറ്റിയിട്ടുണ്ടാവില്ല," അയാൾ വാചിരിച്ചു. ഒരു ചുവടുകൂടി മുന്നോട്ടു വച്ചുകൊണ്ട് അയാൾ ഉന്നം നോക്കാതെ കാഞ്ചിവലിച്ചു.

പാവെൽ പെ ത്രോവിച്ച് ഒന്നു ഞെട്ടിയിട്ട് തന്റെ തുട പൊത്തിപ്പിടിച്ചു. അദ്ദേഹത്തിന്റെ വെള്ള ട്രൗസറിലൂടെ രക്തം ഇറ്റിറ്റുവീണു.

ബസാറൊവ് കൈത്തോക്ക് താഴെയെറിഞ്ഞിട്ട് പ്രതിയോഗിയുടെ അടുത്തേക്കു ചെന്നു.

"എന്താ, മുറിവു പറ്റിയോ?" അയാൾ ചോദിച്ചു.

"സാരമില്ല. അതിർത്തിരേഖവരെ വിളിക്കാൻ നിങ്ങൾക്കവകാശമുണ്ടായിരുന്നു. ആട്ടെ, വ്യവസ്ഥയനുസരിച്ച് നമുക്കോരോ വെടികൂടി ബാക്കിയുണ്ടല്ലോ.'

"ക്ഷമിക്കണം. അതിനി മറ്റൊരവസരത്തിലേക്ക് മാറ്റിവയ്ക്കേണ്ടിവരും," വല്ലാതെ വിളറിത്തുടങ്ങിയിരുന്ന പാവെൽ പെ ത്രോവിച്ചിനെ താങ്ങിപ്പിടിച്ചുകൊണ്ട് ബസാറൊവ് പറഞ്ഞു. "ഇപ്പോൾ ഞാൻ ദ്വന്ദ്വയുദ്ധക്കാരനല്ല, ഡോക്ടറാണ്. അതിനാൽ നിങ്ങളുടെ മുറിവു പരിശോധിക്കലാണ് എന്റെ ഇപ്പോഴത്തെ ജോലി. പ്യോത്തറേ, ഇവിടെ വാ. നീ എവിടെയാ ഒളിച്ചിരിക്കുന്നത്?"

"ഇല്ലില്ല, ഇതു സാരമുള്ളതല്ല... സഹായത്തിന് ആരേയും വിളിക്കേണ്ടതുമില്ല," പാവെൽ പെ ത്രോവിച്ച് മെല്ലെ മെല്ലെ പറഞ്ഞു. "നമുക്ക്.... വീണ്ടും....." എന്നു പറഞ്ഞ് മീശ ചുരുട്ടാൻ അദ്ദേഹത്തിന്റെ കൈ പൊങ്ങിയെങ്കിലും ആ കൈ തളർന്നുപോവുകയും അദ്ദേഹത്തിന്റെ കണ്ണുകൾ പിടയുകയും അദ്ദേഹം ബോധരഹിതനാവുകയും ചെയ്തു.

"ദൈവം തമ്പുരാനെ! ഇതെന്തു കൂത്താ? ബോധക്ഷയം!" അദ്ദേഹത്തെ നിലത്തു കിടത്തുന്നതിനിടയിൽ ബസാറൊവ് ആശ്ചര്യം പ്രദർശിപ്പിച്ചു. "എന്താ പറ്റിയതെന്നു നോക്കട്ടെ." ഒരു കൈലേസെടുത്ത് രക്തം തുടച്ചുകളഞ്ഞിട്ട് അയാൾ മുറിവിനു ചുറ്റും തൊട്ടുനോക്കി.

“എല്ല് യഥാസ്ഥാനത്തുതന്നെയുണ്ട്,” അയാൾ പിറുപിറുത്തു. “ഉപരി പ്ലവമായി മാംസത്തിനു മാത്രമേ മുറിവുള്ളൂ. ഉണ്ട നേരെ പുറത്തേക്കു പോയി. വാസ്റ്റസ് എക്സ്ടേർണസ് മസിലിനു മാത്രമേ ശകലം തകരാറുള്ളൂ. മൂന്നാഴ്ചയ്ക്കുള്ളിൽ വേണമെങ്കിൽ ഇതിലേയെല്ലാം ഓടിനടക്കാം. എന്നിട്ടും ബോധംകെടുന്നു കണ്ടില്ലേ! ഈ പെടിത്തൊണ്ടന്മാർ! തൊലിതന്നെ എത്ര മൃദുലമാണെന്നു നോക്കിയേ!’

“ആളു ചത്തോ സാറെ?’ പിന്നിൽ വന്നു നിന്നു പേടിച്ചു വിറയ്ക്കുന്ന സ്വരത്തിൽ പ്യോത്തർ വിതുമ്മി.

ബസാറൊവ് തിരിഞ്ഞുനോക്കി.

“വേഗം ചെന്ന് ശകലം വെള്ളമെടുത്തോണ്ടു വാടോ. നമ്മുടെ കാലം കഴിഞ്ഞും ഈ വിദ്വാൻ ജീവിച്ചിരിക്കുന്നുണ്ടാകും.”

പക്ഷേ, ആ മാതൃകാപരിചാരകന്റെ തലയിൽ അതൊന്നും കയറിയില്ല. അവൻ അതിനാൽ നിന്നടത്തു നിന്നനങ്ങിയില്ല. പാവെൽ പെത്രോവിച്ച് പതുക്കെ കണ്ണുതുറന്നു. “അദ്ദേഹം മരിക്കും സാറെ” എന്നു വേവലാതിപ്പെട്ടുകൊണ്ട് പ്യോത്തർ കുരിശുവരച്ചു.

“നിങ്ങൾ പറഞ്ഞതു ശരിയാണ്... ഇവന്റെ വിഡ്ഢിമോന്ത കണ്ടില്ലേ?” മറുവേറ്റു കിടന്നിരുന്ന ആ മാന്യൻ പതുക്കെയൊന്നു ചിരിച്ചുകൊണ്ട് പിറുപിറുത്തു.

“എടാ നശിച്ചവനെ, നിന്നോട് ഓടിച്ചെന്ന് ശകലം വെള്ളം എടുത്തോണ്ടുവരാൻ പറഞ്ഞത് കേട്ടില്ലേ?’ ബസാറൊവ് പ്യോത്തറിനെ നോക്കി അലറി.

“വേണ്ട വേണ്ട. ചെറിയൊരു തലചുറ്റൽ മാത്രമായിരുന്നു. എന്നെ ഒന്നെഴുന്നേല്പിക്കൂ... ങാ, ഇപ്പോൾ സുഖമുണ്ട്... ഇതൊരു പോറലേയുള്ളൂ. ഒന്നു വച്ചുകെട്ടിയാൽ എനിക്ക് നടന്നു വീട്ടിലെത്താൻ പറ്റും. അല്ലെങ്കിൽ വണ്ടി കൊണ്ടുവരാൻ പറഞ്ഞയയ്ക്കാം. നിങ്ങൾക്ക് സമ്മതമാണെങ്കിൽ ഈ ദ്വന്ദ്വയുദ്ധം ഇവിടെ വച്ചവസാനിപ്പിക്കാം. ഇന്നത്തെ, ഇന്നത്തെ മാത്രമാണ് കേട്ടോ, നിങ്ങളുടെ പെരുമാറ്റം അന്തസ്സുറ്റതായിരുന്നു.”

“പഴയ കഥയൊന്നും കുത്തിച്ചികയേണ്ടതില്ല,” ബസാറൊവ് പറഞ്ഞു. “ഭാവിയെപ്പറ്റിയാണെങ്കിൽ കൂടുതൽ വിഷമിക്കാനൊന്നുമില്ല. കാരണം, ഞാൻ ഉടൻ ഇവിടം വിടുന്നതായിരിക്കും. ആട്ടെ, ഞാൻ ആ കാലൊന്നു വച്ചുകെട്ടാം. മുറിവത്ര സാരമുള്ളതല്ല. എങ്കിലും രക്തം പോക്ക് തടയുന്നതാണ് നല്ലത്. പക്ഷേ, അതിനുമുമ്പായി ഈ മരങ്ങോടനെ ഒന്നു നേരെയാക്കട്ടെ.”

ബസാറൊവ് പ്യോത്തറിന്റെ തോളത്തു പിടിച്ച് ശക്തിയായൊന്നു കലുക്കിയിട്ട് ഓടിച്ചെന്ന് വണ്ടി വിളിച്ചോണ്ടു വരാൻ പറഞ്ഞയച്ചു.

"നീ ബഹളം വച്ച് അനിയനെ പേടിപ്പിക്കരുത് കേട്ടോ," പാവെൽ പെ ത്രോവിച്ച് അവനെ ശാസിച്ചു. "അവിടെച്ചെന്ന് വേണ്ടാത്തതൊന്നും പറഞ്ഞേക്കരുത്."

പ്യോത്തർ ഓടിപ്പോയി. അവൻ വണ്ടി കൊണ്ടു വരാൻ പോയപ്പോൾ പ്രതിയോഗികൾ രണ്ടുപേരും ഒന്നും മിണ്ടാതെ നിലത്ത് ചടഞ്ഞിരുന്നു. ബസാറൊവിന്റെ മുഖത്തേക്ക് നോക്കാതിരിക്കാൻ പാവെൽ പെ ത്രോവിച്ച് ശ്രദ്ധിച്ചു. അയാളുമായി ഇണങ്ങാൻ അദ്ദേഹത്തിന് യാതൊരാഗ്രഹവും ഉണ്ടായിരുന്നില്ല. തന്റെ അഹന്തയിലും പരാജയത്തിലും അദ്ദേഹത്തിന് ലജ്ജ തോന്നി. താൻ കുത്തിപ്പൊക്കിയ അനാവശ്യമായ ബഹളത്തിലും അദ്ദേഹത്തിന് നാണം തോന്നി. എങ്കിലും കാര്യങ്ങൾ ഇപ്രകാരം തൃപ്തികരമായി അവസാനിച്ചല്ലോ എന്നോർത്തപ്പോൾ അദ്ദേഹത്തിന് സന്തോഷവുമുണ്ടായി. "ഏതായാലും ഇനിമേൽ അയാളിവിടെ ഊങ്ങിപ്പിടിച്ചു നടക്കില്ലല്ലോ," അദ്ദേഹം സമാധാനിച്ചു. "അതേതായാലും നന്നായി" ആ നിശ്ശബ്ദത അസഹനീയവും അനുചിതവുമായിക്കൊണ്ടിരുന്നു. രണ്ടു പേർക്കും അതിൽ വല്ലായ്മ തോന്നി. മറ്റേയാൾക്കു തന്നെ ശരിയായി മനസ്സിലായിട്ടുണ്ടെന്നു രണ്ടുകൂട്ടർക്കും വ്യക്തമായി. സ്നേഹിതർക്കിടയിലാണെങ്കിൽ അത് വളരെ സന്തോഷപ്രദമായ ഒരു സംഗതിയായിരിക്കും. പക്ഷേ, ശത്രുക്കൾക്കിടയിലാകുമ്പോൾ അത് ഒട്ടും സുഖകരമായിരിക്കില്ല. പ്രത്യേകിച്ചും കാര്യങ്ങൾ വ്യക്തമാക്കാനോ പിരിയാനോ സാദ്ധ്യതയില്ലാത്തപ്പോൾ.

"കാലു വച്ചുകെട്ടിയത് മുറുകിപ്പോയോ?" ഒടുവിൽ ബസാറൊവ് അന്വേഷിച്ചു.

"ഇല്ല, കുഴപ്പമില്ല," പാവെൽ പെ ത്രോവിച്ച് പറഞ്ഞു. അല്പനേരത്തെ മൗനത്തിനുശേഷം അദ്ദേഹം തുടർന്നു: "എന്റനിയനെ പറ്റിക്കാൻ കഴിയില്ല. രാഷ്ട്രീയത്തിന്റെ പേരിൽ നാം തമ്മിൽ തെറ്റിയതാണെന്ന് പറയേണ്ടിവരും."

"അങ്ങനെ ആയിക്കൊള്ളട്ടെ,'' ബസാറൊവ് സമ്മതിച്ചു. "ഇംഗ്ലീഷ് പ്രേമികളെ ഞാൻ അടച്ചു പുച്ഛിച്ചെന്നു പറഞ്ഞോളൂ."

"ശരി, അങ്ങനെതന്നെ. ദാ, അവൻ നമ്മെപ്പറ്റി എന്തായിരിക്കും വിചാരിക്കുന്നത്?" അല്പം മുൻപ് ആ ഞൊണ്ടിക്കുതിരകളെ ഓടിച്ചുപോയിരുന്ന ആ കർഷകൻ അതിലേ തന്നെ തിരിച്ചുവരുന്നതു കണ്ടപ്പോൾ പാവെൽ പെ ത്രോവിച്ച് ചോദിച്ചു. രണ്ടു "മാന്യന്മാർ" അവിടെയിരിക്കുന്നതു കണ്ടപ്പോൾ അവൻ ഉപചാരപൂർവ്വം വണങ്ങിനിന്നു.

"ആർക്കറിയാം'' എന്നായിരുന്നു ബസാറൊവിന്റെ മറുപടി. "ഒരുപക്ഷേ, അവൻ ഒന്നും ചിന്തിക്കുന്നുണ്ടാവില്ല. പിടികിട്ടാത്ത അപരിചിതനെന്നു പറഞ്ഞ് ശ്രീമതി റാത്ക്ലീഫ് വിശേഷിപ്പിച്ച

ആ മനുഷ്യക്കോലമാണല്ലോ റഷ്യൻ കർഷകൻ. നമുക്കവനെ മനസ്സിലാവില്ല. അവന് അവനെത്തന്നെയും മനസ്സിലാവില്ല."

"എന്നാണോ നിങ്ങൾ കരുതുന്നത്," എന്നു പറഞ്ഞുതുടങ്ങിയപ്പോഴേക്കും എതിർവശത്തുനിന്ന് അനിയൻ വരുന്നതു കണ്ട് പാവെൽ പെ ത്രോവിച്ച് വിഷയം മാറ്റി. "കണ്ടോ, ആ മരമണ്ടൂസൻ പറ്റിച്ച പണി? ദാ, എന്റനിയൻ വരുന്ന വരവ് കണ്ടില്ലേ?"

ബസാറൊവ് തിരിഞ്ഞുനോക്കിയപ്പോൾ മുഖത്തു രക്തസഞ്ചാരമില്ലാതെ വണ്ടിയിൽ ഇരിക്കുന്ന നിക്കൊലായ് പെ ത്രോവിച്ചിനെയാണ് കണ്ടത്. വണ്ടി നില്ക്കുന്നതിനു മുൻപേ അതിൽ നിന്ന് ചാടിയിറങ്ങിയിട്ട് അദ്ദേഹം ചേട്ടന്റടുക്കലേക്ക് ഓടിയെത്തി.

"എന്താ ഇതിന്റെയൊക്കെ അർത്ഥം?" അദ്ദേഹം പരിഭ്രമത്തോടെ ചോദിച്ചു. "യെവ്ഗേനി വസീലിയെവിച്ച്, എന്താ ഉണ്ടായത്?"

"പേടിക്കാനൊന്നുമില്ല," പാവെൽ പെ ത്രോവിച്ചാണ് അതിനു മറുപടി നല്കിയത്. "നിന്നെ ബുദ്ധിമുട്ടിക്കേണ്ടതില്ലായിരുന്നു. ശ്രീമാൻ ബസാറൊവും ഞാനും തമ്മിൽ ചെറിയൊരു വഴക്കുണ്ടായി. അതിൽ എന്റെ സ്ഥിതി അല്പം പരുങ്ങലിലുമായി. അത്രേയുള്ളു.'

"അതെ; പക്ഷേ എന്തിനുവേണ്ടിയായിരുന്നു ഈ കലുമാലെല്ലാം?"

"അറിയണമെന്ന് നിർബ്ബന്ധമാണെങ്കിൽ പറയാം. ശ്രീമാൻ ബസാറൊവ് റോബർട്ട് പീലിനെ വളരെ പുച്ഛിച്ചു സംസാരിച്ചു. പക്ഷേ, കുറ്റം എന്റേതാണ്. ശ്രീമാൻ ബസാറൊവ് തികച്ചും മാന്യമായാണ് പെരുമാറിയത്. ഞാനാണ് വെല്ലുവിളി നടത്തിയത്."

"അതെല്ലാം ശരിതന്നെ. ദാ, ചോര ഒലിക്കുന്നുണ്ടല്ലോ."

"പിന്നെന്താ ഒലിക്കേണ്ടത്? എന്റെ സിരകളിൽ, എന്താ, പച്ചവെള്ളമാണെന്നാണോ നിന്റെ വിചാരം? പക്ഷേ, അല്പം രക്തം പോകുന്നത് എനിക്ക് നല്ലതാണ്. അല്ലേ, ഡോക്ടർ? ഇങ്ങനെ മിഴിച്ചുനില്ക്കാതെ വണ്ടിയിൽ കയറാൻ എന്നെ ഒന്നു സഹായിക്കെടോ. നാളെയാകുമ്പോഴേക്ക് എനിക്ക് സുഖമാകും. ദാ, എന്റെ ഈ കൈയിലൊന്നു പിടിച്ചോ. ങാ, അതുതന്നെ. എന്നാലിനി വണ്ടി വിട്ടോട്ടെ."

നിക്കൊലായ് പെ ത്രോവിച്ച് വണ്ടിക്ക് പിന്നിലായി നടന്നു. തൊട്ടുപുറകിൽ ബസാറൊവും ഉണ്ടായിരുന്നു.

"പട്ടണത്തിൽ നിന്ന് ഡോക്ടർ എത്തുന്നതു വരെ ചേട്ടനെ ഒന്നു നോക്കിക്കൊള്ളണം," അദ്ദേഹം അയാളോടു പറഞ്ഞു.

ബസാറൊവ് സമ്മതഭാവത്തിൽ തലയാട്ടി.

ഒരു മണിക്കൂർ കഴിഞ്ഞപ്പോൾ മുറിവെല്ലാം ഭംഗിയായി ഡ്രസ്സ് ചെയ്യിച്ചശേഷം പാവെൽ പെ ത്രോവിച്ച് തന്റെ കട്ടിലിൽ വന്നു

കിടന്നു. വീട്ടിനകത്താകെയൊരു ബഹളമായിരുന്നു. ഫേനിച്ച്കയ്ക്ക് ചെറുതായൊരു ബോധക്കേടുണ്ടായി. നിക്കൊലായ് പെ ത്രോവിച്ച് ആരും കാണാതെ സ്വന്തം കൈകൾ ഞെരിച്ചു. പാവെൽ പെ ത്രോ വിച്ചാകട്ടെ എല്ലാവരുമായി കളി തമാശ പറഞ്ഞു ചിരിച്ചു. പ്രത്യേ കിച്ചും ബസാറൊവുമായി. അദ്ദേഹം ഒന്നാന്തരമൊരു കേംബ്രിക്ക് ഷർട്ടും ചുളുക്കുവീഴാത്ത കോട്ടും ഒരു ഫെസ്ത്തൊപ്പിയും ധരിച്ചിരുന്നു. ജനലിന്റെ കർട്ടൻ വലിച്ചിടുന്നതിനെ അദ്ദേഹം എതിർക്കുകപോലും ചെയ്തു. ആഹാരം വേണ്ടെന്നു വയ്ക്കേണ്ടിവരുമല്ലോ എന്നതു മാത്ര മായിരുന്നു അദ്ദേഹത്തിന്റെ പരാതി.

പക്ഷേ, രാത്രിയായപ്പോൾ അദ്ദേഹത്തിന് അല്പം പനിയും തലവേ ദനയും അനുഭവപ്പെട്ടു. അപ്പോഴേക്ക് പട്ടണത്തിൽ നിന്നുള്ള ഡോക്ടർ എത്തിച്ചേർന്നു. (സഹോദരന്റെ പ്രതിഷേധത്തെ നിക്കൊലായ് പെ ത്രോവിച്ച് വകവച്ചില്ല. ബസാറൊവും ഡോക്ടറെ വിളിക്കാൻ നിർബ ന്ധിച്ചു. പകൽ മുഴുവൻ ബസാറൊവ് വിളറിയ മുഖവുമായി മുറിയിൽ തന്നെ ഇരുന്നു. ഇടയ്ക്കിടയ്ക്ക് രോഗിയെ നോക്കാൻ മാത്രമാണ് അയാൾ പുറത്തേക്കു വന്നത്. അപ്പോൾ ഒന്നു രണ്ടു പ്രാവശ്യം ഫേനിച്ച്കയു മായി കാണാനിടയായെങ്കിലും അവൾ പേടിച്ചു പുറകോട്ടു വലിയു കയാണുണ്ടായത്.) രോഗിക്ക് ശീതളപാനീയങ്ങൾ കൊടുക്കാൻ ഡോക്ടർ പറഞ്ഞു. പേടിക്കാനൊന്നുമില്ലെന്ന ബസാറൊവിന്റെ ഉറപ്പിനെ അദ്ദേഹം ശരിവച്ചു. തന്റെ ചേട്ടൻ തനിയെ വരുത്തി വച്ച മുറിവാണതെന്നു പറഞ്ഞപ്പോൾ “ആഹാ” എന്നു മാത്രമായിരുന്നു ഡോക്ടറുടെ പ്രതികരണം. പക്ഷേ, ഇരുപത്തഞ്ചു വെള്ളിറൂബിൾ കൈയിൽ വച്ചുകൊടുത്തപ്പോൾ അയാളുടെ മറുപടി ഇപ്രകാരമാ യിരുന്നു. “ആശ്ചര്യമെന്നു പറയട്ടെ, ഇങ്ങനൊക്കെ ചിലപ്പോൾ സംഭവിക്കാറുണ്ട്, കേട്ടോ.”

അന്നു രാത്രി ആ വീട്ടിലാരുംതന്നെ വസ്ത്രം മാറ്റുകയോ ഉറങ്ങാൻ പോവുകയോ ചെയ്തില്ല. നിക്കൊലായ് പെ ത്രോവിച്ച് ഇടയ്ക്കിടയ്ക്ക് ഒച്ചയുണ്ടാക്കാതെ മെല്ലെ നടന്ന് ചേട്ടന്റെ മുറിയിൽ വന്നു നോക്കി. രോഗി നല്ല മയക്കത്തിലായിരുന്നു. ഇടയ്ക്കൊരു ഞരക്കത്തോടെ അദ്ദേഹം വെള്ളം ചോദിക്കുകയും ‘നീ പോയി ഉറങ്ങിക്കോ’ എന്നു ഫ്രഞ്ചിൽ പറയുകയും ചെയ്തു. ഒരിക്കൽ ചേട്ടനു നാരങ്ങാവെള്ളം കൊണ്ടുചെന്നു കൊടുക്കാൻ നിക്കൊലായ് പെ ത്രോവിച്ച് ഫേനി ച്ച്കയെ നിർബന്ധിച്ചയയ്ക്കുകയുണ്ടായി. രോഗി അവളുടെ മുഖത്ത് സൂക്ഷിച്ചു നോക്കിയിട്ട് ഒറ്റവലിക്ക് അതു കുടിച്ചുതീർത്തു. വെളുക്കാ റായതോടെ പനി കുറച്ചു കൂടുകയും രോഗി കുറേശ്ശെ പിച്ചും പേയും പറയാൻ തുടങ്ങുകയും ചെയ്തു. ആദ്യം അദ്ദേഹത്തിന്റെ വാക്കുകൾ അവ്യക്തമായിരുന്നു. പക്ഷേ, ഒരിക്കൽ പെട്ടെന്ന് കണ്ണുതുറന്നപ്പോൾ അനിയൻ ഉല്ക്കണ്ഠയോടെ കുനിഞ്ഞ് തന്റടുക്കൽ നിൽക്കുന്നതു കണ്ട പ്പോൾ അദ്ദേഹം വ്യക്തമായി ഇപ്രകാരം മന്ത്രിച്ചു.

"ഫേനിച്ച്കയ്ക്ക് നെല്ലിയുടെ നല്ല ഛായയുണ്ട്, ഇല്ലേ?"

"ഏതു നെല്ലിയാണെന്ന്? അവന്റെ ചോദ്യം കേട്ടില്ലേ? എടാ, ആർ.പ്രഭ്വി... പ്രത്യേകിച്ചും, മുഖത്തിന്റെ മേൽഭാഗം." അതിനുശേഷം ഫ്രഞ്ചിൽ അദ്ദേഹം ഇത്രയും കൂടി കൂട്ടിച്ചേർത്തു. "ഒരച്ചിൽ വാർത്ത പോലെയുണ്ട്."

നിക്കൊലായ് പെ ത്രോവിച്ച് അതിനു മറുപടിയൊന്നും പറഞ്ഞി ല്ലെങ്കിലും പൂർവ്വസ്മരണകൾ മനുഷ്യനെ ഒരിക്കലും വിട്ടുപിരിയാത്ത തിൽ അദ്ദേഹത്തിന് അത്ഭുതം തോന്നി.

"ഇത്തരം സന്ദർഭങ്ങളിലായിരിക്കും ഈ സ്മരണകൾ പൊന്തി വരുന്നത്,"അദ്ദേഹം വിചാരിച്ചു.

"പാവം കൊച്ച്! എനിക്കതിനെ എത്ര ഇഷ്ടമാണെന്നോ!" വേദനയോടെ കൈകൾ തലയ്ക്കു പിന്നിൽ കൂട്ടിപ്പിണച്ചുകൊണ്ട് വിങ്ങിപ്പൊട്ടുമ്പോലെ പാവെൽ പെ ത്രോവിച്ച് പറഞ്ഞു. "ഇല്ല, ഞാനുള്ളപ്പോൾ അവളെ തൊടാൻ ഒരു തെമ്മാടിയേയും ഞാൻ സമ്മതിക്കില്ല. എന്റെ കൊക്കിൽ ജീവനുള്ളേടത്തോളം..." അല്പസ മയം കഴിഞ്ഞ് അദ്ദേഹം അവ്യക്തമായി തുടർന്നു.

നിക്കൊലായ് പെ ത്രോവിച്ച് അത് കേട്ട് ഒന്നു നെടുവീർപ്പിട്ടതേ യുള്ളൂ. ആരെപ്പറ്റിയാണ് ഈ പറയുന്നതെന്നൊന്നും അദ്ദേഹത്തിന് പിടികിട്ടിയില്ല.

പിറ്റേന്നു രാവിലെ മണി എട്ടടിച്ചതോടെ ബസാറൊവ് അദ്ദേ ഹത്തെ കാണാൻ വന്നു. അയാൾ തന്റെ സാമാനങ്ങളെല്ലാം കെട്ടി വയ്ക്കുകയും തവളകൾ, പ്രാണികൾ, പക്ഷികൾ തുടങ്ങിയവയെ വിട്ട യയ്ക്കുകയും ചെയ്തിരുന്നു.

"യാത്രപറയാൻ വന്നതാണല്ലേ?" എഴുന്നേറ്റ് അയാളെ സ്വാഗതം ചെയ്തുകൊണ്ട് നിക്കൊലായ് പെ ത്രോവിച്ച് പറഞ്ഞു.

"എനിക്ക് മനസ്സിലാകുന്നുണ്ട്. നിങ്ങളെ ഞാനൊരു വിധത്തിലും കുറ്റപ്പെടുത്തുകയില്ല. തെറ്റെല്ലാം എന്റെ പാവം ചേട്ടന്റെയാണ്. അതിന് തക്ക ശിക്ഷ കിട്ടുകയും ചെയ്തു. നിങ്ങൾക്ക് ഗത്യന്തരമില്ലാ ത്ത നിലയിലെത്തിച്ചത് താനാണെന്ന് ചേട്ടൻ തന്നെ എന്നോട് പറഞ്ഞു. ഈ ദ്വന്ദ്വയുദ്ധം ഒഴിവാക്കാൻ നിങ്ങൾക്ക് കഴിയുമായിരു ന്നില്ലെന്ന് ഞാൻ വിശ്വസിക്കുന്നു... നിങ്ങളുടെ ധാരണകൾ തമ്മിലു ള്ള നിരന്തരമായ ഏറ്റുമുട്ടലായിരുന്നിരിക്കണം ഒരതിരുവരെ അതിനു കാരണം." (ഇത്രയും പറഞ്ഞപ്പോൾ അദ്ദേഹത്തിന്റെ സംസാരം കുഴഞ്ഞു.) 'എന്റെ ചേട്ടൻ പഴമക്കാരനും മുൻകോപിയും പിടിവാശി ക്കാരനുമാണ്.... ഇങ്ങനെയൊക്കെ ഇതവസാനിച്ചതിന് കർത്താ വിനു സ്തുതി പറയാം. കാര്യങ്ങൾ ഒതുക്കിത്തീർക്കാൻ വേണ്ടതെല്ലാം ഞാൻ ചെയ്തിട്ടുണ്ട്.'

“എന്തെങ്കിലും കുഴപ്പമുണ്ടായാൽ എന്നെ അറിയിക്കണം; മേൽവിലാസം ഇവിടെ തന്നിട്ടു പോകാം.” ബസാറൊവ് അശ്രദ്ധനായി പറഞ്ഞു.

“കുഴപ്പമൊന്നുമുണ്ടാവില്ലെന്നാണ് എന്റെ പ്രതീക്ഷ. ഇവിടുത്തെ താമസം ഇങ്ങനെ കലാശിക്കാനിടയായതിൽ എനിക്ക് അതിയായ സങ്കടമുണ്ട്. അർക്കാദിയെ ഓർത്തിട്ടാണ് എനിക്ക് കൂടുതൽ ദുഃഖം...”

“ഞാനയാളെ കാണാൻ ശ്രമിക്കുന്നുണ്ട്,” ബസാറൊവ് ഇടയ്ക്കു കയറിപ്പറഞ്ഞു. വിശദീകരണവും ബാഹ്യമായ സ്നേഹപ്രകടനവും ഒന്നും അയാൾക്ക് ഒരിക്കലും ഇഷ്ടമായിരുന്നില്ല. “ഞങ്ങൾക്ക് തമ്മിൽ കാണാൻ പറ്റിയില്ലെങ്കിൽ, എന്റെ അന്വേഷണം അയാളെ അറിയിക്കണം. ഇങ്ങനെയൊക്കെ സംഭവിച്ചതിൽ എനിക്ക് ആത്മാർത്ഥമായ ഖേദമുണ്ട്.”

“എനിക്കും...” എന്ന് നമ്രശിരസ്കനായ നിക്കൊലായ് പെത്രോവിച്ച് പറയാൻ തുടങ്ങുമ്പോഴേക്ക് ബസാറൊവ് അവിടെനിന്ന് പൊയ്ക്കളഞ്ഞു.

ബസാറൊവ് പോകുന്നെന്നു കേട്ടപ്പോൾ പാവെൽ പെത്രോവിച്ച് അയാളെ ആളയച്ചു വരുത്തുകയും അയാൾക്ക് ഹസ്തദാനം നല്കുകയും ചെയ്തു. പക്ഷേ, ബസാറൊവ് ശിലാപ്രതിമ കണക്ക് നിന്നതേയുള്ളൂ. പാവെൽ പെത്രോവിച്ച് ഔദാര്യം കാട്ടാൻ നോക്കുകയാണെന്നു അയാൾക്ക് മനസ്സിലായി. ഫേനിച്ച്കയോടു യാത്ര പറയാൻ അയാൾക്ക് സാധിച്ചില്ല. ജനലിലൂടെ കണ്ണുകൾ കൊണ്ട് അയാൾ അവളുടെ യാത്രാനുമതി ആവശ്യപ്പെട്ടു. അവൾ അത്യധികം വിഷണ്ണയാണെന്ന് അയാൾക്ക് തോന്നി. “അവൾക്കിത് താങ്ങാനാകുമെന്നു തോന്നുന്നില്ല,” അയാൾ ആത്മഗതമായി പറഞ്ഞു. “എങ്ങനെയെങ്കിലും അവൾക്കിതിൽനിന്നു കരകയറാൻ കഴിഞ്ഞാൽ മതിയായിരുന്നു.” പ്യോത്തറാണ് ആകെ തകർന്നുപോയത്. അവൻ വിതുമ്പിക്കരഞ്ഞു. “മതിയെടോ, ഈ കണ്ണീർ പുഴയൊന്നവസാനിപ്പിക്ക്,” എന്നു ബസാറൊവ് പറഞ്ഞപ്പോൾ മാത്രമേ അവൻ ഒന്നടങ്ങിയുള്ളൂ. തന്റെ മാനസിക ക്ഷോഭം മറച്ചു വയ്ക്കാൻ ദുന്യാഷ അടുത്തുള്ള കാട്ടിലേക്കോടിക്കളഞ്ഞു. ഈ ദുരന്തത്തിനെല്ലാം കാരണക്കാരൻ മാത്രം യാതൊരു കൂലസുമില്ലാത്ത പോലെ വണ്ടിയിൽ കയറിയിരുന്ന് ഒരു ചുരുട്ടെടുത്തു കത്തിച്ചു. വണ്ടി ഏകദേശം മൂന്നു നാഴിക അകലെയെത്തിയപ്പോൾ കിർസാനൊവ് കുടുംബത്തിന്റെ ആ പുതിയ മന്ദിരത്തിലേക്ക് അവസാനമായി ഒന്നുകൂടി നോക്കിക്കൊണ്ട് അയാൾ കാർക്കിച്ചുതുപ്പി. “ഈ നശിച്ച മാടമ്പിമാർ!” എന്നു പറഞ്ഞുകൊണ്ട് അയാൾ കോട്ടിന്റെ ബട്ടൺ ഒന്നുകൂടി മുറുക്കിയിട്ടു.

വേഗം തന്നെ പാവെൽ പെത്രോവിച്ചിന് പൂർണ്ണസുഖമായെങ്കിലും ഒരാഴ്ചയോളം ശയ്യാവലംബിയായി കഴിയാൻ അദ്ദേഹം

നിർബ്ബന്ധിതനായി. 'തടങ്കൽ' എന്ന് സ്വയം വിശേഷിപ്പിച്ചിരുന്ന ഈ സ്ഥിതി സഹിക്കാൻ തയ്യാറായിരുന്നെങ്കിലും തന്റെ ദിനചര്യകൾ സംബന്ധിച്ച് അദ്ദേഹം ആവശ്യത്തിലധികം ഒച്ചപ്പാടുണ്ടാക്കുകയും മുറി സദാ തുടച്ചു വൃത്തിയാക്കി വയ്ക്കുകയും അവിടെ കൂടെക്കൂടെ പരിമളം വിതറുകയും ചെയ്യുന്നതിൽ അദ്ദേഹം ശാഠ്യം കാണിക്കുകയും ചെയ്തു. നിക്കൊലായ് പെ ത്രോവിച്ച് അടുത്തു വന്നിരുന്ന് അദ്ദേഹത്തെ പത്രമാസികകൾ വായിച്ചുകേൾപ്പിച്ചു. ഫേനിച്ച്ക പഴയ പടി സൂപ്പും നാരങ്ങാവെള്ളവും വാട്ടിയ മുട്ടയും ചായയും മറ്റും കൊണ്ടു വന്നു കൊടുത്തു. എങ്കിലും എന്തോ ഒരു നിഗൂഢഭയത്തോടെയാണ് അവൾ ആ മുറിയിൽ പ്രവേശിച്ചിരുന്നത്. പാവെൽ പെ ത്രോവിച്ചിന്റെ അപ്രതീക്ഷിതമായ പെരുമാറ്റം ആ വീട്ടിലുള്ളവരെയെല്ലാം, വിശേഷിച്ചും അവളെ, ഭയചകിതരാക്കിയിരുന്നു. പ്രക്കോഫിച്ച് മാത്രമായിരുന്നു ഇതിലൊന്നും കുലുക്കമില്ലാത്ത ഒരാൾ. പണ്ടും മാന്യന്മാർ ഇതുപോലെ പരസ്പരം വെല്ലുവിളിച്ചിരുന്നുവെന്നാണ് അയാൾ പറഞ്ഞത്. പക്ഷേ, അതു മാന്യന്മാർ തമ്മിലായിരുന്നു. അന്നാണെങ്കിൽ ഇത്തരം കുണ്ടാമണ്ടിക്കാരുടെ ധിക്കാരത്തിനു അവരെ തൊഴുത്തിൽ പിടിച്ചുകെട്ടി ചാട്ടയ്ക്ക് അടിപ്പിക്കുകയേയുള്ളായിരുന്നുവെന്നുമായിരുന്നു അയാളുടെ അഭിപ്രായം.

ഫേനിച്ച്കയ്ക്ക് മനസ്സാക്ഷിക്കുത്തൊന്നും ഉണ്ടായിരുന്നില്ലെങ്കിലും ഈ വഴക്കിന്റെ യഥാർത്ഥകാരണത്തെപ്പറ്റിയുള്ള ചിന്ത അവളെ വിഷമിപ്പിച്ചിരുന്നു. കൂടാതെ, പാവെൽ പെ ത്രോവിച്ചിന്റെ നോട്ടവും അസഹ്യമായിരുന്നു... താൻ പുറംതിരിഞ്ഞു നില്ക്കുമ്പോൾ പോലും അദ്ദേഹത്തിന്റെ കണ്ണുകൾ തന്നിൽ തറച്ചിരിക്കുന്നതായി അവൾക്കു തോന്നി. ഉല്ക്കണ്ഠ മൂലം അവൾ കൂടുതൽ ശോഷിക്കുകയും, സ്വാഭാവികമായും അവളുടെ അഴകിന്റെ മാറ്റ് അത്രയും വർദ്ധിക്കുകയും ചെയ്തു.

ഒരു ദിവസം രാവിലെ പാവെൽ പെ ത്രോവിച്ച് കിടക്കയിൽ നിന്നെഴുന്നേറ്റ് സോഫയിൽ വന്നിരിക്കുകയായിരുന്നു. നിക്കൊലായ് പെ ത്രോവിച്ച് ചേട്ടന്റെ ആരോഗ്യത്തെപ്പറ്റി അന്വേഷണം നടത്തിയിട്ട് മെതി സ്ഥലത്തേക്ക് പോയിരുന്നു. അപ്പോഴാണ് ഫേനിച്ച്ക ഒരു കപ്പ് ചായയുമായി അവിടേക്ക് കടന്നുവന്നത്. അവൾ ചായക്കോപ്പ മേശപ്പുറത്തു വച്ചിട്ട് പുറത്തേക്കിറങ്ങാൻ ഭാവിക്കുകയായിരുന്നു. അപ്പോൾ പാവെൽ പെ ത്രോവിച്ച് അവളെ തടഞ്ഞു.

"ഫെദോസ്യ നിക്കൊലായെവ്നയ്ക്ക് എന്താ പോകാനിത്ര ധിറുതി?" അദ്ദേഹം ചോദിച്ചു. "പ്രത്യേകിച്ചു വല്ലതും ചെയ്യാനുണ്ടോ?"

"ഇല്ല സാർ... ചായ ഒഴിച്ചുവയ്ക്കണം."

"അത് ദുന്യാഷയ്ക്ക് ഒറ്റയ്ക്കു ചെയ്യാമല്ലോ. ഒരു രോഗിയുടെ സമീപത്ത് അല്പനേരം ഇരുന്നൂടെ? എനിക്കൊരു കാര്യം ചോദിക്കാനുമുണ്ടായിരുന്നു."

ഫേനിച്ച്ക ചാരുകസേരയുടെ വക്കിനു ചെന്നിരുന്നു.

"വളരെ നാളായി ഞാൻ ചോദിക്കണമെന്നു വിചാരിക്കുന്നതാ," അദ്ദേഹം മെല്ലെ ആരംഭിച്ചു. "എന്നോട് വലിയ പേടിയുള്ള പോലെ തോന്നുന്നല്ലോ."

"എനിക്കു സാറിനോടോ?"

"അതെ. ഒരിക്കലും എന്റെ നേർക്ക് നോക്കാറില്ലല്ലൊ. മനസ്സാക്ഷിക്കത്ര പ്രയാസമുള്ള പോലെ തോന്നും അതു കണ്ടാൽ."

ഫേനിച്ച്കയുടെ മുഖം ചുവന്നു തുടുത്തെങ്കിലും അവൾ പാവെൽ പെ ത്രോവിച്ചിനെ സൂക്ഷിച്ചുനോക്കി. അദ്ദേഹത്തിന്റെ വല്ലാത്ത നോട്ടം അവളെ അമ്പരപ്പിച്ചു.

"മനസ്സ് ശുദ്ധമാണല്ലൊ, അല്ലേ?" അദ്ദേഹം അന്വേഷിച്ചു.

"അല്ലാതിരിക്കാനെന്താ കാരണം!" അവൾ മന്ത്രിച്ചു.

"ആർക്കറിയാം! ആരോടാ എന്തെങ്കിലും അപരാധം ചെയ്തിട്ടുണ്ടാവുക? എന്നോടാകാൻ വഴിയില്ല. ഈ വീട്ടിൽ മറ്റാരോടും എന്തെങ്കിലും തെറ്റു ചെയ്തിട്ടുണ്ടാകാൻ വഴി കാണുന്നില്ല. പിന്നാരോടാ? എന്റെ അനിയനോടോ? പക്ഷേ, കുട്ടി അയാളെ സ്നേഹിക്കുന്നുണ്ടാകുമല്ലോ, ഇല്ലേ?"

"ഉവ്വ്."

"ഹൃദയംഗമമായി?"

"നിക്കൊലായ് പെ ത്രോവിച്ചിനെ ഞാൻ സർവ്വാത്മനാ സ്നേഹിക്കുന്നുണ്ട്."

"സത്യമായും. ഫേനിച്ച്ക ഇങ്ങോട്ടൊന്നു നോക്കിയേ." (ആദ്യമായാണ് പേരുപറഞ്ഞ് അദ്ദേഹം അവളെ സംബോധന ചെയ്തത്.) 'നുണ പറയുന്നത് പാപമാണെന്നറിയാമല്ലോ, ഇല്ലേ?"

"പാവെൽ പെ ത്രോവിച്ചിനോട് ഞാനെന്തിനാ നുണ പറയുന്നത്? നിക്കൊലായ് പെ ത്രോവിച്ചിനെ സ്നേഹിക്കാതിരിക്കാൻ എനിക്കെങ്ങനെയാണ് കഴിയുക? ഇല്ലെങ്കിൽ പിന്നെ ഞാൻ ജീവിക്കില്ല."

"മറ്റാർക്കുവേണ്ടിയും അയാളെ കൈവെടിയില്ലേ?"

"ആർക്കുവേണ്ടിയോ ഞാനദ്ദേഹത്തെ കൈവെടിയേണ്ടത്?"

"ആർക്കറിയാം! ഇക്കഴിഞ്ഞ ദിവസം ഇവിടം വിട്ട ആ മാന്യനുവേണ്ടിയായിക്കൂടെ!"

ഫേനിച്ച്ക എഴുന്നേറ്റു നിന്നു. "കഷ്ടം, എന്തിനാ പാവെൽ പെ ത്രോവിച്ച് എന്നെ ഇങ്ങനെ കൊല്ലാതെ കൊല്ലുന്നത്? ഞാൻ അങ്ങേയ്ക്ക് എന്തു ദ്രോഹം ചെയ്തു? ഇങ്ങനെയൊക്കെപ്പറയാൻ അങ്ങയുടെ നാവെങ്ങനെ പൊങ്ങി?"

"ഫേനിച്ച്ക," വിഷാദമയമായ സ്വരത്തിൽ അദ്ദേഹം പറഞ്ഞു. "ഞാൻ കണ്ടതാ, അന്ന്...."

"എന്തു കണ്ടൂന്നാ സാർ?"

"അന്ന്, അവിടെ.... ആ വള്ളിക്കുടിലിൽ"

ഫേനിച്ച്കയുടെ മുഖം അതു കേട്ടപ്പോൾ തീർത്തു വിവർണ്ണമായി.

"പക്ഷേ, അതെന്റെ കുറ്റമല്ലായിരുന്നല്ലൊ, സാർ" അവൾ വളരെ പ്രയാസപ്പെട്ടു പറഞ്ഞു.

പാവെൽ പെ ത്രോവിച്ച് എഴുന്നേറ്റിരുന്നു.

"അല്ലേ? തീർച്ചയാണോ?"

"ഈ ലോകത്തിൽ ഞാൻ ആരേയെങ്കിലും സ്നേഹിക്കുന്നുണ്ടെങ്കിൽ അത് നിക്കൊലായ് പെ ത്രോവിച്ചിനെയാണ്. എനിക്ക് ജീവനുള്ളിടത്തോളം ഞാനദ്ദേഹത്തെ സ്നേഹിക്കുകയും ചെയ്യും." വിങ്ങി വന്ന കരച്ചിൽ കടിച്ചമർത്തിക്കൊണ്ട് അത്ഭുതപൂർവ്വമായ ആവേശത്തോടെ ഫേനിച്ച്ക പറഞ്ഞു. "അങ്ങു പറയുന്ന ആ സംഗതിയെക്കുറിച്ചാണെങ്കിൽ അതെന്റെ കുറ്റമല്ലായിരുന്നെന്ന് അന്ത്യന്യായവിസ്താരദിവസംപോലും എനിക്കു സത്യം ചെയ്തു പറയാൻ കഴിയും. എന്റെ രക്ഷിതാവായ നിക്കൊലായ് പെ ത്രോവിച്ചിനെ വഞ്ചിച്ചെന്ന സംശയത്തിന്റെ കരിനിഴലിൽ കഴിയുന്നതിനെക്കാൾ ഇന്നു തന്നെ ചാകാനാണെനിക്കിഷ്ടം..."

ഇത്രയും പറഞ്ഞപ്പോഴേക്ക് അവൾ ഗദ്ഗദകണ്ഠയായി. പാവെൽ പെ ത്രോവിച്ച് തന്റെ കരം പിടിച്ച് ഞെരിക്കുകയാണെന്ന് അവൾക്കപ്പോൾ മാത്രമേ ബോധ്യമായുള്ളു. ആശ്ചര്യചകിതയായി അവൾ അദ്ദേഹത്തെ നോക്കി. അദ്ദേഹത്തിന്റെ മുഖം പിന്നെയും വിളറുകയും കണ്ണുകൾ പ്രകാശിക്കുകയും ചെയ്തിരുന്നു. അതിലും വിസ്മയാവഹമായി അവൾക്ക് തോന്നിയത് അദ്ദേഹത്തിന്റെ കവിളിലൂടെ ഒരൊറ്റ വലിയ തുള്ളി കണ്ണീർ ഒഴുകിയിരുന്നുവെന്നതാണ്.

"ഫേനിച്ച്ക," അസാധാരണമായ ആർദ്രതയോടെ അദ്ദേഹം മന്ത്രിച്ചു. "എന്റെ അനിയനെ സ്നേഹിക്കണം, കേട്ടോ. അത്രയ്ക്ക് ദയാലുവും ശുദ്ധഹൃദയനുമാണവൻ. ലോകത്തിൽ മറ്റൊരാൾക്കു വേണ്ടിയും അവനെ കൈവെടിയരുത്! മറ്റാർക്കും ചെവികൊടുക്കരുത്! ഇങ്ങോട്ടു സ്നേഹിക്കുന്ന ഒരുവന് തിരിച്ചങ്ങോട്ട് സ്നേഹം കിട്ടാതെപോയാൽ അതെത്ര ഭയങ്കരമായിരിക്കുമെന്ന് ഒന്നാലോചിച്ചു നോക്കിയേ! എന്റെ പാവം നിക്കൊലായെ എന്തു വന്നാലും കൈവെടിയരുത്!"

ഫേനിച്ച്കയുടെ പേടി അസ്തമിക്കുകയും അവളുടെ കരച്ചിൽ നിലയ്ക്കുകയും ചെയ്തിരുന്നു. അവൾ വിസ്മയസ്തബ്ധയായിപ്പോയി. പക്ഷേ, പാവെൽ പെ ത്രോവിച്ച്, അതെ, പാവെൽ പെ ത്രോവിച്ച് സ്വയം

തന്നെ, അവളുടെ കരം ഗ്രഹിച്ച് തന്റെ ചുണ്ടോട്ടു ചേർത്തു വെച്ചപ്പോഴത്തെ അവളുടെ ആശ്ചര്യത്തെപ്പറ്റി വിവരിക്കാതിരിക്കുന്നതാണ് ഭേദം. വളരെ നേരം ആ കൈ വിടാതെ ഇടയ്ക്കിടയ്ക്കുള്ള നെടുനിശ്വാസങ്ങളോടെ അദ്ദേഹം ആ നിലയിൽ തന്നെ തുടർന്നു...

"കർത്താവേ," അവൾ വിചാരിച്ചു. "ഇതൊരു ബോധക്ഷയത്തിന്റെ തുടക്കമാണോ!"

വെണ്ണീറായിപ്പോയ ഒരു ജീവിതത്തിന്റെ സ്മരണകൾ അദ്ദേഹത്തിന്റെ മനസ്സിൽ തേട്ടിത്തേട്ടി വരികയായിരുന്നു.

ആ സമയത്ത് ഗോവണിയിലൂടെ ആരോ ചാടിച്ചാടി ഇറങ്ങിവരുന്ന ശബ്ദം കേട്ടു.... അദ്ദേഹം അവളെ തള്ളി മാറ്റിയിട്ട് തലയിണയിൽ തല ചായ്ച്ചു. വാതിൽ തള്ളിത്തുറന്നുകൊണ്ട് പൂർവ്വാധികം ഉന്മേഷത്തോടും ഉത്സാഹത്തോടും കൂടി നിക്കൊലായ് പെ ത്രോവിച്ച് ഉള്ളിലേക്ക് ഓടിച്ചാടി വന്നു. ഒരു ബനിയൻ മാത്രം ഇട്ടിരുന്ന പിതാവിനെപ്പോലെ ഉന്മേഷവാനായ മീത്യ അദ്ദേഹത്തിന്റെ നെഞ്ചത്തിരുന്ന് കൈകാലിട്ടടിച്ചിരുന്നു. അവന്റെ കുഞ്ഞിക്കാലുകൾ അദ്ദേഹത്തിന്റെ നാടൻ കോട്ടിന്റെ വലിയ ബട്ടണുകൾ ചവിട്ടി മെതിക്കുകയായിരുന്നു.

പെട്ടെന്നുള്ള ഒരു വികാരക്ഷോഭത്താലെന്നപോലെ ഫേനിച്ച്ക ഓടിച്ചെന്ന് അദ്ദേഹത്തേയും മകനേയും കെട്ടിപ്പിടിച്ചുകൊണ്ട് അദ്ദേഹത്തിന്റെ മാറിടത്തിൽ തല ചായ്ച്ചുനിന്നു. നിക്കൊലായ് പെ ത്രോവിച്ച് അത്ഭുതപ്പെട്ടുപോയി. അദ്ദേഹത്തിന്റെ നാണം കുണുങ്ങിയായ ഫേനിച്ച്ക മറ്റൊരാളുടെ മുന്നിൽ വച്ച് മുൻപൊരിക്കലും ഇത്തരം സ്നേഹപ്രകടനത്തിന് മുതിർന്നിരുന്നില്ല.

"ഇന്നെന്തു പറ്റി നിനക്ക്?" അദ്ദേഹം ചോദിച്ചു. മീത്യയെ അവളുടെ കൈയിലേക്ക് കൊടുത്തിട്ട് ചേട്ടനെ സമീപിച്ചുകൊണ്ട് അദ്ദേഹം തുടർന്നു. "എന്താ, അസുഖം കൂടുതലോ മറ്റോ ആണോ?"

പാവെൽ പെ ത്രോവിച്ച് കോംബ്രിക്ക് കൈലേസിനാൽ മുഖം പൊത്തിക്കളഞ്ഞു. "ഇല്ല... ഒന്നുമില്ല... നല്ല സുഖമുണ്ട്... എന്നല്ല, എന്നത്തേയുംകാൾ കൂടുതൽ സുഖമാണ്."

"കട്ടിലിൽ നിന്നെഴുന്നേറ്റ് സോഫയിൽ വന്നിരിക്കാൻ ഇത്ര തിടുക്കം കാണിക്കണമായിരുന്നോ!" നിക്കൊലായ് പെ ത്രോവിച്ച് പറഞ്ഞു. അപ്പോഴാണ് ഫേനിച്ച്ക പുറത്തേക്ക് പോകുന്നത് അദ്ദേഹം കണ്ടത്. "നീ എവിടേക്കാ ഈ ഓടിപ്പോകുന്നത്?" എന്നു ചോദിച്ചപ്പോഴേക്കും അവൾ പുറത്തിറങ്ങി വാതിലടച്ചു കഴിഞ്ഞിരുന്നു. "മോനെ ഒന്നു കാണിക്കാമെന്നു വിചാരിച്ചാ ഞാൻ വന്നത്. പയ്യനു വല്യപ്പനെ കാണാൻ വലിയ ധിറുതിയാ. പക്ഷേ, അവളെന്തേ കുഞ്ഞിനേംകൊണ്ട് ഓടിക്കളഞ്ഞത്? എന്താ, എന്തുണ്ടായി? നിങ്ങൾ തമ്മിൽ വല്ലതും പറഞ്ഞു പിണങ്ങിയോ?"

"അനിയാ!" പാവെൽ പെ ത്രോവിച്ച് ശാന്തഗംഭീരനായി വിളിച്ചു.

നിക്കൊലായ് പെ ത്രോവിച്ച് ഒന്നു ഞെട്ടി. എന്തു കൊണ്ടെന്നറി യില്ല, അദ്ദേഹം അത്ഭുതപരതന്ത്രനായി നിന്നു പോയി.

"അനിയാ," അദ്ദേഹം വീണ്ടും വിളിച്ചു. "എന്റെ ഈയൊരപേക്ഷ യനുസരിച്ച് ചെയ്യാമെന്ന് നീ എനിക്കു വാക്കു തരണം."

"എന്തപേക്ഷയാ? എന്തു കാര്യമാ പറയാനാഗ്രഹിക്കുന്നത്?"

"വളരെ പ്രധാനപ്പെട്ട ഒരു സംഗതിയാണത്. നിന്റെ ജീവിതസുഖം മുഴുവൻ അതിനെ ആശ്രയിച്ചാണിരിക്കുന്നതെന്ന് ഞാൻ കരുതുന്നു. വളരെക്കാലമായി ഞാനാലോചിച്ചുകൊണ്ടിരിക്കുന്ന ഒരു കാര്യ മാണിത്... നീ നിന്റെ ബാധ്യത നിറവേറ്റണം. സത്യസന്ധനായ ഏതൊരാളും നിറവേറ്റേണ്ട ഒരു ബാധ്യതയാണിത്. ഇനിയും പ്രലോഭനങ്ങൾക്ക് വശം വദനാകാതെ ഏറ്റവും നല്ലവനായ നീ ഇപ്പോഴത്തെ ഈ ദൂഷിച്ച പോക്ക് അവസാനിപ്പിക്കണം."

"എനിക്കൊന്നും മനസ്സിലായില്ലല്ലോ, ചേട്ടാ."

"നീ ഫേനിച്ച്കയെ വിവാഹം കഴിക്കണം... അവൾക്ക് നിന്നെ സ്നേഹമാണ്. അവൾ നിന്റെ കുഞ്ഞിന്റെ അമ്മയുമാണല്ലോ."

നിക്കൊലായ് പെ ത്രോവിച്ച് ഒരടി പിന്നോട്ട് വച്ചിട്ട് വിസ്മയപൂർ വ്വം കൈകൾ ആകാശത്തിലേക്കെറിഞ്ഞു.

"ചേട്ടനാണോ ഇതു പറയുന്നത്? ഇത്തരം വിവാഹങ്ങളെ എപ്പോഴും എതിർത്തുവന്നിട്ടുള്ള എന്റെ ചേട്ടനാണോ ഈ സംസാരി ക്കുന്നത്? ചേട്ടാ, ചേട്ടനോടുള്ള ബഹുമാനം ഒന്നുകൊണ്ടു മാത്രമാണ് ചേട്ടൻ എന്റെ കടമയെന്നു പറയുന്ന ഈ സംഗതിക്ക് ഞാൻ മുതിരാ തിരുന്നതെന്നു ചേട്ടനറിയാമോ?"

"അങ്ങനെയാണെങ്കിൽ ഇക്കാര്യത്തിൽ നീയെന്നെ ബഹുമാ നിച്ചത് തെറ്റായിപ്പോയി," വൈക്ലബ്യത്തോടെയുള്ള ഒരു പുഞ്ചിരി തൂകിക്കൊണ്ടു പാവെൽ പെ ത്രോവിച്ച് പറഞ്ഞു. "ആഭിജാത്യക്കാ രനെന്നു പറഞ്ഞ് ബസാറൊവ് എന്നെ കുറ്റപ്പെടുത്തിയത് ശരിയാ ണെന്ന് എനിക്കിപ്പോൾ തോന്നുന്നു. ശരിയാണ്, സമുദായത്തെപ്പറ്റി ആലോചിച്ച് ഈ ഗർവ്വ് നടിക്കുന്നത് നിറുത്തേണ്ട കാലമായിരിക്കു ന്നു. നമുക്ക് പ്രായമായി. നാം എളിയവരുമാണ്. നാം അനാവശ്യമായ ദുരഭിമാനം വലിച്ചെറിയേണ്ട കാലം അതിക്രമിച്ചിരിക്കുന്നു. ആട്ടെ, നീ പറയുന്നതുപോലെ നമുക്ക് നമ്മുടെ കടമ നിറവേറ്റാം. അതു നമുക്ക് സന്തോഷം പ്രദാനം ചെയ്തെന്നു വരാം."

നിക്കൊലായ് പെ ത്രോവിച്ച് തന്റെ സഹോദരനെ ഗാഢമായി ആലിംഗനം ചെയ്തു.

"ചേട്ടനെന്റെ കണ്ണു തുറന്നു തന്നു, കേട്ടോ!" അദ്ദേഹം വിളിച്ചുകൂവി. "ലോകത്തിലേക്കു വച്ചേറ്റവും ദയാലുവും സമർത്ഥനും ചേട്ടനാണെന്ന്

എനിക്കറിയാമായിരുന്നു. എന്നാൽ, ഔദാര്യം പോലെ വിവേകവും ചേട്ടന്റെ സദ്ഗുണമാണെന്ന് എനിക്കിപ്പോഴാണ് മനസ്സിലായത്."

"പയ്യെ, പയ്യെ" അദ്ദേഹം അനിയനെ താക്കീതു ചെയ്തു. "അൻപതാം കാലത്ത് ഒരു ജൂനിയർ ഓഫീസറുടെ മട്ടിൽ ദ്വന്ദ്വയുദ്ധത്തിന് ഇറങ്ങിപ്പുറപ്പെട്ട നിന്റെ വിവേകിയായ ചേട്ടന്റെ കാലു ഇളക്കാതെ. ആട്ടെ, അപ്പോൾ ഇക്കാര്യം തീരുമാനമായല്ലോ ഇല്ലേ? ഫേനിച്ച്ക... എന്റെ അനിയത്തിയായിരിക്കുമല്ലോ, ഇല്ലേ?"

"പക്ഷേ, ചേട്ടാ, അർക്കാദിയെന്തു വിചാരിക്കും?"

"അർക്കാദിയെന്തു വിചാരിക്കാനാ! അവൻ സന്തോഷത്താൽ തുള്ളിച്ചാടും. വിവാഹം അവന്റെ വിശ്വാസപ്രമാണമല്ലെങ്കിലും അവന്റെ സമത്വഭാവനയ്ക്ക് തൃപ്തിയാകും. അല്ല, ഒന്നാലോചിച്ചാൽ ഈ പത്തൊൻപതാം നൂറ്റാണ്ടിൽ ഈ ആഭിജാത്യത്തിനെല്ലാം എന്തർത്ഥമാണുള്ളത്?"

"എന്റെ ചേട്ടൻ എത്ര വലിയവനാണെന്ന് ഞാനിപ്പോൾ മനസ്സിലാക്കുന്നു. ചേട്ടാ, ഞാനൊന്നു കൂടി ഉമ്മവച്ചോട്ടെ. ഇല്ല, കാലു താക്കാതെ ഞാൻ നോക്കിക്കോളാം."

ആ സഹോദരന്മാർ ആലിംഗനബദ്ധരായി.

"എന്നാൽ ഇന്നു തന്നെ ഈ വിവരം അവളെ അറിയിച്ചാലോ? ' പാവെൽ പെ ത്രോവിച്ച് ചോദിച്ചു.

"എന്തായിത്ര ധിറുതി?" നിക്കൊലായ് പെ ത്രോവിച്ച് പറഞ്ഞു. "എന്താ, അവളുമായി ഇതെപ്പറ്റി സംസാരിക്കാനിടയായോ?"

"അവളുമായി സംസാരിക്കാനോ! കേമമായി! നിനക്കെന്താ വട്ടുണ്ടോ!"

"എന്നാൽ പിന്നെന്താ? ആദ്യമേ ചേട്ടന്റെ രോഗം മാറട്ടെ. ഇതെങ്ങും ഓടിപ്പോകുന്ന സംഗതിയല്ലല്ലോ. പലതും ആലോചിച്ചു തീരുമാനിക്കേണ്ട കാര്യമല്ലേ ഇത്!"

"പക്ഷേ, നീ തീരുമാനിച്ചല്ലോ, ഇല്ലേ?"

"സംശയമെന്താ. ചേട്ടനോട് ഇക്കാര്യത്തിൽ ഞാൻ വളരെ കൃതജ്ഞനുമാണ്. ആട്ടെ, ഞാൻ ഇറങ്ങുന്നു. ചേട്ടൻ വിശ്രമിക്കണം. മനസ്സിന് ക്ഷോഭം വരുന്നത് ഈ സമയത്ത് അത്ര നല്ലതല്ല... ഇതെപ്പറ്റി നമുക്ക് പിന്നെ സംസാരിക്കാം. ഇപ്പോൾ ഉറങ്ങിക്കോളുക. ദൈവാനുഗ്രഹത്താൽ ആരോഗ്യം നേരെയാകട്ടെ."

"എന്തിനാണാവോ കൃതജ്ഞത," ഒറ്റയ്ക്കായപ്പോൾ പാവെൽ പെ ത്രോവിച്ച് ആത്മഗതമായി പറഞ്ഞു. "കേട്ടാൽ തോന്നും ഇത് അവൻ സ്വയം തീരുമാനിക്കേണ്ട സംഗതിയല്ലെന്ന്. എന്നെ സംബന്ധിച്ചു പറഞ്ഞാൽ അവരുടെ കല്യാണം കഴിഞ്ഞാലുടൻ എവിടെയെങ്കിലും

ദൂരെ ഡ്രെസ്ഡനിലോ ഫ്ലോറെൻസിലോ ചെന്ന് ജീവിതാവസാനംവരെ അവിടെ കഴിച്ചുകൂട്ടണം."

അല്പം യൂഡികൊളോൺ എടുത്ത് നെറ്റിയിൽ പുരട്ടിയിട്ട് അദ്ദേഹം കണ്ണടച്ചു കിടന്നു. ആ പകൽ വെളിച്ചത്തിൽ വെള്ളത്തലയിണമേൽ തല വച്ചുകിടക്കുന്ന അദ്ദേഹത്തിന്റെ മനോഹരവും ക്ഷീണിതവുമായ മുഖം കണ്ടാൽ ഏതോ മൃതദേഹമാണതെന്നേ തോന്നുമായിരുന്നുള്ളൂ... വാസ്തവത്തിൽ അദ്ദേഹമൊരു ജീവച്ഛവമായിരുന്നുതാനും.

XXV

നിക്കോൾസ്കയേ ഉദ്യാനത്തിൽ കാത്യയും അർക്കാദിയും ഉയരം കൂടിയ ഒരു ആഷ്‌വൃക്ഷച്ചോട്ടിലുള്ള പുൽത്തിട്ടയിൽ ഇരിക്കുകയായിരുന്നു. ഫിഫി അവരുടെ കാൽച്ചുവട്ടിൽ നീണ്ടു നിവർന്നു കിടന്നിരുന്നു. നായാട്ടുകാരുടെ ഭാഷയിൽ പറഞ്ഞാൽ "മുയൽമട്ടി" ലായിരുന്നു ആ നായ്ക്കുട്ടിയുടെ കിടപ്പ്. കാത്യയും അർക്കാദിയും മിണ്ടാതിരിക്കുകയായിരുന്നു. അർക്കാദി കൈയിൽ പകുതിതുറന്നുപിടിച്ച ഒരു പുസ്തകവുമായാണ് ഇരുന്നിരുന്നത്. കാത്യ കൈവശമുള്ള കൂടയിൽ ശേഷിച്ച റൊട്ടിത്തുണ്ടുകൾ പെറുക്കിയെടുത്ത് ഒരു ചെറിയപറ്റം കുരുവികൾക്കിട്ടുകൊടുക്കുകയായിരുന്നു. ആ കൊച്ചു പക്ഷികൾ അവയുടെ വംശത്തിന് സ്വതസ്സിദ്ധമായ നിർഭയത്തോടെ അവരുടെ കാലിനടുത്തുവന്നിരുന്നു ചെലച്ചു ബഹളം കൂട്ടിയിരുന്നു. ചെറിയൊരു കാറ്റു വീശിയപ്പോൾ ആ മരത്തിന്റെ ഇലകൾ കിടന്നാടുകയും ആ വിടവുകളിലൂടെ കടന്നു വന്ന സൂര്യന്റെ തങ്കക്കതിരുകൾ നിഴൽമൂടിക്കിടന്നിരുന്ന നടപ്പാതയിലും ഫിഫിയുടെ കപിലവർണ്ണമായ ദേഹത്തും പല ആകൃതിയിലുള്ള പ്രകാശമാതൃകകൾ രചിക്കുകയും ചെയ്തു. അർക്കാദിയും കാത്യയും നല്ല തണലിലായിരുന്നതിനാൽ ഇടയ്ക്കിടയ്ക്കു മാത്രം ഇലപ്പടർപ്പുകളിലൂടെ വരുന്ന രശ്മികൾ അവരുടെ മുടിയിൽ അല്പം പ്രകാശം പൊഴിച്ചുകൊണ്ടിരുന്നു. രണ്ടുപേരും മൗനമായിരുന്നെങ്കിലും അവരുടെ നിശ്ശബ്ദതയും അവർ മുട്ടിയുരുമ്മിയിരിക്കുന്ന ഈ രീതിയും വളരെ വലിയൊരു അടുപ്പത്തെ ഉൽഘോഷിക്കുന്നതരത്തിലുള്ളതായിരുന്നു. അടുത്തൊരാളിരുപ്പുണ്ടെന്ന ഭാവം രണ്ടുപേർക്കുമുണ്ടായിരുന്നില്ലെങ്കിലും ആ സാമീപ്യത്തിൽ അവർ സന്തുഷ്ടരായിരുന്നപോലെ തോന്നി. അവരുടെ മുഖഭാവവും കഴിഞ്ഞ തവണത്തേതിൽ നിന്നും വ്യത്യസ്തമായിരുന്നു. അർക്കാദി അല്പം കൂടി ശാന്തനായിരുന്നു. കാത്യക്ക് അല്പംകൂടി ഉന്മേഷവും ഉഷാറും വന്നിരുന്നു.

"ആഷ് മരത്തിനുള്ള റഷ്യൻ വാക്ക് വളരെ അർത്ഥവത്താണല്ലേ?" അർക്കാദി ആ മൗനം ഭഞ്ജിച്ചു.

"മറ്റൊരു മരത്തിനും ഇത്ര തെളിച്ചമില്ല."[12]

ആഷ് മരത്തിനുള്ള റഷ്യൻവാക്ക് "യാസ്സെൻ" എന്നാണ്. തെളിച്ചമുള്ളത് എന്നും അതിന് അർത്ഥമുണ്ട്.

കാത്യ തല ഉയർത്തിയിട്ട് "അതെ" എന്നു മന്ത്രിച്ചു. "ഇങ്ങനെ നിസ്സാര സംഗതികളെപ്പറ്റി സംസാരിച്ചിട്ട് അവൾ കലമ്പുന്നില്ലല്ലൊ" എന്ന് അർക്കാദിയും വിചാരിച്ചു.

"ഹൈനെ കരയുകയോ ചിരിക്കുകയോ ചെയ്യുമ്പോൾ എനിക്കൊട്ടും ഇഷ്ടമില്ല," അർക്കാദിയുടെ കൈയിലിരിക്കുന്ന പുസ്തകത്തിലേക്ക് നോക്കിക്കൊണ്ട് കാത്യ പറഞ്ഞു. "ചിന്താക്രാന്തനായ ഹൈനെയോടാണ് എനിക്കിഷ്ടം."

"എനിക്കാണെങ്കിൽ ചിരിക്കുന്ന ഹൈനയോടുമാണിഷ്ടം" അർക്കാദി അഭിപ്രായപ്പെട്ടു.

"പഴയ ഹാസ്യ പ്രവണതയുടെ ബാക്കിയാണിത്...." ("ഹും, ബാക്കിയാണത്രെ,'' അർക്കാദി വിചാരിച്ചു. "ബസാറൊവ് കേൾക്കണം ഇപ്പറഞ്ഞത്.") "നോക്കിക്കോ. ഞങ്ങൾ ഇതെല്ലാം മാറ്റിയെടുക്കുന്നുണ്ട്!"

"ആരാ എന്നെ മാറ്റാൻ പോകുന്നത്? താനാണോ?"

"ആരാണെന്നോ? എന്റെ ചേച്ചിയും പോർഫീറി പ്ലത്തോനിച്ചും - അയാളുമായി നിങ്ങൾക്കിപ്പോൾ വഴക്കില്ലല്ലൊ-കൊച്ചമ്മയും എല്ലാരും ചേർന്ന്. കൊച്ചമ്മയുടെ കൂടെ ഇന്നാളൊരിക്കൽ നിങ്ങൾ പള്ളിയിൽ പോവുകയും ചെയ്തല്ലൊ."

"കൊച്ചമ്മ ആവശ്യപ്പെട്ടപ്പോൾ എനിക്ക് വിസമ്മതിക്കാൻ പറ്റുമോ? അന്ന സെർഗിയേവ്നയുടെ കാര്യമാണെങ്കിൽ, അവർ ബസാറൊവ് പറയുന്ന പല സംഗതികളുമായും യോജിച്ചിരുന്നു. ഓർമ്മയില്ലേ?"

"അന്ന് ചേച്ചി ആ മനുഷ്യന്റെ സ്വാധീനത്തിൽ പെട്ടിരുന്നു. നിങ്ങളും അങ്ങനെതന്നെ ആയിരുന്നല്ലൊ."

"ഞാനും ആയിരുന്നെന്നോ? എന്നു പറഞ്ഞാൽ ഇപ്പോൾ എനിക്കാ സ്വാധീനമില്ലെന്നാണോ?"

കാത്യ ഒന്നും മിണ്ടിയില്ല.

"കാത്യയ്ക്ക് അയാളെ ഒരിക്കലുമിഷ്ടമായിരുന്നില്ലെന്ന് എനിക്കറിയാം," അർക്കാദിതന്നെ സംഭാഷണം പുനരാരംഭിച്ചു.

"എനിക്കദ്ദേഹത്തെ വിലയിരുത്താനാവില്ല."

"ഓ, ഇതു ഞാൻ കുറേ കേട്ടതാണ്. പക്ഷേ, സത്യം പറയട്ടെ.

---

12 ആഷ് മരത്തിനുള്ള റഷ്യൻ വാക്ക് 'യാസ്സെൻ' എന്നാണ്. തെളിച്ചമുള്ളത് എന്നും അതിന് അർത്ഥമുണ്ട്.

ഞാനതു വിശ്വസിക്കുന്നില്ല. നമുക്ക് വിലയിരുത്താൻ കഴിയാത്ത ഒരാളുമില്ല. അതുവെറുമൊരു മുട്ടാപ്പോക്കാണ്."

"എന്നാൽ കേൾക്കണമെങ്കിൽ പറയാം. എനിക്കങ്ങേരെ ഇഷ്ടമില്ലെന്നു പറയുന്നത് അത്ര ശരിയായിരിക്കില്ല. പക്ഷേ, ആ വിദ്വാൻ എനിക്കു അപരിചിതനാണ്. ഞാൻ അയാൾക്കും.... നിങ്ങൾക്കും അങ്ങേർ അപരിചിതനായിരിക്കുമെന്നാണ് എനിക്ക് തോന്നുന്നത്."

"എന്നു പറഞ്ഞാലെന്താണ്?"

"എങ്ങനെ അതു പറയുമെന്നെനിക്കറിയില്ല... എന്നാൽ ഒന്നെനിക്കറിയാം. ആ മനുഷ്യന്റേതു ഒരു ഹിംസ്രപ്രകൃതമാണ്. നമ്മളെല്ലാം ഇണക്കമുള്ളവരും."

"ഞാൻ ഇണക്കമുള്ളവരുടെ കൂട്ടത്തിൽ പെടുമോ?"

കാത്യ അതെയെന്ന് തലയാട്ടി.

അർക്കാദി തല ചൊറിഞ്ഞു.

"കാത്യ, അപ്പറഞ്ഞത് കുറച്ചു കടന്നുപോയില്ലേ?"

"എന്താ നിങ്ങൾക്കും ഹിസ്രപ്രകൃതം വേണോ?"

"ഹിംസ്രപ്രകൃതമല്ല. പക്ഷേ, കരുത്തും ചൊണയും."

"ഇതൊന്നും ആഗ്രഹിച്ചാൽ കിട്ടുന്ന കാര്യങ്ങളല്ലല്ലോ... നിങ്ങളുടെ കൂട്ടുകാരന് ഇതൊന്നും ആഗ്രഹിക്കേണ്ടതില്ല. ആ മനുഷ്യന് സഹജമായുണ്ടിതെല്ലാം."

"ആട്ടെ! അപ്പോൾ, ബസാറൊവിന് അന്ന സെർഗിയേവ്നയുടെ മേൽ വളരെ സ്വാധീനമുണ്ടായിരുന്നു, അല്ലേ?'

"ഉണ്ടായിരുന്നു. പക്ഷേ, ആർക്കും അധികകാലം ചേച്ചിയെ അങ്ങനെ ഭരിക്കാൻ സാദ്ധ്യമല്ല." കാത്യ മെല്ലെ പറഞ്ഞു.

"എന്താ അങ്ങനെ വിചാരിക്കാൻ കാരണം?"

"ചേച്ചി വലിയ അഭിമാനിയാണ്.. അല്ല, ദുരഭിമാനത്തിന്റെ കാര്യമല്ല പറയുന്നത്. സ്വന്തം സ്വാതന്ത്ര്യത്തിനു ചേച്ചി വലിയ വില കല്പിക്കുന്നുണ്ടെന്നാണ് ഞാൻ ഉദ്ദേശിച്ചത്."

"ആരാ അതിന് വില കല്പിക്കില്ലാത്തത്?" എന്നു ചോദിച്ചെങ്കിലും "എന്തിനു വെറുതെ തർക്കിക്കണം" എന്ന ചിന്ത മിന്നൽപ്പിണർ പോലെ അർക്കാദിയുടെ മനസ്സിലൂടെ കടന്നുപോയി. കാത്യയ്ക്കും അപ്പോൾ അതു തന്നെയാണ് തോന്നിയത്. എപ്പോഴും ചങ്ങാതിമാരെപ്പോലെ കണ്ടുകൊണ്ടിരിക്കുന്ന യുവാക്കളുടെ മനസ്സിൽ ഒരേ ചിന്ത മൊട്ടിടുന്നത് സ്വാഭാവികമാണ്.

അർക്കാദി ഒന്നു പുഞ്ചിരിച്ചിട്ട് അല്പം കൂടി അവളോട് ചേർന്നിരുന്നുകൊണ്ട് മന്ത്രിച്ചു.

"അവരെ പേടിയാണെന്ന് തുറന്നു സമ്മതിച്ചേരെ!"

"ആരെ?"

"ആവരെ," അർക്കാദി അർത്ഥഗർഭമായി ആവർത്തിച്ചു.

"നിങ്ങൾക്കോ?"

"എനിക്കും. ശ്രദ്ധിച്ചോ, എനിക്കും എന്നാണ് ഞാൻ പറഞ്ഞത്."

സൂക്ഷിച്ചോ എന്നു പറയുമ്പോലെ കാത്യ ചൂണ്ടാണിവിരൽ ഉയർത്തിക്കാണിച്ചു.

"പക്ഷേ, കേട്ടിട്ട് എനിക്കതിശയം തോന്നുന്നു," അവൾ പറഞ്ഞു. "ചേച്ചിക്ക് നിങ്ങളോടിത്ര പ്രീതി മുൻപൊരിക്കലും കണ്ടിട്ടില്ല. ആദ്യത്തെ പ്രാവശ്യത്തെക്കാളും."

"അതെയോ?"

"ശ്രദ്ധിച്ചിട്ടില്ലേ അത്? എന്താ, കേട്ടിട്ട് സന്തോഷം തോന്നുന്നില്ലേ?"

അർക്കാദി ചിന്തയിലാണ്ടു.

"എങ്ങനെയാണെനിക്ക് അന്ന സെർഗിയേവ്നയുടെ പ്രീതി നേടാൻ കഴിഞ്ഞത്? അമ്മയുടെ ആ എഴുത്തുകൾ കൊണ്ടുവന്നു കൊടുത്തതുകൊണ്ടാണോ?"

"അതും ഒരു കാരണമാണെന്നേയുള്ളു. വേറെയും കാരണമുണ്ട്. പക്ഷേ, അതു ഞാൻ പറയില്ല."

"എന്തുകൊണ്ടു പറയില്ല?"

"പറയില്ല; അതു തന്നെ."

"ഓ, എനിക്കറിയാം. കുട്ടി വലിയ ശാഠ്യക്കാരിയാണ്."

"അതെ, സമ്മതിച്ചു."

"നല്ല നിരീക്ഷണശേഷിയുമുണ്ട്."

കാത്യ ഏറുകണ്ണിട്ട് അയാളെ ഒന്നു നോക്കി.

"എന്താ, അതിഷ്ടമല്ലേ? എന്തായിപ്പം ആലോചിക്കുന്നത്?"

"ഈ നിരീക്ഷണശേഷി എവിടുന്നു കിട്ടിയെന്ന്. സ്വതേ പേടിയും അവിശ്വാസവുമുള്ള കാത്യ എല്ലാവരിലും നിന്ന് ഒഴിഞ്ഞു മാറുന്ന കൂട്ടത്തിലുമാണല്ലോ."

"ഒറ്റയ്ക്കായിരുന്നു എന്റെ ജീവിതമധികവും. പക്ഷേ, എല്ലാവരിലും നിന്ന് ഞാൻ ഒഴിഞ്ഞുമാറുന്നുണ്ടോ?"

അർക്കാദി കൃതജ്ഞതാപൂർവ്വം അവളെ ഒന്നു നോക്കി.

"അതെല്ലാം നല്ലതുതന്നെ," അയാൾ തുടർന്നു. "പക്ഷേ, നിങ്ങളുടെ നിലയിലുള്ളവരിൽ, പണക്കാരിലെന്നാണ് ഞാനുദ്ദേശിക്കുന്നത്,

അപൂർവ്വമായി മാത്രം കണ്ടുവരുന്ന ഒരു സിദ്ധിയാണത്. സത്യം അറിയാൻ രാജാക്കന്മാരെപ്പോലെ തന്നെ അവർക്കും പ്രയാസമാണ്.'

"പക്ഷേ, ഞാൻ പണക്കാരിയല്ലല്ലൊ."

അതു കേട്ടപ്പോൾ അർക്കാദി പെട്ടൊന്നൊന്നു ഞെട്ടിപ്പോയി. പക്ഷേ, അപ്പോഴാണ് ഈ ഭസ്വേത്തെല്ലാം ചേച്ചിയുടെ വകയാണ ല്ലോയെന്നു അയാളോർത്തത്. ആ ഓർമ്മ അത്ര അസുഖകരമായി രുന്നുമില്ല.

"എത്ര ഭംഗിയായിട്ടാ അതു പറഞ്ഞത്?"

"എന്നു വച്ചാൽ.'

'വളരെ ഭംഗിയായി ലജ്ജയോ കൃത്രിമമോ കൂടാതെ സരളമായി എന്നർത്ഥം. പക്ഷേ, പാവമാണെന്നു മനസ്സിലാക്കുകയും അക്കാര്യം തുറന്നുപറയുകയും ചെയ്യുന്നവരിൽ തെല്ലൊരു ദുരഭിമാനബോധം ഉണ്ടാകാനിടയുണ്ടെന്നാണ് എന്റെ വിശ്വാസം."

"ചേച്ചി കാരണം എനിക്കതൊന്നും അറിയേണ്ടിവന്നില്ല. സന്ദർഭം വന്നതുകൊണ്ട് ഞാൻ യഥാർത്ഥ സ്ഥിതി വ്യക്തമാക്കി യെന്നേയുള്ളൂ."

"സമ്മതിച്ചു. പക്ഷേ, ഞാനിപ്പോൾ പറഞ്ഞ ആ ദുരഭിമാനബോധം അല്പശ്ശെ ഉള്ളിലുണ്ടെന്ന് തുറന്നു സമ്മതിച്ചേരെ."

"ഉദാഹരണത്തിന്?"

"ഉദാഹരണത്തിനോ? പറയാം. തുറന്നു ചോദിക്കുന്നത് ക്ഷമി ക്കണം. ഉദാഹരണത്തിന്, ഒരു പണക്കാരനെ കല്യാണം കഴിക്കാൻ കാത്യ സമ്മതിക്കുമോ?"

"അതിയായ സ്നേഹമുണ്ടെങ്കിൽ... ഇല്ല. എന്നാലും, അതിനു സമ്മതിക്കാൻ കഴിയുമെന്ന് എനിക്ക് തോന്നുന്നില്ല.'

"കണ്ടോ, അതാ ഞാൻ പറഞ്ഞത്!" അർക്കാദി ആർത്തുവിളിച്ചു. നിമിഷനേരം മിണ്ടാതിരുന്നിട്ട് അയാൾ തുടർന്നു ചോദിച്ചു:

"എന്തുകൊണ്ടാ സമ്മതിക്കില്ലാത്തത്?"

"അതോ? പാവം വധുവിനെപ്പറ്റിയുള്ള പാട്ടുകേട്ടിട്ടില്ലേ?"

"അതോ പണക്കാരൻ ഭർത്താവിനെ ചൊല്പടിക്കു നിർത്താനാ വില്ലെന്നതുകൊണ്ടോ?"

"ഏയ്, അല്ല, എന്തിനാ അത്? നേരേ മറിച്ച് ഞാൻ വഴങ്ങാൻ തയ്യാറാണെന്നതാണ് വാസ്തവം. അസമത്വം മാത്രമാണ് സഹിക്കാ നാവാത്തത്. വഴങ്ങിക്കൊണ്ടുതന്നെ സ്വാഭിമാനം നിലനിർത്താൻ കഴിയും. അതാണ് സന്തുഷ്ടി. പക്ഷേ, കീഴടങ്ങിക്കൊണ്ടുള്ള ജീവി തമുണ്ടല്ലൊ, ഓ, അത്... അത് ഞാൻ വേണ്ടുവോളം അനുഭവിച്ചുക ഴിഞ്ഞു."

"വേണ്ടുവോളം അനുഭവിച്ചുകഴിഞ്ഞു," അർക്കാദി ആവർത്തിച്ചു. "ശരിയാണ്, ചേച്ചിയുടെ രക്തമാണല്ലോ കാത്യയുടെ സിരകളിലും ഒഴുകുന്നത്. ചേച്ചിയുടത്രതന്നെ സ്വാശ്രയബോധമുണ്ട് കാത്യയ്ക്കും, അത്രയും വെട്ടിത്തുറന്നു പറയുന്ന പ്രകൃതമല്ലെന്നേയുള്ളൂ. ഉദാഹരണത്തിന്, ഒരാളോട് എത്ര ഇഷ്ടമുണ്ടെങ്കിലും അക്കാര്യം കാത്യ ഒരിക്കലും പുറത്തുപറയുകയില്ലെന്നെനിക്ക് ഉറപ്പാണ്..."

"പിന്നെന്തു വേണമെന്നാ?"

"അത്രതന്നെ സാമർത്ഥ്യവും കാത്യയ്ക്കുണ്ട്. അത്രതന്നെ സ്വഭാവദാർഢ്യവും..."

"ദയവു ചെയ്ത് ചേച്ചിയുമായി എന്നെ താരതമ്യപ്പെടുത്തരുത്," കാത്യ തെരക്കിട്ട് ഇടയ്ക്കുകയറിപ്പറഞ്ഞു. "അതെനിക്ക് ബുദ്ധിമുട്ടാകും. ചേച്ചി സുന്ദരിയും സമർത്ഥയുമാണെന്നു മറക്കരുത്.. എന്നിട്ടും നിങ്ങൾ ഇങ്ങനെ പറയുന്നത്, അതും ഗൗരവഭാവത്തോടെ, കഷ്ടമാണ്. മറ്റാരെങ്കിലുമാണ് ഇതു പറഞ്ഞതെങ്കിൽ തരക്കേടില്ലായിരുന്നു."

"എനിക്കെന്താ വിശേഷം? എന്നുതന്നെയല്ല, ഞാൻ തമാശ പറയുകയാണെന്ന് വിചാരിക്കുന്നതെന്തിനാ?"

"തമാശയാണ്. സംശയമില്ല."

"എന്നാണോ വിചാരം? പൂർണ്ണബോധ്യത്തോടെയാണ് ഞാൻ പറയുന്നതെങ്കിലോ? ഞാനത് വേണ്ടത്ര ശക്തിയായ ഭാഷയിൽ പറഞ്ഞിട്ടില്ലെങ്കിലേയുള്ളൂ."

"എനിക്ക് മനസ്സിലായില്ല."

"സത്യം? എന്നാൽ നിരീക്ഷണശേഷിയെപ്പറ്റി ഞാൻ ആ പറഞ്ഞതെല്ലാം പിൻവലിക്കേണ്ടിവരും."

"എന്നു വച്ചാൽ?"

അർക്കാദി അതിനു മറുപടി പറയാതെ തിരിഞ്ഞിരുന്നതേയുള്ളൂ. കാത്യ കൂടയിൽ കൈയിട്ട് ശേഷിച്ച റൊട്ടിക്കഷ്ണങ്ങൾ കൂടി പെറുക്കിയെടുത്ത് കുരുവികളുടെ മുന്നിലേക്കെറിഞ്ഞു. പക്ഷേ, ഏറിന്റെ ശക്തികാരണം കുരുവികൾ പേടിച്ച് പറന്നു പൊയ്ക്കളഞ്ഞു.

"കാത്യ," അവിചാരിതമായി അർക്കാദി വിളിച്ചു. "ഞാൻ പറയുന്നതിന് എന്തെങ്കിലും പ്രാധാന്യം കല്പിച്ചാലും ഇല്ലെങ്കിലും ഒരു കാര്യം ഞാൻ അറിയിച്ചേക്കാം. എന്നെ സംബന്ധിച്ചിടത്തോളം ചേച്ചിയോ മറ്റാരുമോ തന്നെ കാത്യയെക്കാൾ വലുതല്ല."

തന്റെ ഈ വികാരസ്ഫോടനത്തിൽ സ്വയം തന്നെ പേടിച്ചിട്ടെന്നപോലെ അയാൾ എഴുന്നേറ്റ് അവിടെനിന്ന് പൊയ്ക്കളഞ്ഞു.

കാത്യ കൂടയും കൈകളും മടിയിൽ വച്ച് തല താഴ്ത്തിയനിലയിൽ അർക്കാദി പോയ വഴിയേ ഏറെനേരം നോക്കിയിരുന്നു. അവളുടെ

കവിളുകളിൽ പതുക്കെ ഒരു അരുണിമ വ്യാപിച്ചു. പക്ഷേ, ചുണ്ടുകളിൽ പുഞ്ചിരി വിരിഞ്ഞിരുന്നില്ല. കറുത്ത കണ്ണുകൾ വിസ്മയത്താൽ വിടർന്നിരുന്നു. മറ്റെന്തോ നിർവ്വചിക്കാനാവാത്ത വികാരവും ആ കണ്ണുകളിൽ പ്രകടമായിരുന്നു.

"നീ ഒറ്റയ്ക്കാണോ?" അടുത്തെവിടെയോനിന്ന് അന്ന സെർഗിയേവ്നയുടെ ചോദ്യം കേട്ടു. "അർക്കാദിയുടെ ഒപ്പമാണ് നീ തോട്ടത്തിലേക്കിറങ്ങിയതെന്നാണല്ലോ ഞാൻ വിചാരിച്ചത്."

കാത്യയുടെ കണ്ണുകൾ മെല്ലെ ചേച്ചിയെ പരിശോധിച്ചു. (ഭംഗിയായി അഴകായി വസ്ത്രധാരണം ചെയ്തിരുന്ന അവർ നടപ്പാതയിൽ നിന്നുകൊണ്ട് തുറന്നു പിടിച്ച അലങ്കാരക്കുടയുടെ അഗ്രത്താൽ ഫിഫിയുടെ തലയിൽ കുത്തി അതിനെ ഇക്കിളിപ്പെടുത്തുകയായിരുന്നു.) അത്രതന്നെ മെല്ലെ മറുപടിയായി അവൾ പറഞ്ഞു:

"അതെ, ഞാനൊറ്റയ്ക്കാണ്."

"അതെനിക്ക് കാണാം," ചെറിയൊരു ചിരിയോടെ അവർ തിരിച്ചടിച്ചു. "അയാൾ മുറിയിലേക്കു പോയായിരിക്കും, അല്ലേ?"

"അതെ."

"നിങ്ങളൊന്നിച്ചിരുന്നു വായിക്കുകയായിരുന്നോ?"

"അതെ."

അന്ന സെർഗിയേവ്ന കാത്യയുടെ താടി പിടിച്ച് സ്നേഹപൂർവ്വം മേലോട്ടുയർത്തി.

"നിങ്ങൾ തമ്മിൽ വഴക്കുകൂടിയില്ലല്ലോ, ഉവ്വോ?"

"ഇല്ല" എന്നു പറഞ്ഞിട്ട് കാത്യ പതുക്കെ ചേച്ചിയുടെ കൈ വിടീച്ചു.

"എന്തൊരു ഗൗരവമാ ഇന്നു നിന്റെ സ്വരത്തിന്! അയാളിവിടെകാണുമെന്നും നടക്കാൻ കൂടെ കൂട്ടിക്കൊണ്ടുപോകാമെന്നും വിചാരിച്ചാ ഞാൻ വന്നത്. കുറേ ദിവസമായി അയാൾ പറയുന്നതാണ്. ആട്ടെ, പട്ടണത്തിൽനിന്ന് നിനക്ക് ഒരു ജോഡി പുതിയ ചെരിപ്പു വരുത്തിച്ചിട്ടുണ്ട്. ചെന്ന് അതൊന്നിട്ടുനോക്ക്. നിന്റെ ചെരിപ്പ് വളരെ തേഞ്ഞുപോയല്ലോ. ഇന്നലെയാ ഞാനത് ശ്രദ്ധിച്ചത്. നിന്റെ കാര്യത്തിൽ നീ പൊതുവെ ശ്രദ്ധിക്കുന്നില്ല. നിന്റെ പാദങ്ങൾ എത്ര ഭംഗിയുള്ളതാ! കൈകളും മനോഹരമാണ്. അല്പം വലിപ്പം കൂടുതലാണെന്നേയുള്ളു. അതിനാൽ പാദങ്ങൾ വേണ്ടത്ര പ്രയോജനപ്പെടുത്തണം. നെനക്കല്ലെങ്കിലും ഒരുങ്ങിനടക്കുന്നതിൽ ഒരു താല്പര്യവുമില്ല."

അന്ന സെർഗിയേവ്ന തന്റെ കമനീയമായ ഗൗൺ പതുക്കെ ചലിപ്പിച്ചുകൊണ്ട് നടപ്പാതയിലൂടെ മുന്നോട്ടുനീങ്ങിയപ്പോൾ കാത്യയും ഹൈനേയുടെ പുസ്തകവുമെടുത്ത് യാത്രയായി. പക്ഷേ, ചെരിപ്പിട്ടുനോക്കാനായിരുന്നില്ല അവളുടെ യാത്ര.

"പാദങ്ങൾ എത്ര ഭംഗിയുള്ളതാ," വീടിന്റെ വരാന്തയിലേക്കുള്ള കൽപ്പടവുകൾ മെല്ലെ കയറുമ്പോൾ അവൾ ചിന്തിക്കുകയായിരുന്നു. "പാദങ്ങൾ എത്ര ഭംഗിയുള്ളതാ എന്നല്ലേ പറഞ്ഞത്.. നല്ലതുതന്നെ, അവയുടെ ഭംഗി കാണാൻ ആളു വരും."

അതോർത്തപ്പോൾ അവൾക്ക് വല്ലാത്ത ലജ്ജതോന്നുകയും ഒരൊറ്റ കുതിക്ക് അവൾ ബാക്കി പടവുകൾ ഓടിക്കയറുകയും ചെയ്തു.

അർക്കാദി തന്റെ മുറിയിലേക്കുള്ള ഇടനാഴിയിലൂടെ കടന്നുപോകുമ്പോൾ ബട്ട്ലർ ഓടിച്ചെന്ന് ബസാറൊവ് അയാളെ കാത്തിരിക്കുന്ന വിവരം അറിയിച്ചു.

"ആര്, യെവ്ഗേനിയോ?" ഏതാണ്ടൊരു അങ്കലാപ്പോടെ അർക്കാദി പിറുപിറുക്കും മട്ടിൽ ചോദിച്ചു. "വളരെ നേരമായോ വന്നിട്ട്?"

"ഇല്ല സാർ, ഇപ്പോൾ എത്തിയതേയുള്ളു. അന്ന സെർഗിയേവ്നയെ അറിയിക്കേണ്ടെന്നും, നേരേ താങ്കളുടെ മുറിയിലേക്ക് കൂട്ടിക്കൊണ്ടുപോയാൽ മതിയെന്നും പറഞ്ഞു."

"വീട്ടിൽ എന്തെങ്കിലും തകരാറുണ്ടായിരിക്കുമോ എന്തോ?" അർക്കാദി ആശ്ചര്യപ്പെട്ടു. ഗോണിപ്പടികൾ ചാടിക്കയറി അയാൾ തന്റെ മുറിയുടെ വാതിൽ ചെന്നു വലിച്ചുതുറന്നു. ബസാറൊവിന്റെ ഇരിപ്പു കണ്ടപ്പോൾ കുഴപ്പമൊന്നുമില്ലെന്ന് അയാൾ നിശ്ചയിച്ചു. പക്ഷേ, കുറച്ചുകൂടി അനുഭവസമ്പന്നമായ ഒരു കണ്ണിന് പ്രതീക്ഷിച്ചിരിക്കാതെ എത്തിയ ആ സന്ദർശകന്റെ അന്തഃക്ഷോഭം ദർശിക്കാൻ കഴിയുമായിരുന്നു. ഉന്മേഷത്തിന് കുറവില്ലെങ്കിലും അയാൾ അല്പം മെലിഞ്ഞുപോയിരുന്നു. പൊടിപിടിച്ച കോട്ട് തോളത്തിട്ടുകൊണ്ട് തൊപ്പി ഊരാതെ അയാൾ ജനൽപ്പടിയിൽ ഇരിക്കുകയായിരുന്നു. ശബ്ദായമാനമായ ആശ്ചര്യപ്രകടനങ്ങളോടെ അർക്കാദി ചെന്നു കെട്ടിപ്പിടിച്ചിട്ടും അയാൾ അവിടെ നിന്നും എഴുന്നേറ്റില്ല.

"ഇതൊട്ടും പ്രതീക്ഷിച്ചിരുന്നതല്ല. എന്താ, ഇങ്ങോട്ടിപ്പോൾ?" സ്വയം സന്തോഷിക്കുകയും ആ സന്തോഷം മറ്റുള്ളവരേയും കാണിക്കാൻ ആഗ്രഹിക്കുകയും ചെയ്യുന്ന ഒരാളെപ്പോലെ അർക്കാദി മുറിയിൽ ഓടിച്ചാടി നടക്കുന്നതിനിടയിൽ ഇതേ ചോദ്യം പലവുരു ആവർത്തിച്ചു. "വീട്ടിൽ കുഴപ്പമൊന്നുമില്ലല്ലോ. എല്ലാവർക്കും സുഖമല്ലേ?"

"കുഴപ്പമൊന്നുമില്ല. പക്ഷേ, എല്ലാവർക്കും സുഖമല്ല," ബസാറൊവ് പറഞ്ഞു. "ഈ ബഹളം നിറുത്തിയിട്ട് ഒരു ഗ്ലാസ് ക്വാസ്[13] കൊണ്ടുവരാൻ വിളിച്ചു പറ. എന്നിട്ടിവിടെ വന്നിരിക്ക്. ഞാൻ പറയുന്നത് ശ്രദ്ധിച്ചുകേൾക്കണം. ഞാൻ വളരെ ചുരുക്കിപ്പറയാം."

അർക്കാദി ഒന്നടങ്ങിയപ്പോൾ പാവെൽ പെത്രോവിച്ചുമായുള്ള തന്റെ ദ്വന്ദ്വയുദ്ധത്തെപ്പറ്റി ബസാറൊവ് വിവരിച്ചു. അർക്കാദിക്ക്

13 റഷ്യയിൽ കിട്ടുന്ന ഒരുതരം പാനീയം.

അതിയായ ആശ്ചര്യവും അളവറ്റ മനപ്രയാസവും തോന്നിയെങ്കിലും അതു പുറത്തു കാണിക്കാതിരിക്കുന്നതാണ് ബുദ്ധിയെന്ന് അയാൾ തീരുമാനിച്ചു. വല്യപ്പന്റെ മുറിവ് സാരമുള്ളതാണോയെന്ന് മാത്രം അന്വേഷിക്കുന്നതിൽ അയാൾ ഒതുങ്ങിനിന്നു. ചികിത്സയുടെ നിലപാടിൽ നിന്നുനോക്കുമ്പോൾ നിസ്സാരമാണെങ്കിലും കൗതുകമുണർത്തുന്നതാണ് അതെന്നു കേട്ടപ്പോൾ അയാൾ കൃത്രിമമായൊന്നു ചിരിച്ചെങ്കിലും വിവരിക്കാനാവാത്ത എന്തോ ഒരു ഭയവും മാനഹാനിയും അയാളെ പിടിച്ചുലച്ചു. അയാളുടെ മനോഗതി ബസാറൊവിന് മനസ്സിലായപോലെ തോന്നി.

"അതേടോ," ബസാറൊവ് പറഞ്ഞു. "നാട്ടുവാഴി പ്രഭുക്കളുടെ കൂടെ താമസിച്ചാൽ ഇങ്ങനെയൊക്കെ സംഭവിക്കും. താനും ഒരിക്കൽ ഇതുപോലൊരു ജന്മിത്തമ്പുരാനാവുകയും പ്രഭുക്കൾക്കു ചേർന്ന ഇത്തരം ലീലകളിൽ ഭാഗഭാക്കാവുകയും ചെയ്യും. ശരി, അങ്ങനെ ഞാൻ എന്റെ വീട്ടിലേക്കുതന്നെ മടങ്ങാൻ തീരുമാനിച്ചു." തന്റെ കഥനം ഉപസംഹരിച്ചുകൊണ്ടു പറഞ്ഞു. "പോകുന്ന വഴിക്ക് ഇവിടെയിറങ്ങി.... തന്നോട് ഈ വിവരമെല്ലാം പറയാനാണ് ഇവിടെ ഇറങ്ങിയതെന്നു വേണമെങ്കിൽ പറയാമായിരുന്നു. പക്ഷേ, നുണ പറയുന്നതുകൊണ്ട് ഒരു വിശേഷവുമില്ലെന്നറിയാമെന്നതിനാൽ അങ്ങനെ പറയുന്നില്ല. പക്ഷേ, എന്തിനാ ഇറങ്ങിയതെന്നു ചോദിച്ചാൽ മുടിയാൻ എനിക്കും അതറിയില്ല. ഒന്നു പറഞ്ഞാൽ, കപ്പ മൂടോടെ പിഴുതെടുക്കുന്നതുപോലെ ഇടയ്ക്കിടയ്ക്ക് സ്വയം കടപുഴക്കി എറിയുന്നത് ആളുകൾക്ക് നല്ലതാണ്. അടുത്ത കാലത്ത് ഞാൻ ചെയ്തതാണ്... പക്ഷേ, ഉപേക്ഷിച്ചു പോന്ന ആ സംഗതികൾ, ജനിച്ചു വളർന്ന ആ സ്ഥലം, ഒരു നോക്കുകൂടി കാണാൻ എനിക്ക് കൊതി തോന്നി."

"ഇപ്പറയുന്നതൊന്നും എന്നെ ഉദ്ദേശിച്ചല്ലെന്നു കരുതുന്നു," അർക്കാദി സംഭ്രമത്തോടെ പറഞ്ഞു. "എന്നോടു സലാം പറഞ്ഞു പിരിയാനുള്ള ഉദ്ദേശമല്ലല്ലോ, ആണോ?"

ബസാറൊവ് തുളച്ചുകയറുന്നതരത്തിൽ അയാളെ ഒന്നു സൂക്ഷിച്ചുനോക്കി.

"അതുകൊണ്ട് തനിക്ക് വലിയ മനോവേദന ഉണ്ടാകുമോ? താൻ എന്നോട് സലാം പറഞ്ഞു പിരിഞ്ഞു കഴിഞ്ഞെന്നാണ് എനിക്ക് തോന്നുന്നത്. തന്റെ വെടിപ്പും പ്രസരിപ്പും കണ്ടാൽ... അന്ന സെർഗിയേവ്നയുമായുള്ള തന്റെ ഏർപ്പാട് ഭംഗിയായി പുരോഗമിക്കുന്നുണ്ടാകുമല്ലോ."

"എന്തു ഏർപ്പാടിന്റെ കാര്യമാ പറയുന്നത്?"

"ഓ, ആർക്കും അറിയില്ലെന്നാ വിചാരം? അവരെ ഉദ്ദേശിച്ചല്ലേ താൻ പട്ടണത്തിലേക്കെന്നും പറഞ്ഞു പോന്നത്? താൻ അവരുമായി

പ്രേമത്തിലല്ലേ? അതോ, വിനയം ഭാവിക്കാവുന്ന ഒരു സ്ഥിതിയിലേക്ക് കാര്യങ്ങൾ എത്തിയോ?"

"യെവ്ഗേനി, നിങ്ങളോട് ഒരിക്കലും ഒന്നും ഞാൻ മറച്ചുവച്ചിട്ടില്ല. അത് നിങ്ങൾക്കുതന്നെ അറിയാമല്ലൊ. ദൈവത്താണെ നിങ്ങൾ എന്നെ തെറ്റിദ്ധരിച്ചിരിക്കുകയാണ്."

"ഓഹോ! പുതിയൊരു ശൈലിയും കിട്ടിയിട്ടുണ്ടല്ലോ," ബസാറൊവ് മെല്ലെ പറഞ്ഞു. "ക്ഷോഭിക്കേണ്ട കാര്യമൊന്നുമില്ല. എനിക്ക് ഇതുകൊണ്ടൊന്നും ഒരു ചുക്കുമില്ല. നമ്മുടെ മാർഗ്ഗങ്ങൾ വിഭിന്നങ്ങളാണെന്നായിരിക്കും ഒരു അതിഭാവുകവാദി പറയുക. നമുക്ക് പരസ്പരം മടുത്തിരിക്കുന്നുവെന്നു മാത്രമേ ഞാൻ പറയുന്നുള്ളൂ."

"യെവ്ഗേനി..."

"എടോ, അതിലൊന്നും ഒരു തകരാറുമില്ല. ആളുകൾക്ക് ഈ ലോകത്തിൽ എന്തെല്ലാം സംഗതികളോടാണ് മടുപ്പുതോന്നാറുള്ളതെന്ന് തനിക്കറിയില്ലേ! ആട്ടെ, എന്നാൽ നമുക്ക് യാത്ര പറഞ്ഞാലോ? ഇവിടെ എത്തിയതു മുതല്ക്ക് എനിക്ക് വല്ലാത്ത ഒരു വിമ്മിഷ്ടമാണ് അനുഭവപ്പെടുന്നത്. ഓ, കുതിരയെ അഴിച്ചുമാറ്റണ്ടെന്നു പറഞ്ഞിട്ടാണ് ഞാൻ പോന്നത്."

"അതെങ്ങനെ പറ്റും?."

"എന്തുകൊണ്ട് പറ്റില്ല?"

"എന്നെ ഓർത്തില്ലെങ്കിലും അന്ന സെർഗിയേവ്നയെ ഓർക്കേണ്ടേ? അവരെ കാണാതെ പോകുന്നത് ഒരു മര്യാദകേടായിരിക്കില്ലേ? അവർക്ക് തീർച്ചയായും നിങ്ങളെ കാണണമെന്നുണ്ടാകും."

"അവിടെയാണ് തനിക്ക് തെറ്റിയത്."

"നേരെ മറിച്ചാണ്. ഞാൻ പറയുന്നതാണ് ശരി," അർക്കാദി തിരിച്ചടിച്ചു. "എന്തിനാ ഈ അഭിനയം? സത്യത്തിൽ അവരെ ഉദ്ദേശിച്ചല്ലേ ഇങ്ങോട്ടു തിരിച്ചത്?"

"ആയിരിക്കാം. എങ്കിലും തനിക്ക് തെറ്റിയിരിക്കുന്നു."

പക്ഷേ, അർക്കാദി പറഞ്ഞതായിരുന്നു ശരി. അന്ന സെർഗിയേവ്ന ബസാറൊവിനെ കാണാൻ ആഗ്രഹിച്ചിരുന്നു. ബട്ട്ലർ മുഖേന അവർ അയാളെ ക്ഷണിക്കുകയും ചെയ്തു. അവരെ കാണാൻ പോകുന്നതിനു മുൻപ് അയാൾ പുതിയ വസ്ത്രങ്ങൾ എടുത്തുധരിച്ചു. പെട്ടെന്നു പുറത്തെടുക്കാവുന്ന രീതിയിലാണ് അയാൾ തന്റെ പുതിയ സൂട്ട് പെട്ടിയിൽ അടുക്കിവച്ചിരുന്നത്.

ഓർക്കാപ്പുറത്ത് ബസാറൊവ് തന്റെ പ്രേമാഭ്യർത്ഥന നടത്തിയ ആ മുറിയിലേക്കല്ല ഒദിൻത്സോവ അയാളെ ക്ഷണിച്ചത്. സ്വീകരണമുറിയിലാണ് അവർ ഇരുന്നിരുന്നത്. അവർ അയാൾക്ക് മുത്താൻ

തന്റെ വിരൽത്തുമ്പ് സദയം നീട്ടിയെങ്കിലും അവരുടെ മുഖത്ത് വല്ലാത്ത പരിഭ്രമം ദൃശ്യമായിരുന്നു.

"അന്ന സെർഗിയേവ്നയോട് ആദ്യം തന്നെ ഒരു സംഗതി പറയാൻ ഞാനാഗ്രഹിക്കുന്നു," ബസാറൊവ് വളരെ ധിറുതിയിൽ ചാടിക്കയറി പറഞ്ഞു. "വിവേകം വീണ്ടെടുത്ത ഒരു നശ്വര ജീവിയാണ് നിങ്ങളുടെ മുന്നിൽ നില്ക്കുന്നത്. തന്റെ വിഡ്ഢിത്തം വിസ്മരിക്കപ്പെട്ടിട്ടുണ്ടാകുമെന്ന് അയാൾ വിശ്വസിക്കുകയും ചെയ്യുന്നു. കുറേയധികം കാലത്തേക്ക് ഞാൻ സ്ഥലം വിടുകയാണ്. ഞാനൊരു തൊട്ടാവാടി അല്ലെങ്കിലും വെറുപ്പോടെയായിരിക്കും നിങ്ങളെന്നെ അനുസ്മരിക്കുന്നതെന്ന വിചാരത്തോടെ ഇവിടെ നിന്നു പോകുന്നത് ഒട്ടും സന്തോഷപ്രദമായിരിക്കില്ലെന്നതിനോട് നിങ്ങളും യോജിക്കുമല്ലോ."

വലിയൊരു കുന്നിൻ പുറത്തേക്ക് നടന്നു കയറിയ ഒരാളെപ്പോലെ അന്ന സെർഗിയേവ്ന നെടുതായൊന്നു നിശ്വസിച്ചു. അവരുടെ മുഖത്ത് ഒരു ളുമന്ദഹാസം പൊട്ടിവിരിഞ്ഞു. അവർ ഒരിക്കൽക്കൂടി ഹസ്തദാനത്തിനായി തന്റെ കൈനീട്ടുകയും ഹാർദ്ദമായി അയാളുടെ കൈ പിടിച്ചു കുലുക്കുകയും ചെയ്തു.

"കഴിഞ്ഞത് കഴിഞ്ഞു," അവർ പറഞ്ഞു. "സത്യം പറഞ്ഞാൽ, ഞാനും ഇതിൽ കുറ്റക്കാരിയാണല്ലോ. കാരണം, കടക്കണ്ണെറിഞ്ഞില്ലെങ്കിലും മറ്റുതരത്തിൽ എന്റെ പെരുമാറ്റം നിങ്ങളെ തെറ്റിദ്ധരിപ്പിച്ചിരിക്കാം. അതിനാൽ, പഴയപോലെ നമുക്ക് സുഹൃത്തുക്കളായിരിക്കാം. അതൊരു സ്വപ്നമായിരുന്നു, ഇല്ലേ? ആരാ സ്വപ്നങ്ങൾ അധികനാൾ ഓർത്തിരിക്കുന്നത്!"

"അതെ, ആരാ സ്വപ്നങ്ങൾ ഓർത്തിരിക്കുക! എന്നുതന്നെയല്ല, പ്രേമം... പ്രേമം എന്നു പറയുന്നത് ഒരുതരം പുറംപൂച്ചുമാണല്ലോ."

"ആണോ? എന്നാലെനിക്ക് സന്തോഷമായി."

അങ്ങനെയാണ് അന്ന സെർഗിയേവ്ന പറഞ്ഞത്. അങ്ങനെയാണ് ബസാറൊവും പറഞ്ഞത്. സത്യമാണ് പറയുന്നതെന്ന് ഇരുവരും ധരിച്ചു. പക്ഷേ, അതായിരുന്നോ സത്യം? മുഴുവൻ സത്യവുമാണോ അവർ പറഞ്ഞത്? അവർക്കുതന്നെ അത് നിശ്ചയമുണ്ടായിരുന്നില്ല. അപ്പോൾ, ഈ എഴുത്തുകാരന് അത് അത്രപോലും നിശ്ചയമുണ്ടാവാൻ വഴിയില്ലല്ലോ. അതെന്തായാലും തങ്ങൾ പറഞ്ഞത് പരസ്പരം വിശ്വസിക്കുന്ന രീതിയിലാണ് അവർ സംസാരം തുടർന്നത്.

പല കാര്യങ്ങളും അവർ സംസാരിച്ചു. കൂട്ടത്തിൽ അർക്കാദിയുടെ വീട്ടിലെ താമസത്തെപ്പറ്റിയും അന്ന സെർഗിയേവ്ന അന്വേഷിച്ചു. പാവെൽ പെ ത്രോവിച്ചുമായി നടന്ന ദ്വന്ദ്വയുദ്ധത്തെപ്പറ്റി പറയാൻ തുടങ്ങിയതാണ് അയാൾ. പക്ഷേ, താൻ വലിയ ആളാവുകയാണെന്ന്

അവർ കരുതിയേക്കുമെന്ന് വിചാരിച്ച് മുഴുവൻ സമയവും താൻ ഓരോ ജോലികളിൽ മുഴുകിയിരിക്കുകയായിരുന്നെന്നു മാത്രം പറഞ്ഞുകൊണ്ട് അയാൾ പിന്തിരിഞ്ഞു.

“എന്റെ കാര്യം പറഞ്ഞാൽ ആദ്യമൊക്കെ ഞാൻ വലിയ ചിന്താക്കുഴപ്പത്തിലായിരുന്നു,” അന്ന സെർഗിയേവ്ന പറഞ്ഞു. “കാരണമെന്തെന്ന് ദൈവത്തിനുപോലും നിശ്ചയമുണ്ടാവില്ല. വിദേശത്തുപോയാലോ എന്നു പോലും ഞാൻ ആലോചിച്ചതാണ് കേട്ടോ. ക്രമേണ ആ സ്ഥിതി മാറി. നിങ്ങളുടെ സ്നേഹിതൻ അർക്കാദി നിക്കൊലായെവിച്ച് വന്നതോടെ പഴയ ചാലിലേക്ക് തന്നെ ഞാൻ വഴുതി വീണു; വീണ്ടും ഞാനെന്റെ ശരിക്കുള്ള വേഷം കെട്ടാൻ തുടങ്ങി.”

“എന്താണാവോ ആ ശരിക്കുള്ള വേഷം?”

“അമ്മയെന്നോ അമ്മായിയെന്നോ സഖിയേന്നോ അതിനു എന്തു പേരു വേണമെങ്കിലും പറയാം. ഇടയ്ക്കു പറയട്ടെ, അർക്കാദി നിക്കൊലായെവിച്ചുമായി നിങ്ങൾക്കെങ്ങനെ ഇത്ര അടുക്കാൻ കഴിഞ്ഞെന്ന് മുമ്പ് എനിക്ക് തീരെ മനസ്സിലായിരുന്നില്ല. അത്ര കാര്യമായെടുത്തിരുന്നുമില്ല ഞാനയാളെ. പക്ഷേ, ഇപ്പോൾ അല്പംകൂടി അടുത്തറിയാൻ കഴിഞ്ഞതോടെ അയാൾ മിടുക്കനാണെന്ന് എനിക്ക് തോന്നുന്നുണ്ട്... നിങ്ങളിലും എന്നിലും നിന്നു വ്യത്യസ്തമായി അയാൾക്ക് ചെറുപ്പമാണ്. അതാണ് പ്രധാന സംഗതിയും.”

“നിങ്ങളെക്കണ്ടാൽ അയാൾക്കിപ്പോഴും നാണമാണോ?” ബസാറൊവ് ചോദിച്ചു.

“എന്താ, മുൻപ് അങ്ങനെ അയാൾ...” എന്നു പറഞ്ഞ് അവർ നിർത്തിക്കളഞ്ഞു. നിമിഷനേരത്തെ ആലോചനയ്ക്കു ശേഷം അവർ തുടർന്നു. “ഇപ്പോൾ അയാൾ എന്നോടു അല്പം കൂടി അടുത്തിട്ടുണ്ട്. എന്നോടു സംസാരിക്കുകയും ചെയ്യുന്നുണ്ട്. മുമ്പൊക്കെ എന്നിൽ നിന്നു ഒഴിഞ്ഞുമാറുകയായിരുന്നു പതിവ്. അല്ല, ഞാനയാളുടെ കൂട്ടിനു ശ്രമിച്ചിരുന്നുമില്ല. കാത്യയും അയാളും വലിയ കൂട്ടുകാരാണ്.”

ബസാറൊവിന് ഉള്ളിൽ വല്ലാത്ത നീരസം തോന്നി. “ഈ പെണ്ണുങ്ങളുടെ സൂത്രം” എന്ന് അയാൾ വിചാരിക്കുകയും ചെയ്തു.

“അയാൾ ഒഴിഞ്ഞു മാറുകയായിരുന്നല്ലേ!” ബസാറൊവ് പുച്ഛരസത്തിൽ പറഞ്ഞു. “അയാൾക്ക് നിങ്ങളോട് പ്രേമമായിരുന്നെന്ന് അറിഞ്ഞിരുന്നില്ലെന്നാണോ ഞാൻ ധരിക്കേണ്ടത്?”

“എന്ത്, അയാൾക്കും...?” അന്ന സെർഗിയേവ്ന ഓർക്കാതെ പറഞ്ഞുപോയി.

"അതെ, അയാൾക്കും," ബസാറൊവ് വിനയം കാട്ടിക്കൊണ്ടെന്നപോലെ തല കുനിച്ചുകൊണ്ട് പറഞ്ഞു. "നിങ്ങൾക്കിതറിയില്ലായിരുന്നെന്നും ഇതിപ്പോൾ ഒരു പുതിയ വാർത്തയാണെന്നുമാണോ പറഞ്ഞു വരുന്നത്?"

"ഇല്ല, യെവ്ഗേനി വസീലിയെവിച്ച്, നിങ്ങൾക്ക് തെറ്റുപറ്റിയതാവും."

"തെറ്റൊന്നും പറ്റിയില്ല. പക്ഷേ, ഞാനതിവിടെ പറയാൻ പാടില്ലായിരുന്നെന്നു തോന്നുന്നു." എന്നിട്ടയാൾ ആത്മഗതമായി തുടർന്നു: "കൂടുതൽ സൂത്രമൊന്നും ഇങ്ങോട്ടെടുക്കേണ്ട."

"പറഞ്ഞതുകൊണ്ടു കുഴപ്പമൊന്നുമില്ല. പക്ഷേ, ഇവിടെയും നൈമിഷികമായ ഒരു ധാരണയ്ക്ക് നിങ്ങൾ അമിതമായ പ്രധാന്യം കല്പിക്കുകയാണെന്നാണ് എനിക്ക് തോന്നുന്നത്. നിങ്ങൾ അതിശയോക്തിക്ക് വശംവദനാണോയെന്ന് എനിക്കിപ്പോൾ സംശയമുണ്ട്."

"വിട്ടേരെ, നമുക്ക് ഈ ചർച്ച അവസാനിപ്പിക്കാം." ബസാറൊവ് പറഞ്ഞു.

"എന്തിനാ അവസാനിപ്പിക്കുന്നത്'" എന്നു തിരിച്ചടിച്ചെങ്കിലും അന്ന സെർഗിയേവ്ന ഉടനെ തന്നെ വിഷയം മാറ്റി. പഴയ കഥയൊക്കെ മറന്നെന്ന് ബസാറൊവിനോട് പറയുകയും സ്വയം അതു വിശ്വസിക്കുകയും ചെയ്തെങ്കിലും അയാളോടൊത്തിരിക്കുമ്പോൾ അവർക്കെന്തോ ഒരു പ്രയാസമുണ്ടായിരുന്നു. ഒന്നും സംഭവിക്കാത്ത മട്ടിൽ അയാളോട് സൊള്ളുകയും വെടിപറഞ്ഞു ചിരിക്കുകയും ചെയ്യുമ്പോൾ പോലും അവരുടെ മനസ്സ് അസ്വസ്ഥമായിരുന്നു. സമുദ്രസഞ്ചാരികളുടെ സ്ഥിതിയാണത്. കരയ്ക്ക് നിന്നു സംസാരിക്കുന്ന മട്ടിൽ യാതൊരു മനപ്രയാസവും കൂടാതെ അവർ കളിപറഞ്ഞു ചിരിക്കുകയാണെന്ന് മറ്റുള്ളവർക്ക് തോന്നുമെങ്കിലും കപ്പൽ ചെറുതായൊന്നുലയുകയോ മറ്റെന്തെങ്കിലും ദുസ്സൂസചനകൾ കിട്ടുകയോ ചെയ്താലുടൻ അവരുടെ മുഖത്ത് പ്രകടമാകുന്ന പേടി കാണേണ്ടതുതന്നെയാണ്.

അവരുടെ സംഭാഷണം അധികനേരം നീണ്ടുനിന്നില്ല. ഒദിന്ത്സോവ ചിന്തയിലാണ്ടുപോവുകയും, അവരുടെ മറുപടി വിമനസ്കതയോടെ ആവുകയും ചെയ്തു. ഒടുവിൽ ഇരിപ്പുമുറിയിലേക്ക് പോകാൻ അവർ തീരുമാനിച്ചു. രാജകുമാരിയും കാത്യയും അവിടെയുണ്ടായിരുന്നു. "അർക്കാദി നിക്കൊലായെവിച്ച് എവിടെപ്പോയി?" വീട്ടുകാരി അന്വേഷിച്ചു. ഒരു മണിക്കൂറായി അയാളെ കാണാനില്ലെന്ന് കേട്ടപ്പോൾ അവർ ആളെ അയച്ച് അയാളെ വിളിപ്പിച്ചു. അന്വേഷിച്ചുപോയ ആളിന് അയാളെ കണ്ടുപിടിക്കാൻ അല്പം പണിപ്പെടേണ്ടിവരികയും ചെയ്തു. അയാൾ പൂന്തോട്ടത്തിന്റെ അങ്ങുള്ളിലെവിടെയോ ചെന്ന് ചിന്താനിമഗ്നനായി താടിക്ക്

കൈയും കൊടുത്തിരിക്കുകയായിരുന്നു. ഗഹനവും ഗുരുതരവുമായിരുന്നെങ്കിലും നിരാശപൂണ്ടതായിരുന്നില്ല അയാളുടെ ഈ ചിന്തകൾ. അന്ന് സെർഗിയേവ്നയും ബസാറൊവും ഒറ്റയ്ക്കൊരു മുറിയിൽ ഇരിക്കുകയാണെന്നറിയാമായിരുന്നെങ്കിലും അയാൾക്കതിൽ ഒട്ടും ഈർഷ്യ തോന്നിയില്ല. നേരേമറിച്ച്, ഒരുതരം പ്രസന്നതയാണ്, അത്ഭുതവും, ആഹ്ലാദവും എന്തോ നിശ്ചയിച്ചുറച്ച ഒരു ഭാവവുമാണ്, ആ മുഖത്ത് കളിയാടിയിരുന്നത്.

XXVI

പരേതനായ ഒദിന്ത്സോവിന് പുതുമകൾക്കുവേണ്ടിയുള്ള പരക്കംപാച്ചിൽ അത്ര പ്രിയമായിരുന്നില്ലെങ്കിലും "അല്പസ്വല്പം പരിഷ്കൃതാശയങ്ങൾ" നടപ്പിലാക്കുന്നതിൽ എതിരുണ്ടായിരുന്നില്ല. പൂന്തോട്ടത്തിൽ ഉഷ്ണഗൃഹത്തിനും കുളത്തിനും ഇടയിലായി റഷ്യൻ ഇഷ്ടിക ഉപയോഗിച്ച് യവനന്മാരുടെ പൂമുഖം പോലുള്ള ഒരു എടുപ്പുണ്ടായത് അങ്ങനെയാണ്. ഈ പൂമുഖത്തിന്റെ പിൻഭാഗത്തുള്ള ഒഴിഞ്ഞ ചുമരിൽ പ്രതിമകൾ സ്ഥാപിക്കാൻ പറ്റിയ ആറു അറകൾ ഉണ്ടായിരുന്നു. തൽസ്ഥാനങ്ങളിൽ സ്ഥാപിക്കാനായി ഏകാന്തത, നിശ്ശബ്ദത, ധ്യാനം, വിഷാദം, വിനയം, ഭാവുകത എന്നിവയെ പ്രതിനിധീകരിക്കുന്ന ആറു പ്രതിമാശില്പങ്ങൾ വിദേശങ്ങളിൽ നിന്ന് ഓർഡർ ചെയ്തുവരുത്താനായിരുന്നു ഒദിന്ത്സോവിന്റെ ഉദ്ദേശം. ചുണ്ടത്തു വിരൽ വച്ചുകൊണ്ടുള്ള നിശ്ശബ്ദതാദേവിയുടെ പ്രതിമ അവിടെ കൊണ്ടുവന്ന് സ്ഥാപിക്കുകയും ചെയ്തിരുന്നു. പക്ഷേ, സ്ഥാപിച്ച ദിവസം തന്നെ പിള്ളേരാരോ അതിന്റെ മൂക്കു തകർത്തുകളഞ്ഞു. "പഴയതിലും പതിന്മടങ്ങു മെച്ചപ്പെട്ട" ഒരു മൂക്ക് വച്ചു പിടിപ്പിച്ചുകൊടുക്കാമെന്ന് സ്ഥലത്തെ ഒരു കല്ലാശാരി പറഞ്ഞതാണെങ്കിലും അതവിടെനിന്നെടുത്ത് മെതിക്കളത്തിന്റെ ഒരു മൂലയിൽ കൊണ്ടുചെന്നു വയ്ക്കുന്നതാണ് ഒദിന്ത്സോവിന് ഉചിതമായി തോന്നിയത്. അന്ധവിശ്വാസത്തിൽ മുങ്ങിനിന്നിരുന്ന പെണ്ണാളുകളെ പേടിപ്പെടുത്തിക്കൊണ്ട് വളരെക്കാലത്തോളം അത് അവിടെത്തന്നെ നില്ക്കുകയും ചെയ്തിരുന്നു. പൂമുഖത്തിന്റെ മുൻഭാഗത്ത് കുറ്റിക്കാടുകൾ തിങ്ങിവളർന്നിരുന്നതിനാൽ തൂണുകളുടെ അഗ്രഭാഗം മാത്രമേ പുറമെനിന്നു നോക്കിയാൽ കാണാൻ കഴിയുമായിരുന്നുള്ളൂ. പൂമുഖത്തിനുള്ളിലേക്ക് കടന്നാൽ നട്ടുച്ചയ്ക്ക് പോലും നല്ല കുളിർമ്മ തോന്നുമായിരുന്നു. അവിടെ ഒരു പച്ചിലപ്പാമ്പിനെ കണ്ടതിനുശേഷം അന്ന സെർഗ്ഗിയേവ്ന ആ ഭാഗത്തേക്ക് തിരിഞ്ഞുനോക്കുകപോലും ചെയ്തിരുന്നില്ല. എന്നാൽ, കാത്യ ആ പ്രതിമകൾക്കുള്ള സ്ഥാനങ്ങളിലൊരിടത്തായി പണിതിരുന്ന ശിലാതലത്തിൽ വന്നിരിക്കുക പതിവായിരുന്നു. അവിടെ ആ ശീതളച്ഛായയിലിരുന്ന് അവൾ വായിക്കുകയോ എന്തെങ്കിലും

പണിയെടുക്കുകയോ ചുറ്റുമുള്ള ശാന്തതയിൽ ലയിക്കുകയോ ചെയ്തിരുന്നു. അങ്ങനെയിരിക്കുന്നതിന്റെ സുഖം നമുക്കെല്ലാം അനുഭവപ്പെട്ടിട്ടുണ്ടാവുമെന്നതിൽ സംശയമില്ല. നമുക്കു ചുറ്റുമെന്നപോലെ നമുക്കുള്ളിലും അലയടിച്ചുയരുന്ന ജീവിതത്തെപ്പറ്റി ഏതാണ്ടൊരു വിസ്മൃതിയിൽ ലയിക്കാൻ കഴിയുമെന്നതാണ് അതിന്റെ ഗുണം.

ബസാറൊവ് എത്തിയതിന്റെ പിറ്റേന്നാളും കാത്യ തന്റെ ആ പതിവ് സ്ഥാനത്ത് വന്നിരുന്നു. അർക്കാദിയും അവളുടെ അരികിലുണ്ടായിരുന്നു. വാസ്തവത്തിൽ അയാൾ നിർബന്ധിച്ചാണ് അവളെ "പൂമുഖ"ത്തേക്ക് കൂട്ടിക്കൊണ്ട് വന്നിരുന്നത്.

ഉച്ചഭക്ഷണത്തിന് പിന്നെയും ഏതാണ്ടൊരുമണിക്കൂർ ശേഷിച്ചിരുന്നു. പ്രഭാതത്തിലെ കുളിരു മാറിയിട്ട് വല്ലാത്ത ഉഷ്ണം ആരംഭിച്ചിരുന്നു. അർക്കാദിക്ക് തലേന്നാളത്തെ അതേ മുഖഭാവം തന്നെയായിരുന്നു. കാത്യയ്ക്കാകട്ടെ എന്തോ വിഷമം കടിച്ചമർത്തുന്ന ഒരു മട്ടായിരുന്നു. ചേച്ചി കാലത്തെ കാപ്പി കഴിഞ്ഞയുടൻ അവളെ തന്റെ മുറിയിലേക്ക് വിളിച്ച് പുറത്തു തലോടുകയും ഓമനിക്കുകയും ചെയ്തതിനുശേഷം -ഇതൊരു അപകട സൂചനയായാണ് കാത്യ കണ്ടിരുന്നത് -അർക്കാദിയുമായുള്ള പെരുമാറ്റത്തിൽ അല്പം ഒതുക്കം വേണമെന്നും ഒഴിഞ്ഞ സ്ഥലത്തുവച്ച് ഒറ്റയ്ക്കുള്ള സംസാരം ഒഴിവാക്കണമെന്നും ഉപദേശിച്ചിരുന്നു. ഇളേമ്മയും വീട്ടിലുള്ളവരാകെയും അത് ശ്രദ്ധിച്ചിട്ടുണ്ടെന്ന് അവർ മുന്നറിയിപ്പുനല്കുകയും ചെയ്തിരുന്നു. മാത്രമല്ല, തലേന്നു വൈകുന്നേരം അന്ന സെർഗിയേവ്ന വളരെ അസ്വസ്ഥയുമായിരുന്നു. കാത്യയേയും എന്തോ തെറ്റു ചെയ്തപോലുള്ള ഒരു അസ്വസ്ഥത പിടികൂടിയിരുന്നു. ഇതവസാനത്തെ പ്രാവശ്യമായിരിക്കുമെന്നു മനസ്സിൽ നിശ്ചയിച്ചുറച്ചുകൊണ്ടാണ് അർക്കാദിയുടെ നിർബന്ധത്തിന് വഴങ്ങി കാത്യ അവിടെ വന്നത്.

ലജ്ജ കലർന്ന ഒരു നിശ്ചാഞ്ചല്യത്തോടെയാണ് അയാൾ സംസാരിക്കാൻ തുടങ്ങിയത്. "കാത്യ," അയാൾ പറഞ്ഞു. "ഒരൊറ്റ കൂരയ്ക്കുകീഴിൽ നമുക്കൊന്നിച്ചു കഴിയാനുള്ള സൗഭാഗ്യമുണ്ടായതിനുശേഷം നാം തമ്മിൽ പലതിനെപ്പറ്റിയും ചർച്ചചെയ്തിട്ടുണ്ട്. എന്നാൽ, ഒരു കാര്യം ഞാനിനിയും സ്പർശിച്ചിട്ടില്ല. അത്... അത് എന്നെ സംബന്ധിച്ചിടത്തോളം വമ്പിച്ച പ്രാധാന്യമുള്ള ഒരു സംഗതിയുമാണ്. ഇവിടെ വച്ച് എനിക്ക് അല്പം മാനസാന്തരം വന്നിട്ടുണ്ടെന്ന് ഇന്നലെ പറയുകയുണ്ടായല്ലൊ." കാത്യയുടെ മുഖഭാവം ശ്രദ്ധിക്കാനും അതേസമയംതന്നെ അവളുടെ നോട്ടത്തിൽ നിന്ന് ഒഴിഞ്ഞുമാറാനും ശ്രമിച്ചുകൊണ്ട് അയാൾ തുടർന്നു: "സത്യത്തിൽ എനിക്ക് വളരെ വലിയ മാറ്റം വന്നിട്ടുണ്ട്. എന്നെക്കാൾ അതെപ്പറ്റി കൂടുതൽ അറിയാവുന്നത് ഭവതിക്കായിരിക്കും. ഈ മാറ്റത്തിന് കാരണക്കാരി ഭവതിതന്നെയുമാണല്ലൊ."

"ആര്, ഞാനോ?" കാത്യ ചോദിച്ചു.

"ആദ്യതവണ ഇവിടെ വന്നപ്പോഴത്തെ ആ അഹംഭാവിയായ പയ്യനല്ല ഞാൻ ഇന്ന്," അർക്കാദി തുടർന്നു. "എനിക്ക് വയസ്സ് ഇരുപത്തിനാല് തികയാൻ പോവുകയുമാണല്ലോ. ഇനിയും ഉപകാരിയായിരിക്കാനും സത്യത്തിന്റെ ഉപാസകനായിരിക്കാനും തന്നെയാണ് എന്റെ ആഗ്രഹം. പക്ഷേ, മുമ്പന്വേഷിച്ചിരുന്നിടത്തല്ല ഞാനെന്റെ ആദർശസാക്ഷാല്ക്കരണം തെരയുന്നതെന്നു മാത്രം. ഞാനുദ്ദേശിച്ചതിലും കൈയെത്തുന്നിടത്താണ് ഈ ആദർശങ്ങളെന്ന് ഞാൻ മനസ്സിലാക്കുന്നു. ഇപ്പോൾ വരെ എനിക്ക് എന്നെത്തന്നെ അറിയാമായിരുന്നില്ല. എന്റെ കഴിവിനും അതീതമായ കടമകളാണ് ഞാൻ നിറവേറ്റാൻ നോക്കിയിരുന്നത്. ഈയിടെ എനിക്കെന്റെ കണ്ണുകൾ തുറന്നു കിട്ടിയിട്ടുണ്ട്. ഒരു പ്രത്യേക ഭാവന മൂലമാണ് ഇത് സാധിച്ചിട്ടുള്ളത്... ശരിക്കതെങ്ങനെ പറയണമെന്ന് എനിക്കറിയില്ല. എങ്കിലും ഞാൻ പറയുന്നത് ഭവതിക്ക് മനസ്സിലാകുമെന്ന് കരുതുന്നു."

കാത്യ ഒന്നും പറഞ്ഞില്ലെങ്കിലും അർക്കാദിയിൽ നിന്ന് നോട്ടം പിൻവലിച്ചുകളഞ്ഞു.

"താനുമായി വളരെ അടുപ്പമുള്ള ആളുകളോട് സർവ്വതും തുറന്നു പറയേണ്ടത് സത്യസന്ധനായ ഏതൊരാളിന്റേയും കടമയാണെന്ന് ഞാൻ വിശ്വസിക്കുന്നു," അല്പം കൂടി ഭയവിഹ്വലതയോടെ അയാൾ തുടർന്നു. അടുത്തുള്ള ബർച്ച് മരത്തിലിരുന്ന് ഒരു ചാഫിഞ്ച് പക്ഷി അതിന്റെ മധുരസംഗീതം തുടർന്നുകൊണ്ടുമിരുന്നു. "അതിനാൽ, അതിനാൽ..."

ഇവിടെയെത്തിയപ്പോൾ അർക്കാദിക്ക് വാക്കുകൾ കിട്ടാതാവുകയും അയാൾ തപ്പിത്തടയാൻ തുടങ്ങുകയും ചെയ്തു. അതിനാൽ അവിടെവച്ചുനിർത്താൻ അയാൾ നിർബന്ധിതനായി. കാത്യ ദൃഷ്ടികൾ നിലത്തൂന്നി മിണ്ടാതിരുന്നു. അയാൾ പറഞ്ഞുവരുന്നതെന്താണെന്ന് പിടികിട്ടാത്തപോലെ അവൾ എന്തോ പ്രതീക്ഷിച്ചിരിക്കുന്നതുപോലെ തോന്നി.

"ഞാൻ പറയുന്നതു കേട്ടാൽ ആശ്ചര്യം തോന്നുമായിരിക്കും," എന്തോ പ്രഖ്യാപനത്തിന് തയ്യാറെടുക്കുന്നതുപോലെ അർക്കാദി പറഞ്ഞുതുടങ്ങി. "പ്രത്യേകച്ചും ഈ വികാരം ഒരതിരുവരെ.. ഒരതിരുവരെ... ഭവതിയെ സംബന്ധിക്കുന്നതാണ്. കാര്യഗൗരവം പോരെന്നു പറഞ്ഞ് ഇന്നലെ എന്നെ കുറ്റപ്പെടുത്തിയത് ഓർമ്മയുണ്ടാകുമല്ലോ," ചെളിക്കുണ്ടിലേക്ക് ആണ്ടുപോവുകയാണെന്നറിഞ്ഞിട്ടും എങ്ങനെയും അതിൽ നിന്നു കഴിവതും വേഗം കരകയറാനുള്ള മോഹത്തോടെ ചിവിട്ടിക്കുതിക്കുന്ന ഒരുവനെപ്പോലെ അർക്കാദി തുടർന്നു. "പലപ്പോഴും ചെറുപ്പക്കാർക്കെതിരായാണ്.. അവരുടെ മേലാണ്... ഈ കുറ്റാരോപണം ചുമത്തപ്പെടുന്നത്.

അവരതർഹിക്കാത്തപ്പോഴും ഈ ആരോപണത്തിന് അവർ വിധേയരാണ്. എനിക്കല്പം കൂടി ആത്മവിശ്വാസം ഉണ്ടായിരുന്നെങ്കിൽ..." ("ദൈവത്തെ ഓർത്ത് എന്നെ ഒന്നു സഹായിക്കൂ" എന്ന് അയാൾ കാത്യയോട് അഭ്യർത്ഥിക്കുന്നപോലെ തോന്നി. പക്ഷേ, അവൾ എന്നിട്ടും അങ്ങോട്ട് നോക്കാൻ തയ്യാറായില്ല.) "എനിക്ക് ആശിക്കാൻ വഴിയുണ്ടായിരുന്നെങ്കിൽ..."

"നിങ്ങൾ പറയുന്നത് എനിക്ക് വിശ്വസിക്കാൻ കഴിഞ്ഞിരുന്നെങ്കിൽ," അന്ന സെർഗിയേവ്നയുടെ ശബ്ദം അപ്പോൾ അവിടെ സ്പഷ്ടമായി മുഴങ്ങിക്കേട്ടു.

അർക്കാദിയുടെ ചുണ്ടുകൾ അതോടെ നിശ്ചലമായി. കാത്യ വിളറിവെളുക്കുകയും ചെയ്തു. പൂമുഖത്തെ മറച്ചിരുന്ന കുറ്റിക്കാടിനെ തൊട്ട് ഒരു നടപ്പാതയുണ്ടായിരുന്നു. അന്ന സെർഗിയേവ്നയും ബസാറൊവും ആ വഴിയിലൂടെ നടക്കുകയായിരുന്നു. അവരെ കാണാമായിരുന്നില്ലെങ്കിലും അവർ പറയുന്ന ഓരോ വാക്കും ഗൗൺ ഉരസുന്നതിന്റെ ശബ്ദവും അവരുടെ ശ്വാസോച്ഛ്വാസവും പോലും സ്പഷ്ടമായി കേൾക്കാൻ കാത്യയ്ക്കും അർക്കാദിക്കും കഴിഞ്ഞിരുന്നു. അല്പം ചില ചുവടുകൾ വച്ചിട്ട് മനപ്പൂർവ്വമെന്നോണം അവർ ആ പൂമുഖത്തിന്റെ മുന്നിൽ വന്നു നിന്നു.

"കണ്ടോ," അന്ന സെർഗിയേവ്ന തുടർന്നു: "അവിടെ നമുക്ക് രണ്ടു പേർക്കും തെറ്റു പറ്റിയിരിക്കുന്നു. നാം രണ്ടാളും യുവത്വത്തിന്റെ ആ ആദ്യത്തെ തള്ളിക്കയറ്റത്തിന്റെ കാലത്തെ പിന്നിട്ടു കഴിഞ്ഞിരിക്കുന്നു. പ്രത്യേകിച്ചും ഞാൻ. ജീവിതം കുറച്ചൊക്കെ നാം കണ്ടു കഴിഞ്ഞു. നാം പരിക്ഷീണരാണ്. എന്തിനു വെറുതെ വേണ്ടാത്തതൊക്കെ പറയണം: നമ്മൾ രണ്ടുപേരും സമർത്ഥരാണ്. ആദ്യമാദ്യം നമുക്ക് അന്യോന്യം താല്പര്യമുണ്ടായിരുന്നു. നമ്മുടെ ജിജ്ഞാസ ചിറകുവിടർത്തിയിരുന്നു... പക്ഷേ, അതു കഴിഞ്ഞപ്പോൾ...."

"അതു കഴിഞ്ഞപ്പോൾ ഞാൻ മയങ്ങിപ്പോയി." ബസാറൊവ് അതു മുഴുമിക്കുമ്പോലെ പറഞ്ഞു.

"നമ്മുടെ അകൽച്ചയ്ക്കുള്ള കാരണം അതല്ലെന്ന് നിങ്ങൾക്കറിയാമല്ലോ. അഥവാ അതായിരുന്നു കാരണമെന്നുവച്ചാൽ തന്നെയും നമുക്ക് അന്യോന്യം ആവശ്യമുണ്ടായിരുന്നില്ലെന്നതാണ് വസ്തുത. എങ്ങനെയാ അത് വ്യക്തമാക്കേണ്ടതെന്ന് എനിക്കറിയില്ല. പക്ഷേ, നമുക്ക്... നമുക്ക് പൊതുവായ പലതും ആവശ്യത്തിലധികമുണ്ടായിരുന്നു. നമുക്കതത്ര പെട്ടെന്നു പിടികിട്ടിയില്ല. നേരെ മറിച്ച്, അർക്കാദിയുടെ കാര്യം പറഞ്ഞാൽ..."

"നിങ്ങൾക്കയാളെ ആവശ്യമുണ്ടോ?" ബസാറൊവ് ചോദിച്ചു.

"എന്തിനാ വേണ്ടാത്തതൊക്കെ പറയുന്നത്, യെവ്ഗേനി വസീലിയെവിച്ച്? അയാൾക്ക് എന്നോടെന്തോ കമ്പമുണ്ടെന്ന് നിങ്ങൾ

പറയുകയുണ്ടായല്ലോ. അയാൾക്കെന്നെ ഇഷ്ടമാണെന്ന് എനിക്കും അറിയാമായിരുന്നു. എനിക്കയാളുടെ കുഞ്ഞമ്മ ആകാനുള്ള പ്രായമുണ്ട്. എങ്കിലും അയാളെന്റെ മനസ്സിൽ അല്പം സ്ഥാനം പിടിച്ചിട്ടുണ്ടെന്ന സംഗതി ഞാൻ മറച്ചുവയ്ക്കുന്നില്ല. ചെറുപ്പത്തിന്റെ ആ പരിമളത്തിന് ഒരു പ്രത്യേക ആകർഷണീയതയുണ്ട്..."

"അതിനാണ് കമ്പമെന്നു സാധാരണ പറയുന്നത്," ബസാറൊവ് ഇടയ്ക്ക് കയറിപ്പറഞ്ഞു. ശാന്തമായിരുന്നെങ്കിലും ആ സ്വരത്തിൽ ഒരടക്കിയ പാരുഷ്യം നിഴലിച്ചിരുന്നു. "ഇന്നലെ മുഴുവൻ ഞങ്ങൾ വെള്ളവും പാലുംപോലെ ഒട്ടിനിന്നിരുന്നതാ. എന്നിട്ടും അയാൾ നിങ്ങളേയോ അനിയത്തിയേയോ പറ്റി ഒരൊറ്റ അക്ഷരം ഉരിയാടിയില്ല... അത് പ്രധാനപ്പെട്ട ഒരു ലക്ഷണമാണ്."

"കാത്യയ്ക്കു ഒരു ചേട്ടനെപ്പോലെയാണ് അയാൾ," അന്ന സെർഗിയേവ്ന പറഞ്ഞു. "അതാണെനിക്കയാളോട് ഇഷ്ടത്തിന് കാരണവും. ഒരുപക്ഷേ, അവർ തമ്മിൽ ഇത്ര അടുപ്പം അനുവദിക്കാൻ പാടില്ലായിരിക്കാം."

"ഓ, ഒരു സഹോദരിയുടെ ശബ്ദമാണോ ഞാനീ കേൾക്കുന്നത്?" ബസാറൊവ് ഹാസ്യസ്വരത്തിൽ ചോദിച്ചു.

"സംശയമെന്താ?... പക്ഷേ, നമ്മളിങ്ങനെ നില്ക്കുന്നതെന്തിനാ? നമുക്ക് നടക്കാം. നമ്മുടെ സംഭാഷണം വളരെ വിചിത്രമാണെന്നു തോന്നുന്നില്ലേ? ഇത്തരത്തിൽ നിങ്ങളുമായി സംസാരിക്കാൻ കഴിയുമെന്ന് ഞാനൊരിക്കലും വിചാരിച്ചിരുന്നതല്ല. എനിക്ക് നിങ്ങളെ ഭയമാണെന്നറിയാമല്ലോ... എങ്കിലും എനിക്ക് നിങ്ങളെ വിശ്വാസവുമാണ്. കാരണം, നിങ്ങൾ വളരെ ദയാലുവാണ്."

"അല്ലല്ല, ഞാനത്ര ദയാലുവുമൊന്നുമല്ല. എന്നുതന്നെയല്ല, നിങ്ങളെ സംബന്ധിച്ചിടത്തോളം എനിക്കിപ്പോൾ യാതൊരു വിലയുമില്ല. എന്നിട്ടും നിങ്ങൾ പറയുന്നു ഞാൻ ദയാലുവാണെന്ന്... മൃതദേഹത്തിൽ പുഷ്പചക്രം അർപ്പിക്കുന്നതുപോലെയാണത്."

"യെവ്ഗേനി വസീലിയെവിച്ച്, നമുക്കതിനുള്ള കരുത്ത്..." അവർ പറഞ്ഞു തുടങ്ങിയെങ്കിലും ഇലകളെ പാറിപ്പറപ്പിച്ചുകൊണ്ട് ശക്തമായ ഒരു കാറ്റ് ആഞ്ഞടിച്ചതിനാൽ അതിന്റെ ബാക്കിഭാഗം ആ ശബ്ദത്തിൽ മുങ്ങിപ്പോയി.

"പക്ഷേ, നിങ്ങൾ സ്വതന്ത്രയാണല്ലോ," തെല്ലൊരു വിരാമത്തിനു ശേഷം ബസാറൊവ് പറഞ്ഞു. പിന്നീടൊന്നും വ്യക്തമായില്ല. കാലൊച്ച അകന്നകന്നു പോയി... അവിടെങ്ങും നിശ്ശബ്ദത വ്യാപിച്ചു.

അർക്കാദി കാത്യയുടെ നേർക്ക് നോക്കി. അവളുടെ ശിരസ്സ് അല്പം കൂടി കുനിഞ്ഞിരുന്നുവെന്നതല്ലാതെ അവളുടെ ഇരിപ്പിന് യാതൊരു മാറ്റവും സംഭവിച്ചിരുന്നില്ല.

"കാത്യ," വിറകൊള്ളുന്ന സ്വരത്തിൽ മുഷ്ടി ചുരുട്ടിപ്പിടിച്ചുകൊണ്ട് അയാൾ പറഞ്ഞു. "ശാശ്വതമായി, ഹൃദയംഗമമായി ഞാൻ ഭവതിയെ സ്നേഹിക്കുന്നു. ഭവതിയെ അല്ലാതെ മറ്റാരെയും ഞാൻ സ്നേഹിക്കുന്നില്ല. ഇത്രയും നേരം ഞാൻ പറയാൻ കാത്തിരുന്നത് ഇതാണ്. ഭവതിയുടെ മനസ്സറിഞ്ഞിട്ട് വിവാഹാഭ്യർത്ഥന നടത്താൻ ഞാനാഗ്രഹിക്കുന്നു. ഞാൻ പണക്കാരനല്ല. എന്തുവേണമെങ്കിലും ത്യജിക്കാനും ഞാൻ തയ്യാറാണ്. എന്താ ഒന്നും മിണ്ടാത്തത്? എന്നെ വിശ്വാസമില്ലേ? ഞാൻ ലഘുവായി സംസാരിക്കുകയാണെന്നു കരുതുന്നുണ്ടോ? പക്ഷേ, ഇക്കഴിഞ്ഞ ദിവസങ്ങൾ ഓർമ്മയില്ലേ? മറ്റെല്ലാം, മറ്റു സർവ്വതും ഇങ്ങിനിവരാത്തവണ്ണം അവസാനിച്ചു കഴിഞ്ഞെന്ന് സ്വയം തന്നെ കാണാൻ കഴിയുന്നില്ലേ? നോക്കൂ, ഇങ്ങോട്ടൊന്ന് നോക്കൂ!... ഞാൻ... ഞാൻ ഉള്ളഴിഞ്ഞ് സ്നേഹിക്കുന്നു.. എന്നെ വിശ്വാസമില്ലേ!"

ആർദ്രതയാർന്ന കണ്ണുകളോടെ അയാളെ നോക്കിയിട്ട് ഏറെ നേരത്തെ നിശ്ശബ്ദതയ്ക്കുശേഷം ചെറിയൊരു മന്ദഹാസത്തോടെ കാത്യ പറഞ്ഞു:

"ഉവ്വ്"

അർക്കാദി ഇരുന്നേടത്തുനിന്ന് ഒറ്റച്ചാട്ടം ചാടി.

"ഉവ്വെന്നോ! ഉവ്വെന്നാണോ പറഞ്ഞത്? എന്താ അതുകൊണ്ട് ഉദ്ദേശിച്ചത്. ഞാൻ സ്നേഹിക്കുന്നുണ്ടെന്നാണോ, അതോ എന്നെ വിശ്വസിക്കുന്നുണ്ടെന്നാണോ? അതോ... അതോ... എനിക്കതു പറയാൻ ധൈര്യമില്ല...."

"ഉവ്വ്," കാത്യ വീണ്ടും ആവർത്തിച്ചു. ഇപ്രാവശ്യം അതിന്റെ അർത്ഥത്തെപ്പറ്റി അയാൾക്ക് സംശയമുണ്ടായിരുന്നില്ല. അയാൾ അവളുടെ അഴകേറിയ വലിയ കൈകൾ കൂട്ടിപ്പിടിച്ച് അതിരറ്റ ആഹ്ലാദത്തോടെ തന്റെ നെഞ്ചോടമർത്തി. നില്പുറയ്ക്കാത്ത മട്ടിൽ "കാത്യ, കാത്യ..." എന്നയാൾ ഉരുവിട്ടുകൊണ്ടിരുന്നു. കാത്യയുടെ കണ്ണുകൾ നിർവ്യാജമായി നിറഞ്ഞൊഴുകി. സ്വന്തം കണ്ണീർ കണ്ട് അവൾ മന്ദം മന്ദം ചിരിക്കുകയും ചെയ്തു. തന്റെ പ്രിയതമയുടെ നയനങ്ങളിൽ അത്തരം അശ്രുക്കൾ കണ്ടിട്ടില്ലാത്ത ഒരുവന് ആ ബാഷ്പപൂജയിലടങ്ങിയിട്ടുള്ള കൃതജ്ഞതയും ലജ്ജയും കണ്ട് പുളകിതഗാത്രനായിട്ടില്ലാത്ത ഒരുവന്, ഈ ഭൂമിയിൽ നശ്വരനായ മനുഷ്യനെക്കൊണ്ടു സാദ്ധ്യമായ ആനന്ദം എത്രയാണെന്നതിനെപ്പറ്റി യാതൊരു ധാരണയുമുണ്ടാവില്ല.

പിറ്റേന്ന് അതിരാവിലെതന്നെ അന്ന സെർഗിയേവ്ന ബസാറൊവിനെ തന്റെ മുറിയിലേക്ക് വിളിപ്പിച്ചിട്ട് കൃത്രിമമായ ഒരു ചിരിയോടെ ഒരു കടലാസുതുണ്ട് അയാളുടെ മുന്നിലേക്ക് നീക്കിവച്ചു.

കാത്യയെ വിവാഹം കഴിക്കാൻ ആഗ്രഹം പ്രദർശിപ്പിച്ചുകൊണ്ട് അർക്കാദി എഴുതിയതായിരുന്നു ആ കുറിപ്പ്.

ബസാറൊവ് അത് ഓടിച്ചൊന്നു നോക്കി. പൊടുന്നനെ തന്നിലുയർന്നുവന്ന അസൂയാകലുഷിതമായ ആഹ്ലാദം അടക്കിവയ്ക്കാൻ അയാൾക്ക് നന്നെ പണിപ്പെടേണ്ടിവന്നു.

"അപ്പോൾ അങ്ങനെയാണല്ലേ!" അയാൾ ഓർക്കാതെയെന്നോണം പറഞ്ഞു. "കാതെറീന സെർഗിയേവ്നയ്ക്ക് അയാൾ സ്വന്തം ചേട്ടനെപ്പോലെയാണെന്നല്ലേ ഇന്നലെക്കൂടി നിങ്ങൾ പറഞ്ഞിരുന്നത്? ഇനിയിപ്പോൾ എന്താ ഭാവം?"

"എന്തു ചെയ്യണമെന്നാ നിങ്ങൾ പറയുന്നത്?" ചിരിനിറുത്താതെ അന്ന സെർഗിയേവ്ന ചോദിച്ചു.

"എന്തു ചെയ്യാനാ!" ബസാറൊവും ചിരിച്ചുകൊണ്ടുതന്നെ മറുപടി നല്കി. (എന്നാൽ രണ്ടുകൂട്ടർക്കും ചിരിക്കാൻ ഒട്ടും തോന്നിയിരുന്നില്ലെന്നതാണ് സത്യം.) 'യുവദമ്പതികളെ അനുഗ്രഹിച്ചയയ്ക്കണം. എന്തുകൊണ്ടും അവർക്ക് ചേർച്ചയുണ്ട്. കിർസാനൊവിന്റെ കുടുംബസ്ഥിതി ഒട്ടും മോശമല്ല. ഒറ്റമകനാണ്. അയാളുടെ പിതാവ് അന്തസ്സുള്ളവനാണ്. അദ്ദേഹം ഇതിനെ എതിർക്കുകയുമില്ല.'

ഒദിൻത്സോവ മുറിയ്ക്ക് ഒരു പ്രദക്ഷിണംവച്ചു. അവരുടെ മുഖം വല്ലാതെ വിളറിവെളുത്തു.

"അതാണല്ലേ നിങ്ങളുടെ അഭിപ്രായം?" അവർ പറഞ്ഞു. "ശരി, നടക്കട്ടെ, ഞാനും ഇതിൽ യാതൊരു തടസ്സവും കാണുന്നില്ല. കാത്യയെ ഓർത്ത് എനിക്ക് സന്തോഷമാണ്. പക്ഷേ, അയാളുടെ പിതാവിന്റെ മറുപടി വരട്ടെ. അദ്ദേഹത്തിന്റെ മനസ്സറിഞ്ഞുവരാൻ അർക്കാദിയെ പറഞ്ഞയയ്ക്കണം. നമുക്ക് രണ്ടു പേർക്കും വയസ്സാവുകയാണെന്ന് ഞാൻ ഇന്നലെ പറഞ്ഞതോർക്കുന്നോ? അത് ശരിയാണെന്നാണല്ലോ ഇത് തെളിയിക്കുന്നത്. അല്ലെങ്കിൽ ഇതെന്റെ ശ്രദ്ധയിൽ പെടാതെ പോയതെന്തുകൊണ്ടാണ്? അതാണെന്നെ ആശ്ചര്യപ്പെടുത്തുന്നത്."

അന്ന സെർഗിയേവ്ന ഒന്നുകൂടി ചിരിച്ചിട്ട് ക്ഷണം തന്നെ തിരിഞ്ഞു നടന്നു.

"ഇന്നത്തെ ചെറുപ്പക്കാർ ക്രമത്തിലധികം സമർത്ഥരാണ്," ബസാറൊവും ചിരിച്ചുകൊണ്ടുതന്നെ പറഞ്ഞു. "എന്നാൽ, ഞാനിറങ്ങട്ടെ?" അല്പനേരത്തെ നിശ്ശബ്ദതയ്ക്കുശേഷം അയാൾ തുടർന്നു: "നിങ്ങൾ ഇത് മംഗളമായി അവസാനിപ്പിക്കുമെന്നു കരുതുന്നു. ഞാൻ ദൂരെ നിന്നു കണ്ട് സന്തോഷിച്ചുകൊള്ളാം."

ഒദിൻത്സോവ പെട്ടെന്ന് തിരിഞ്ഞ് അയാളെ നോക്കി.

"എന്താ, പോവുകയാണോ? ഇനിയിപ്പോൾ പോകുന്നതെന്തിനാണ്? കുറച്ചു ദിവസം കഴിഞ്ഞു പോകാം... നിങ്ങളുമായി സംസാരിക്കുന്നതുതന്നെ ഒരു രസമാണ്... വലിയൊരു കയത്തിനുമുകളിലൂടെയുള്ള നൂല്പാലത്തിലൂടെ നടക്കുന്നതുപോലെ. ആദ്യമൊരല്പം പേടി തോന്നുമെങ്കിലും പിന്നെപ്പിന്നെ ധൈര്യം വരും. കുറച്ചു ദിവസം കഴിഞ്ഞു പോകാം."

"ഇവിടെ താമസിക്കാനുള്ള ക്ഷണത്തിനും എന്റെ സംഭാഷണ ചാതുര്യത്തെപ്പറ്റിയുള്ള അഭിനന്ദനത്തിനും നന്ദി. പക്ഷേ, ഞാനിങ്ങനെ കണ്ടേടങ്ങളിൽ നിരങ്ങി നടക്കാൻ തുടങ്ങിയിട്ട് കുറച്ചധികം കാലമായി. പറക്കും മത്സ്യത്തിന് കുറച്ചു സമയം അന്തരീക്ഷത്തിൽ നില്ക്കാൻ കഴിഞ്ഞേക്കാം. എന്നാൽ, താഴെയുള്ള ജലാശയത്തിൽ വന്നു വീഴാതെ അതിന് ജീവിതം തുടരാൻ സാദ്ധ്യമല്ലല്ലോ. എന്നേയും എന്റെ ജലാശയത്തിൽ ചെന്നു വീഴാൻ അനുവദിക്കുക."

ഒദിന്ത്സോവ അയാളെ സൂക്ഷിച്ചുനോക്കി. അയാളുടെ വിളറിയ മുഖത്ത് വേദന നിറഞ്ഞ ഒരു പുഞ്ചിരി പരന്നു. "എന്നെ സ്നേഹിച്ചിരുന്ന ഒരു മനുഷ്യനാണിത്," എന്നോർത്തപ്പോൾ അവർക്ക് അയാളോട് അതിയായ അനുഭാവം തോന്നി. സഹതാപപൂർവ്വം അവർ ഹസ്തദാനത്തിനായി കൈനീട്ടുകയും ചെയ്തു.

അവരുടെ മനോഗതി അയാൾക്ക് മനസ്സിലാവുകയും ചെയ്തു.

"വേണ്ട," ഒരു ചുവടു പിന്നോട്ടു മാറിക്കൊണ്ട് അയാൾ പറഞ്ഞു. "പാവപ്പെട്ടവനാണെങ്കിലും ഞാനിതുവരെ ആരോടും ഭിക്ഷ വാങ്ങിയിട്ടില്ല. ശരി, എന്നാൽ ഞാനിറങ്ങട്ടെ. നിങ്ങൾക്ക് മംഗളം നേരുന്നു.

"പക്ഷേ, ഇത് നമ്മുടെ അവസാനത്തെ കൂടിക്കാഴ്ചയല്ലെന്ന് വിശ്വസിക്കട്ടെ," അന്ന സെർഗീയേവ്ന മനസ്സില്ലാമനസ്സോടെ പറഞ്ഞു.

"ഈ ലോകത്തിൽ എന്തും സംഭവിക്കാം," എന്നു പറഞ്ഞുകൊണ്ട് ബസാറൊവ് പുറത്തേക്കിറങ്ങി.

"അപ്പോൾ താനൊരു കൂടുകൂട്ടാൻ തീരുമാനിച്ചു, അല്ലേ?" അന്നു തന്നെ തന്റെ പെട്ടി പൂട്ടിക്കെട്ടാൻ ചടഞ്ഞിരുന്നപ്പോൾ ബസാറൊവ് അർക്കാദിയോട് പറഞ്ഞു. "കൊള്ളാം; തരക്കേടില്ലാത്ത സംഗതിയാണ്. പക്ഷേ, അതിൽ ഈ ഒളിച്ചുകളി എന്തിനായിരുന്നു? തന്റെ വഞ്ചി നീങ്ങുന്നത് വേറൊരു വഴിക്കായിരിക്കുമെന്നാണല്ലോ ഞാൻ കരുതിയിരുന്നത്. അതോ താൻ തന്നെ പ്രതീക്ഷിച്ചിരുന്നതല്ലേ ഇത്?"

"സത്യം പറഞ്ഞാൽ നമ്മൾ തമ്മിൽ പരിയുമ്പോൾ ഞാൻ തന്നെ ഇങ്ങനെയൊന്നും പ്രതീക്ഷിച്ചിരുന്നില്ല,'' അർക്കാദി പറഞ്ഞു. "പക്ഷേ, തരക്കേടില്ലാത്ത സംഗതിയെന്നും മറ്റും പറഞ്ഞ് ഒളിയമ്പെയ്യുന്നത് എന്തിനാണ്? വിവാഹത്തെപ്പറ്റിയുള്ള നിങ്ങളുടെ അഭിപ്രായം എനിക്കറിയില്ലേ?"

"എന്റെ അർക്കാദി," ബസാറൊവ് പറഞ്ഞു. "താനെന്തൊക്കെയാ ഈ പറയുന്നത്? ഞാൻ ചെയ്യുന്നതെന്താണെന്ന് താൻ കാണുന്നില്ലേ? എന്റെ പെട്ടികളുള്ളിൽ ഒഴിഞ്ഞു കിടക്കുന്ന സ്ഥലം ഞാൻ വൈക്കോലിട്ടു നിറയ്ക്കുകയാണ്. ജീവിതമാകുന്ന പെട്ടിയുടെ സ്ഥിതിയും ഇതുതന്നെയാണ്. ഒഴിഞ്ഞു കിടക്കാനിടയാകാത്ത തരത്തിൽ എന്തും കുത്തിത്തിരുകി അത് നിറയ്ക്കാം. താൻ ദേഷ്യപ്പെടേണ്ട. കാത്യയെപ്പറ്റി എന്റെ അഭിപ്രായം എന്തായിരുന്നെന്ന് തനിക്കറിയാമല്ലോ. സമർത്ഥമായി നിശ്വസിക്കുന്നതുകൊണ്ടു മാത്രമാണ് ചില പെൺകുട്ടികൾ സമർത്ഥരാണെന്ന് ആളുകൾ തെറ്റിദ്ധരിക്കുന്നത്. പക്ഷേ, നിന്റെ പെണ്ണ് അങ്ങനെയല്ല. അവൾ പിടിച്ചടത്തു കെട്ടും. നിന്നേയും അവൾ വരച്ചവരയിൽ നടത്തും. അക്കാര്യം എനിക്കുറപ്പുണ്ട്. പക്ഷേ, അതങ്ങനെതന്നെ വേണം താനും." പെട്ടിയുടെ അടപ്പു വലിച്ചടച്ചിട്ട് അയാൾ ചാടിയെഴുന്നേറ്റു. "പോകുന്ന പോക്കിൽ ഒരു കാര്യം ഞാനൊരിക്കൽക്കൂടി ആവർത്തിക്കുകയാണ്. ആത്മവഞ്ചനകൊണ്ട് യാതൊരു കാര്യവുമില്ല. നാം എന്നെന്നേക്കുമായി പിരിയുകയാണ്. തനിക്കതറിയുകയും ചെയ്യാം. താൻ ബുദ്ധിപൂർവ്വമാണ് പ്രവർത്തിച്ചിട്ടുള്ളത്. കഷ്ടപ്പാടു നിറഞ്ഞ ഞെരുങ്ങിയ ഏകാന്ത ജീവിതത്തിന് തന്നെ പറ്റില്ല. തനിക്ക് ചങ്കൂറ്റമോ ജ്വലിക്കുന്ന രോഷമോ ഇല്ല. യുവത്വത്തിന്റെ തന്റേടവും തിളപ്പും മാത്രമാണ് തനിക്കുള്ളത്. ഞങ്ങളുടെ പണിക്ക് അതു മതിയാവില്ല. പ്രഭുവംശജരായ നിങ്ങൾ മാന്യന്മാർക്ക് കുലീനമായ വിനയമോ കുലീനമായ രോഷമോ അല്ലാതെ മറ്റൊന്നും ഉണ്ടാവില്ല. അതാകട്ടെ ഒരു കാശിനും കൊള്ളുകയുമില്ല. ഉദാഹരണത്തിന്, പോരാടാൻ തയ്യാറില്ലെങ്കിലും വീരയോദ്ധാക്കളാണെന്നാണ് നിങ്ങളുടെ ഭാവം. ഞങ്ങളാണെങ്കിൽ പോരാടാൻ കൈതരിച്ചുനില്ക്കുന്നവരാണ്. എന്തിനേറെപ്പറയുന്നു, ഞങ്ങളുടെ ചെളി നിങ്ങളുടെ മേലൊക്കെയാകും. എന്നു മാത്രമല്ല, ഞങ്ങളുടെ ഒപ്പം നില്ക്കാൻ നിങ്ങളെക്കൊണ്ടാവില്ല. നിങ്ങൾ ആത്മപ്രശംസ നടത്തുകയും ആത്മനിന്ദയിൽ മുങ്ങിക്കുളിക്കുകയും ചെയ്യുന്നു. ഞങ്ങളതെല്ലാംകൊണ്ടു മടുത്തവരാണ്. പുതുതെന്തെങ്കിലുമാണ് ഞങ്ങൾ നോക്കിനടക്കുന്നത്. മറ്റുള്ളവരെ തകർക്കാനാണ് ഞങ്ങൾ നടക്കുന്നത്. താൻ നല്ലവനാണ്. പക്ഷേ, താനും തൊട്ടാവാടിയായ ഒരു മാന്യൻ തന്നെയാണല്ലോ. എന്റെ അപ്പൻ പറയുന്നതുപോലെ 'കൂടുതലൊന്നും പറയുന്നില്ല' '

"എന്നോടു എന്നെന്നേക്കുമായി യാത്ര പറയുന്ന ഈ അവസരത്തിൽ, യെവ്ഗേനി, നിങ്ങൾക്ക് മറ്റൊന്നും പറയാനില്ലേ?" അർക്കാദി വിഷാദനിമഗ്നനായി ചോദിച്ചു.

ബസാറൊവ് തല ചൊറിഞ്ഞുകൊണ്ടു നിന്നു.

“പറയാൻ വേറെയും പലതുമുണ്ട്, അർക്കാദീ, പലതും. പക്ഷേ, അതൊന്നും ഞാനിപ്പോൾ പറയുന്നില്ല. കാരണം അതെല്ലാം അതിഭാവുകതനിറഞ്ഞ ചപ്പുചവറുകളായിരിക്കും. ചെല്ല്, നീ ചെന്ന് കല്യാണം കഴിച്ച് കൂട്ട കൂട്ടി അതിൽ നിറയെ കുഞ്ഞുങ്ങളുമായി താമസിക്ക്. എത്ര പിള്ളേർ കൂടുന്നോ അത്രയും നല്ലതാണ്. എന്നിൽ നിന്നും തന്നിൽ നിന്നും വ്യത്യസ്തമായി ശരിയായ സമയത്താണ് അവർ ഈ ഭൂമിയിൽ പിറക്കാൻ പോകുന്നതെന്ന ഒരൊറ്റക്കാരണം കൊണ്ടു തന്നെ അവർ കേമന്മാരാകും. ദാ, വണ്ടി തയ്യാറായിവന്നുക ഴിഞ്ഞു. പോകാൻ സമയമായി. എല്ലാവരോടും ഞാൻ യാത്ര പറഞ്ഞു കഴിഞ്ഞു... ശരി, നമുക്കൊന്നു കെട്ടിപ്പിടിച്ചിട്ട് പിരിയാം. എന്താ?”

അർക്കാദി ഓടിച്ചെന്ന് തന്റെ വഴികാട്ടിയായിരുന്ന ആ പൂർവ്വസു ഹൃത്തിന്റെ മാറിലേക്കമരുമ്പോൾ അയാളുടെ കണ്ണുകൾ നിറഞ്ഞൊ ഴുകിയിരുന്നു.

“ബാല ചാപല്യം!” ബസാറൊവ് ശാന്തനായി പറഞ്ഞു. “പക്ഷേ, എനിക്ക് കാതെരീന സെർഗിയേവ്നയെപ്പറ്റി പൂർണ്ണ വിശ്വാസമുണ്ട്. ആ കുട്ടി നിന്നെ എത്ര വേഗം സാമാധാനപ്പെടുത്തുമെന്നു കണ്ടോ?

“എടാ, എന്നാൽ ഞാൻ നീങ്ങട്ടെ,” വണ്ടിയിൽ കയറി ഇരുന്നിട്ട് അയാൾ അർക്കാദിയോട് പറഞ്ഞു. കുതിരലായത്തിന്റെ കൂരയിൽ കുണുങ്ങിയിരിക്കുന്ന അരിപ്രാവുകളെ ചൂണ്ടിക്കാണിച്ചിട്ട്, അയാൾ ഇത്രയും കൂടി കൂട്ടിച്ചേർത്തു. “ദാ, കണ്ടു പഠിച്ചോ. അത് തനിക്കൊര നുഭവപാഠമായിരിക്കും.”

“എന്നുവച്ചാൽ?” അർക്കാദി ചോദിച്ചു.

“എന്നുവച്ചാലെന്താണെന്ന് തനിക്കറിയില്ലേ? പ്രകൃതിചരിത്രം തനിക്കത്ര പിടിയില്ലേ? അതോ, വളർത്തു പക്ഷികളിൽ ഏറ്റവും മാന്യമായിട്ടുള്ളത് അരിപ്രാവാണെന്ന സംഗതി താൻ മറന്നു പോയോ? ആ മാതൃക കണ്ടുപഠിക്ക്! ശരി, മിസ്റ്റർ!”

കിറുകിറാ ഒച്ചകേൾപ്പിച്ചുകൊണ്ട് വണ്ടി പതുക്കെ ഞരങ്ങി നീങ്ങി.

ബസാറൊവ് പറഞ്ഞത് ശരിയായിരുന്നു. ആ സായാഹ്നത്തിൽ കാത്യയുമായി സംസാരിക്കുമ്പോൾ അർക്കാദി തന്റെ പഴയ വഴി കാട്ടിയെ പാടെ വിസ്മരിച്ചിരുന്നു. അയാൾ അവളുടെ വരുതിയിൽ വരാൻ തുടങ്ങിക്കഴിഞ്ഞിരുന്നു. കാത്യ അത് മനസ്സിലാക്കിയെങ്കി ലും അവൾക്കാശ്ചര്യം തോന്നിയില്ല. നിക്കൊലായ് പെ ത്രോവി ച്ചുമായി ഇതെപ്പറ്റി സംസാരിക്കാൻ പിറ്റേന്ന് മാരിനൊയിലേക്ക് പോകാൻ അയാൾ തീരുമാനിച്ചിരുന്നു. ആ യുവമിഥുനങ്ങളുടെ മേൽ എന്തെങ്കിലും നിയന്ത്രണം കൊണ്ടുവരാൻ അന്ന സെർഗി യേവ്നയ്ക്കും യാതൊരുദ്ദേശവുമുണ്ടായിരുന്നില്ല. ഔചിത്യത്തെ ഓർത്തു മാത്രമാണ് ഒദിന്ത്സോവ അവരെ അധികനേരം ഒറ്റയ്ക്ക്

വിടാതിരുന്നത്. ഇളേമ്മ പിള്ളേർക്കൊരു തടസ്സമാകാതിരിക്കാൻ അവർ പ്രത്യേകം ശ്രദ്ധിച്ചു. കാത്യയുടെ കല്യാണക്കാര്യം കേട്ടതു മുതല്ക്ക് ആ വൃദ്ധ കോപം കൊണ്ട് ജ്വലിക്കുകയായിരുന്നു. അനിയത്തി യുടെ സന്തോഷം തന്നെയും വേദനിപ്പിച്ചേക്കുമോയെന്ന് അന്ന സെർ ഗിയേവ്ന ഭയപ്പെട്ടിരുന്നു. പക്ഷേ, നേരെ മറിച്ചാണ് സംഭവിച്ചത്. തന്മൂലം അവർക്ക് യാതൊരു മനപ്രയാസവുമുണ്ടായില്ലെന്നു മാത്രമല്ല, അത് അവർക്ക് രസകരവും ഹൃദ്യവുമായി മാറുകയും ചെയ്തു. അത് അവർക്കും സന്തോഷവും സന്താപവും പ്രദാനം ചെയ്തു. "ബസാറൊവ് പറഞ്ഞത് ശരിയാണെന്നു തോന്നുന്നു," അവർ ആത്മഗതമായി പറഞ്ഞു. "ജിജ്ഞാസയും-വെറും ജിജ്ഞാസ-സുഖജീവിതത്തോടുള്ള പ്രതിപത്തിയും സ്വാർത്ഥതയും..."

"പിള്ളേരെ," അവർ ഉച്ചത്തിൽ വിളിച്ചു ചോദിച്ചു: "പ്രേമം ഒരുതരം പുറംപൂച്ചാണോ?"

പക്ഷേ, കാത്യയ്ക്കും അർക്കാദിക്കും ആ ചോദിച്ചതിന്റെ അർത്ഥം പിടികിട്ടിയില്ല. അവർക്ക് ചേച്ചിയുടെ മുന്നിലിരിക്കാൻ നാണമായി രുന്നു. തോട്ടത്തിൽ വച്ചു കേട്ട ആ സംഭാഷണം യുവമിഥുനങ്ങളുടെ മനസ്സിൽ വല്ലാതെ പതിഞ്ഞിരുന്നു. എന്നാൽ, അന്ന സെർഗിയേവ്ന ക്ഷണം തന്നെ അവരുടെ പ്രയാസം തീർത്തുകൊടുത്തു. അതിൽ ആ സ്ത്രീക്ക് ഒരു പ്രയാസവുമുണ്ടായിരുന്നില്ല; കാരണം അവരുടെ സ്വന്തം മനസ്സുതന്നെ സ്വസ്ഥമായിരുന്നു.

XXVII

വൃദ്ധ ബസാറൊവ് ദമ്പതികൾ മകനെ ആ സമയത്ത് ഒട്ടും പ്രതീക്ഷിച്ചിരുന്നതല്ല. അതിനാൽ അയാൾ തിരിച്ചെത്തിയപ്പോൾ അവർക്കുണ്ടായ സന്തോഷം വർണ്ണനാതീതമാണ്. അരീന വ്ലാസ്യെവ്നയുടെ ബഹളവും ഓടിനടപ്പും കണ്ടിട്ട് വസീലി ഇവാനൊവിച്ച് അവരെ കാട്ടുകോഴിയെന്നു പറഞ്ഞു കളിയാക്കി. സത്യത്തിൽ ആ കുറിവാലൻ കുപ്പായമിട്ടു നടക്കുന്നതു കണ്ടാൽ അവർക്ക് ഒരു പക്ഷിയുടെ മട്ടുണ്ടായിരുന്നുതാനും. അദ്ദേഹത്തിന്റെ കാര്യം പറഞ്ഞാൽ ആ മനുഷ്യൻ ഇടയ്ക്കിടയ്ക്ക് ഒന്നുമുറുകയും പൈപ്പിന്റെ മഞ്ഞത്തുമ്പ് ഒന്നു കടിക്കുകയും രണ്ടു കൈയും കൊണ്ട് പെടലിയിൽ മുറുകെപ്പിടിക്കുകയും തലയും കഴുത്തും തമ്മിൽ ശരിക്കുചേർത്തു വച്ചിട്ടുണ്ടോയെന്നു പരിശോധിക്കുംപോലെ അങ്ങോട്ടു മിങ്ങോട്ടും തല വെട്ടിക്കുകയും, അങ്ങനെയിരിക്കെ വാ മുഴുവൻ പൊളിച്ച് ശബ്ദം കൂടാതെ ചിരിക്കുകയും മാത്രമാണ് ചെയ്തിരുന്നത്.

"നീണ്ട ആറാഴ്ചക്കാലം താമസിക്കാനാണ് ഞാൻ വന്നിരിക്കുന്നത്," ബസാറൊവ് പിതാവിനോട് പറഞ്ഞു. "എനിക്കല്പം ജോലിയുണ്ട്. അതിനാൽ എപ്പോഴും വന്ന് എന്നെ ശല്യം ചെയ്യരുത്."

"കണ്ടോ, നീ എന്റെ മുഖച്ഛായ മറന്നുപോകും. അത്രയ്ക്കു മാത്രമായിരിക്കും ഞാൻ നിന്നെ ശല്യം ചെയ്യുന്നത്,' വസീലി ഇവാനൊവിച്ച് തിരിച്ചടിച്ചു.

പറഞ്ഞതുപോലെ തന്നെ അദ്ദേഹം പ്രവർത്തിക്കുകയും ചെയ്തു. തന്റെ പഠനമുറിയിൽ കൊണ്ടുചെന്ന് മകനെ വീണ്ടും കുടിയിരുത്തിയതിൽ പിന്നെ അദ്ദേഹം ആ വഴിക്ക് പോയതേയില്ലെന്നു പറയാം. അമിതമായ സ്നേഹ പ്രകടനത്തിനൊന്നും പോകരുതെന്ന് അദ്ദേഹം ഭാര്യയെ വിലക്കുകയും ചെയ്തു. "കേട്ടോ," അദ്ദേഹം ഭാര്യയോട് പറഞ്ഞു. "കഴിഞ്ഞ തവണ നമ്മുടെ പരിചരണവ്യഗ്രത കൊണ്ട് നമ്മളവനെ ശല്യപ്പെടുത്തിയെന്നാ തോന്നുന്നത്. ഇപ്രാവശ്യം അതിനാൽ അല്പം കൂടി ബുദ്ധിപൂർവ്വം പെരുമാറുന്നതായിരിക്കും നല്ലത്." അപ്പറഞ്ഞതിനോട് അരീന വ്ലാസ്യെവ്ന പൂർണ്ണമായി

യോജിക്കുകയും ചെയ്തു. പക്ഷേ, അതുകൊണ്ട് അവർക്ക് വലിയ ഗുണമൊന്നും കിട്ടിയില്ല. കാരണം, ആഹാരസമയത്തു മാത്രമാണ് അമ്മയും മകനും തമ്മിൽ കണ്ടിരുന്നത്. അപ്പോഴാകട്ടെ, അയാളോട് സംസാരിക്കാൻ തന്നെ ആ അമ്മയ്ക്ക് പേടിയായിരുന്നു. "മോനേ, യെവ്ഗേനി," അവർ വിളിക്കും. പക്ഷേ, അയാൾക്ക് തിരിഞ്ഞു നോക്കാൻ സമയം കിട്ടുന്നതിനു മുൻപ് അവർ തുന്നൽപണിക്കുള്ള ഉണ്ടനൂലിലേക്ക് ശ്രദ്ധതിരിച്ചുകൊണ്ട് വിക്കിവിക്കി പറയും: "ഇല്ല, ഒന്നുമില്ല; ഞാൻ..." അതിനുശേഷം അവർ വസീലി ഇവാനൊവിച്ചിന്റടുക്കൽ ചെന്ന് താടിക്കു കൈയും കുത്തിനിന്നുകൊണ്ട് പറയും. "അപ്പഴേ, നമ്മുടെ യെവ്ഗേനിക്ക് ഉച്ചഭക്ഷണത്തിന് എന്താ വേണ്ടതെന്നെങ്ങനെയാ ചോദിച്ചറിയുക." "തന്നെത്താൻ ചോദിക്കാൻ മേലായിരുന്നോ?" "ഓ, ഞാൻ ചോദിച്ചാൽ അവനു ശല്യമാകും." പക്ഷേ, മുറിയിൽ അടച്ചു പൂട്ടിയിരിക്കുന്ന ഏർപ്പാട് ബസാറൊവ് സ്വയം തന്നെ ഏറെത്താമസിയാതെ മതിയാക്കി. അയാളുടെ പ്രവർത്തനത്തിന്റെ ചുറുചുറുക്ക് പതുക്കെപ്പതുക്കെ കെട്ടടങ്ങുകയും അസഹ്യമായൊരു ആലസ്യവും അസ്പഷ്ടമായൊരു അസ്വസ്ഥതയും തൽസ്ഥാനമേറ്റെടുക്കുകയും ചെയ്തു. അയാളുടെ നടപ്പിലും ഇരിപ്പിലു മെല്ലാം ഒരുതരം മാന്ദ്യം കടന്നുകൂടി. സാധാരണയുള്ള ധിക്കാരപൂർ ണ്ണമായ ആത്മവിശ്വാസത്തോടുകൂടിയ ആ സംസാരത്തിനുപോലും ഒരു മാറ്റം വന്നു. ഒറ്റയ്ക്കുള്ള നടപ്പവസാനിപ്പിച്ചിട്ട് അയാൾ കൂട്ടിന് ആളെ തേടാൻ തുടങ്ങി. ചായ കുടിക്കാൻ അയാൾ തളത്തിലേ ക്കു വരികയും വസീലി ഇവാനൊവിച്ചിന്റെ കൂടെ തോട്ടത്തിൽ ചുറ്റി നടക്കുകയും അദ്ദേഹത്തിന്റെ പൈപ്പിൽ നിന്ന് പുക വലിക്കുകയും ചെയ്യാൻ തുടങ്ങി. ഒരിക്കൽ അയാൾ അലെക്സി അച്ചനെപ്പറ്റി ചോദിക്കുകയും ചെയ്തു. ഈ മാറ്റം വസീലി ഇവാനൊവിച്ചിനെ സന്തുഷ്ടനാക്കിയെങ്കിലും അദ്ദേഹത്തിന്റെ സന്തോഷം അധികം നീണ്ടുനിന്നില്ല. "യെവ്ഗേനിക്ക് എന്തു പറ്റിയോ എന്തോ?" ഒരിക്കൽ അദ്ദേഹം ഭാര്യയോട് രഹസ്യമായി പറഞ്ഞു. "അവന് ഇഷ്ടക്കുറവോ ദേഷ്യമോ ഒന്നുമില്ല. അതാണെങ്കിൽ തരക്കേടില്ലായി രുന്നു. മനസ്സിടിഞ്ഞപോലെ അവൻ സദാ വിഷമിച്ചിരിക്കുന്നതാണ് കണ്ടോണ്ടിരിക്കാൻ പ്രയാസം. മിണ്ടാട്ടമേയില്ല. ഇതിലും ഭേദം അവൻ നമ്മളെ വഴക്കു പറയുന്നതായിരുന്നു. ഓരോ ദിവസം കഴി യുന്തോറും അവൻ ക്ഷീണിച്ചു ക്ഷീണിച്ചുവരിയാണ്. അവന്റെ നിറവും എന്തുപോലായെന്നു കണ്ടോ!" "ആകാശത്തിലിരിക്കുന്ന തമ്പുരാനെ," വൃദ്ധ പിറുപിറുക്കുംപോലെ പറഞ്ഞു. "അവന്റെ കഴുത്തിൽ ഒരു നൂലു ജപിച്ചുകെട്ടിയേക്കാമെ. പക്ഷേ, അവൻ അതിന് സമ്മതിക്കില്ല." മകന്റെ പ്രവർത്തനത്തേയും ആരോഗ്യത്തേയും അർക്കാദിയേയും കുറിച്ച് ചോദിച്ചറിയാൻ വസീലി ഇവാനൊവിച്ച് ഒന്നോ രണ്ടോ പ്രാവശ്യം തന്ത്രപൂർവ്വം ശ്രമിച്ചു. പക്ഷേ, വിസമ്മതത്തോടെ സൊല്ല

ഒഴിയട്ടേയെന്ന മട്ടിലായിരുന്ന ബസാറൊവ് അതിനെല്ലാം ഉത്തരം നല്കിയത്. തന്റുടുക്കൽ നിന്ന് എന്തോ വിവരം ചൂഴ്ന്നെടുക്കാനാണ് പിതാവിന്റെ ഭാവമെന്ന കണ്ട് ഒരിക്കൽ അയാൾ അസഹ്യതയോടെ ഇപ്രകാരം ചോദിക്കുകയും ചെയ്തു. "എന്തിനായിങ്ങനെ പെരുവിര ലിന്മേൽ ചുറ്റിപ്പറ്റി നടക്കുന്നത്? ഇത് പഴയതിലും കഷ്ടമായല്ലോ." "ഇല്ലെടാ കുഞ്ഞേ, ഞാൻ ഒന്നും ഉദ്ദേശിച്ചിട്ടല്ല" എന്ന പാവം വസീലി ഇവാനൊവിച്ച് തെരക്കിട്ട് സമാധാനം പറയുകയും ചെയ്തു. രാഷ്ട്രീയമായ അദ്ദേഹത്തിന്റെ സൂചനകൾക്കും ഫലമുണ്ടായില്ല. മകനെക്കൊണ്ട് എന്തെങ്കിലും സംസാരിപ്പിക്കാൻ പറ്റുമെന്ന് കരുതി ഒരിക്കൽ അദ്ദേഹം പുരോഗതിയേയും കർഷകരുടെ ആസന്നമായ വിമോചനത്തേയും പറ്റി സംസാരിക്കാൻ തുടങ്ങിയതാണ്. പക്ഷേ, യാതൊരു താല്പര്യവുമില്ലാത്ത മട്ടിൽ ബസാറൊവ് ഇതിന് മറുപടി നല്കിയത് ഇപ്രകാരമാണ്: "ഇന്നലെ ഗ്രാമത്തിന്റെ അതിരിലൂടെ നടക്കുമ്പോൾ പഴയ ആ സ്വാതന്ത്ര്യഗാനത്തിന് പകരം പിള്ളേർ ഏതോ പ്രേമഗാനം ആലപിക്കുന്നതാണ് കേട്ടത്... ഇതാണ് പുരോഗതി!"

ചിലപ്പോൾ ഗ്രാമത്തിലൂടെ, നടക്കുന്നതിനിടയിൽ ഏതെങ്കിലും അടിയാളകർഷകനെ പിടിച്ചുനിർത്തി തന്റെ ആ വെകിളിപിടിച്ച മട്ടിൽ അയാൾ സംസാരം ആരംഭിക്കുക പതിവായിരുന്നു. "എടോ മനുഷ്യാ," അയാൾ പറയും. "ജീവിതത്തെപ്പറ്റി തനിക്കെന്താ പറയാനുള്ളത്? റഷ്യയുടെ ശക്തിയും ഭാവിയും തന്നിലാണ് കുടി കൊള്ളുന്നതെന്നാണല്ലൊ പറയുന്നത്. ചരിത്രത്തിൽ താനൊരു പുതിയ യുഗത്തിന്റെ നാന്ദി കുറിക്കുമെന്നും, ഞങ്ങൾക്ക് താനൊരു യഥാർത്ഥഭാഷയും യഥാർത്ഥ നിയമങ്ങളും സംഭാവന ചെയ്യുമെന്നും ഒക്കെയാണല്ലോ കേൾക്കുന്നത്." അപ്പോൾ ആ കർഷകൻ മിണ്ടാ തിരിക്കുകയോ മുക്കിയും മൂളിയും ഏതാണ്ടിങ്ങനെ പറയുകയോ ആയിരിക്കും ചെയ്യുന്നത്: "ങാ... നേരായിരിക്കാം... പക്ഷേ, എന്താ കാര്യംന്ന വച്ചാ... ഞങ്ങടെ നെലപാടെന്താന്ന വച്ചാ..."

"ആട്ടെ, തന്റെ ഈ 'മീർ'[14] എന്താണെന്ന് ഒന്ന വിശദീകരി ക്കാമോ?" ബസാറൊവ് ഇടയ്ക്കുകയറിപറയും. "മൂന്ന മത്സ്യങ്ങളിന്മേലുള്ള ആ 'മീർ' തന്നെയാണോ ഇത്?"

"മൂന്ന മത്സ്യങ്ങളിന്മേലുള്ളത് ഭൂമിയാണങ്ങുന്നേ," വലിയൊരു കാരണവരെപ്പോലെ എളിയ മട്ടിൽ ആ കർഷകൻ നീട്ടിവലിച്ച പറയും. "ഞങ്ങളുടെ 'മീർ' അങ്ങുന്നുമാരുടെ ഇഷ്ടപ്രകാരമാ നടക്കു ന്നത്. ഒന്നാലോചിച്ചാൽ, അങ്ങുന്നുമാരാണ് ഞങ്ങളുടെ മാതാപി താക്കൾ. ജന്മിത്തമ്പുരാൻ എത്ര കൂടുതൽ കർശനമാണോ അത്രയും ഇഷ്ടമായിരിക്കും അടിയങ്ങൾക്ക്."

---

14 മീർ എന്ന റഷ്യൻ വാക്കിന് ലോകം എന്നും ഗ്രാമസമുദായമെന്നും അർത്ഥമുണ്ട്.

ഒരിക്കൽ ഇപ്രകാരമൊരു പ്രഭാഷണം കേട്ടപ്പോൾ ബസാറൊവ് അവജ്ഞാപൂർവ്വം തോളിറുക്കിക്കാട്ടിയിട്ട് തിരിഞ്ഞു നടന്നു കളഞ്ഞു. ആ കർഷകൻ വാപൊളിച്ചുനിന്നുപോയി.

അവരുടെ സംസാരം നോക്കിനിന്നിരുന്ന മദ്ധ്യവയസ്കനായ മറ്റൊരു കർഷകൻ അയാളുടെ കുടിലിന്റെ മുന്നിൽനിന്ന് വിളിച്ചുചോദിച്ചു: "എന്തുവാ അങ്ങോര് പറഞ്ഞേച്ചുപോയേ? പാട്ടക്കുടിശ്ശികയുടെ കാര്യമാണോ?"

"ഏയ് അതൊന്നുമല്ല," സംസാരിച്ചുനിന്നിരുന്ന കർഷകൻ പറഞ്ഞു. അയാളുടെ സ്വരത്തിൽ ഇപ്പോൾ പഴയ വിനയത്തിന്റെ സ്ഥാനത്ത് തനി പുച്ഛമാണ് ധ്വനിച്ചിരുന്നത്. "വെറുതെ എന്തോ പുലമ്പിയേച്ചുപോയി. തമ്പുരാനല്ലേ! അവർക്കെല്ലാമെന്തറിയാം!"

"അതെ, അവർക്കെന്തറിയാം!" മറ്റേ കർഷകനും അത് ഏറ്റു പറഞ്ഞു. അതിനുശേഷം അരപ്പട്ട പിടിച്ചു നേരേയാക്കിക്കൊണ്ട് അവർ സ്വന്തം കാര്യങ്ങളെപ്പറ്റി സംസാരിക്കാൻ തുടങ്ങുകയും ചെയ്തു. പാവം ബസാറൊവ്! സർവ്വതിനേയും പുച്ഛിക്കുന്ന, അടിയാളരോട് സംസാരിക്കാനറിയാമെന്ന് അഭിമാനിച്ചിരുന്ന (പാവെൽ പെത്രോവിച്ചിനോട് അയാൾ പറഞ്ഞതോർമ്മയുണ്ടല്ലോ) ബസാറൊവ്! ഇവരുടെ ദൃഷ്ടിയിൽ താനൊരു ഭ്രലോകമഠയനായിരുന്നെന്ന സംഗതിയെപ്പറ്റി ഈ അംഹഭാവിയായ ബസാറൊവിന് സംശയം പോലുമുണ്ടായിരുന്നില്ല.

പക്ഷേ, ഒടുവിൽ അയാൾ തനിക്കൊരു ജോലി കണ്ടുപിടിച്ചു. ഒരിക്കൽ അയാൾകൂടിയുള്ള സമയത്താണ് വസീലി ഇവാനൊവിച്ച് ഒരു സാധുവിന്റെ കാലിലെ മുറിവ് വച്ചു കെട്ടാൻ തുടങ്ങിയത്. പക്ഷേ, കൈകൾ വിറച്ചിരുന്നതിനാൽ വൃദ്ധന് ബാൻഡേജ് ശരിക്ക് കെട്ടാൻ പറ്റിയില്ല. അതു നോക്കിയിരുന്നിരുന്ന മകൻ പിതാവിന്റെ സഹായത്തിനെത്തി. അന്നു മുതൽ അയാൾ അദ്ദേഹത്തിന്റെ ചികിത്സകളിൽ ചില്ലറ ഒത്താശകൾ ചെയ്യാൻ തുടങ്ങി. അപ്പോഴും അയാൾ തന്റെ ചികിത്സാവിധികളേയും വസീലി ഇവാനൊവിച്ചിനെയും കളിയാക്കിക്കൊണ്ടിരുന്നു. എങ്കിലും അദ്ദേഹം മകന്റെ ചികിത്സാവിധികൾ യഥോചിതം പ്രയോജനപ്പെടുത്തി. ബസാറൊവിന്റെ കളിവാക്കുകൾ കൊണ്ട് അയാളുടെ പിതാവിന് യാതൊരു അതൃപ്തിയും തോന്നിയില്ലെന്ന് മാത്രമല്ല, അദ്ദേഹത്തിന് അതെല്ലാം രസിക്കുകയും ചെയ്തു. കറ പുരണ്ട തന്റെ മേലുടുപ്പ് രണ്ടു വിരലുകളാൽ കൂട്ടിപ്പിടിക്കുകയും പൈപ്പിൽ നിന്നു കുമുകുമാ പുകവിടുകയും ചെയ്തുകൊണ്ട് അദ്ദേഹം മകന്റെ കളിവാക്കുകൾ കേൾക്കാൻ ഉത്സാഹപൂർവ്വം ചെവി കൂർപ്പിച്ചുപിടിച്ചു. ആ കളിവാക്കുകളിലെ പരിഹാസ്യത ഏറുന്നതനുസരിച്ച് സന്തുഷ്ടനായ ആ പിതാവിന്റെ സന്തോഷം ഏറുകയും കറുത്ത കറപിടിച്ച പല്ലുകളെല്ലാം പുറത്തുകാട്ടിച്ചിരിക്കുകയും ചെയ്തു.

യാതൊരർത്ഥവുമില്ലാത്ത ഈ ചടുലോക്തികൾ അദ്ദേഹം തന്നെ ചിലപ്പോഴൊക്കെ ആവർത്തിക്കുകയും ചെയ്തിരുന്നു. ഉദാഹരണത്തിന് "വകയ്ക്ക് കൊള്ളാത്തത്" എന്നു കുറേ ദിവസത്തോളം അദ്ദേഹം സ്ഥാനത്തും അസ്ഥാനത്തും ഉരുവിട്ടിരുന്നു. താൻ നി

ത്യവും രാവിലത്തെ കുർബാനയ്ക്കു പോകാറുണ്ടെന്നറിഞ്ഞപ്പോൾ മകൻ അങ്ങനെയൊരഭിപ്രായം പാസ്സാക്കിയിരുന്നുവെന്നതുകൊണ്ടു മാത്രമാണ് അദ്ദേഹം ഇത് ഇങ്ങനെ ഉരുവിട്ടിരുന്നത്. "ദൈവകൃപയാൽ അവൻ ഒരല്പം ഉഷാറായിട്ടുണ്ട്," ഒരിക്കൽ അദ്ദേഹം ഭാര്യയോട് മന്ത്രിച്ചു. "ഇന്നവനെന്നെ ഇരുത്തിക്കളഞ്ഞു. അപാരമായിരുന്നു അത്." ഇങ്ങനെയൊരു സഹായിയെ കിട്ടിയതിൽ അദ്ദേഹത്തിനു ആഹ്ലാദവും അഭിമാനവും തോന്നി. "കേട്ടോ," ഏതോ പുരുഷന്റെ പഴഞ്ചൻ ഓവർക്കോട്ടും റഷ്യൻ കർഷക ശിരോവസ്ത്രവുമായി നില്ക്കുന്ന ഒരു സ്ത്രീക്ക് എന്തോ മരുന്നെടുത്തു കൊടുക്കുന്നതിനിടയിൽ അദ്ദേഹം പറഞ്ഞു. "നിങ്ങളുടെ ഭാഗ്യമാണ്, കേട്ടോ എന്റെ മോൻ ഇപ്പോഴിവിടെയുള്ളത്. ഏറ്റവും പുതിയ ശാസ്ത്രീയ രീതികളനുസരിച്ച് ചികിത്സിക്കാൻ അതു കാരണം എനിക്കു കഴിയുന്നുണ്ട്. മനസ്സിലായോ? ഫ്രഞ്ചുകാരുടെ ചക്രവർത്തി നെപ്പോളിയനുപോലും ഇതിലും നല്ലൊരു ഡോക്ടറില്ല." "കൊടിഞ്ഞി"യാണെന്നു പറഞ്ഞു വന്നിരുന്ന ആ സ്ത്രീ (ഇടയ്ക്കു പറഞ്ഞോട്ടെ, ആ വാക്കിന്റെ അർഥം ആ സ്ത്രീക്ക് നിശ്ചയമുണ്ടായിരുന്നില്ല) ഒന്നു ശിരസ്സ് നമിച്ചിട്ട് തുവാലയുടെ അറ്റത്തുകെട്ടി മാറിനുള്ളിൽ സൂക്ഷിച്ചിരുന്ന നാലു മുട്ട പുറത്തെടുത്ത് ഫീസെന്ന നിലയ്ക്ക് ഡോക്ടർക്ക് കൊടുക്കുക മാത്രം ചെയ്തു.

ഒരിക്കൽ ബസാറൊവ് ഒരു വഴിവാണിഭക്കാരന്റെ പല്ലു പറിച്ചു കൊടുക്കുകപോലും ചെയ്തു. വെറുമൊരു സാധാരണ പല്ലുമാത്രമായിരുന്ന അതെങ്കിലും വസീലി ഇവാനൊവിച്ച് ഒരു അത്ഭുത വസ്തുവെന്ന നിലയ്ക്ക് അതെടുത്തു സൂക്ഷിച്ചുവയ്ക്കുകയും അലെക്സി അച്ഛനെ വിളിച്ച് അതു കാണിച്ചുകൊടുക്കുകയും ചെയ്തു.

"കണ്ടോ, ഇതിന്റെ വേരൊന്നു നോക്കിയേ!" അദ്ദേഹം പലവുരു ആവർത്തിച്ചു. "യെവ്ഗേനിയുടെ ശക്തി അപാരമാണേ! ആ കച്ചവടക്കാരൻ ഇരുന്നേടത്തുനിന്ന് പൊങ്ങിപ്പോയി അതു പറിച്ചപ്പോൾ. ഒരു ഓക്കുമരംപോലും പിഴുതുപോകും ആ വലിയിൽ എന്നു തോന്നി."

"അത്ഭുതകരം തന്നെ!" എന്തു മറുപടി പറയണമെന്നും ആനന്ദപരവശനായ ആ പിതാവിൽ നിന്നെങ്ങനെ രക്ഷപെടണമെന്നും അറിയാതെ വലഞ്ഞിരുന്ന അലക്സി അച്ചൻ ഒടുവിൽ പറഞ്ഞു.

ഒരു ദിവസം അടുത്തുള്ള ഗ്രാമത്തിലെ ഒരു സാധു കർഷകൻ ടൈഫസ് പിടിപ്പെട്ട സഹോദരനേയും കൊണ്ട് വസീലി ഇവാനൊവിച്ചിന്റെ അടുക്കലെത്തി. ഒരു വൈക്കോൽ കെട്ടിന്മേൽ കമഴ്ന്ന് കിടന്നിരുന്ന ആ പാവം അന്ത്യശ്വാസം വലിക്കുകയായിരുന്നു. അയാളുടെ

ശരീരത്തിൽ പലേടങ്ങളിലും കറുത്ത പാടുകൾ ഉണ്ടായിരുന്നു. അയാൾക്ക് ബോധമില്ലാതായിട്ട് കുറച്ചു സമയമായിക്കഴിഞ്ഞിരുന്നു. അല്പം കൂടി മുൻപ് കൊണ്ടു വരാൻ തോന്നിയില്ലല്ലോയെന്ന് പറഞ്ഞ് വസീലി ഇവാനൊവിച്ച് ആ രോഗിയെ കൈയൊഴിഞ്ഞു. തിരിച്ചു വീട്ടിലെത്തുന്നതിനു മുൻപ് അയാൾ മരിക്കുകയും ചെയ്തു.

മൂന്നു ദിവസം കഴിഞ്ഞ് ഒരിക്കൽ ബസാറൊവ് പിതാവിന്റെ മുറിയിലേക്ക് കടന്നു വന്നിട്ട് ചോദിച്ചു:

"ഇവിടെ അല്പം ലൂനാർകാസ്റ്റിക്ക് ഉണ്ടാകുമോ?"

"ഉണ്ടല്ലോ. പക്ഷേ, നിനക്കെന്തിനാ അത്?"

"ആവശ്യമുണ്ട്... ഒരു മുറിവ് ചുട്ടുകരിക്കാനാണ്."

"ആർക്കാ മുറിവ്?"

"എനിക്കുതന്നെ."

"നിനക്കോ? എന്തുപറ്റി. എങ്ങനെ മുറിഞ്ഞു. എന്ത്യേ നോക്കട്ടെ."

"ദാ, എന്റെ വിരലിൽ. ഇന്ന് ഞാൻ അടുത്ത ഗ്രാമത്തിൽ പോയിരുന്നു. അന്ന് ആ ടൈഫസ് രോഗിയെ കൊണ്ടുവന്നിരുന്നില്ലേ, അയാളുടെ ഗ്രാമത്തിൽ. എന്തുകൊണ്ടോ എന്തോ അയാളുടെ ശരീരം പോസ്റ്റ്മോർട്ടം നടത്തേണ്ടതാണെന്ന് അവർ തീരുമാനിച്ചു. കുറച്ചു കാലമായി എനിക്കതിൽ പ്രാക്ടീസില്ലാതിരിക്കുകയുമായിരുന്നു."

"എന്നിട്ട്?"

"അത് ഞാൻ ചെയ്തോളാമെന്ന് ഏറ്റു. അതിനിടയിൽ വിരൽ ചെറുതായൊന്നു മുറിഞ്ഞു."

വസീലി ഇവാനൊവിച്ച് അതു കേട്ടപ്പോൾ സ്തംഭിച്ചു നിന്നുപോയി. പിന്നീടൊരക്ഷരം മിണ്ടാതെ അദ്ദേഹം മുറിയിലേക്ക് ഓടിച്ചെന്ന് ഒരു കമ്പ് ലൂനാർകാസ്റ്റിക്കുമായി തിരിച്ചുവന്നു. ബസാറൊവ് അത് കൈയിൽ മേടിച്ചിട്ട് പോകാൻ തുടങ്ങുകയായിരുന്നു.

"ദൈവത്തെ ഓർത്ത് തനിയെ ചെയ്യേണ്ട. ഞാൻ ചെയ്തുതരാം," വസീലി ഇവാനൊവിച്ച് പിറുപിറുത്തു.

ബസാറൊവ് പരിഹാസത്തോടെ ഒന്നു പുഞ്ചിരിച്ചു.

"ഒരു രോഗിയെ കിട്ടാൻ കാത്തിരിക്കുകയായിരുന്നു, അല്ലേ?"

"മതി, മതി! കളിതമാശ ഒന്നു നിർത്ത്. ആ വിരലിങ്ങോട്ടൊന്നു കാണിച്ചേ! മുറിവത്ര സാരമുള്ളതല്ല. വേദനയുണ്ടോ?"

"ശരിക്കമർത്തിക്കോളൂ. പേടിക്കേണ്ട."

വസീലി ഇവാനൊവിച്ച് നിവർന്നിരുന്നു.

"ചുട്ടു പഴുപ്പിച്ച ഇരുമ്പുകൊണ്ട് ഇവിടം പൊള്ളിക്കുന്നതല്ലേ നല്ലത്, യെവ്ഗേനി?"

"അതു വളരെ മുമ്പേ ചെയ്യേണ്ടതായിരുന്നു. ലൂനാർകാസ്റ്റിക്ക് കൊണ്ടും സത്യത്തിൽ ഇനി പ്രയോജനമില്ല. രോഗം പകർന്നി ട്ടുണ്ടെങ്കിൽ പിന്നെ ഇനി എന്തു ചെയ്തിട്ടും കാര്യമില്ല. വളരെ വൈകിപ്പോയി."

"വളരെ... വൈകിപ്പോയെന്നോ..." ആ വാക്കുകൾ ഉച്ചരിക്കാൻ തന്നെ ആ വൃദ്ധന് പ്രയാസപ്പെടേണ്ടിവന്നു.

"അതെ. നാലുമണിക്കൂർ കഴിഞ്ഞിരിക്കുന്നു."

അദ്ദേഹം ആ മുറിവേറ്റ ഭാഗം ഒരിക്കൽക്കൂടി കോട്ടറൈഡ് ചെയ്തു ചുട്ടുകരിച്ചു.

"സ്ഥലത്തെ ഡോക്ടറുടെ പക്കൽ ലൂനാർകാസ്റ്റിക്ക് ഉണ്ടായിരു ന്നില്ലേ?"

"ഇല്ല."

"നേരോ? വിശ്വസിക്കാൻ കഴിയുന്നില്ല. ഇത്ര അത്യാവശ്യമുള്ള ഒരു സാധനം കൈവശം ഇല്ലാത്ത ഡോക്ടറുണ്ടോ ദൈവമേ!"

"ഓ, അപ്പോൾ അയാളുടെ കത്തി കണ്ടിരുന്നെങ്കിലോ!" എന്നു പറഞ്ഞിട്ട് ബസാറൊവ് പുറത്തേക്കിറങ്ങി.

അന്ന് വൈകുന്നേരവും പിറ്റേന്നും എന്തെങ്കിലും കാര്യം പറഞ്ഞ് വസീലി ഇവാനൊവിച്ച് കൂടെക്കൂടെ മകന്റെ മുറിയിൽ ചെല്ലുക ഒരു പതിവാക്കി. സൂര്യനു കീഴിലുള്ള സർവ്വതിനെക്കുറിച്ചും സംസാരിച്ചി ട്ടും ആ മുറിവിനെപ്പറ്റി മാത്രം ഒരക്ഷരവും ഉരിയാടിയിരുന്നില്ലെങ്കി ലും അദ്ദേഹത്തിന്റെ നോട്ടം മുഴുവൻ മകന്റെ കണ്ണുകളിലായിരുന്നു. ബസാറൊവിന് ഇതു വലിയൊരു ശല്യമായി. ഒടുവിൽ ക്ഷമ നശിച്ച് അവിടെനിന്ന് പൊയ്ക്കളയുമെന്ന് അയാൾ ഭീഷണിപ്പെടുത്തിയപ്പോൾ മേലിൽ താൻ ബഹളമൊന്നും കാട്ടാതെ അടങ്ങിയിരുന്നുകൊള്ളാ മെന്ന് വസീലി ഇവാനൊവിച്ച് ഉറപ്പുനല്കി. അദ്ദേഹം അങ്ങനെ തീരുമാനിക്കാൻ മറ്റൊരു കാരണം കൂടി ഉണ്ടായിരുന്നു. ഈ രോഗ ത്തെപ്പറ്റി ഒന്നും തന്നെ അദ്ദേഹം ഭാര്യയെ അറിയിച്ചിരുന്നില്ല. ഉറങ്ങാത്തതെന്താണെന്നും എന്തു സംഭവിച്ചെന്നും ഒക്കെ ചോദിച്ച് അരീന വ്ലാസ്യെവ്നയും അദ്ദേഹത്തെ ഇപ്പോൾ ബുദ്ധിമുട്ടിച്ചു കൊണ്ടിരുന്നു. രണ്ടു ദിവസം അദ്ദേഹം ഇങ്ങനെ അടങ്ങി നടന്നു. എന്നാൽ, മകന്റെ സ്ഥിതി വഷളാവുകയാണെന്ന് അയാളെ ഒളിഞ്ഞു നോക്കുന്നതിനിടയിൽ അദ്ദേഹം മനസ്സിലാക്കിയിരുന്നു. പക്ഷേ, മൂന്നാം ദിവസം ഉച്ചഭക്ഷണത്തിന്റെ സമയമായപ്പോഴേക്ക് അദ്ദേഹ ത്തിന് തന്റെ ഉൽകണ്ഠ അടക്കാനാവാതായി. ബസാറൊവ് ആഹാരം തൊടുകപോലും ചെയ്യാതെ കുനിഞ്ഞിരിക്കുകയായിരുന്നു.

"യെവ്ഗേനി," തന്റെ ഉൽകണ്ഠ കഴിയുന്നത്ര പുറത്തുകാട്ടാതെ അദ്ദേഹം ചോദിച്ചു. "നല്ല രുചിയുള്ള ആഹാരമാണല്ലോ. എന്നിട്ടും നീയൊന്നും കഴിക്കാത്തതെന്താ?"

"എനിക്കു വേണ്ടാത്തതുകൊണ്ട്?"

"എന്താ, വായ്ക്ക് രുചിയില്ലേ? തലയ്ക്കെങ്ങനെയുണ്ട്?" അദ്ദേഹം പേടിച്ചുപേടിച്ച് ചോദിച്ചു. "തല വേദനിക്കുന്നുണ്ടോ?"

"വേദനിക്കാതിരിക്കണ്ട കാര്യമെന്താ?"

അരീന വ്ലാസ്യെവ്ന ചെവി കൂർപ്പിച്ചിരുന്നു.

"യെവ്ഗേനി, നീ ദേഷ്യപ്പെടരുത്," അദ്ദേഹം അനുനയഭാവത്തിൽ പറഞ്ഞു. "ഞാൻ നിന്റെ നാഡിമിടിപ്പൊന്നു നോക്കട്ടെ."

ബസാറൊവ് എഴുന്നേറ്റുനിന്നു.

"എനിക്കു നല്ല പനിയുണ്ടെന്ന് നാഡിമിടിപ്പു നോക്കാതെ തന്നെ ഞാൻ പറഞ്ഞുതരാം."

"വിറയലുമുണ്ടോ?"

"ഉണ്ട്. ഞാൻ പോയി അല്പം കിടക്കട്ടെ. കൊറച്ച് നാരങ്ങാച്ചായ മുറിയിലേക്ക് കൊടുത്തയച്ചേരെ. ചെറിയൊരു ജലദോഷം പിടിച്ചെന്നു തോന്നുന്നു."

"ങാ, അതാണല്ലേ ഇന്നലെ രാത്രി മുഴുവൻ ചുമയ്ക്കുന്നത് കേട്ടത്," അരീന വ്ലാസ്യെവ്ന പറഞ്ഞു.

"അതെ, ചെറിയൊരു ജലദോഷം പിടിച്ചു." എന്നു വീണ്ടും പറഞ്ഞിട്ട് ബസാറൊവ് പുറത്തേക്കിറങ്ങി.

അരീന വ്ലാസ്യെവ്ന നാരങ്ങാച്ചായ ഉണ്ടാക്കാൻ പുറപ്പെട്ടപ്പോൾ വസീലി ഇവാനൊവിച്ച് അടുത്ത മുറിയിൽ ചെന്നിരുന്ന് അടക്കാനാവാത്ത ദുഃഖഭാരത്തോടെ തന്റെ തലമുടി പിച്ചിച്ചീന്തിക്കൊണ്ടിരുന്നു.

അന്നു പകൽ മുഴുവൻ ബസാറൊവ് കിടക്കയിൽ നിന്നെഴുന്നേറ്റതേയില്ല. രാത്രിയിലും അയാൾ അർദ്ധബോധാവസ്ഥയിലായിരുന്നു. വെളുപ്പിന് ഒരു മണിക്ക് കണ്ണു തുറന്നു നോക്കുമ്പോൾ മുറിയിലെ മങ്ങിയ വെളിച്ചത്തിൽ തന്റെ തലയ്ക്കു ഭാഗത്ത് കുത്തിയിരിക്കുന്ന പിതാവിന്റെ വിളറിവെളുത്ത മുഖം കണ്ടിട്ട് അദ്ദേഹത്തോട് അവിടെ നിന്നെഴുന്നേറ്റുപോകാൻ അയാൾ പറഞ്ഞു. ആ വൃദ്ധൻ അതനുസരിച്ചെങ്കിലും ഉടനെതന്നെ പമ്മിപ്പമ്മി തിരിച്ചു വന്നു പുസ്തക അലമാരിയുടെ മറയിൽ പാത്തുനിന്നുകൊണ്ടു മകനെത്തന്നെ നോക്കിക്കൊണ്ടിരുന്നു. അരീന വ്ലാസ്യെവ്നയും ഉറങ്ങാതെ എഴുന്നേറ്റിരുന്ന് പകുതി തുറന്നു കിടക്കുന്ന വാതിലിലൂടെ തന്റെ "പൊന്നുമകന്റെ ശ്വാസോച്ഛ്വാസ ഗതി ശ്രദ്ധിക്കുകയും" വസീലി

ഇവാനൊവിച്ചിന്റെ നേർക്ക് നോക്കുകയും ചെയ്തിരുന്നു. നിശ്ചല നായി കുനിഞ്ഞുനില്ക്കുന്ന അദ്ദേഹത്തിന്റെ പുറം മാത്രമേ കാണാൻ കഴിഞ്ഞിരുന്നുള്ളുവെങ്കിലും അതുകൊണ്ട് തന്നെ അവർ അല്പം സംതൃപ്തയായിരുന്നു. രാവിലെ കിടക്കയിൽ നിന്നെഴുന്നേല്ക്കാൻ ശ്രമിച്ചെങ്കിലും തല ചുറ്റുകയും മൂക്കിൽ നിന്ന് രക്തം പൊടിക്കാൻ തുടങ്ങുകയും ചെയ്തതിനാൽ അയാൾ വീണ്ടും കട്ടിലിനെ അഭയം പ്രാപിച്ചു. വസീലി ഇവാനൊവിച്ച് മിണ്ടാതെ നിന്ന് മകനെ പരിചരിച്ചു. അരീന വ്‌ലാസ്യെവ്‌ന അവിടേക്ക് കടന്നുവന്ന് എങ്ങ നെയുണ്ടെന്നന്വേഷിച്ചപ്പോൾ "ഭേദമുണ്ട്" എന്നു പറഞ്ഞ് അയാൾ ചുമരിനോടഭിമുഖമായി തിരിഞ്ഞു കിടന്നുകളഞ്ഞു. വസീലി ഇവാ നൊവിച്ച് ആംഗ്യം കൊണ്ട് ഭാര്യയെ അവിടെനിന്നു പറഞ്ഞയച്ചു. പൊട്ടിക്കരഞ്ഞുപോകാതിരിക്കാൻ ചുണ്ടുകൾ കടിച്ചുപിടിച്ചുകൊണ്ട് അവർ പുറത്തേക്കിറങ്ങി. ആ വീട്ടിൽ സർവ്വതും അന്ധകാരത്തിൽ മുങ്ങിയതുപോലെ തോന്നി. എല്ലാവരുടെയും മുഖം വിറങ്ങലിച്ചു. എല്ലായിടത്തും ഒരു തരം നിശ്ശബ്ദത വ്യാപിച്ചു. ഒരു പൂവൻ കോഴി മാത്രം കൊക്കരച്ചുകൊണ്ട് മുറ്റത്തെല്ലാം ഓടി നടന്നിരുന്നു. തന്നെ പിടിച്ച് ഗ്രാമത്തിലേക്ക് നാടുകടത്തിയതെന്തിനാണെന്ന് ആ പാവത്തിന് മനസ്സിലായില്ല. ബസാറൊവ് ചുമരിനോടഭിമുഖമായി തന്നെ കിടന്നു. വസീലി ഇവാനൊവിച്ച് പലതും ചോദിച്ചറിയാൻ നോക്കി. പക്ഷേ, അതെല്ലാം ബസാറൊവിനെ കൂടുതൽ പരവ ശനാക്കിയതേയുള്ളൂ. അതിനാൽ വൃദ്ധൻ അനങ്ങാതെ അടുത്തുള്ള ചാരു കസേരയിലിരുന്ന് ഇടയ്ക്ക് വിരലിന്റെ ഞൊട്ടവിട്ടുകൊണ്ടിരുന്നു. വല്ലപ്പോഴും അദ്ദേഹം തോട്ടത്തിലേക്കിറങ്ങിച്ചെന്ന് അവർണ്ണനീയ മായ ആശ്ചര്യഭാരത്താൽ (ഈയിടെയായി സ്ഥിരംതന്നെ അദ്ദേഹ ത്തിന്റെ മുഖത്ത് ഒരു ആശ്ചര്യഭാവമായിരുന്നു) ശിലീകൃതമായ ഒരു കൽപ്രതിമ കണക്കങ്ങനെ അല്പസമയം നിന്നിട്ട് മകന്റടുത്തേക്ക് മടങ്ങിയിരുന്നു. അപ്പോഴെല്ലാം ഭാര്യയുടെ ചോദ്യരൂപേണയുള്ള നോട്ടത്തിന് പിടികൊടുക്കാതിരിക്കാൻ അദ്ദേഹം ശ്രമിച്ചിരുന്നു. പക്ഷേ, ഒടുവിൽ സ്ത്രീ ഭർത്താവിനെ ബലമായി പിടിച്ചുനിറുത്തിയിട്ട് ഉല്ക്കണ്ഠയും ഭയവും നിറഞ്ഞ സ്വരത്തിൽ ചോദിച്ചു: "എന്താ, എന്തു പറ്റിയെന്റെ കുഞ്ഞിന്?" അപ്പോൾ ആത്മധൈര്യം വീണ്ടെടുത്ത് മറുപടിയെന്നനിലയ്ക്ക് മുഖത്ത് ഒരു പുഞ്ചിരി വരുത്താൻ അദ്ദേഹം ശ്രമിച്ചു. പക്ഷേ, പുഞ്ചിരിക്കുന്നതിനുപകരം താൻ പൊട്ടിച്ചിരിക്കുക യാണുണ്ടായതെന്ന ബോധം വന്നപ്പോൾ അദ്ദേഹം തന്നെ ഭയപ്പെട്ടു പോയി. രാവിലെ ഡോക്ടറെ വിളിക്കാൻ അദ്ദേഹം ആളെ വിട്ടിരുന്നു. ഡോക്ടറെത്തുമ്പോൾ മകൻ ശുണ്ഠിയെടുക്കാതിരിക്കാൻ ഇക്കാര്യം അയാളെ മുൻകൂട്ടി അറിയിക്കേണ്ടതുണ്ടെന്ന് അദ്ദേഹത്തിനുതോന്നി.

അവിചാരിതമായി ബസാറൊവ് തിരിഞ്ഞുകിടന്ന് വെറുതെ പിതാവിന്റെ മുഖത്തേക്ക് നോക്കിയിട്ട് എന്തെങ്കിലും കുടിക്കാൻ ആവശ്യപ്പെട്ടു.

വെള്ളം എടുത്തു കൊടുക്കുന്നതിനിടയിൽ വസീലി ഇവാനൊവിച്ച് അയാളുടെ നെറ്റി തൊട്ടുനോക്കി. അയാൾക്ക് ചുട്ടുപൊള്ളുന്ന പനിയുണ്ടായിരുന്നു.

“എന്റെ നറുക്കെടുത്തു കഴിഞ്ഞു,” ബസാറൊവ് പതുക്കെ പരുക്കൻ സ്വരത്തിൽ പറഞ്ഞു. “എനിക്കാരോഗം പിടിപെട്ടുകഴിഞ്ഞു. ഇനി അല്പദിവസിക്കുള്ളിൽ സിമിത്തേരിയിലേക്ക് കൊണ്ടുപോകാം.”

ആരോ കാലിന്മേൽ ശക്തിയായി പ്രഹരിച്ചതുപോലെ വസീലി ഇവാനൊവിച്ച് ഒന്നുലഞ്ഞു.

“യെവ്ഗേനി, നീ എന്തൊക്കെയാ ഈ പറയുന്നത്?” അദ്ദേഹം വിക്കിവിക്കി പറഞ്ഞു. “ദൈവം നിന്നെ തുണയ്ക്കും. ഇതൊരു ജലദോഷം. അത്രയല്ലേയുള്ളൂ...”

“ആഹാ,” ബസാറൊവ് അദ്ദേഹത്തെ തടഞ്ഞുകൊണ്ട് മെല്ലെ പറഞ്ഞു. “ഒരു ഡോക്ടറാണോ ഈ സംസാരിക്കുന്നത്! രക്തത്തിൽ വിഷം കലർന്നതിന്റെ എല്ലാ ലക്ഷണങ്ങളുമുണ്ട്. അപ്പനു തന്നെ അറിയാമല്ലോ.’

“രക്തവിഷത്തിന്റെ... എന്തു ലക്ഷണമാ ഉള്ളത്? നീ വെറുതെ ഓരോന്നൂഹിക്കുവാ.”

“ഇത് പിന്നെന്താ?” ഷർട്ടിന്റെ കൈ തെറുത്തു കയറ്റിയിട്ട് ശരീരത്തിന്റെ എല്ലാ ഭാഗങ്ങളിലും തെളിഞ്ഞുവന്നിരുന്ന പേടിപ്പെടുത്തുന്ന ആ ചുവന്ന വട്ടുക്കൾ കാട്ടിക്കൊടുത്തുകൊണ്ട് അയാൾ ചോദിച്ചു.

വസീലി ഇവാനൊവിച്ച് പേടിച്ച് ഞെട്ടിവിറച്ചുപോയി.

“എന്നാലുമെന്താ,” അദ്ദേഹം ഒടുവിൽ ഒരു വിധം പറഞ്ഞൊപ്പിച്ചു. “ഇനി അത് എന്തെങ്കിലും...”

“എന്തെങ്കിലുമല്ല. പയേമിയ* ആണ്.” ബസാറൊവ് അത് പൂരിപ്പിച്ചു.

“ങാ, അതെ, എന്തെങ്കിലും പകർച്ചവ്യാധി...”

“പയേമിയ ആണ്,” ബസാറൊവ് നിസ്സങ്കോചം സ്പഷ്ടമായി ആവർത്തിച്ചു. “എന്താ, പഠിച്ചതെല്ലാം മറന്നോ?”

“ശരി, ശരി, നീ പറഞ്ഞതുതന്നെ ആണെന്നുവച്ചോ... എന്നാലും ചികിത്സിച്ചു ഭേദപ്പെടുത്താമല്ലോ.”

“വലിയ സാദ്ധ്യതയില്ല. പോട്ടെ, അതല്ല സംഗതി. ഇത്രവേഗം ഈ ലോകത്തോട് യാത്രപറയേണ്ടിവരുമെന്നു വിചാരിച്ചിരുന്നില്ല. എന്തോ ഭാഗ്യക്കേടായിരിക്കും. അപ്പന്റേയും അമ്മയുടേയും

മതവിശ്വാസം പരീക്ഷിക്കാൻ പറ്റിയ അവസരമാണ്.' അല്പം കൂടി വെള്ളം കുടിച്ചിട്ട് അയാൾ തുടർന്നു. "എന്റെ ബോധം നശിക്കും മുൻപ് എനിക്കു വേണ്ടി ഒരു കാര്യം ചെയ്യണം. നാളെയല്ലെങ്കിൽ മറ്റന്നാൾ എന്റെ മസ്തിഷ്കം സുല്ല് പറഞ്ഞിരിക്കുമെന്നറിയാമല്ലോ. ഇപ്പോഴും ഞാൻ സുബോധത്തോടു കൂടിയാണോ സംസാരിക്കുന്നതെന്ന് എനിക്ക് നിശ്ചയമില്ല. ചുവപ്പുവേട്ടനായ്ക്കൾ എന്നെ ഇട്ടോടിക്കുന്നതായും ഒരു കാട്ടുകോഴിയെ എന്നോണം അപ്പൻ എന്നെ നോട്ടമിടുന്നതായും എനിക്ക് തോന്നിയിരുന്നു. കുടിച്ച് തലയ്ക്ക് വെളിവില്ലാതായ ഒരു തോന്നലാണ് എനിക്ക്. തിരിയുന്നുണ്ടോ ഞാൻ പറയുന്നത്?"

"നിന്റെ സംസാരം നല്ല സുബോധത്തോടെയുള്ളതാണല്ലോ."

"അത്രയും നല്ലത്. ഡോക്ടറെ വിളിക്കാൻ ആളയച്ചിട്ടുണ്ടെന്നല്ലേ പറഞ്ഞത്.... കൊള്ളാം, അത്രയും തമാശ ആയിക്കോട്ടെ... അതിരിക്കട്ടെ, എനിക്കുവേണ്ടി ഒരു ചെറിയ സഹായം ചെയ്യണം. ഒരാളെ പറഞ്ഞയച്ച്..."

"അർക്കാദി നിക്കൊലായെവിച്ചിന്റടുക്കലേക്കാണോ?" വൃദ്ധൻ ഇടയ്ക്കുകയറി ചോദിച്ചു.

"ആരാ അർക്കാദി നിക്കൊലായെവിച്ച്?" തെല്ലൊരു സംശയത്തോടെന്നപോലെ ബസാറൊവ് പിറുപിറുത്തു. "ഓ, ആ കിളിക്കുഞ്ഞോ? വേണ്ട, അയാളെ ശല്യം ചെയ്യേണ്ട. അയാളൊരു മാടപ്രാവാണിപ്പോൾ. പേടിക്കണ്ട, ഞാൻ പിച്ചും പേയും പറയുകയല്ല. ഒദിന്ത്സോവയുടെ, അന്ന സെർഗിയേവ്നയുടെ അടുത്തേക്ക് ഒരാളെ അയയ്ക്കണം. ഇവിടെ അടുത്താണ് അവരുടെ സ്ഥലം. അറിയാമോ ആ സ്ത്രീയെ?" വസീലി ഇവാനൊവിച്ച് അറിയാമെന്ന അർത്ഥത്തിൽ തലയാട്ടി. "യെവ്ഗേനി, അതായത് ബസാറൊവ്, അന്വേഷിക്കുന്നുണ്ടെന്നും, അയാൾ മരണാസന്നനാണെന്നും അവരെ അറിയിക്കണം. പറ്റുമോ അതു ചെയ്യാൻ?"

"ആളെ അയച്ചോളാം കുഞ്ഞേ... പക്ഷേ, നീ മരിക്കാനൊന്നും പോണില്ല... അതസാദ്ധ്യമാണ്... നീ തന്നെ ഒന്നാലോചിച്ച് നോക്കിയേ... ഇതു ന്യായമാണോ?"

"അതൊന്നുമെനിക്കറിയില്ല. പക്ഷേ, ഒരാളെ അയച്ചേക്കണം."

"ഇപ്പോൾതന്നെ ഒരു കുറിപ്പും കൊടുത്ത് ആളെ വിട്ടേക്കാം."

"കുറിപ്പും ഒന്നും വേണ്ട. ഞാൻ അന്വേഷിക്കുന്നുണ്ടെന്നു മാത്രം പറഞ്ഞയച്ചേച്ചാൽ മതി. ശരി, ഇനി ഞാനെന്റെ വേട്ടനായ്ക്കളുടെ അടുത്തേക്ക് ചെല്ലട്ടെ. എന്തൊരു തമാശയാണെന്നു നോക്കു! മരണത്തിൽ ചിന്ത കേന്ദ്രീകരിക്കാൻ എത്ര ശ്രമിച്ചിട്ടും അത് സാധിക്കുന്നില്ല. പുകപോലെ എന്തോ മാത്രമേ എനിക്ക് കാണാൻ പറ്റുന്നുള്ളൂ... വേറൊന്നും വ്യക്തമല്ല."

അയാൾ വീണ്ടും വളരെ വിഷമിച്ച് ചുമരിനോടഭിമുഖമായി തിരിഞ്ഞുകിടന്നു. വസീലി ഇവാനൊവിച്ച് വേച്ചുവേച്ച് ഭാര്യയുടെ കിടക്കറയിൽ ചെന്ന് തിരുരൂപങ്ങൾക്കു മുന്നിൽ മുട്ടുകുത്തിനിന്നു.

"പ്രാർത്ഥിക്കരീനാ, പ്രാർത്ഥിക്ക്!" ആ മനുഷ്യൻ ദീനരോദനത്തോടെ പറഞ്ഞു. "നമ്മുടെ മോൻ നമ്മളെ വിട്ടേച്ചുപോകുവാ!"

ബസാറൊവിന്റെ കൈമുറിഞ്ഞപ്പോഴത്തെ ഉപയോഗത്തിന് ഒരുതുണ്ട് ലൂനാർകാസ്റ്റിക്ക് പോലും കൈവശമില്ലാതിരുന്ന അതേ ഡോക്ടർതന്നെയാണ് ഇപ്പോൾ അയാളെ ചികിത്സിക്കാനെത്തിയിരുന്നത്. രോഗിയെ പരിശോധിച്ചിട്ട് എന്തെങ്കിലും മരുന്നു നിർദ്ദേശിക്കുന്നതിനു പകരം "അല്പം കൂടി കാത്തിരിക്കാ"മെന്നു മാത്രമാണ് അയാൾക്ക് പറയാനുണ്ടായിരുന്നത്. ചിലപ്പോൾ ഭേദപ്പെടാൻ സാദ്ധ്യതയുണ്ടെന്നും അയാൾ കൂട്ടത്തിൽ പറയുകയുണ്ടായി.

"എന്റെ സ്ഥിതിയിലുള്ള ഒരാൾ യമപുരിക്ക് പോകാതെ രക്ഷപെട്ട ഏതെങ്കിലും അനുഭവം താങ്കൾക്കുണ്ടായിട്ടുണ്ടോ?" എന്ന് ഡോക്ടറോട് ചോദിച്ചിട്ട് ബസാറൊവ് സോഫയോടുതൊട്ടുകിടന്ന ഭാരിച്ച മേശയുടെ കാലിൽ ബലമായി പിടിച്ചുകുലുക്കുകയും അത് അവിടെ നിന്ന് അല്പം തള്ളി മാറ്റുകയും ചെയ്തു.

"ശക്തിക്കൊന്നും ഒരു കുറവുമില്ല," അയാൾ പറഞ്ഞു. "എങ്കിലും മരണം സുനിശ്ചിതമാണ്. വയസ്സായാൽ ആളുകൾക്ക് ജീവിതം അല്പം മടുത്തിട്ടുണ്ടാകുമെന്നുവരാം. പക്ഷേ, എന്റെ സ്ഥിതിയിൽ... മരണത്തെ ഒന്നു നിഷേധിച്ചുനോക്കൂ. അത് നമ്മെത്തന്നെയായിരിക്കും നിഷേധിക്കുന്നത്. അവിടെ പിന്നെ അപ്പീലില്ല. ആരാ അവിടെ കരയുന്നത്?" എന്നു ചോദിച്ചിട്ട് അയാൾ അല്പസമയം മിണ്ടാതിരുന്നു. "അമ്മച്ചിയാണോ അത്? പാവം അമ്മ! ഇനി ആർക്കുവേണ്ടി അവർ ആ ഉഗ്രൻ ബോർഷ്ച സൂപ്പുണ്ടാക്കും! അല്ലാ, അപ്പനും കണ്ണീർപുഴയുടെ ചീപ്പു തുറന്നുവിട്ടോ! ക്രിസ്തുമതം കൊണ്ടു രക്ഷയില്ലെങ്കിൽ ദാർശനികനോ സ്തോയികനോ ആയി നോക്ക്! ഇന്നാളൊരിക്കൽ വലിയ ദാർശനികനാണെന്ന് വീമ്പിളക്കുന്നു കേട്ടായിരുന്നല്ലോ. എന്നിട്ടിപ്പോഴെന്തു പറ്റി?"

"ഞാനെന്തു ദാർശനികനാ, കുഞ്ഞേ!" വസീലി ഇവാനൊവിച്ച് ഹൃദയം നൊന്തു കരഞ്ഞു. അദ്ദേഹത്തിന്റെ കവിൾത്തടങ്ങളിലൂടെ കണ്ണീർ ധാരധാരയായൊഴുകി.

ഓരോ മണിക്കൂർ കഴിയുന്തോറും ബസാറൊവിന്റെ സ്ഥിതി വഷളായിക്കൊണ്ടിരുന്നു. മുറിവിലൂടെ രക്തത്തിൽ വിഷം കലർന്നാൽ സാധാരണ സംഭവിക്കാറുള്ളതുപോലെ വളരെ വേഗത്തിലാണ് രോഗം മൂർച്ഛിച്ചുകൊണ്ടിരുന്നത്. ഇനിയും ബോധം നഷ്ടപ്പെട്ടിട്ടില്ലാത്തതിനാൽ അവിടെ പറയുന്നതൊക്കെ അയാൾക്ക് കേൾക്കാമായിരുന്നു. അപ്പോഴും അയാൾ മരണത്തെ ചെറുത്തു നില്ക്കുകയായിരുന്നു.

"പിച്ചം പേയും പറയാനെനിക്കിഷ്ടമില്ല," മുഷ്ടിചുരുട്ടിപ്പിടിച്ചുകൊണ്ട് അയാൾ പിറുപിറുത്തു. "എന്തൊരസംബന്ധമായിത്!" അല്പം കഴിഞ്ഞ് അയാൾ പറഞ്ഞു. "നോക്കട്ടെ എട്ടിൽ നിന്നും പത്തുകിഴിച്ചാൽ എന്താ ഫലം? വസീലി ഇവാനൊവിച്ച് ഓരോരോ പ്രതിവിധികൾ നിർദ്ദേശിക്കുകയും മകന്റെ പാദങ്ങൾ പുതപ്പിട്ടു മൂടുകയും ചെയ്തുകൊണ്ട് ഒരുതനിഭ്രാന്തനെപ്പോലെ അങ്ങോട്ടുമിങ്ങോട്ടും ഓടിനടന്നു. "തണുത്ത തുണികൊണ്ടു മൂടിയാലോ...ഒന്നു ഛർദ്ദിപ്പിച്ചാലോ... വയറിനുമുകളിൽ കടുകുകടലാസ്സു വച്ചുകെട്ടിയാലോ.. കൊറച്ചു രക്തം കുത്തിക്കളഞ്ഞാലോ..." എന്നിങ്ങനെ അദ്ദേഹം ഓരോന്ന് നിർദ്ദേശിച്ചുകൊണ്ടിരുന്നു. ഡോക്ടർ അതെല്ലാം തലകുലുക്കി സമ്മതിച്ചു. ആ മനുഷ്യനെ അവിടെനിന്നു മാറാൻ അദ്ദേഹം സമ്മതിച്ചിരുന്നില്ല. രോഗിക്ക് അദ്ദേഹം നാരങ്ങാവെള്ളം കൊടുത്തിരുന്നു. തനിക്കായി അദ്ദേഹം ചിലപ്പോൾ പുകവലിക്കാനുള്ള പൈപ്പും മറ്റു ചിലപ്പോൾ "ലഹരിയുള്ള എന്തെങ്കിലും" ആവശ്യപ്പെട്ടിരുന്നു. വോഡ്ക്കയാണ് അദ്ദേഹം അതുകൊണ്ടുദ്ദേശിച്ചിരുന്നത്. വാതിലിനരികിലായി ഒരു കൊച്ചുസ്റ്റൂളിൽ ഇരിപ്പുറപ്പിച്ചിരുന്ന അരീന വ്ലാസ്യെവ്ന പ്രാർത്ഥിക്കാൻ മാത്രമേ ഇടയ്ക്കിടയ്ക്ക് അവിടെനിന്നും എഴുന്നേറ്റുപോയിരുന്നുള്ളു. കുറച്ച് ദിവസംമുമ്പ് ഒരു കണ്ണാടി കൈയിൽ നിന്ന് വീണുടഞ്ഞപ്പോൾ തന്നെ അതൊരു ദുശ്ശകുനമാണെന്ന് അവർ കരുതിയതാണ്. അവരെ സാന്ത്വനപ്പെടുത്താൻ അൻഫീസുഷ്കയ്ക്ക് വാക്കുകൾ കിട്ടിയില്ല. തിമൊഫേയിച്ച് ഒദിന്ത്സോവയുടെ വീട്ടിലേക്കു പുറപ്പെട്ടു.

വളരെ പ്രയാസപ്പെട്ടാണ് ബസാറൊവ് ആ രാത്രി കഴിച്ചുകൂട്ടിയത്. അയാൾക്ക് പനി വളരെ കൂടി. രാവിലെ ആയതോടെ അല്പം ആശ്വാസമുള്ളതുപോലെ തോന്നി. തന്റെ മുടി ചീകിത്തരാൻ അയാൾ അമ്മയോടാവശ്യപ്പെടുകയും അമ്മയുടെ കൈ പിടിച്ചുമുത്തുകയും ഒന്നോ രണ്ടോ ഇറക്ക് ചായ മോന്തുകയും ചെയ്തു. വസീലി ഇവാനൊവിച്ചിന്റെ മുഖം അല്പം തെളിഞ്ഞു.

"ദൈവം തമ്പുരാന്റെ കൃപ!" അദ്ദേഹം പിറുപിറുത്തുകൊണ്ടിരുന്നു. 'പ്രതിസന്ധി വന്നു... പ്രതിസന്ധി കഴിഞ്ഞു."

"അസംബന്ധം!" ബസാറൊവ് പറഞ്ഞു. "ഒരു വാക്കിലെന്തിരിക്കുന്നു, അല്ലേ? പ്രതിസന്ധി എന്നൊരു വാക്കേൽ കയറിപ്പിടിക്കുന്നതോടെ സന്തോഷമായി! ആളുകൾ ഇപ്പോഴും വാക്കുകളിലിങ്ങനെ വിശ്വസിക്കുന്നത് കാണുമ്പോൾ അത്ഭുതം തോന്നുകയാണ്. ഒരുത്തനെപ്പിടിച്ച് രണ്ടടി കൊടുക്കുന്നതിനു പകരം അയാളെ വിഡ്ഢിയെന്നു ഒന്നു വിളിച്ചാൽ അയാൾക്ക് പരമസങ്കടമായിരിക്കും. കാശൊന്നും കൊടുക്കാതെ മിടുക്കനാണ് താനെന്നു പറഞ്ഞാൽ അയാൾക്ക് സന്തോഷവുമായി."

ബസാറൊവിന്റെ പഴയ ചട്ടുല പ്രകൃതത്തെ അനുസ്മരിപ്പിച്ച ഈ ലഘുപ്രസംഗം വസീലി ഇവാനൊവിച്ചിനെ ആഹ്ലാദംകൊള്ളിച്ചു.

"ബലേഭേഷ്, ബലേഭേഷ്!" കൈകൊട്ടി അഭിനന്ദനം രേഖപ്പെടുത്തുമ്പോലെ അദ്ദേഹം ഉച്ചത്തിൽ വിളിച്ചു കൂവി.

ബസാറൊവ് വിഷാദപൂർവ്വം ഒന്നു പുഞ്ചിരിച്ചു.

"എന്താ, ഇപ്പോഴെന്തു തോന്നുന്നു?" അയാൾ ചോദിച്ചു: "പ്രതിസന്ധി വന്നിരിക്കയാണോ അതോ അതു കഴിഞ്ഞോ?"

"നിനക്കല്പം ഭേദമുണ്ടെന്നതു മാത്രമാണ് ഞാൻ കാണുന്ന സംഗതി. അതാണെനിക്ക് പ്രധാനവും." അദ്ദേഹം പറഞ്ഞു.

"ശരി, ആഹ്ലാദിച്ചോളൂ! അതുകൊണ്ടൊരു നഷ്ടവും വരാനില്ല. ഒദിൻത്സോവയുടെ അടുത്തേക്ക് ആരേയെങ്കിലും അയച്ചോ?"

"ഉവ്വല്ലോ."

പക്ഷേ, ആ സന്തോഷം അധികനേരം നീണ്ടുനിന്നില്ല. രോഗം പൊടുന്നനെ മൂർച്ഛിച്ചു. വസീലി ഇവാനൊവിച്ച് ബസാറൊവിന്റെ കിടക്കയ്ക്കരികിൽ നിന്നു മാറിയില്ല. ദുഃഖത്തിലും കവിഞ്ഞ എന്തോ ഒന്ന് വൃദ്ധന്റെ മനസ്സിനെ കുഴക്കിയിരുന്നു. എന്തോ സംസാരിക്കാൻ അദ്ദേഹം പല തവണ വാതുറന്നെങ്കിലും വാക്കുകളൊന്നും പുറത്തേക്കുവന്നില്ല.

"യെവ്ഗേനി,"ഒടുവിൽ അദ്ദേഹം ഒരുവിധം പറഞ്ഞൊപ്പിച്ചു. "എന്റെ പൊന്നുമോനല്ലേ!"

ഈ അസാധാരണമായ അഭ്യർത്ഥനയ്ക്ക് ഫലമുണ്ടായി. അല്പമൊന്നു തലപൊക്കി, തന്നെ ബാധിച്ചിരുന്ന മന്ദത കുടഞ്ഞുകളയാൻ ശ്രമപ്പെട്ടുകൊണ്ട് ബസാറൊവ് ചോദിച്ചു: "എന്താണപ്പച്ചാ?"

"യെവ്ഗേനി," അയാൾ കണ്ണുതുറന്നിരുന്നില്ലെങ്കിലും, അയാളുടെ മുന്നിൽ മുട്ടുകുത്തിനിന്നുകൊണ്ട് അദ്ദേഹം കെഞ്ചി. "നിനക്കിപ്പോൾ അല്പം ഭേദമുണ്ട്. ദൈവാനുഗ്രഹത്താൽ നിനക്ക് സുഖമാവുകയും ചെയ്യും. എങ്കിലും നിന്റമ്മയേയും എന്നേയുമോർത്ത് നിന്റെ ക്രൈസ്തവധർമ്മം നിറവേറ്റാൻ നീയിപ്പോൾ തയ്യാറാകണം. എനിക്ക് നിന്നോടിങ്ങനെ പറയേണ്ടിവരുന്നത് വലിയ സങ്കടമാണ്. പക്ഷേ, ഇല്ലെങ്കിൽ പിന്നീടത് ഇതിലും വലിയ സങ്കടത്തിന് കാരണമായിത്തീരും... തീരാസങ്കടമാകും അത്. യെവ്ഗേനി, മോനേ, അതിന്റെ ഫലം എന്തായിരിക്കുമെന്ന് നീ യൊന്നോർത്തുനോക്ക്..."

വൃദ്ധന്റെ ശബ്ദം പതറിപ്പോയി. കണ്ണടച്ചാണ് കിടന്നിരുന്നതെങ്കിലും മകന്റെ മുഖത്തും എന്തോ ഒരു ഭാവഭേദമുണ്ടായി.

"അതുകൊണ്ട് നിങ്ങൾക്കെല്ലാം മനശ്ശാന്തി കിട്ടുമെങ്കിൽ ഞാനെതിർക്കുന്നില്ല. ഒടുവിൽ അയാൾ മന്ത്രിക്കുമ്പോലെ പറഞ്ഞു. "പക്ഷേ,

എന്തിനാ ഇപ്പോഴേ തെരക്കുകൂട്ടുന്നത്. എനിക്ക് ഭേദമുണ്ടെന്ന് അപ്പൻ തന്നെയല്ലേ പറഞ്ഞത്."

"ഭേദമുണ്ട് മോനേ, ഭേദമുണ്ട്. പക്ഷേ, ദൈവഹിതം ആരറിഞ്ഞു കുഞ്ഞേ! അതിനിടയിൽ ഈ കൃത്യമങ്ങ് നിർവ്വഹിച്ചേച്ചാൽ..."

"വേണ്ട, അല്പം കഴിഞ്ഞോട്ടെ," ബസാറൊവ് അദ്ദേഹത്തെ തടഞ്ഞു. "പ്രതിസന്ധി ആരംഭിച്ചിരിക്കുകയാണെന്ന് ഞാനും സമ്മതിച്ചു. നമുക്ക് തെറ്റു പറ്റിയതാണെങ്കിൽ, സാരമില്ല. അബോധാവസ്ഥയിലും അന്ത്യകൂദാശ നടത്താമല്ലോ."

"അതല്ല മോനെ..."

"വേണ്ട, അല്പംകൂടി കഴിയട്ടെ. ഇപ്പോഴെനിക്കുറങ്ങണം. എന്നെ ശല്യപ്പെടുത്തണ്ട."

എന്നു പറഞ്ഞ് അയാൾ പൂർവ്വസ്ഥിതിയിൽ തലവച്ചുകിടന്നു.

വൃദ്ധൻ എഴുന്നേറ്റ് താടിക്ക് കൈയും കൊടുത്തുകൊണ്ട് കസേരയിൽ ചെന്നിരുന്ന് ആലോചനയിൽ മുഴുകി.

ഒരു കുതിര വണ്ടി പാഞ്ഞുവരുന്നതിന്റെ ശബ്ദമാണ് ആ ചിന്തയിൽ നിന്ന് അദ്ദേഹത്തെ ഉണർത്തിയത്. നാട്ടിൻപുറത്തെ നിശ്ശബ്ദതയിൽ വളരെ ദൂരെനിന്നു തന്നെ ആ ഒച്ച കേൾക്കാൻ സാധിക്കുകയും ചെയ്യുമല്ലോ. വണ്ടിച്ചക്രങ്ങൾ ഉരയുന്ന ശബ്ദം ക്രമേണ അടുത്തടുത്തുവന്നു. കുതിരകളുടെ കിതപ്പുപോലും ഇങ്ങടുത്തുകേൾക്കാറായി... വസീലി ഇവാനൊവിച്ച് എഴുന്നേറ്റ് ജനലിങ്കലേക്കോടി. നാലുകുതിരകളെക്കെട്ടിയ രണ്ടുപേർക്കിരിക്കാവുന്ന ഒരു കുതിരവണ്ടി അദ്ദേഹത്തിന്റെ മുറ്റത്തു വന്നുനിന്നു. അതിന്റെ കാര്യകാരണങ്ങളെപ്പറ്റിയൊന്നും ആലോചിക്കാൻ നില്ക്കാതെ അകാരണമായ സന്തോഷത്തോടെ അദ്ദേഹം പൂമുഖത്തേക്ക് ഓടിച്ചെന്നു. ഒരു വില്ലാ ശിപായി വന്നു വണ്ടിയുടെ വാതിൽ തുറന്നപ്പോൾ കറുത്ത മൂടുപടവും കറുത്ത കുപ്പായവും ധരിച്ച ഒരു മാന്യസ്ത്രീ അതിൽ നിന്ന് താഴേക്കിറങ്ങി.

"ഞാനാണ് ഒദിന്ത്സോവ്," അവർ പറഞ്ഞു. "യെവ്ഗേനി വസീലിയെവിച്ച് മരിച്ചിട്ടില്ലല്ലോ, ഉവ്വോ? താങ്കൾ അദ്ദേഹത്തിന്റെ പിതാവാണോ? ഞാനൊരു ഡോക്ടറേയും കൊണ്ടാണ് വന്നിരിക്കുന്നത്?"

"അവിടുന്നൊരു മാലാഖയാണ്!" എന്നു പറഞ്ഞുകൊണ്ട് വസീലി ഇവാനൊവിച്ച് ഉദ്വേഗപൂർവ്വം അവരുടെ കരം പിടിച്ചു തന്റെ ചുണ്ടോടടുപ്പിച്ചു. അപ്പോഴേക്ക് അവരുടെ കൂടെ വന്നിരുന്ന ഡോക്ടറും പതുക്കെ വണ്ടിയിൽ നിന്ന് താഴേക്കിറങ്ങി, ജർമ്മൻകാരന്റെ മുഖച്ഛായയുള്ള ഒരു കണ്ണടക്കാരനായിരുന്നു ഈ ഡോക്ടർ. "എന്റെ യേവ്ഗേനി മരിച്ചിട്ടില്ല; ഇനി അവൻ മരിക്കുകയുമില്ല! വീട്ടുകാരീ, വീട്ടുകാരീ! ദാ, നമ്മുടെ വീട്ടിൽ സ്വർഗ്ഗത്തിൽനിന്നുള്ള ഒരു മാലാഖ വന്നിരിക്കുന്നു..."

"ഇതെന്തത്ഭുതമാണ് ദൈവം തമ്പുരാനെ" എന്നു വിക്കിവിക്കിപ്പറഞ്ഞുകൊണ്ട് അരീന വ്ലാസ്യെവ്ന ഓടിവന്നു ആശ്ചര്യസ്തബ്ധയായി ആ മഹതിയുടെ കാല്ക്കൽ വീണ് അവരുടെ പാവാടത്തുമ്പ് പിടിച്ച് ലക്കില്ലാതെ ഉമ്മവയ്ക്കാൻ തുടങ്ങി.

"അയ്യയ്യോ, എന്താ ഈ ചെയ്യുന്നത്?" എന്നു അന്ന സെർഗിയേവ്ന പറഞ്ഞുകൊണ്ടിരുന്നെങ്കിലും ബസാറൊവിന്റെ അമ്മ അതൊന്നും വകവച്ചില്ല. അയാളുടെ അപ്പനും "മാലാഖ, മാലാഖ" എന്നു പറഞ്ഞുകൊണ്ടേയിരുന്നു.

"ആർക്കാണ് രോഗം? രോഗി എവിടെയാണ്,"ഡോക്ടർ അതിയായ നീരസത്തോടെ ജർമ്മനിൽ ചോദിച്ചു.

വസീലി ഇവാനൊവിച്ച് അതോടെ ഒന്നടങ്ങി.

"ദാ, ഇതിലേ, ഇതിലേ" എന്നു പറഞ്ഞ് അദ്ദേഹം ഡോക്ടറെ സ്വാഗതം ചെയ്തു. കൂട്ടത്തിൽ, ജർമ്മനിൽ "ബഹുമാന്യ സഹപ്രവർത്തകാ!" എന്നും കൂട്ടി അദ്ദേഹം ഡോക്ടറെ സംബോധന ചെയ്തു.

അതിനു പ്രത്യുത്തരമെന്നോണം ഒരു വളിച്ച ചിരി പാസ്സാക്കിക്കൊണ്ട് ആ ജർമ്മൻകാരൻ അദ്ദേഹത്തെ അനുഗമിച്ചു.

വസീലി ഇവാനൊവിച്ച് അദ്ദേഹത്തെ ബസാറൊവ് കിടക്കുന്നിടത്തേക്ക് ആനയിച്ചു.

"അന്ന സെർഗിയേവ്ന ഒദിന്ത്സോവ അയച്ച ഡോക്ടറാണ്," അദ്ദേഹം കുനിഞ്ഞ് മകന്റെ ചെവിയിൽ മന്ത്രിച്ചു. "അവരും വന്നിട്ടുണ്ട്."

ക്ഷണംതന്നെ ബസാറൊവ് കണ്ണുതുറന്നു. "എന്താ പറയുന്നത്?" അയാൾ ചോദിച്ചു.

"അന്ന സെർഗിയേവ്ന ഒദിന്ത്സോവ ഒരു ഡോക്ടറേയും കൂട്ടി വന്നിട്ടുണ്ടെന്ന്. ഡോക്ടറാണ് നിന്റെ മുൻപിൽ നില്ക്കുന്നത്."

ബസാറൊവിന്റെ കണ്ണുകൾ മുറിയ്ക്കകമാകെ പരതി നടന്നു.

"അവർ വന്നോ... എനിക്കവരെ കാണണം."

"കാണാം, കാണാം കുഞ്ഞേ, അതിനു മുൻപ് ഡോക്ടറുമായി ഒന്നു സംസാരിക്കട്ടെ. രോഗവിവരം ഞാൻ ഡോക്ടർക്ക് വിശദീകരിച്ചുകൊടുക്കാം. സീദൊർ സീദറിച്ച് (സ്ഥലത്തെ ഡോക്ടർ) പോയ്ക്കഴിഞ്ഞതിനാൽ ഞങ്ങൾ തമ്മിൽ അല്പം കൺസൽട്ടേഷൻ നടത്താം."

ബസാറൊവ് ആ ജർമ്മൻകാരെ ഒന്നോടിച്ചു നോക്കി. "എന്നാൽ വേഗമാകട്ടെ. പക്ഷേ, ലത്തീൻ ഭാഷയിൽ സംസാരമൊന്നും വേണ്ട. Jam moritur[15] എന്നാലെന്താണെന്ന് എനിക്കറിയാം.'

"ജർമ്മൻ അറിയാമെന്നു തോന്നുന്നല്ലൊ," വസീലി ഇവാനൊവിച്ചിനോടായി ഡോക്ടർ ജർമ്മനിൽ പറഞ്ഞു.

15 അന്ത്യശ്വാസം വലിക്കുക

"കുറേശ്ശെ," വൃദ്ധൻ അതിന് ജർമ്മനിൽതന്നെ ഉത്തരം നല്കി. "പക്ഷേ, റഷ്യനിൽ സംസാരിക്കുന്നതാണ് ഉത്തമം."

"ശരി, അങ്ങനെ ആയിക്കോട്ടെ..."

അതോടെ ആ രണ്ടു ഡോക്ടർമാർ തമ്മിലുള്ള കൺസൽട്ടേഷൻ ആരംഭിച്ചു.

അരമണിക്കൂർ കഴിഞ്ഞ് വസീലി ഇവാനൊവിച്ചിനാൽ അനുഗതയായി അന്ന സെർഗിയേവ്ന രോഗിയുടെ മുറിയിലേക്കെത്തി. രോഗശമനത്തിന് യാതൊരു സാദ്ധ്യതയുമില്ലെന്ന വിവരം അല്പം മുൻപ് ഡോക്ടർ അവരുടെ ചെവിയിൽ കുശുകുശുത്തിരുന്നു.

അവർ ബസാറൊവിന്റെ മുഖത്തേക്ക് ഒന്നു നോക്കിയതേയുള്ളൂ... അവർ വാതില്ക്കൽതന്നെ സ്തംഭിച്ചുനിന്നുപോയി. തന്റെ മുഖത്തേക്കുതന്നെ നോക്കിയിരുന്ന അയാളുടെ നിർജ്ജീവമായ കണ്ണുകളും വിളറിവെളുത്ത മുഖവും അവരെ നിശ്ചേഷ്ടയാക്കിക്കളഞ്ഞു. എന്തെന്നില്ലാത്ത മർമ്മഭേദകമായ ഒരു ഭയം അവരെ കാർന്നുതിന്നു. തനിക്കയാളോട് അനുരാഗമുണ്ടായിരുന്നെങ്കിൽ തന്റെ മനോവികാരം എത്ര വ്യത്യസ്തമായിരുന്നേനെ എന്ന ചിന്ത അവരുടെ മനസ്സിലൂടെ മിന്നൽപ്പിണർവേഗതയിൽ കടന്നുപോയി.

"നന്ദി," അയാൾ വളരെ പണിപ്പെട്ടു പറഞ്ഞു. "ഞാൻ പ്രതീക്ഷിച്ചിരുന്നതല്ല ഇത്. ഈ ഹൃദയവിശാലതയുടെ മുന്നിൽ ഞാൻ നമസ്കരിക്കുന്നു. ഏതായാലും പറഞ്ഞപോലെ നാം വീണ്ടും കണ്ടുവല്ലൊ."

"അന്ന സെർഗിയേവ്നയുടെ സന്മനസ്സ്..." എന്ന് പറയാൻ തുടങ്ങിയപ്പോഴേക്ക് ബസാറൊവ് തന്റെ പിതാവിനെ തടഞ്ഞു.

"അപ്പാ, അല്പസമയത്തേക്ക് ഞങ്ങൾ തനിയെ സംസാരിച്ചോട്ടെ. അന്ന സെർഗിയേവ്നയ്ക്ക് വിരോധമില്ലല്ലൊ. ഈ അവസ്ഥയിൽ എന്നെ പേടിക്കാനില്ലല്ലൊ..." തന്റെ നിസ്സഹായമായ ശരീരത്തിലേക്ക് തലകൊണ്ട് ആംഗ്യം കാണിച്ചിട്ട് അയാൾ പറഞ്ഞു.

വസീലി ഇവാനൊവിച്ച് ഉടനെതന്നെ മുറി വിട്ട് പുറത്തേക്കിറങ്ങി.

"ഒരിക്കൽക്കൂടി നന്ദി," ബസാറൊവ് പറഞ്ഞു. "ഇതൊരു രാജകീയമായ ആശിസ്സാണ്. രാജാക്കന്മാരും അന്ത്യശ്വാസം വലിക്കുന്നവരുടെ ആഗ്രഹം സാധിച്ചുകൊടുക്കുമെന്നാണല്ലോ പറയുന്നത്."

"യെവ്ഗേനി വസീലിയെവിച്ച്, എന്റെ പ്രതീക്ഷ..."

"അന്ന സെർഗിയേവ്ന എന്തിനാ ഈ പ്രതീക്ഷയുടെ കാര്യമൊക്കെ പറയുന്നത്. നമുക്ക് സത്യം സത്യമായി തന്നെ പറയാം. എന്റെ കഥ കഴിയാറായി. ഞാൻ മരണചക്രത്തിന്നടിയിലമർന്നു കഴിഞ്ഞു. ഇനി ഭാവിയെപ്പറ്റി ആലോചിക്കുന്നതിൽ യാതൊരർത്ഥവുമില്ല. മരണം ഒരു പഴങ്കഥയാണെങ്കിലും ഓരോരുത്തർക്കും അതൊരു പുതുമയായിരിക്കും. ഇതുവരെ ആത്മധൈര്യം നിലനിർത്താൻ എനിക്ക്

കഴിഞ്ഞിട്ടുണ്ട്... അബോധാവസ്ഥ ആരംഭിച്ചാൽ പിന്നെ..." അയാൾ ക്ഷീണത്തോടെ കൈ മലർത്തിക്കാണിച്ചു. "ഇനി നിങ്ങളോടെന്താ പറയുക....ഞാൻ നിങ്ങളെ സ്നേഹിച്ചിരുന്നുവെന്നോ? പണ്ടേ അതിന് അർത്ഥമുണ്ടായിരുന്നില്ല. ഇപ്പഴത്തെ കാര്യം പറയാനുമില്ല ല്ലോ. പ്രേമമെന്നത് ഒരു രൂപമാണ്. എന്റെ രൂപമാകെയിതാ താറുമാ റാകാൻ തുടങ്ങിയിരിക്കുകയുമാണ്. എങ്കിലും നിങ്ങളുടെ രൂപം എത്ര വടിവൊത്തതാണെന്ന് പറയാതെ തരമില്ല. നിങ്ങളങ്ങനെ അവിടെ നില്ക്കുന്നതു കാണാൻ എത്ര മനോഹരമാണെന്നോ..."

അന്ന് സെർഗിയേവ്ന ഓർക്കാതെ ഒന്നു ഞെട്ടിപ്പോയി.

"സാരമില്ല. വിഷമിക്കാനൊന്നുമില്ല... ദാ, ഇവിടെ ഇരിക്കു... എന്റെടുത്തേക്ക് വരല്ലെ. എന്റെ രോഗം പകരുന്നതാണെന്നറിയാ മല്ലോ."

അന്ന സെർഗിയേവ്ന വേഗം മുറിക്കുള്ളിലേക്ക് കടന്നിട്ട് ബസാറൊവ് കിടന്നിരുന്ന സോഫയുടെ അടുത്തുകിടന്ന ഒരു കസേരയിൽ ചെന്നിരുന്നു.

"അത്യന്തം ദയാലുവാണ് നിങ്ങൾ," അയാൾ മന്ത്രിച്ചു. "ഈ വൃത്തികെട്ട മുറിയിൽ... ഇങ്ങനെ ഇത്ര അടുത്ത് പരിശുദ്ധിയും പരിമളവും പരത്തിക്കൊണ്ട് വന്നിരിക്കുന്നുണ്ടല്ലോ! എന്നാൽ ഞാൻ വിടകൊള്ളട്ടെ! ദീർഘകാലം ജീവിക്കുക. അത്രയും നല്ല മറ്റൊരു സംഗതിയുമില്ല. സമയമുള്ളപ്പോൾ അത് ആവോളം ആസ്വദിക്കുക! ഏതാണ്ടു മൃതപ്രായമായിട്ട് പിന്നെയും മേനികാട്ടുന്ന ഈ കാഴ്ച മനംപുരട്ടലുണ്ടാക്കുന്നുണ്ടാകും, ഇല്ലേ? പക്ഷേ, ഇങ്ങനെയൊന്നും ആകുമെന്ന് വിചാരിച്ചിരുന്നില്ല. കുറച്ചധികം ഒച്ചപ്പാടുണ്ടാക്കാൻ കഴിയുമെന്നായിരുന്നു വിചാരം. അപ്പോൾ മരണത്തെപ്പറ്റി ചിന്തി ക്കാൻ ആർക്കാണ് സമയമുണ്ടാവുക? പലതും ചെയ്യാനുണ്ടെന്നും സ്വയമൊരു ഭീമനാണെന്നുമായിരുന്നു വിചാരം. പക്ഷേ, മാനമായി എങ്ങനെ മരിക്കുമെന്നതാണ് ഈ ഭീമന്റെ ഇപ്പോഴത്തെ പ്രധാനമായ ഉല്ക്കണ്ഠ. അല്ല, എങ്ങനെ മരിച്ചാലും ആർക്കും ഒരു ചുക്കുമുണ്ടായിട്ട് പറയുന്നതുമല്ല... എങ്കിലും വാലാട്ടി നില്ക്കാൻ എന്നെ കിട്ടില്ല.'

നിശ്ശബ്ദനായി ബസാറൊവ് വെള്ളം വച്ചിരുന്ന ഗ്ലാസ് തപ്പിനോ ക്കാൻ തുടങ്ങി. അന്ന സെർഗിയേവ്ന കൈയുറ ഊരാതെ ആ ഗ്ലാ സ്സെടുത്ത് അയാളുടെ ചുണ്ടോടുപ്പിക്കുമ്പോൾ ശ്വാസംവിടാൻ പോലും അവർക്ക് ധൈര്യമുണ്ടായിരുന്നില്ല.

"നിങ്ങളെന്നെ മറക്കും," അയാൾ തുടർന്നു. "പരേതൻ ജീവിച്ചിരി ക്കുന്നവർക്ക് അത്ര നല്ല കൂട്ടല്ല. റഷ്യയ്ക്ക് എത്ര വലിയൊരു മഹാനാണ് നഷ്ടപ്പെട്ടിരിക്കുന്നതെന്ന് എന്റെ പിതാവ് നിങ്ങളോടു പറയുമായിരി ക്കാം... തനി അസംബന്ധമാണതെങ്കിലും ഒരു വൃദ്ധന്റെ വ്യാമോഹം ഇല്ലാതാക്കണ്ട. നമ്മളെല്ലാം വിഡ്ഢികളുടെ സ്വർഗ്ഗത്തിൽ

കഴിയുന്നവരാണല്ലോ. എന്റമ്മയോട് അല്പം ദയ കാണിച്ചേക്കണേ! നിങ്ങളുടെ ലോകത്തിലാകെ മുങ്ങിത്തപ്പിയാലും നിങ്ങൾക്കിത്തരം നല്ല മനുഷ്യരെ കണ്ടുകിട്ടുകയില്ല.... റഷ്യക്ക് എന്നെ ആവശ്യമുണ്ടോ? ഇല്ലെന്നാണ് തോന്നുന്നത്. ആർക്കാരെയാണ് വേണ്ടത്? ചെരിപ്പു കുത്തിയെ വേണം; തുന്നൽക്കാരനേയും വേണം. കശാപ്പുകാരനും ആവശ്യമാണ്.... അയാൾ.. കശാപ്പുകാരൻ... ഇല്ലെങ്കിൽ എവിടുന്നാ മാംസം കിട്ടുക? ദാ, ഇങ്ങോട്ടു നോക്കു. എനിക്കൊന്നും വ്യക്തമല്ല.. ദാ, അവിടെയൊരു വനമുണ്ടല്ലോ...."

ബസാറൊവ് തന്റെ നെറ്റിയിൽ തൊട്ടുനോക്കി.

അന്ന സെർഗിയേവ്ന അയാളോട് കുറച്ചുകൂടി അടുത്തിരുന്നു.

"യെവ്ഗേനി വസീലിയെവിച്ച്, ഞാനിവിടെയുണ്ട്..."

ഉടനെതന്നെ അയാൾ നെറ്റിയിൽ നിന്ന് കൈ എടുത്തു മാറ്റിയിട്ട് കൈമുട്ടു കുത്തി നിവർന്നു കിടന്നുകൊണ്ടു മുകളിലേക്ക് നോക്കി.

"എന്നാൽ ഞാൻ പിരിയട്ടെ," പെട്ടെന്ന് എവിടുന്നോ കിട്ടിയ ശക്തിയോടെ അയാൾ പറഞ്ഞു. അയാളുടെ കണ്ണുകളിൽ എവിടുന്നോ ഒരു പ്രകാശം പരക്കുകയും ചെയ്തു. "എന്നാൽ ഞാനിറങ്ങട്ടെ... പക്ഷേ, അതിനുമുൻപ് ഒരു കാര്യം... അന്ന് എനിക്ക് നിങ്ങളെ ചുംബിക്കാൻ കഴിഞ്ഞില്ല. ഓർമ്മയില്ലേ?... അണയാൻപോകുന്ന ഈ ദീപം ഒന്നൂതിക്കെടുത്തിയേരെ..."

അന്ന സെർഗിയേവ്ന തന്റെ അധരങ്ങൾ അയാളുടെ നെറ്റിയിൽ മുട്ടിച്ചു.

"മതി, അത്രയും മതി!" എന്നു മന്ത്രിച്ചുകൊണ്ട് അയാൾ കിടക്കയിലേക്ക് ചെരിഞ്ഞു. "ഇനി... അന്ധകാരം..."

അന്ന സെർഗിയേവ്ന പതുക്കെ ആ മുറി വിട്ടിറങ്ങി.

"എന്താ, എങ്ങനെയുണ്ട്?" വസീലി ഇവാനൊവിച്ച് മന്ത്രിക്കുംപോലെ ചോദിച്ചു.

"ഉറക്കമാണ്., പുറത്തു കേൾക്കാൻ പോലും പ്രയാസമുള്ള പതിഞ്ഞ സ്വരത്തിൽ അവർ പറഞ്ഞു.

ആ ഉറക്കത്തിൽ നിന്ന് അയാൾ ഉണർന്നില്ല. വൈകുന്നേരമായപ്പോഴേക്ക് അയാളുടെ ബോധം നിശ്ശേഷം നശിക്കുകയും പിറ്റേന്ന് അയാൾ ഇഹലോകവാസം വെടിയുകയും ചെയ്തു. മരിക്കുന്നതിനു മുൻപ് അലെക്സി അച്ചൻ അയാളുടെ ആത്മാവിന്റെ പുണ്യത്തിനായുള്ള അന്ത്യചടങ്ങുകൾ നടത്തുകയുണ്ടായി. അന്ത്യകൂദാശയ്ക്കിടയിൽ പരിശുദ്ധമാക്കപ്പെട്ട തൈലം നെഞ്ചിൽ പുരട്ടുമ്പോൾ അയാളുടെ ഒരു കണ്ണ് അല്പമൊന്നു തുറക്കുകയും ളോഹയിട്ടുനിന്നു കൊണ്ട് ആ പുരോഹിതൻ കാട്ടിക്കൂട്ടുന്ന ഗോഷ്ടികളും ധൂപകലശങ്ങളിൽ നിന്നുയരുന്ന കുന്തിരക്കത്തിന്റെ പുകയും വിശുദ്ധരൂപങ്ങൾക്കു മുന്നിൽ

കത്തിച്ചുവച്ചിട്ടുള്ള മെഴുകുതിരികളും കണ്ടിട്ടെന്നോണം ആ ആസന്ന മരണന്റെ അചേതനമായ മുഖത്ത് ഒരു അസഹ്യതാഭാവം മിന്നിമ റയുകയും ചെയ്തു. ഒടുവിൽ അയാൾ അന്ത്യശ്വാസം വലിച്ചതോടെ ആ വീടാകെ കരളലയിക്കുന്ന ദീനരോദനം കൊണ്ടു മുഖരിതമായ പ്പോൾ വസീലി ഇവാനൊവിച്ച് ഒരുന്മാദനെപ്പോലെ അവിടെല്ലാം ഓടിനടന്നു. "ഞാൻ പിറുപിറുക്കുമെന്നു ഞാൻ പറഞ്ഞതാണല്ലോ," ദുഃഖവും സങ്കടവും സഹിക്കാനാവാതെ ആരെയോ ചെറുക്കുന്നമ ട്ടിൽ മുഷ്ടിചുരുട്ടി അന്തരീക്ഷത്തിലേക്കെറിഞ്ഞുകൊണ്ട് അദ്ദേഹം അലറി. "ഞാൻ പിറുപിറുക്കുകയും ചെയ്യും." പക്ഷേ, കണ്ണീരിൽ കുളിച്ചിരുന്ന അരീന വ്ലാസ്യെവ്ന ഭർത്താവിനെ സാന്ത്വനപ്പെ ടുത്താനെന്നോണം ഓടിച്ചെന്ന് അദ്ദേഹത്തെ കെട്ടിപ്പിടിക്കുകയും രണ്ടാളും ഒരുമിച്ച് തറയിലേക്ക് വീഴുമ്പോലെ മുട്ടുകുത്തി നില്ക്കുകയും ചെയ്തു. "നട്ടുച്ചസമയത്തെ രണ്ടു ആട്ടിൻകുട്ടികളെപ്പോലെ പരസ്പരം മുട്ടിയുരുമ്മി അവരങ്ങനെ അതേനിലയിൽ നമ്രശിരസ്കരായി മുട്ടി ന്മേൽ എത്ര നേരമാ നിന്നതെന്നോ!" പിന്നീട് അൻഫീസുഷ്ക മറ്റു വീട്ടുവേലക്കാരോട് പറയുന്നതു കേട്ടു.

പക്ഷേ, ഉച്ചച്ചൂടു കഴിഞ്ഞ് പ്രശാന്തമായ സന്ധ്യയും രാത്രിയും എഴു ന്നള്ളുന്നതോടെ ആ ഭവനമാകെ വീണ്ടും ശാന്തതയിൽ മുങ്ങുകയും പരിക്ഷീണരായ ആളുകൾ സുഖസുഷുപ്തിയിൽ ലയിക്കുകയും ചെയ്യും....

XXVIII

ആറുമാസം കഴിഞ്ഞിരുന്നു. ശൈത്യകാലം അതിന്റെ മുഴുവൻ പ്രതാപവും പ്രദർശിപ്പിക്കാൻ തുടങ്ങിയിരുന്നു. തുളച്ചുകയറുന്ന തണുപ്പിന്റെ ക്രൂരമായ നിശ്ശബ്ദത എങ്ങും വ്യാപിച്ചു. എവിടെ നോക്കിയാലും വെള്ളപ്പട്ടുവിരിച്ചപോലെ മഞ്ഞുമൂടിക്കിടന്നു. വൃക്ഷശിഖരങ്ങളിലെ തുഷാരബിന്ദുക്കളുടെ വർണ്ണപ്പകിട്ട് നയനമോഹനമായിരുന്നു. മരതകനിറമുള്ള മങ്ങിയ ആകാശവും പുകക്കുഴലുകളിൽ നിന്നുയരുന്ന ധൂമപടലവും പൊടുന്നനെ വാതിലുകൾ തുറക്കുകയും അടയുകയും ചെയ്യുമ്പോൾ പുറത്തേക്ക് വമിക്കുന്ന നീരാവിവളയങ്ങളും കഠിനമായ ശൈത്യത്തിലും പ്രസരിപ്പോടെ നടക്കുന്ന ആളുകളും നാസാരന്ധ്രങ്ങളിൽ നിന്ന് പുക പറത്തിക്കൊണ്ടോടുന്ന കുതിരകളുമെല്ലാം ആ ശൈത്യകാലത്തിന്റെ പ്രത്യേകതകളായിരുന്നു. അങ്ങനെയുള്ള ജനുവരിയിലെ ഒരു സായാഹ്നമായിരുന്നു അത്. ആ സായാഹ്നത്തിന്റെ ശീതളനിശ്വാസത്തിൽ ചുറ്റുമുള്ള നിശ്ചലമായ അന്തരീക്ഷം ഒന്നുകൂടി തണുത്തുവിറങ്ങലിച്ചു. അസ്തമനസൂര്യന്റെ ചെങ്കതിരുകൾ ക്ഷണേന നിഷ്പ്രഭമാകാൻ തുടങ്ങി. മാരിനോ തറവാട്ടിനകമാകെ ദീപാലംകൃതമായി. കറുത്ത ഫ്രോക്ക്കോട്ടും വെളുത്ത കൈയുറയും ധരിച്ച പ്രക്കോഫിച്ച് പതിവിലും കവിഞ്ഞ ഗാംഭീര്യത്തോടെ ഏഴു പേർക്കുള്ള തീൻമേശ ഒരുക്കുകയായിരുന്നു. ഒരാഴ്ചമുൻപ് അവിടത്തെ ചെറിയ ഇവകടപ്പള്ളിയിൽ ഒരേ സമയത്ത് രണ്ടു വിവാഹങ്ങൾ ഏറ്റവും അനാർഭാടമായി നടക്കുകയുണ്ടായി. അർക്കാദിയും കാത്യയും തമ്മിലും നിക്കൊലായ് പെ ത്രോവിച്ചും ഫേനിച്ച്കയും തമ്മിലുമുള്ളതായിരുന്നു ഈ വിവാഹങ്ങൾ. പുറത്തുനിന്നാരും തന്നെ ഇതിൽ പങ്കെടുത്തിരുന്നില്ലെന്നു പറയാം. ഇതേദിവസം നിക്കൊലായ് പെ ത്രോവിച്ച് മോസ്കോയിലേക്ക് പോകാൻ തയ്യാറെടുക്കുന്ന തന്റെ സഹോദരന് ഒരു യാത്രയയപ്പ് നല്കുകയായിരുന്നു. വിവാഹം കഴിഞ്ഞയുടൻ നവദമ്പതികൾക്ക് വേണ്ടുവോളം പാരിതോഷികങ്ങൾ നല്കിയിട്ട് അന്ന സെർഗിയേവ്നയും മോസ്കോയിലേക്ക് യാത്രയായിരുന്നു.

മണി കൃത്യം മൂന്നടിച്ചപ്പോൾ എല്ലാവരും മേശയ്ക്കു ചുറ്റും സ്വസ്ഥാനങ്ങളിൽ ഉപവിഷ്ടരായി. മീത്യയ്ക്കും ഒരു സ്ഥാനം നിശ്ചയിച്ചിരുന്നു. അവനെ നോക്കാൻ ഇപ്പോൾ കിന്നിരത്തൊപ്പി ധരിച്ച ഒരു ആയയുമുണ്ടായിരുന്നു. കാത്യയ്ക്കും ഫേനിച്ച്കയ്ക്കും ഇടയിലായിരുന്നു പാവെൽ പെ ത്രോവിച്ചിന്റെ സ്ഥാനം. "ഭർത്താക്കന്മാർ" ഇരുവരും അവരുടെ ഭാര്യമാരോടു ചേർന്നിരുന്നു. സമീപകാലത്തായി നമ്മുടെ ഈ കഥാപാത്രങ്ങൾക്കെല്ലാം വലിയ മാറ്റം സംഭവിച്ചിരുന്നു. അവർക്കെല്ലാം കുറേക്കൂടി ഉന്മേഷവും പക്വതയും വന്നപോലെ തോന്നി. പാവെൽ പെ ത്രോവിച്ച് മാത്രം അല്പം ശോഷിച്ചിരുന്നു. പക്ഷേ, ഇത് അദ്ദേഹത്തിന്റെ പ്രൗഢിക്കും ഗാംഭീര്യത്തിനും ഒന്നുകൂടി മാറ്റു കൂട്ടുകയാണ് ചെയ്തത്. ഫേനിച്ച്കയും വളരെ മാറിയിരുന്നു. ഒരു പുത്തൻ പട്ടുകുപ്പായവും വീതികൂടിയ വെൽവെറ്റുകൊണ്ടുള്ള ഒരു തൊപ്പിയും കഴുത്തിലൊരു സ്വർണ്ണച്ചെയിനും ധരിച്ച് അവൾ ആദരപൂർവ്വം അനങ്ങാതിരുന്നു. തന്നോടെന്നപോലെ ചുറ്റുമുള്ള സർവ്വതിനോടും ആദരവ് കാട്ടുന്ന ഒരു ഭാവമായിരുന്നു അവളുടേത്. അവളുടെ ചുണ്ടുകളിൽ തത്തിക്കളിക്കുന്ന പുഞ്ചിരി കണ്ടാൽ "എന്നോടു ദേഷ്യം തോന്നരുതേ, ഞാൻ നിരപരാധിയാണേ" എന്നു പറയുന്ന ഒരു മട്ടുണ്ടായിരുന്നു. മറ്റുള്ളവരും മന്ദസ്മിതം തൂവുകയും അങ്ങനെ ചെയ്യുന്നതിൽ എന്തോ തെറ്റുണ്ടെന്ന ഭാവം മുഖത്ത് പ്രകടമാക്കുകയും ചെയ്തിരുന്നു. എല്ലാവരിലും ഒരു വിഷമവും വിഷാദവും ദൃശ്യമായിരുന്നെങ്കിലും അവരെല്ലാം യഥാർത്ഥത്തിൽ സന്തുഷ്ടരായിരുന്നു. നിർദ്ദോഷമായ ഒരു പ്രഹസനത്തിൽ ഭാഗഭാക്കാകാൻ മുൻകൂട്ടി നിശ്ചയിച്ചിരുന്ന പോലെ എല്ലാവരും എല്ലാവരോടും തമാശതോന്നിക്കുന്ന ആചാരോപചാരത്തോടെയാണ് പെരുമാറിയിരുന്നത്. മറ്റെല്ലാവരേയുംകാൾ കൂടുതൽ സംയമനം കാത്യക്കായിരുന്നു. തികഞ്ഞ ആത്മവിശ്വാസത്തോടെയാണ് അവൾ സർവ്വരേയും നിരീക്ഷിച്ചിരുന്നത്. നിക്കൊലായ് പെ ത്രോവിച്ചിന് അവളോടുള്ള വാത്സല്യം നിസ്സീമമായിരുന്നെന്നു അദ്ദേഹത്തിന്റെ മുഖഭാവം വിളിച്ചറിയിച്ചു. വിരുന്നുപരിപാടി ഏതാണ്ടവസാനിക്കാറായപ്പോൾ നിക്കൊലായ് പെ ത്രോവിച്ച് എഴുന്നേറ്റുനിന്ന് മദ്യചഷകം ഉയർത്തിക്കൊണ്ട് പാവെൽ പെ ത്രോവിച്ചിനോടായി ഇപ്രകാരം പറഞ്ഞു.

"ചേട്ടൻ ഞങ്ങളെ വിട്ടു പിരിയുകയാണ്," അദ്ദേഹം മെല്ലെ ആരംഭിച്ചു. "ഈ വേർപാട് അധികാലം നിൽക്കുകയില്ലെന്ന് എനിക്കുറപ്പുണ്ട്. എങ്കിലും ഇതിൽ എനിക്ക്, അല്ല, ഞങ്ങൾക്ക്... എത്ര... ഇതാണ് പ്രയാസം. പ്രസംഗം എനിക്കത്ര വശമുള്ള ഏർപ്പാടല്ല. അർക്കാദി, നീ എന്തെങ്കിലും പറ."

"വയ്യപ്പച്ചാ, തയ്യാറില്ലാതെ എനിക്ക് പറ്റില്ല."

"എനിക്കു പറ്റുമെന്നാണോ നിന്റെ വിചാരം! എന്നാൽ ശരി ചേട്ടാ

വരൂ, ഞാനൊന്ന് ചേട്ടനെ മാറോടണച്ച് എല്ലാവിധ ഭാവുകങ്ങളും നേരുകയും കഴിവതും വേഗം മടങ്ങിവരുമെന്നു പ്രതീക്ഷിക്കുകയും ചെയ്യട്ടെ."

പാവെൽ പെ ത്രോവിച്ച് മീത്യയുൾപ്പെടെ എല്ലാവരേയും മാറിമാറി ചുംബിച്ചു. കൂടാതെ, ഫേനിച്ച്കയുടെ കൈയിലും അദ്ദേഹം ചുംബനമർപ്പിച്ചു. അതിന് കൈ ശരിക്ക് നീട്ടിക്കാണിക്കാൻ അവൾക്കിനിയും വശമായിക്കഴിഞ്ഞിരുന്നില്ല. അതിനുശേഷം തന്റെ ഒഴിഞ്ഞ ഗ്ലാസ് നിറച്ചുകൊണ്ട് നെടുതായൊരു നിശ്വാസത്തോടെ അദ്ദേഹം പറഞ്ഞു. "നിങ്ങളെയെല്ലാം ദൈവം അനുഗ്രഹിക്കട്ടെ!" തുടർന്ന് ഇംഗ്ലീഷിൽ "ഫെയർവെൽ" എന്നു പറഞ്ഞു. അദ്ദേഹം വിടവാങ്ങിയത് ആരും ശ്രദ്ധിച്ചില്ലെങ്കിലും ആ രംഗം അവർക്കെല്ലാം അത്യന്തം ഹൃദയസ്പൃക്കായിരുന്നു.

"ബസാറൊവിന്റെ ഓർമ്മയ്ക്ക്!" എന്നു ഭർത്താവിന്റെ ചെവിയിൽ മന്ത്രിച്ചുകൊണ്ടു കാത്യ തന്റെ വീഞ്ഞുഗ്ലാസ് അയാളുടേതുമായി കൂട്ടിമുട്ടിച്ചു. അർക്കാദി അപ്പോൾ അവളുടെ കൈപിടിച്ചമർത്തിയതല്ലാതെ ഉച്ചത്തിൽ ആ പാനോപചാരം ഏറ്റുപറയാൻ അയാൾക്ക് ധൈര്യമുണ്ടായില്ല.

ഇതോടെ കഥ അവസാനിച്ചെന്നു പറയാം. പക്ഷേ, മറ്റു കഥാപാത്രങ്ങൾക്കെന്തു സംഭവിച്ചെന്നറിയാൻ വായനക്കാരിൽ പലർക്കും ജിജ്ഞാസ തോന്നിയേക്കാമല്ലോ. അതുംകൂടി പറഞ്ഞിട്ട് നമുക്ക് ഉപസംഹരിക്കാം.

അന്ന സെർഗിയേവ്ന അടുത്ത കാലത്ത് വിവാഹിതയായി. സ്നേഹം കൊണ്ടല്ല അവർ ഇതിനു തയ്യാറായത്. അതു നല്ലതാണെന്ന വിശ്വാസം മാത്രമാണ് അവരെ അതിനു പ്രേരിപ്പിച്ചത്. ഭാവിയിൽ റഷ്യയിലെ വലിയൊരു പ്രമാണിയാകാൻ സാദ്ധ്യതയുള്ള സമർത്ഥനും ബുദ്ധിമാനുമായൊരു അഭിഭാഷകനും നല്ലൊരു വാഗ്മിയുമാണ് അവരുടെ ഭർത്താവ്. നല്ല സ്ഥൈര്യവും സ്വഭാവദാർഢ്യവും ഐസ്പോലെ തണുത്തപ്രകൃതവുമുള്ള ഈ മനുഷ്യന് ഇപ്പോഴും ചെറുപ്പമാണ്. പലതുകൊണ്ടും നല്ല പൊരുത്തമുള്ള ഈ ദമ്പതികൾക്ക് ഭാവിയിൽ സന്തോഷത്തോടും ഒരുപക്ഷേ, പരസ്പരാനുരാഗത്തോടും കൂടി കഴിയാൻ സാധിക്കില്ലെന്ന് ആരറിഞ്ഞു! അവരുടെ ഇളയമ്മ പരലോകപ്രാപ്തയായ ആ ദിവസം തന്നെ വിസ്മൃതിയിലാണ്ടു. കിർസാനൊവ് പിതാവും പുത്രനും മാരിനൊയിൽ സ്ഥിരതാമസമാക്കി. അവരുടെ സ്ഥിതി മെച്ചപ്പെടാൻ തുടങ്ങിയിട്ടുണ്ട്. അർക്കാദി കൃഷികാര്യങ്ങളിൽ വളരെ പ്രാപ്തനായിട്ടുണ്ട്. കൃഷിയിൽനിന്നുള്ള അവരുടെ വരുമാനം സാമാന്യം ഉയർന്നിട്ടുമുണ്ട്. നിക്കൊലായ് പെ ത്രോവിച്ച് ഇപ്പോൾ ഒരു "മിറവോയ് പസ്രേദ്നിക്ക്"[16] എന്ന

16 റഷ്യയിൽ അടിയാള കർഷകന്റെ വിമോചനത്തിനു ശേഷം തർക്കങ്ങൾ

നിലയ്ക്ക് വളരെ സജീവമാണ്. ജില്ലയിലങ്ങോളമിങ്ങോളം ചുറ്റിസഞ്ചരിച്ച് അദ്ദേഹം നീണ്ട പ്രസംഗങ്ങൾ നടത്തിക്കൊണ്ടിരിക്കുകയാണ് (സാധുകർഷകരെ "കാര്യങ്ങൾ പറഞ്ഞു മനസ്സിലാക്കണമെന്ന," അതായത് ഒരേ സംഗതിതന്നെ ആവർത്തിച്ചാവർത്തിച്ച് പറഞ്ഞ് അവരെ ആശ്ചര്യപരതന്ത്രരാക്കണമെന്ന, അഭിപ്രായക്കാരനാണദ്ദേഹം.) എന്നാൽ സന്ദർഭം പോലെ വിമോചനത്തെപ്പറ്റി വീമ്പിളക്കുകയോ വിഷാദം പ്രകടിപ്പിക്കുകയോ ചെയ്യുന്ന പ്രബുദ്ധരായ പ്രഭുവംശജരേയോ കണ്ണും പൂട്ടി "ആ നശിച്ച വിമോചനത്തെ" എതിർക്കുന്ന പ്രബുദ്ധതയില്ലാത്ത പ്രഭുവംശജരേയോ തൃപ്തിപ്പെടുത്താൻ അദ്ദേഹത്തിന് കഴിഞ്ഞിരുന്നില്ലെന്നതാണ് സത്യം. ഇവരിലാരേയും കൈകാര്യം ചെയ്യാനുള്ള കാഠിന്യം അദ്ദേഹത്തിനില്ല. കാത്യയ്ക്ക് ഒരു ആൺകുട്ടി ഉണ്ടായിട്ടുണ്ട്.

നിക്കൊലായ് എന്നാണ് അവർ കുഞ്ഞിനുപേരിട്ടിരിക്കുന്നത്. മീത്യ ഓടിച്ചാടി നടക്കാനും ഒരുപാടു വർത്തമാനം പറയാനും തുടങ്ങിയിട്ടുണ്ട്. ഭർത്താവിനേയും മകൻ മീത്യയേയും കഴിഞ്ഞാൽ പിന്നെ മരുമകൾ കാത്യയോടുള്ളത്ര ആരാധനാമനോഭാവം ഫേനിച്ച്കയ്ക്ക് മാറ്റാരോടുമില്ല. കാത്യ പിയാനോ വായിക്കാൻ തുടങ്ങിയാൽ പിന്നെ പകൽമുഴുവൻ അത് കേട്ടോണ്ടിരുന്നാലും ആ സ്ത്രീക്ക് മടുപ്പില്ല. കൂട്ടത്തിൽ പ്യോത്തറെപ്പറ്റിക്കൂടി ഒരു വാക്ക്. വിഡ്ഢിത്തവും അഹങ്കാരവും കാരണം അവന്റെ തല മരച്ചുപോയിരിക്കുന്നു. ഉച്ചാരണം സ്പഷ്ടം ചെയ്തു ചെയ്തു ഇപ്പോൾ അവൻ സംസാരിച്ചാൽ ആർക്കും തിരിയില്ല. എങ്കിലും അവൻ നല്ലൊരു തുക സ്ത്രീധനമായി പറ്റിക്കൊണ്ട് കല്യാണം കഴിച്ചിട്ടുണ്ട്. പട്ടണത്തിലുള്ള ഒരു പച്ചക്കറിക്കച്ചവടക്കാരന്റെ മകളാണ് വധു. റിസ്റ്റുവാച്ചില്ലെന്ന കാരണത്താൽ മറ്റു രണ്ടു നല്ല ചെറുപ്പക്കാരെ തഴഞ്ഞിട്ടാണ് അയാൾ പ്യോത്തർക്ക് തന്റെ മകളെ വിവാഹം കഴിച്ചു കൊടുത്തത്. അവന് വാച്ചിനു പുറമെ മേത്തരം തോലുകൊണ്ടുള്ള ഒരു ജോടി ഷൂസുമുണ്ടായിരുന്നു.

ഡ്രെസ്ഡനിലെ ബ്രൂൾ ടെറസ്സിൽ മാന്യന്മാർ കാറ്റുകൊള്ളാനിറങ്ങുന്ന അപരാഹ്നങ്ങളിൽ അമ്പതോളം വയസ്സുള്ള ഒരാളെ കാണാൻ കഴിഞ്ഞെന്നുവന്നേക്കാം. അദ്ദേഹത്തിന്റെ മുടിമുഴുവൻ നരച്ചിട്ടുണ്ടാകും. കണ്ടാൽ കണ്ഠവീക്കത്തിന്റെ ബുദ്ധിമുട്ടുണ്ടെന്നും തോന്നും. എങ്കിലും ഭംഗിയായി വസ്ത്രധാരണം ചെയ്ത ആ മാന്യൻ ഇപ്പോഴും സുമുഖനാണ്. മേലേക്കിടക്കാരുമായുള്ള ദീർഘകാല സമ്പർക്കത്തിന്റെ ഫലമായി മാത്രം ലഭ്യമാകുന്ന ആ ഒരു പ്രത്യേക പ്രൗഢിയും അദ്ദേഹത്തിനുണ്ട്. പാവെൽ പെ ത്രോവിച്ചല്ലാതെ മറ്റാരുമല്ല ഇത്. ആരോഗ്യകാരണത്താൽ മോസ്കോ വിട്ട് വിദേശത്തേക്ക് പുറപ്പെട്ട അദ്ദേഹം എത്തിച്ചേർന്നത് ഡ്രെസ്ഡനിലാണ്. ഇംഗ്ലീഷുകാരുമായും റഷ്യൻ സന്ദർശകരുമായുമാണ് അദ്ദേഹം സമ്പർക്കം പുലർത്തുന്നത്.

പറഞ്ഞൊതുക്കാൻ നിയുക്തനായ മധ്യസ്ഥൻ.

ഇംഗ്ലീഷുകാരുടെ മുന്നിൽ അങ്ങേയറ്റത്തെ ലാളിത്യത്തോടും എളിമയോടും കൂടിയാണ് നില്ക്കാറുള്ളതെങ്കിലും തന്റെ ആഭിജാത്യം അദ്ദേഹം ഒരിക്കലും കൈവെടിയാറില്ല. അവർക്ക് അദ്ദേഹം ചിലപ്പോൾ ഒരു ബോറാണെങ്കിലും തികഞ്ഞ ഒരു മാന്യനായാണ് അവർ അദ്ദേഹത്തെ വീക്ഷിക്കുന്നത്. റഷ്യക്കാരോടടുക്കുമ്പോൾ അല്പം കൂടി സാധാരണമട്ടിലാവുകയും വായിൽ തോന്നിയതെല്ലാം വിളിച്ചു പറയുകയും തന്നെപ്പറ്റിയും മറ്റുള്ളവരെപ്പറ്റിയും പരിഹസിച്ചു സംസാരിക്കുകയും ചെയ്യും. പക്ഷേ, ആർക്കും ശുണ്ഠിവരാത്തതരത്തിൽ അന്തസ്സോടെയുള്ളതായിരിക്കും അതെല്ലാം. അഖിലസ്ലാവ്‌വാദിയായാണ് അദ്ദേഹം അറിയപ്പെടുന്നത്. ഇതാകട്ടെ മേലേക്കിടക്കാർക്കിടയിൽ ഇപ്പോൾ ഒരു ഫാഷനുമാണല്ലോ. റഷ്യനിൽ ഒന്നും വായിക്കാറില്ലെങ്കിലും തന്റെ മേശപ്പുറത്തു അദ്ദേഹം റഷ്യൻ കർഷകന്റെ മരച്ചെരിപ്പിന്റെ ആകൃതിയിലുള്ള ഒരു ആഷ്ട്രേ സൂക്ഷിച്ചിട്ടുണ്ട്. നമ്മുടെ സഞ്ചാരികൾ അദ്ദേഹത്തെ കണ്ടു സംസാരിക്കാൻ അതിയായ താല്പര്യം പ്രദർശിപ്പിക്കാറുണ്ട്. “താല്ക്കാലിക പ്രതിപക്ഷത്ത്” നില്ക്കുന്ന മത്വേയ് ഇലിയിച്ച് കൊള്യോസിൻ ബൊഹീമിയയിലേക്ക് പോകുംവഴി പാവെൽ പെത്രോവിച്ചിന്റെ വീട്ടിൽ ഒരു ഗംഭീര സന്ദർശനം നടത്തുകയുണ്ടായി. നാട്ടുകാരുമായി അദ്ദേഹം വളരെയൊന്നും ഇടപെടാറില്ലെങ്കിലും അവർ ഭയഭക്തിബഹുമാനങ്ങളോടെയാണ് അദ്ദേഹത്തെ വീക്ഷിക്കാറുള്ളത്. “കിർസാനൊവ് പ്രഭു”വിന്റത്ര നഷ്ടയാസം കൊട്ടാരം സംഗീതജ്ഞരുടെ പരിപാടിക്കോ തീയേറ്ററിലേക്കോ ടിക്കറ്റ് കരസ്ഥമാക്കാൻ സാധിക്കുന്നവർ ദുർല്ലഭമാണ്. കഴിവിന്റെ പരമാവധി മറ്റുള്ളവരെ സഹായിക്കാൻ അദ്ദേഹം ഇപ്പോഴും ശ്രമിക്കാറുണ്ട്. ഇപ്പോഴും ചില ചില്ലറ കോളിളക്കങ്ങളുണ്ടാക്കാൻ അദ്ദേഹത്തിനു കഴിയും. ഒരു കാലത്ത് സമൂഹത്തിൽ വലിയ സ്ഥാനിയായി നടന്നിരുന്ന ആളുമാണല്ലോ അദ്ദേഹം. എങ്കിലും ജീവിതം ഇന്ന് അദ്ദേഹത്തിനൊരു ഭാരമാണ്. അതെത്ര വലിയ ഭാരമാണെന്നതിനെപ്പറ്റി അദ്ദേഹത്തിനുപോലും നിശ്ചയമില്ല. റഷ്യൻ പള്ളിയിൽ എല്ലാവരിലും നിന്നൊഴിഞ്ഞ് ഒരു മൂലയിൽ ചുമരിനോട് ചേർന്ന് നിശ്ചലനും ചിന്താക്രാന്തനുമായി ചുണ്ടനക്കുകപോലും ചെയ്യാതെ നിന്നിട്ട് പൊടുന്നനെ നിദ്രയിൽനിന്നുണർന്നപോലെ മെല്ലെ കൈ ഉയർത്തി കുരിശു വരയ്ക്കുന്ന അദ്ദേഹത്തെ ശ്രദ്ധിച്ചാൽ ഇതു മനസ്സിലാകും.

കുക്ഷിനയും വിദേശത്താണിപ്പോൾ താമസം. ഹൈഡൽബർഗിൽ ചെന്ന് പ്രകൃതിശാസ്ത്രം വിട്ടിട്ട് വാസ്തുശില്പ പഠനത്തിലേർപ്പെട്ടിരിക്കുകയാണു ആ സ്ത്രീ. വാസ്തുശില്പത്തിൽ താൻ ചില പുതിയ നിയമങ്ങൾ കണ്ടുപിടിച്ചിട്ടുണ്ടെന്ന് അവർ അവകാശപ്പെടുകയും ചെയ്യുന്നു. സർവ്വകലാശാലാ വിദ്യാർത്ഥികളോട് അവർക്ക് ഇപ്പോഴും വലിയ പത്ഥ്യമാണ്. പ്രത്യേകിച്ചും റഷ്യക്കാരായ ഊർജ്ജതന്ത്ര-രസതന്ത്ര

വിദ്യാർത്ഥികളോട്. ഹൈഡൽബർഗ് ഇത്തരക്കാരെക്കൊണ്ടുനിറഞ്ഞിരിക്കുകയുമാണ്. ആദ്യം കാര്യങ്ങൾ സാമാന്യം സമചിത്തതയോടെ കാണുന്ന ഇക്കൂട്ടർ പിന്നീട് പ്രദർശിപ്പിക്കുന്ന പിടിപ്പുകേടും കുഴിമടിയും കണ്ട് ശുദ്ധന്മാരായ ജർമ്മൻ പ്രൊഫസർമാർ ആശ്ചര്യചകിതരായിപ്പോകുന്നുണ്ട്. ഓക്സിജനും നൈട്രജനും തമ്മിൽ തിരിച്ചറിയാൻ കഴിവില്ലെങ്കിലും നിഷേധത്തിന്റേയും ആത്മാഭിമാനത്തിന്റേയും കാര്യത്തിൽ നിറഞ്ഞുനില്ക്കുന്ന രണ്ടോ മൂന്നോ ഇത്തരം രസതന്ത്രജ്ഞരോടൊപ്പം യെലിസേവിച്ചിനെപ്പോലെ മഹാനാകാൻ ശ്രമിച്ചുകൊണ്ട് സീത്നിക്കൊവും സെന്റ് പീറ്റേഴ്സ്ബർഗിൽ അലയുന്നുണ്ട്. ബസാറൊവ് ഉയർത്തിപ്പിടിച്ച 'ലക്ഷ്യം' മുന്നോട്ടു കൊണ്ടുപോകാൻ ശ്രമിച്ചുകൊണ്ടിരിക്കുകയാണെന്നാണ് ഈ മനുഷ്യൻ അവകാശപ്പെടുന്നത്. അടുത്തകാലത്ത് ആരോ അയാളെ പിടിച്ച് ശരിക്ക് ചാർത്തിവിട്ടെന്നും കേൾക്കുന്നുണ്ട്. അയാളതിനു പകരംവീട്ടുകയും ചെയ്തു. കൊള്ളരുതാത്ത ഒരു പീറപ്പത്രത്തിൽ അത്രതന്നെ കൊള്ളരുതാത്ത ഒരു പീറലേഖനം അയാൾ എഴുതിച്ചു. അയാളെ കൈയേറ്റം ചെയ്ത ആൾ ഭീരുവാണെന്ന് വരുത്തിത്തീർക്കാനായിരുന്നു അത്. വിരോധാഭാസമാണത്രെ അത്. അയാളുടെ പിതാവ് പണ്ടെപ്പോലെ അയാളെ വിരട്ടിനിർത്തിയിരിക്കുകയാണ്. അയാളുടെ ഭാര്യയാകട്ടെ ഒരു പടുവിഡ്ഢിയും എഴുത്തുകാരനുമായാണ് അയാളെ കാണുന്നത്.

റഷ്യയുടെ ഓണം കേറാമൂലയിലുള്ള ഒരു നാട്ടിൻപുറത്ത് ചെറിയൊരു സിമിത്തേരിയുണ്ട്. നമ്മുടെ മറ്റെല്ലാ സിമിത്തേരികളേയും പോലെ ഇതിന്റേയും സ്ഥിതി അത്യന്തം ശോചനീയമാണ്. അവിടമാകെ കുറ്റിക്കാടുകൾ കൊണ്ടു നിറഞ്ഞതാണ്. ഒരു കാലത്ത് നല്ലപോലെ ചായം പൂശിയിരുന്ന കുരിശുകൾ ദ്രവിച്ച് താഴെ വീഴാറായി നില്ക്കുകയാണ്. കുഴിമാടങ്ങളിൽ വച്ചിട്ടുള്ള ശിലകൾ ആരോ താഴെനിന്ന് തള്ളിമാറ്റിയ മാതിരി സ്ഥാനം തെറ്റിയാണ് നിൽക്കുന്നത്. രണ്ടോ മൂന്നോ ശുഷ്കിച്ച വൃക്ഷങ്ങളിൽനിന്ന് കാര്യമായ യാതൊരു തണലും ലഭിക്കുന്നുണ്ടാവില്ല. ആടുമാടുകൾ അവിടെല്ലാം യഥേഷ്ടം അലഞ്ഞു നടക്കുന്നുണ്ടാകും. എന്നാൽ മനുഷ്യരോ മൃഗങ്ങളോ വന്നു ശല്യം ചെയ്യാത്ത ഒരു കുഴിമാടം ഇതിനെല്ലാമിടയിലുണ്ട്. പ്രഭാതങ്ങളിൽ പക്ഷികൾ മാത്രമാണ് അതിന്മേൽ വന്നിരുന്ന് കളകൂജനം നടത്തുന്നത്. അതിനു ചുറ്റും ഇരുമ്പുവേലികെട്ടി മറയ്ക്കുകയും രണ്ടറ്റങ്ങളിലായി ഓരോ ഫർമരം വച്ചുപിടിപ്പിക്കുകയും ചെയ്തിട്ടുണ്ട്. ഇതിലാണ് യെവ്ഗേനി ബസാറൊവ് അന്ത്യവിശ്രമം കൊള്ളുന്നത്. കുനിഞ്ഞുകൂടി നടക്കുന്ന രണ്ടു വൃദ്ധദമ്പതികൾ അടുത്ത ഗ്രാമത്തിൽ നിന്ന് ഇവിടേക്ക് പതിവായി വരാറുണ്ട്. പരസ്പരം താങ്ങിക്കൊണ്ടെന്നപോലെ വേച്ചുവേച്ചുവന്ന് ഈ വേലിക്കെട്ടിനുള്ളിൽ കടന്ന് മുട്ടുകുത്തിനിന്നുകൊണ്ട് ഏറെനേരം ഹൃദയം നൊന്ത്

അശ്രുക്കൾ പൊഴിക്കും. തങ്ങളുടെ ഓമനമകൻ അന്ത്യവിശ്രമം കൊള്ളുന്ന ആ കുഴിമാടത്തിന്മേൽ വച്ചിട്ടുള്ള ശിലാഫലകം അവർ ഇമവെട്ടാതെ നോക്കിനില്ക്കും. ഒന്നോ രണ്ടോ വാക്കുകൾ മാത്രം പരസ്പരം സംസാരിച്ചിട്ട് അവർ ആ ശിലാഫലകത്തിന്മേലുള്ള പൊടി തട്ടിക്കളയുകയും ഒരിക്കൽക്കൂടി പ്രാർത്ഥിക്കുകയും ചെയ്യും. തങ്ങളുടെ പുത്രനോടും അവനെക്കുറിച്ചുള്ള സ്മരണകളോടും അവരെ വളരെയേറെ അടുപ്പിച്ചുനിറുത്തുന്ന ആ സ്ഥലത്തുനിന്ന് പിരിഞ്ഞു പോകാൻ മനസ്സു വരാതെ അവരങ്ങനെ തന്നെ നില്ക്കും.. അവരുടെ പ്രാർത്ഥനകൾക്കും അവർ നടത്തുന്ന അശ്രുപൂജകൾക്കും യാതൊരു ഫലവുമില്ലെന്നുണ്ടോ? സ്നേഹത്തിന്, പരിപാവനവും ഹൃദയംഗമ വുമായ സ്നേഹത്തിന്, യാതൊരു ശക്തിയുമില്ലെന്നുണ്ടോ? ഇല്ല. അത് സാദ്ധ്യമല്ല! ആ കുഴിമാടത്തിനടിയിൽ ദീർഘനിദ്രയിൽ ലയിച്ചുകിടക്കുന്ന ആത്മാവ് എത്ര എടുത്തുചാട്ടക്കാരനോ പാപിയോ ബഹളക്കാരനോ ആയാലും അതിന്മേൽ വളർന്നു നില്ക്കുന്ന പൂച്ചെടിക ളിൽ വിടർന്നുനില്ക്കുന്ന പുഷ്പങ്ങൾ നിഷ്കളങ്കമായ നേത്രങ്ങളിലൂടെ ശാന്തമായി നമ്മെ ഉറ്റുനോക്കുന്നുണ്ടാകും. ശാശ്വതമായ സമാധാന ത്തെപ്പറ്റി മാത്രമായിരിക്കില്ല, "നിർവ്വികാരമായ" പ്രകൃതിയുടെ ആ മഹത്തായ സമാധാനത്തെപ്പറ്റി മാത്രമായിരിക്കില്ല, അവ നമ്മോട് സംസാരിക്കുന്നത്. ശാശ്വതമായ അനുരഞ്ജനത്തെപ്പറ്റിയും ശാശ്വത മായ ജീവിതത്തെപ്പറ്റിയും അവ നമ്മോട് സംസാരിക്കുന്നുണ്ടാകും...

www.ingramcontent.com/pod-product-compliance
Lightning Source LLC
LaVergne TN
LVHW102106041026
849558LV00002B/69

* 9 7 8 9 3 8 9 8 0 4 1 7 1 *